இரண்டாம் பாகமாக அமைந்திருக்கும் இந்நூலில் ஸ்லீமென், மொகலாயப் பேரரசர்கள் கட்டியெழுப்பிய கட்டடக்கலை சாதனைகளான தாஜ்மஹால், குதுப்மினார் போன்ற சிறப்புமிக்க இடங்களுக்கும் புகழ்வாய்ந்த மசூதிகளுக்கும் நினைவிடங்களுக்கும் பயணம் செய்வதில் தனி ஆர்வம் காட்டியிருப்பது தெரிகிறது. இத்தகைய இடங்களின் தோற்றத்தையும் சிறப்பையும் மட்டும் சொல்வதோடு நிறுத்திக்கொள்ளாமல் அதன் பின்னுள்ள வரலாறு, மக்கள் மத்தியில் நிலவும் கதைகளையும் சேர்த்து தந்திருக்கிறார். கோவர்தன் பகுதிக்கு வருகை தரும் ஸ்லீமெனுக்கு, அந்த மலை உருவான விதம் குறித்து மக்களால் கூறப்படும் கதை ஆச்சர்யமூட்டுகிறது.

புதிய ஆட்சி உருவாகும்போது கண்டுகொள்ளாமல் விடப்படும் தலைநகர்கள், இராணுவத்தில், காவல்துறையில் மேற்கொள்ள வேண்டிய சீர்திருத்தங்கள், பொது நலம் கருதி தன் சொந்தச் செலவில் குளம் வெட்டும் மனிதர்கள், இந்தியாவின்மீது படையெடுத்து வந்து லட்சக்கணக்கான பேரை கொன்றும் சிறைபிடித்தும் சென்ற தைமூர் என பல தளங்களிலும் ஸ்லீமெனின் பார்வை பரந்து விரிகிறது.

ஃபிரோஸ்பூர் நவாப் ஷம்சுதீன், தனக்கு எதிராகச் செயல்பட்ட காரணத்துக்காக ஆங்கில அதிகாரி ப்ரேஸரை திட்டமிட்டுக் கொலை செய்கிறார். தனது பணியாட்களான கரீம்கான், அனியா மூலம் இந்தக் கொலையை நிகழ்த்திய விதத்தை ஸ்லீமென் ஒரு சிறுகதையைப் போன்ற நேர்த்தியுடன் விவரித்திருக்கிறார்.

சமஸ்தானங்களின் முடிவில்லாத சண்டைகள், மக்களையே கொள்ளையடிக்கும் நிலச்சுவான்தார்கள், வழிப்பறிக் கொள்ளையர்கள் என பல்வேறு சமூகப் பிரச்சனைகளையும் விரிவாகப் பதிவு செய்துள்ளார் ஸ்லீமென்.

அவர் எழுத்தைப் போலவே இந்நூலில் காணப்படும் பதிப்பாசிரியரின் அடிக்குறிப்புகளும் சிறப்புமிக்கதாகும். ஸ்லீமென் கவனக்குறைவாகத் தவறு செய்திருக்கும் இடங்களுக்கு திருத்தங்களையும், சில நிகழ்வுகளுக்கு கூடுதல் விவரங்களையும் தந்து நூலை முழுமைப்படுத்தும் வேலையை அடிக்குறிப்புகள் செம்மையாகச் செய்திருக்கின்றன என்றே சொல்ல வேண்டும்.

எனது பயணங்களும் மீள்நினைவுகளும்

இரண்டாம் தொகுதி

வில்லியம் ஸ்லீமென்

பதிப்பாசிரியர்
வின்சன்ட் ஆர்தர் ஸ்மித்

தமிழில்
பேராசிரியர் சிவ. முருகேசன்

சந்தியா பதிப்பகம்
சென்னை - 83

எனது பயணங்களும் மீள் நினைவுகளும்
இரண்டாம் தொகுதி
வில்லியம் ஸ்லீமென்

தமிழில்
பேராசிரியர் சிவ. முருகேசன்
முதற்பதிப்பு : 2012

பிரதிகள் : 1000
அளவு : டெமி ● தாள் : 60 gsm ● பக்கம் : 480
அச்சு அளவு : 11 புள்ளி ● விலை : ரூ.350/-
அச்சாக்கம் : சென்னை மைக்ரோ பிரிண்ட் பி.லிமிட்,
சென்னை - 29.

சந்தியா பதிப்பகம்
புதிய எண் 77, 53வது தெரு, 9வது அவென்யூ,
அசோக் நகர், சென்னை - 600 083.
தொலைபேசி: 044 : 24896979

ISBN : 978-93-81343-10-4

ENADHU PAYANANGALUM MEELNINAIVUGALUM

(Tamil Translation of the book 'Rambles and Recollections of an Indian Official'
authored by William Sleeman)

Printed at Chennai Micro Print Pvt Ltd.,
Chennai - 29.

Published by
Sandhya Publications
New No. 77, 53rd Street, 9th Avenue, Ashok Nagar,
Chennai - 600 083. Tamilnadu
Ph : 044 - 24896979

Price Rs.350/-

sandhyapathippagam@gmail.com
sandhyapublications@yahoo.com

www.sandhyapublications.com

பொருளடக்கம்

1. ஆக்ராவும் அதன் கட்டடங்களும் 7
2. நூர் மஹாலின் (மும்தாஜ்) அத்தையான நூர்ஜஹான் 27
3. இந்தியாவில் மதமாற்றத்திற்கு... 43
4. அக்பரின் புனிதப் பயணம் – ஜஹாங்கீரின் பிறப்பு 56
5. பரத்பூர் கும்பெனி 71
6. கோவர்தன் கிருஷ்ணன் 88
7. வாய்மை 107
8. மண்வளம் குன்றுதலும்... 142
10. மூலதனக்குவிப்பும் அதன் விளைவுகளும் 156
11. இந்தியாவில் சுங்கவரியும்... 164
12. இந்திய விவசாயிகள்... 171
13. இந்துக்களின் பொதுநலநோக்கம்... 187
14. நிர்வாகத்தால் உருவாக்கப்பட்ட நகரங்களும், ஊர்களும்... 201
15. திரு. ஃப்ரேஸர் கொலை செய்யப்படுதல்... 210
16. ஒரு ஜாட் தலைவனின் திருமணம் 237
17. முகமதியர்களின் கல்லறைகளும், பள்ளிவாசல்களும்... 242
18. பழைய டில்லி நகரம் 252
19. ஷாஜஹானபாத் எனப்படும் புதுடில்லி 277
20. இந்தியக் காவல்துறையும் அதன் குறைபாடுகளும்... 331
21. வாரம் இல்லா நிலஉடைமை... 353
22. மீரட் நகரம்... 362
23. நிலம் பிரிபடுதல்... 368
24. மீரட் – இந்தியாவிலுள்ள ஆங்கிலேய சமுதாயம் 377
25. இந்திய புனிதப் பயணிகள் 389
26. பேகம் சம்ரூ 399
27. இந்திய இராணுவத்தின் ஒழுக்கப்பாங்கு... 426
28. இயலாமற்போன இராணுவ வீரர்கள்... 461
29. பிற்சேர்க்கை 473
30. மொழிபெயர்ப்பாளரின் முடிவுரை 480

மின்சாரம் தாவரங்களின் மீது ஏற்படுத்தும் தாக்கம் மற்றும் ஆக்ராவும் அதன் கட்டடங்களும்

30, 31 ஆகிய இருநாட்கள் நாங்கள்[1] ஒரு வறண்ட, மணற்பாங்கான சமதரைப் பரப்பில் இருபத்திநான்கு மைல்கள் பயணம் செய்தோம். நல்ல விளைநிலங்கள் பாதை நெடுகிலும் இருந்தன. நல்ல விளைச்சல் இருந்த நிலங்களுக்கு நீர்ப்பாசனம் செய்யப்பட்டிருந்தது. நன்றாக விளையாத நிலங்களுக்கு நீர்ப்பாசனம் செய்யப்படவில்லை. நீண்ட வரிசையில் ஒட்டகங்கள் தானிய மூட்டைகளைச் சுமந்து கொண்டு ஆக்ராவிலிருந்து குவாலியர் நோக்கிச் சென்று கொண்டிருந்தன. இருபது அல்லது முப்பது ஒட்டகங்கள் கொண்ட ஒரு வரிசையை ஒரே ஆள் அழைத்துச் சென்றான். ஒரு வரிசையிலிருந்த ஒட்டகங்கள் ஒன்றன்பின் ஒன்றாக நிறுத்தப்பட்டு, ஒன்றின் கடிவாளம் மற்றதுடன் இணைக்கப் பட்டிருந்தது. முதல் ஒட்டகத்திலிருந்தவன் அதன் கடிவாளத்தைப் பிடித்திருந்தான். முதல் ஒட்டகம் நகரும் போது, மற்றவை ஒன்றன்பின் ஒன்றாக வரிசையாக, ஒழுங்காகச் சென்றன. தண்ணீர் தாவரங்களை ஈர்ப்பதுடன், அவைகளுக்கு மின்சாரத்தையும் பாய்ச்சுகிறது. அதுமட்டு மல்லாமல் உயிர்த்துடிப்பூட்டும் ஆற்றலையும் கொடுக்கிறது. இந்த ஆற்றல் பூமியில் எங்கோ உறைந்து கிடக்கிறது; தண்ணீரால் பூமிக்குள் உறைந்து கிடக்கும் ஆற்றல், வெளிப்பட்டு தாவரங்களுக்குச் செல்கிறது. நீர்ப்பாசனம் பெறும் பயிர்களுக்கும், நீர்ப்பாசனம் கிடைக்காத பயிர்களுக்கும்

வேறுபாடுகள் உள்ளன. ஒரு தாவரத்திற்கு வேருக்கு அருகில் மட்டும் நீர் ஊற்றினால் போதாது. மழைக்காலத்தில் தோட்டத்தில் நடந்துகொண்டிருந்தபோது நான் என் தோட்டக்காரனைப் பார்த்து, “ஏன் இன்னும் மூங்கில் குத்துகள் குருத்துகளைத் தோற்றுவிக்கவில்லை?” என்று வினவினேன். “ஐயா, இன்னும் இடிமின் புயல் வரவில்லை” – என்று பதில் சொன்னான் தோட்டக்காரன், ஆச்சரியமடைந்த நான் “இடிமின் புயலுக்கும் மூங்கில் குருத்துவிடுவதற்கும் என்ன தொடர்பு?” – என்று அவனைக் கேட்டேன். “ஐயா, அதைப்பற்றி எனக்குத் தெரியாது, ஆனால் வானத்தில் நன்றாக இடிமுழக்கம் ஏற்பட்டு, மின்னல்கள் அதிகம் தோன்றினால்தான் மூங்கில்கள் குருத்துவிடும்” – என்றான் தோட்டக்காரன். அவன் சொன்னபடியே இடியும், மின்னலும் வந்தன; மூங்கில் ஏராளமாகக் குருத்துவிட ஆரம்பித்து விட்டது. இது தற்செயலாக நடைபெற்ற நிகழ்ச்சியாக இருக்கலாம்; அல்லது மூங்கில், வானத்து மேகங்களிலிருந்து அதன் வேர்களுக்கு தேவைப்படும் “மின்சார திரவத்தை”க் கடத்தலாம்.[2]

ஒரு பிரெஞ்சுத் தீவில்[3], இடிமின்புயலுக்குப் பிறகே காளான்கள் வெளிவரும் என்று மக்கள் நம்புகிறார்கள். உலகில் நடைபெறும் பல நிகழ்வுகளுக்கு மின்சாரம் காரணமாக இருக்கிறது. இதைப்பற்றி இன்னும் நமக்கு நன்றாகத் தெரிய வில்லை; தாவரங்கள், விலங்குகள், கனிமங்கள் போன்றவற்றின் வளர்ச்சிகள் மின்சாரத்தால் பலவிதங்களில் பாதிக்கப் படுகின்றன.[4]

மதிப்பிற்குரிய, புத்திக்கூர்மையுடைய, உள்ளூர் வருவாய்த்துறை அலுவலர் ஒருவரை நான் சந்தித்தேன். நமது எல்லையில் இருந்த குறுநிலக்கிழார் ஒருவருக்கும், தோல்பூர் எல்லையில் இருந்த சில உரிமையாளர்களுக்கும் இடையேயிருந்த எல்லைப் பிரச்சனையைத் தீர்த்துவைக்க அவர் பணிக்கப்பட்டிருந்தார்.

“மதிப்பிற்குரிய கும்பெனியின் உரிமைகளும், அதன் கீழுள்ள இந்த குறுநிலக்கிழாரின் உரிமைகளும், இதுபோன்ற வழக்குகளில் தியாகம் செய்யப்பட்டே ஆக வேண்டும். ஏனெனில் தோல்பூர் அரசரும், அவரது அமைச்சர்களும்

அவர்கள் தரப்பு சாட்சிகளிடம் சொல்லியனுப்புவது இதுதான் – 'நிலப்பிரச்சனை என்று வரும்போது நீங்கள் அனைவரும் உண்மையைத்தான் கூறவேண்டும். ஆனால், புனித கங்கையின் மீது ஆணையாக, நீங்கள் அளிக்கும் சாட்சியத்தால், நமது சொத்தில் ஒரு அங்குலம் நாம் இழக்க நேர்ந்தாலும், உங்களது இரு காதுகளும் போய்விடும்' – நிலத்தை இழக்கும் ஒரு நிலையேற்பட்டால் நிச்சயமாக அவர்கள் தங்களது காதுகளை இழந்துவிடுவார்கள். எனவே அந்த சாட்சிகள் பிரச்சனைக்குரிய இடம் தோல்பூரைச் சேர்ந்தது என்றுதான் கூறுவார்கள். நமது தரப்பில் அதே போல், சாட்சிகளின் காதுகளை அறுத்துவிடுவதாக நான் அச்சுறுத்தினால், நமது சாட்சிகள் நமக்குச் சாதகமாகத்தான் சாட்சியம் கூறுவார்கள். எனவே நாம் நடுநிலையில் இருந்து ஒரு முடிவுக்கு வரவேண்டும். 'காதை அறுத்துவிடுவேன்' – என்று நான் அச்சுறுத்தினால், என் முகத்துக்கு நேரிலேயே சாட்சிகள் என்னை எள்ளி நகைப்பார்கள்'' என்று கூறி முடித்தார் அந்த வருவாய் அலுவலர். அவர் சொல்வதில் உண்மையிருந்தது. தோல்பூரிலிருந்து வருபவர்கள், தங்கள் நிலக்கிழார்கள் பக்கம் நியாயம் இருப்பதாகவே எப்போதும் கூறுவார்கள். காதுகளை இழந்துவிடுவோமோ என்ற அச்சம் அவர்களிடம் நிச்சயமாக இருந்தது. ''அரசன் அன்று கொல்லும், தெய்வம் நின்று கொல்லும்.''

1836ஆம் ஆண்டு ஜனவரி முதல்நாள் பதினாறு மைல் பயணம் செய்து நாங்கள் ஆக்ராவை அடைந்தோம். ஆக்ராவை அடைவதற்கு ஆறு மைல்கள் இருந்தபோதே தாஜ்மஹாலின் கூர்கோபுரங்கள் (Minarets), பழமரங்கள் நிரம்பிய ஒரு தோப்பின் பின்னணியிலிருந்து கண்களுக்குப் புலப்பட்டன. அன்று காலை வானம் தெளிவாகயில்லை; ஆனால் கட்டடங்களைக் காண்பதற்கு உகந்ததாக இருந்தது. என்னுடைய வாழ்க்கையில் இந்தத் தாஜ்மஹாலைக் காண வேண்டுமென்று நான் இருபத்தைந்து ஆண்டுகளாகக் காத்துக்கொண்டிருந்தேன். இந்த கட்டடத்தைப்போல் உயர்வாக வேறு எந்தக் கட்டடத்தைப்பற்றியும் நான் கேள்விப் பட்டதில்லை. இந்தத் தாஜ்மஹாலின் உள்ளேதான் பேரரசர் ஷாஜகானும், அவரது மனைவி மும்தாஜும் அவர்களது மரணத்திற்குபின் அடக்கம் செய்யப்பட்டிருந்தனர். இவர்களது

புதல்வர்கள் ஆட்சியைப் பிடிக்க ஈடுபட்ட போர்களைப்பற்றி நான் முன்பே கூறியிருக்கிறேன். தாஜ்மஹாலையொட்டிய தோட்டத்திலேயே எங்களது கூடாரங்களை அமைக்குமாறு நான் முன்பே சொல்லியிருந்தேன். அப்போதுதான், அனைவரும் பார்த்து மகிழும் இந்தக் கல்லறையின் வியத்தகு எழிலை நாங்களும் பார்த்து இரசிக்க முடியும். எனது கூடாரத்திற்குள் நுழையும் முன்பே, நான் தாஜ்மஹாலை முழுவதுமாகப் பார்த்தேன். தூரத்திலிருந்து, வானத்தைத் தொடுவதுபோலிருந்த அதன் கவிகை மாடத்தையும், கூர்கோபுரங்களையும், எனது கூடாரத்திலிருந்து பார்க்கும் போது தெரிந்த அதன் பிரமாண்டமான நுழைவாயிலையும் ஒருசேரக் கண்டேன். அப்போது காலை எட்டு மணி இருக்கும். நான் கண்ட காட்சி நான் கற்பனை செய்து வைத்திருந்ததை விடப் பல மடங்கு சிறப்பாக இருந்தது. கவிகை மாடம்தான் தாஜ்மஹாலின் மிகப்பெரிய பகுதி என்று முதலில் நான் நினைத்துக் கொண்டிருந்தேன். கவிகைமாடத்தின் கழுத்துப் பகுதி மிக நீண்டும், வெளியே நன்கு தெரியும்படியும் உள்ளது. கூர்கோபுரங்கள் சாதாரணமான வடிவமைப்புடையவை என்றே முதலில் நினைத்தேன். ஆனால் அவை அப்படியில்லை. அவைகளை பல கோணங்களில் காணவேண்டும்; பல்வேறு ஒளிகளில் காண வேண்டும்; சூரியஒளியில் காணவேண்டும்; நிலவொளியில் காணவேண்டும்; மேகமூட்டமில்லாத பௌர்ணமி நிலவொளியில் பார்க்கவேண்டும். அப்படி முழுமையாக அனைத்து கோணங்களிலும் பார்க்கும்போது அந்தக் கட்டடக் கலையின் அழகை சலிப்பில்லாமல் இரசித்துக் கொண்டேயிருக்கலாம்.

கால் நூற்றாண்டுகாலம் நான் எதிர்பார்த்துக் காத்திருந்த மகிழ்ச்சியின் காரணமாக தாஜ்மஹாலை ஒரு பகுதி விடாமல் சென்று பார்த்தேன். ஏதாவது ஒரு பகுதியாவது என்னை ஏமாற்றிவிடும் என்று எதிர்பார்த்தேன். ஆனால் அவ்வாறு எந்த ஏமாற்றமும் ஏற்படவில்லை. தாஜ்மஹாலை முதலில் பார்த்தபோது ஏற்பட்ட மகிழ்ச்சியுணர்வு கடைசி வரை மாறவேயில்லை. மாறாக, தூரத்திலிருந்து தாஜ்மஹாலின் கவிகை மாடத்தைப் பார்த்த முதல் காட்சியிலிருந்து, அந்த சமாதியில் செதுக்கப்பட்டிருந்த நுணுக்கமான பூவேலைப் பாட்டைக் கண்ட கடைசி காட்சிவரை என்னுடைய

மகிழ்ச்சி அதிகரித்துக்கொண்டே சென்றது. தாஜ்மஹாலைப் பார்க்கும் ஒருவர், எந்த ஆர்வக்குறைவும் ஏற்படாமல் திரும்பத் திரும்ப அதைச் சென்று பார்த்துக் கொண்டே யிருப்பார். சிறுசிறு நுணுக்கங்களை திரும்பப் பார்க்கும் போது அலட்சியமாக விட்டுவிட்டாலும், தாஜ்மஹாலின் ஒட்டுமொத்தக் காட்சி, எவ்வளவு முறை பார்த்தாலும் ஒருவரின் மகிழ்ச்சியை அதிகரிக்கவே செய்கிறது. அதனைப் பார்த்துவிட்டுத் திரும்பும் ஒருவர், 'எப்போதும் பார்த்துக் கொண்டிருக்க முடியவில்லையே' என்ற வருத்தத்தோடு திரும்புவார். அதன் உருவமும், அதைப் பற்றிய நினைவும் பார்த்தவரின் நெஞ்சைவிட்டு அகலவே அகலாது. திரு கெம்பிள் மற்றும் அவரது சகோதரி திருமதி சிட்டன்ஸ் இருவரும், இருபத்தைந்து ஆண்டுகளுக்குமுன் நடித்த "மேக்பெத்" - நாடகத்தின் காட்சிகள் எந்த அளவுக்கு என் மனதில் ஓர் உணர்ச்சியை ஏற்படுத்தியதோ, அதே போன்றதோர் உணர்வை தாஜ்மஹாலின் கட்டடக்கலை நுட்பம் எனது மனதினுள் ஏற்படுத்தியது.[5]

பேரரசர் ஷாஜஹானின் உடலும், அவரால் நல்லடக்கம் செய்யப்பட்ட அவரது அரசியின் உடலும் தாஜ்மஹால் கட்டடத்தின் கீழேயுள்ள அடிநிலக்கல்லறையில் புதைக்கப் பட்டுள்ளன. அந்த அடிநிலக் கல்லறையைக் காண்பதற்கு நாங்கள் பல படிகள் கீழேயிறங்கிச் செல்ல வேண்டியிருந்தது. அந்த இருவரது எச்சங்களும், இரு சலவைக்கல் பலகைகளால் மூடப்பட்டுள்ளன. இந்த சலவைக்கல் பலகைகளுக்கு நேர் மேலே, தாஜ்மஹாலின் தரைப்பகுதித் தளம் அமைந்துள்ளது. இந்தத் தரைப் பகுதியும் சலவைக் கற்களால் ஆனதே. இந்த மையத் தரைப்பகுதிக்கு நேர்மேலே தாஜ்மஹாலின் கவிகை மாடம் உள்ளது. இந்த மையத் தரைப்பகுதியிலும், கவிகை மாடத்திற்குக் கீழே இரண்டு சலவைக் கற்பாளங்கள் காணப்படுகின்றன. இவைகளின் மீது அற்புதமான பூவேலைப் பாடுகள் செய்யப்பட்டுள்ளன. இந்த இரு கற்பாளங்களும் வேறு இடத்தில் கட்டப்பட்டுள்ள கல்லறைகள் (Cenotaphs). ராணியைப் புதைத்த இடத்திற்கு நேர்மேலே காணப்படும் சலவைக்கற்பாளத்தில் மாலை போன்ற பூவேலைப்பாடு செய்யப்பட்டிருப்பதுடன், கருப்பு எழுத்துகளில் திருக்குரானின்

சில வாசகங்கள் பொறிக்கப்பட்டுள்ளன. அந்த வாசகம் "நம்பிக்கையற்றோரின் கூட்டத்திலிருந்து எங்களைக் காத்தருள்க" என்று முடிவடைகிறது. இந்த நம்பிக்கையற்றோரின் கூட்டம் தான், நாகரிக உலகின் பலபகுதிகளிலுமிருந்தும் வந்து ராணியின் கல்லறை கட்டப்பட்டிருக்கும் அற்புதத்தைக் கண்டுமகிழ்கிறது; ராணியின் பெயர் இந்த உலகில் நிலைபெற்றிருக்கும் பொருட்டுக் கட்டப்பட்டுள்ள இந்தக் கல்லறையைக் கண்டு வியக்கிறது.[6] ராணியின் கணவரின் மீது காணப்படும் சலவைக் கற்பாளத்தின் மீது பூவேலைப் பாடுகள் காணப்படுகின்றன; ஆனால் திருக்குரானின் வாசகம் எதுவும் பொறிக்கப்படவில்லை[7]. எங்களுடன் இருந்த முகலாயர்களிடம் இதைப் பற்றி விசாரித்தேன். 'தனது மனைவியின் உடல்மீது வைக்கப்பட்டுள்ள சலவைக் கற்பாளத்தை மாமன்னர் ஷாஜஹானே தனது நேரடி மேற்பார்வையில் வடிவமைத்தார். அதனால் அதில் திருக்குரானின் வாசகங்களில் சிலவற்றைப் பொறிக்கச் செய்தார். ஆனால் ஷாஜஹானின் உடலை அடக்கம் செய்த அவரது மகன் ஔரங்கசீப், தனது தந்தையின் உடலை மூடியிருக்கும் சலவைக் கல்லின்மீது திருக்குரானின் வாசகத்தைப் பொறிக்க விரும்பவில்லை. அப்படிச் செய்தால் அந்த வாசகத்தின் மீது தற்செயலாக மனிதர்களின் காலடி பட்டுவிடலாம் என அவர் நினைத்தார். ஔரங்கசீப்புக்கு மனிதர்களைப் பற்றியும், தான் ஆளப்போகும் நாட்டைப் பற்றியும் நன்கு தெரியும். ஆகவேதான் அந்த நாட்டை அவர் நாற்பது ஆண்டுகாலம் திறம்பட "ஆட்சி செய்தார்' என்று எனக்கு விளக்கம் தரப்பட்டது.[8]

ராணியின் உடல் புதைக்கப்பட்ட இடத்திற்கு மேலேயுள்ள சலவைக்கல் தாஜ்மஹாலின் மைய அறையின் நடுப்பகுதியில் இருக்கிறது. ஆனால் ஷாஜஹானின் உடல் புதைக்கப்பட்ட இடத்திற்கு மேலேயுள்ள சலவைக் கற்பலகை, முந்தைய கற்பலகைக்கு இடதுபுறமாக உள்ளது. ராணியின் சலவைக் கற்பலகையில் 'மும்தாஜ் – மஹால் – பானு பேகம்' என்று அவளது பெயரும், அவள் மரணமடைந்த '1631' என்ற ஆண்டும் பொறிக்கப்பட்டுள்ளன. ஷாஜஹானுக்குரிய சலவைக்கற் பலகையின்மீது 1666 என்று அவர் இறந்த ஆண்டு இடம்பெற்றுள்ளது.[9]

ஒரு பெண் குழந்தையைப் பெற்றெடுக்கும்போதுதான் மும்தாஜ் மரணமடைந்தாள். அந்தக் குழந்தை தாயின் வயிற்றிலிருக்கும்போதே அழுததை தாயும், அவளது மற்ற இரு புதல்விகளும் தங்களது காதுகளால் கேட்டனர். உடனே அவள் தனது கணவர் ஷாஜஹானை அழைத்து வரும்படிச் செய்தாள். வயிற்றில் இருக்கும் குழந்தை அழுவதைக் கேட்ட எந்தத் தாயும், மகப்பேற்றுக்குப் பின் உயிருடன் இருக்க முடியாது என்றும், தனது மரணம் நிச்சயம் என்றும் மும்தாஜ் தனது கணவரிடம் தெரிவித்தாள். இரண்டு வேண்டுகோள்களை தன் கணவன்முன் வைக்க அவள் விரும்பினாள். ஒன்று, தன் மரணத்திற்குப் பின் அவர் மறுமணம் செய்து கொள்ளக்கூடாது என்பது. மறுமணம் செய்து கொண்டால், அதன் வாயிலாகப் பிறக்கும் பிள்ளைகள் ஆட்சிக்குப் போட்டியிடலாம். இரண்டாவது வேண்டுகோள், தான் புதைக்கப்பட்ட இடத்தில், தனது பெயர் நிலைக்கும்படி ஒரு கல்லறை கட்டப்படவேண்டும் என்பது. ஷாஜஹான் தலைநகரிலிருந்து எத்தனையோ மருத்துவச்சிகளை அழைத்து தனது மனைவியின் உயிரைக் காப்பாற்ற எவ்வளவோ முயற்சி செய்து பார்த்தும் பலன் ஒன்றும் கிடைக்கவில்லை. மும்தாஜ் இறந்துவிட்டாள். சாகும் தறுவாயில் அவளுக்குத் தன் கணவரால் அளிக்கப்பட்ட இரு வாக்குறுதிகளும் நிறைவேற்றப்பட்டன. கல்லறை கட்டும் பணி உடனடியாகத் தொடங்கப்பட்டது. அவள் இருந்த இடத்தை நிறைக்க எந்தப் பெண்ணும் வரவில்லை. வேறு எந்தப் பெண்ணின் மூலமும் ஷாஜஹானுக்குக் குழந்தைகள் இல்லை.[10] டாவர்னியர் தாஜ்மஹால் கட்டி முடிக்கப்படுவதைப் பார்த்துள்ளார். அவரது கூற்றுப்படி இருபத்தையாயிரம் நபர்கள், இருபத்திரெண்டு ஆண்டுகள் முயற்சிசெய்து தாஜ்மஹாலைக் கட்டியுள்ளனர்.[11] தாஜ்மஹாலையும், அதனைச் சுற்றியுள்ள வேறுசில சிறு கட்டடங்களையும் கட்டி முடிக்க மூன்று கோடியே, பதினேழு லட்சத்து நாற்பத்தொட்டாயிரத்து, இருபத்தி ஆறு ரூபாய்கள் செலவாயிற்று. (ரூ. 3,17,48,026) இந்தத் தொகை 3,174,802 பவுன்ட் ஸ்டெர்லிங்குகளுக்குச் சமம்.[12] (மூன்று மில்லியன், நூற்று எழுபத்தி நான்காயிரம், எண்நூற்று இரண்டு பவுன்ட் ஸ்டெர்லிங்). இந்த கட்டடத்தைப்பற்றி "நீ என்ன நினைக்கிறாய்?" என்று நான்

என் மனைவியைக் கேட்டேன். "எனக்கு ஒன்றும் சொல்லத் தெரியவில்லை. இப்படிப்பட்ட கட்டடத்தை விமர்சனம் செய்வதற்கு எனக்குத் தெரியாது. ஆனால் என் மனதில் உள்ளதைச் சொல்லி விடுகிறேன். நான் ஒரு நாள் மரண மடையும்போது எனக்கும் இதுபோன்றதோர் கல்லறை கட்டப்படவேண்டும்" என்று என் மனைவி பதில் சொன்னாள். இப்படித்தான் தாஜ்மஹாலைப் பார்த்த பல பெண்கள் நினைத்திருக்க வேண்டும். அதிலொன்றும் சந்தேகமில்லை.

ஒரு நாற்கர வடிவிலான, மிகப்பெரிய சமதளப் பரப்பில், வடக்குப் புறமாக, யமுனை நதியைப் பார்ப்பதுபோல் தாஜ்மஹால் கட்டப்பட்டுள்ளது. யமுனை நதி ஒரு பக்கமும், மற்ற மூன்று பக்கங்களில் உயரமான சிவப்பு நிற மணற் பாறைக் கற்களால் கட்டப்பட்ட மதிற்சுவர்களும் காணப்படு கின்றன.[13] நாற்கரப் பரப்பினுள் செல்வதற்கான நுழைவாயில், தென்புறத்தில் மிகவும் பிரம்மாண்டமாகக் காணப்படுகிறது. மற்ற இருபக்கங்களிலும் அழகான மசூதிகள் பக்கத்திற் கொன்றாக உட்புறம் பார்த்து அமைந்துள்ளன. மசூதிகள் இரண்டும் அமைப்பிலும், அளவிலும் ஒரே மாதிரியாக உள்ளன. இரண்டு மசூதிகளில் இடதுபுறம் அல்லது மேற்புறம் உள்ள மசூதியில் மட்டுமே தொழுகை நடைபெறுகிறது. ஏனெனில் இங்குதான் மெக்கா இருக்கும் மேற்கு திசை நோக்கி மக்கள் தொழுகை நடத்த முடியும். சமய உரைமேடை மசூதியின் பின்பக்கச் சுவரையொட்டிக் காணப்படுகிறது. மசூதிக்கு வருபவர்கள் இந்த உரைமேடையை நோக்கியே அமர வேண்டும். எனவே அவர்களது பின்பகுதி மசூதியின் வாயிலை நோக்கியிருக்கும். கிழக்குப் பகுதியில் உள்ள மசூதி, இங்கு வருபவர்கள் தங்குவதற்குப் பயன்படுகிறது. இங்கு தொழுகை நடைபெறுவதில்லை. மேற்குப் பகுதி மசூதிக்குப் பதில் சொல்லும் வகையில் கிழக்குப் பகுதி மசூதி கட்டப் பட்டுள்ளது.[14] நாற்கரப் பரப்பு முழுவதும் சதுரவடிவிலான பூம்பாத்திகள் காணப்படுகின்றன. ஒவ்வொரு பூம்பாத்தியின் நடுவிலும் மலர்ச் செடிகளும், குறுமரங்களும் உள்ளன; ஓரங்களில் சிறு மரங்கள் வளர்க்கப்பட்டுள்ளன. பாத்திகளுக் கிடையேயுள்ள பாதைகள் முழுவதிலும் கற்பலகைகள் பதிக்கப்பட்டுள்ளன. நாற்கரப்பரப்பின் நடுவே வரிசையாக நீரூற்றுகள் அமைக்கப்பட்டுள்ளன. ஒவ்வொருநாள் மாலைப்

பொழுதிலும் இந்த நீரூற்றுகளிலிருந்து தாரை தாரையாக தண்ணீர் வெளிவரும். மாலை வேளைகளில்தான் பார்வையாளர்கள் தாஜ்மஹாலைக் காண அதிக எண்ணிக்கையில் வருகின்றனர். ஐரோப்பிய கனவான்களும், யுவதிகளும், பிறசமயக் கோட்பாட்டில் நம்பிக்கையுடையவர்களும் (முகமதியர் அல்லாதவர்) மாலை நேரத்தில்தான் அதிகம் வருகிறார்கள். தாஜ்மஹால் அமைந்துள்ள நாற்கரப்பரப்பு கிழக்கு மேற்கில் தொள்ளாயிரத்து அறுபத்தி நான்கடி நீளமும், தெற்கு வடக்கில் முன்னூற்று இருபத்தி ஒன்பதடி நீளமும் கொண்டது.[15]

தாஜ்மஹாலும் அதன் கூர்கோபுரங்களும் மிகச்சிறந்த வெண்நிறக் கற்களால் உருவாக்கப்பட்டுள்ளன. அந்தக் கற்களின் மீது ஆபரணக் கற்கள் பதிக்கப்பட்டுள்ளன. தாஜ்மஹாலைச் சுற்றியுள்ள மதிற்சுவர்கள் செந்நிற மணற் பாறைக் கற்களால் கட்டப்பட்டுள்ளன. மதிலில் ஆங்காங்கே காணப்படும் ஸ்தூபி மாடங்களும், தூண்களும் வெள்ளைப் பளிங்குக் கற்களால் உருவாக்கப்பட்டுள்ளன. கட்டடத்தின் உட்பகுதிகளும் அறைகளும் பளிங்குக் கற்களாலும், சுண்ணாம்புக் காரையாலும் கட்டப்பட்டுள்ளன. சுண்ணாம்புக் காரை பளிங்குபோன்றே காட்சியளிக்கிறது. ஆனால் வெளியில் உள்ள மணற்பாறைக் கற்கள், காரைப் பூச்சற்ற செங்கற்கள் போன்று தோன்றுகின்றன. வெள்ளைப் பளிங்கினால் கட்டப் பட்டுள்ள கல்லறை செந்நிறச் சுவர்களின்மீது எழுப்பப் பட்டுள்ளது. இந்த அமைப்பு சற்று பொருத்தமற்றதாகத் தெரிகிறது. கட்டிமுடிக்கப்படாத ஒரு கட்டடத்தின் மேற்பகுதி மட்டும் சுண்ணாம்பு பூசப்பட்டிருந்தால் எப்படி இருக்குமோ, அத்தகைய ஒரு தோற்றம் நமக்குத் தெரிகிறது. ஆனால் அருகே சென்று பார்க்கும்போது இந்தக் குறைபாடு புலப்படுவதில்லை. கட்டடத்திற்குத் தேவைப்பட்ட பளிக்குக் கற்கள் இருநூறு அல்லது முந்நூறு மைல் தூரத்திலுள்ள ஜெய்ப்பூர் பகுதியிலிருந்து வண்டிகளில் கொண்டுவரப் பட்டுள்ளன. மணற்பாறைக் கற்கள் அருகாமையிலுள்ள தோல்பூரிலிருந்தும், ஃபதேபூர் சிக்ரியிலிருந்தும் கொண்டுவரப் பட்டவை.[16] கட்டடங்களுக்கான நிறத்தைத் தேர்ந்தெடுக்கும் தனது குணத்தை ஷாஜஹான் தனது பாட்டனார் அக்பரிடமிருந்து பெற்றுள்ளார். அக்பர் தான் கட்டிய

கட்டடங்கள் அனைத்தையும் ஒரே மாதிரியான கற்களைக் கொண்டே கட்டினார். கட்டடக்கலையைப் பொருத்தவரை ரோமானியப் பேரரசர் அகஸ்டஸ் பற்றி கூறப்பட்டவை, ஷாஜஹானுக்கும் பொருந்தும். ஆக்ராவையும், டில்லியையும் செங்கற்களால் ஆன நகர்களாகவே ஷாஜஹான் பார்த்தார். ஆனால் பிற்காலத்தில் அவைகளை சலவைக் கற்களால் ஆன கட்டடங்கள் நிறைந்த நகரங்களாக மாற்றிவிட்டார். ஏனெனில் அவர் காலத்தில் கட்டப்பட்ட கட்டடங்கள் யாவும் சலவைக் கற்களால் கட்டப்பட்டவை.[17]

தாஜ்மஹாலையும், ஆக்ரா, டில்லி போன்ற நகர்களில் உள்ள அரண்மனைகளையும் வடிவமைத்துக் கொடுத்தவர் ஆஸ்டின் டீ போர்டோ என்ற ஒரு பிரெஞ்சுப் பொறியாளர். அவரது திறமையின்மீதும், நேர்மையின்மீதும் மாமன்னருக்கு அளவுகடந்த நம்பிக்கை. உள்ளூர்வாசிகள் அவரை "உஸ்தான் ஈசா, நாதிர்–உல்–அஸர்" என்று அழைத்தனர். அப்படியென்றால் 'காலத்தின் அதிசயம்' என்று பொருள். அவர் வகித்த பதவிக்கு 'நக்ஷா நாவிஸ்' என்று பெயர். இதற்குப் பொருள் 'வரைபடத் தயாரிப்பாளர்' என்பது. இந்தப் பதவிக்காக அந்தப் பொறியாளர் மாதம் ஒன்றுக்கு ஆயிரம் ரூபாய் ஊதியம் பெற்று வந்தார். டில்லியின் அரண்மனை, தாஜ்மஹால், ஆக்ராவின் அரண்மனை போன்றவற்றை வடிவமைத்துக் கட்டிக் கொடுத்தவர் அவர்தான். ஆக்ரா அரண்மனையிலுள்ள காட்சி மாடங்களுக்கு வெள்ளிக் கூரை வேய்வதற்காகத் திட்டமிட்டுக் கொண்டிருந்தபோது டீ போர்டோ, ஒரு முக்கியமான பணி நிமித்தம், ஷாஜஹானால் கோவாவுக்கு அனுப்பி வைக்கப்பட்டார். திரும்பி வரும் போது கொச்சியில் அவர் மரணமடைந்தார். மாமன்னரிடம் டீ போர்டோவுக்கிருந்த அளவுகடந்த செல்வாக்கைக் கண்டு பொறாமை கொண்ட போர்ச்சுகீசியர்கள், அவருக்கு நஞ்சு கொடுத்துக் கொன்றுவிட்டதாகச் சந்தேகிக்கப்பட்டது. டீ போர்டோவுக்கும், இந்தியப் பெண் ஒருத்திக்கும் பிறந்த மகன் ஒருவன் இருந்தான். அவனது பெயர் முகமது ஷெரீஃப். பெயரிலிருந்து அவன் ஓர் இஸ்லாமியன் எனத் தெரிய வருகிறது. தந்தைக்குப்பின் முகமது ஷெரீஃப், மாதம் ஐநூறு ரூபாய் சம்பளத்தில் கட்டடக் கலைஞனாக நியமிக்கப் பட்டான். யமுனை ஆற்றின் மறுகரையில் தனக்கென்று

ஒரு கல்லறையைக் கட்ட ஆரம்பித்திருந்தார் ஷாஜஹான். இந்தக் கல்லறையும், தாஜ்மஹாலும் ஒரு பாலத்தின் மூலம் இணைக்கப்படவிருந்தன.[18] ஆஸ்டின் பீ போர்டோவின் மரணத்தினாலும், ஷாஜஹானின் புதல்வர்களுக்கிடையே ஏற்பட்ட பதவிப்போர்களினாலும் ஷாஜஹானின் கல்லறை கட்டி முடிக்கப்படவில்லை.[19]

மடாலயங்களைச் சுற்றியுள்ளது போன்ற மிகஉயர்ந்த மதிற்சுவர்களால் சூழப்பட்ட ஓர் அழகான பசும்புல் வெளியில், பணியாட்கள் உட்பட, நாங்கள் அனைவரும் முகாமிட்டிருந்தோம். கர்னல் கிங், திருமதி கிங் மற்றும் பல ஐரோப்பிய கனவான்கள் போன்றோரும் எங்களைப் போன்றே தாஜ்மஹாலைக் கண்டுகளிக்கும் அதே நோக்கத்திற்காக, நாங்கள் தங்கியிருந்த அந்தப் புல்வெளியில் முகாமிட்டிருந் தார்கள். அனைவரும் ஒன்று கலந்து மகிழ்ச்சியுடன் இருந்தோம். மேஜர் காட்பி அவர்கள் தலைமையிலான ஓர் இராணுவப் பிரிவின் பேண்ட் வாத்தியக் குழு மாலை நேரங்களில் தாஜ்மஹாலின் மேற்தளத்தில் இன்னிசை பொழிந்தது. ஆனால் அந்த இசைக்குழுவினர் அடித்தளத்தில் வாசிக்கப்பட்ட புல்லாங்குழலின் இசை பல இடங்களிலும் ஊடுருவி, கட்டடத்தின் கவிகைமாடம்வரை சென்றது என்று கூறலாம். அந்தப் புல்லாங்குழலிசை சுவர்க்கத்திலிருந்து, தேவதைகளால் வாசிக்கப்பட்டதென நாங்கள் உணர்ந்தோம். தாஜ்மஹாலின் தோற்றம் கண்களுக்கு விருந்தளித்தது போன்று அந்தப் புல்லாங்குழலின் இசை எங்களது செவிகளுக்கு விருந்தளித்தது. ஆனால் துரதிர்ஷ்டவசமாக, தாஜ்மஹாலின் காட்சி எங்கள் நினைவில் நின்றுவிட்டது போல், அந்த வேணுகானம் எங்களது மனங்களில் பதிவாக வில்லை. தாஜ்மஹாலின் தோற்றம் தெய்வீகமானது; தெய்வீகமான உணர்வுகளை அது தோற்றுவிக்கிறது.

ஷாஜஹானால் கட்டப்பட்ட ஆக்ரா அரண்மனையையும் நாங்கள் சென்று பார்த்தோம். அவரது பாட்டனார் மாமன்னர் அக்பர்[20] எழுப்பிய கோட்டைக்குள் அந்த மாபெரும் கட்டடத்தை ஷாஜஹான் கட்டியிருந்தார்.

அந்த அரண்மனையின் சலவைக் கற்தூண்களின்மீது காணப்பட்ட பின்னற் பூவேலைப்பாடுகள் தாஜ்மகாலில்

இருப்பதுபோன்றே இருக்கின்றன; அதைவிட இவை உயர் வானவை என்றுகூடச் சொல்லலாம். ஆனால் வடிவமைப்பிலும், கட்டட வேலை செய்யப்பட்டிருந்த விதத்திலும் அந்த அரண்மனை தாஜ்மஹாலுக்கு ஒப்பானதல்ல; அதைவிடக் கீழானதே. அந்த அரண்மனையின் கொள்ளளவைப் போன்ற அளவுள்ள ஒரு கட்டடத்தை உருவாக்க, அவ்வளவு பொருட் செலவு செய்திருக்க வேண்டியதில்லை என்ற எண்ணமே ஓர் ஐரோப்பியரின் மனதில் தோன்றும். இந்தியாவின் கவர்னர் ஜெனரலாக இருந்த வாரன்ஹேஸ்டிங்ஸ், இந்த அரண்மனையின் இருந்த மிக அழகிய குளிப்புத் தொட்டிகளில் ஒன்றைப் பெயர்த்தெடுத்து, நான்காம் ஜார்ஜ் மன்னருக்குப் பரிசாக இங்கிலாந்திற்கு அனுப்பி வைத்தார். அப்போது நான்காம் ஜார்ஜ் இங்கிலாந்து நாட்டின் ஆட்சிப் பொறுப்பிலிருந்தார். அந்தக் குளிப்புத் தொட்டி வைக்கப் பட்டிருந்த அறையின் ஏனைய, பூவேலைப்பாட்டுடன் கூடிய சலவைக் கற்களை, அடுத்த கவர்னர் ஜெனரல் பென்டிங் பிரபு ஏலம் விட்டுவிட்டார். அந்த ஏலத்தில் மட்டும் எதிர் பார்த்த பணம் கிடைத்திருந்தால், அரண்மனை முழுவதும் இடிக்கப்பட்டு ஏலம் விடப்பட்டிருக்கும்; ஏன், தாஜ்மஹாலே கூட ஏலம் விடப்பட்டிருக்கும்.[21]

'முத்து மசூதி' என்றழைக்கப்படும் 'மோதி மசூதியை'ச் சென்று நாங்கள் பார்த்தோம். இந்த மசூதி, முழுவதும் வெள்ளைப் பளிங்கினால், மன்னர் ஷாஜஹானால் கட்டப் பட்டது, கட்டப்பட்ட ஆண்டு கி.பி. 1656[22]. இங்குள்ள தூண்களிலும், மேற்கூரையிலும் பூவேலைப்பாடுகள் ஏதும் காணப்படவில்லை. ஆனால் புடைப்புச் சிற்பங்களாக சுவர்களில் காணப்படும் பூக்கள் மிகவும் அழகானவை. இந்த மசூதி, ஒரு தூய்மையான, எளிமையான, அதே சமயத்தில் கம்பீரமான ஒரு கட்டடம்.[23] சிலர் இந்த மசூதியை, தாஜ்மஹாலைக் காட்டிலும் உயர்வாகப் பேசுகிறார்கள். ஏனெனில் அவர்கள் இதைப்பற்றி அதிகம் கேள்விப்பட்ட தில்லை; இதன் காரணமாக நேரில் பார்க்கும்போது வியப்பு மேலிடுகிறது. மற்ற கல்லறைகளைப் போன்று எப்படி தாஜ்மஹாலும் ஒரு கல்லறையோ, அதேபோன்றுதான் இந்த முத்து மசூதியும், மற்ற மசூதிகளைப் போல் ஒரு மசூதி. இது எளிமையில் முதன்மையானது.

ஆக்ராவில் தங்கியுள்ள பார்வையாளர்கள் எப்போதாவது தான் இந்த முத்து மசூதியைச் சென்று பார்க்கிறார்கள். பார்க்கப் பார்க்க அதன் தோற்றம் அவர்களுக்கு அலுத்து விடுகிறது. ஆனால் அவர்கள் தாஜ்மஹாலை அடிக்கடிப் பார்க்கிறார்கள். அப்படியிருந்தும் புதிய புதிய எழில் தோற்றங்களை அவர்களால் காணமுடிகிறது; அவர்களது மகிழ்ச்சி ஒவ்வொரு முறையும் அதிகரிக்கிறதே தவிர குறைவதில்லை.[24]

பேரரசர் அக்பரின் கல்லறையைக் காண 'சிகந்தரா' என்ற இடத்திற்கு நான் சென்றிருந்தேன். அது ஒரு மிகப் பெரிய கட்டடம். அவரது மகன் ஜஹாங்கீரால் கட்டப்பட்டது. அக்பரின் பூத உடல் அந்த மாபெரும் கட்டடத்தின் மையப் பகுதியிலுள்ள சுரங்க அறையில் புதைக்கப்பட்டுள்ளது. புதைத்த இடத்தின்மேல் எந்த வேலைப்பாடும் இல்லாத ஒரு சலவைக்கல் பலகை மூடியாகப் பயன்படுத்தப்பட்டுள்ளது. கட்டடத்தில், மூன்று நான்கு அடுக்குகளுக்கு மேல், கீழேயுள்ள, சலவைக்கற் பலகைக்கு நேர் மேலே அதேபோன்று ஒரு சலவைக் கற்பலகை வைக்கப்பட்டு[25], அதில் திருக்குரானிலிருந்து, இறைவனின் தொன்னூற்றொன்பது பெயர்கள் பொறிக்கப் பட்டுள்ளன.[26] இந்தக் கற்பலகை ஒரு 'மேற்கட்டி' எனப்படும் பந்தலால் மூடப்பட்டுள்ளது. இந்தப் பந்தல் கல்லறையைக் காப்பதற்கு அல்ல; ஆனால் இறைவனின் வார்த்தைகளை மழையிலிருந்து காப்பாற்ற என்று என்னுடன் வந்த வழிகாட்டி கூறினார்.[27] நாற்பது ஏக்கர் நிலப்பரப்பில், சதுர வடிவில் அமைந்த இடத்தில் அக்பரின் கல்லறை கட்டப் பட்டுள்ளது. இங்குள்ள பணியாளர்கள் இந்த நாற்பது ஏக்கர் பரப்பில் கிடைக்கும் வைக்கோலை விற்று தங்களது வருவாயைப் பெருக்கிக் கொள்கிறார்கள்.[28] அவர்களது வருட ஊதியம் வெறும் ஐம்பது ரூபாய் மட்டுமே. வைக்கோலை விற்றுக் கிடைக்கும் வருவாயில் பாதியை ஊழியர்கள், தாஜ்மஹாலை மேற்பார்வையிடும் அதிகாரிக்குக் கொடுத்துவிட வேண்டும். கொடுக்க மறுத்தால் அவர் ஐரோப்பியப் பொறியாளரிடம் கூறி, வைக்கோலை பொதுப் பயன்பாட்டிற்கு எடுத்துக் கொள்ளும்படி செய்துவிடுவார். "பொறியாளரை இடையூறு செய்யாமல், உங்களுக்குள் நீங்கள் வைக்கோல் வருமானத்தைப் பகிர்ந்து கொண்டால்

என்ன?" என்று நான் ஒரு பணியாளரைக் கேட்டேன். "இந்துஸ்தானத்திலுள்ளோர், தங்களுக்குள் ஒத்துப் போகாமல் ஒருவர் குரல்வளையை மற்றவர் நெரிக்க ஆரம்பித்ததால் தான் அன்னியர் இங்கு வந்து புகுந்தனர். இந்துஸ்தானத்தில் உள்ளோர் ஒருவரை ஒருவர் நம்புவதில்லை. கிடைத்ததை தான் ஒருவர் மட்டுமே அனுபவிக்க வேண்டுமென்று நினைக்கிறார்கள்" என்று பதில் சொன்னார் அந்தப் பணியாள். தான் வாழ்ந்த காலத்தையும், இடத்தையும் வைத்துப் பார்க்கும்போது, கவிஞர்களுக்குள் ஷேக்ஸ்பியர் எப்படியோ, அதுபோன்றே மாமன்னர்களுக்குள் அக்பர் எனக்குத் தோன்றுகிறார். இந்த உலகத்தின் ஓர் குடிமகன் என்ற முறையில், அக்பரின் உடலை மூடியிருந்த கற்பலகைக்கு நான் மிகுந்த மரியாதை செலுத்துகிறேன்; வரலாற்றை நான் அறிந்துகொண்ட விதத்தில் அவரைவிடச் சிறந்தவர் எவரும் இல்லை.[29]

குறிப்புகள்

1. டிசம்பர் 30, 31 – 1835ஆம் ஆண்டு.
2. மூங்கில் தனது ஆயுளில் ஒரே ஒரு முறைதான் பூக்கிறது. பூத்தபின் பட்டுவிடுகிறது. இதுதான் பொதுவாக எல்லோரும் சொல்வது. மூங்கில் தாவரத்தின் வயது ஏறத்தாழ ஐம்பது ஆண்டுகள். இது முப்பதிலிருந்து அறுபதுவரை இருக்கலாம். மூங்கில் விதைகளை அரிசியைப் போன்று உணவாகப் பயன்படுத்தலாம். மின்சாரம் பற்றிய ஆசிரியரின் கருத்து ஏற்புடையதல்ல.
3. அந்த பிரெஞ்சுத் தீவின் பெயர் 'மொரேஷியஸ்'.
4. ஆசிரியரின் இந்தக் கருத்தை நாம் ஏற்றுக் கொள்ளலாம். மின்சாரம் ஒரு புதிர். அதைப்பற்றி அதிகம் படிக்கும்போது புதிர் இன்னும் பெரிதாகிக்கொண்டே செல்கிறது.
5. 13.3.1809இல் ஆசிரியர் எழுதிய கடிதம் இன்றும் உள்ளது. அதில் அவர் 'ஹேமார்கெட்' என்ற இடத்தில் கெம்பிள் மற்றும் திருமதி சிட்டன்ஸ் இருவரும் நடித்த 'மாக்பெத்' நாடகம் பற்றி குறிப்பிட்டுள்ளார்.
6. ஆசிரியர் குறிப்பிடும் வாசகத்தை வேறு எந்த ஐரோப்பியரும் கவனிக்கவில்லை. "நீங்கள் எங்களது காப்பாளர். எனவே நம்பிக்கையற்ற நாடுகளிலிருந்து எங்களைக் காப்பாற்றுங்கள்" என்ற வாசகம்தான் இருப்பதாக மொயுனுதீன் குறிப்பிடுகிறார். இந்த வாசகம் திருக்குரானின் நீளமான இரண்டாவது அத்தியாயத்தில் வருகிறது. சேல் அவர்கள் பதிப்பித்த திருக்குரான் புத்தகத்தில் மேலே குறிப்பிடப்பட்டுள்ள வார்த்தைகளைக் காணமுடியவில்லை. (U.A.S.). இந்த வாசகம் வடக்குப் பகுதியில் இருப்பதாக மொயுனுதீன் குறிப்பிடுகிறார். ஆனால் "அவர்

எப்போதும் இருப்பவர்; போதுமானவர்" என்ற வாசகம் கல்சவப் பெட்டியின் மேலே காணப்படுவதாக லத்தீஃப் கூறுகிறார். (Agra. P. 111)

7. தனது தந்தையை எதிர்த்துக் கலகம் செய்ததற்காக ஷாஜஹான் நாடுகடத்தப்பட்டார். அவர் தண்டனைக்குத் தப்பி ஒளிந்து வாழ்ந்த காலத்தில், போர்ச்சுகீசியர்களும், டச்சுக்காரர்களும் அவரிடம் நடந்து கொண்டவிதத்தில், ராணி மும்தாஜ் அவர்கள் மீது வெறுப்படைந் திருந்தாள். எனவே ஒட்டுமொத்தக் கிறிஸ்தவர்களையும் ராணி 'கஃபிர்' என்றே அழைத்தாள். இளவரசராக இருந்த ஷாஜஹான் (குர்ரம்) தனது தந்தை ஜஹாங்கீருக்கு எதிராக கி.பி. 1623ஆம் ஆண்டு கலகம் விளைவித்தார். ஆனால் 1625ஆம் ஆண்டு பணிந்துவிட்டார். ஷாஜஹான் மாமன்னரானதும் ஹுக்ளியிலிருந்த போர்ச்சுகீசியர்களை வன்மையாகத் தண்டித்தார். பெர்னியரின் பயணங்கள் பற்றிய நூலில் இதைப் பற்றி நன்கறியலாம். இதற்குமுன் ஷாஜஹான் லாகூரில் இருந்த தேவாலயத்தை இடித்துத் தள்ளியுள்ளார்.

8. ஔரங்கசீப்பின் மதிநுட்பம், ஆற்றல், வியாபாரத் தந்திரம் போன்றவை பற்றி சந்தேகத்திற்கிடமேயில்லை. இருப்பினும் அவரது நீண்ட நாளைய ஆட்சி ஒரு நல்லாட்சியாக இல்லை. அது கடைசியில் தோல்வியைத் தான் தழுவியது. முகமதியர்கள் அவர் ஆட்சியை விரும்பி மகிழ்ந்தனர். தன்னைப்பற்றி ஔரங்கசீப்புக்கு நன்றாகத் தெரிந்திருந்தது. அவர் தன்னைப் பற்றி தனது மகன் ஆஸாமிடம் கூறிய பரிதாபமான வார்த்தைகள் நினைவு கூரத்தக்கவை. "நான் எனது நாட்டிற்கோ, நாட்டு மக்களுக்கோ எந்த நன்மையும் செய்யவில்லை. என்னுடைய காலம் பயனற்றதாகக் கழிந்துவிட்டது" என்று ஔரங்கசீப் கூறியுள்ளார். (Lane-poole's version in Aurangazib) அவரது ஆட்சி ஏறத்தாழ நாற்பத்தொன்பது ஆண்டுகள் நீடித்தன. (ஜூன் 1658 முதல் பிப்ரவரி 1707 வரை) ஆசிரியர் குறிப்பிட்டுள்ளதுபோல் நாற்பது ஆண்டுகள் அல்ல.

9. உண்மையான கல்லறை (புதைக்கப்பட்ட இடம்) தாஜ்மஹாலின் அடியில் உள்ளது. அழகான 'சமாதி' கவிகை மாடத்தின் கீழுள்ளது. மும்தாஜின் கல்லறை மீது காணப்படும் வாசகம் பின்வருமாறு :–

"அர்ஜுமந்த் பனோ பேகம் மும்தாஜ் மஹால் என்பவரின் கல்லறை. மறைவு ஹிஜ்ரி ஆண்டு 1040" ஷாஜஹானின் கல்லறை மீது காணப்படும் வாசகம் பின்வருமாறு :–

"இரண்டு நற்கிரகங்கள் ஒரே வீட்டில் (இராசியில்) இருக்கும்போது பிறந்த மேன்மை தங்கிய சுவர்க்கத்தில் உறையும் மாமன்னர் ஷாஜஹான் அவர்களின் கல்லறை. இவரது சமாதிக்கட்டடம் என்றும் நிலைத்திருக்கட்டும். மறைந்த ஆண்டு ஹிஜ்ரி 1076."

கல்லறை வாசகங்களில் அவர் மறைந்த சரியான தேதி குறிப்பிடப் பட்டுள்ளது. அதாவது இரஜாப் 28, ஹிஜ்ரி 1076. (= 4.7.1665 or 23-6-1666 old style)

"சுவர்க்கத்தில் உறைபவர்" என்ற பட்டம், ஷாஜஹானுக்கு அவர் இறந்தபின் கொடுக்கப்பட்டது.

ஷாஜஹான், தனது மூதாதையர் தைமூரைப் போன்றே இரண்டு நற்கோள்களான சுக்கிரனும், குருவும் ஒரே வீட்டில் அதாவது ஒரே இராசியில் இணைந்திருக்கும்போது பிறந்தவர்.

10. அர்ஜுமந்த் பனோ பேகம் மும்தாஜ் மஹால் ஆசஃப்கான் என்பவரின் மகள். மன்னர் ஜஹாங்கீரின் பட்டத்து இராணி – நூர்ஜஹானின் சகோதரர் மகள். 'மும்தாஜ் மஹால்' என்றால் 'அரண்மனையின் சிறந்த பெண்மணி" என்று பொருள். பிறந்தது கி.பி. 1592ஆம் ஆண்டில். திருமணம் செய்து கொண்டது 1612இல்; மறைந்தது 1631ஆம் ஆண்டு ஜூலை மாதம் 7ஆம் நாள். இறந்த இடம் தக்காணத்திலுள்ள பர்ஹான்பூர். அவள் இறந்து ஆறுமாதங்களுக்குப் பிறகு அவளது உடல் தோண்டி எடுக்கப்பட்டு ஆக்ராவுக்கு எடுத்துச் செல்லப்பட்டது. மேலும் ஆறுமாதங்கள் கழித்து தாஜ் தோட்டத்தில் நல்லடக்கம் செய்யப்பட்டது. இந்த தாஜ் தோட்டத்தில்தான் மும்தாஜ் மகாலுக்கு 'தாஜ்மஹால்' என்ற சமாதி எழுப்பப்பட்டது. மும்தாஜ் மகாலுக்கு – குத்ஸியா பேகம், நவாம் அலியா பேகம் போன்ற பெயர்களும் உண்டு. இவள் தன் கணவரின் மூலம் பதினான்கு குழந்தைகளைப் பெற்றெடுத்தாள். அவள் இறக்கும்போது ஏழு குழந்தைகள் உயிருடன் இருந்தனர். மும்தாஜின் மரணத்திற்குக் காரணமான பெண் குழந்தைக்கு கௌஹ்ரா(ரா) பேகம் என்று பெயர். இவள் பல ஆண்டுகள் உயிருடன் இருந்தாள். பீல் என்ற எழுத்தாளர் அவளது பெயரை தவறாக தஹர் ஆரா என்று குறிப்பிடுகிறார்.

மும்தாஜை மணப்பதற்கு முன்பே ஷாஜஹான் ஒரு பாரசீக இளவரசியை மணந்து அவள் மூலம் ஒரு பெண் குழந்தையையும் பெற்றார். ஆனால் அப்பெண் குழந்தை இறந்துவிட்டது. மும்தாஜை மணந்து ஐந்தரை ஆண்டுகள் சென்றபின் ஷாஜஹான் மூன்றாவதாக ஒரு பெண்ணை மணந்துகொண்டார். அவள் ஷா நவாஸ் கான் என்பவரின் பெண். இவளுக்கு ஓர் ஆண் குழந்தை பிறந்து அதுவும் இறந்து விட்டது. மூன்றாவது திருமணம் அரசியல் காரணங்களுக்காக ஏற்பட்டது. இதனால் ஷாஜஹான் மும்தாஜின் மீது வைத்திருந்த அன்பு எள்ளளவும் குறையவில்லை. (Latif, Agra, p. 101)

11. டவர்னியரின் கூற்று சந்தேகத்திற்கிடமின்றி சரியானது. இவர் பலமுறை ஆக்ராவுக்கு வந்துள்ளார். 1654ஆம் ஆண்டு ஜனவரியில் டவர்னியர் இந்தியாவைவிட்டுப் புறப்பட்டுவிட்டார். 1659இல் மீண்டும் இங்கு வந்தார். தாஜ்மஹாலின் கட்டடப்பணிகள் 1632ஆம் ஆண்டு தொடங்கப்பட்டன. 1653ஆம் ஆண்டில் பணிகள் முடிவடைந்தன. (Tavernier, Travels, trans. Ball, Vol. i pp.xxi, xxii, 25, 110, 142, 149)

12. தாஜ்மகாலை கட்டி முடிப்பதற்கான செலவைப் பற்றி பல கருத்துகள் உள்ளன. 4.5 மில்லியன் பவுண்ட் ஸ்டர்லிங் என்று ஒரு புள்ளிவிவரம் கூறுகிறது. மிகவும் துல்லியமாக 411 லட்சம் 48,826 ரூபாய் 7 அணா, 6 பைசா என்று ஒரு புள்ளிவிவரம் தெரிவிக்கிறது. ஒரு கோடி என்பது 100 லட்சம் (அ) 10 மில்லியன்.

13. இடத்தின் மொத்தப் பரப்பளவு 42 ஏக்கர்களுக்கு மேல்.

14. இங்கு 'மசூதி' என்று சொல்லப்படும் கட்டடம் உண்மையில் ஒரு தங்குமிடம். வழிபாட்டிற்குமுன் மக்கள் வந்து கூடுமிடம். ஒரு புறம் உள்ள மசூதியை சமன் செய்யும் விதத்தில் மறுபுறம் இக்கட்டடம் அமைந்துள்ளது. (Muh. Latif, Agra, P. 113)

15. ஆசிரியர் காலத்திற்குப் பின் தாஜ்மகாலைச் சுற்றியுள்ள தோட்டம் மிகவும் மேம்படுத்தப்பட்டுள்ளது. ஓர் ஐரோப்பிய கண்காணிப்பாளர் நியமிக்கப்பட்டிருந்தார்.

16. தாஜ்மஹாலுக்குத் தேவைப்பட்ட சலவைக் கற்கள் ஜெய்ப்பூர் அருகிலுள்ள மக்ரானா என்ற இடத்திலிருந்து கொண்டுவரப்பட்டதாக 'கீன்' என்பவர் நினைக்கிறார்; ஆனால் ரெய்வாலா என்ற இடத்திலிருந்து கொண்டு வரப்பட்டிருக்க வேண்டும் என 'ஹேக்கெட்' என்பவர் சொல்கிறார். கட்டடத்தை அழகுப்படுத்த சுவர், தூண் போன்ற இடங்களில் பதிக்கப்பட்டுள்ள நவரத்தினக் கற்கள் வைடூரியம், ஜேஸ்ப்பர், கறுஞ்சிவப்பு, ஸ்படிக மணிக்கல், இளம்சிவப்பு நிற மணிக்கல், சார்டைன், பிளாஸ்மா, மஞ்சள் நிற மற்றும் கோடுள்ள பளிங்கு, ஸ்லேட் வகைக்களி, ஜேட் போன்றவை.

17. இந்தக் கருத்து மிகப்படுத்தப்பட்ட ஒன்று. ஷாஜஹான் தனது மனைவியின் கல்லறையின்மீதும், தனது அரண்மனையின் மீதும்தான் அதிக கவனம் செலுத்தினார். அந்த அளவுக்கு நகரங்களின்மீது அக்கறை காட்டவில்லை.

18. 'உஸ்தாத்' என்ற வார்த்தையை "உஸ்த்தான்" என்று எடுத்துக்கொண்டு ஸ்லீமன், ஆஸ்டின் டீ போர்டோ பற்றிக் கூறுகிறார். உஸ்தாத் என்றால் பாரசீகத்தில் 'தலைவர்' என்று பொருள். இதன்படிப் பார்த்தால், தாஜ்மஹாலை வடிவமைத்தவர் முகமது இ – ஈசா அஃபெண்டி என்ற துருக்கியர். அவரைத் தான் 'உஸ்தாத்' என்று அழைத்தனர். அவருக்குத் துணைபுரிந்தவர் அவரது மகன் முகமது ஷெரீஃப். அஃபன்டி(அ) இஃபண்டி என்ற பட்டம் துருக்கியர்களுக்கே உரியது. மொய்னுதீன் என்பவர் இந்தக் கருத்தையே வலியுறுத்துகிறார். இவரது எண்ணத்தில் முகமது சாமர்கண்டிலிருந்து வந்திருக்க வேண்டும்.

ஆஸ்டின் டீ போர்டோவுக்கும், முகமது – இ – ஈசா அஃபெண்டி என்ற உஸ்தாத் அஃபெண்டிக்கும் எந்தத் தொடர்பும் இல்லை. ஆஸ்டி – டீ – போர்டோவுக்கும் தாஜ்மஹாலுக்கும் எந்தத் தொடர்பும் இல்லை. 'உஸ்தான்' என்பது ஆஸ்டினைக் குறிப்பதாக ஸ்லீமன் எடுத்துக் கொண்டுவிட்டார்.

ஜெரோமினோ வெரோனியோ என்ற கட்டடக்கலை நிபுணருக்கும், தாஜ்மகால் வடிவமைக்கப்பட்டதற்கும் தொடர்புண்டு என்று சிலர் கருத்து தெரிவித்துள்ளனர். திரு வின்சன்ட் ஸ்மித் அவர்களின் கருத்துப்படி, ஐரோப்பிய மற்றும் ஆசிய கட்டடக்கலை நிபுணர்களின் கூட்டு முயற்சியாலேயே தாஜ்மஹால் கட்டப்பட்டுள்ளது. இவ்வாறு ஸ்மித் கூறியதற்கு பலர் எதிர்ப்பு தெரிவித்துள்ளனர்.

19. கூரைக்கு வெள்ளித் தகடுகள் பொருத்தும் பணி பொறியாளர் ஆஸ்டின் டீ போர்டோ கொல்லப்பட்டதால் தடைபட்டுவிட்டது. பாரசீக வரலாற்றாசியர்களின் கூற்றுப்படி உஸ்தான் ஈசா என்பவரே மாதச் சம்பளம் வாங்கிக் கொண்டிருந்த கட்டடக் கலை நிபுணர். டாவர்னியரின் கருத்துப்படி காட்சிமாடங்களின் கூரைக்கு வெள்ளித் தகடு வேயும் பணியை பிரெஞ்சு நிபுணர் அகஸ்டின் டீ போர்டோ அவர்களிடம்தான் மன்னர் ஷாஜஹான் ஒப்படைத்திருந்தார். போர்ச்சுகீசியர்களுடன் பேச்சுவார்த்தை நடத்த டீ போர்டோவைத்

தவிர, தனது நாட்டில் வேறு யாரும் சரியான ஆள் இல்லை என்று ஷாஜஹான் நினைத்தார். அதனால்தான் டீ போர்டோ–வை ஷாஜஹான் கோவாவுக்கு அனுப்பி வைத்தார். திரும்பி வரும்போது டீ போர்டோ கொச்சியில் விஷம் வைத்துக் கொல்லப்பட்டுவிட்டார். (Travernier trans. Ball. vol i, p. 108) டில்லி அரண்மனை, ஆக்ராவின் அரண்மனை, தாஜ் போன்ற கட்டடங்களை ஆஸ்டின் டீ போர்டோ தான் கட்டினார் என்பதற்கு எந்த ஆதாரமும் இல்லை என்று தொகுப்பாசிரியர் வின்சன்ட் ஸ்மித் கூறுகிறார்.

20. அக்பர் தனது கட்டடங்களை பாதல்கர் என்ற இடத்தில் இருந்த ஒரு பழைய கோட்டையினுள்தான் கட்டினார். இது இந்துக்கள் கட்டிய கோட்டையாக இருக்கவேண்டும். செங்கற்களால் கட்டிய இந்தக் கோட்டை இடிந்துவிட்டது. தற்போது அந்த இடத்திலுள்ள எந்தக் கட்டடமும் அக்பர் காலத்திற்கு முன் கட்டப்பட்டது எனக் கூற முடியாது. அக்பர் கட்டடங்கள் கட்ட ஆரம்பித்தது கி.பி. 1564 –65ஆம் ஆண்டுகளில். கட்டடப்பணி எட்டு ஆண்டுகள் தொடர்ந்து நடைபெற்றது. கட்டடப் பணிகளுக்கு ரூபாய் 35,00,000/– செலவாயிற்று. கோட்டைச் சுவர்கள் சிவப்பு நிற மணற்பாறைக் கற்களால் ஆனவை. நூர் பக்ஷ் என்பவர் அக்பரின் ஆக்ரா கோட்டை பற்றி நன்கு எழுதி யுள்ளார். (The Agra Fort and its Buildings,' in A.S. Ann Rep. 1903-4-PP 164 - 93.)

21. வாரன் ஹேஸ்டிங்ஸ், வில்லியம் பென்டிங்க் போன்றவர்கள் எப்படி, இங்கு குறிப்பிடப்பட்டுள்ள தவறுகளைச் செய்தார்கள் என்று புரிந்துகொள்ள முடியவில்லை. தவறு நடந்தது உண்மை. கீழ்நிலை அதிகாரிகளும் தவறு செய்துள்ளார்கள். ஆக்ரா, டில்லி அரண்மனைகள் இவர்களால் சேதப்படுத்தப்பட்டுள்ளன. ஃபெர்கூசன் தனது நூலில் இதனை வன்மையாகக் கண்டித்துள்ளார் (History of Indian and Eastern Architecture, Ed 1910, vol. ii p. 312) தவறுகளைச் சரிசெய்ய, 1876இல் வடமேற்குப் பிராந்தியங்களின் லெஃப்டினன்ட் கவர்னராக இருந்த ஸ்ட்ராச்சி சில முயற்சிகள் மேற்கொண்டார். ஆக்ரா, டில்லி போன்ற இடங்களில் இன்று உள்ள புராதனக் கட்டடங்கள், தற்போது நன்றாகப் பாதுகாக்கப்பட்டு, பராமரித்து வரப்படுகின்றன. இந்தப் பாதுகாப்பிற்கு வித்திட்டவர் கர்ஸான் பிரபு அவர்கள்.

22. இந்த ஆண்டு தவறானது. கி.பி. 1653 என்று இருக்க வேண்டும்.

23. பல மசூதிகளைப் போன்று மோதி மசூதியின் அழகு அதன் உள்ளே காணப்படுவது. வெளித் தோற்றத்தில் இது அசிங்கமாக உள்ளது. உட்புற அழகு பாராட்டிற்குரியது. இதுபோன்ற ஓர் அழகான கட்டடத்தை வேறு எங்கும் காணமுடியாது என்று ஃபெர்கூஸன் இதனைப் பாராட்டியுள்ளார். (Ind. and E. Arch. Ed. 1910. vol ii p. 317. See also H.F.A., P. 412. Fig 242)

24. தாஜ்மஹாலின் மேல்தளத்தில் விருந்துகள் கொடுக்கப்படுவதையும், இசைக் கச்சேரிகள் நடத்தப்படுவதையும் வின்சன்ட் ஸ்மித் வன்மையாகக் கண்டித்துள்ளார். குடிப்பதையோ, நடனமாடுவதையோ தவறு என்று அவர் சொல்லவில்லை. ஆனால் அவைகளை ஒரு கல்லறையின் மேற்தளத்தில் மேற்கொள்ளக்கூடாது என்று கருத்து தெரிவித்துள்ளார். இப்போதுள்ள விதிமுறைகள் இத்தகைய

நடவடிக்கைகளை அனுமதிப்பதில்லை. தாஜ் தோட்டம், சிகந்தராவில் உள்ள அக்பரின் கல்லறை, ராம் பாக், இத்மத்–உத்–தௌலா போன்ற இடங்கள், அரசுக்குச் சொந்தமான நிலங்களிலிருந்து கிடைக்கும் வருவாயிலிருந்தும், அரசாங்கம் வழங்கும் மானியங்களிலிருந்தும் பராமரிக்கப்படுகின்றன. இதமத்–உத்–தௌலா என்பது நூர்ஜஹானின் தந்தை மிர்ஸா கியாஸ்பெக் என்பவருக்காகக் கட்டப்பட்டது.

25. நூலாசிரியர், அக்பரின் சமாதியை போதிய அளவு வர்ணிக்கவில்லை. அது தனித்தன்மை வாய்ந்தது; ஐந்து அடுக்குகள் கொண்டது. மேல் அடுக்கு வெள்ளை சலவைக் கற்களால் கட்டப்பட்டது. கீழேயிருக்கும் நான்கு தளங்களும் செந்நிற மணற்கற்களால் கட்டப்பட்டவை. அக்பர் காலத்திலேயே இந்த கட்டடப் பணிகள் ஆரம்பிக்கப்பட்டுவிட்டன. ஜஹாங்கீர் காலத்தில் கட்டி முடிக்கப்பட்ட இந்த சமாதியை, ஒரு கட்டத்தில் மன்னர் அங்கீகரிக்காமல் சில மாற்றங்களைச் செய்தார். 1613ஆம் ஆண்டு இந்த சமாதி கட்டி முடிக்கப்பட்டது. இதனைக் கட்ட ஆன செலவு 50,00,000/– ரூபாய். (ஐம்பது லட்சம்) மேற்தளத்தில் காணப்படும் சலவைக்கற் பலகையை ஸ்லீமன் நன்றாக வர்ணிக்க வில்லை. இது 3 1/4ரு அடி உயரமுள்ள ஓர் ஒற்றைச் சலவைக்கல்.

26. இறைவனுக்கான 99 திருநாமங்கள் திருக்குரானை குறிப்பிடப் படவில்லை. "மிஷ்கத் – உல் – மசாபா" என்ற நூலின் 10வது புத்தகம் முதல் அத்தியாயத்தில் இப்பெயர்கள் குறிப்பிடப்பட்டுள்ளன. இந்தப் பெயர்களைக் கூறுபவன் சுவர்க்கத்தை அடைவான் என்றும் கூறப்பட்டுள்ளது. பால்மர் எழுதிய திருக்குரானின் மொழிபெயர்ப்பில், அறிமுகவுரைப் பகுதியில் இந்த 99 பெயர்களும் குறிப்பிடப்பட்டுள்ளன. பாஸ்வொர்த் ஸ்மித், எழுதிய 'Muhammed and Muhammadanism' என்ற புத்தகத்திலும் இந்த 99 பெயர்களைக் காணலாம்.

27. அக்பர் நினைவாலயம் 70 x 70 சதுரஅடி பரப்பளவுள்ள ஒரு சதுரமான கட்டடம். மேற்தளம் திறந்த நிலையிலேயே உள்ளது. இங்கு கவிகை மாடம் கட்டுவதற்கான திட்டம் ஒன்று இருந்தது. இதிமத் – உத் – தௌலா என்ற கல்லறையில் இருப்பது போன்ற ஒரு கவிகை மாடத்தைக் கட்ட திட்டமிடப்பட்டது. ஆனால் அது நடைபெறவில்லை. 1611ஆம் ஆண்டு ஃபின்ச் என்ற ஒரு பயணி ஆக்ரா வந்தபோது, அக்பர் நினைவாலயத்தின் உச்சியில் ஒரு அலங்கார வளைவு ஏற்படுத்தி அதற்குத் தங்கத்தால் கவசம் சாத்துவதற்கு திட்டம் உள்ளது என்று அவரிடம் கூறப்பட்டுள்ளது. ஏன் அப்பணிகள் நிறைவேற்றப்படவில்லை என்பதற்கான காரணம் தெரியவில்லை.

28. அக்பர் நினைவாலயம் உள்ள இடம் 40 ஏக்கரைவிட அதிகம் இருக்கும். உண்மையில் அது 150 ஏக்கர் பரப்பளவில் உள்ளது. ஒரு பக்கத்தின் நீளம் மட்டும் 3½ பர்லாங்.

29. அக்பரைப்பற்றிய புகழுரை மிகைப்படுத்தப்பட்டதல்ல. அவரது சமகாலத்தில் வாழ்ந்த பேரரசர்களில் அக்பர் குறிப்பிடத்தக்கவர் என்று கவுன்ட் வான் நோயர் என்பவரும் குறிப்பிட்டுள்ளார். அதேபோன்று அவரது நினைவாலயமும் மற்றவைகளை விட ஒரு படி உயர்ந்தது என்று அவர் மேலும் கூறுகிறார். (The Emperor Akbar, a contribution towards the History of India in the 16th Century, by Fredrick Augustus, Count of Noer; edited

from the Author's papers by Dr. Gustav 10 Buchwad; translated from the German by Annete S. Beveridge. Calcutta 1890) சில குறைபாடுகள் இருந்தாலும் வான் நோயரின் இந்தப் புத்தகமே அக்பரின் ஆட்சி பற்றி நன்கு விளக்கியுள்ளது. அக்பரைப் பற்றி எழுத வின்சன்ட் ஸ்மித் அவர்களுக்கும் ஓர் எண்ணம் இருந்தது. ஆனால் அவர் எழுதவில்லை. "இந்தியாவை ஆட்சி செய்தவர்கள்" என்ற நூல் வரிசையில் அக்பர் பற்றி கர்னல் மெல்லிசன் ஒரு சிறு புத்தகம் எழுதியுள்ளார். இதுவும் முழுமையானதல்ல. அக்பரின் காலம் *(1556 – 1605)* இராணி எலிஸபெத்தின் காலத்தோடு ஒத்துப்போகிறது *(1558 – 1603)*. "பல வேற்றுமைகளுக்கிடையே ஒரு பேராசை ஆட்சி செய்வதில், கீழ்த்திசைப் பேரரசர்களுள் அக்பர் தனியான ஓர் இடத்தைப் பெறுகிறார்" என்று திரு லேன்–பூல் கருத்து தெரிவித்துள்ளார். கீழ்த்திசைப் பேரரசர்களுள் அக்பரே மிகச் சிறந்தவர் என்றும், மேன்மையான ஐரோப்பிய ஆட்சியாளர்களோடு ஒப்பிடக்கூடிய அளவு திறமையானவர் என்றும் திரு லேன் – ஃபூல் மேலும் கூறுகிறார்.

துரதிர்ஷ்டவசமாக அக்பரின் கல்லறையில் அவரது எலும்புகள் இப்போது இல்லை. ஔரங்கசீப், சிவாஜியோடு போர்புரிந்து கொண்டிருந்தபோது, *1691*ஆம் ஆண்டு சில கிராம மக்கள் அக்பரின் நினைவாலயத்தினுள் புகுந்து, புதைக்கப்பட்டிருந்த அவரின் எலும்புகளை அள்ளித் தீயில் வீசிவிட்டார்கள். இவ்வாறு செய்தவர்கள் ஜாட் இன மக்கள். அக்பரின் எலும்புகள் எரிக்கப்பட்ட நிகழ்ச்சியை ஆணித்தரமாக நிரூபித்துள்ளார் மனூச்சி என்ற வரலாற்றாசிரியர். இஷார் தாஸ் நாகர் என்ற எழுத்தாளரும் இந்த சம்பவம் பற்றி குறிப்பிட்டுள்ளார். 'இது உண்மையாக இல்லாவிட்டால் நமக்கு மகிழ்ச்சி. ஆனால் இதனை உண்மையில்லை என்று சொல்லமுடியாது' என்கிறார் வின்சன்ட் ஸ்மித்.

தாஜ்மஹால் கட்டப்படுவதற்குக் காரணமாக இருந்த நூர் மஹாலின் (மும்தாஜ்) அத்தையான நூர்ஜஹான்[1]

ஒருநாள் காலை நான் யமுனை ஆற்றைக் கடந்து, 'இதிமத்–உத்–தௌலா' என்ற கல்லறையைக் காணச் சென்றேன். ஆக்ராவுக்கு அருகே, அக்பரின் கல்லறை, தாஜ்மஹால் ஆகிய இரண்டிற்கும் அடுத்து மிகவும் புகழ்பெற்ற ஒரு சமாதி 'இதிமத்–உத்–தௌலா' என்பது. திரும்பி வரும் போது 'கோட்டையினுள்ளே கவிகைமாடம் போன்றுள்ள அமைப்பைக் கட்டியது யார்?' என்று எனது படகோட்டியை வினவினேன். 'ஒரு பேரரசர்தான்' என்று அவன் பதில் சொன்னான். 'எப்படி அவ்வாறு நினைக்கிறாய்?' என்று திரும்ப அவனைக் கேட்டேன்.

படகின் துடுப்புகளை அசைப்பதை சற்றும் தளர்த்தாமல் "அத்தகையவற்றை பேரரசர்கள்தான் கட்டுவார்கள்" என்று பதிலிறுத்தான் எனது படகோட்டி.

"உண்மை, முற்றிலும் உண்மை. பேரரசர்களைத் தவிர வேறு யாரால் இத்தகைய பணிகளைச் செய்யமுடியும்?" என்று சோகமாகத் தலையசைத்துக் கொண்டு பேசினார் என்னுடன் வந்த நரைத்த மீசையுடைய ஒரு முகலாய குதிரைப் படைவீரர்.

அவரது பேச்சினால் ஊக்கமடைந்த எனது படகோட்டி "ஜாட் தலைவர்களும், மராட்டியர்களும் தங்களது

ஆட்சியில் அழிவைத்தான் ஏற்படுத்தினார்கள். தற்போது ஆண்டு கொண்டிருக்கும் ஐரோப்பிய கனவான்களுக்கு, தொழிற்சாலைகளை உருவாக்குவதிலும், நீதிமன்றங்களை ஏற்படுத்துவதிலும், சிறைச்சாலைகளைக் கட்டுவதிலும்தான் நாட்டம் உள்ளது" என்று தனது பேச்சைத் தொடர்ந்தான். மக்களின் கற்பனையில் தாஜ் போன்ற பழங்கால நினைவுச் சின்னங்கள், நிகழ்காலத்தைத் தாழ்த்தி, கடந்த காலத்தை உயர்த்திக் காட்டுகின்றன. ஆக்ரா அரண்மனையிலிருந்து ஹேஸ்டிங்ஸ், பென்டிங்க் போன்றோர்களால் பெயர்த் தெடுக்கப்பட்ட அழகிய தூண்களும், முகப்புக் கூறுகளும் அதிக விலைக்கு ஏலம் போயிருக்கவேண்டும் என்று நினைப்பதை என்னால் தவிர்க்க முடியவில்லை. அப்படி அதிகமானதொரு விலை ஏலத்தில் கிடைத்திருந்தால் ஆக்ராவிலிருந்து தாஜ்போன்ற அனைத்துக் கட்டடங்களும் சுத்தியலின் தாக்குதலிலிருந்து தப்பியிருக்க முடியாது. ஓர் ஆங்கிலேயனாக என்னை உணரும் நான் வேறு எப்படி எண்ணமுடியும்?

இதிமத் – உத் – தௌலா என்ற கல்லறை க்வாஜா கியாஸ் என்பவரை அடக்கம் செய்த இடத்தில் கட்டப்பட்டுள்ளது[2]. ஜஹாங்கீர் காலத்திலும், அவரது மனைவியின் காலத்திலும் இவர் மிக முக்கியமான மனிதராகக் கருதப்பட்டவர். இவரது குடும்ப உறுப்பினர்களும், மரணத்திற்குப் பின் இதே கல்லறையின் உள்ளே, க்வாஜா கியாஸின், உடல் அடக்கம் செய்யப்பட்டுள்ள இடத்தைச் சுற்றியுள்ள அறைகளில் நல்லடக்கம் செய்யப்பட்டுள்ளனர். உடல்கள் புதைக்கப்பட்ட இடங்கள் அழகூட்டப்பட்ட சலவைக்கற் பலகைகளால் மூடப்பட்டுள்ளன. இந்தக் கல்லறை மிகவும் அழகிய ஒரு கட்டடம். ஆனால் இங்கிருந்த, வேலைப்பாடு மிக்க சலவைக் கற்களில் பல திருடு போய்விட்டன. முழுக்கட்டடமும் ஏலம் விடப்படும் நிலையில் உள்ளது. இதற்குக் காரணம் இந்தக் கல்லறையின் உரிமையாளர் மீதுள்ள கடன்சுமை. இந்தக் கல்லறைக் கட்டடத்தின் தற்போதைய உரிமையாளர் எந்த விதத்திலும் க்வாஜா கியாஸ் அவர்களின் குடும்பத்தோடு தொடர்புடையவர் அல்ல. அதனால் இங்கு புதைக்கப் பட்டுள்ளோரின் எலும்புகளைப் பற்றி அவருக்கு எந்தக் கவலையும் இல்லை. இந்தக் கல்லறையும், அது கட்டப்பட்டுள்ள

தோட்டமும் கிட்டத்தட்ட அறுபது ஆண்டுகளுக்கு முன் நஜீஃப்கான் என்ற பிரதம அமைச்சரால், அவரது நெருங்கிய உறவினருக்குக் கொடுக்கப்பட்டது.³ க்வாஜா கியாஸ் ஒரு துருக்கியர். தன் சுய முன்னேற்றத்திற்காக அரமண்மனையில் ஒரு வேலையை வாங்கிவிடலாம் என்ற எண்ணத்தில் இந்தியாவிற்கு வந்தவர். அவர் அழகிய தோற்றமுடையவர்; நன்கு படித்தவர். அவர் தனது சொத்துகள் அனைத்தையும் விற்றுவிட்டு, பணத்தை எடுத்துக்கொண்டு, தன் மனைவியை ஒரு எருதின் மீது ஏற்றிக்கொண்டு இந்தியாவிற்குப் பயணமானார். பயணத்தின்போது, அவரது மனைவி கருவுற்றிருந்தாள். மனைவிதான் எருதின்மீதேறி வந்தாளே தவிர க்வாஜா கியாஸ் பக்கத்தில் நடந்துதான் பயணம் செய்துகொண்டிருந்தார். கையில் இருந்த பணம் சிறிது சிறிதாகக் கரைந்துவிட்டது. பாலைவனத்தினூடே மூன்று நாட்கள் அவர்கள் இருவரும் உணவின்றிப் பயணம் செய்துகொண்டிருந்தனர்; மிகவும் களைப்படைந்துவிட்டனர். இந்த சமயம் பார்த்து அவரது மனைவிக்கு பிரசவ வேதனை ஆரம்பித்துவிட்டது. அவர் ஒரு பெண் குழந்தையைப் பெற்றெடுத்தாள். அவர்களுக்கிருந்த வறட்சியில் இந்தக் குழந்தையை எப்படி வளர்ப்பதென்று தெரியாமல், அதை அங்கேயே விட்டுவிட்டு, பயணத்தைத் தொடர்ந்து மேற்கொள்வது என்று முடிவுசெய்தனர். எருதின் மீது பயணிப்பது அந்தத் தாய்க்கு கடினமாக இருந்தது. களைப்படைந்திருந்த கியாஸ், தன் மனைவியைத் தாங்கிப் பிடித்து அழைத்து வரும் நிலையில் இல்லை. பாலைவனத்தில் ஓர் ஒற்றைக் குறுமரம் நிற்பதைப் பார்த்தனர். குழந்தையை இலைகளால் மூடி அங்கேயே விட்டுவிட்டனர். பின் ஒரு மைல் தூரம் பயணம் செய்தனர். குழந்தையின் பிரிவைத் தாங்கிக்கொள்ள முடியாத அந்தத் தாய் 'என் குழந்தை, என் குழந்தை' என்று அலற ஆரம்பித்து விட்டாள். கியாஸ் தன் மனைவியின் வேதனைக் குரலுக்கு செவிசாய்த்தார். விட்டுவிட்டு வந்த இடத்திற்கே சென்று கியாஸ் குழந்தையைத் தூக்கி வந்து, தாயிடம் சேர்ந்துவிட்டார். தற்செயலாக அப்போது அங்கு வந்து சேர்ந்த சில வழிப்போக்கர்கள், இந்த தம்பதியினருக்கும், குழந்தைக்கும் உதவிசெய்தனர். அனைவரும் பத்திரமாக லாகூர் வந்தடைந்தனர். அப்போது பேரரசர் அக்பர் லாகூரில் முகாமிட்டிருந்தார்.⁴

ஆசஃப்கான் என்ற ஒருவர் அக்பரின் அரண்மனையில் பணியாற்றி வந்தார். பேரரசருக்கு அவர் நெருக்கமானவர். தனது உறவினரான க்வாஜா கியாஸை ஆசஃப்கான் தனது செயலாளராக நியமித்துக் கொண்டார். தன்னுடைய திறமையாலும், உழைப்பாலும் அக்பரிடம் நல்ல பெயர் வாங்கிய கியாஸ், அரசரால் ஆயிரம் குதிரைகள் கொண்ட குதிரைப் படைப் பிரிவிற்கு தலைவராக்கப்பட்டார்; பின் பேரரசரின் தங்குமிடத்தில் அவருக்கு சேவைசெய்யும் பணியாளர்களின் தலைவராகி விட்டார். இதன் பின் 'இதிமத் – உத் – தௌலா' என்ற பொருளாளர் பதவி அவருக்குக் கொடுக்கப்பட்டது. இது முதல் நிலை அமைச்சர் பதவிக்குச் சமமானது.[5]

பாலைவனத்தில் பிறந்த பெண்குழந்தை வளர்ந்து அழகே உருவான மங்கையாகத் திகழ்ந்தாள். பேரரசரின் மூத்த புதல்வர், இளவரசர் சலீமுக்கு அவள்மீது விருப்பம் ஏற்பட்டது. தனது தந்தை கொடுத்த ஒரு விருந்தின்போது, அந்தப் பெண் தலையில் அணிந்திருந்த முக்காடு விலகியதால், அவள் வசீகர முகத்தைப் பார்த்த சலீம் அவள்மீது விருப்பம் கொண்டார். ஆனால் அந்தப் பெண்ணிற்கும், ஷேர் ஆஃப்கான் என்ற ஒரு சிறந்த துருக்கிய வீரருக்கும் முன்பே மண உறுதி ஒப்பந்தம் செய்யப்பட்டிருந்தது.[6] தனது செல்வாக்கைப் பயன்படுத்தி, அந்தப் பெண்ணை தனக்கே திருமணம் செய்து வைக்கும்படி சலீம் தன் தந்தையை வற்புறுத்தினார்; பேரரசர் அதற்கு இணங்கவில்லை. தனது தந்தையின் காலம் வரை சலீம் எந்தப் பழிவாங்கும் செயலிலும் ஈடுபடவில்லை. ஆனால் வளர்ந்துவரும் இளவரசருக்கு நெருக்கமான சில அரண்மனை அதிகாரிகள் ஆசஃப்கானுக்குப் பல இடையூறுகளைச் செய்துவந்தனர். எனவே ஆசஃப்கான் வங்காள கவர்னரிடம் பேசி வங்காளத்தில் ஒரு மாவட்டத்தின் தலைமைப் பொறுப்பை ஏற்றுக்கொண்டு, அங்குள்ள 'பாத்வான்' மாவட்டத்திற்குத் தன் இளம் மனைவியுடன் சென்று விட்டார்.

சலீம் (ஜஹாங்கீர்) தன் தந்தைக்குப் பிறகு பதவிக்கு வந்தார்.[7] தன் தந்தை அக்பருக்கு இருந்த நியாய உணர்வு சலீம் எனப்பட்ட ஜஹாங்கீருக்கு இல்லை. வங்காளத்திலிருந்த ஷேர் ஆஃப்கானை டில்லி அரண்மனைக்கு வரவழைத்து

விட்டார். அவருக்கு பெரிய பதவிகளெல்லாம் தரப்பட்டன. மன்னருக்குத் தன் மனைவி மீதிருந்த மோகமும், தன்மீதிருந்த காழ்ப்புணர்வும் அகன்றுவிட்டதாக நினைத்து ஷேர் ஆஃப்கான் மகிழ்ச்சியடைந்தார். உண்மையில் அவர் நினைத்தது தவறு. சலீம் என்றைக்கும் ஆஃப்கானை மன்னிக்கவுமில்லை, அவர் மனைவி மீது வைத்திருந்த விரும்பத்தகாத மோகத்தை விட்டுவிடவுமில்லை. தன்மான உணர்ச்சியுடைய எந்த முகலாயனும் தன் மனைவிமீது பழி விழுவதைத் தாங்கிக் கொள்ளமாட்டான். ஆஃப்கானின் மனைவியை அபகரிக்க வேண்டுமென்றால், மன்னர் அவரை எப்படியாவது தீர்த்துவிட வேண்டும். மன்னர் ஜஹாங்கீர் (சலீம்) நேரடியாக ஆஃப்கானைத் தீர்த்துக் கட்டினால், பழியை அவரே சுமக்கவேண்டும். எனவே அவரை அகற்றிவிட மறைமுகமான சதிச் செயல்களில் ஈடுபட்டார். புலியை ஏவியும், யானையை ஏவிவிட்டும் ஆஃப்கானைக் கொல்வதற்கு மன்னர் முயற்சித்தார். ஆனால் ஆஃப்கான் தப்பிவிட்டார். இத்தகைய இன்னல்களால் வருத்தமடைந்த ஷேர் ஆஃப்கான், தன் மனைவியுடன் வங்காளத்திற்கே சென்றுவிட அனுமதி கோரி, அங்கு சென்றுவிட்டார்.

ஷேர் ஆஃப்கான் வங்காளத்தில் தங்கியிருந்த இடத்தின் ஆளுநர் குதுப்,[8] மன்னரின் தூண்டுதலின் பேரில், நாற்பது அடியாட்களை ஒருநாள் இரவு அவரது வீட்டிற்குள் அனுப்பி, ஆஃப்கானை கொலை செய்துவிட முயற்சித்தார். அப்போது வீட்டில் யாருமே இல்லை. அனுப்பப்பட்ட அடியாட்களில் ஒருவனுக்கு மட்டும் தூங்கிக்கொண்டிருப் பவரைக் கொலைசெய்ய மனம் வரவில்லை. அவரை எழுப்பி, முடிந்தால் உயிரைக் காத்துக் கொள்ளும்படி ஆஃப்கானுக்கு எச்சரிக்கை செய்தான். ஆஃப்கான், தனது வாளை உருவிக்கொண்டு தனது அறையின் ஒரு மூலையில் தனியாக நின்றுகொண்டார். வாட்சண்டையில் இருபது நபர்களைக் கொன்றார். ஏதோ ஓர் அமானுஷ்ய சக்தியால் ஆட்கொள்ளப்பட்டவர் போன்று தனது வீரத்தைக் காட்டினார். மீதம் இருந்தவர்கள் பயந்து ஓடிவிட்டனர். உயிர் தப்பியபின் ஷேர் ஆஃப்கான் வங்காளத்தின் தலைநகர் 'தந்தா'[9]விலிருந்து தான் முன்பு வசித்துவந்த பர்த்வானுக்குச் சென்றுவிட்டார். அதன்பிறகு ஆளுநர் குதுப், பர்த்வான் பகுதியை பார்வையிடச்

செல்வது போல், அங்கு சென்றார். ஆனால் உண்மையான நோக்கம் ஆஃப்கானை கொலை செய்வது. ஆளுநரை வரவேற்க ஷேர் ஆஃப்கான் குதிரைமீதேறி, இரண்டே இரண்டு வீரர்களுடன் சென்றார். ஆளுநர் குதுப் தக்க மரியாதையுடன் வரவேற்கப்பட்டார். அவரும், ஆஃப்கானும் சிறிது தூரம் தங்களது பழைய அனுபவங்களை நினைவுகூரும் வகையில் குதிரைகளின்மீது வந்தனர். நகரின் எல்லை வந்தவுடன் ஆளுநர் பட்டத்து யானையை வரவழைத்து அதன்மீது ஏறிக்கொண்டார். ஏனெனில் அந்த நகரத்திற்கு தன்னுடைய முதல் வருகை என்று காரணம் கூறினார். ஷேர் ஆஃப்கான் குதிரையின் மீது அமர்ந்திருந்தார். ஆளுநர் யானையின் மீது ஏறும்போது, அவரது வீரர்களில் ஒருவன், ஆஃப்கானின் குதிரையை அடித்து, அதனை முன்னால் ஓடவிட்டான். ஆளுநரின் வீரர்கள் தன்னைத் தாக்குவதற்குத் தயாராக இருந்ததைப் பார்த்துவிட்ட ஷேர் ஆஃப்கான் தன்னுடைய வாளை உருவிக்கொண்டு போரிடத் தொடங்கினார். தன் உயிரைக் காப்பாற்றிக் கொள்வதே முதல் வேலை என உணர்ந்த ஷேர் ஆஃப்கான் தன் குதிரையை மிக விரைவாக யானையிருந்த திசைநோக்கி ஓட்டிச்சென்று தன் கையிலிருந்த ஈட்டியினால் ஆளுநர் குதுப்ஐக் கொன்றார். பின்னால் முக்கிய அதிகாரிகளையும், ஆளுநருடன் வந்த ஐந்து பிரபுக்களையும் கொன்றார். அப்போது ஷேர் ஆஃப்கானையும் அவருடன் வந்த இரு வீரர்களையும் ஒரு மிகப் பெரிய கும்பல் சூழ்ந்துகொண்டது. அவர்கள் மூவரும் அம்புகளாலும், துப்பாக்கிக் குண்டுகளாலும் தாக்கப்பட்டனர். சோர்வடைந்த ஆஃப்கான் தரையில் விழுந்தார். அவரது கையிலிருந்த வாள் நழுவி விட்டதைக் கண்ட கும்பல் அருகே வந்து அவரைக் கண்டம் துண்டமாக வெட்டி வீழ்த்திவிட்டது.[10]

ஷேர் ஆஃப்கானின் விதவை மனைவி, அவளது ஒரே பெண் குழந்தையுடன் (ஆக்ரா) அரண்மனைக்கு அனுப்பி வைக்கப்பட்டாள். அங்கு அவள் பேரரசர் ஜஹாங்கீரின் அன்னையால் நல்ல முறையில் வரவேற்கப்பட்டாள். அரண்மனையிலேயே தங்கியிருப்பதற்கு அவளுக்கு இடம் ஒதுக்கித் தரப்பட்டது. ஆனால் பேரரசர் நான்கு வருடங்கள் வரை அவளைச் சென்று பார்க்கவேயில்லை. அதற்குள்

அவளது அழகு பற்றியும், திறமைபற்றியும் செய்திகள் அரண்மனை முழுவதும் பரவிவிட்டது; ஏன் நகரம் முழுவதும் பரவிவிட்டது என்று சொல்லலாம். அதேபோல் அவளைச் சென்று பார்க்கக் கூடாது என்று மாமன்னரின் மனதிலிருந்து எண்ணமும் மாறியது. அவர் அவளைச் சென்று பார்த்தபோது, கடைசியாக அவளைப் பார்த்த போது அவள் இருந்ததைவிடப் பன்மடங்கு அழகாக இருப்பதுபோல் அவருக்குத் தோன்றியது. சில நாட்களுக்குள் இருவருக்கும் சிறப்பாகத் திருமணம் நடந்தேறியது.[11] திருமணம் நடந்து முடிந்த அந்த மணியிலிருந்து ஜஹாங்கீர் ஆட்சிப் பொறுப்புகள் அனைத்தையும் தனது மனைவியின் கரங்களில் ஒப்படைத்தார். மாமன்னர் இறக்கும்வரை இந்த நிலைமைதான் நீடித்தது. மாமன்னரின் மனைவி "நூர் மஹால்" (அரண்மனையின் ஒளிவிளக்கு) என்று முதலிலும், "நூர்ஜஹான்" (உலகின் ஒளிவிளக்கு) என்று பின்னாலும் அழைக்கப்பட்டாள். அதன்பிறகு இந்தியாவில் முகலாய சாம்ராஜ்ஜியத்தின் தலைவிதியை அவளே நிர்ணயித்தாள். பொருளாளராக இருந்த அவரது தந்தை நாட்டின் பிரதம அமைச்சரானார். அவளது இரண்டு சகோதரர்களும் 'ஆசஃப் ஜா', 'இதிகத் கான்' என்ற பட்டங்களைப் பெற்றனர். துருக்கியிலிருந்து அவளது உறவினர்கள் அரண்மனைப் பணிகளுக்காக இந்தியாவிற்கு வந்து குவிந்தனர்.[12] இராணி நூர்ஜஹானுக்கு அவளது முதல் கணவர் ஷேர் ஆஃப்கானின் மூலம் ஒரு பெண் குழந்தை இருந்தது என்று நாம் முன்பே பார்த்தோம். அது தவிர மாமன்னர் ஜஹாங்கீரின் மூலம் நூர்ஜஹானுக்குக் குழந்தை எதுவும் பிறக்கவில்லை.[13]

தன் தந்தையின் மறைவுக்குப்பின் ஆசஃப்ஜா பிரதம அமைச்சராகிவிட்டார். தனது சகோதரியின் (நூர்ஜஹானின்) எதிர்ப்பையும் மீறி, ஜஹாங்கீருக்குப்பின், தனது மருமகன் ஷாஜஹானுக்கு அரசுரிமை கிடைக்குமாறு செய்து விட்டார் ஆசஃப் ஜா. ஜஹாங்கீரின் மூத்த புதல்வர் குஸ்டூவின் கண்கள், அவர் விளைவித்த கலகத்திற்காக, அவர் தந்தையால் குருடாக்கப்பட்டுவிட்டன. தன்னுடைய தாய் கொல்லப் பட்டதின் காரணமாகவே குஸ்ரூ கலகத்தில் ஈடுபட்டார். தாயின் சகோதரர் மான் சிங் என்ற இந்து இளவரசரும் கலகம் செய்யுமாறு குஸ்ரூவைத் தூண்டினார்[14]. மான் சிங்கிற்குத்

தனது மருமகன் குஸ்ரூ பட்டத்திற்கு வரவேண்டுமென்று ஆசை. மான் சிங்கின் மனைவியின் தந்தை கான் ஆஸாம்[15] அக்பரின் பிரதம அமைச்சர். நூர்ஜஹான் குஸ்ரூவின் அன்னையை, அதாவது மான்சிங்கின் சகோதரியை அழைத்து, ஒரு கிணற்றைப் பார்க்குமாறு அவளிடம் கூறி, பின் கிணற்றுக்குள் அவளைத் தள்ளி கொலை செய்துவிட்டான். அவள் இறந்தது ஒரு விபத்து என்று ஒரு கதையை ஜோடித்துச் சொல்லிவிட்டாள் நூர்ஜஹான்.[16]

பட்டத்திற்கு வருவதற்கு வாய்ப்புள்ள இளவரசர் குஸ்ரூவின் தாயைக் கொன்றுவிட்டதால் குஸ்ரூவின் அரச பதவி கேள்விக் குறியாகிவிட்டது. தான் விரும்பும் ஒருவனை மன்னராக்கத் திட்டமிட்டிருந்தாள் ராணி நூர்ஜஹான். மகனின் கண்களைக் கொடூரமாகக் குருடாக்கியபின் மாமன்னர், குஸ்ரூவிடம் மிகவும் அன்பாகவே நடந்து கொண்டார்.[17] ஷாஜஹானுக்குத் தென்னிந்தியாவின் ஆட்சிப் பொறுப்பு, மாமன்னரால் அளிக்கப்பட்டது. ஆக்ராவில் இருந்தால் தனது குருட்டு மூத்த சகோதரர் குஸ்ரூவை யாரும் சரியாக கவனித்துக் கொள்ளமாட்டார்கள் என்று கூறி, அவரை தென்திசை நோக்கி அழைத்துச் சென்றுவிட்டார் ஷாஜஹான். இது வெறும் நடிப்புதான். அழைத்துப்போன இடத்தில் தனது மூத்த சகோதரர் குஸ்ரூவைக் கொன்றுவிட்டார் ஷாஜஹான். இதனால் மணிமுடி தனக்குக் கிடைப்பது உறுதியாகிவிட்டது.[18] ஜஹாங்கீரின் இரண்டாவது மகன் பர்விஸ் இயற்கையாக மரணமடைந்துவிட்டார்,[19] அதேபோல் அவரது மகனும் இறந்து விட்டான். ஜஹாங்கீரின் நான்காவது புதல்வர் தனியால்[20] என்பவரும் இயற்கையாக இறந்துவிட்டார். முதல் கணவர் ஷேர் ஆஃப்கானின் மூலம் ராணி நூர்ஜஹானுக்குப் பிறந்த பெண், ஷாஹ்ரியார் என்பவனைத் திருமணம் செய்து கொண்டாள். இவன் மாமன்னர் ஜஹாங்கீரின் முறையற்ற மனைவி ஒருத்தியின் புதல்வன். மாமன்னர் தான் மரண மடைந்தவுடன் ஷாஹ்ரியாரே, ஆட்சிக்கு வாரிசு என்று உயில் எழுதிவைத்தார்; எழுதிவைக்குமாறு நூர்ஜஹானால் கட்டாயப்படுத்தப்பட்டிருந்தார். ஆனால் ராணியின் சகோதரர் ஆசஃப், ஆட்சியுரிமை தனது மருமகனான ஷாஜஹானுக்குக் கிடைக்கும்படிச் செய்துவிட்டார். இவ்வளவுக்கும் ஷாஹ்ரி யாரை படைத் தலைவனாகவும்,[21] அரசுக் கருவூலத்தின் தலைவனாகவும் நியமித்திருந்தாள் நூர்ஜஹான்.

மாமன்னர் இறந்தவுடன், மக்களுக்கு எந்த சந்தேகமும் ஏற்படாமல் இருக்க இறந்துபோன குஸ்ரூவின் மூத்தமகன் புலாகி என்பவனை ஒரு பொம்மை அரசராக முடிசூட்டினார் ஆசஃப். தனது படை தக்காணத்திலிருந்து வந்து சேரும் வரை இந்த ஏற்பாடு. ஷாஹ்ரியாரின் சேனை முறியடிக்கப்பட்டு, அவன் கைது செய்யப்பட்டான்; அவனது கண்களும் குருடாக்கப்பட்டன. ராணி நூர்ஜஹான் காவலில் வைக்கப் பட்டாள். ஷாஜஹான், லாகூரை நெருங்கும் சமயத்தில், புலாகி, அவனது இளைய சகோதரன், தனியாலின் இரண்டு புதல்வர்கள் ஆகிய அனைவரும் ஆசஃப்-ஆல் சிறையில் தள்ளப்பட்டனர். சிறைச் சாலையில், ஆசஃப்-இன் அனுமதியுடன் ஷாஜஹானின் ஆட்கள், அனைவரையும் கழுத்தை நெரித்துக் கொன்றுவிட்டனர்.[22] இதனால் ஷாஜஹானையும் அவரது நான்கு புதல்வர்களையும் தவிர, இந்துஸ்தானத்தில் தைமூரின் வாரிசுகள் யாரும் இல்லை என்ற நிலை உருவாகிவிட்டது. அந்த சமயத்தில் தாராவுக்கு பதிமூன்று வயது; ஷூஜாவுக்கு பன்னிரண்டு வயது; ஔரங்கசீப்புக்கு வயது பத்து; முராதுக்கு நான்கு வயது.[23] ஷாஜஹானுக்குப் பின் யார் பதவிக்கு வந்தாலும், பதவிக்கு வருபவர், சகோதரர்களையும், அவர்களது புதல்வர்களையும் வெறிநாய்களைப் போல் வேட்டையாட வேண்டும் என்ற பாடத்தை தந்தையிடமிருந்தே புதல்வர்கள் கற்றுக் கொண்டார்கள். அப்படிச் செய்யாவிட்டால் இருப்பவருக்கு ஆபத்து என்ற பாடத்தையும் கற்றுக் கொண்டார்கள்.

நான் முன்பு கூறியதுபோல் 1666ஆம் ஆண்டு ஆக்ராவுக்குச் சென்ற திரு. தேவனாட் "ஆக்ராவில் இருபத்தையாயிரம் கிறிஸ்தவக் குடும்பங்கள் இருக்கின்றன; ஆனால் இதனை அனைவரும் ஒப்புக்கொள்வதில்லை. டச்சுக்காரர்களுக்கு இங்கு ஒரு தொழிற்சாலை உள்ளது. ஆனால் ஆங்கிலேயர்களுக்கு இதுவரை அதுபோல் எதுவும் இல்லை" என்று கருத்து தெரிவித்துள்ளார். அவர் சொன்ன எண்ணிக்கை கூடவோ அல்லது குறைந்தோ இருக்கலாம். கணக்கை சரியாகச் சொல்லவேண்டும் என்று அவர் நினைத்திருக்க முடியாது.[24] இருந்த ஒரு டச் தொழிற்சாலையும், முகமதியர்களும், இந்துக்களும் வந்து புகுந்ததால் மூடப்பட்டு விட்டது. பீரங்கிகளை இயக்குவதற்கே இந்தியாவில்

கிறிஸ்தவர்கள் இருந்தனர். அந்தப் பணி ஐரோப்பியர்களுக்கே பிரத்தியேகமாக அளிக்கப்பட்டிருந்தது. ஐரோப்பியர்கள் அனைவரும் கிறிஸ்தவர்களாக இருந்தனர். அவர்கள் தங்களது வழிபாட்டு முறையை தங்கள் விருப்பம்போல் அமைத்துக்கொள்ள ஷாஜஹான் அனுமதி அளித்திருந்தார். இங்கிருந்த ஐரோப்பிய கிறிஸ்தவர்கள் ரோமன் கத்தோலிக்கப் பிரிவைச் சேர்ந்தவர்கள். பாதிரியார்களை நியமித்து அவர்களைப் பராமரிப்பதிலேயே இங்கிருந்த கிறிஸ்தவர்கள் தங்கள் வருமானத்தின் பெரும்பகுதியைச் செலவிட்டு வந்தனர். இந்த மண்ணில் தாங்கள் யாவரும் வேறுபட்டவர்கள் என்பதை அவர்கள் மறந்துவிடவில்லை. அவர்களது பணியும் நிரந்தரமானவை என்று கூறமுடியாது. இந்தச் சூழலில் கிறிஸ்தவர்கள் இந்தியாவில் பெரிய தேவாலயங்களையோ அல்லது கல்லறைகளையோ கட்டவில்லை. கிடைத்த வருமானத்தைக் கொண்டு இவ்வுலக வாழ்வை அனுபவித் தார்கள்; பாதிரியார்களின் சேவையைப் பயன்படுத்தி மறுஉலக வாழ்வுக்கு வழிவகுத்துக் கொண்டார்கள். இவை இரண்டுமே அவர்களது இலட்சியங்களாக இருந்தன. கிறிஸ்தவர்கள், தங்களது உழைப்பின் மூலம் ஊதியத்தையும், பெருமையையும் பெறுவதைப் பார்த்த முகமதியர்களும், இந்துக்களும், தாங்களும் தங்களது கடமைகளைச் செய்ய முற்பட்டனர். கிறிஸ்தவ சமயம் இந்தியாவில் உத்யோகத்திற்கு அப்பாற்பட்டு இல்லை. இனிமேலும் அது அப்படித்தான் இருக்கும் என நான் நினைக்கிறேன்.[25]

குறிப்புகள்

1. தாஜ்மஹால் என்ற நினைவுச் சின்னம் யாருக்காகக் கட்டப்பட்டதோ அந்த அரசியின் பெயர்களும், பட்டப்பெயர்களும் வருமாறு : நவாப் அரியா பேகம், அர்ஜுமந்த் பானு, மும்தாஜ் மஹால். “நூர்மஹால்” என்ற பட்டம் இவளுக்குரியது அல்ல; அப்படி நினைப்பதற்கு எந்த ஆதாரமும் இல்லை. இந்தப் பட்டம் இவளது அத்தைக்கே உரியது. ஆளும் வர்க்கத்தில் பலபேர் ஒரே பெயரை வைத்துக் கொள்வது இந்தியாவில் வழக்கமாக இருந்து வந்துள்ளது என்று பெர்னியர் தனது நூலில் குறிப்பிட்டுள்ளார். “பேரழகியான தனது மனைவிக்கு, அவளது மறைவுக்குப்பின் மன்னர் ஷாஜஹான் உலக அதிசயங்களில் ஒன்றான ஒரு நினைவுச் சின்னத்தைக் கட்டினார். அதுதான் தாஜ்மஹால்.

எகிப்தில் காணப்படும் கற்குவியல்களை (பிரமிடுகள்) விட இது பல மடங்கு சிறப்பானது" என்று எழுதுகிறார் பெர்னியர். (Bernier, Travels, ed. constable, and V.A.Smith, 1914 P.5)

2. 'கியாஸ் – உத் – தின்' என்றால் சமயத்திற்குத் துணை புரிபவர் என்று பொருள். 'கியாஸ்' என்ற ஒரு சொல் மட்டும் ஒரு பெயராக இருக்க முடியாது.

3. இதிமத் – உத் – தௌலா என்ற கல்லறையின் இரண்டு வண்ணப்படங்கள், ஆசிரியர் புத்தகத்தின் முதல் பதிப்பில் உள்ளன. இந்தக் கட்டடத்தின் கி.பி. 1618ஆம் நூற்றாண்டைச் சேர்ந்த கல்வெட்டு புத்தகத்தில் இல்லை. (N.W.P. Gazetteer, I ed. vol. vii p. 687). இந்தக் கட்டடத்தைப்பற்றி ஃபெர்கூசன் பின்வருமாறு எழுதுகிறார். "இதிமத் – உத் – தௌலா என்ற இக்கல்லறையை எந்தப் பார்வையாளரும் ஒதுக்கிவிட முடியாது. அழகிலும், வடிவமைப்பிலும் இது மிகவும் சிறப்பானது. கட்டடக் கலையில் இது புதிய சகாப்தத்தை ஏற்படுத்துகிறது. தனது தந்தையின் நினைவாக நூர்ஜஹான் இதனைக் கட்டினாள். அவளது தந்தை இறந்தது கி.பி. 1621இல். கல்லறை கட்டப்பட்டது. கி.பி. 1628இல். இது யமுனையின் இடதுபுறத்துக் கரையில் கட்டப் பட்டுள்ளது. கல்லறை ஒரு தோட்டத்தின் நடுவேயுள்ளது. தோட்டத்தைச் சுற்றி ஒவ்வொரு பக்கத்திலும் 540 அடிக்கு மதில் சுவர் காணப்படுகிறது. கட்டடத்தின் மையத்தில், உடல் புதைக்கப்பட்ட இடத்தில் 69 ஙீ 69 சதுர அடிகள் கொண்ட மேடை உள்ளது. இந்த நினைவாலயம் இரண்டு அடுக்குகள் கொண்டது. ஒவ்வொன்றிலும் எண்கோண வடிவ கோபுரம் காணப்படுகிறது. கோபுரத்தைச் சுற்றி திறந்த காட்சி மேடை உள்ளது. அருகிலுள்ள கட்டடங்களைவிட இது ஒன்றும் அவ்வளவு சிறப்பாகத் தெரியவில்லை. ஹுமாயூனின் கல்லறை போன்று சிவப்பு நிற மணற்பாறைக் கற்களால் கட்டப்பட்டிருந்தால் இது நமது கவனத்தை ஈர்க்கப்போவதில்லை. ஆனால் இது முழுவதுமாக வெள்ளை சலவைக் கற்களால் கட்டப்பட்டுள்ளது."

'இதனை வடிவமைத்தது இத்தாலியர்களாக இருக்க வேண்டும். இந்தக் கல்லறை சற்று அழகுக் குறைவாக இருப்பதற்கு நாம் அவர்கள் மீதே குற்றம் சுமத்த வேண்டும். சன்னல்களில் காணப்படும், துளையிடப்பட்ட வெண்மையான சலவைக்கற் பலகைகள் ஃபதேபூர் சிக்ரியில் உள்ள கிஷ்டியின் கல்லறையின் உள்ள சன்னல் பலகை போன்றேயுள்ளது. அதேபோல் இதிமத் – உத் – தௌலாவின் வெண் சலவைக் கற்சுவர்களும், வண்ண மையமான வேலைப்பாடுகளும் கட்டடத்திற்கு மெருகேற்று கின்றன. ஷாஜஹானின் கட்டடங்களோடு ஒப்பிட்டுப் பார்க்கும் போதுதான் இதிமத் – உத் – தௌலாவை நாம் குறைசொல்ல முடியும்" (Indian and Eastern Architectue, ed 1910 pp. 305 & 7) மேலும் விவரங்களுக்கு Syed Md. Latif எழுதிய "Agra" (Calcutta 1896) என்ற புத்தகத்தைப் பார்க்கவும்.

இந்தக் கல்லறை இப்போது நன்கு பாதுகாக்கப்படுகிறது. சரிசெய்யும் பணிகளும் நடைபெற்றுள்ளன. இந்தக் கட்டடத்தினுள் ஏழு நபர்களின் உடல்கள் நல்லடக்கம் செய்யப்பட்டுள்ளன.

4. இந்தக் கதை நம்பும்படியாக இல்லை. இங்கு குறிப்பிடப்பட்டுள்ள தாய் தந்தையர் இருவரைத் தவிர வேறு எவருக்கும் நடந்த சம்பவங்கள்

பற்றித் தெரிந்திருக்க முடியாது. அவர்களாகவே முன்வந்து இந்தச் சம்பவங்கள் பற்றிக் கூறியிருக்கவும் முடியாது. பிளாக்மன் என்பவர் இதிமத் – உத் – தௌலா என்ற பட்டத்திற்குரிய க்வாஜா கியாஸ் பற்றியும் அவரது குடும்பத்தைப் பற்றியும் எழுதியுள்ளார். வரலாற்றாசிரியர்களின் கருத்துப்படி, பெற்றோர்கள் இந்தியாவிற்கு வந்தபோது, வழியில் 'கண்டஹார்' என்ற ஊரில் நூர்ஜஹான் பிறந்தாள். நூர்ஜஹானின் தந்தை பாரசீகத்தில் ஓர் அதிகாரியாக இருந்தவர். ஏதோ காரணத்தால் அவர் தன் குடும்பத்துடன் பாரசீகத்தை விட்டு வெளியேறும்படி நேரிட்டது. அவர் பாரசீக நகரான டெஹ்ரானைச் சேர்ந்தவர். துருக்கியைச் சேர்ந்தவரல்ல. நூர்ஜஹானின் இயற்பெயர் மிஹ்ருகுன்னிசா.

5. இங்கு சொல்லப்பட்டிருப்பதும் தவறு. அத்தியாயத்தின் தலைப்பில் நூர்ஜஹான் கியாஸ் – உத் – தீன் என்பவரின் மகள் என்றும், தாஜ் சமாதியில் புதைக்கப்பட்டிருக்கும் மும்தாஜ் – இன் அத்தை என்றும் சரியாகக் கொடுக்கப்பட்டுள்ளது. நூலாசிரியர் கியாஸ் – உத் – தீன், ஆசஃப் கானின் தூரத்து உறவினர் என்று குறிப்பிடுகிறார். உண்மையில் ஆசய்ப் கான் (மிர்ஸா அபுல் ஹாசன்) கியாஸ் – உத் – தீன் அவர்களின் இரண்டாவது புதல்வர்; நூர்ஜஹானின் மூத்த சகோதரர்.

6. அலி குவாலி பெக் என்ற பாரசீகர் அக்பரிடம் சேவை செய்து வந்தார். சித்தூர் ராணியுடன் நடைபெற்ற போரின்போது அலி குவாலி பெக், இளவரசர் சலீமுக்கு (ஜஹாங்கீர்) துணைபுரிந்தார். சலீம் இந்த வீரருக்கு 'ஷேர் ஆஃப்கான்' என்ற பட்டப் பெயரைக் கொடுத்தார். இதற்கு 'புலியைத் தூக்கி எறிபவர்' என்று பொருள்.

7. சலீம் (ஜஹாங்கீர்) பட்டத்திற்கு வந்தது 1605 ஆண்டு அக்டோபரில்

8. சரியாகச் சொல்வதென்றால் குதுப் – உத் – தீன் கான். இவர் பேரரசர் ஜஹாங்கீரின் வளர்ப்புச் சகோதரர் இவரை வங்காளத்தின் ஆளுநராக்கியது ஷேர் ஆஃப்கானுக்கு மிகவும் அதிர்ச்சியாக இருந்தது; அவர் தனது பதவியைத் துறக்கவும் அது காரணமாக இருந்தது. குதுப் – உத் – தீன் கான் என்றால் "சமயத்தின் துருவ நட்சத்திரம்" என்று பொருள்.

9. தான்டன் (அ) தன்ரா ஒரு பழங்கால நகரம். தற்போது வங்காளத்தின் மால்டா மாவட்டத்திலுள்ள ஒரு சிறிய ஊர். இது, 'கௌர்' நலிவுற்றபின் வங்காளத்தின் தலைநகராக விளங்கியது. இதன் வரலாறு தெரியவில்லை. தான்டன், கௌர் அருகில்தான் இருந்திருக்க வேண்டும். அதாவது கௌர் நகரின் தென்மேற்கே பாகிரதி நதிக்கு அப்பால் இருந்திருக்க வேண்டும். பழைய தான்டன் பக்லா–வின் திசை மாற்றத்தால் முற்றிலும் அழிந்துவிட்டது. 1564ஆம் ஆண்டு அந்த இடத்தில் ஓர் ஆஃப்கானிய அரசன் இருந்தான்.

10. நூலாசிரியர் விவரித்திருக்கும் வரலாறு நம்பத் தகுந்ததாக இல்லை. எங்கிருந்து இந்த விவரங்களைச் சேகரித்தார் என்று தெரியவில்லை. மெஹ்ருன்னிசா என்றால் 'பெண்களின் முத்திரை' என்று பொருள். இளவரசர் ஜஹாங்கீர் மெஹ்ருன்னிசா என்ற அழகிய மங்கையை மனதார விரும்பினார் (மெஹ்ருன்னிசா = நூர்ஜஹான்). ஆனால் அவளை அக்பர் ஒரு துருக்கியனுக்குத் திருமணம் செய்து வைத்து விட்டார். பின் அவர்கள் இருவரையும் வங்காளத்திற்கு அனுப்பி

விட்டார். ஜஹாங்கீர் மன்னரானதும், மெஹ்ருன்னிசாவின் கணவன், வங்காள ஆளுநரிடம் சண்டையில் ஈடுபட்டுக் கொல்லப்பட்டான். பின் மெஹ்ருன்னிசா என்ற அந்த இளம் விதவைப் பெண், அக்பரின் விதவை மனைவி ஒருத்தியின் பாதுகாப்பில் விடப்பட்டாள். நான்கு ஆண்டுகள் சென்றபின் அவளை ஜஹாங்கீர் திருமணம் செய்து கொண்டார். திருமணம் நடந்த ஆண்டு 1610. மெஹ்ருன்னிசாவின் கணவன் கொல்லப்பட்டதற்கு ஜஹாங்கீர்தான் காரணம் என்று சொல்வதற்கு எந்த ஆதாரமும் இல்லை. இந்திய வரலாற்றாசிரியர்கள் மெஹ்ருன்னிசாவை அனைத்து நற்பண்புகளும் நிறைந்த ஓர் உத்தமப் பெண் என்றுதான் வர்ணித்துள்ளார்கள். (Lane - poole, ' The History of the Moghul Emperors of Hindustan illustrated by their coins, p. xix) வெவ்வேறு ஆசிரியர்கள் வெவ்வேறு செய்திகளைச் சொல்லியிருக்கிறார்கள். ஜஹாங்கீர், ஷேர் ஆஃப்கானின் மரணத்திற்காக மகிழ்ச்சியடைந்ததாகக் கூறப்படுகிறது. ஆனால் அவர்தான் மரணத்திற்குக் காரணமா என்பதைப்பற்றிக் கூற இயலவில்லை. மெஹ்ருன்னிசா என்ற பெயரின் முதலில் வரும் சீர் 'மிஹர்' மெஹர் அல்ல. 'மிஹர்' என்றால் சூரியன் என்று பொருள். பாரசீக எழுத்துகளில் இந்த வேறுபாட்டைக் கண்டுபிடிப்பது கடினம்.

11. ஷேர் ஆஃப்கான் இறந்து நான்கு வருடங்கள் சென்றே ஜஹாங்கீர் மெஹ்ருன்னிசா என்ற நூர்ஜஹானைத் திருமணம் செய்துகொண்டார் என்பது உண்மை. மெஹ்ருன்னிசாவின் விருப்பமின்மை, ஜஹாங்கீர் ஆப்கானைச் சதி செய்து கொன்றது போன்றவை முரண்பட்டதாகத் தோன்றுகின்றன.

12. குவாயின்ட் சர் தாமஸ் ஹெர்பெர்ட் (Quaint Sir Thomas herbert) என்பவர் இவ்வாறு எழுதுகிறார். "மிஹ்ருன்னிசா மன்னரைப் போல் எல்லா அதிகாரங்களையும் பெற்றுவிட்டாள். அவளது பெயர் நூர் ஷா பேகம் என்று மாற்றப்பட்டது அல்லது நூர் மஹால் என்று மாற்றப்பட்டது. 'அரண்மனையின் ஒளிவிளக்கு' என்று இதற்குப் பொருள். அவளது தந்தை மற்ற பிரபுக்களைவிட மேலும் அதிகாரங்களைப் பெற்று முன்னேறினார். அவளது சகோதரன் ஆசஃப் கானுக்கும், மற்ற உறவினர்களுக்கும், அதிகாரமும், செல்வமும் அதிகரித்தன. ஜஹாங்கீர், நூர்மஹால் இருவர் மீதும் மன்மதன் தன் மலர் அம்புகளைப் பொழிந்தான்.

ஜஹாங்கீர், அவரது மனைவி இருவரது பெயர்களையும் சேர்த்து நாணயங்கள் அச்சடிக்கப்பட்டன. நாணயங்களில் கீழ்க்கண்ட வாசகம் காணப்பட்டது.

''மன்னர் ஜஹாங்கீரின் ஆணையாலும், ராணி நூர்ஜஹானின் பெயரினாலும் தங்கம் நூறு மடங்கு அழகினைப் பெற்றது" ராணி நூர்ஜஹானின் ஆட்சிமுறையை பல ஐரோப்பியப் பயணியர்கள் குறைகூறியிருக்கின்றனர். அவளது ஆட்சி பணத்திற்காக இழிச்செயல் செய்யும் ஆட்சியென்றும், திறமையற்ற ஆட்சியென்றும் அவர்கள் குற்றம்சாட்டியுள்ளனர். மேலும் அவளது ஆட்சியில், கொடுமையும், நயவஞ்சகமும் நிறைந்திருந்தன என்றும் அவர்கள் கூறியுள்ளனர். நூர்ஜஹான் 1645ஆம் ஆண்டு டிசம்பர் மாதம் 18ஆம் நாள் இயற்கை

யெய்தினாள். லாகூரில், அவளது கணவர் ஜஹாங்கீரின் கல்லறைக்கு அருகிலேயே அவளது உடலும் அடக்கம் செய்யப்பட்டது. அவள் தனது 72வது வயதில் இறந்தாள். அவளுக்கு வயது முப்பத்தி நான்காக இருக்கும்போது, மன்னர் ஜஹாங்கிர் அவளை மணந்தார் ஆண்டு 1610.

13. சர் தாமஸ் ஹெர்பர்ட் (Travels, ed. 1677 p 99) என்பவரது கூற்றின்படி கி.பி. 1628ஆம் ஆண்டு மாமன்னர் ஷாஜஹான் நூர்மஹாலையும் அவளது மூன்று மகன்களையும் காவலில் வைத்தார்.

14. மான் சிங் ஜெய்ப்பூர் மன்னர் பகவன் தாஸ் அவர்களின் மகன். அக்பரின் முக்கியமான அதிகாரிகளில் ஒருவர்.

15. கான் ஆஸாம் 'அஸீஸ் கோகா' என்றும் அழைக்கப்பட்டார். இவர் அக்பரின் வளர்ப்புச் சகோதரர்.

16. இதுபோன்ற ஒரு கதை உண்மையாகவும் இருக்கலாம்; பொய்யாகவும் இருக்கலாம். கண்டிப்பாக இக்கதைகளை நிரூபிக்க இயலாது. அரண்மனைச் சூழலில் இத்தகைய கதைகள் உலவுவது தவிர்க்க முடியாதது.

17. இளவரசர் குஸ்ரூ, ஒரு கண் பார்வையை மீண்டும் பெற்றுவிட்டார் என சிலர் கூறுகின்றனர்.

18. இந்தக் குற்றச்சாட்டு உண்மை. நடந்தது கி.பி. 1621 – 22இல்.

19. கி.பி. 1626 – 27இல்.

20. இது தவறு. ஜஹாங்கீரின் நான்காவது புதல்வரின் பெயர் ஜலாந்தர். இவர் இறந்தது 1625(அ) 1626. தனியால் அக்பரின் மூன்றாவது மகன். ஜஹாங்கீரின் இளைய சகோதரர். அவர் கடும் ஜுரத்தால் 1605ஆம் ஆண்டு இறந்துவிட்டார். அக்பர் மரணமடைவதற்கு சில மாதங்கள் முன்பே தனியால் இறந்துவிட்டார்.

21. காஷ்மீரத்திலிருந்து திரும்பிவரும்போது கி.பி. 1627இல் ஜஹாங்கீர் மரணமடைந்தார். அவரது உடல் லாகூரில் அடக்கம் செய்யப்பட்டது. ஷாஹ்ரியாருடன் நடந்த போர் லாகூரில்தான்.

22. புலாகி தனது குறுகிய ஆட்சி காலத்தில் தனது பெயரை 'தாவார் பக்ஷ்' என்று மாற்றிக்கொண்டான். லாகூரில் நாணயங்களும் அச்சடித்தான். மூன்றுமாத கால ஆட்சிக்குப்பின் அவன் பாரசீகத்திற்கு ஓடியிருக்க வேண்டும். 1628ஆம் ஆண்டு ஜனவரி 25ஆம் நாள் ஷாஜஹான் ஆக்ராவின் அரியணையில் அமர்ந்தார். அவர் முப்பதாண்டு காலம் ஆட்சி செய்தார். ஷாஹ்ரியார் 'நா – ஷிதானி' என்று அழைக்கப்பட்டான். அப்படியென்றால் 'ஒன்றுக்கும் உதவாதவன்' என்று பொருள் (Lane - poole. The History of the Moghul Emperors of Hindustan, illustrated by their coins, p. xxiii) ஷாஜஹானின் சகோதரர் தனியாலின் இரண்டு புதல்வர்களும் கொல்லப்பட்டனர். ஹெர்பர்ட் அவர்களின் கூற்றுப்படி அந்த இருவரும் கிறிஸ்தவர்களாக ஞானஸ்னானம் செய்விக்கப் பட்டிருந்தனர். (Travels, ed. 1677, pp 74. 98) புலாகி பற்றியும், ஷாஜஹானால் கொல்லப்பட்ட மற்றவர்கள் பற்றியும் பல்வேறு கருத்துகள் வெளியிடப் பட்டுள்ளன.

23. தாரா ஷிகோ பிறந்தது 20.3.1615இல்; சுல்தான் ஷீஜா பிறந்தது 12.5.1616இல்; ஔரங்கசீப் 10.10.1619இல் பிறந்தார்; முரத் பக்ஷ்இன் பிறந்த தேதி தெரியவில்லை. (Beale)

24. இங்கு காட்டப்பட்டுள்ள மேற்கோள் "The Travels of Monsieur de thevenot" என்ற புத்தகத்திலிருந்து எடுக்கப்பட்டது. "மதப்பற்று இல்லாதவர்களும், பார்சி இனத்தவரும், முகமதியர்களுக்கு இடையே காணப்பட்டனர். இவர்களது எண்ணிக்கை அதிகம்" என்றும் அந்தப் புத்தகத்தில் குறிப்பிடப்பட்டுள்ளது.

25. அக்பர் காலத்தில் பல கிறித்தவர்கள், குறிப்பாக போர்ச்சுசீகியர்கள், ஆங்கிலேயர்கள் போன்றோர் ஆக்ராவுக்கு வந்தனர். அதில் பலர் அங்கேயே தங்கிவிட்டனர். ஒரு ரோமன் கத்தோலிக தேவாலயம் ஆக்ராவில் கட்டப்பட்டிருந்தது. அதன் கோபுரக் கூம்பை ஷாஜஹான் இடித்துத் தள்ளிவிட்டார். ரோமன் கத்தோலிக்க தேவாலயத்தின் அருகிலுள்ள கல்லறையில் பழங்காலக் கல்வெட்டுகள் காணப்படு கின்றன. கல்வெட்டுகளில் ஆர்மேனிய எழுத்துகள் தென்படுகின்றன. ஆக்ராவிலும், அதன் அருகிலும் கத்தோலிக்கக் கல்லறைகள் காணப்படுகின்றன.

1) மிகப்பழமையான கத்தோலிக்க இடுகாடு லஷ்கார்பூர் என்ற கிராமத்தில் உள்ளது. இது அக்பர் காலத்தைச் சேர்ந்தது. இதற்கான இடத்தை கி.பி. 1600இல் அக்பர் வழங்கினார். இந்த இடுகாட்டில் "தியாகிகளின் ஆலயம்" என்பதும் அடங்கும். இதனை "தந்தை சான்ட்டஸ் ஆலயம்' என்றும் அழைக்கிறார்கள். கோஜா மார்டினிபஸ் என்ற ஆர்மேனிய வணிகரின் நினைவாக இது கட்டப்பட்டுள்ளது. இதிலுள்ள கல்லறை வாசகத்தில் '1611' என்ற ஆண்டு குறிக்கப்பட்டுள்ளது. இதற்கு அடுத்த படியாக பழமை வாய்ந்த கல்லறை பங்குத் தந்தை இம்மானுவல் டீ அன்ஹையா என்பவருடையது. இவர் சிறையிலிருந்தபோது மரணமடைந்தார். இவரது கல்லறை வாசகத்தில் 'ஆகஸ்ட் 1633' என்ற தேதி குறிப்பிடப்பட்டுள்ளது. பங்குத் தந்தை ஜோசஃப் பீ கேஸ்ட்ரோ என்பவர் 15.12.1646இல் லாகூரில் மரணமடைந்துள்ளார். அவரது கல்லறையும் மேற்சொன்ன இடத்தில்தான் உள்ளது.

2. பத்ரிதோலா என்ற இடத்திலும் கிறிஸ்தவக் கல்லறை காணப்படுகிறது. இது ஒரு பழைய தேவாலயத்திற்கும் பின்னால் உள்ளது. பங்குத் தந்தை டைஃபென்தாலர் என்பவரின் உடல் இங்கு புதைக்கப்பட்டுள்ளது.

3. லஷ்கார்பூரிலிருந்து ஒரு மைல் தூரத்தில், ஊரின் பெயர் தெரியாத ஓரிடத்தில், மன்னர் ஜஹாங்கீர் அவர்களால் அனுமதிக்கப்பட்ட ஒரு கல்லறை உள்ளது. 1615ஆம் ஆண்டில் மன்னர் ஜஹாங்கீர் தனது ஆட்சிப் பகுதிகளிலுள்ள தேவாலயங்கள் அனைத்தையும் மூடிவிட்டதாக ஒரு கடிதத்தில் குறிப்பிடப்பட்டுள்ளது. இந்தக் கடிதம் பிரிட்டிஷ் அருங்காட்சியகத்தில் உள்ளது. இதுவரை இக்கடிதம் பிரசுரிக்கப்பட வில்லை. எது எப்படி இருப்பினும் ஆக்ராவிலுள்ள கல்லூரி 1617ஆம் ஆண்டு ஒரு ஆர்மேனிய நாட்டவரால் தோற்றுவிக்கப்பட்டுள்ளது. அவரது பெயர் மிர்ஸா ஸீல் – குவார்னைன் என்பது. 1631இல் ஷாஜஹான் மிகக் கடுமையான அடக்குமுறையைக் கையாண்டார். முகலாயப் படையில் இருந்த அனைத்து பீரங்கிப் படை வீரர்களும்

ஐரோப்பிய கிறிஸ்தவர்கள் என்று கூறிவிட முடியாது. ஆட்டோமான் பேரரசைச் சேர்ந்த துருக்கிய வீரர்களும் பீரங்கிப் படையில் இருந்தனர்.
(See Ep. India. ii. 132 note)

வட இந்தியாவில் கிறிஸ்தவ சமயத்தின் வரலாறு சரியாக ஆராயப்படவில்லை. ஏசு சபையைச் சேர்ந்த பாதிரியார்களும், கம்பூச்சியப் பாதிரியார்களும் இந்த வரலாறு குறித்து ஆராய்ந்து வருகிறார்கள். பழைய கத்தோலிக்கர் கல்லறைகளைப் பாதுகாக்க உரிய முயற்சிகள் மேற்கொள்ளப்பட்டுள்ளன.

இந்தியாவில் கிறிஸ்தவ சமயம் பணியோடு தொடர்புடையது என்ற நூலாசிரியரின் கருத்து தென்னிந்தியாவில் காணப்படும் தேவலாயங்களுக்குப் பொருந்தாது. வடக்கிலும் தற்கால கிறிஸ்தவ சமயப் பிரச்சாரப் பணிகள் சுதந்திரமாக நடைபெற்று வருகின்றன. அரசுப் பணியோடு அதற்கு எந்தத் தொடர்பும் இல்லை.

இந்தியாவில் மதமாற்றத்திற்குத் தடையாக இருந்த காரணிகள் பற்றி பங்குத்தந்தை கிரிகரி அவர்களின் கருத்து - ஐரோப்பியர்கள் கீழ்த்திசை மொழிகளைப் பேசும் திறனின்றியிருத்தல்

ஒரு நாள் மாலை ரோமன் கத்தோலிக்கப் பாதிரியார், பங்குத் தந்தை கிரிகோரி எங்களுடன் அமர்ந்து சாப்பிட்டுக் கொண்டிருந்தார். அப்போது எங்களுடனிருந்த மேஜர் காட்பி அவரைப் பார்த்து "மக்களிடையே நமது சமயத்தைப் பரப்புவது எவ்வளவு தூரம் முன்னேறியிருக்கிறது?" என்று கேட்டார்.

"முன்னேற்றமா! ஏசுபிரான் நடத்திக் காண்பித்த அற்புதங்களைப் பற்றி நாம் பேசத்தொடங்கிய தருணத்திலேயே அவர்கள், கிருஷ்ணன் நிகழ்த்திய எண்ணற்ற, மேலான அதிசயங்களைப் பற்றி நமக்குத் தெரிவிக்கின்றனர். கால்நடைகளை மேய்க்கும் தனது நண்பர்களை கடும் மழையிலிருந்து காக்க அவன் தன் சுண்டுவிரலால் கோவர்த்தனகிரியைக் குடையாகப்[1] பிடித்த அதிசயத்தை மக்கள் நமக்கு விளக்குகிறார்கள். இவர்களுக்கு மத்தியில் நமது சமயத்தைப் பரப்புவதில் என்ன முன்னேற்றம் ஏற்பட முடியும்?" என்று பதில் சொன்னார், பங்குத்தந்தை கிரிகோரி. இராமனும் கிருஷ்ணனும் மகாவிஷ்ணுவின் அவதாரங்கள். அவர்கள் புரிந்த போர்களும், நிகழ்த்திய

காதல் விளையாட்டுகளும், அவைகள் உண்மையில் பூமியில் நடைபெற்றதற்கு ஐம்பதாயிரம் ஆண்டுகளுக்கு முன்பே எழுதப்பட்ட, மக்களால் நம்பப்படும் வரலாறுகள். முன்பே சொல்லப்பட்ட நற்செய்திகள் பின்னால் நிகழ்ந்துள்ளன.[2] நாம் சொல்லும் அற்புதங்கள், இந்தியர்களுக்கு ஒன்றும் வியத்திரு அற்புதங்களல்ல. கொரியான்திரியர்களின் ஐயப்பாடுகளைப் போக்க புனிதர்பால் சூரியனையும் சந்திரனையும் பூமிக்குக் கொண்டு வந்து, பின் எந்த கோளுக்கும் சிறு சேதம் கூட ஏற்படாமல் ஒரு டென்னிஸ் பந்து மேலெழும்புவதைப்போல், அவைகளை மேலே போகும்படிச் செய்தார் என்ற செய்தியை ஒரு கிறிஸ்தவர், ஓர் இந்துவிடம் சொன்னால், அவர் அந்த அதிசயத்தைப் பற்றி சிறிதுகூட சந்தேகப்படமாட்டார். ஆனால் அவர் இதனைவிடச் சிறப்பாக கிருஷ்ணன் கோபியர்களிடையே நிகழ்த்திய அற்புதங்களைப் பற்றியோ, நம்பிக்கையற்ற ஒருவனுக்காக நிகழ்த்திய வேறு அதிசயங்கள் பற்றியோ நமக்குத் திரும்பக் கூறுவார்.

நான் ஆக்ராவில், சுலைமான் ஷீகோவின் மூத்த புதல்வர் மிர்ஸா காம் பக்ஷ் அவர்களைச் சந்தித்தேன். அவர் தற்போதைய பேரரசரின் சகோதரர் மகன். அவர் எங்களுடன் ஜபல்பூரில் சிறிது காலம் தங்கியிருந்தார்; ரீவாவின் அரசருடன் அவருக்கு நிலம் தொடர்பான பிரச்சனை இருந்தது. அதைத் தீர்ப்பதற்கே அவர் ஜபல்பூர் வந்திருந்தார். 1762இல் வங்காளத்திலிருந்து வந்த ஆங்கிலேய சேனைக்குப் பயந்து பேரரசர் ஷா ஆலம் டில்லி நோக்கி ஓடும்போது, மிர்ஸாபூர் என்ற இடத்தில் டில்லி சாலையைவிட்டுப் பிரிந்து ரீவா அரசரிடம் சரண் புகுந்தார். ரீவா அரசர் பேரரசர் ஷா ஆலம் தங்கியிருப்பதற்காக மக்கன்பூர்[3] என்ற கிராமத்தைக் கொடுத்தார். அங்குதான், ராணியான ஷா ஆலம் அவர்களின் மனைவி, தற்போதைய பேரரசரான அக்பர் ஷாவை ஈன்றெடுத்தாள்.[4] ரீவா அரசர் இவருக்கும் இவரது சந்ததி களுக்கும், அவர்கள் தங்கியிருந்த கிராமத்தின் வருவாயைக் கொடுத்திருந்தார். தஞ்சம் புகுந்த 'ஷா' குடும்பத்தினரின் எண்ணிக்கை அதிகரித்துக்கொண்டே வந்தது. ஒரு கிராமத் திலிருந்து கிடைத்த வருவாய் அவர்களுக்குப் போதவில்லை. மேல் வருமானத்திற்காக அக்பர்ஷா அக்கம் பக்கத்தில்

வேட்டையாட ஆரம்பித்தார். மக்கன்பூர் ஒரு மாவட்டத் தலைநகராக மாறியிருந்தது. 'பர்கானா' என்ற அந்தஸ்தைப் பெற்றது. அங்கு வாணிபமும் நன்கு நடந்துவந்தது. இதனால் ரீவா அரசருக்கு நல்ல வருமானமும் கிடைத்தது. அக்பர்ஷா இந்த மக்கன்பூர் மாவட்டம் முழுவதையும், ரீவா அரசரிட மிருந்து அபகரிக்க எண்ணம் கொண்டார். அதனால் ரீவா அரசருக்கு ஒன்றும் பெரிய இழப்பு ஏற்பட்டுவிடப் போவதில்லை என்று நினைத்தார் அக்பர்ஷா. எனவே மக்கன்புர் மாவட்டத்தைப் பெறுவதற்கு, தன் குடும்பத்தில் மிகத் திறமைவாய்ந்த நபரான காம்பக்ஷ் என்பவரை ரீவா அரசரிடம் அனுப்பி வைத்தார். ரீவா அரசர் மிகுந்த திறமைசாலி; தனது நாட்டின் வருமானத்தை இழக்க விரும்பாத அவர் அக்பர் ஷாவின் திட்டத்திற்கு செவி சாய்க்காமல் காம்பக்ஷிடம் ஆயிரம் ரூபாயைக் கொடுத்து, அவரை அனுப்பிவிட்டார். (இதுதான் ரீவா அரசருக்கும், மிர்ஸா காம் பக்ஷ்க்கும் இடையிலான பிரச்சனை. இதைத் தீர்க்கத்தான் அவர் ஜபல்பூரில் தங்கியிருந்தார்.)

உயர்நிலையிலுள்ள, நன்கு படித்த முகமதியர்களுடன் உரையாட ஐரோப்பியர்களால் இயலவில்லை; அன்றாட வாழ்க்கை தொடர்பான செய்திகளைப் பரிமாறிக் கொள்ளும் அளவுக்குத்தான் ஐரோப்பியர்களுக்கு, முகமதியர்கள் பேசும் மொழி தெரிந்திருக்கிறது. அதற்கு மேல் எதையும் விவாதிக்க அவர்களால் இயலாது. படித்த ஒரு முகமதியருக்கு டாலமீயின் வானநூலும், அரிஸ்டாட்டிலின் தர்க்க சாத்திரமும், பிளாட் டோவின் நீதிநூலும் நன்கு தெரியும். ஹிப்போகிரேட்டஸ், அவிசென்னா[5] போன்ற அறிஞர்களின் நூல்களில் கூறியிருந் ததையும் முகலாயர்கள் தெரிந்து வைத்திருந்தனர். தத்துவம், இலக்கியம், அறிவியல், கலைகள் ஆகிய அனைத்தைப் பற்றியும், அவைகளில் தற்போது ஏற்பட்டுள்ள முன்னேற்றம் பற்றியும் அவர்களால் பேசமுடியும். இதே பொருள்பற்றி எவ்வளவுதான் அதிகமாக நமக்குத் தெரியும் என்று நாம் நினைத்தாலும், நாம் அதனை நம்முடைய மொழியில் அவர்களுடன் விவாதிக்க முடியாது. என்னைத் தவிர மற்ற ஐரோப்பியர்கள் முகமதியர்களுடன் அவ்வளவாக, சரளமாகப் பழகியதில்லை; பேசியதில்லை. நான் படித்த முகமதியர் களிடம் அரசாங்கம் பற்றியும், பல நாடுகளின் அரசுகள்

பற்றியும், அரசுடன் மக்களுக்குள்ள தொடர்புகள் பற்றியும், மனிதர்களின் மனம் செயல்படும் விதம் பற்றியும், படித்தவர்கள் அன்றாடம் விவாதிக்கும் பொருள்பற்றியும் பேசியுள்ளேன். அவர்களுக்குப் புரிந்த மொழியில் அல்லது விதத்தில் விளங்கினால் நாம் சொல்வதை அவர்கள் நன்கு புரிந்து கொள்கிறார்கள். ஆனால் அவர்களின் மொழிகளை நானோ மற்ற ஐரோப்பியர்களோ நன்கு தெரிந்து வைத்திருக்கவில்லை. ஆனால் கீழ்த்திசை இந்தியர்களால்[6] இங்குள்ள மொழிகளைப் புரிந்துகொள்ள முடியும். நமது எண்ணங்களை அவர்கள் விரும்புகிறார்கள்; நாம் அவர்களது மொழியை விரும்புகிறோம். நாம் அவர்களின் மொழியைப் புரிந்து கொள்ள முடியாமைக்குக் காரணம், அவர்களிடம் அதிகம் பழகாமலிருப்பதே. இதை நாம் ஒப்புக்கொண்டே ஆகவேண்டும்.

உள்ளூர் பணியாளர்களுக்குக் கட்டளைகள் பிறப்பிக்கும் போது மோசமான கொச்சை வார்த்தைகளைப் பயன்படுத்து வதைப் பற்றி நாம் வெட்கப்படுவதேயில்லை. இராணுவ அதிகாரிகள் தங்களது சிப்பாய்களிடம், ஆயுதங்கள், போர் அணிவகுப்பு, பயிற்சி போன்றவைகள் பற்றியும், மற்ற மக்களிடம் களத்தில் நடத்தப்படும் விளையாட்டுப் போட்டிகள் பற்றியும் மட்டுமே பேசுகிறார்கள். அவர்கள் சொல்வது கேட்பவருக்குப் புரிந்துவிட்டால் போதும். வேறு எதைப் பற்றியும் அவர்கள் (அதிகாரிகள்) கவலைப்படுவதில்லை. சிவில் நிர்வாக அதிகாரிகள் உள்ளூர் அதிகாரிகளிடம் பேசும் போது சற்று அதிகமான விஷயங்களைப் பற்றி பேசுகிறார்கள். ஆனால் அவர்கள் எப்படிப்பட்ட மொழியில் பேசுகிறோம் என்பதைப் பற்றிக் கவலைப்படுவதில்லை. மிகப்பெரிய அதிகாரிகள் பிரதேச அரசர்களிடம் பேசும்போதுகூட கொஞ்சம்கூட வெட்கப்படாமல் யாருமே புரிந்துகொள்ள முடியாதபடி, கொச்சையான ஒரு மொழியில் பேசுகிறார்கள்.[7] நிர்வாக அமைப்பில் நம்மை ஊக்குவிக்கும் ஏதோ ஒரு நிகழ்ச்சி நடைபெற்றால் தவிர, உள்ளூரிலுள்ள படித்த மக்களிடம் நாம் ஒழுங்காகப் பேசப்போவதில்லை. நாம் பேசுவதைக் கேட்டு அவர்கள் ஓரளவு சமாதானமடையலாம்; ஆனால் நிச்சயமாக மகிழ்ச்சியடைய மாட்டார்கள்.[8] நாம் அவர்களது மொழியை நன்றாகக் கற்றுக்கொள்ள வேண்டும்

அல்லது நமது மொழியை அவர்களுக்குக் கற்பிக்க வேண்டும். அப்போதுதான் நிறுவனங்களில், நீதிமன்றங்களில், ஆட்சிமன்றக் கூடங்களில் நாம் அவர்களுடன் சமமாகக் கருத்துகளைப் பரிமாறிக்கொள்ள முடியும்; அத்தகைய இடங்களில் அவர்களுக்கு வாய்ப்புகளைக் கொடுக்க முடியும்.[9] மனிதர்களின் மன இயக்கங்கள் பற்றியும், கடமைகள் பற்றியும், சமய வேறுபாடின்றி இரண்டு நூல்கள் எழுதப் பட்டுள்ளன. இதுவரை மனித உறவுமுறைகள் பற்றி எழுதப் பட்ட புத்தகங்களிலேயே அவைதான் சிறப்பானவை. ஒன்று இமாம் – உத் – தீன் கஸாலி என்பவரால் எழுதப்பட்ட நூல். மற்றது 'டஸ்' என்ற இடத்தைச் சேர்ந்த நசீர் – உத் – தீன் அவர்கள் எழுதியது.[10] பிளாட்டோவைப் பின்பற்றியே அவர்கள் நூல்களை எழுதியிருந்தாலும், இந்த நூல்கள் நடைமுறை சாத்தியமானவைகளை மட்டுமே கூறுகின்றன. அரிஸ்ட்டாட்டிலின் கருத்துகளில் இருக்கும் வறட்டுத்தன்மை இந்த நூல்களில் குறைவு.

ஐரோப்பியர்கள், உள்ளூர்வாசிகளிடம் சரியான மொழியில் பிழையின்றிப் பேசத் தவறியதால் ஏற்பட்ட சில விபரீதமான விளைவுகளை அல்லது தவறுகளை விளக்க சில சம்பவங்களைக் கூறலாமென்று நினைக்கிறேன்.

என்னுடைய இராணுவப்பிரிவில் சேர்ந்து பணியாற்ற[11] 1810ஆம் ஆண்டு[12] நான் தினாப்பூர் வந்தபோது திரு. வில்ட்டன் என்ற வங்காள ஆட்சிப் பணியைச் சேர்ந்த அதிகாரி பாட்னாவில், கிழக்கிந்தியக் கும்பெனியின் அபின் வர்த்தக முகவராகப் பணியாற்றி வந்தார். அவருக்கு அழகான ஒரு வீடு இருந்தது; நல்ல வசதியுடன் வாழ்ந்து வந்தார். தினப்பூர் கன்டோன்மென்ட்டிலிருந்து பன்னிரண்டு பேர் அவருடன் வந்து தங்கியிருந்தது அவருக்குப் பிடிக்க வில்லை. அந்த ஆண்டில் தனது ஊதியத்திலிருந்தும், அபின் தாவரத்தைப் பயிரிடும் விவசாயிகளிடமிருந்து அரசாங்கம் அபின் வாங்கியதில் அவருக்குக் கிடைத்த தரகிலிருந்தும்[13] ஒரு லட்ச ரூபாய் கூடத் தன்னால் சேமிக்கமுடியவில்லை என்று அவர் குறைபட்டுக் கொண்டதாகக் கேள்விப்பட்டேன். மற்ற துறைகளிலிருந்த அதிகாரிகளுக்குத் தங்களது பணிகள் என்னவென்று நன்கு தெரிந்திருந்தது; அதை அவர்கள் செவ்வனே செய்யப் பிரியப்படுவதாக மற்றவர்களை நம்ப

வைத்தனர். ஆனால் கும்பெனியில் வணிக முகவர்களாகச் செயல்பட்டவர்களுக்கு தங்களது கடமைகள் என்னவென்று தெரியவுமில்லை; தாங்கள் செய்யும் பணியை அவர்கள் வெளியில் கூற விரும்பவுமில்லை. அவர்கள் செய்துவந்த பணி, அதிக வேலையின்றி, தரகு மூலம் வருவாய் ஈட்டும் பணி. அதிகத் திறமையில்லாத, வேலை செய்யாத சோம்பேறிகள் செய்யும் வேலையை முகவர்களாகச் செயல்படும் அதிகாரிகள் செய்து வந்தனர்.[14] வில்ட்டன் செய்து வந்த பணியை இளைஞர்கள் தெரிந்து கொண்டால் நல்லதல்ல. விருந்தினர்களை உபசரிப்பதைத் தவிர அவருக்கு வேறு வேலையில்லையென்று பலர் நினைத்தார்கள்.

உள்ளூர்வாசிகளுடன் அதிகம் பழகாத காரணத்தால், மக்கள் பேசும் மொழியை அதிகாரிகளால் நன்கு பேச முடியவில்லை. திரு.வில்ட்டனின் நெருங்கிய நண்பருக்கு இதன் காரணமாக உயிர் போய்விடும் ஒரு நிலை ஏற்பட்டுவிட்டது. வில்ட்டனின் நண்பர் ஒருவர் (Mr. P.........st) சில நாட்களாக நோய்வாய்ப்பட்டிருந்தார். திரு. வில்ட்டன் நோயாளியான தனது நண்பரின் படுக்கையருகிலேயே அமர்ந்திருந்தார்; அவரை கவனமுடன் பார்த்துக் கொண்டிருந்தார். நண்பர் உயிர் பிழைப்பது கடினம் என்று மருத்துவர்கள் தெரிவித்து விட்டார்கள். திரு. வில்ட்டன் கடைசி முயற்சியாக, இடமாற்றம் நன்மை தரும் என எண்ணி, தனது நண்பரை கங்கையாற்றுக்கு அழைத்துச் செல்ல விரும்பி, அவரை கங்கையில் பயணம் மேற்கொள்ளும் ஒரு சிறு கப்பலில் ஏற்றிக்கொண்டு தானும் உடன் சென்றார். ஹுக்ளி வரை அவர்கள் கங்கையாற்றில் சிறிய கப்பலில் பயணம் செய்தனர். நண்பர், தான் நன்றாக இருப்பதுபோல் உணர்வதாகவும், ஆட்டுக்குட்டி இறைச்சி சாப்பிட விரும்பு வதாகவும் திரு. வில்ட்டனிடம் தெரிவித்தார். நண்பரின் விருப்பத்தைத் தெரிந்துகொண்ட திரு. வில்ட்டன் கப்பலின் மேல் தளத்திற்கு வந்து உணவு மேஜைப் பணியாளரை அழைத்தார். உணவு மேஜைப் பணியாளரை 'கன்ஸாமா' என்று அழைப்பது வழக்கம்.

"கன்ஸாமா, எனது நண்பர் சில நாட்களாக உடல் நலமின்றி இருப்பது உனக்குத் தெரியுமா?" என்று கேட்டார் திரு. வில்ட்டன்.

"எனக்குத் தெரியும், ஐயா" இது கன்ஸாமாவின் பதில்.

"அவர் ஒருமாத காலமாக எதுவும் சாப்பிடவில்லை."

"ஒரு மனிதர் அவ்வாறு நீண்ட நாட்கள் சாப்பிடாமல் இருக்கக் கூடாது, ஐயா"

"ஆம் கன்ஸாமா, அவரது வயிறு மிகவும் நொந்து போயுள்ளது. கடினமான உணவு எதையும் அவரால் சாப்பிட முடியாது."

"அது உண்மைதான், ஐயா."

"நன்று கன்ஸாமா, ஆனால் நண்பர் வறுத்த 'மதியான்' (பெண்குதிரை) வேண்டுமென்று கேட்கிறார்". (அவர் சொல்ல நினைத்தது 'ஹால்வான்'. 'ஹால்வான்' என்றால் ஆட்டுக்குட்டி.[15]

"வறுத்த 'மதியான்' மாமிசமா ஐயா?"

"ஆம், கன்ஸாமா; வறுத்த 'மதியான்' தான். மிக நன்றாக நீ அதனைத் தயாரித்துத் தரவேண்டும்."

"முழு 'மதியான்' வேண்டுமா ஐயா?"

"உடனடியாக முழு 'மதியானும்' தேவையில்லை. ஆனால் நீ முழுவதையும் வறுத்து தயாராக வைத்துக் கொள். அதில் எந்தப் பகுதியை நண்பர் விரும்புவார் என்று தெரியாது."

நல்ல ஆரோக்கியமான துருக்கியர்கள் குதிரை மாமிசம் சாப்பிடுவார்கள் என்று அந்த வயதான மேஜைப் பணியாளருக்குத் தெரியும். ஆனால் நோயில் படுத்திருக்கும் ஒருவருக்கு குதிரை மாமிசத்தின் மீது ஆவல் ஏற்பட்டதை அந்தப் பணியாளரால் புரிந்துகொள்ள முடியவில்லை.

"ஐயா, பெண் குதிரை உடனே கிடைக்குமென்று சொல்ல முடியாது; அப்படியே கிடைத்தாலும் விலை சற்று அதிகமாக இருக்கும்" என்றார் பணியாள்.

"அதைப்பற்றிக் கவலைப்பட வேண்டாம் கன்ஸாமா; என்ன விலையாக இருந்தாலும் ஒரு பெண் குதிரையை (மதியான்) வாங்கிவிடு விலை ஆயிரம் ரூபாயாக இருந்தாலும் நண்பருக்கு அது வேண்டும்" என்று பணியாளரிடம் கூறி விட்டார் திரு. வில்ட்டன்.

தான் வெளியே சென்று வரும்வரை கப்பலை கரையருகிலேயே நிறுத்தி வைக்குமாறு கேட்டுக்கொண்டு, தனது வணக்கத்தைத் தெரிவித்துவிட்டு பெண்குதிரை வாங்கச் சென்று விட்டார் கன்ஸாமா.

வில்ட்டனும், நோயாளியான அவரது நண்பரும், வேலைக் காரர்கள் பற்றி சிறிது நேரம் பேசிக்கொண்டிருந்தார்கள். வயதான பணியாளர்களே விசுவாசமாக இருப்பதாகவும், நோயுற்றுள்ள ஒருவர் அத்தகைய பணியாட்களையே அருகில் வைத்துக்கொள்ள வேண்டும் என்றும் நண்பர் கருத்து தெரிவித்தார்.

கிட்டத்தட்ட இரண்டு மணிநேரம் சென்று குதிரை வாங்கச் சென்ற மேஜைப் பணியாள் வந்துவிட்டதாகத் தெரிந்தது. தாமதமாக வந்ததற்காக அவரைக் கடிந்துகொள்ளும் நோக்கத்துடன் அவர் இருப்பிடத்திற்குச் சென்றார் வில்ட்டன். அந்தத் தடித்த பணியாளர் ஒரு வயதான பெண் குதிரையை வாங்கி, அதனை நான்கு கூறுகளாக்கி, எட்டு உதவியாளர்களின் துணையோடு எடுத்து வந்துகொண்டிருந்தார். தனக்குக் கொடுக்கப்பட்ட வேலையை செவ்வனே முடித்துவிட்டதாக அந்தப் பணியாளருக்கு பரம திருப்தி. ஷேக்ஸ்பியர் நாடகத்தில் வரும் நகைச்சுவைப் பாத்திரமான ஃபால்ஸ்டாஃப் போன்று தடித்த உருவமுடைய பணியாளர் அவர். தான் கொண்டு வந்திருந்த குதிரை மாமிசத்தை சமையர்காரர்களிடம் கொடுத்து சமைக்கச் சொல்லிவிட்டு வில்ட்டனைக் காண கப்பலுக்குள் வந்தார் ‘கன்ஸாமா.’ அனைத்தையும் பார்த்துக் கொண்டிருந்த வில்ட்டனுக்கு அதிர்ச்சியாக இருந்தது. “என்ன காரியம் செய்திருக்கிறாய் கன்ஸாமா?” என்று கோபத்தில் கத்தினார்.

“நோயாளி விரும்பிய பெண் குதிரையைத்தான் வாங்கி வந்துள்ளேன் அதுவும் இருநூறு ரூபாய் அதற்கு விலையாகக் கொடுத்துள்ளேன். அதற்குக் குறைவாக ஒரு பைசா பெறுவதற்குக் கூட அதன் உரிமையாளர் மறுத்துவிட்டான்” என்றார் பணியாளர்.

இதனைக் கேட்ட நோயாளி நண்பர் குலுங்கக் குலுங்கச் சிரித்தார். அவ்வாறு சிரித்ததில் ஈரலில் இருந்த கட்டி உடைந்து விட்டது; அவரது உபாதையும் குறைந்துவிட்டது. நலமடைய ஆரம்பித்துவிட்டார் நண்பர். பின்னால் தவறு

சரிசெய்யப்பட்டு அவர் விரும்பிய ஆட்டுக்குட்டி இறைச்சி அவருக்கு சமைத்துக் கொடுக்கப்பட்டது. பத்து தினங்களில் நல்ல ஆரோக்கியத்துடன் நண்பர் கல்கத்தாவிற்கு அழைத்துச் செல்லப்பட்டார். மருத்துவர்கள் வியப்படைந்தனர். "ஹால்வான்" (ஆட்டுக்குட்டி) என்ற சொல்லை 'மதியான்" (பெண்குதிரை) என்று தவறாக உச்சரித்ததால் வந்த விளைவு இது.

1815ஆம் ஆண்டு நடைபெற்ற நேப்பாள யுத்தத்தின் போது ஆங்கிலேயப்படையின் முதல் பிரிவிற்குத் தலைமை யேற்று நடத்திச் சென்றவர் மேஜர் ஜெனரல் 'ஓ ஷேலோரான்' என்பவர்.[16] அவர் தனது படைப்பிரிவை தர்பங்கா சமஸ் தானத்தின் வழியாக அழைத்துச் செல்ல வேண்டியிருந்தது. அப்போது மரியாதை நிமித்தம் தர்பங்கா ராஜா, ஜெனரலைச் சந்தித்தார். இராணுவ அதிகாரிக்கு மரியாதை தெரிவிக்கும் விதத்தில் ராஜா நிறைய பரிசுப் பொருட்களைக் கொண்டு வந்திருந்தார். ஆனால் விலை கொடுக்காமல் எதையும் தான் பெற்றுக் கொள்வதில்லை என்று கூறி எதையும் வாங்கிக் கொள்ள மறுத்துவிட்டார் அந்த இராணுவ அதிகாரி. ஆனால் தனக்குப் பிடித்தமான "கௌவா" கொடுக்கப்பட்டால், அதனை வாங்கிக் கொள்ள தான் தயாராக இருப்பதாக அவர் தெரிவித்தார். "கௌவா" என்றால் காகம். அவர் சொல்ல நினைத்தது "காவா." 'காவா' என்றால் காப்பி.

ராஜா ஆச்சரியத்துடன் இராணுவ அதிகாரியைப் பார்த்து, தர்பங்காவில் நிறைய காகங்கள் இருப்பது உண்மைதான் என்றும், அவை இந்தியாவின் அனைத்து பகுதிகளிலும் நிறைய கிடைக்கும் என்றும் கூறினார்.

"மன்னர் அவர்களே, கும்பெனியின் ஆட்சிக்குட்பட்ட எந்தப் பகுதியிலும் நான் (கௌவா) காகங்களைப் பார்க்க வில்லை. நானும் அனைத்து இடங்களிலும் பணியாற்றி யுள்ளேன். எங்கும் அதனைப் பார்க்கவில்லை" என்றார் இராணுவ அதிகாரி.

"நேப்பாளம் குளிர் நிறைந்த பகுதி. கொஞ்சம் (கௌவா) இருந்தால் நன்றாக இருக்கும். நீங்கள்தான் கொடுத்து உதவவேண்டும்" என்று மன்னரைப்பார்த்து மேலும் கூறினார் அந்த அதிகாரி.

"உங்கள் விருப்பம் அதுவென்றால், நான் கட்டாயம் அதனை நிறைவேற்றி வைக்கிறேன்" என்று உறுதியளித்தார் ராஜா.

"மூன்று பைகள் நிறைய எங்களுக்கு 'கௌவா' அனுப்பி வையுங்கள்" என்றார் இராணுவ அதிகாரி. அவர் நினைத்தது 'காவா' என்ற காப்பிக் கொட்டையை. அதை "கௌவா" என்று (காகம் என்று) தவறாகப் புரிந்து கொண்டுவிட்டார் ராஜா.

மறுநாள் தர்பங்கா ராஜா தனது ஆட்களை அனுப்பி காக்காய்களைச் சுடச்சொல்லி அவைகளை மூன்று சாக்குப் பைகளில் கட்டி இராணுவ அதிகாரிக்கு அனுப்பிவைத்து விட்டார். தனது தவறினால் ராஜா காப்பிக்குப் பதிலாக காகங்களை அனுப்பியது குறித்து வாய்விட்டுச் சிரித்தார் அந்த இராணுவ அதிகாரி. பின் தவறுக்குத் தன்னை மன்னித்துவிடும்படி ராஜாவுக்கு செய்தி அனுப்பி வைத்தார். ஜெனரல் ஓ ஷேலோரான் அவர்கள் போன்று தான் பெரும் பான்மையான ஐரோப்பியர்களும் உள்ளூரில் பேசப்படும் மொழியில் உள்ள சொற்களை சரியாக உச்சரிக்க அவர்களால் இயலவில்லை. உச்சரிப்பு மாறுபட்டால் பொருள் மாறுபடும் என்பதை அவர்கள் உணரவில்லை.

காம் பக்ஷ் என்பவருக்கு இரண்டு சகோதரிகள். ஒரு சகோதரியை அவத் அரசருக்கும், மற்றவளை பேரரசரின் சகோதரன் மிர்ஸா சலீம் என்பவனுக்கும் திருமணம் செய்து கொடுத்திருந்தார். மிர்ஸா சலீமுக்கும் அவனது மனைவிக்கும் மனத்தாங்கல் ஏற்பட்டு மணமுறிவு ஏற்பட்டுவிட்டது. எனவே மிர்சாவின் மனைவி அவத் சமஸ்தானத்திற்குச் சென்று ராணியான தனது சகோதரியுடன் வசித்து வந்தாள். அவத் அரசருக்குத் தன் மனைவியைவிட மனைவியின் சகோதரி அழகாக இருப்பதுபோல் தோன்றியது. அவளையும் மணந்து கொள்ள விரும்புவதாக லக்னோவில் இருந்த அவளது தந்தைக்கு செய்தி அனுப்பினார். அவளது தந்தை அரசரிடமிருந்து மாதம் ஐயாயிரம் ரூபாய் ஓய்வூதியம் வாங்கிக் கொண்டிருந்தார். தனது மகளின் மறுமணத்திற்குத் தந்தை உடன்படவில்லை; அவளை தன்னிடம் அனுப்பி வைத்துவிடுமாறு செய்தியனுப்பினார். ஆனால் மகளுக்குத் தன் மைத்துனனான அவத் அரசருடன் படுக்கையைப் பகிர்ந்துகொள்ள விருப்பம். அவள் வரவில்லை.[17] தந்தை

தனது நண்பரான கர்னல் கார்டினர் என்பவரை அணுகி, இந்தப் பிரச்சனையில் சமாதானம் செய்து வைக்குமாறு வேண்டிக்கொண்டார். கர்னல் கார்டினர், கௌரவமான குடும்பத்தைச் சேர்ந்த ஒரு முகமதியப் பெண்ணை மணந்து கொண்டவர். அவத் அரசர், தனது மனைவியின் சகோதரியை அனுப்பி வைத்துவிட்டார். ஆனால் அதே சமயத்தில் அவளது தந்தைக்குக் கொடுத்துவந்த ஓய்வூதியத்தை நிறுத்திவிட்டார். அதுமட்டுமல்லாமல் அவரும் அவரது குடும்பத்தைச் சேர்ந்தவர்களும் தனது நாட்டைவிட்டுச் சென்றுவிட வேண்டுமென்று உத்தரவு பிறப்பித்துவிட்டார். தந்தை தனது மகளை அழைத்துக்கொண்டு டில்லிக்குப் புறப்பட்டார். வழியில் கான்கன்ஞ் என்ற ஊரில் தனது நண்பர் கர்னல் கார்டினர் அவர்களின் இல்லத்தில் தங்கினார். “ஓய்வூதியம் போனால் என்ன நீங்கள் தைமூரின் பரம்பரை கௌரவத்தைக் காப்பாற்றிவிட்டீர்கள்” என்று கர்னல் அந்த முதியவரை சமாதானப்படுத்தினார். கர்னலின் வீட்டில் தங்கியிருந்த பெண்ணுக்கும், கர்னலின் மகன் ஜேம்ஸ் என்பனுக்கும் தொடர்பு ஏற்பட்டு இருவரும் லக்னோ நோக்கி ஓடிவிட்டனர். தந்தையும், கர்னலும் துரத்திக்கொண்டு பின்சென்றனர். இருவரும் தடியாக இருந்ததால், அவர்களால் விரைந்து செல்ல இயலாமல், துரத்துவதை நிறுத்திவிட்டு, திரும்பி வந்துவிட்டனர். கர்னல் கார்டினர் உடனே துப்பாக்கிச் சண்டையிலோ, அல்லது வாட்போரிலோ ஈடுபட்டு, அந்தப் பெண்ணை மீட்க வேண்டும் என்று ‘சுலைமான் ஷீகோ’ கூறினார். ஆனால் தைமூரின் பரம்பரை கௌரவத்தைக் காப்பாற்ற ஓடிப்போன இருவருக்கும் திருமணம் செய்து வைத்துவிட வேண்டும் என முடிவு செய்யப்பட்டது.[18] இந்த சம்பவம் குறித்து அவத் அரசருக்கு மிக்க மகிழ்ச்சி. முதியவர் பழிவாங்கப்பட்டுவிட்டதாக அவர் நினைத்தார். தனது சகோதரி திரும்பி வந்துவிட மாட்டாள் என்பது குறித்து அவத் ராணிக்கும் மகிழ்ச்சி. நடந்த சம்பவங்கள் குறித்து எல்லாம் எனது நண்பர் காம் பக்ஷ்க்கு கடிதங்கள் அனுப்பினான். அவர் அப்போது ஜபல்பூரில் இருந்தார் அவர் கடிதங்களுடன் என்னை வந்து பார்த்தார். நடந்த சம்பவங்கள் முதியவருக்கு மீண்டும் ஓய்வூதியம் கிடைப்பதில் தடையாக இருக்குமா என்பது குறித்து அவர் என்னிடம் பேசினார்.

குறிப்புகள்

1. கோவர்த்தனகிரி (கோவர்தன்) என்பது ஒரு புனித யாத்திரைத்தலம். மதுரா மாவட்டத்திலுள்ள இந்த இடத்தில் பல கோயில்கள் உள்ளன. 1826 இல் கோவர்தன் ஆக்ரா மாவட்டத்தில் இணைக்கப்பட்டது. 1832இல் மதுரா புதிய மாவட்டத்தின் தலைநகராக்கப்பட்டது. அப்போது கோவர்தனும் அதைச் சார்ந்த இடங்களும் ஆக்ராவிலிருந்து மதுராவுக்கு மாற்றப்பட்டன.
2. புராணங்களில் வரலாறு நற்செய்திபோல் சொல்லப்படுகிறது (வருவது உரைத்தல்). பாகவத புராணம் கிருஷ்ணனைப் பற்றியக் கதைகளைக் கூறுகிறது. இந்தி மொழியிலுள்ள 'ஸ்கந்தா' என்ற புராணத்தின் 10வது புத்தகம் "பிரேம் சாகர்" அல்லது 'காதல் கடல்' எனப்படுகிறது. மிகவும் சலிப்புண்டாக்கும் புத்தகங்களில் உலகிலேயே முதன்மையானது இதுதான்.
3. பேரரசர் ஷா ஆலம் ஓடிவந்தது 1757இல் நடை பெற்ற பிளாஸி யுத்தத்தை அடுத்து. பிளாஸி யுத்தத்தைத் தொடர்ந்து ஏற்பட்ட சச்சரவுகள் 1764இல் பக்ஸார் யுத்தத்தின்போது முடிவுக்கு வந்தன. இதன் மூலம் வங்காளத்தின் சிவில் நிர்வாகம் கிழக்கிந்தியக் கும்பெனியிடம் வந்தது. பீஹார், ஒரிஸா போன்ற பிரதேசங்களும் கும்பெனியின் வசம் வந்தன. 1765ஆம் ஆண்டிலிருந்து 1771ஆம் ஆண்டுவரை ஷா ஆலம், அலகாபாத்தில் ஆங்கிலேயர்களை நம்பியே இருந்துவந்தார். 1771ஆம் ஆண்டிலிருந்து 1803ஆம் ஆண்டுவரை அவர் மராட்டியர்களின் கட்டுப்பாட்டில் இருந்து வந்தார். 1803இல் லேக் பிரபு டில்லிக்கு வந்ததும் ஷாஆலம் பிரிட்டிஷ் அரசாங்கத்தின் கைதியாகிவிட்டார். அவருடைய வாரிசுகளும் அதேபோல்தான் இருந்துவந்தனர். 1788ஆம் ஆண்டில் ரோஹில்லாவின் தலைவர் குலாம் காதிர் அவரை குருடாக்கிவிட்டார்.
4. இங்கு குறிப்பிடப்படுவது இரண்டாம் அக்பர். பேரரசர் என்பது அவரைப் பொறுத்தவரை ஒரு பட்டமே. உண்மையில் அவர் பேரரசராகச் செயல்படவில்லை.
5. 'அவிசென்னா' என்பதற்குப் பதில் பூயலீ ஷினா என்று மூலப்பதிப்பில் குறிப்பிடப்பட்டுள்ளது. முழுப்பெயர் அபு அலி அல் – ஹீஸைன் இபின் அப்துல்லா இபின் சீனா. அப்படி என்றால் 'சினா அவரது பாட்டனார்' என்று பொருள்படும். 'அபுசினா' அல்லது 'இபின் சினா' என்பது அவிசென்னா என்று தப்பாக அச்சிடப்பட்டுள்ளது. அவர் அரேபிய மொழியில் நூற்றுக்கும் மேற்பட்ட கட்டுரைகளை, மருத்துவம் பற்றி எழுதியுள்ளார். அவர் கி.பி. 1037இல் மரணமடைந்தார். இவரது வரலாறு Encyclo Brit, 11th ed 1910இல் கொடுக்கப்பட்டுள்ளது.
6. 'கீழ்த்திசை இந்தியர்கள்' என்பது இந்த இடத்தில் ஆங்கிலோ இந்தியர்களைக் குறிக்கும்.
7. அதிகாரிகள் என்று இங்கு குறிப்பிடப்படுபவர்கள், அரசியல்துறை சார்ந்த அதிகாரிகள். (Officers of Political Dept)
8. பழங்காலத்தில் ஆங்கிலேயே அதிகாரிகள் அவர்களுக்கும் பின்னால் பயிற்சிபெற்று வந்தவர்களைவிட நன்றாக பிராந்திய மொழியைப்

பேசினார்கள் என்பது தவறு. இதனை நூலாசிரியரின் சொற்கள் நன்கு விளக்குகின்றன.

9. ஆசிரியர் இந்தக் கருத்தை எழுதும்போதே வில்லியம் பென்டிங்க்கும், மெக்காலேயும் சேர்ந்து ஆங்கிலத்தை இந்தியாவின் ஆட்சிமொழியாக்கி விட்டனர். 1835ஆம் ஆண்டு மார்ச் 7ஆம் தேதி போடப்பட்ட தீர்மானதின்படி ஆங்கிலமே பயிற்று மொழியாகவும் ஆக்கப்பட்டு விட்டது. இதனால் ஆங்கிலம் கற்றவர்களுக்கே உயர் பதவிகள் வழங்கப்பட்டன. இந்தியர்கள் தற்போது (1914) லண்டனில் உள்ள இந்திய நிர்வாகக் குழுவிலும் (Council of India in London) இடம் பெற்றுள்ளனர்; மாகாண சட்டசபைகளிலும் அங்கத்தினர்களாக உள்ளனர். பிரதேச கவர்னர்களின் அலுவலகங்களில் துணை நிலை ஆளுநர்களின் அலுவலகங்களில் பணியாற்றுகின்றனர். நிர்வாக அதிகாரிகளாகவும், நீதிபதிகளாகவும் இருக்கின்றனர்.

10. பாரசீகத்தில் உள்ள 'டஸ்' நகரில் பிறந்தவர் கோஜா நசிர் உத் தீன். வானநூல், தத்துவம், கணிதம் போன்ற பல துறைகளில் இவர் வல்லுனராக இருந்தார். இவரது காலம் 13ஆம் நூற்றாண்டு. இமாம் – உத் – தீன் கஸாலி என்று நூலாசிரியர் குறிப்பிடும் அறிஞர் அபு ஹமீத் இமாம் அல் கஸாலி என்பவர். இவர் ஒரு புகழ்பெற்ற முகலாய மருத்துவர். இவரும் டஸ் நகரில் பிறந்தவர். இப்போது இந்த நகரை 'மீஷத்' என்கிறோம். இது குராசான் பகுதியில் உள்ளது. இந்த மருத்துவர் கி.பி. 1111இல் காலமானார். இவர் பல நூல்களை எழுதியுள்ளார்.

11. இங்கு குறிப்பிடப்பட்டுள்ளவர் திரு.ஜான் வில்ட்டன். இவர் 1775ஆம் ஆண்டு பணிக்கு வந்தவர்.

12. தினாபூர் கன்டோன்மென்ட் பாட்னாவிலிருந்து பத்துமைல் தொலைவில் உள்ளது.

16. இங்கு குறிப்பிடப்படுபவர் சர் ஜோசஃப் ஓ ஷேலோரான். இவர் 1814ஆம் ஆண்டு ஜூன் 4ஆம் நாள் லெஃப்டினன்ட் கர்னலாக பதவி உயர்வு பெற்றார். 10.1.1837இல் மேஜர் ஜெனரலாக உயர்த்தப்பட்டார். இராமசீயனா என்ற நூலில் (ப 59) இவர் பிரிகேடியர் ஜெனரலாகக் குறிப்பிடப்பட்டுள்ளார்; அவர் சாகர் பிரிவு இராணுவத்திற்குத் தளபதியாக குறிப்பிடப்படுகிறார்.

17. அவத் அரசரின் ஆசை முறையற்றது. சட்டத்திற்குப் புறம்பானது. யூதர்களைப் போன்றே முகலாயர்களும் சகோதரிகளைத் திருமணம் செய்துகொள்ளக் கூடாது. திருக்குரான் இதனை அனுமதிப்பதில்லை. (திருக்குரான் அத்தியாயம் 4) மிஷ்கத் – உல் – மாபி, புத்தகம் ஜ்வீவீவீ அத்தி. ஸ் பாகம் 2 பார்க்கவும். (Matthews, vo ii p. 94)

18. கர்னலுக்குப்பின் அவரது மகள்தான், தந்தையின் சொத்துகளை வாரிசு என்ற முறையில் பெற்றாள். எனக்குத் தெரிந்தவரை அவனும் அவனது மனைவியும் மகிழ்ச்சியுடன் வாழ்ந்தார்கள். (A particular Account of the European Military Adventures of Hindustan, from 1784 to 1803; compiled by Herbert compton : London 1892)

ஃபதேபூர் சிக்ரி - பேரரசர் அக்பரின் புனிதப் பயணம் - ஜஹாங்கீரின் பிறப்பு

ஜனவரி மாதம் 6ஆம் நாள் நாங்கள் ஆக்ராவை விட்டுப் புறப்பட்டோம். நாங்கள் கிளம்பிய உடனேயே அந்நகரம் வடமேற்கு மாகாணங்களின் ஆளுநர் சர் சார்லஸ் மெட்காஃப்[1] அவர்களின் இருப்பிடமாகிவிட்டது. நான் ஆக்ராவில் இருந்தபோது, அங்கு சிவில் நிர்வாக ஆணையர், நீதிபதி, மாவட்ட ஆட்சியர், சுங்கவரித்துறை ஆட்சியர் மற்றும் மேற்குறிப்பிட்ட அதிகாரிகளின் உதவியாளர்கள் ஆகியோரே இருந்தனர். இராணுவத்தைப் பொறுத்தவரை ஐரோப்பிய வீரர்கள் அடங்கிய ஓர் இராணுவப் பிரிவும், உள்ளூர் சிப்பாய்களைக் கொண்ட[2] நான்கு பிரிவுகளும், சிறிய பீரங்கிப் படையும் ஆக்ராவில் இருந்தன. இராணுவத் தலைவராக ஒரு பிரிகேடியர் செயல்பட்டு வந்தார்.

பீரங்கிப் பயிற்சி மைதானத்தைக் கடந்து சென்றபோது நாங்கள், அக்பரின் மனைவியும், ஜஹாங்கீரின் அன்னையுமான 'ஜோத் பாய்'யின் சமாதியைப் பார்த்தோம். ஜோத் பாய் இராஜபுத்திர இனத்தைச் சேர்ந்த ஓர் இந்து அரசரின் மகள்; மிகவும் அழகானவள்; நல்லவளும்கூட[3]. முகலாயப் பேரரசர்கள், இஸ்லாமிய சமயத்தைச் சார்ந்தவர்களாக இருந்தாலும், நட்பைப் பெறும் பொருட்டு இராஜபுத்திர இளவரசிகளை மணந்துகொண்டார்கள். ஜோத் பாயின் சமாதி மிகவும் சிதிலமடைந்து காணப்பட்டது. அதன் ஒரு பகுதி மட்டுமே இடிபாடுகளிலிருந்து தப்பி நின்று

கொண்டிருந்தது. சமாதியைச் சுற்றிலும் ஒரு காலத்தில் காணப்பட்ட பிரம்மாண்டமான மதிற்சுவர்கள், இலாப நோக்கத்திற்காக இன்றைய (ஆங்கிலேய) அரசால் இடிக்கப்பட்டு, விற்கப்பட்டுவிட்டன.[4]

தங்களது இளவரசர்களின் உடலில், இராஜபுத்திர இரத்தத்தின் அளவு குறைந்துபோனதே, முகலாயப் பேரரசின் வீழ்ச்சிக்குக் காரணம் என்று முகலாயர்களே கூறுவதை நான் கேட்டிருக்கிறேன்.[5] இந்தியர்களின் உடல்களில் இராஜபுத்திர இரத்தத்தைவிட மேலானதொரு இரத்தம் எப்போதும் ஓடியதில்லை; இராஜபுத்திர இரத்தமே மேலானதொன்று மக்கள் நம்பினார்கள். இது ஒரு கற்பனைதான். தனிப்பட்டவர்களின் கற்பனா சக்தி எப்படி வலுவானதோ அதேபோன்று ஒரு தேசத்தின் கற்பனா சத்தியும் வலுவானதுதான். ரோமானியர்களாலும், 'பிக்ட்' இனத்தவர்களாலும், ஸ்காட், சேக்ஸன் போன்ற இனத்தவர்களாலும் வெல்லப்படும் வரை பிரிட்டானியர்களும் தங்களுடைய இரத்தமே உலகில் மேலானதென்று நினைத்துக் கொண்டிருந்தார்கள். 'டேன்', 'நார்மன்' போன்ற இனத்தவர்கள் தங்களை வெல்லும்வரை 'சேக்கன்'களும் தாங்களே உயர்ந்தவர்கள் என நினைத்துக்கொண்டிருந்தனர். இதுதான் மனித இனங்களின் வரலாறு. போரின் முடிவே இரத்தத்தின் பெருமையை முடிவுசெய்தது. போர் தோல்வியடைந்தோரை ஏலம் விட்டது. ஏலத்தில் விற்கப்பட்ட, தோற்றவர்களின் இரத்தம், தலைமுறைக்குத் தலைமுறை மாறிக்கொண்டே யிருந்தது. 1066ஆம் ஆண்டு இங்கிலாந்தில் ஹேஸ்டிங்ஸ் என்ற இடத்தில் பிரெஞ்சு இராணுவத்திற்கும், ஆங்கிலேய இராணுவத்திற்குமிடையே நடைபெற்ற போரில் 'நார்மன்' இனத்தைச் சேர்ந்த பிரெஞ்சுக்காரர்கள் வெற்றி பெற்றனர்; ஆங்கிலேயர்களான 'சேக்கன்' இனத்தவர் தோல்வியைத் தழுவினர். 'நார்மன்' இனத்தைச் சேர்ந்த திருடர்களின் இரத்தம் போரில்பெற்ற வெற்றியால் புனிதமடைந்தது. தோல்வியுற்ற 'சாக்சன்' இன ஆங்கிலேயர்களின் இரத்தம் தாழ்மையுற்றது. யுத்தமே ஓர் இனம் மேன்மையடையவும், மற்றோர் இனம் தாழ்மையடையவும் காரணமாகிறது. ஒரு நாடு, மற்றொரு நாட்டின் மீது திரும்பத் திரும்ப ஆக்கிரமித்து, அந்த ஆக்கிரமிப்பு வெற்றியடையும்போது, வெற்றி பெற்ற

நாடுதான் உயர்வான நாடு என்ற எண்ணம் உருவாகிறது. அந்த நாட்டு மக்களின் இரத்தம் வீரம் செறிந்த இரத்தமாகப் பேசப்படுகிறது. நேப்பாளத்தின் கூர்காக்கள் வீரமிக்கவர்கள். 'ஹன்ஸ்' இனத்தைப் போன்றில்லாமல், உண்மையிலேயே கூர்காக்கள் வீரம் நிறைந்தவர்கள். ஒரு கூர்க்கா, நான்கு மலைவாழ் மனிதர்களுக்குச் சமமானவன்; ஒரு 'டேன்', நான்கு சாக்சன்களுக்குச் சமம் என்று சொல்லப்படுவது போல்தான் இதுவும். கூர்காக்களைப் பற்றி மற்றமலைவாழ் மக்கள் இப்படித்தான் நினைத்தார்கள்; கூர்காக்களுக்கு முன் நிற்பதற்கே அஞ்சினார்கள்.[6]

வயல்களின் நீர்ப்பாசனத்திற்குப் பயன்படும் பல கிணறுகளை நாங்கள் கடந்து சென்றோம். சிறிது உப்புச் சுவையுடைய நீரைப் பெற்றிருந்த கிணறுகள், இனிமையான நீரைப் பெற்றிருந்த கிணறுகளைக் காட்டிலும், நீர்ப் பாசனத்திற்குச் சிறந்தவை என்று கருதப்பட்டன. நர்மதைப் பள்ளத்தாக்கிலும் இதே கருத்து நிலவுகிறது. ஆனால் உப்புச்சுவையுடைய நீர் சில நிலங்களுக்கும், சில வகைப் பயிற்சிகளுக்கும் ஏற்றதல்ல. எட்டாம் நாள் நாங்கள் ஃபதேபூர் சிக்ரியை அடைந்தோம். இது ஆக்ராவிலிருந்து இருபத்தி நான்கு மைல் தூரத்தில் உள்ளது. இந்த ஊரின் பின்னணியில் மணற்பாறைகளால் உருவான குன்றுகள் காணப்படுகின்றன. இக்குன்றுகள் வண்டல்மண் நிறைந்த சமவெளிப் பகுதியிலிருந்து திடீரென்று எழும்பியவை போன்ற தோற்றத்தைக் கொடுக் கின்றன. குன்றுகள் நூறடி உயரத்திற்கு, வடக்கு, வடகிழக்கு, தெற்கு மற்றும் தென்மேற்கு திசைகளில் காணப்படுகின்றன. பாரசீகத்தின் 'கிஷ்ட்' என்ற ஊரைச் சேர்ந்த ஒரு முகமதிய சாது ஃபதேபூர் சிக்ரியில் வாழ்ந்து வந்தார். அவரது பெயர் ஷேக் சலீம். இவரது வாசத்தால் ஃபதேபூர் சிக்ரி ஒரு புனித நகரமாக மக்களால் மதிக்கப்பட்டது.

பேரரசர் அக்பருக்குப் பல குழந்தைகள் பிறந்தாலும், அவை யாவும் பிறந்தவுடன் இறந்துவிட்டன. எனவே பேரரசர் அக்பர் ஆஜ்மீரில் உள்ள புகழ்பெற்ற மொயின் - உத் - தீன் தர்காவுக்குப் புனிதப் பயணம் மேற்கொண்டார். அவரும் அவரது குடும்பத்தினரும், நாள் ஒன்றுக்கு மூன்று கோசதூரம் என்ற கணக்கில் (நான்கு மைல்) கால் நடையாகவே ஆஜ்மீருக்குச் சென்றனர். அவர்கள் மொத்தம்

முந்நூற்று ஐம்பது மைல் தூரம் பயணம் செய்ய வேண்டியிருந்தது. அவர்கள் பயணம் செய்த வழியின் இருபுறங்களிலும் துணியால் ஆன தட்டிச்சுவர்கள் வைக்கப் பட்டிருந்தன. அவற்றின்மீது கம்பளங்கள் விரிக்கப்பட்டிருந்தன. செங்கற்களால் ஆன கோபுரங்கள், மன்னர் ஓய்வெடுத்த இடங்களிலெல்லாம் கட்டப்பட்டன. ஆஜ்மீரைச் சென்றடைந்த மாமன்னர் அக்பர், தர்காவில் தனது குறைகளையெல்லாம் மனமுருகி எடுத்துரைத்தார். தர்காவில் சமாதியடைந்திருந்த புனிதர் அக்பரின் கனவில் தோன்றி, ஃபதேபூர் சிக்ரியில் குன்றின்மீது தனித்து வாழும் ஒரு வயோதிகத் துறவியைச் சென்று பார்க்கும்படி கூறினார். ஆஜ்மீரில் தன்னுடைய கனவில் கிடைத்த அருள்வாக்கின்படி அக்பர் ஃபதேபூர் சிக்ரிக்குச் சென்று, தொன்னூற்று ஆறு வயது நிரம்பிய சாதுவை தரிசித்தார். இந்து மன்னர் ஒருவரின் மகளும், அக்பரின் மனைவியுமான "ஜோத் பாய்" என்பவளுக்கு ஒரு மகன் பிறப்பான் என்றும், அவன் நீண்ட நாட்கள் உயிருடன் இருப்பான் என்றும், அந்த முதியவர் பேரரசர் அக்பருக்கு உறுதியளித்தார். அந்த சமயத்தில் ஜோத்பாய் கருவுற்றிருந்தாள். அவள் அந்த முதியவரின் குடிலுக்கருகிலேயே, மகப்பேறு காலம் வரை தங்கியிருந்தாள். 1569ஆம் ஆண்டு ஆகஸ்ட் மாதம் 31ஆம் நாள், அந்த முகமதிய சாது கூறியபடி 'ஜோத்பாய்' ஓர் ஆண் மகவை ஈன்றெடுத்தாள். அந்த முதியவரின் நினைவாக குழந்தைக்கு 'மிர்ஸா சலீம்' என்று பெயர் சூட்டப்பட்டது. ஜஹாங்கீர் என்ற பட்டப் பெயருடன், இந்துஸ்தானத்தின் மாமன்னராக அக்பருக்குப் பின் பட்டத்துக்கு வந்தது இந்த 'சலீம்' தான்.[7] இந்த மாமன்னர் ஜஹாங்கீரின் அரண்மனைக்குத்தான் இங்கிலாந்தின் தூதராக 'சர் தாமஸ் ரோ' அனுப்பி வைக்கப்பட்டார்[8]. நாம் முன்பு பார்த்த அந்த முஸ்லீம் சாதுவின் அருள் எப்போதும், தனக்கும், தனது குடும்பத்தினருக்கும், மக்களுக்கும் கிடைக்க வேண்டுமென்ற நோக்கத்தில் பேரரசர் அக்பர் தனது இருப்பிடத்தை ஃபதேபூர் சிக்ரிக்கு மாற்றிக் கொண்டார். அங்கு, தனக்கும், அதிகாரிகளுக்கும், அலுவலகங் களுக்கும் பல சிறப்பு வாய்ந்த கட்டடங்களைக் கட்டினார்.[9]

ஃபதேபூர் சிக்ரியில் மேற்கே மசூதியும், மையத்தில் முஸ்லிம் சாதுவின் கல்லறையும் ஒரு நாற்கரத்தினுள்

காணப்படுகின்றன. இவைகள் 1578ஆம் ஆண்டில், அக்பர் இறந்து போவதற்கு ஆறு ஆண்டுகள் முன்பு கட்டப்பட்டன. கல்லறைக் கட்டடத்தை உலகிலேயே மிகவும் அழகு வாய்ந்த கட்டடம் என்று கூறலாம். இதன் மொத்தப் பரப்பளவு ஐநூற்று எழுபத்தைந்து சதுர அடிகள். கட்டடத்தைச் சுற்றி உயரமான மதிற்சுவர்கள் எழுப்பப்பட்டுள்ளன. மதிற்சுவரின் உட்புறமாக எழில்மிகுந்த துறவியர் மாடங்கள் அமைந்துள்ளன.[10] வெளிப்புறத்தில் பிரம்மாண்டமான நுழைவாயில் உள்ளது. நுழைவாயிலுக்குள்ளே செல்ல இருபத்துநான்கு படிக்கட்டுகள் உள்ளன. நுழைவாயிலின் மொத்த உயரம் நூற்று இருபது அடிகள். அதேஅளவு அகலமும் காணப்படுகிறது. நுழைவாயில், மதிற்சுவருக்கு வெளியே, ஒரு எண்கோண வடிவத்தின் ஐந்து பக்கங்களைப் பிரதி பலிப்பதாக அமைந்துள்ளது. நுழைவாயிலின் மையத்திலுள்ள வளைவு அறுபதடி உயரமும், நாற்பதடி அகலமும் கொண்டது.[11] நுழைவாயில் மிகவும் கம்பீரமாகவும், அழகாகவும் உள்ளது என்பதில் எந்த சந்தேகமும் இல்லை; இருப்பினும் கட்டடங்களின் பரிமாணங்கள் ஒன்றுக்கொன்று முரண்பட்ட அளவுகளைக் கொண்டுள்ளன; அவை இயற்கைக்கு மாறான உருவமைப்பு கொண்டவைகளாக இருக்கின்றன; தேவைக்கதிகமான அளவுகளில் இவை கட்டப்பட்டுள்ளன. உடல் நலிவுற்ற ஒரு மனிதன் நுழைவாயிலின் படிகளில் ஏறி மேலே வர இயலாது. அவனை வேறு ஒருவன் தனது தோள்களில் சுமந்துதான் மேலே கொண்டுவரவேண்டும். ஏனெனில் நுழைவாயிலின் படிக்கட்டுகளில் ஒரு யானையோ, குதிரையோ, எருதோ மேலேறி வர இயலாது. இங்குள்ள கட்டடங்களில் படிக்கட்டுகள் மட்டும் ஏனோ மிகவும் குறுகலாக உள்ளன. இவைகளின் வழியே எலிகள் மட்டுமே ஏறமுடியும்; ஆனால் நுழைவாயில் மட்டும் ஒரு கப்பல் நுழையும் அளவுக்கு அகன்று காணப்படுகிறது.[12] நுழைவாயிலில் அமைக்கப் பட்டுள்ள வளைவின் மீது கூட்டம் கூட்டமாக தூக்கணாங் குருவிகள் பறந்து கொண்டிருக்கின்றன; அவை அங்கே தங்களது கூடுகளைக் கட்டியுள்ளன. ஒரு தேன்கூட்டில் தேனீக்கள் மொய்ப்பது போல் இந்தத் தூக்கணாங்குருவிகள் வாயில் வளைவின் மீது பறந்து கொண்டிருக்கின்றன. கீழே நிற்கும் பார்வையாளர்களுக்கு இந்தக் காட்சி, தேன்கூட்டைச் சுற்றி தேனீக்கள் பறப்பது போன்றே உள்ளது. இதைப்பார்த்த

நான் திருக்குரானிலிருந்து ஒரு மேற்கோளை எடுத்துச் சொல்லி, அந்த இடத்தின் காப்பாளர்களை நோக்கி, "புனிதப் பறவைகள் உங்கள் தலைமீது பறப்பது குறித்து நீங்கள் மகிழ்ச்சியடையவில்லையா?" என்று கேட்டேன். "இல்லவே இல்லை. இப்பறவைகள் பறப்பதால், இந்த இடத்தை நாங்கள் தினம் பத்து முறையாவது சுத்தம் செய்ய வேண்டியுள்ளது. பறவைகளின் கூடுகளும் எங்கள் கைகளுக்கு எட்டாத உயரத்தில் இருப்பதால், அவைகளை அகற்றவும் முடியவில்லை'' என்று அவர்கள் பதில் கூறினார்கள். "திருக்குரானில் குறிப்பிடப்பட்டுள்ள பறவை தூக்கணாங்குருவி அல்ல; அது "அபாபில்" என்ற பறவை. அது பெரிய அளவில் இருக்கும் கறுப்பு நிற தூக்கணாங்குருவி வகை'' என்று மேலும் கூறினார்கள் அந்தக் காப்பாளர்கள். சாதாரண தூக்கணாங்குருவிகளுக்கு எந்தவித சமய முக்கியத்துவமும் இல்லை என்றனர் அவர்கள்[13]. நுழைவாயிலின் வலது புறத்தில் ஒரு பாறையின் மீது புடைப்புச் சிற்பம் போல் பெரிய எழுத்துக்களில் ஒரு வாசகம் காணப்படுகிறது. அந்த வாசகம் அரபு மொழியில் பொறிக்கப்பட்டுள்ளது. சமாதானத்தை விரும்பும் ஏசுபிரான் கூறியிருப்பதாவது "உலகம் ஒரு பாலம்; நீங்கள் அதைக் கடந்து செல்ல வேண்டுமே தவிர அதன்மீது உங்கள் வீடுகளைக் கட்டக் கூடாது" என்பதுதான் அந்த வாசகம். ஏசு சொல்லியிருப்பதாகக் கூறப்படும் இந்த வாசகம் எங்குள்ளது என்று எனக்குத் தெரியவில்லை; முகமதியர் களுக்கும் இதைப்பற்றி ஒன்றும் தெரியவில்லை. அக்பர் காலத்தில் சமயச் சச்சரவு ஏதும் இல்லை என்பதற்கு இந்த வாசகம் ஒரு எடுத்துக்காட்டாக உள்ளது.[14]

ஷேக் சலீம் என்ற சாதுவின் கல்லறை ஒரு மிக அழகிய கட்டடம். நான் முன்பு குறிப்பிட்ட நாற்கரப் பகுதியின் மையத்தில் இக்கல்லறை உள்ளது.[15] இந்தக் கல்லறை மற்றும் ஆக்ராவிலுள்ள இதுபோன்ற மற்ற இடங்கள் யாவும் பின்னால் ஆக்ராவை ஆண்ட ஜாட் இனமக்களால் சூறையாடப்பட்டுவிட்டதாக, அந்த இடத்தின் காவலர்கள் குறிப்பிட்டனர். அங்கிருந்த பூவேலைப்பாடுகளை ஜாட் மக்கள் பெயர்த்துக்கொண்டு சென்றுவிட்டனர்[16]. "அவர்களின் செயலுக்கு அவர்கள் பரத்பூரில் ஆங்கிலேயே இராணுவத்தால் நன்கு பழிவாங்கப்பட்டுவிட்டார்கள்; துரோகம் என்பது

உடனேயோ அல்லது சற்று தாமதித்தோ, செய்தவனைப் பின்தொடரும்" என்றனர். அந்தக் காவலர்கள்.[17] அங்கிருந்த ஒரு சிறிய மசூதியில் தான் அரசி ஜஹாங்கீரைப் பெற்றெடுத்தாள் என்று கூறி, அந்த இடத்தை எங்களுக்குக் காண்பித்தார் ஒரு காவலர்.[18] ராணியின் வார்த்தைகளுக்கு, மாமன்னர் அக்பர் அதிக மதிப்பளித்தார் என்றும் அந்தக் காவலர் குறிப்பிட்டார்[19]. "மாமன்னர் அக்பர் செய்தது ஒரே ஒரு தவறுதான். அவர் ஓர் இந்து சாதுவிடம் 'மந்திரவித்தை' செய்வதைக் கற்றுக்கொண்டார். அந்த மந்திரவாதியின் இருப்பிடம்கூட இங்குதான் இருந்தது" என்று கூறி அந்த இடத்தையும் காண்பித்தார் அவர்.

"மந்திர தந்திரங்களை முழுமையாகப் பேரரசர் கற்றுக் கொள்வதற்கு முன்பே, அதிர்ஷ்டவசமாக அந்த மந்திரவாதி இறந்துவிட்டார்" என்று மேலும் குறிப்பிட்டார் எங்களது வழிகாட்டி.

ஷேக் சலீம் இருபது முறைக்குமேல் ஹஜ் எனப்படும் புனிதப் பயணம் மேற்கொண்டவர். தான் தங்கி இருக்கும் இடத்தின் அமைதி அரண்மனைச் செயல்பாடுகளால் கெட்டுவிடக் கூடாது என விரும்பினார் அந்த சாது. பேரரசர் அக்பர் அந்தப் புனிதர் தங்கியிருந்த மலைப்பகுதி முழுவதையும் சுற்றி அரண் அமைக்க நடவடிக்கை மேற் கொள்வதாக இருந்தார். இதனை ஷேக் சலீம் விரும்பவில்லை.[20] "ஒன்று தாங்கள் அல்லது நான் இந்த இடத்தைவிட்டு அகன்றுவிட வேண்டும்" என்று அவர் அக்பரிடம் தெரிவித்து விட்டார். "எனது வழிபாடுகள் இனிமேல் பலனளிக்காதென்று தாங்கள் நினைத்தால் என்னை இந்த இடத்தை விட்டுப் போகவிடுங்கள்" என்று அக்பரிடம் கூறினார் ஷேக் சலீம். "யாராவது ஒருவர் இந்த இடத்தைவிட்டு அகல வேண்டு மென்று மேன்மை தங்கிய குருவான நீங்கள் நினைத்தால் உங்களின் இந்த அடிமையைப் போகவிடுங்கள்" என்று பதிலுரைத்தார் பேரரசர் அக்பர். ஒரு பழைய கதையைப் பார்ப்போம். "எங்களது வழிபாடுகளின் மீது நம்பிக்கை வைப்பதைவிடச் சிறந்தது வேறொன்றுமில்லை" என்று போர்வீரர்கள் பதிலுரைத்தார்கள். காட்டுமிராண்டிகளாக இருந்த நாட்டு மக்கள் நாகரிகத்தில் முன்னேற முன்னேற அதிகப்படியான உற்பத்திப் பொருள்களையும், நிலத்தையும் சுமுகமான முறையில் தங்களுக்குள் பிரித்துக்கொள்கிறார்கள்.

சாது ஷேக் சலீம் ஃபதேபூர் சிக்ரியிலேயே இருப்பதற்கு ஒப்புக்கொண்டார். பேரரசர் அக்பரின் தேவைகளுக்கு ஏற்ற இடம் ஆக்ராதான் என்று அறிவுரையும் வழங்கினார். அதன்பின் மக்கள் அதிகம் வசிக்காத வெற்று நிலப்பரப்பாய் இருந்த ஆக்ரா ஒரு பெரிய நகரமாகியது. ஃபதேபூர்சிக்ரியின் பெருமை குறையத் தொடங்கியது.[21] மன்னர்களின் இருப்பிடங்களும், பொது அலுவலகங்களும் இடம் மாறும் போது, முன்பிருந்த இடங்களின் பெருமை குன்றி, புதிய இடங்களின் முக்கியத்துவம் அதிகரித்துவிடுகிறது. நகரங்கள் முன்னேற்றமடைவதற்கும் அல்லது தேய்வதற்கும், வரலாற்றில் மேற்சொல்லப்பட்ட சம்பவங்களே காரணங்களாக இருந்திருக்கின்றன.

ஷேக் சலீமின் கல்லறைக்கு அருகில் மற்றுமொரு கல்லறைக் கட்டடமும் உள்ளது. அதில் அவரது வழித்தோன்றல்கள் பலர், மரணத்திற்குப்பின் அடக்கம் செய்யப்பட்டுள்ளனர். அக்பர் காலத்திற்குப் பிறகும் ஃபதேபூர் சிக்ரியின் கல்லறைக் கட்டடங்களையும், மசூதியையும் பராமரிக்க மானியங்கள் வழங்கப்பட்டு வந்தன. தற்போது ஆங்கிலேய ஆட்சியிலும் இந்த மானியங்கள் தொடர்கின்றன.[22] பழைய கட்டடங்களை பழுதுபார்க்கும் பணி பொதுப்பணித் துறையிடம் கொடுக்கப் பட்டுள்ளது. அந்த சாதுவின் வம்சத்தில் வந்தவர்கள் இன்றும் இடிபாடுகளுடன் கூடிய பழைய கட்டடங்களில் வசித்து வருகின்றனர். முகலாயப் பேரரசர்களின் கட்டடங் களைப் பார்வையிடச் செல்லும் ஐரோப்பிய சுற்றுலாப் பயணிகளுக்கு தங்குவதற்கு வசதியான இடங்கள் இல்லாமல் இருப்பது ஒரு குறையாக உள்ளது. ஐரோப்பாவிலோ அல்லது அமெரிக்காவிலோ தங்குவதற்கு வசதியான ஓர் இடத்தை ஆண்டொன்றுக்கு ஐநூறு பவுன்ட் செலவில் பெற்றுவிடலாம். அப்படி இங்கும் கிடைத்தால் பழைய உலகத்தின் மிகச்சிறந்த நாகரிக நாடுகளான பாரசீகம், எகிப்து கிரீஸ், ரோம் போன்றவற்றை நன்கு பார்த்து இரசிக்க முடியும்.[23]

குறிப்புகள்

1. 1833ஆம் ஆண்டு இயற்றப்பட்ட சட்டத்தின்படி இந்தியாவின் மேற்பகுதிகளை இணைத்து ஒரு தனி மாகாணத்தை உருவாக்க

வழிவகை செய்யப்பட்டது. அந்த மாகாணத்தின் பெயர் ஆக்ரா. அதன் முதல் ஆளுநராக சர் சார்லஸ் மெட்காஃப் நியமிக்கப்பட்டார். பின் ஒரு சில மாற்றங்கள் செய்யப்பட்டு வடமேற்கு மாகாணம் என்று ஒன்று உருவாக்கப்பட்டது. அதன் தலைநகரமாக ஆக்ரா மாற்றப்பட்டு, மாகாணத்தின் துணை நிலை ஆளுநராக சர் சார்லஸ் மெட்காஃப் நியமிக்கப்பட்டார். 1836ஆம் ஆண்டு பதவியேற்ற சர் மெட்காஃப். 1838ஆம் ஆண்டு ஜனவரி வரையில்தான் அப்பதவியில் இருந்தார். பின் கவர்னர் ஜெனரலாக இருந்த ஆக்லன்ட் பிரபு அந்தப் பொறுப்பையும் கூடுதலாக எடுத்துக்கொண்டார். பின் மாகாண அரசு, (1868இல்) அலகாபாத்துக்கு மாற்றப்பட்டது. 1877ஆம் ஆண்டு முதல் வடமேற்கு பிராந்தியத்தின் துணை நிலை ஆளுநரே அவத் அரசின் தலைமை ஆணையராகவும் செயல்பட ஆரம்பித்தார். இந்த வடமேற்கு மாகாணத்துடன் 1849இல் பஞ்சாப் பகுதி இணைக்கப்பட்டது. இந்த இணைப்பு நடைபெற்றபின் அந்த மாகாணத்தை வடமேற்கு மாகாணம் என்று அழைப்பது பொருத்தமாக இல்லை. 1902ஆம் ஆண்டு வடமேற்கு எல்லைப்புற மாகாணம் என்ற ஒரு தனி மாகாணம் அமைக்கப்பட்டது. எனவே வடமேற்கு மாகாணமும், அவத் பகுதியும் சேர்ந்து ஒருங்கிணைந்த ஆக்ரா – அவத் மாகாணங்கள் என்று அழைக்கப்பட்டன. தலைமை ஆணையர் என்ற பதவிப் பெயர் நீக்கப்பட்டது. அவத் அரசின் நீதித்துறை தனித்தன்மையுடன் செயல்பட்டு வந்தது.

2. சிவில் நிர்வாகமும், கோட்டைக்காவல் போன்றவைகளும் இன்னும் ஸ்லீமன் காலத்தில் இருந்தது போலவே இருக்கின்றன. உள்ளூர் சுங்கத்துறை உப்பு தயாரிப்பதை கட்டுப்படுத்தும் பணியை மட்டுமே செய்து வருகிறது. மாவட்ட நீதிபதி பதவியும், மாவட்ட வருவாய்த்துறை அதிகாரி பதவியும் ஒன்றாக இணைக்கப்பட்டுள்ளன. (இன்று நீதித்துறை, வருவாய்த்துறையிலிருந்து தனியே பிரிக்கப்பட்டுவிட்டது.)

3. அக்பர் கி.பி. 1562இல் ஜெய்ப்பூர் அரசர் பிஹாரி மால் என்பவரின் மகளை மணந்து கொண்டார். மரியம் – உஸ் – ஸமானி என்ற அந்தப் பெண்தான் ஜஹாங்கீரின் அன்னை என்பதில் சந்தேகமில்லை.

   ஜோத்பூரின் இளவரசி மரணமடைந்தபின் அவளுக்கு மரியம் – உஸ் – ஸமானி அல்லது "காலத்தின் மேரி" என்ற பட்டம் வழங்கப்பட்டது. இதனால், அக்பர் ஒரு கிறிஸ்தவ மனைவியைப் பெற்றிருந்தார் என்ற பேச்சும் எழுந்தது. அக்பரின் மனைவி 'ஜோத்பாய்' என்ற பெயர் கொண்டவர் என்பது அவ்வளவு சரியாகப்படவில்லை. சிகந்ராவில் உள்ள மரியம் – உஸ் – ஸமானியின் சமாதி "ரௌஸா மரியம்" என்றழைக்கப்படுகிறது. உண்மையில் ஜோத்பாய் என்பவள் ஜெய்ப்பூர் அரசர் உதய்சிங் அவர்களின் மகள். இவள் ஜஹாங்கீரின் மனைவி. ஜஹாங்கீரின் அன்னையின் பெயரும் 'ஜோத் பாய்' என்று ஸ்லீமன் குறிப்பிடுவது தவறு.

4. அந்தக் கட்டடம் ஆங்கிலேயர்களால் முழுவதும் இடிக்கப்பட்டு, கிடைத்த கற்களையும், கதவுகளையும் வைத்து இராணுவத்திற்கான கட்டடங்கள் கட்டப்பட்டுவிட்டன. கல்லறைப் பகுதியை மட்டும் இடிக்க முடியவில்லை. அந்த ஒரு பகுதிமட்டும் தனியாக நின்று

கொண்டிருந்தது. கல்லறைக் கட்டடத்தில் ஒரு சதுரவடிவ அறையும், அதன்கீழே ஒரு நிலவறையும் உள்ளன. சலவைக்கல்லால் ஆன ராணியின் கல்லறைப் பகுதி இன்றும் உள்ளது. முன்காலத்தில் இக்கல்லறைக்கு ஒரு அழகிய வாயிலும் இருந்தது. கல்லறையின் மேற்கே ஒரு மசூதி இருந்தது. ஆங்கிலேயே அதிகாரிகள் இடிபாட்டுச் செயல்களில் இறங்கியது மிகவும் வருந்தத்தக்கது. இந்தக் கல்லறை உண்மையில் உதய்சிங்கின் மகள், அதாவது ஜஹாங்கீரின் மனைவி ஜோத் பாயின் கல்லறை. கி.பி. *1585*இல் ஜஹாங்கீர் ஜோத் பாய்–ஐ மணந்து கொண்டார். அவளது இயற்பெயர் ஜகத் கோஷைனி என்ற பாலமதி. இவள் கி.பி. *1619*இல் இறந்துவிட்டாள். அக்பரின் மனைவி மரியம் – உஸ் – ஸமானி, ஜெய்ப்பூர் மன்னர் ராஜா பிஹாரி மால் என்பரின் மகள். இவள் இறந்தது கி.பி. *1623*இல் சிகந்ராவில் இவளது உடல் அடக்கம் செய்யப்பட்டது. மரியம் – உஸ் – ஸமானியின் கல்லறையை, கிறிஸ்தவ மதப் பிரசாரகர்களிடமிருந்து ஆங்கிலேயே அரசாங்கம் விலைக்கு வாங்கியது. சமயப்பிரசாரகர்கள் அதற்குமுன் அங்கு பள்ளிக்கூடம் நடத்தி வந்தனர். (Ann. Reb. A.S. 1910 - 11 pp 92-6).

5. டில்லி அரச குடும்பத்தினரின் வீரத்தை இராஜபுத்திர ரத்தம் அதிகரிக்கச் செய்தது என்பதை நாம் ஒப்புக் கொள்ளலாம். ஆனால் டில்லியில் தைமூரின் வம்சம் வலுவிழந்ததற்கு, அந்த வம்சத்தின் இரத்தத்தில், இராஜபுத்திர இரத்தத்தின் அளவு குறைந்ததுதான் காரணம் என்று சொல்வது தவறு. இரண்டு இந்துப் பெண்களை மணந்து கொண்ட ஔரங்கசீப்பின் மரணத்திற்கு முன்பே முகலாயர்களின் ஆட்சி இந்தியாவில் ஆட்டம்காண ஆரம்பித்து விட்டது. ஔரங்கசீப் தனது மகன் முஸாம் என்பவனுக்கும் ஓர் இந்துப் பெண்ணையே மணம் முடித்துவைத்தார். முகலாய சாம்ராஜ்யம் ஒன்றும் வீழ்ந்துவிடவில்லை; அது நீண்டநாள் நீடித்தது (ஆனால் பலம் குன்றிவிட்டது.) (Lane - poole, The history of the Moghul Emperors of Hindustan illustrated by their coins, p. xviii)

6. நூலாசிரியர் இந்தக் கருத்தைத் தெரிவித்தபோது, ஆங்கிலேயர்கள் கூர்காக்களை தங்கள் எதிரிகளாகவே நினைத்தார்கள். ஆனால் தற்போது ஆங்கிலேயர்கள், இராணுவத்தில் கூர்காக்களைத் தங்களுக்குச் சமமாக மதிக்கின்றனர். பிரிட்டிஷ் இராணுவத்தில் கூர்காக்களை சேர்ப்பது கி.பி. *1838*இல் ஆரம்பமானது.

7. உத்திரப் பிரதேசத்தில் ஒரு 'கோசம்' என்பது இரண்டு மைல் தூரம் N.W.P. Gazetter (P. 568) ஒரு கோசம் என்பது *1.75* மைல் என்று குறிப்பிடுகிறது எனவே மூன்று கோச தூரம் *5.25* மைல்களுக்குச் சமம்.

முயின் – உத் – தீன் கி.பி. *1236*இல் இயற்கை எய்தினார். ஷேக் சலீம் அவர்களை ஃபதேபூரில் சென்று சந்திக்க வேண்டும் என்று அக்பரின் கனவில் யாரோ ஒருவர் தெரிவித்ததாக ஸ்லீமன் கூறியுள்ளார். எந்த அடிப்படையில் அவர் இவ்வாறு கூறுகிறார் என்று தெரியவில்லை.

அக்பர், ஷேக் சலீம் என்ற புனிதரை பலமுறை சந்தித்து தனக்கு மகன் வேண்டுமென்று வேண்டி, அவரிடம் வரம் பெற்றார் என்று தபாகத் – இ – அக்பரியில் கூறப்பட்டுள்ளது. சலீம், முராத் என்ற இரண்டு குழந்தைகள் அக்பருக்குப் பிறந்ததால் அந்த வரம் நிறைவேறியதாகக்

கொள்ளலாம். அக்பர், கால்நடையாக ஆஜ்மீருக்கு மேற்கொண்ட புனிதப் பயணம் வெள்ளிக்கிழமை, ஷபான் மாதம் 12ஆம் நாள் ஹிஜ்ரி 1977ஆம் ஆண்டில் தொடங்கியது. இளவரசர் சலீம் பிறந்த பிறகே அக்பர் இந்தப் பயணத்தை மேற்கொண்டார். பேரரசர் நாள் ஒன்றுக்கு 7 முதல் 8 கோச தூரம் பயணம் செய்தார். அவரது பயணம் 25 தினங்கள் நீடித்தது. ஸ்லீமன் சொல்லும் வேதத்தில் அவர் நடந்திருந்தால் அவர் மூன்று மாதங்கள் பயணம் செய்திருக்க வேண்டும். அவர் ஆஜ்மீர் சென்றடைந்தது ஒரு பிப்ரவரி மாதத்தில். ஷேக் சலீம் மரணமடைந்தது கி.பி. 1572இல் அப்போது அவருக்கு வயது 96.

8. 1616இல் முதலாம் ஜேம்ஸ் மன்னர், சர் தாமஸ் ரோ என்பவரை ஜஹாங்கீரின் அரண்மனைக்குத் தூதுவராக அனுப்பி வைத்தார். 1618ஆம் ஆண்டுவரை தாமஸ் ரோ இந்தியாவில் இருந்தார். சூரத்தில் வணிகம் செய்யும் உரிமை அவரால் ஆங்கிலேயர்களுக்குக் கிடைத்தது.

9. ஃபதேபூர் சிக்ரி பற்றி E.W. ஸ்மித் என்பவர் "The Moghul Architechture of Fathpur - sikri" என்று ஓர் அருமையான புத்தகம் எழுதியுள்ளார். 'ஃபதேபூர்', 'சிக்ரி' என்ற இரண்டு பெயர்கள் இணைந்து உருவான ஒரு பெயர் இது. ஃபதேபூர் என்றால் 'வெற்றி நகரம்' என்று பொருள். 1573இல் குஜராத்தில் முகலாயர்கள் பெற்ற வெற்றியைக் குறிக்கும் வகையில் இப்பெயர் சூட்டப்பட்டது. ஆனால் 1569ஆம் ஆண்டு முதற்கொண்டே இங்கு கட்டடங்கள் கட்ட ஆரம்பிக்கப்பட்டுவிட்டன. 1581 – 82 வரை ஃபதேபூர் – சிக்ரியில் நாணயங்கள் அச்சடிக்கப்பட்டு வந்தன.

10. ஸ்லீமன் இங்கு கொடுத்துள்ள விவரங்கள் திருத்தங்களுக்குரியவை. மசூதி 1571 – 72இல் கட்டப்பட்டது. "புலான்ட் தர்வாஸா" என்ற நுழைவாயில் 1575 – 76இல் கட்டப்பட்டது. ஷேக் சலீம் 13.2.1572இல் மரணமடைந்தார். மசூதி மெக்காவில் உள்ளது போன்றே கட்டப்பட்டுள்ளது.

11. புலான்ட் தர்வாஸா (Lofty gateway) என்ற மிகப் பெரிய நுழைவாயில் 1575 – 76இல் கட்டப்பட்டது. 1601–02ஆம் ஆண்டுகளில் அலங்கரிக்கப் பட்டது. அக்பர் தக்காணத்தில் பெற்ற வெற்றி நுழைவாயிலில் பொறிக்கப்பட்டுள்ளது. ஃபெர்கூஸன் எழுதியுள்ள "History of Indian and E. Archit" (Ed 1910). fig 425 பார்க்கவும்.

12. நுழைவாயிலின் மிகப்பெரிய அளவை நியாயப்படுத்தி திரு. ஃபெர்கூஸன் தனது புத்தகத்தில் எழுதியுள்ளார். (ed. 1910 vol ii. p. 297)

13. திருக்குரான் 105வது அத்தியாயத்தில் பின்வரும் வாசகம் காணப் படுகிறது. "1. யானைப் படையினருடன் உம் இறைவன் எப்படி நடந்து கொண்டான் என்பதை நீர் பார்க்கவில்லையா? 2. அவர்களின் சதித்திட்டத்தை அவன் வீணடித்துவிடவில்லையா? 3. மேலும் அவர்கள் மீது பறவைகளை கூட்டம் கூட்டமாக அவன் அனுப்பினான். 4. அவை அவர்களின் மீது சுடப்பட்ட களிமண் கற்களை எறிந்து கொண்டிருந்தன. 5. பிறகு (கால்நடைகளால்) மென்று தின்னப்பட்ட வைக்கோல் போன்று அவர்களை ஆக்கிவிட்டான்."

அரபு, பாரசீக, இந்துஸ்தானி அகராதிகள் 'அபாபில்' என்ற சொல்லுக்கு 'தூக்கணாங்குருவி' என்றே பொருள் தருகின்றன. அபாபில் என்பது

சாதாரண தூக்கணாங்குருவி (Swallow) அதாவது Hirundo rustice; Mosque swallow masjid ababil என்பது H. erythropygia அல்லது H. Daurica of Balfour.

14. இங்கு குறிப்பிடப்பட்டுள்ள வாசகம் பாரசீக மொழியில் பொறிக்கப்பட்டுள்ளது. Muh. Latif (Agra, pp. 146, 147) வாசகத்தின் ஆங்கில மொழிபெயர்ப்பைக் கொடுத்துள்ளார்.

'So said Jesus on whom be peace!' The world is a bridge, pass over it but build no house on it. He who reflected on the distress of the Day of Judgement gained pleasure everlasting.

A wordly pleasures are but momentary; spend, then, The life in devotion and remember that what remains of it is valueless."

ஸ்லீமன் போன்றே பதிப்பாசிரியருக்கும் இந்த மேற்கோள் எங்கிருந்து எடுக்கப்பட்டதென்று தெரியவில்லை. அக்பர் இஸ்லாமிய சமயத்தை விட்டு சற்று விலகிச் செல்ல ஆரம்பித்தபோது அதாவது 1579 அல்லது 1580இல் இந்த வாசகம் எழுதப்பட்டிருக்கலாம். 1571–75இல் மசூதியைக் கட்டும்போது அக்பர் ஒரு முகமதியராகவே இருந்தார்; ஆனால் தாராளமான மனப்போக்கு கொண்டிருந்தார். 25.10.1605இல் அவர் காலமானார்.

15. ஷேக் சலீம் அவர்களின் கல்லறை பற்றி E.W. Smith என்பவர் தன்னுடைய நூலின் மூன்றாம் பாகம், இரண்டாம் அத்தியாயத்தில் விளக்கியுள்ளார். இந்தக் கல்லறையைக் கட்டியவர் பேரரசர் அக்பர். சிவப்புநிற மணற்கற்களைக் கொண்டு கட்டப்பட்ட இந்தக் கல்லறையில் சலவைக் கல்லால் செய்யப்பட்ட பூவேலைப்பாடுகள் காணப்படுகின்றன. பூவேலைப்பாடுகளைச் செய்தவர் பேரரசர் ஜஹாங்கீர் (lafif. Agra, p. 149)

16. 1691ஆம் ஆண்டில் சிகந்ராவில் இருந்த அக்பரின் கல்லறை ஜாட் மக்களால் உடைக்கப்பட்டது என்று மனூச்சி குறிப்பிடுகிறார். ஃபதேபூர் சிக்ரியில் இருந்த கட்டடங்கள் பின்னால் உடைக்கப்பட்டன. 1761இல் சுரஜ்மால் என்ற பரத்பூர் அரசர் ஆக்ராவைக் கைப்பற்றியபோது இது நடைபெற்றிருக்க வேண்டும். 1771ஆம் ஆண்டுவரை ஆக்ரா ஜாட் தலைவர்களின் வசமே இருந்து வந்தது. இந்த காலகட்டத்தில்தான் அவர்கள் சிகந்ரா பூங்காவின் நுழைவாயிலில் இருந்த கூர் கோபுரங்களை இடித்திருக்க வேண்டும். அதே காலத்தில்தான் அவர்கள் அக்பரின் கல்லறையையும் சூறையாடியிருக்க வேண்டும். அங்கிருந்த அக்பரின் புத்தகங்களையும், போர்க்கவசத்தையும் அவர்கள் கவர்ந்து சென்றனர். அவைகளை பரத்பூருக்கு எடுத்துச் சென்றனர். தாஜ்மஹாலின் வெள்ளிக்கதவுகளை உருக்கி விட்டனர். அக்கதவுகள் 1,25,000 ரூபாய் செலவில் ஷாஜஹானால் உருவாக்கப்பட்டவை. (N.W.P. Gazetter, Vol vii, p. 619)

17. தங்களது ஆதரவாளரான இளவரசர் ஒருவரைக் காப்பாற்றும் நோக்கத்தில் ஆங்கிலேயர்கள் பரத்பூரை முற்றுகையிட்டனர். பரத்பூர் கோட்டையிலிருந்த பொருட்களைக் கொள்ளையடித்த வெள்ளையர்கள், அவைகளைத் தங்களது வீரர்களுக்குப் பிரித்துக் கொடுத்தனர். பரத்பூரின் ஆங்கிலேய முற்றுகை கோம்பர்மியர் பிரபு அவர்களின் தலைமையில் ஜனவரி 1826இல் நடைபெற்றது. பரத்பூர் ராஜாவுக்குச் சொந்தமான நாற்பத்தெட்டு லட்ச ரூபாய் மதிப்புள்ள சொத்துகளை ஆங்கிலேயர்கள் கொள்ளையடித்துச் சென்றனர். அதில் ஆறு லட்ச

ரூபாய் மதிப்புள்ள சொத்துகளை கோம்பர்மியர் மட்டுமே தனக்கென எடுத்துக்கொண்டார். (Marshman, History of India, ed. 1869, vol ii p. 409)

18. ஷேக் சலீம் தங்கியிருந்த ஒரு குகையின் மீது இந்த சிறிய மசூதி கட்டப்பட்டது. கல் குவாரியைச் சேர்ந்த தொழிலாளர்கள் இந்த மசூதியைக் கட்டிக் கொடுத்தனர். இதனால் இந்த மசூதி "Stone cutter's mosque" என்று அழைக்கப்படுகிறது. இது அக்பருக்கு முன்பே *1538–39*இல் கட்டப்பட்டிருக்க வேண்டும். இதற்கு ஓராண்டு முன்புதான் காடாக இருந்த அப்பகுதியில் சாது ஷேக் சலீம் வந்து தங்கினார். (Progr. Rep. A.S.N. circle, 1905 - 06 p.35)

19. அக்பரின் ஆட்சிக் காலத்தில் தாங்கள் அனுபவித்த நன்மைகள் யாவற்றிற்கும் மக்கள் அக்பரின் மனைவிக்குப் பெரிதும் கடமைப் பட்டுள்ளனர். அவள் மன்னருக்கு மட்டுமின்றி, மிகச்சிறந்த முகலாய அமைச்சராக விளங்கிய அபுல் ஃபாஸல் என்பவருக்கும் தூண்டு கோலாக விளங்கினாள். அவளது வார்த்தைகளால் பலம் பெற்ற அமைச்சர் அபுல் ஃபாஸல் தான் எழுதிய அயின் – இ – அக்பரி (Ain - i - akbari) என்ற நூலில் இவ்வாறு குறிப்பிடுகிறார். "ஒவ்வொரு இனத்தைச் சேர்ந்த மக்களும் தங்களது பிரத்தியேகமான கொள்கையின் மீது கொண்டுள்ள மோகத்தால் அறிவிழந்து விடுகின்றனர். இதனால் பகைமையுணர்வும், கொள்கை மாறுபாடுகளும் ஏற்படுகின்றன. ஒரு குறிப்பிட்ட இனத்தைச் சேர்ந்த மக்கள் பொதுவாக தங்கள் இனத்தின் கொள்கைகளே சத்தியம் என்றும் மற்றவர்களின் கொள்கைகள் தவறென்றும் கருதி அவைகளை அழிக்க முற்படுகிறார்கள். மற்றவர்களின் பெருமைகளை பழிதூற்றி பூமியின்மீது இரத்தக் கறை படியும்படிச் செய்துவிடுகிறார்கள். மனதுக்குள் தாங்கள் செயற்கரிய செயல் செய்துவிட்டதாக நினைத்துக் கொள்கிறார்கள். வாய்மையின் குரல் கேட்கப்பட்டால் மக்கள் தங்களது தவறுகளை உணர்ந்து, தங்களது பலஹீனத்திற்காக வருந்துவார்கள். மற்றவர்களின் சமயப்பற்றில் குறுக்கிட மாட்டார்கள். பழிவாங்குதல் என்பது தன்னையே முடிவில் தோற்கடித்து விடுகிறது. பழிவாங்கும் உணர்வு மக்களின் அறிவுக் கண்களை மறைத்து விடுகிறது; அவர்களிடம் எந்த மாற்றத்தையும் அது ஏற்படுத்துவதில்லை."

'அடிப்படையில் இந்துக்கள் சமய உணர்வுமிக்கவர்கள்; சுமுகமான தன்மையுடையவர்கள்; புதியவர்களிடம் பரிவுகாட்டும் குணமுடையவர்கள்; தங்களுக்குத் தாங்களே கட்டுப்பாடுகளை விதித்துக் கொள்பவர்கள்; நீதியை விரும்புபவர்கள்; தங்களது பணியைத் திறம்படச் செய்பவர்கள், அமைதியானவர்கள், நன்றியுடையவர்கள், உண்மையை நேசிப்பவர்கள், அனைத்துச் செயல்களிலும் விசுவாசம் மிக்கவர்கள்.'

'இந்தக் குணங்கள் கடினமான தருணங்களில் அவர்களை ஒளிபெறச் செய்கின்றன. அவர்களது வீரர்கள் எப்போதும் போர்க்களங்களைவிட்டு ஓடிச்செல்வதில்லை. தோல்வி நிச்சயம் என்ற சமயங்களில்கூட அவர்கள் குதிரைகளை விட்டிறங்கி, வீரத்துடன் போர்புரிந்து செத்து மடிகிறார்கள். இந்துக்களுக்கு குரு பக்தி அதிகம். இறைவனுக்கு சேவை செய்வதை விரும்புவார்களேயன்றி தன்னைப் பற்றிக் கவலைப்பட மாட்டார்கள்.'

"இந்துக்கள் எல்லாவற்றிற்கும் மேல் இறைவன் ஒருவன் இருக்கிறான் என்று நம்புகிறார்கள். பிரம்மாவை படைப்புக் கடவுளாகவும், விஷ்ணுவை காக்கும் கடவுளாகவும், சிவனை அழிக்கும் கடவுளாகவும் போற்றி வழிபடுகிறார்கள். தனக்குவமையில்லாத பரம்பொருள், மேற்குறிப்பிட்ட மூன்று வடிவங்களிலும், இவ்வுலகில் தோன்றியதாகவும், அதனால் அந்தப் பரம்பொருள் எவ்வகையிலும் மாசுபட்டுவிடவில்லை என்றும் இந்துக்களில் ஒரு சாரார் நம்புகிறார்கள். இதேபோன்றுதான் மெசயாவைப் பற்றி கிறிஸ்தவர்களும் பேசுகிறார்கள். மற்றவர்கள் மேற்குறிப்பிட்ட கடவுளர்கள் யாவரும் மானுடர்கள் என்றும் தங்களுடைய புனிதத்தன்மையாலும், நன்னடத்தையாலும் மேல் நிலைக்கு உயர்ந்தவர்கள் என்றும் கூறுகிறார்கள். (இங்கு மேற்கோளாகக் காட்டப்பட்டது Gladwin என்பவரது மொழிபெயர்ப்பு).

மாமன்னர் ஜஹாங்கீரின் இந்துத் தாயிடமிருந்துதான் அமைச்சர் அபுல் ஃபாஸல் தர்மத்தைப் பற்றியும், சகிப்புத்தன்மை பற்றியும் கற்றுக் கொண்டார் என்று ஸ்லீமன் கூறியிருப்பது ஆதாரமற்றது. அபுல் ஃபாஸல், அக்பர் இருவரும் எதனால் தூண்டப்பட்டார்கள் என்பது யாவரும் அறிந்ததே. இராணி எலிஸபெத் – பர்லீ; இரண்டாம் ஃபிலிப் – ஆல்வா; போன்றோர்களுடன் அக்பரும் – ஃபாஸலும் ஒப்பிடப்படு கிறார்கள். கவிஞர் வோர்ட்ஸ்வொர்த் (Wordsworth) ஒரு தலைவனைப் பற்றி எழுதியுள்ள கவிதை இந்த இடத்திற்குப் பொருத்தமாக உள்ளது.

"இருள் சூழ்ந்த இரவில் நீ ஓர் எரிநட்சத்திரமாய் ஜொலித்தாய்
மாண்புவாய்ந்த, முனைப்பான உனது பெயர்
காலத்தையும் இடத்தையும் கடந்து
ஒரு நட்சத்திரமாய் நிலைபெற்றது; அத்தகைய புகழ் உனக்கு உரிமையானது."

(Sonnets dedicated to Liberty, part ii no. xvii)

21. ஃபதேபூர் சிக்ரியில் கட்டடங்கள் கட்ட ஆரம்பிப்பதற்கு பல ஆண்டுகள் முன்பே, 1564 – 65 ஆண்டிலேயே அக்பர் ஆக்ராவில் கட்டட வேலைகளைத் தொடங்கிவிட்டார். ஆக்ரா நகரம் மக்களே வசிக்காத ஓர் வெற்றிடமாக என்றுமே இருந்ததில்லை. அதுவும் அக்பர் காலத்தில் அப்படி இருந்ததில்லை. சிக்கந்தர் லோடி கி.பி. 1501இல் ஆக்ராவைத்தான் தனது தலைநகராகக் கொண்டிருந்தான்.

22. மானியம் பெறுபவர்கள், நிலவரி, வாடகை போன்றவற்றை அரசுக்குக் கட்டவேண்டும்.

23. ஆக்ரா, சிகந்ரா, ஃபதேபூர் – சிக்ரி போன்ற இடங்களிலுள்ள கட்டடங்களைப் பற்றிக் கூறும் நூல்கள் தற்போது உள்ளன.

i) Syad Md. Latif - "Agra, historical, and descriptive" 8 vol. calcutta 1896 இதில் படங்கள் சரியில்லை.

ii) E.W. Smith - "The Moghul Architecture of Fathpur - Sikri" 4 parts, Govt press, Allahabad, 1894 - 98.

iii) Same Author - "Moghul colour decoration of Agra" Govt press Allahabad 1901.

iv) Same Author - "Akbar's Tomb, Sikandarah" Allahabad Govt press 1909

E.W. Smith அவர்களின் மூன்று புத்தகங்களும் படங்களுடன் கூடிய நல்ல புத்தங்கள்.

v) Nur Baksh - "The Agra Fort and its Buildings" in A.S. Annual Report for 1903 - 04 pp. 164 - 93.

vi) Moin - ud - din - "The Histrory of the Taj" Moon press, Agra, 1905.

தாஜ்மஹால் பற்றி எழுதப்பட்டுள்ள ஒரு முழுமையான புத்தகம் இது. 1873ஆம் ஆண்டு மேஜர் கோலி என்பவர்

"Illustrations of Buildings near Muttra and Agra" என்று ஒரு புத்தகத்தை வெளியிட்டுள்ளார்.

ஃபெர்கூஸன் அவர்கள் எழுதிய "History of Indian and Eastern Architecture (Ed. 1910) ஒரு முக்கியமான புத்தகம்.

இதேபோல் வின்சன்ட் ஆ ஸ்மித் அவர்களின் A History of Fine Art in India and cylon (Oxford) என்ற புத்தகமும் நல்ல விளக்கங்களைத் தந்துள்ளது. எல்லா விவரங்களும், அடங்கிய வழிகாட்டியாக விளங்கக்கூடிய கையேடு எதுவும் இதுவரை வெளிவரவில்லை.

பரத்பூர் - கும்பெனி ஆட்சியில் இராணுவத்தில் பணிபுரிந்தவர்களுக்கும், படித்தவர்களுக்கும் வேலையில்லாத நிலை

ஆக்ரா கோட்டத்தின் ஆணையரும், எங்கள் பழைய நண்பருமான திரு. சார்லஸ் ஃப்ரேஸர், மேஜர் காட்பி ஆகிய இருவரும், ஆக்ராவிலிருந்து வந்து எங்களுடன் சேர்ந்து கொண்டது எங்களுக்கு மகிழ்ச்சியளித்தது. ஒன்பதாம் நாளன்று, பதினான்கு மைல் தூரம் வண்டல் மண் நிறைந்த சமவெளிப் பகுதியில் பயணம் செய்து பரத்பூர் வந்து சேர்ந்தோம். வழியில் வடகிழக்காகவும், தென்மேற்காகவும் மணற்பாறைக் குன்றுகள் குறுக்கிட்டன. அந்த இடத்தின் மண் வளங்குன்றியதாகவே இருந்தது. பரத்பூர் அரசரின் கோட்டை கொத்தளங்களைச் சுற்றி மூன்று மைல் அகலத்திற்கு வனப்பகுதிகள் நிறைந்திருந்தன. பரத்பூரின் ஆட்சியாளர்கள் ஆரம்பகாலத்தில் கொள்ளையர்களாகவும், அருகிலுள்ள அரசுகளுடன் மோதல் போக்குடையவர்களாகவும் இருந்துள்ளனர். கி.பி. 1826ஆம் ஆண்டில் பரத்பூர் ஆங்கிலேயர்கள் வசம் வந்த பிறகே இந்த நிலை மாற்றமடையத் தொடங்கியது. பரத்பூரைச் சுற்றியுள்ள வனப் பகுதிகளும் சிறிது சிறிதாக குறைந்துகொண்டே வந்து வயல்வெளிகளாக மாறத் தொடங்கிவிட்டன; சிறிய கிராமங்களும் உருவாக ஆரம்பித்துவிட்டன. 'மதுரா நுழைவாயில்' அருகே, பழமரங்கள் நிறைந்த ஒரு தோப்பில் எங்களது கூடாரங்கள் அடிக்கப்பட்டிருந்தன. பரத்பூர் கோட்டையை, நாங்கள் கூடாரம் அடித்திருந்த இடத்தின் அருகிலிருந்துதான்

கோம்பர்மியர் பிரபு[1] கடைசியாகத் தாக்கினார். பரத்பூர் கோட்டையின் முற்றுகை நடைபெற்றபோது, இறுதிவரை மேஜர் காட்பியும் உடன் இருந்தார். மாலை நேரத்தில் யானைமீதேறி அந்த இடத்தை நாங்கள் சுற்றிப் பார்த்த போது, பரத்பூர் எந்தெந்த இடங்களிலிருந்தெல்லாம் தாக்கப் பட்டது என்பதை எங்களுக்குக் காண்பித்து விளக்கமளித்தார் மேஜர் காட்பி. ஒரு நாளில் அவர் தொகுத்துச் சொன்ன சம்பவங்களின் நினைவுகள் பத்து ஆண்டுகள் வரை எங்களுக்கு மகிழ்வூட்டுவதாக இருந்தன. நாங்கள் அந்த நகர் முழுவதையும் சுற்றிப் பார்த்துவிட்டு மதுரா நுழைவாயிலுக்கு எதிர்வாயில் வழியாக வெளியே வந்தோம். வரும் வழியில் லேக் புரபு அவர்கள் தாக்குதல் நடத்திய இடத்தின் வழியாக வந்தோம். அவர் தாக்குதல் நடத்தியது 1805ஆம் ஆண்டில்[2]. அவர் தாக்குதல் நடத்திய இடங்களையும் வழிகாட்டியாக உடன் வந்தவர் எங்களுக்குக் காண்பித்தார். எங்கள் வழிகாட்டி பரத்பூர் அரசரின் பணியில் இருந்த ஒரு வயது முதிர்ந்த அதிகாரி. முப்பத்தியொரு ஆண்டுகளுக்கு முன் ஆங்கிலேயர்கள் பரத்பூரின் மீது முதன்முதலில் தாக்குதல் தொடங்கிய நாளின் நினைவுதினத்தில்தான் நாங்கள் பரத்பூரைச் சுற்றிப் பார்த்தோம். கோட்டை மதில் இருக்கு மிடத்திலிருந்து அரை மைல் தூரம் தள்ளி, வேறு மூன்று கனவான்களுடன், லேக் பிரபு ஒரு நாற்காலியில் அமர்ந்து பேசிக்கொண்டிருந்தது தனக்கு இன்றும் நினைவில் இருப்பதாக ஒரு மூத்த அதிகாரி எங்களிடம் தெரிவித்தார்.

முற்காலத்திய மனிதர்கள் தற்காலத்தில் வாழ்பவர் களிலிருந்து வேறுபட்டவர்கள் என்றும், ஒரு கோட்டையைக் காப்பவர்களிலிருந்து தாக்குபவர்கள் வேறுபட்டவர்கள் என்றும், ஐரோப்பிய பிரபுக்களும், கனவான்களும் கூட இதேபோல்தான் இருக்கின்றார்கள் என்பதும் அந்த முதியவரின் எண்ணமாக இருந்தது.

“ஆனால் நடப்பவைகள் யாவும் விதியின் செயல்; கடவுளின் செயல். கோட்டைவாயிலில் இருபத்தி நான்கு பவுண்ட் திறன்கொண்ட ஒரு பீரங்கி நிறுத்தப்பட்டிருந்தது. அதில் மருந்து நிரப்பப்பட்டு மூன்றுமுறை, இயற்கை மீறிய ஏதோ ஒரு சக்தியால் அது இயக்கப்பட்டது. ஒருவர்கூட அதன் அருகில் இல்லை.” என்று மேலும் தொடர்ந்தார்

அந்த முதியவர். இது நம்பமுடியாதது என்று நாங்கள் அனைவரும் நகைத்தோம். தான் சொல்வது அசைக்கமுடியாத உண்மையென்றும், அதற்கு பல சாட்சிகள் இருப்பதாகவும் அந்த முதியவர் கூறினார். லேக்பிரபு தாக்குதல் நடத்திய இடதுபுற மையம் பல்தேவ் கோட்டை வாயில் என்ற இடம். முற்றுகை நடைபெற்றபோது பரத்பூரின் அரசராக இருந்த ரஞ்ஜித்சிங்கின் இரண்டாவது மகன் பல்தேவ் சிங். பரதபூரைக் காப்பதற்காக பல்தேவ்சிவ் காட்டிய வீரதீரச் செயல்களுக்கு இணையாக ட்ராய் நகரைக் காப்பதற்கு ஹெக்டர் காட்டிய வீரத்தைக்கூட இணையாகச் சொல்ல முடியாது. இன்று உயிருடன் இருப்பவர்கள் கூட பல்தேவ் சிங்கைப் பற்றி அதிகம் புகழ்ந்து பேசுகிறார்கள். "ஆனால் பல்தேவ்சிங் இயற்கை மீறிய ஒரு சக்தியால் இயங்கினார். ஐரோப்பியர்களுக்கு எதிராகவே தனது வாளை உயர்த்துவது எனத் திருவுளம் கொண்டிருந்தார் அவர். கோட்டை வாயில் முழுவதும் ஐரோப்பியர்களின் உடல்களே சிதறிக் கிடந்தன. முற்றுகை நடைபெற்று முடியும்வரை ஒரு ஐரோப்பியன் கூட அந்த வழியாக உள்ளே நுழைய முடியவில்லை" என்று பல்தேவின் வீரத்தைப் புகழ்ந்து பேசிக்கொண்டே சென்றார் அந்த முதியவர். பின் இராணுவப் பிரிவுகள் நிறுத்தி வைக்கப்பட்டிருந்த பல்வேறு இடங்கள் எங்களுக்குக் காண்பிக்கப்பட்டன. அதில் ஒரு இராணுவப் பிரிவைப் பற்றி முன் எப்போதும் நான் கேள்விப்பட்டதில்லை. ஆனால் பொதுவாக அது பலரால் புகழ்ந்து பேசப்பட்டது. அந்த இராணுவப்பிரிவிற்கு "அன்ட்ட குர்குர்" என்று பெயர். பம்பாய் சேனையை வங்காளத்தில் இப்படித்தான் அழைப்பார்கள் என்று மேஜர் காட்பி என்னிடம் தெரிவித்தார். இந்தப் பெயர் வரக் காரணமென்னவென்று ஒருவருக்கும் தெரியவில்லை. அந்த இராணுவப் பிரிவைச் சேர்ந்த சிப்பாய்கள் தங்கள் தலைகளில் அணிந்திருந்த வினோதமான குல்லாயே அந்தப் பெயர் வரக் காரணமாக இருக்கவேண்டுமென நான் நினைக்கிறேன். புகைபிடிக்கும் 'ஹுக்கா' என்று பொருள்படும். 'அன்ட்டா' என்றால் டென்னிஸ் பந்துபோன்ற ஒரு பந்து. குல்லாயின் மேலே ஒரு பந்தும் காணப்படுவதால் அந்த இராணுவப் பிரிவுக்கு "அன்ட்டகுர்குர்" என்ற பெயர் வந்திருக்கவேண்டும். இந்தப் பெயரைச் சொல்லி அழைக்கப்படும்போது பம்பாய்

சிப்பாய்கள் எப்போதும் சினம் கொள்வார்கள் என்று நான் கேள்விப்பட்டேன். அவர்கள் சிறந்த வீரர்களாக எப்போதும் செயல்பட்டுள்ளார்கள்; எனவே இந்தப் பெயரைப் பற்றியோ வேறு எந்தப் பெயரைப் பற்றியோ அவர்கள் கவலைப்படத் தேவையில்லை.[3]

பரத்பூரின் மேற்கேயுள்ள ஏரியில் நீர்மட்டம், கோட்டையின் தரைமட்டத்தைவிட மேலேயுள்ளது. ஏரியிலிருந்து கோட்டைக்குச் செல்லும் கால்வாயைத் திறந்துவிட்டால் ஏரிநீர் கால்வாய் வழியாகச் சென்று கோட்டையைச் சுற்றியுள்ள அகழியை நிரப்பிவரும்.[4] 1805ஆம் ஆண்டு லேக் பிரபு பரத்பூர் கோட்டையை முற்றுகையிடுவதற்கு முன்பு இதுதான் நிலைமை. அகழியில் இருக்கும் நீரை வெளியேற்ற ஒரு வடிகாலை மட்டும் பொறியாளர்கள் கண்டுபிடித்திருந்தால், அகழி நீரை கிழக்குப் பக்கம் திருப்பிவிட்டு யமுனையில் கலக்குமாறு செய்திருக்கலாம். ஒரு வடிகாலை உருவாக்கும் முயற்சி கோம்பர்மியர் பரத்பூருக்கு வந்த சமயத்தில் 1826ஆம் ஆண்டு மேற்கொள்ளப்பட்டது; ஆனால் ஒரு குழு அந்தப் பணியைத் தடுத்துவிட்டது. முற்றுகை ஆரம்பிக்கப்பட்டபோது அகழி கிட்டத்தட்ட வற்றியே காணப்பட்டது.

கோட்டையின் சுவர்கள் களிமண்ணில் ஆனவை; மிக அசிங்கமான தோற்றம் கொண்டவை. இப்போது இந்த சுவர்கள் இடிக்கப்பட்டுவிட்டன.[5] மண்சுவருக்குள்ளேயிருந்த நகரம் மிக அதிகமான மக்கள்தொகை உடையதாக இருந்தது; ஆனால் வீடுகள் மாட்டுத் தொழுவங்கள் போன்றிருந்தன. அந்த ஊரில் (பரத்பூர்) இருந்த ஒரே நல்ல இடம் அரண்மனை மட்டும்தான். அரண்மனையில் ஒன்றுடன் ஒன்று இணைப் பில்லாத மூன்று கட்டடங்கள் இருந்தன. ஒன்று அரசரின் இருப்பிடம்; இரண்டாவது அரண்மனைப் பெண்களின் தங்குமிடம்; மூன்றாவது நீதிமன்றம். முற்றுகையின்போது ஐரோப்பிய அதிகாரிகள் கொல்லப்பட்டார்கள் என்பதற்கான எந்தத் தடயத்தையும் நான் அங்கு காணவில்லை. பக்கத்திலிருந்த ஒரு தோப்பில் பிரிகேடியர் ஜெனரல் எட்வர்ட் அவர்களது கல்லறை இருப்பதாகக் கேள்விப்பட்டேன். அவர்தான் கடைசியில் வீழ்ந்தவர். அவர் ஒருவருக்கு மட்டுமே கல்லறை எழுப்பப்பட்டது. முகமதியர்கள் நடத்திய

வெற்றிப் போர்களின்போது இறந்த முகமதிய வீரர்களுக்கு அதிக எண்ணிக்கையில் கல்லறைகள் கட்டப்பட்டன. புனிதர்கள் முகமதியர்களின் இடுகாட்டில் அமர்ந்து திருக்குரானை ஓதினார்கள். அப்படி ஓதினால்தான் இறந்தோரின் ஆன்மாக்கள் அமைதியடையும் என்பதல்ல நோக்கம். நபிகள் நாயகத்தின் மீது நம்பிக்கையுள்ளவர்கள் போரில் மரணமடைந்தால், அவர்களது உயிர்கள் நிச்சயம் சுவர்க்கத்தை அடையும்; நம்பிக்கையற்றவர்களின் உயிர்கள் நரகத்திற்குத்தான் செல்லும் என்பது முகமதியர்களின் நம்பிக்கை. நபிகள் நாயகத்தின் கருத்துப்படி நபிகள் போன்ற சில நூறு நபர்களுக்கு மட்டுமே சுவர்க்கத்தில் முதலிடம் கொடுக்கப்படும். அதாவது நபிகள் நாயகத்தின் முதல் மூன்று போர்களில் கலந்து கொண்டவர்கள் நிச்சயம் சுவர்க்கத்தை அடைவார்கள். நபிகள் நாயகத்தின் அவதாரத்தின் மீது நம்பிக்கை வைத்தவர்களும், நபிகள் நாயகம் மெக்காவிலிருந்து மதீனா சென்றபோது அவருடன் சென்றவர்களும் சுவர்க்கத்தை அடைவார்கள். தன்னுடைய நம்பிக்கைக்கு குறைவான ஆதாரங்களே இருக்கும்போது, தான் பின்பற்றும் நம்பிக்கையின் பின்னால் மற்றவர்கள் வரவில்லையே என்று ஒருவனுக்கு அதிகமான கோபம் வருகிறது. ஒருவன் ஒரு கணக்கைச் சரியாகப் போட்டுவிட்டதற்காக மற்றவர்கள் அவன் மீது கோபப்படமாட்டார்கள். தான் சுவர்க்கம் செல்லப்போவதாக ஒருவன் நினைக்கிறான். தன்னை மற்றவர்கள் பின்பற்றவில்லையே என்று அவன் அவர்கள்மீது சினம் கொள்கிறான். ஏனெனில் மற்றவர்கள் தன்னை முட்டாள் என்று நினைத்திருக்கக் கூடுமென்று அவனுக்குச் சந்தேகம். முகமதிய தளபதிகளும், வரலாற்றாசிரியர்களும் சில சமயங்களில் சீசர் போன்றே எண்ணம் கொண்டுள்ளனர். 'நான் வந்தேன்; பார்த்தேன்; வெற்றி கொண்டேன்' என்று எண்ணுவதற்குப் பதில் 'நபிகள் மீது நம்பிக்கையற்ற ஐம்பதாயிரம் நபர்களை, நரகத்தின் தீக்குழியில் தள்ளிவிட்டு விட்டு பத்தாயிரம் முகமதியர்கள் சுவர்க்கத்தின் கனியைச் சுவைத்தார்கள்' என்று எண்ணுகின்றனர்.

பத்தாவதுநாள் பன்னிரண்டு மைல் தூரம் கடந்து 'கும்பீர்' என்ற இடத்தை அடைந்தோம். வழிநெடுகிலும் மண் வளமற்றும் உவர்ச் சத்து கொண்டதாகவும் இருந்தது.

உப்பளங்களும் நிறைய காணப்பட்டன. உப்புத்தண்ணீரில் உள்ள நீரைமட்டும் சூரியஒளியின் உதவியால் ஆவியாக வைத்து, உப்பு தயாரிக்கும் முறை இங்கு பின்பற்றப்படுகிறது. பாத்திகளில் உப்புநீர் நிரப்பப்பட்டு, பின் நீர் சூரியவெப்பத்தால் ஆவியாகி வெளியேறும்படிச் செய்யப்படுகிறது. அடியில் தங்கும் உப்பை வாரி எடுத்து விடுகின்றனர். கும்பீர் நகரைவிட்டு நாங்கள் வெளியே வந்த வாயில் "கும்பீர் வாயில்" என்று அழைக்கப்படுகிறது. மதுரா செல்லும் வழியில் அமைக்கப்பட்டுள்ள வாயில் 'மதுரா நுழைவாயில்' எனப்படுகிறது. டில்லி நகரத்தில், நகரத்தின் எல்லைச் சுவர்களில் இருந்த வாயில்கள் தூரப்பகுதியில் உள்ள நகரங்களைச் சுட்டும் வகையில் 'காஷ்மீர் வாயில்', 'காபூல் வாயில்', 'கான்ஸ்டான்டினோபில் வாயில்' என்று அழைக்கப் பட்டன. (அதுபோன்றுதான் மதுரா வாயில் என்பதும்). கும்பீர் வாயிலுக்கு வெளியே இந்தியாவிற்கு மட்டுமே உரிய, இங்கு மட்டுமே காணப்படும் கிணறு ஒன்றை முதல் முறையாகப் பார்த்தேன். வட்டவடிவில், உருளை போன்று, செங்கற்களும் சுண்ணாம்புக் காரையும் கொண்டு அது கட்டப்பட்டிருந்தது. வெளியிலும், உள்ளேயும் காரைப் பூச்சு பூசப்பட்டிருந்தது. அந்தக் கிணறு கிட்டத்தட்ட இருபதடி ஆழம் உடையதாக இருந்தது. தரைமட்டத்திலிருந்து மொத்தம் இருபதடி உயரம் இருந்தது.[6]

11ஆம் நாள் பன்னிரண்டு மைல் பயணத்திற்குப் பின் தீக் என்ற ஊரை அடைந்தோம். இங்குள்ள மண் வளம் குன்றிய மண். வேளாண்மையும் இங்கு நன்றாகச் செய்யப் படவில்லை. மழைக்காலம் முழுவதும் நிலம் தண்ணீரில் மூழ்கியிருக்கும். இதுதான் பரத்பூர் 'ஜாட்' இன மக்களின் பூர்வீக இடம். மற்றவர்களை ஆக்கிரமித்தும், ஊரின் வழியாகச் செல்லும் இராணுவத்தினரைக் கொள்ளையடித்தும் முன்னேறியவர்கள் இந்த ஜாட் மக்கள். முகலாயப் பேரரசர்கள் இறந்தபோதும், முகலாய சாம்ராஜ்ஜியம் வீழ்ந்தபோதும் இந்தக் காரியத்தைத்தான் இந்த ஜாட் இன மக்கள் செய்தார்கள். இவர்கள் சிந்து நதி தீரத்திலுள்ள முல்ட்டான் போன்ற இடத்திலிருந்து குடிபெயர்ந்து சிறிது சிறிதாக உள்ளே நுழைந்து யமுனை நதிக்கரையில் தங்கியவர்கள். பின் சம்பல் நதிக்கரை வரையிலும் சென்று

அங்கும் தங்கினார்கள். பின் நிலத்தைப் பண்படுத்தி வேளாண்மையில் ஈடுபட்டார்கள்; தொடர்ந்து சிறிய அளவில் கொள்ளையடித்தார்கள். காலம் செல்லச் செல்ல பெரிய கொள்ளைக்காரர்களாகி விட்டார்கள். தேசபக்தியே இல்லாத மக்களிடையே இந்த ஜாட் மக்கள் மட்டும் மராத்தியர்களைப் போன்று தேசிய உணர்வு மிக்கவர்கள். தனித்தனியான நிலச்சுவான்தார்கள் கொள்ளையர்களின் துணையோடு சமஸ்தானங்களின் அதிபதிகளாகிவிட்டார்கள். ஆனால் தேசிய உணர்வின் அடிப்படையில் ஒரு தலைவனின் கீழ் இவர்களை ஒன்றிணைக்க முடியவில்லை.

இந்த ஜாட் மக்களுக்கு தீக் நகரில் நாற்கர வடிவிலான ஒரு தோட்டம் உள்ளது. தோட்டத்தைச் சுற்றி உயர்ந்த மதிற்சுவர்கள் கட்டப்பட்டுள்ளன. நான்கு பக்கங்களின் மையத்திலும் அழகான இந்து முறையில் கட்டடங்கள் கட்டப்பட்டுள்ளன. இந்தக் கட்டடங்களுக்கான கற்கள் 'ரப்பாஸ்' கல்குவாரியிலிருந்து கொண்டுவரப்பட்ட மணற் பாறைக் கற்கள். ரப்பாஸ் கல் குவாரி ஃபதேபூர் சிக்ரியிலிருந்து தெற்கே நாற்பது மைல் தூரத்திலும், மேற்கே எட்டு அல்லது பத்து மைல் தூரத்திலும் உள்ளது. கல்குவாரியிலிருந்து கற்கள் பதினாறடி நீளமும், இரண்டு அல்லது மூன்று அடி அகலமும் உடைய பாளங்களாகப் பெயர்த்தெடுக்கப்பட்டு தீக் நகருக்குக் கொண்டுவரப்பட்டவை. நாற்கர வடிவத் தோட்டத்தின் நீளம் நானூற்று எழுபத்தைந்தடி; அகலம் முந்நூற்று ஐம்பதடி. தோட்டத்தின் மையத்தில் எண்கோண வடிவத்தில் ஒரு தடாகம் உள்ளது. அதன் நான்கு பக்கங் களிலிருந்தும் நான்கு பாதைகள், முன்பு குறிப்பிட்ட நான்கு கட்டடங்களை நோக்கிச் செல்கின்றன தடாகத்தின் மையத்தில் ஒரு நீரூற்று வைக்கப்பட்டுள்ளது.

பரத்பூர் நான் எதிர்பார்த்த அளவு அழகாக இல்லை. ஆனால் தீக் நான் எதிர்பார்த்ததைவிட அதிகமான பொலிவுடன் காணப்பட்டது. அந்த எண்கோணவடிவத் தடாகமும், தோட்டமும், அங்கிருந்த கட்டடங்களும் அற்புதமாக இருந்தன. ஆக்ராவைத் தவிர இந்தியாவில் வேறெங்கும் இத்தகைய கட்டடக் கலை நுட்பத்தை நான் கண்டதில்லை. உபயோகமும், பொலிவும் ஒன்றுடன் ஒன்று இணைந்து இங்கு காணப்படுகின்றன. கட்டடப்

பரிமாணங்களில் ஓர் ஒத்திசைவு காணப்படுகிறது. இப்படிப்பட்ட ஓர் அழகான கட்டடம் ஒரு சதுப்பு நிலத்தில் அமைந்திருப்பதுதான் பரிதாபமானது[7]. இந்த ஊர் மக்களிடையே ஒரு மிகப்பெரிய குறைபாடு இருக்கிறது. இங்கு வேலையில்லாத் திண்டாட்டம் ஒரு மிகப் பெரிய பிரச்சனையாக உள்ளது. பரத்பூர் ஆங்கிலேயர்களால் கைப் பற்றப்பட்டவுடன் மக்களின் வேலையில்லாத் திண்டாட்டம் அதிகரித்துவிட்டது. மேஜர் காட்பி இதை எடுத்துச் சொன்னபோது அவருக்கு உள்ளூர் கனவான்களிடமிருந்து கிடைத்த பதில் "நமக்குத்தான் இப்போது எதிரிகள் இல்லையே. பிறகு ஏன் காவலுக்கும், போருக்கும் அதிகமாக ஆட்களை வைத்துக்கொள்ள வேண்டும்?" என்பதுதான். 'நமக்கு ஓர் இராணுவம் இப்போது தேவைதானா' என்று அவர்கள் கேட்டார்கள். அதற்கு காட்பி இவ்வாறு பதில் சொன்னார். "நமக்குத் தேவைதான். நமது ஆட்களே ஒருவரது கழுத்தை மற்றவர் நெறித்துவிடாமல் இருப்பதற்கும், வெளிநாட்டுப் பகைவர்களிடமிருந்து நம்மைக் காத்துக் கொள்வதற்கும் நமக்கு இராணுவம் தேவைதான்." அதற்கு அந்த கனவான்கள், "உண்மை, ஆனால் வாட்களை மட்டும் நம்பியிருக்கும் வீரர்களை வைத்துக்கொண்டு என்ன செய்வது? உள்ளூர் அரசர்களுக்கு இப்போது இவர்கள் தேவையற்றவர்கள். நீங்களும் எங்களைப் போன்றவர்களை வேலைக்கு எடுத்துக் கொள்ள மாட்டீர்கள். என்ன செய்ய முடியும்?" என்றனர் அவர்கள். "இந்த வீரர்களுக்கு இன்னமும் நாங்கள் உடை களையும், உணவையும், வீட்டு உபயோகப் பொருட்களையும் கொடுத்துக் கொண்டிருக்க முடியுமா? இவர்கள் பணம் கொடுப்பதற்கு எங்கே போவார்கள்?" என்று வணிகர்கள் கேட்டனர். இது சரியான கேள்விதான்; உண்மையும்கூட. இப்போது நாம், முன்பு வேலையில் அமர்த்தப்பட்டிருந் தவர்களில் பத்தில் ஒரு பகுதியிரை வைத்துக் கொண்டு பணிகளைச் செய்து வருகிறோம். மீதமுள்ள பத்தில் ஒன்பது பகுதியினரை, அப்படியே விட்டு விட்டோம். வேலையின்றி வெளியேற்றப்பட்ட இராணுவ வீரர்கள் ஒன்று சமயப் பணியில் ஈடுபட்டு பரதேசிகளாய் திரியவேண்டும்; அல்லது தங்களது நண்பர்களிடம் சென்று அவர்களது வயல் வெளிகளில் வேலை செய்து பிழைக்கவேண்டும். வீரர்களை அவர்கள் இராணுவப் பணியில் இருந்தபோது மதித்து

சேவை செய்துவந்த வணிகர்களும், தொழிலதிபர்களும் இப்போது நிராகரித்துவிட்டார்கள்.

பத்து வீரர்கள் இருந்த இடத்தில், ஒரு வீரரை வைத்து நாம் வேலை வாங்கி வருவதாக நான் சொன்னேன். இதை ஒரு உதாரணம் மூலம் விளக்க விரும்புகிறேன். 1816ஆம் ஆண்டு நேப்பாள யுத்தம் முடிந்து நான் எனது இராணுவப் பிரிவுடன் அலகாபாத் திரும்பிக் கொண்டிருந்தேன். அவத் அரசின் எல்லையிலிருந்து நான்கு மைல் தூரத்தில் இருந்த ஒரு மண் கோட்டையில் நாங்கள் தங்கியிருந்தோம். 'அமில்' எனப்படும் மாவட்டத் தலைமை அலுவலின் பீரங்கிகள் கோட்டையை நோக்கி நாள் முழுவதும் இயக்கப்பட்டுக் கொண்டே இருந்தன. அமிலின் கட்டுப்பாட்டில் மூன்று காலாட்படைப் பிரிவுகளும், கணிசமான எண்ணிக்கையில் பீரங்கிகளும் இருந்தன. கோட்டைக் காவல் பிரிவில் இருநூறு பலம்வாய்ந்த இராஜபுத்திர விவசாயிகளும், குத்தகைதாரர்களும், சிறுநிலக் கிழார்களும் மட்டுமே இருந்தனர். மாலை நேரத்தில், நாங்கள் சாப்பிடுவதற்கு அமர்ந்தபோது, எங்களது தளபதியான கர்னல் கிரிகோரி அவர்களைப் பார்க்க, அமிலிடமிருந்து ஒரு தூதன் வந்தான். அவன் கர்னல் கிரிகோரியிடம் தனிமையில் பேசவேண்டுமென்று கூறினான். சொல்லவந்த செய்தியை, முதுநிலை இராணுவ அதிகாரியாக இருந்த என்னிடமே தெரிவித்துவிடலாம் என்று அந்தத் தூதுவனுக்கு பதில் சொல்லிவிட்டார் கர்னல் கிரிகோரி.

"தலைமைத் தளபதியிடம் என்ன வேண்டுமென்று வந்தாய்?" என்று நான் அமிலின் தூதுவனை வினவினேன்.

ஓர் இராணுவப் பிரிவு கடனாக வேண்டுமென்று அவன் என்னிடம் கூறினான்.

"ஓர் இராணுவப் பிரிவை முழுவதுமாக ஒருக்காலும் தளபதி கொடுக்கமாட்டார்" என்று நான் பதில் சொன்னேன்.

"ஒரு ராணுவப் பிரிவு அளவு அதிக வீரர்கள் இல்லா விட்டாலும் இரண்டு சிறு இராணுவப் பிரிவுகளையாவது கொடுத்து உதவுங்கள்" என்றான் தூதன். இருநூறு அல்லது முந்நூறு தங்க நாணயங்கள் அடங்கிய நாணய முடிப்பை காணிக்கையாகக் கொண்டுவந்திருப்பதாக அவன் மேலும் தெரிவித்தான்.

தூதன் கொண்டு வந்த செய்தியை எல்லா இராணுவ அதிகாரிகள் முன்னிலையிலும், நான் கர்னல் கிரிகோரி அவர்களிடம் தெரிவித்தேன். அதற்கு அவர் ஒரு இராணுவ வீரனைக்கூட அனுப்ப முடியாது என்றும், அமிலுக்கு உதவி செய்யும் அதிகாரம் தனக்கில்லையென்றும் கூறிவிட்டார். அவத் வழியாக ஆங்கிலேயர்களது இராணுவம் பயணம் செய்கிறதே தவிர வேறு எந்த நடவடிக்கையிலும் ஈடுபடாது என்றார் கிரிகோரி. 'இராணுவ வீரர்களை அனுப்ப முடியா விட்டாலும் பரவாயில்லை. நாங்கள் பயணம் செய்வதை ஒரு நாள் ஒத்திப் போடும்படியும், குறைந்தபட்சம் ஒரே ஒரு முரசு அறிவிக்கும் நபரையாவது உடன் அனுப்பி வைக்கும்படியும்' வந்திருந்த தூதன் கெஞ்சினான்.

"முரசு அறிவிக்கும் நபரை வைத்துக் கொண்டு என்ன செய்வாய்?" என்று நான் கேட்டேன்.

"வெளிச்சத்திற்கு முன்னால் முரசறைபவனை அழைத்துக் கொண்டுபோய் கோட்டையின் ஏதாவது ஒரு வாயிலின் முன் நிற்கவைத்து முரசை ஓங்கி பலம் கொண்ட மட்டும் அடிக்கச் செய்வேன். கோட்டையின் உள்ளிருக்கும் மக்கள், முழு இராணுவப் பிரிவும் தங்கள் மீது தாக்குதல் தொடங்கப் போவதாக எண்ணி, எதிர் வாயிலின் வழியாக, விரைவில் வெளியேறி விடுவார்கள்" என்று பதில் சொன்னான் வந்திருந்த தூதுவன்.

"நாணயங்கள் அடங்கிய பணமுடிப்பை என்ன செய்வாய்?" என்று நான் அவனைக் கேட்டேன்.

"தங்க நாணயங்களை நீங்களும், உங்கள் மூத்த அதிகாரியும் உங்களுக்குள் பிரித்துக் கொள்ளுங்கள். நீங்கள் விரும்பினால் இரண்டு மடங்கு நாணயங்கள் வேண்டுமென்றாலும் தருகிறேன்." என்றான் தூதன்.

அவன் என்னிடம் தெரிவித்ததை அனைத்து இராணுவ அதிகாரிகள் முன்னிலையிலும் நான், அவர்களின் நகைப்புக் கிடையே அறிவித்தேன். தூதுவன் தான் கொண்டுவந்திருந்த பணமுடிப்பை திரும்பவும் எடுத்துக்கொண்டு போக வேண்டியிருந்தது. 'அமில்' என்பவர் 'அவத் சமஸ்தானத்தில் வரிவசூல் செய்பவர். அவருக்கு அரசாங்கம் அனைத்து அதிகாரங்களையும் கொடுத்திருந்தது. அவரது கட்டுப்

பாட்டில் ஒரு இராணுவப் பிரிவும், பீரங்கிப் படையும் இருந்தன.

பெரிய நிலச்சுவான்தார்கள் மண்ணாலான கோட்டைகளைக் கட்டிக் கொள்கின்றனர். இராஜபுத்திர விவசாயிகளைக் கொண்டு இக்கோட்டைகளை காவல் காக்கின்றனர். இந்த இராஜபுத்திர விவசாயிகள் மிகவும் தைரியசாலிகள். நூறு இராஜபுத்திரர்கள் அரசரின் இராணுவத்திலுள்ள ஆயிரம் வீரர்களைத் தாக்கும் வல்லமை உடையவர்கள். அப்படி ஒரு தாக்குதல் நடைபெற்றால் அமில் அதை வெளியில் சொல்லமாட்டார் என்பது அவர்களுக்குத் தெரியும். அதே போல் கும்பெனியின் இராணுவத்தில் உள்ள நூறு வீரர்களைத் தாக்கினால், ஆயிரம் வீரர்கள் தங்கள் மீது பாய்ந்து விடுவார்கள் என்பதும் அந்த இராஜபுத்திரர்களுக்குத் தெரியும். ஆங்கிலேயர்கள், போரில் காயம் அடைந்தவர்களுக்கு எல்லா உதவிகளையும் செய்கிறார்கள். போரில் வீரர்கள் இறந்துவிட்டால், அந்த வீரர்களின் விதவை மனைவியருக்கும், அனாதைகளாக்கப்பட்ட குழந்தைகளுக்கும் ஆங்கிலேய இராணுவம் அனைத்து உதவிகளையும் செய்கிறது. ஆனால் உள்ளூர் அரசர்கள் தங்களது இராணுவத்தில் பணியாற்றும் வீரர்களுக்கு இதுபோன்ற அவசியமான எந்த உதவியையும் செய்வதில்லை. எனவே இந்த உள்ளூர் அரசர்களின் இராணுவ சேவையில் உள்ள வீரர்கள் மிகுந்த எச்சரிக்கையுடனேயே சண்டையில் ஈடுபடுகின்றனர். அவத்தில் இருக்கும், போர்க்குணம் நிறைந்த உழவர்களிடமிருந்துதான் ஆங்கிலேயர்கள் வங்காள இராணுவத்திற்குத் தேவையான வீரர்களைத் தேர்ந்தெடுத்து பணியமர்த்துகிறார்கள். வங்காள இராணுவத்தில் நான்கு வீரர்களில் மூன்றுபேர் இந்த இராஜபுத்திரர்களே. இவர்கள் மிகச் சிறந்த போர்வீரர்கள்.[8]

குறைந்த அளவில் இராணுவவீரர்களை வைத்துக் கொள்வதிலுள்ள நன்மையை, இந்திய சமூகம் இன்னும் தெளிவாகப் புரிந்துகொள்ளவில்லை. நமது ஆங்கிலேய ஆட்சி நிலைபெற, நிலைபெற இது குறித்த புரிதல் நிச்சயம் ஏற்படும். இந்தியாவில் வாளின் துணையோடு வாழ்க்கை நடத்திய மனிதர்கள், வேறு எந்த வழியிலும் வாழத் தெரியாதவர்களாக இருக்கின்றனர்; அதுமட்டுமல்லாது அவர்கள் தங்களது குழந்தைகளையும் இராணுவத்தில்

சேர்ப்பதற்கே விரும்புகிறார்கள். முந்தைய அரசில், இராணுவத்திற்குப் பணியாற்ற வரும் வீரன் அவனது சொந்த ஆயுதங்களுடனும், குதிரையுடனும் வருவான். பணியிலிருந்து விடுவிக்கப்படும்போது, கொண்டு வந்தவைகளைத் திரும்பக் கொண்டுசென்று விடுவான். இராணுவத்திற்கு எவ்வளவு வீரர்கள் தேவையோ, அதற்கு அதிகமாகவே வீரர்கள் கிடைத்தார்கள். காலாட்படையிலும், குதிரைப்படையிலும் பணியாற்றிவிட்டு, தங்களது பணி முடிந்ததும் திருப்பி அனுப்பப்பட்ட வீரர்கள், வேறு வேலையின்றி சுற்றித் திரிந்துகொண்டுதான் இருந்தார்கள். போருக்குப் பிறகு அவர்களுக்குத் தெரிந்திருந்த அடுத்த தொழில் கொள்ளை யடிப்பதுதான். "போரும், கொள்ளையும், ஒரு அரசனுக்கு அவன் வள்ளல்தன்மையுடன் வாழும் வசதியைக் கொடுக்கின்றன. ஓர் எதிரியை போருக்கு அழைத்துவிட்டு, சண்டையில் விழுப்புண் படும்படி அவனைச் செய்துவிட முடியாது; அது கடினம். அதுபோன்றுதான் ஒரு ஜெர்மானியனை விவசாயம் செய்வதற்கு வற்புறுத்தி இணங்க வைத்துவிட்டு, அறுவடைக்காக நாம் பொறுமையுடன் காத்திருக்க முடியாது. படைவீரர்கள் இரத்தம் சிந்தி பெருமையடையவே விரும்புவார்கள். நெற்றி வியர்வை நிலத்தில் சிந்த உழைத்து அதன் விளைவால் வரும் பலனை அனுபவிக்க விரும்ப மாட்டார்கள்."9

குதிரையில் வரும் திருடனிடம் சொந்தமாக ஒரு குதிரை இருக்கும். அவரை "குராசி" என்று அழைப்பார்கள். 'குராசி' என்றால் குதிரைக் கொள்ளையன் (முகமூடிக் கொள்ளையன் போன்றுதான் இவனும்). அவ்வாறு அழைக்கப்படுவதை அவன் அவமானமாகக் கருதுவதில்லை. சுதேசி அரசுகளில் கால்நடையாக வரும் கொள்ளையனுக்கும் குராசிக்குமிடையில் எந்த வேறுபாடுமில்லை. அவன் குதிரைக் கொள்ளைக் காரனென்றால் இவன் கால்நடைக் கொள்ளைக்காரன். குதிரைக் கொள்ளைக்காரனிடம் சொந்தமாகக் குதிரை இருப்பது போல் குதிரைப்படை வீரனிடம் சொந்தமாகக் குதிரையும், ஆயுதங்களும் இருக்கின்றன. எனவே குதிரைப் படைவீரனை குதிரைக் கொள்ளைக்காரனோடு ஒப்பிடலாம். குதிரை வீரனும், குதிரைக் கொள்ளைக்காரனும் சமமென்றால், காலாட்படை வீரனும், கால்நடைக் கொள்ளையனும்

ஒன்றுதான். கைச் செலவுக்கு பணம் வேண்டுமெனில் இருவரும் வழிப்பறிக் கொள்ளையில் ஈடுபடுகிறார்கள். இரு போர்களுக்கு இடைப்பட்ட காலத்தில் நெடுஞ்சாலைகள் முழுவதும் இந்த இருவிதக் கொள்ளையர்களால் நிரம்பி யிருக்கும். இதுதான் சுதேசி அரசுகளில் இருந்த நிலை. ஒரு காலத்தில் இங்கிலாந்தில் தேவைக்கு அதிகமாக பாதிரியார்கள் இருந்தனர்; இதற்குக் காரணம் தேவை யில்லாமல் சமயக் கல்விக்குக் கொடுக்கப்பட்ட முக்கியத் துவம்தான். தேவாலயங்களில் பணிசெய்ய வாய்ப்புகளில்லாத பாதிரியார்கள் நெடுஞ்சாலைகளில் மக்களைக் கொள்ளை யடிப்பதை இழிவாகக் கருதவில்லை. இதனால் நெடுஞ் சாலைகள் கொள்ளையர்களால் நிரம்பிவழிந்தன.[10] மன்னரிடமோ அல்லது வைஸ்ராயிடமோ பணிசெய்ய வாய்ப்பில்லாத ஒரு போர்வீரன், தான் கொள்ளையில் ஈடுபடுவதை நியாயப்படுத்திக்கொள்வான்.

தனிப்பட்ட வீரர்கள் எப்போதும் போருக்குத் தயாராக இருக்கிறார்கள். ஒரு தலைவனின் கீழ் அவர்கள் அணிவகுத்து நிற்கின்றனர். அவ்வாறு அணிவகுத்து நிற்பது ஒன்று போருக்காக அல்லது கொள்ளையடிப்பதற்காக. வீரர்கள் தங்களது தலைவர்களை விசுவாசத்துடன் பின்தொடர்ந் தார்கள். தலைவர்கள் அரசுப் பணியில் இருந்தாலும், இல்லாவிட்டாலும் இந்த விசுவாசம் மாறாது. தலைவர்கள் அரசுப் பணியிலிருந்து, வெளியில் அனுப்பப்பட்டுவிட்டால், தொண்டர்களான வீரர்கள் நெடுஞ்சாலைகளில் கொள்ளை யடித்து அவர்களுக்கு உதவினார்கள். அரசுப்பணியில் அவர்கள் மறுபடியும் ஏற்றுகொள்ளப்படும்வரை, அல்லது தலைவர்களுக்கு இனாம் குத்தகைக்கு நிலம் வழங்கப்படும் வரை கொள்ளைத் தொழில் நீடிக்கும்.

நமது ஆங்கிலேய அரசாங்கத்தின் கீழ் நிலைமை முற்றிலும் மாறிவிட்டது. முன்பு இருந்ததில் பத்தில் ஒரு பங்கு வீரர்களை வைத்துக்கொண்டே நாம் பாதுகாப்புப் பணிகளை செய்துவருகிறோம். சுதேசி மன்னர்களிடம் இருந்த இராணுவ வீரர்களின் எண்ணிக்கை நாம் இப்போது வைத்துக் கொண்டிருக்கும் வீரர்களின் எண்ணிக்கையைவிட பல மடங்கு அதிகம். அவர்களிடமிருந்து நம்மிடம் பணிக்கு வந்து சேர்ந்தவர்கள், ஆயுதங்களுடன், போர்க்கோலம்

தாங்கி வரவில்லை. நாம் (ஆங்கிலேயர்கள்) கட்டாயமாக யாரையும் வேலையைவிட்டு வெளியே அனுப்புவதில்லை. ஏதாவது குற்றம் புரிந்தவர்களை மட்டுமே பணிநீக்கம் செய்கிறோம். நம்மால் பணியிலிருந்து நீக்கப்பட்டவர்கள், எந்தத் தலைவனின் கீழும் அணிவகுத்து நிற்கவில்லை. நம்மிடம் வந்து இராணுவப் பணியில் சேர்பவர்கள், குறுநிலக் கிழாரர்களின் புதல்வர்கள், குழந்தைப் பருவத்திலிருந்தே மேலதிகாரிகளிடம் பணிவிணக்கத்துடன் நடந்துகொள்ளும்படி வளர்க்கப்பட்டவர்கள். அந்தப் பணிவினைத்தான் நாமும் எதிர்பார்க்கிறோம். அவர்களிடம் ஆயுதங்களோ, குதிரைகளோ இல்லை; அவர்கள் போர்க்கோலத்துடன் நம்மிடம் வரவுமில்லை. அதேபோன்று நம்மைவிட்டு நீங்கும்போது அவர்கள் எந்த ஆயுதங்களையும் தங்களோடு எடுத்துச் செல்வதுமில்லை. அவர்கள் திருடுவதில்லை. வேண்டுமானால் அவர்கள், “விலை அதிகம்” என்று கூறி வணிகர்களிடம் வாக்கு வாதத்தில் ஈடுபடலாம்; அல்லது வழியில்போவோரை அழைத்து தங்களது பொருட்களை தூக்கிக்கொண்டு வரும்படி அதிகாரம் செய்யலாம். அவர்களது வரம்புமீறல் இந்த அளவில்தான் இருக்கும். இதற்கும் அவர்கள் தக்கமுறையில் தண்டிக்கப்படுவார்கள்.

இந்த விஷயத்தைப் பொறுத்தவரை அனைத்து மக்களும் நம்மைப்பற்றிப் பெருமையாகப் பேசுவது நமக்கு திருப்தி யளிக்கிறது. சாலைகள் அமைப்பதிலும், பயணிகளுக்கு தக்க பாதுகாப்பு அளிப்பதிலும் முன்பிருந்த அரசுகளைவிட நாம் அதிக அக்கறை செலுத்துகிறோம் என்பதையும் மக்கள் வெளியே சொல்கிறார்கள். நான் இங்கு குறிப்பிடும் இந்த மாற்றங்கள், நாம் நமது இராணுவப் பணியாளர்களின் நடத்தையில் ஏற்படுத்திய மாற்றங்களால் ஏற்பட்டவை. முன்பு இராணுவத்திலிருந்து வெளியேற்றப்பட்டவர்களும், அவர்களது வாரிசுகளும் தற்போது வேறு பணிகளில் அமர்ந்துவிட்டார் என்ற செய்தி நமக்கு திருப்தி அளிப்பதாக உள்ளது. அரசுப் பணியிலிருந்து வெளியே அனுப்பப்படும் இராணுவ வீரர்களுக்கு தற்போது ஓய்வூதியம் வழங்கப் ப்டுகிறது. இதனால் தாங்கள் பணியாற்றிய அரசின் மீது அவர்களுக்கு நன்றியுணர்வு ஏற்படுகிறது. முந்தைய அரசுகள், ஒரு போர் வீரன் உடல் ஊனமுற்றாலோ, அல்லது அவனது

குதிரை ஊனமுற்றாலோ அவனை பணியிலிருந்து நீக்கிவிடும். அந்த வீரன் எப்படி ஊனமுற்றான் என்பதைப் பற்றியோ, அவன் எவ்வளவு காலம் அரசாங்கத்தின் சேவையில் ஈடுபட்டிருந்தான் என்பதைப் பற்றியோ முந்தைய அரசுகள் கவலைப்பட்டதில்லை. "கில் பிலாஸ்" என்ற கதையில் வரும் வயோதிக வீரன் திருடனாக மாறிவிடுவதைப் போன்று சமஸ்தான அரசர்களால் பணியிலிருந்து விரட்டப் பட்ட போர் வீரர்கள் நெடுஞ்சாலைகளில் பயணிகளைக் கொள்ளையடிக்கும் திருடர்களாக மாறிவிடுவார்கள். முறையான இராணுவம் என்பது, கட்டாயமாக ஆட்களைச் சேர்த்து உருவாக்கப்பட்ட பிரிட்டிஷ் படையைவிட சிறப்பானது. இந்த முறையான இராணுவம் ஐரோப்பாவின் நாகரிகத்தை மேம்பாடடைய வைத்துள்ளது. அதேபோன்று தான், நமது ஆட்சிக்குப்பின் இந்திய இராணுவத்திலும் மேம்பாடுகள் ஏற்பட்டுள்ளன.

இப்போது (ஆங்கிலேய ஆட்சியில்) இந்தியாவில் உள்ள இராணுவம் ஐரோப்பாவில் பல்வேறு நாடுகளில் இருப்பது போன்ற முறையான இராணுவம். எதிர்காலத்திலும் இந்திய இராணுவம் இப்படி முறையானதோர் இராணுவமாகத்தான் இருக்குமென்று நான் நம்புகிறேன். இப்படிப்பட்டதோர் இராணுவத்தால் மக்கள் பெரிதும் பலனடைவார்கள்.

போர் வீரர்களோ, மாலுமிகளோ வீதிகளில் பிச்சை யெடுப்பது கடுமையான குற்றம் என்ற ஒரு சட்டம் எலிஸபெத் மகாராணியால் கொண்டுவரப்பட்டது. பிச்சைக்காரர்கள் என்ற போர்வையில் நெடுஞ்சாலைகளில் நடந்துவந்த கொள்ளையைத் தடுப்பதற்கே இப்படியொரு சட்டம் கொண்டுவரப்பட்டிருக்கவேண்டும்.[11] அந்தக் கால கட்டத்தில் இங்கிலாந்தில், இராணுவ வீரர்கள் முறையான இராணு வத்திற்குப் படிப்படியாக மாறிவந்து கொண்டிருக்க வேண்டும். இராணுவத்திலிருந்து வெளியேறியவர்கள், சமயத்துறையில் அடைக்கலம் புகுந்து தனித்து வாழும் தவசிகளாக மாறுவதும் அப்போது பழக்கமாக இருந்தது. அப்படி இராணுவத்தை விட்டு வெளியேறுபவன் ஓர் இந்துவாக இருந்தால், அவன் எந்தச் சாதியைச் சேர்ந்தவனாக இருந்தாலும், ஒன்று ஒரு கோஸ்வாமியாக மாறிவிடுவான் அல்லது பைராகியாக மாறிவிடுவான். 'கோஸ்வாமி' என்பவர் சிவனடியார்; பைராகி

என்பவர் வைணவத் தொண்டர். முகமதியர்கள் பக்கிரிகளாக மாறிவிடுவார்கள். கோஸ்வாமி, பைராகி, பக்கிரி இவற்றில் எந்த வகையைச் சார்ந்தவராக இருந்தாலும் ஒருவரால் வீடுகளுக்குச் சென்று உணவைப் பெற முடியும்.[12]

தீமையிலிருந்து நன்மையை நோக்கி மெல்ல வந்து கொண்டிருக்கும் மாற்றம் இன்னும் முழுமையடையவில்லை. நன்றாக வேரூன்றியுள்ள ஓர் அரசுக்கு சில சமயங்களில் இந்த நிலைமை சங்கடங்களைக் கொடுக்கிறது. எப்போதாவது அரசுக்கு எதிரான ஓர் எதிர்ப்பு அல்லது கிளர்ச்சி ஏற்படும் போது, இராணுவத்திலிருந்து வெளியேற்றப்பட்ட, ஆயுத பாணியாக உள்ள வீரர்கள் ஆயிரக்கணக்கில் நான்கு திசைகளிலிருந்தும் திரண்டு தங்கள் ஆயுதங்களுடனும், குதிரைகளுடனும் வந்து விடுகிறார்கள். அரசாங்க இராணுவத்தில் இடம்பிடிக்க இதுதான் தக்க தருணம் என்று நினைத்து வருகிறார்கள். சில சமயங்களில் அவ்வாறு வருபவர்கள் கிளர்ச்சிக்காரர்களோடு சேர்ந்துவிடுவதும் உண்டும்.[13]

குறிப்புகள்

1. பரத்பூர் முற்றுகைகள் பற்றி அத்தியாயம் 17, குறிப்பு 9ல் சொல்லப்பட்டுள்ளது.
2. முதல் பதிப்பில் 1804ஆம் ஆண்டு என்று தவறாகப் பதிப்பிக்கப் பட்டுள்ளது. "ஆனால் முப்பத்தொரு ஆண்டுகளுக்கு முன்பு" என்று சரியாக எழுதப்பட்டுள்ளது. ஜனவரி 9, 1805ஆம் ஆண்டு எடுக்கப்பட்ட இந்த இராணுவ நடவடிக்கை தார்ன்டன் – பியர்ஸ் எழுதிய "The Life and Military Services of Viscount Lake" (Blackwood 1908) என்ற நூலில் விரிவாகத் தரப்பட்டுள்ளது. 1804ஆம் ஆண்டு டிசம்பர் 24ஆம் நாள் 'தீக்' கைப்பற்றப்பட்டது. லேக் பிரபுவின் இராணுவம் 1.1.1805இல் மதுராவிலிருந்து பரத்பூருக்கு வந்தது.
3. பம்பாய் இராணுவப்பிரிவு பிப்ரவரி 11ஆம் நாளன்று லேக் பிரபுவின் சேனையோடு இணைந்துகொண்டது. அதன்பின் மூன்றாவது மற்றும் நான்காவது தாக்குதல்கள் நடத்தப்பட்டன.
4. இங்கும் 1804 என்று முதல் பதிப்பில் அச்சிடப்பட்டுள்ளது.
5. இப்போது பராமரிப்புப் பணிகள் செய்யப்பட்டுள்ளன. அந்த ஊர் இப்போது நன்கு முன்னேறிவிட்டது. நூலாசிரியர் காலத்தில் இருந்ததுபோல் மோசமாக இல்லை.
6. பள்ளம் தோண்டி, வட்ட வடிவ உறைகள் உள்ளே இறக்கப்பட்டு கிணறுகள் கட்டப்படுகின்றன. உருளைவடிவ உறைகள் தங்களது எடையின் காரணமாக உள்ளே இறங்கிவிடும். தேவையென்றால் கூடுதலாக எடைகள் மேலே வைக்கப்படும். ஒரு கிணற்றுக்குள் உறைகள்

இறக்க பல மாதங்கள்கூட ஆகலாம். உறையாகப் பயன்படும் உருளைகள் முன்பு மரத்தால் செய்யப்பட்டன. இந்தியாவில் காணப்படும் பாலங்களின் தூண்கள் இதுபோன்று இறக்கப்பட்ட உருளைகளின்மீதே நிறுத்தப்பட்டுள்ளன. சில சமயங்களில் இந்த உருளைகள் இரும்பால் செய்யப்படுவதும் உண்டு. பாறையில்லாத, வண்டல் மண் நிறைந்த இடங்களிலேயே இரும்பு உருளைகளை கீழே இறக்க முடியும். எனவே சாகர், நர்மதைப் பகுதிகளில் இவற்றைக் காணமுடியவில்லை.

7. நூலின் முதற்பதிப்பில் 'தீக்' பற்றிய நான்கு வண்ணப்படங்கள் உள்ளன. தீக்கின் கட்டடங்கள் யாவும் 'சூராஜ் மால்' என்பவரால் கட்டப் பட்டவை. பரத்பூர் வம்சத்தை கி.பி. 1725லிருந்து 1763வரை இவர் நிலை நிறுத்தியுள்ளார்.

8. இது குறித்து ஸ்லீமன் எழுதிய "Journey through the Kingdom of Oudh" என்ற நூலைப் பார்க்கவும்.

9. டேசிட்டஸ் எழுதிய "ஜெர்மானியா" என்ற நூலிலிருந்து இந்த மேற்கோள் எடுக்கப்பட்டுள்ளது.

10. இங்கிலாந்து நாட்டின் சாலைகளில் சமயக் குருமார்கள் மக்களிடம் கொள்ளையடித்தார்கள் என்று ஸ்லீமன் சொல்லியிருக்கும் செய்தி எந்த வரலாற்று நூலிலும் காணப்படவில்லை.

11. 1595ஆம் ஆண்டுவாக்கில் லண்டன் மாநகரின் வீதிகளில் சுற்றித் திரிபவர்களின் எண்ணிக்கையும், பிச்சை எடுப்பவர்களின் எண்ணிக்கையும் அளவுக்கதிகமாகப் பெருகியிருந்ததால், ஒரு தடைச் சட்டம் போடு வதற்கான தேவை இராணி எலிஸபெத்திற்கு ஏற்பட்டது. சட்டம் கி.பி. 1601இல் கொண்டுவரப்பட்டது. ("Poor law and vagrancy" in the Encyclopaedia Britanica, 11th ed., 1910, and Green's Hist of the English people article 'The England of Elizabeth."

12. அத்தியாயம் 29, குறிப்பு 12இல் குறிப்பிட்டுள்ளது போல் 'கோஸ்வாமி' என்ற சொல் சிவனடியார்களைமட்டும் குறிப்பதல்ல. வங்காளத்திலும், மதுராவில் உள்ள கோகுலத்திலும் கோஸ்வாமிகள் விஷ்ணு பக்தர்களாக உள்ளனர். 'பக்கிரி' என்ற சொல் முஸ்லிம்களை மட்டுமின்றி இந்துக் களையும் குறிக்கும்.

13. இருபதாம் நூற்றாண்டில் வாழும் ஆங்கிலேயர்களின் மனநிலையும், 12ஆம் நூற்றாண்டில் ஐரோப்பாவில் வாழ்ந்த மக்களின் மனநிலையைக் கொண்டுள்ள இந்தியர்களின் மனநிலையும் ஒத்துப்போகவில்லை. இந்த மனநிலை வேறுபாடே கிளர்ச்சிகளுக்குக் காரணங்கள்.

கோவர்தன் - கிருஷ்ணன் கோபியர்களுடன் ஆடிப்பாடி விளையாடிய இடம்

10 ஆம் நாளன்று[1], பத்துமைல் பயணம் செய்து நாங்கள் கோவர்தன் என்ற இடத்தை அடைந்தோம். பழங்கால வரலாற்றின்படி இது பகவான் கிருஷ்ணனின் பிறந்த மண். கிருஷ்ணன், காக்கும் கடவுளான மஹாவிஷ்ணுவின் ஏழாவது அவதாரம். இந்த இடத்தில்தான் அவன் ஆயர்பாடிப் பெண்களுடன் ஆடிப்பாடி விளையாடினான். தற்போது பரத்பூர் மற்றும் தீக் நகர்களைச் சேர்ந்த இறந்தவர்களின் உடல்களை இந்த இடத்தில்தான் புதைக்கிறார்கள், அல்லது எரிக்கிறார்கள். அவ்வாறு அடக்கம் செய்யப்பட்டவர் களுக்கான கல்லறைகளும் கோவர்தனில் காணப்படுகின்றன. இந்தக் கல்லறைகளைப் பராமரிக்க அறக்கட்டளைகளும் அவர்களால் நிறுவப்பட்டுள்ளன. இக்கல்லறைகள் இங்கு இருப்பதால் புராதன காலத்தில் கடவுளின் இருப்பிடமாக இருந்துவந்த இடம், வெறிச்சோடிவிடாமல் இன்றும் நல்ல நிலையில் உள்ளது.[2] 'கோவர்தன்' மணற்பாறைக் குன்றுகளின் குறுகிய விளிம்பின்மீது, பத்து மைல் நீளத்திற்கு நீண்டு காணப்படுகிறது. வடகிழக்காகவும், தென்மேற்காகவும், வண்டல்மண்படிந்த சமதரைப் பரப்பிலிருந்து சட்டென உயர்ந்து நிற்கிறது இந்த ஊர். தற்போது இந்த ஊரின் மக்கள் தொகை மிகவும் குறைவு; இங்குள்ளோர் பெரும்பாலும் பிராமணர்கள். கல்லறைகளுக்கென கொடுக்கப்பட்டுள்ளன மானியங்களிலிருந்தும், புனிதப் பயணிகள் தரும் நன் கொடையிலிருந்தும், கிடைக்கும் வருமானத்தை வைத்துக்

கொண்டு இந்த பிராமணர்கள் வாழ்ந்து வருகிறார்கள். ஒரு புனித தினத்தன்று நாங்கள் கோவர்தனில் இருக்க நேர்ந்தமைக்காக எங்களுடன் வந்திருந்த இந்து நண்பர்கள் மிகவும் மகிழ்ச்சியடைந்தனர். பல தீர்த்தங்களில் நீராடியும், பல சந்நிதிகளில் வழிபாடுகள் நடத்தியும் தங்களது பிரார்த்தனைகளை அவர்கள் நிறைவேற்றிக் கொண்டார்கள். இலங்கையில் இராவணன் வசம் இருந்த சீதையைமீட்க ஸ்ரீராமன் சேதுபந்தனம் செய்தபோது, அதற்குக் கல் எடுத்துவர இமயம் சென்ற அநுமன், இமயமலைப் பாறையை சுமந்துகொண்டு ஆகாயமார்க்கமாக வரும்போது அவன் எடுத்துவந்த கல்லின் ஒரு பகுதி கீழேவிழுந்துவிட்டது. அது கோவர்தன கிரியானது. ஸ்ரீராமன் விஷ்ணுவின் ஆறாவது அவதாரமாக கருதப்படுகிறான். கீழேவிழுந்த பாறைக் கல் தன்னை மீண்டும் எடுத்துக்கொண்டு செல்லும்படி அனுமனிடம் கெஞ்சியது; தனக்குப் போதிய நேரம் இன்மையால், கீழிறங்கி அப்பாறையை எடுத்துச் செல்ல முடியாது என்றும், பிற்காலத்தில் அது கடவுளின் தங்குமிடமாக அமைந்து பலர் அங்கு வந்து வழிபடுவார்கள் என்றும் சொல்லிவிட்டு அனுமன் சென்றுவிட்டான். கிருஷ்ணன் அங்குதான் அடுத்த யுகத்தில் தங்கியிருந்து தனது லீலைகளை நடத்தப் போகிறான் என்ற நற்செய்தி அனுமனால் முன்பே அறிவிக்கப்பட்டுவிட்டது. ஆரம்பத்தில் கோவர்த் தனகிரி இருபது மைல் நீளமுள்ள மலைத் தொடராக இருந்தது. ஆனால் பிற்காலத்தில் பத்துமைல் நீள மலைப்பகுதி பூமியில் புதைந்து விட்டது. கிருஷ்ணனின் காலத்தில் மலைத்தொடர் முழுநீளமான இருபது மைல்கள் கொண்டதாகத்தான் இருந்தது. இந்திரன் தனது கோபத்தால் தீச்சாம்பலை மழைபோல் கோபியர்மீது பொழியவைத்த போது, கிருஷ்ணன் இந்த கோவர்தன கிரியைத்தான் குடையாகத் தன் சுண்டு விரலால் பிடித்து, அவர்களை அழிவிலிருந்து காத்தான்.

நான் என் குதிரையில் அமர்ந்து அந்த மலைத்தொடரை, முழுவதும் பார்வையிட்டேன். என்னுடன் எனது பணியாளனும் வந்தான். நான் அவனிடம் அனுமன் தனது சுமை முழுவதையும் இங்கே இறக்கிவைக்க என்ன காரணம் என்று கேட்டேன்.

''சுமை முழுமையுமா?'' என்று வியந்த அந்தப் பணியாளன்

''சுமைமுழுவதையும் அனுமன் இங்கே இறக்கி வைத்திருந்தால், இந்த கோவர்தனகிரி ஒரு மிகப் பெரிய மலைத் தொடராக இருந்திருக்கும். இது கொண்டுவரப்பட்ட சுமையில் ஒரு மிகச் சிறிய பகுதிதான். அக்கால மனிதர்களின் முதுகின் மீதிருந்த மலை தற்காலத்தவர்கள் சுமக்கும் புல்கட்டுக்குச் சமமானது ஐயா" என்றான் எனது பணியாள்.

"அனுமன் வானவீதியில் இந்த வழியாகச் சென்றபோது இரவாகிவிட்டது. அவன் முதுகின் மீது தூக்கிவந்த மலையில் இருந்த நகரங்களின் வீடுகளில் விளக்குகள் எரிந்து கொண்டிருந்தன'' என்று தொடர்ந்தான் 'நாத்து' என்ற அந்தப் பணியாள். அவனது மனம் கோவர்தனகிரி பற்றிய அதிசயங்களால் நிரம்பியிருந்தது. தனது குழந்தைப் பருவத்திலிருந்த அவைகளைப்பற்றி அவன் கேள்விப் பட்டுள்ளான். "வீடுகளில் இருந்த மக்கள் எதைப் பற்றியும் கவலைப்படாமல் தங்களது வேலைகளைச் செய்து கொண் டிருந்தனர். இந்த மலை அனுமன் கொண்டுவந்த சுமையில் ஒரு சிறு துரும்பு" என்று சொல்லி முடித்தான் நாத்து.

"அந்த நகரங்களின் மீதிருந்த மனிதர்கள், அந்த சுமையைத் தூக்கி வந்தவனைவிட மிகவும் சிறியவர்களாக இருந்திருக்க வேண்டும்" என்றேன் நான். "அது கடவுளுக்குத்தான் தெரியும். அந்தக் காலத்தில் சமதரைப் பரப்பில் வாழ்ந்தவர்கள் மிகப் பெரிய உருவமுடையவர்களாக இருந்துள்ளனர். இது மறுக்க முடியாதது. அவர்களது தாடிகள் பல மைல் நீளம் இருந்துள்ளன. இப்போதுள்ள மனிதர்களுக்கு தாடி சில அங்குல நீளமே வளர்கிறது. கால்நடைகளை ஓட்டிக் கொண்டு ஓடிப்போக முயற்சித்த ஒரு மனிதனின் பின்னால், முப்பது மைல் தூரத்திற்கு நாற்பது முழ உயரமுடைய ஒரு கற்தூணை பீமன் எறிந்தானே, அது எப்படி? அந்தத் தூண் 'ஏரன்'[3] என்ற இடத்தில் இப்போதும் உள்ளது.'' என்று எனக்கு விளக்கமளித்தான் எனது பணியாள்.

நான் ஆக்ராவிலிருந்த பரிதாபத்திற்குரிய பங்குத்தந்தை கிரிகோரி அவர்களை நினைத்துக் கொண்டேன். மக்களை மதமாற்றம்[4] செய்வது எந்த அளவு முன்னேறியுள்ளது என்று

காட்பி கேட்டபோது "இங்குள்ள மக்களின் நம்பிக்கை உலகிலுள்ள அனைத்து கடுகுவிதைகளின் எண்ணிக்கையை விட அதிகமாக உள்ளது" என்று கூறி பங்குத்தந்தை கிரிகோரி பெருமூச்சுவிட்டதை நான் சற்று எண்ணிப் பார்த்தேன்.

இடைச்சியர்களுடன் விளையாடவும், அவர்களுக்காக குடைபிடிக்கவும், மஹாவிஷ்ணு அவதாரமெடுத்து பூமிக்கு வந்தது மிகவும் வினோதமாக இருக்கிறது என்றேன் நான். எனது பணியாள் சொன்னான்: "ஐயா, அந்தக் காலத்தில் இப் பூமியில் எண்ணற்ற அரக்கர்கள் நிரம்பியிருந்தனர். ஒரு கரடி எப்படி கரையான்களை உண்ணுமோ, அதே போன்று அந்த அரக்கர்கள் ஆண்களையும், பெண்களையும் விழுங்கிக் கொண்டிருந்தனர். அந்த அரக்கர்களை அழித்து மனிதர்களைக் காப்பாற்றவே பகவான் கிருஷ்ணர் விண்ணுலகிலிருந்து அவதாரமாக பூமிக்கு இறங்கி வந்தார். கிருஷ்ணனின் தாயாரது சகோதரனான 'கம்சன்' மதுராவில் இருந்துகொண்டு கோவர்தனத்தை ஆட்சிசெய்து வந்தான். அவன் ஒரு பயங்கரமான அரக்கன். அவன் தனது சகோதரியின் பல குழந்தைகளைக் கொன்று விட்டான்.[5] கிருஷ்ணன் ஏழுநாட்களே நிரம்பிய குழந்தையாக இருக்கும் போது அவரைக் கொல்ல, பாலூட்டும் மார்பகத்தில் நஞ்சை வைத்திருக்கும் ஒரு தாதிப்பெண்ணை, அனுப்பிவைத்தான் கம்சன். ஆனால் பகவான் அவளது மார்பகத்தைப் பிடித்து இழுத்ததில் அவள் மாண்டு தரையில் வீழ்ந்துவிட்டாள். கீழே விழும்போது அவளது உண்மையான அரக்கி உருவம் வெளிப்பட்டது. அவளது பெரிய உருவம் ஆறு சதுர மைல் பரப்பில் விழுந்துகிடந்தது. நோய் பரவாமல் தடுக்க அவளது இறந்த உடலை கூறுபோட்டு எரிப்பதற்கு பல ஆயிரம் பேர் தேவைப்பட்டனர். பின் கம்சன் ஒரு கொக்கை அனுப்பி வைத்தான். சிறிய உருவில் இருந்த கிருஷ்ணனை அந்தக் கொக்கு ஒரு தவளையை விழுங்குவதுபோல் விழுங்கிவிட்டது. ஆனால் பகவான் கொக்கின் வயிற்றைக் கலக்கி உடன் வெளியே வந்து விழுந்துவிட்டார். கிருஷ்ணனுக்கு ஏழுவயது இருக்கும்போது அவரது தாய்மாமன் கம்சன் அவரை விருந்திற்கு அழைத்தான். விருந்துண்ணச் சென்ற கிருஷ்ணனை உலகிலேயே மிகப்

பெரிய, மூர்க்கத்தனமான யானையை ஏவிவிட்டு கொல்ல முயற்சித்தான் கம்சன். என்னுடைய இடுப்புயரமே இருந்த கிருஷ்ணர் அந்த மிகப்பெரிய யானையை அதன் தந்தத்தை தன்னுடைய ஒரு கையால் பிடித்து, ஆறுமுறை சுழற்றித் தரையில் அடித்துக் கொன்றுவிட்டார்.[6] தனது மாமனின் அட்டகாசங்களை அதற்குமேல் பொறுத்துக்கொள்ள முடியாத கிருஷ்ணர், அவனது தாடியைப் பிடித்திழுத்து, சிம்மாசனத்திலிருந்து கீழே தள்ளி யானையைக் கொன்றது போன்றே கொன்றுவிட்டார்" என்று புராணத்தைக் கூறி முடித்தான் எனது பணியாள்.

நான் திரும்பவும் பரிதாபத்திற்குரிய பங்குத் தந்தை அவர்களையும், கடுகுவிதைகளையும் பற்றி நினைத்துக் கொண்டேன். இவை அனைத்துமே வினோதமாக இருப்பதாக நான் என் நண்பரிடம் சொன்னேன்.

முகமதியர்களிடம் ஒரு நம்பிக்கை உள்ளது. 'உஜ்' என்ற பூதாகரமான மனிதன் ஒருவன் இருந்தான். அவன் 'அனக்' என்பவனின் மகன். உஜ் தன் முதுகில் ஒரு மலையைச் சுமந்துகொண்டு இஸ்ரேலின் சேனையைத் தாக்க 'கேனன்' என்ற இடத்திலிருந்து வந்தான். அவனை எதிர்த்த "மோசஸ்" முப்பது கஜ உயரமும் உடையவராக இருந்தார். அவர் தனது கையில் அறுபது கஜ நீளமுள்ள ஒரு குண்டாந்தடியை வைத்திருந்தார்; தரையிலிருந்து அறுபது கஜ உயரம் மேலெழும்பி 'உஜ்'ஐத் தாக்கினார். அப்படியிருந்தும் மோசஸ் அவர்களின் குண்டாந்தடி 'உஜ்'இன் கணுக்கால் எலும்பைத் தான் தொட்டது. அடித்த அடியில் அது உடைந்து விட்டது. பூதமான உஜ் கீழே விழுந்து, அவன் தூக்கி வந்த மலையின் பளுவினாலேயே நசுக்கப்பட்டு இறந்துவிட்டான். ஒரு மனிதனின் கணுக்கால் எலும்பு நூற்று எண்பது கஜ உயரம் இருந்தது என்றால், அவன் இமயமலையின் ஒரு பகுதியைத் தன் முதுகில் சுமந்து வந்தவனைப் போன்றே வியப்புக்குரிய மிகப் பெரிய உருவம் கொண்டவனாகத்தான் இருந்திருக்க வேண்டும். ஒன்றை உண்மை என்று நம்பும் ஒருவன் அடுத்தவன் கூறுவதைத் தவறு என்று கூறிவிட முடியாது.[7] அநுமன் தான் தூக்கி வந்த சுமையின் ஒரு பகுதியை கோவர்தன் என்ற இடத்தில் கீழே போட்டு விட்டதைப் பற்றி, புன்தேல்கண்டில் இருந்த நன்கு சிந்திக்கக்

கூடிய ஒரு இந்து கனவானிடம் கேட்டேன். "எல்லோரும் அதைப்பற்றி சந்தேகிக்கிறார்கள். எல்லாம் கடவுளின் ஆணைப்படியே அல்லது விருப்பப்படியே நடக்கிறது. இந்த சம்பவம் எங்களது புனித நூலில் காணப்படுகிறது." என்று பதில் கூறினார் அவர்.

"இராமன் இலங்கை சென்றபோது, அயோத்தியின்[8] ஆட்சிப் பொறுப்பைக் கவனித்துவந்தவன் அவனது தம்பி பரதன். அனுமன் ஒரு மலையைத் தன் முதுகில் சுமந்து கொண்டு இரவுநேரத்தில் வான் வழியே சென்றபோது, அவனைக் கண்ணுற்றான். மலையைத் தூக்கிக்கொண்டு செல்பவன் இலங்கையின் அரக்கர் தலைவர்களில் ஒருவனாக இருக்கலாம் என்ற சந்தேகம் பரதனுக்கு எழுந்தது. எனவே தனது அம்பை நாணேற்றி அனுமன் மீது விட்டான். அம்பு அனுமனின் காலில் தைத்தது, தூக்கி வந்த மலையுடன் அவன் கீழே விழுந்துவிட்டான். அவன் கீழே விழும்போது "ராம், ராம்" என்று சொல்லிக்கொண்டே விழுந்ததால் பரதனுக்குத் தன்னுடைய தவறு புரிந்துவிட்டது. உடனே பரதன் கீழே விழுந்த அநுமனைத் தன்னுடைய கரங்களால் தூக்கி, அவனுக்கு உதவிகள் செய்து மூர்ச்சை தெளிவித்தான். தன்னுடைய சகோதரன் இலக்குவனின் மயக்கத்தைத் தெளிவிக்கவே சஞ்சீவி பர்வதத்தை அனுமன் தூக்கிச் செல்வதைத் தெரிந்துகொண்டான். தனது செயலால் அனுமன் செல்வது தாமதித்து, தனது சகோதரன், அவன் இலங்கை செல்வதற்குள் இறந்துவிடுவானோ என அஞ்சினான். எனவே அனுமனை மலையுடன் தனது அம்பின் முனையில் அமர்த்தி, அதனை நாணேற்றி எய்தால், அவன் விரைந்து, உரிய நேரத்தில் இலங்கை சென்றுவிட முடியுமென்று எண்ணினான் இலக்குவன். பரதன் எண்ணியது போன்றே அனுமன் அவனது அம்பின் முனையில் அமர்ந்து கொண்டான். பின் அம்பை நாணேற்றி, நாணை முடிந்தவரை இழுத்துக்கொண்டு, "நீ தயாராக இருக்கிறாயா?" என்று அனுமனைக் கேட்டான். "நான் தயாராக இருக்கிறேன். நீ இராமனின் சகோதரன் என்பதில் சிறிதும் எனக்கு சந்தேகமில்லை நீ இராமனுக்கு பதில் ஆட்சியில் இருக்கத் தக்கவனே. நாணைவிடு; உரியநேரத்தில் நான் இலங்கை அடைவதற்கு ஆவன செய்; அப்போதுதான் காயம்பட்ட

உனது சகோதரன் இலக்குவனின் உயிரை நான் காப்பாற்ற முடியும்" என்று கூறி பரதனின் பாதங்களைப் பணிந்து வணங்கினான். பரதன் தனது வில்லின் நாணை விட்டவுடன் விண்ணில் பறந்துசென்ற அனுமன் குறித்த நேரத்தில் தனது சுமையுடன் இலங்கையை அடைந்தான். அப்படிச்சென்ற அனுமன் தனது சுமையின் ஒரு சிறு பகுதியை தரையில் விட்டுச்சென்றுவிட்டான். அதுதான் தற்போது கோவர் தனமாக இருக்கிறது.

எனது நண்பர் மேலும் தொடர்ந்தார் :– "சிறுவனாக இருந்த கிருஷ்ணன் கோவர்தனத்தில் கோபியர்களுடன் விளையாடிக் கொண்டிருந்தான்; அவர்களது பாலையும், தயிரையும், வெண்ணெயையும் திருடினான். படைப்புக் கடவுளான பிரம்மாவுக்கு, காக்கும் கடவுளான, விஷ்ணுவின் அவதாரமாக விளங்கும் கிருஷ்ணனின் லீலைகள் பிடிக்க வில்லை. எனவே கிருஷ்ணனை சோதிக்கும் பொருட்டு, கிருஷ்ணனின் நண்பர்களையும், அவர்கள் மேய்த்துக் கொண்டிருந்த கால்நடைகளையும் அவன் கவர்ந்து சென்றுவிட்டான். தனது நண்பர்களின் பெற்றோர்கள், அவர்களது குழந்தைகளையும், கால்நடைகளையும் காணாமல் எப்படித் தவிப்பார்கள் என்பதை உணர்ந்த கிருஷ்ணன் தனது நண்பர்களைப் போன்ற சிறுவர்களையும், அவர்களது கால்நடைகள் போன்றே இருக்கும் வேறு கால்நடைகளையும் தானே சிருஷ்டித்துவிட்டான். புதிய படைப்புகளுக்கும் தாங்கள் புதியவர்கள் என்ற உணர்வே யில்லை. புதிய கால்நடைகள் எப்போதும்போல் தங்களது கொட்டகைகளுக்குச் சென்றன; சிறுவர்கள் இயல்பாக எப்போதும் போவதுபோல் தங்கள் வீடுகளுக்குச் சென்றனர். பெற்றோர்களுக்கு எந்த வேறுபாட்டையும் கண்டுபிடிக்க இயலவில்லை."

"பிரம்மன், இப்போது கிருஷ்ணன் மகாவிஷ்ணுவின் அவதாரம்தான் என்பதை சந்தேகத்திற்கிடமின்றி உணர்ந்து கொண்டான். தான் கவர்ந்து சென்ற கிருஷ்ணனின் நண்பர் களையும், கால்நடைகளையும் விடுவித்துவிட்டான். உண்மையான மனிதர்களும், கால்நடைகளும் வந்து சேர்ந்தவுடன், மாயையாகத் தோற்றுவிக்கப்பட்டவை உடனே மறைந்துவிட்டன."

நான் எனது நண்பரைப்பார்த்து :- "படைக்கப்பட்டவைகளை அழிப்பதென்றால் அது, அவைகளுக்குத் துன்பத்தைக் கொடுக்காதா?" என்று கேட்டேன்.

இதற்கு நண்பர் இவ்வாறு பதில் சொன்னார் :- "கிருஷ்ணனே படைப்பாளியல்லவா? ஒரு தலைமுறை அழிந்த பிறகு அடுத்த தலைமுறையை அவன்தான் இந்த பூமிக்கு அனுப்புகிறான். நிலத்தில் புல்லும், சோளம் போன்ற பயிர்களும் எப்படி அழிவுக்குப் பின் (அறுவடைக்குப் பின்) மீண்டும் மீண்டும் தோன்றுகின்றனவோ அப்படித்தான் மனிதர்களும்." அவர் சொன்னது கவிஞர் வேர்ட்ஸ்வொர்த் கூறியதை நினைவுபடுத்துவதாக இருந்தது.

"நாம் மறைந்துவிடுகிறோம் நண்பனே,
நாம் மட்டுமல்ல, உலகின் மூலைமுடுக்கிலுள்ள
நாம் விரும்பிய மனிதர்களும் மறைந்து விடுகிறார்கள்
அவர்தம் பொருட்களும் அவர்களுடன் மறைந்து விடுகின்றன
மிக விரைவாக அழிந்து விடுகின்றன
நல்லவர்களும்கூட நிலைத்திருப்பதில்லை."⁹

ஒருநாள் நான் மைஹர் ராஜாவுடன் வேட்டைக்குச் சென்றிருந்தேன். நாங்கள் வேட்டைக்குச் சென்ற இடம் விந்திய மலைத்தொடர்ப் பகுதி. அந்த இடம் தரைமட்டத்திலிருந்து ஐநூறு அல்லது அறுநூறு அடி உயரத்தில், செங்குத்தான பகுதியாக இருந்தது. மைஹர் ராஜா ஒரு மிகச் சிறந்த வேட்டைக்காரர்; அவரிடம் ஓர் இரட்டைக் குழல் துப்பாக்கி இருந்தது. அவருடன் வந்த ஆறு நபர்களும் நல்ல வேட்டைக்காரர்கள். "இப்பகுதியில் 'கார்கோஷ்' கிடைக்குமா?" என்று நான் அவரைக் கேட்டேன். 'கார்கோஷ்' என்றால் "கழுதைக் காதுடையது" என்று பொருள். நான் கேட்க விரும்பியது காட்டு முயல்களைப் பற்றி.

"இப்படிப்பட்ட தவறான பெயரைச் சொல்லி இழிவு படுத்தினால் உங்களுக்கு முயல்கள் கிடைக்காது. 'லம்கனாஸ்' என்று சொல்லுங்கள். அப்படியென்றால் 'நீண்ட காது களுடையவை' என்று பொருள். அந்தப் பெயரைச் சொன்னால் முயல்கள் கண்டிப்பாகக் கிடைக்கும்" என்றார் ராஜா.

வேட்டையில் அவருக்கு ஒரு முயல் கிடைத்தது. எனக்கு எதுவும் கிடைக்கவில்லை. தவறான பெயரைச் சொன்ன

தாலேயே எனக்குக் கிடைக்கவில்லை என்று விளக்கமளித்தார் ராஜா. மறுபடியும் எனது துப்பாக்கியில் இரவைகளை நிரப்பிக்கொண்டிருந்தபோது நான் ராஜாவை நோக்கி 'இந்த மலை எப்படி இவ்வளவு உயரம் வளர்ந்துள்ளது என்று கேட்டேன்.

இதற்கு யாராலும் பதில் சொல்ல முடியாது. இலங்கையின் அரக்கர் குல அரசன் இராவணனிடமிருந்து சீதையை மீட்டுவருவதற்காகச் சென்றார் இராமர். கடலைக் கடந்து செல்ல இலங்கைத் தீவிற்குப் பாலம் அமைக்க வேண்டும். அதற்கு இமயத்திலிருந்து கற்களை எடுத்துவர தனது தொண்டர்களை அனுப்பி வைத்தார் இராமர். தொண்டர்கள் கொண்டு வந்த கற்களை வைத்து பாலம் கட்டி முடிக்கப்பட்டது; அனைத்துத் தொண்டர்களும் திரும்பி வருவதற்கு முன்பே பாலம் கட்டும் வேலை முடிந்துவிட்டது. கொண்டு வந்த கற்கள் போதும் என்ற செய்தி ஒரு தூதன் மூலம் தொண்டர்களுக்கு அனுப்பப் பட்டது. பாதிவழியில் வந்துகொண்டிருந்த தொண்டர்கள் தங்களது சுமையை அப்படியே போட்டுவிட்டு, இராமன் இருக்கும் இடத்திற்கு விரைந்தனர். அவர்கள் கீழே போட்ட கற்கள் அனைத்தும் ஒருங்கிணைந்து வடதிசையில் விந்தியமலைத் தொடரும், சற்று தெற்கே கைமூர் மலைத் தொடரும் உருவாகின. இது எங்களது நம்பிக்கை" என்றார் ராஜா.

விந்திய மலைத்தொடர் கங்கைக்கரையின் மிர்சாபூரிலிருந்து ஆரம்பமாகி, மேற்கே கேம்பே வளைகுடா வரை அறுநூறு அல்லது எழுநூறு மைல் தூரம் நீண்டுள்ளது. எனவே எனது நண்பரின் கற்பனை அளவுக்கதிகமானது. இப்படிப் பட்ட கற்பனையைத் தான் பூசாரிகள் மிகவும் விரும்புவார்கள். இப்படிப்பட்ட கற்பனை உடையவர்கள் நீண்டநாட்கள் உயிருடன் இருப்பார்கள்; அவர்களுக்கு துன்பங்களும் வராது! வெப்பமண்டலப் பிரதேசத்தில் இத்தகைய கற்பனைகள் அதிகமாகத்தான் காணப்படுகின்றன.

பரத்பூர் நகரம் பாறைப்படுக்கையில் அமைந்துள்ள ஒரு நகரம். வடகிழக்காக அந்த நகரம் இரண்டு மைல் நீண்டுள்ளது. ஊரின் நடுவில் இரஞ்சித் சிங் அவர்களின் சமாதி அமைந்துள்ளது.

அவர்தான் அந்த நகரை லேக் பிரபுவின் சேனையிட மிருந்து தைரியத்துடன் காத்து நின்றார்.[11] இந்த சமாதியின் இருபுறங்களிலும் குளங்கள் காணப்படுகின்றன. ஒரு குளத்தில் நீர் நிரம்பியுள்ளது; மற்றது வறண்டு காணப் படுகிறது. வறண்ட குளம், முந்தையதைக் காட்டிலும் அதிக ஆழமானது. இதைப் பார்த்து ஆச்சரியமடைந்த நாங்கள், அதற்கான காரணத்தை வினவினோம். எந்தவித சந்தேகமும் துளிகூட இல்லாமல் மக்கள் அனைவரும் இவ்வாறு எங்களிடம் கூறினார்கள்:– "வெப்பம் மிகுந்திருந்த ஒரு நாளில், கோபியர்களுடன் விளையாடிவிட்டு, தனக்கிருந்த தாகத்தைத் தணித்துக் கொள்ள கிருஷ்ணன் இந்தக் குளத்து நீர் முழுவதையும் குடித்துவிட்டான். புனிதமற்றவர்கள் வேறு யாரும் குளத்தில் வாயை வைத்துவிடக் கூடாது என்பதற்காக இங்கு மட்டும் தண்ணீர் இருப்பதில்லை." இதுதான் உண்மையான காரணம் என்பதை சமயப்பற்றுள்ள ஒரு இந்துகூட மறுத்துப் பேசமாட்டான். மகிழ்ச்சி மிக்க மக்கள்! இந்த வறண்ட சூழ்நிலையில், ஒரு இயற்கையான நிகழ்விற்கு உண்மையான காரணத்தைக் கண்டுபிடிக்கும் சங்கடத்திலிருந்து அவர்கள் எளிதில் தப்பித்து வருகிறார்கள். மனம்! மனம்! மனம்! எல்லாவற்றிற்கும் இதுதான் காரணம். இந்த மனம் மட்டும் இல்லாவிட்டால் மிதமாகச் சாப்பிட்டு, மிதமாகக் குடிக்கும் ஐரோப்பியர்கள், இந்த வெப்பமான சூழலில் எளிதாகத் தங்களது காலத்தை ஓட்டிவிடலாம்.

"ஐயனே! நல்லவர்கள் விரைவில் மறைந்துவிடுகிறார்கள்!

கோடைகால வெப்பத்தைப்போல் வறண்ட இதய முடையவர்கள்

குழியில் விழுந்து பொசுங்கிப் போகிறார்கள்."[12]

தங்களது புனித நூல்களை மக்களுக்குப் புரியும்படியான எளிய மொழியில் எழுதியிருந்தால் முகமது நபி, மனு, கன்ஃப்யூஷியஸ் போன்றோர், மக்கள் இந்த வெப்பமான சூழ்நிலையில் அதிகமாக சிந்தனை செய்து சங்கடப்படும் துன்பத்திலிருந்து அவர்களைக் காப்பாற்றியவர்களாக இருந்திருப்பார்கள். அவர்களது நூல்கள் சர்வாதிகாரத்தின் சாவுமணிகளாகவும், மாற்று மருந்துகளாகவும், அதிலிருந்து அவர்களைக் காக்கும் கேடயங்களாகவும் இருந்து சர்வாதிகாரத்

தீ அவர்களை விழுங்கிவிடாமல் காப்பாற்றியிருக்கும் என்று எண்ணத் தோன்றுகிறது.

ஜாட் இனமக்களின் அதிகாரத்தை பரத்பூரில் நிலை நாட்டிய ‘சூரஜ்மால்’ என்பவரின் கல்லறை நான் முன்பு குறிப்பிட்ட பாறைப் படுக்கையின் வடகிழக்குக் கோடியில், நகரிலிருந்து இரண்டு மைல் தூரம் தள்ளி காணப்படுகிறது. இது மிகவும் அழகான ஒரு கட்டடம்; மிக நேர்த்தியாக வடிவமைக்கப்பட்டு, நன்கு கட்டப்பட்டுள்ளது.[13] இந்தக் கல்லறையின் துணைத் தொகுப்புகளாக, கோயில்களும், வேறு சில சிறிய கல்லறைகளும் காணப்படுகின்றன. இவை அனைத்தும் நீர் நிரம்பிய குளத்தின் ஒரு கரையில் அமைந்துள்ளன. இதன் எதிர்க்கரையில் ஓர் அழகிய, பெரிய தோட்டம் அமைக்கப்பட்டுள்ளது. அனைத்துக் கட்டடங்களும், நடைபாதைகளும், வெண்நிற மணற்பாறைக் கற்களால் உருவாக்கப்பட்டுள்ளன. தரத்தில் இவ்வகைக் கற்கள் வெள்ளைநிற பளிங்குக் கற்களைவிட சற்றுதான் தாழ்ந்தவை. கற்களில் பூக்களின் உருவங்கள் புடைப்புச் சிற்பங்களாகக் காணப்படுகின்றன. கல்லறையின் மையத்தில் சலவைக் கற்பலகை ஒன்று காணப்படுகிறது. இதில் கிருஷ்ணனின் இரு பாதங்கள் செதுக்கப்பட்டுள்ளன. பாதங்களைச் சுற்றி சங்கு, சக்கரம், வாள், மணிமாலை போன்ற உருவங்கள் செதுக்கப்பட்டுள்ளன. இந்த உருவங்கள் யாவும் மக்கள் கடவுளை நினைத்து வழிபட உதவும் உருவங்கள். கல்லறைகளை பயபக்தியுடன் வழிபடுவதில் இந்துக்கள் முகமதியர்களைப் போன்றே இருக்கின்றனர். இறந்தவர்களின் உடல்களைப் புதைத்த அல்ல எரித்த இடங்களின் புனிதத் தன்மை கெட்டுவிடாமல் இருப்பதற்கே மக்கள் இவ்வாறு செய்கின்றார்கள் என்று நம்பலாம். பொதுவாக இந்துக்கள் இறந்தோர்களை எரித்த இடத்தில் செங்கற்களைக் கொண்டு சுண்ணாம்புக் காரையால் கட்டப்பட்ட நினைவிடங்களை நிறுவுகின்றனர். இந்த இடங்களில் கடவுளின் சின்னங் களையும் வைக்கின்றனர். ஜாட் இன மக்கள் இதற்கு ஒரு படி மேலே சென்று முகமதியர்களைப் போல் மதிப்பு மிக்க கட்டடங்களை எழுப்புகின்றனர். அவர்களும் கடவுளர்களின் உருவச்சிலைகளை அந்த இடங்களில் வைக்கத் தவறுவதில்லை. அவ்வாறு வைக்காவிட்டால் தெய்வக் குற்றம் ஏற்பட்டு

இறந்தவர்களின் ஆவிகளால் தாங்கள் பழிவாங்கப்படலாம் என்று நம்புகின்றனர். சூரஜ்மால் அவர்களின் கல்லறைக்கு அருகில் அவரது மனைவியின் கல்லறையும், அவரது குடும்பத்தினரில் இறந்துபோன பெண்களின் கல்லறைகளும் காணப்படுகின்றன. கல்லறையின் மையத்தில் காணப்படும் கற்பலகையில் சமயச் சின்னங்களும் இடம்பெறுகின்றன. பெண்களின் கல்லறையில் காணப்படும் கற்பலகைகளில் வாளின் உருவம் இருப்பதில்லை; அதற்கு பதில் கழுத்தில் அணியும் அணிகலனின் உருவம் பொறிக்கப்பட்டுள்ளது. கல்லறை வரிசையின் இரண்டு முனைகளிலும் கிருஷ்ணனின் தமையனான பலராமனுக்குக் கோயில்கள் கட்டப்பட்டுள்ளன. ஒரு கோயிலில் பலராமனின் உருவம் பெரிய கண்களுடனும், ஆப்பிரிக்கர்களைப் போன்ற கரிய நிறத்துடனும் தென்படுகிறது. பலராமனின் உருவம் கரிய நிறத்திலும், அவனது சகோதரனான கிருஷ்ணனின் உருவம் வெள்ளை அல்லது கருநீல நிறத்திலும் ஏன் உள்ளன என்பதற்கான காரணம் தெரியவில்லை.[14] கல்லறைகளின் உட்பகுதி வழவழப்பாக சுண்ணாம்புக் காரை பூசப்பட்டு சலவைக்கல்போல் தோற்றமளிக்கிறது. சூரஜ்மாலின் கல்லறையின் உட்பகுதியில் அவர் தர்பாரில் அமர்ந்திருப்பது போன்றும், ஹூக்கா புகைப்பது போன்றும், தன்னுடைய அமைச்சர்களுக்குக் கட்டளை பிறப்பிப்பது போன்றும் அசிங்கமாக ஓவியங்கள் தீட்டப்பட்டுள்ளன. ஒரு ஓவியம் சூரஜ்மால் பன்றிகளை வேட்டையாடுவது போன்றும், மான்களை வேட்டையாடுவது போன்றும் காணப்படுகிறது. வேறு ஒரு ஓவியத்தில் அவர் போரில் ஈடுபட்டுள்ளதுபோல் சித்தரிக்கப்பட்டுள்ளார். அவரது முன்னால் பிரெஞ்ச் அதிகாரிகள் நின்றுகொண்டிருப்பது போல் காட்டப்பட்டுள்ளது. அவரது உடை லேசான பழுப்பு நிறத்தில், மூன்று இடங்களில் காட்டப் பட்டுள்ளது. வழிபடும் நிலையில் இருக்கும்போது அவரது உடை வெள்ளை நிறத்தில் காட்டப்பட்டுள்ளது; அவர் ஹரிதேவை வழிபடுவதுபோல் ஓவியம் உள்ளது.[15] பல இடங்களில் கிருஷ்ணன் கோபியர்களுடன் விளையாடுவது சித்தரிக்கப்பட்டுள்ளது. ஓவியத்தில் காணப்படும் நிறங்கள் பகட்டாகவும், எண்பது ஆண்டுகளுக்கு முந்தையவை என்றாலும் இன்று கொடுக்கப்பட்டவை போன்றும் காட்சியளிக்கின்றன. ஆனாலும் ஓவியங்கள் நேர்த்தியாக

அழகாக இல்லை.¹⁶ இரஞ்சித் சிங்கின் கல்லறையின் உள்ளே பரத்பூர் முற்றுகை, அதேபோல் அசிங்கமாகச் சித்தரிக்கப்பட்டுள்ளது. லேக் பிரபு தன் வெள்ளைக் குதிரையின் மீதிருந்து கீழே இறங்கி நின்று கொண்டிருப்பது போன்றும், தனது வீரர்களுக்குக் கட்டளைகள் பிறப்பிப்பது போன்றும் ஓவியங்கள் உள்ளன. எதிர்திசையில் இரஞ்சித் சிங் வெள்ளை உடையில் தன் இஷ்ட தெய்வத்தின் முன் நின்று வழிபாடு நிகழ்த்துவது போன்ற ஓவியம் காணப்படுகிறது; அவரது அமைச்சர்கள் பின்னால் நின்றுகொண்டுள்ளனர். வேறு இரண்டு பக்கங்களில் உள்ள சித்திரங்களில் இரஞ்சித் சிங் வேட்டையில் ஈடுபட்டுள்ளார். இந்த ஓவியங்களில் பூசாரிகள் எந்த இடத்திலும் காட்டப்படவில்லை என்பது குறிப்பிடத்தக்கது.¹⁷ ஜாட் தலைவர்களின் எல்லைப் பகுதிகளில் சில ஆலயங்களும் காணப்படுகின்றன. இந்தத் தலைவர்களின் ஆதரவாளர்கள் சிலர் பழைய இந்துக்களின் பாணியில் கல்லறைகளைக் கட்டியுள்ளனர்.¹⁸ இவை அவ்வளவு ஆடம்பரமாகக் கட்டப்படவில்லை. கல்லறைகளைக் கட்டியவர்கள் அதைச்சுற்றி மாமரங்கள் நிறைந்த தோப்புகளையும், தோப்புகளுக்குத் தேவையான கிணறுகளையும் உருவாக்கியுள்ளனர். வசதியிருப்பின் குளங்களையும் அருகே வெட்டியுள்ளனர். எனவே சமயச் சார்புள்ள இடங்கள், மக்களுக்குப் பயன்படும் விதத்திலும் அமைந்துள்ளன. சமய வழிபாட்டிற்கு, நாட்டின் வருவாயை அதிகமாகப் பயன்படுத்தும் இந்தியப் பகுதிகளில் அழகிய, பயன்பாட்டுத் தன்மை நிறைந்த கட்டடங்களைக் காணமுடிகிறது. நாட்டின் வருவாயை போருக்கு அதிகம் செலவிடும் பகுதிகளில் இத்தகைய கட்டடங்களைக் காண முடியவில்லை. ஐரோப்பாவில் வடபகுதியில் இருந்த நாடோடிக் கூட்டம் ரோமானியர்களாலும், சரசென்களாலும் உருவாக்கப்பட்ட நிறுவனங்களை அழித்துவிட்டது. கலையம்சம் பொருந்தி பயன்பாடுகள் நிறைந்த கட்டடங்கள் உருவாவது பின்னால் தேவாலயங்களைக் கட்டுவதன் மூலம் ஆரம்பமானது. இந்தியாவின் பல பகுதிகளுக்குச் சென்று வந்த ஓர் இந்துவைப் பார்த்து, 'உங்களுக்கு இந்தியாவின் எந்தப்பகுதி அழகாகவும், மகிழ்சியளிப்பதாகவும் உள்ளது?' என்று கேட்டேன். அதற்கு அவர் தஞ்சாவூர் போன்ற சில இந்தியப் பகுதிகளைக் குறிப்பிட்டு, அங்கே மகிழ்ச்சி நிறைந்த

ஊர்வலங்களைக் காணாமல் ஒரு மைல் தூரம் கூடப் பயணம் செய்ய முடியாது என்றும், அப்பகுதிகள் பூசாரிகள் நிரம்பிய பல கோவில்கள் கொண்ட பகுதிகளென்றும் வேளாண்மை செய்யப்படாத ஒரு ஏக்கர் நிலம் கூட அங்கே இல்லை என்றும் என்னிடம் கூறினார்.

மராட்டிய ஆட்சியின் கீழ் வந்த இந்தியப் பகுதிகள் தோற்றத்திலும், மகிழ்ச்சியான வாழ்க்கையிலும் பெரும் முன்னேற்றம் அடைந்தன. சிவாஜியின் வழித்தோன்றல்கள் இராஜாக்களுக்கு பதிலாக மராட்டிய பிராமணர்களை ஆட்சிபீடத்தில் அமர்த்தியதே இதற்குக் காரணம்[19]. எங்கெங்கு முடியுமோ அங்கெல்லாம் பிராமணர்களே அதிகார பீடங்களில் அமர்த்தப்பட்டனர். அவ்வாறு அமர்த்தப்பட்டவர்கள் தங்களது வருமானத்தின் பெரும் பகுதியை, கோயில்கள், கல்லறைகள் போன்றவைகளைக் கட்டுவதிலும், தோப்புகள், குளங்கள் போன்றவைகளை ஏற்படுத்துவதிலும் செலவிட்டார்கள். இதனால் நாட்டில் முன்னேற்றம் ஏற்பட்டதுடன், அத்தகைய பணிகளைச் செய்யவேண்டும் என்ற விருப்பம் மக்கள் மனதில் அதிகரித்தது. பிராமண ஆட்சியாளர்களைக் கொண்டு மராட்டியர்கள் நடத்திய ஆட்சி, போரிடும் இனங்களாக விளங்கிய சிந்தியா, ஹோல்க்கர், பான்ஸ்லா போன்றோரின் ஆட்சியைவிட பல மடங்கு சிறப்பாக இருந்தது. சிந்தியா, ஹோல்க்கர், பான்ஸ்லா போன்றோரின் ஆட்சியின்கீழ் இருந்த பகுதிகள் குடிசைகள் நிறைந்த முகாம்களாகவே இருந்தன. மராட்டிய ஆட்சிப் பகுதிகளில் காணப்பட்ட செழுமையும், அழகும் அங்கே காணப்படவில்லை.[20] மேற்குறிப்பிட்ட போரிடும் இனத்தவர் தாங்கள் வெற்றி கொண்ட இடங்களில் இருந்தவைகளையெல்லாம் அழித்தார்கள். எதையும் உருவாக்க வேண்டும் என்ற உணர்வோ, புத்திசாலித்தனமோ அவர்களிடம் இல்லை. சீக்கிய அரசாங்கத்தின் கீழ் இருந்த இந்தியப் பகுதிகளும் அதே போல் மோசமான நிலையில்தான் இருந்தன. நல்ல விளைச்சலை நாடி வந்து அழித்துண்ணும் வெட்டுக்கிளிக் கூட்டங்கள் போன்றுதான் சீக்கிய ஆட்சியாளர்கள் இருந்தனர். நிலத்தில் காணப்பட்ட நல்லவை அனைத்தையும் அவர்கள் உறிஞ்சினார்கள்; மக்களிடம் காணப்பட்ட சமூக

உறவு முறைகளைக் கெடுத்தார்கள்.[21] ஓர் இந்து அரசர் இரண்டு துருவங்களில் ஏதாவது ஒன்றைத்தான் தேர்ந்தெடுக்கிறார். மையமாக இருந்து செயல்படுவதில்லை. ஒன்று, மிகுந்த பேராசை கொண்டு தனது நாட்டின் வருமானம் முழுவதையும் இராணுவத்திற்குச் செலவு செய்து அண்டை அயலாரின் எல்லைப் பகுதிகளை ஊடுறுவுகிறார்; அல்லது அவர் பூசாரிகளின் பேச்சைக் கேட்டு, மூடநம்பிக்கைகள் மிகுந்து நாட்டின் வருவாய் முழுவதையும் பக்தி மார்க்கத்திலேயே செலவிட்டு, நாட்டை பலகீனப்படுத்துகிறார். இதனால் வேறு ஒருவர் இவர்நாட்டின்மீது படையெடுத்து வரும் நிலை உருவாகி விடுகிறது. அந்த அன்னியத் தாக்குதலை எதிர்த்து, எதிரிகளை விரட்டியடிக்க அவரால் முடிவதில்லை.

கோவர்தனத்தில் காணப்படும் மணற்பாறைக் குன்றுகள் பற்றி மக்கள் மத்தியில் பிரபரலமாக இருந்துவரும் புராணக் கதையை நாம் பின்வருமாறு சுருக்கிக் கூறலாம். இராமாயண யுத்தம் நடைபெற்றபோது, இலக்குவன், இராவணனால் காயப்படுத்தப்பட்டு மூர்ச்சையடைந்து விடுகிறான். இமயமலையில் சஞ்சீவிப் பர்வதத்தில் காணப்படும் ஒரு மூலிகையைக் கொண்டுதான் இலக்குவனது மூர்ச்சையைத் தெளிவிக்க முடியுமென்று மருத்துவர் கூறுகிறார். மூலிகையைக் கொண்டுவர அனுமன் முன்வந்து, இமயம் நோக்கிச் செல்கிறான். ஆனால் அவன் அந்த மூலிகை மரத்தின் விவரங்கள் அனைத்தையும் தெரிந்து கொண்டு வர மறந்துவிடுகிறான். எனவே இமயமலைத் தொடரில் உள்ள சஞ்சீவிப் பர்வதத்தை முழுவதுமாகப் பெயர்த்தெடுத்துக்கொண்டு வான் வழியாக இலங்கை திரும்புகிறான். அப்படி வரும்போது வழியில் பரதனும், சத்ருக்னனும் அனுமனைப் பார்த்து விடுகிறார்கள்.[22] அது இரவு நேரம். பரதன் பறந்து வரும் அனுமனை ஏதோ ஒரு வினோதமான மீன் என நினைத்து, அவன்மீது தனது அம்பை விடுகின்றான். பரதன் விட்ட அம்பு அனுமனின் காலில் தைத்துவிடுகிறது. அவன் வலியால் "ராம்! ராம்!" என்று அலறுகிறான். அவன் தூக்கிச்சென்ற சஞ்சீவிப் பர்வதத்தின் ஒரு பகுதி கீழே விழுந்துவிடுகிறது. பரதன் எய்த அம்பின் காரணமாக அனுமனின் கால்

ஊனமடைந்துவிடுகிறது. அவன் ஆயுள் முழுவதும் ஊனத்துடனேயே வாழ்கிறான். அனுமன் 'ராம், ராம்' என்று கத்தியதால் அவன் தங்களது தமையனின் படையைச் சேர்ந்தவன் என்பதைப் புரிந்தகொண்ட பரதன், அவனை வான்வழியே செல்ல அனுமதித்து விடுகிறான். அனுமனின் கால் ஊனமடைந்ததாலேயே குரங்குகள் தொடர்ந்து ஓடமுடியாமல் விட்டு விட்டுத் தாவிச் செல்கின்றன, என்று மக்கள் நம்புகின்றனர். பாரம்பரியமாக இந்த குணம் மற்ற குரங்குகளுக்கும் வந்திருக்க வேண்டும். ஊனம் இல்லாத குரங்குகள் கூட அனுமனிடம் உள்ள பக்தியால், மரியாதை நிமித்தம் ஊனமாக நடிக்கின்றன. அலெக்ஸான்டரின் போர்வீரர்கள் தங்களில் தோள்களில் ஒன்றைத் தாழ்த்தியும், மற்றதை உயர்த்தியும் வைத்துக்கொள்வது வழக்கமாக இருந்தது. ஏனெனில் மாவீரன் அலெக்ஸான்டருக்கு தோள்கள் அவ்வாறுதான் இருந்தன. அனுமன் சஞ்சீவிப் பர்வதத்தைத் தூக்கிச் சென்றபோது, அந்த மலையின்மீது ஆயிரக்கணக்கான விளக்குகள் எரிந்துகொண்டிருந்தன. ஏனெனில் மலையில் வாழ்ந்துவந்த மக்கள், என்ன மாற்றம் ஏற்பட்டுள்ளது என்பதை அறியாமல், தங்களது பணிகளை வழக்கம்போல் செய்துகொண்டிருந்தனர். அனுமன் இலங்கை சென்றான். மருத்துவர் வேண்டிய மூலிகை அவன் தூக்கி வந்த மலையின்மீது இருந்தது. இலக்குவன் மயக்கம் தெளிந்து எழுந்துவிட்டான்[24].

'கோவர்தன்' இப்போது நம்முடைய (ஆங்கிலேயர்களின்) ஆட்சியில் உள்ளது. ஆக்ராவிலிருந்து வந்த ஓர் உள்ளூர் ஆட்சியர் இதனை நிர்வகித்து வருகிறார்.[25]

குறிப்புகள்

1. ஜனவரி 1836
2. அத்தியாயம் 53, குறிப்பு 1ஐப் பார்க்கவும்
3. அத்தியாயம் 9, குறிப்பு 8ஐப் பார்க்கவும்
4. 53வது அத்தியாயத்தின் ஆரம்பத்தைப் பார்க்கவும்.
5. அப்பாவி மக்கள் கொல்லப்பட்டதை விவரிக்கும் இந்த புராண கால நிகழ்வு புனித மத்தேயு எழுதிய சுவிஷேசத்தை நினைவுபடுத்துவதாக உள்ளது. நற்செய்தியில் சொல்லப்பட்டுள்ள பல நிகழ்வுகள் குறிப்பாக ஏசுபிரான் மாட்டுத் தொழுவத்தில் பிறந்தது, மாட்டுத் தொழுவம்,

அரசாங்கம் எடுக்கும் மக்கட்தொகைக் கணக்கெடுப்பு போன்றவை கிருஷ்ணன் தொடர்பான கதைகளிலும் வருகின்றன.

6. இந்தக் கதை பௌத்த மதக் கதையொன்றைத் தழுவியிருக்கின்றது.

7. 'உஜ்' பேஷன் (bashan) காட்டின் அரசன் என்று எபரேய மொழிப் புராணம் கூறுகிறது. மிகைப்படுத்தப்பட்ட இந்தக் கதை திருக்குரானில் கூறப்படவில்லை. இது விமர்சனக்காரர்களின் கற்பனையாக இருக்கலாம். திருக்குரானின் ஐந்தாவது அத்தியாயம் தொடர்பான குறிப்புகளை 'சேல்' என்பவர் எழுதியுள்ளார்.

8. அயோத்தி நாடு தற்கால அவத் சமஸ்தானத்தையும் உள்ளடக்கியது. அயோத்தி நாட்டின் தலைநகரம் அயோத்தியா (அயோத்தி என்றும் கூறலாம்). இதை அடுத்திருப்பது ஃபைஸாபாத் அயோத்தி இன்றளவும் புனிதப் பயணம் மேற்கொள்ளப்படும் நகராக இருந்து வருகிறது.

9. ஒரு பக்தியுணர்வுடைய, கல்விகேள்விகளில் சிறந்து விளங்கும் இந்துவின் மனநிலையை, ஓர் ஐரோப்பியனால் புரிந்து கொள்ளவே இயலாது. இங்கு குறிப்பிடப்பட்டுள்ள கதையில் தொடர்பில்லாத விஷயங்கள் குறுக்கிடுவதைக் காணமுடிகிறது. ஆனால் அப்படி ஒன்றும் இருப்பதாக ஓர் இந்து நினைக்க மாட்டான். பிரம்மா இந்த பிரபஞ்சத்தைப் படைத்தான். எல்லாவற்றிற்கும் மேலுள்ள ஒரு சக்தியின் துணை கொண்டு அவன் தன் படைப்புத் தொழிலைச் செய்தான். அந்த சக்தி சர்வ வல்லமையுடையது; பூரணமானது; எங்கும் நிறைந்தது. எபிரேயர்கள் அந்த சக்தியைத்தான் நம்பினார்கள். ஆனால் இதை இந்துக்கள் எப்படிப் புரிந்து கொண்டுள்ளனர் என்பதையறிய நாம் வெகுதூரம் செல்ல வேண்டியிருக்கும். கிருஷ்ணன், விஷ்ணு, பிரம்மா, இராமன், சிவன் போன்ற கடவுளர்களுக்கிடையே நிலவும் உறவையும், அவர்களுக்கும் மனிதனுக்குமுள்ள உறவையும் சற்று குழப்பத்துடனேயே இந்துக்கள் புரிந்துவைத்துள்ளனர். அந்த உறவை விளக்க முயல்வது தோல்வியிலேயே முடியும். ஓர் இந்து இந்துவாகவே பிறக்கிறான்; இந்துவாக உருவாக்கப்படுவதில்லை. இந்து சமயத்தின் உட்புறத்தை மெத்தப் படித்த பண்டிதர்களால் விளக்கிச் சொல்ல முடியாது.

10. அத்தியாயம் 20, குறிப்பு 6 ஐப் பார்க்கவும்.

11. பரத்பூர் இராஜாவையும், பஞ்சாபின் சிங்கம் என்று அழைக்கப்படுபவரையும் ஒன்றாக நினைத்துவிடக் கூடாது.

12. கவிஞர் 'வேர்ட்ஸ்வொர்த்' எழுதிய 'எக்ஸ்கர்ஷன்' புத்தகம் 1.

13. புத்தகத்தின் முதல் பதிப்பில் இந்தக் கல்லறையின் வண்ணப்படம் 'இடம்பெற்றுள்ளது. இதை ஃபெர்கூஸன் கவனிக்கவில்லை. அவர் தீக் நகரின் அரண்மனைபற்றி எழுதியுள்ள வர்ணனை இந்தக் கல்லறைக்கும் பொருந்துவதாக உள்ளது. வடிவமைப்பு நன்றாக உள்ளது; ஆனால் மிகச் சிறந்தது என்று கூறிவிட முடியாது. சூரஜ்மால் 1763 ஆம் ஆண்டு நடந்த சண்டையில் கொல்லப்பட்டார்.

14. கிருஷ்ணனின் தமையனான பலராமனுக்கு பல்தேவ், பலதேவா, பலபத்ரா என்ற பெயர்களும் உண்டு. இவனைப்பற்றிய கதை ஹிராக்ளிஸின் கதைபோன்று உள்ளது. கிருஷ்ணனின் கதை அப்போலோவின் கதையோடு ஒத்துப்போகிறது. ஆசிரியர் கேட்கும்

இந்த சந்தேகத்திற்கான விளக்கத்தை பதிப்பாசிரியரால் தரமுடியவில்லை.

15. 'ஹரிதேவா' மகாவிஷ்ணுவின் ஓர் வடிவம். கோவர்தனத்திலுள்ள ஹரிதேவர் ஆலயம் கி.பி 1560ல் கட்டப்பட்டது. (N.W.P. Gazetteer, I Edn, Vol viii, P. 94)

16. நவீன இந்தியா நல்ல கலை வடிவங்களை ஆதரிப்பதில்லை அல்லது பாராட்டுவதில்லை. அழகிற்காக தீட்டப்படும் வண்ண ஓவியங்கள் நளினமின்றி, முரட்டுத்தனமாக இருக்கின்றன. ஆசிரியர் இங்கு விளக்கியுள்ளதும் அது போன்ற ஓர் ஓவியமே. வங்காளத்திலுள்ள ஒரு கல்விக்கூடம் பொதுமக்களின் கலையுணர்வை வளர்ப்பதற்கு முயற்சித்து வருகிறது. ஓவியக்கலை கி.பி 1570இல், அக்பர் காலத்தில் ஒரு மறுமலர்ச்சியைப் பெற்றது. அதிலிருந்து இந்தியப் பாரசீக, மற்றும் இந்திய ஓவியங்கள் நல்ல வளர்ச்சியைப் பெற்றன. இது ஒரு நூற்றாண்டு காலம் தொடர்ந்தது. 18ஆம் நுற்றாண்டில் மறுபடியும் ஒரு தொய்வு ஏற்பட்டது. (History of Fine Arts in India and Ceylon, Oxford, 1911)

17 ஜாட் இனத்தவர் பிராமணர்களை வெறுக்கின்றனர். ஜாட் இனக் குழுவொன்று, வின்சன்ட் ஸ்மித் முசாபர்நகர் மாவட்டத்தில் இருந்தபோது, அவரைச் சந்தித்து, பிராமணர்கள் தங்களுக்கு இழைத்த அநீதி குறித்து மனு ஒன்றைச் சமர்ப்பித்தது.

18. கல்லறைகளை எழுப்புவது முற்காலத்தில் இந்துக்களின் பழக்கமல்ல என்பதை ஆசிரியர் இங்கு குறிப்பிடுகிறார்.

19. ஔரங்கசீப் தக்காணத்திலிருந்தபோது, சிவாஜி அவரது மிகப்பெரிய விரோதி. சிவாஜி 'குன்பி' எனப்படும் விவசாயக் குடும்பத்தைச் சேர்ந்தவர். 'குன்பி' என்பது ஒருவகை சாதி. சிவாஜி கி.பி. 1627 மே மாதம் பிறந்தவர். 1740ஆம் ஆண்டு அவர் மரணமடைந்தார். சதாரா இராஜாக்களின், பிராமண அமைச்சர்கள் 'பேஷ்வாக்கள்' (பேஷ்வா) என அழைக்கப்பட்டனர். 1740ஆம் ஆண்டு மறைந்த முதலாம் 'பாஜி ராவ்' இரண்டாவது பேஷ்வா. அவர்தான் முதன்முதலில் தனது தலைவரை பின்னுக்குத் தள்ளி, அதிகாரத்தைத் தன் கைகளில் எடுத்துக் கொண்டவர். பேஷ்வாக்களில் கடைசியாக வருபவர் இரண்டாம் பாஜி ராவ். மராட்டிய மகாயுத்தத்திற்குப் பிறகு இவர் தனது முடியுரிமையைத் துறந்து 1818ஆம் ஆண்டில் கான்பூருக்கு அருகிலுள்ள பித்தூரில் ஓய்வெடுக்கச் சென்றுவிட்டார். அதே 1818ஆம் ஆண்டில் வாரன் ஹேஸ்டிங்ஸ் சதாரா ராஜாவைக் காவலிலிருந்து விடுவித்து அவரை மீண்டும் அரச பதவியில் அமர்த்தினார். 1839ஆம் ஆண்டில் ராஜா செய்த துரோகத்தினால் இந்திய அரசு (ஆங்கிலேய அரசு) அவரை பதவியிலிருந்து விலக்கியது. சதாரா ராஜாவின் ஆட்சிப்பகுதி தற்போது பம்பாய் இராஜதானியில் உள்ளது. (Life and Exploits of Shivaji, 2nd Edn., Bombay, Nirnayasagar press, 1886)

20. பிரார் ராஜாவை, நாகபுரி ராஜா என்றும் அழைத்தனர். அவர் பெயர் பான்ஸ்லா. குவாலியரில் நடைபெற்ற தவறான ஆட்சி பற்றி அத்தியாயம் 36 மற்றும் அத்தியாயம் 49 ஆகியவற்றில் குறிப்பிடப்பட்டுள்ளது. சிந்தியாவின் தலைநகரர் குவாலியர்; ஹோல்கரின் தலைநகர் இந்தூர்.

இப்போது அவை வேறுபட்டுக் காணப்படுகின்றன. பான்ஸ்லா மறைந்துவிட்டது.

21. 1849இல் பஞ்சாப் ஆங்கிலேய அரசுடன் சேர்க்கப்பட்டது. அதுமுதல் பஞ்சாபியர்கள் ஆங்கிலேயே அரசுக்கு விசுவாசமானவர்களாக மாறிவிட்டார்கள். அவர்களது முன்னோர்களுக்கு இருந்த அவப்பெயர் மாறிவிட்டது. கேப்டன் ஃப்ரேன்க்லின் 1803இல் ஜார்ஜ் தாமஸ் அவர்களின் கருத்து என்று பின்வருமாறு எழுதுகிறார். "சீக்கியர்கள் பொய்யர்கள்; இரத்த வெறிபிடித்தவர்கள்; விசுவாசமற்றவர்கள்; கொள்ளையடித்து செல்வம் சேர்ப்பவர்கள்; கயவர்கள்" (இந்தக் கருத்து தற்போதைய நிலையில் மிகவும் தவறானது) சீக்கியர்களின் பஞ்சாப் மாநிலம் தற்போது நல்லமுறையில் ஆட்சி செய்யப்பட்டு வருகிறது.
(Military Memories of Mr. George Thomas, London reprint, p.112)

வாய்மை

எளிமையாகவும், நவநாகரிகத் தொடர்பில்லாமலும், பெரும்பாலும் நிலத்திலிருந்து கிடைப்பதைக் கொண்டு வாழ்பவர்களுமான ஆங்கிலேய மக்கள், நேர்மையாகவும், உண்மையாகவும், தந்திரம், போக்கிரித்தனம் போன்றவை இல்லாமலும், போதுமென்ற மனநிலை உள்ளவர்களாகவும், செல்வச் செழிப்பால் வரும் ஆடம்பரமின்றியும் இருக்கிறார்கள் என்று டயடேரஸ் சிக்குலஸ் (புத்தகம் V, அத் 2) குறிப்பிட்டுள்ளார். இந்தியாவில் வாய்மை என்பது மத்திய இந்தியப் பகுதிகளில் வாழும் ஆதிவாசிகளிடமும், மலைவாழ் மக்களிடமும், காட்டுவாசிகளிடமும் மட்டுமே அதிகம் காணப்படுகிறது. நாங்கள் பார்த்தவரை, அத்தகைய உண்மை பேசும் இயல்புள்ளோரிடமும் கால்நடைகளைத் திருடும் பழக்கம் அதிகமாக உள்ளது. ஒரு குறிப்பிட்ட இனத்தாரிடம், மற்றவர்களின் கால்நடைகளைக் கவர்வதென்பது, அவசியமான செயலாகக் கருதப்படுகிறது, அவமானச் செயலாகக் கருதப்படுவதில்லை. மத்திய இந்திய வனப்பகுதிகளில் வாழும் 'கோன்ட்' இனமக்கள், தூண்டிவிடப்பட்டாலும் பொய்சொல்ல மாட்டார்கள். ஆனால் பக்கத்துச் சமவெளிப்பகுதிகளிலிருந்து கால் நடைகளைக் கவர்ந்து செல்லும் திருடர்களுடன் சேர்ந்து கொண்டு தாங்களும் கால்நடைகளைத் திருடுவதில் அவர்கள் மகிழ்ச்சியடைகிறார்கள். இது எனக்கு நன்றாகத் தெரியும். நர்மதை சமவெளிப் பகுதியைச் சேர்ந்த கனவான் ஒருவரிடம், "வட, தென்பகுதிகளில் வாழும் காட்டுவாசிகள்

எப்போதும் ஏன் உண்மையே பேசுகிறார்கள்" என்று நான் வினவினேன். "பொய்சொல்வதின் அருமையைப் பற்றி இன்னும் அவர்கள் அறிந்து கொள்ளவில்லை" என்றார் அவர். அவர், ஒரு நேர்மையான, மனதில் பட்டதை ஒளிக்காமல் சொல்லக்கூடிய நபர். பொய் பேசுவதைக் குறித்து அச்சப்படும் இடங்களிலும், பொய்யைத் தூண்டும் சூழல் இல்லாத இடங்களிலும் வாய்மை நிலவுகிறது. நான் முன்பு விவரித்த நாகரிகமற்ற சமுதாயத்தில் கால்நடைகளின் மூலம்தான் சொத்து சேர்க்கப்படுகிறது. பண்டமாற்று முறையின் மூலமே, பணத்தின் உதவியின்றி பொருட்கள் வாங்கப்படுகின்றன. சமூகத்தோடு சேர்ந்து வாழும் ஒருவர் தன்னுடைய சொத்தை மற்றவர்களிடமிருந்து மறைத்து வைக்க எந்த வழியுமில்லை. ஒருவரிடமிருந்து, வேறொருவர் பொருட்களைத் திருடும்போது, திருடியவர், திருடியதை மறைத்து வைத்துக் கொள்ள முடியாது, அதற்கு வழியில்லை. இந்தச் சூழ்நிலையில் திருடுவது சாதகமாகவும் இருக்காது. இப்படிப்பட்ட சமுதாயத்தில் ஒவ்வொரு சிறு குழுவும் தன்னைத் தானே நிர்வகித்துக் கொள்கிறது. உரிமைகளைப் பெறுவதிலும், கடமைகளைச் சுட்டிக்காட்டு வதிலும் ஒரு குழுவிலுள்ளோர் தங்களுக்குத் தாங்களே முடிவுகளை எடுத்துக்கொள்கின்றனர். அதிகமாக செலவு பிடிக்கும் ஒரு நிர்வாகக் குழுவை வைத்துப் பராமரிக்க இயலாத அளவுக்கு மக்கள் ஏழைகள்; அவர்களால் வரிசெலுத்த முடியாது. உரிமைகளைக் காக்கவும், உடமைகளைக் காக்கவும், நீதி பரிபாலனம் செய்யவும், ஒழுக்கத்தைப் பேணிக் காக்கவும் அவர்களுடைய நிர்வாக அமைப்பு அரிதாகவே முயல்கிறது. இத்தகைய சிறு சமுதாயக் குழுக்களில் உள்ள மக்களனைவரும் மற்ற சமூகத்தில் உள்ளவர்களின் கால்நடைகளைத் திருடுகின்றனர். அவ்வாறு திருடுபவர்கள் பாராட்டப்படுகிறார்கள். ஆனால் மக்களின் நலன்கருதி, ஒவ்வொரு தனிமனிதனும், மற்றவனின் சொத்துக்கு மரியாதை தரவேண்டுமென சமுதாயம் எதிர்பார்க்கிறது. அவ்வாறு செய்யாவிட்டால் மற்றவர்களின் வெறுப்பால் தண்டிக்கப்படுகிறான்.[1]

தங்களது உரிமைகள், கடமைகள், விருப்பங்கள் ஆகியவற்றிற்கிடையே மோதல் ஏற்படும்போது, சமுதாயத்

திலுள்ள ஒவ்வொருவனும் மற்றவனின் வாய்மையைச் சார்த்திருக்கத்தான் வேண்டியுள்ளது. இந்தியாவிலுள்ள, நாகரிகமற்ற மலைவாழ், வனவாழ் மக்கள் சில தெய்வங்களிடம் அச்சம் கொண்டுள்ளனர். ஒருவன் சொல்லும் சொல்லை நம்புவதற்கு, தெய்வத்தின் பெயரைப் பயன்படுத்துகின்றனர். அரசமரம் எல்லா இடங்களிலும் கடவுளின் உறைவிடமாகக் கருதப்படுகிறது. அந்த மரத்தின் இலைகளில் தெய்வங்கள் அடர்ந்துகொண்டு, மக்களின், பாடல் போன்ற சலசலப்புகளுக்கு செவிசாய்ப்பதாக ஒரு நம்பிக்கையுள்ளது. வாக்குமூலம் அளிக்கும் ஒருவன் ஓர் அரசமரத்தின் இலையை தன் கையில் வைத்துக்கொண்டு தான் பொய் சொன்னால், தன்னையோ அல்லது தனக்கு நெருக்கமான வர்களையோ 'நசுக்கிவிடு' என்று கூறி தெய்வத்தை வேண்டி தான் சொல்லவந்ததைச் சொல்கிறான். பின் கையிலுள்ள இலையை நசுக்குகிறான்.[2]

இந்தியப் பழங்குடி மக்களைப் பொறுத்தவரை இலவமரம் கொடூரமான தெய்வங்களின் இருப்பிடமாகக் கருதப்படுகிறது;[3] ஏனெனில் அத்தெய்வங்களின் அதிகார எல்லை சிறிய சுற்றுவட்டத்தை மட்டும் உள்ளடக்கியது. எனவே அவைகளின் மேற்பார்வை, சிதறிவிடாமல் சுற்றுப்பகுதியிலுள்ள மக்களின் மீது மட்டுமே ஆழமாகப் பதிகிறது. அரசமரம் இந்துக்களின் மும்மூர்த்திகளான பிரம்மா, விஷ்ணு, சிவன் ஆகியோரில் ஏதாவது ஒருவரின் இருப்பிடமாக உள்ளது. இந்த மும்மூர்த்திகளே பிரபஞ்சத்தைப் பராமரித்து வருபவர்கள்.[4]

அதே சமயத்தில் இலவு போன்ற மரங்கள் சிறு தெய்வங்களின் இருப்பிடங்களாக உள்ளன. ஒரு குறிப்பிட்ட கிராமத்தின் மக்களையோ, அல்லது ஒரு மாவட்டத்தின் மக்களையோ, இவை கண்காணிக்கின்றன.[5] ஒருவன் தவறு செய்துவிட்டால் இத்தெய்வங்களுள் ஒன்றினிடம் கொண்டு வரப்படுவான். இந்த தெய்வத்தின் பழிவாங்கும் குணத்தால் தானோ நிச்சயம் தனக்கு நெருக்கமானவர்களோ தண்டிக்கப் படுவது நிச்சயம் என தவறு செய்தவன் நம்புகிறான். இந்த மனநிலையில் உள்ள மனிதர்கள் கண்டிப்பாக உண்மையை மட்டுமே பேசுகிறார்கள். எனக்குத் தெரிந்த நூற்றுக்கணக்கான வழக்குகளில் ஒரு மனிதனின் சொத்து, சுதந்திரம் அல்லது உயிர் அவன் சொல்லப்போகும் ஒரு பொய்யைத்தான்

நம்பியிருக்கிறது என்றாலும், அவன் பொய் சொல்ல மறுத்துவிடுகிறான். எனது நண்பர் கூறியதுபோல் அவனுக்குப் 'பொய்யின் அருமை' தெரிவதில்லை.

இலவமரத்தடியில் அல்லது அரசமரத்தடியில் கூடும் ஆதிவாசிகளின் கிராமிய நீதிமன்றங்களில் தெய்வங்களே நீதிபதிகளாக பாவிக்கப்படுகின்றன. ஒரு பொய்யைச் சொன்னால் தனக்குமேல் சோலைவன அரியணையில் அமர்ந்திருக்கும் தெய்வம் தனது இதயத்தைத் துழாவி அதைக் கண்டுபிடித்துவிடுமென சாட்சி சொன்னவன் நம்புகிறான், அந்த நிமிடத்திலிருந்து அவனுக்கு மன அமைதி இருக்காது; தெய்வம் தன்னைப் பழிவாங்கி விடுமென அஞ்சுகிறான். அவனுக்கோ அல்லது அவனுக்கு நெருக்கமான ஒருவருக்கோ ஏதோ ஒரு விபத்து நேர்ந்தால், அது தான் சொன்ன பொய்யினால் நடந்திருக்கலாமென பொய்சாட்சி சொன்னவன் கற்பனை செய்துகொள்கிறான்.[6]

மக்களிடையே நாம் (ஆங்கிலேயர்கள்) அறிமுகப்படுத்தும் நீதிமன்றங்களில் நீதிபதிகள் வழக்கு தொடர்பாக ஒரு மனிதனின் இதயத்தினுள் என்ன இருக்கிறதென்பதை அறிந்துகொள்ள இயலாதவர்களாக உள்ளனர். ஒரு வாக்குமூலம் உண்மையானதா அல்லது பொய்யானதா என்பதை கண்டுபிடிக்கும் ஆற்றலில்லாதவர்களாக இருக்கின்றனர். அப்படியே அவர்கள் கண்டுபிடித்துவிட்டாலும் பொய் சொன்னவனை அவர்களால் தண்டிக்க முடியவில்லை. எனவே, ஒருவனின் இதயத்தைத் துழாவி உண்மையறியும் வனதெய்வ நீதிபதிகளைப்போல் நமது நீதிபதிகளால் உண்மையைக் கண்டுபிடிக்க முடியாது என்று மக்கள் நினைக்கிறார்கள். பொய்சாட்சி சொன்னவனை வனதெய்வ நீதிபதிகள் போன்று நமது நீதிபதிகளால் தண்டிக்கமுடியாது என்றும் நினைக்கிறார்கள். சாட்சி சொன்னவனின் மனதை அறிந்துகொள்ள முடியாமல், தங்களைச் சுற்றியுள்ள அதிகாரிகள் ஏற்படுத்திய 'கண்ணுக்குத் தெரியும் இருளில்' இந்த நீதிபதிகள் சிக்கியுள்ளனர். இது மக்களுக்குத் தெரிகிறது. இதைவிட மேலும் ஒன்று அவர்களுக்குத் தெரிகிறது, அதாவது நீதிமன்றங்களைத் திருப்திபடுத்தும் பொய் எது என்பதும் அவர்களுக்குத் தெரிகிறது. நீதிபதிகள் எங்கு அதிகம் செல்கிறார்கள் என்பதும், யாருடைய

கருத்துக்கு மதிப்பளிக்கிறார்கள் என்பது மக்களுக்குத் தெரிகிறது. நீதிமன்றத்தில் பொய் சொன்னதால் ஒருவனது சொத்து, சுதந்திரம், அல்லது உயிர் பறிபோய்விட்டதென்றால், பொய்சொன்னவன், தன்னைச் சுற்றியுள்ளவர்களிடம் சென்று தவறு தனது பொய்யினால் நடந்ததல்ல என்றும், நீதிபதியின் தவறான அணுகுமுறையால்தான் என்றும், அல்லது அலுவலர்களின் கெட்ட நடவடிக்கைகளால்தான் என்றும் விளக்கமளித்து அவர்களைச் சமாதானப்படுத்தி விடுகிறான். சுற்றியுள்ளவர்கள் முட்டாள்தனமும் கெடுதலும் எங்கும் நிறைந்திருப்பதாகவே கருதுகின்றனர்.

இந்தியாவிலுள்ள மேற்பார்வையாளர்களைப்பற்றி (Supervisiors) கருத்து தெரிவிக்கும்போது அர்ரியன் என்ற கிரேக்க வம்சாவழி, ரோமானிய வரலாற்றாசிரியர் பின் வருமாறு கூறுகிறார். “அவர்களைப் பொய்யர்கள் எனக் குற்றம்சாட்ட முடியாது. சரியாகச் சொல்வதென்றால் அப்படிப்பட்ட குற்றவாளிகள் இந்தியாவிலில்லை.[7]”

கிராமிய சமுதாயத்தைச் சேர்ந்தவர்கள் சிறு பொய்களைச் சொல்லலாம். இது மக்கள் தொகைக்கேற்ப உலகின் எல்லாப் பகுதிகளிலும் நடைபெறும் ஒன்றுதான், என நான் நினைக்கிறேன். நம்முடைய நீதிமன்றங்களில் பெரும்பாலும் பொய்யே நிலவுகிறது. ஆரம்பகாலங்களில் எவ்வளவுக்கு எவ்வளவு நீதிமன்றங்கள் விரைவாக அமைக்கப்பட்டனவோ அவ்வளவுக்கு அவ்வளவு பொய்களும் அதிகமாக மலிந்து விட்டன. புதிதாக நமது (ஆங்கிலேய) கட்டுப்பாட்டிற்குள் கொண்டுவரப்பட்டுள்ள இடங்களில் மக்கள் உண்மையைச் சொல்லும் மனவியல்பையே கொண்டுள்ளனர். நீதிமன்ற நடுவர்கள் திருடர்களை ஆங்கிலேய பாணியில் பொய் சொல்ல வைப்பது கடினம் என்றே நினைக்கிறேன். இங்கிலாந்தில் குற்றவாளிகளைப் பொய் சொல்லவைக்கும் வழக்கம், தண்டனைச் சட்டம் மிகக் கடுமையாக இருந்த தாலேயே ஏற்பட்டது. குற்றத்தின் அளவோடு ஒப்பிட்டுப் பார்க்கும்போது தண்டனைகள் கடுமையாக இருந்தன.[8]

எனவே நடுவர்களிடம் ஓரளவு இரக்கத்தன்மை காணப்பட்டது. இந்தியாவில் நம்முடைய (ஆங்கிலேய) ஆட்சியில் தரப்படும் தண்டனைகள், செய்யப்பட்ட குற்றங்களுக்கு ஏற்பவே உள்ளன, அதிகமாக இல்லை. மாறாக

தண்டனைகள் குற்றத்தின் அளவைவிடக் குறைவாக வேயுள்ளன. புதிதாக நமது ஆட்சியின் கீழ் இணைக்கப் பட்டுள்ள பகுதிகளில், முன்பு நம் ஆட்சியோடு இணைந்த பகுதிகளைவிட இன்னும் குறைவாகவே தண்டனைகள் உள்ளன. பொதுமக்களின் இரக்கத்தைப் பெறும் நபர்களாக குற்றவாளிகள் கருதப்படுவதில்லை. புதிதாக நம் ஆட்சியில் இணைக்கப்பட்ட பகுதிகளில் குற்றவாளிகள் குற்றங்களை ஒப்புக்கொள்ள விரும்புகிறார்கள்; அதற்கு அவர்கள் அனுமதிக்கவும்படுகிறார்கள். இது ஏனெனில் அவர்களால் துன்புற்றவர்களும், அருகாமையில் உள்ளவர்களும் காப்பாற்றப்படுவதற்கே. இதனால் நீதிமன்றங்களிலிருந்து அழைப்பு (சம்மன்) அனுப்பப்படும் தொல்லை குறைகிறது. ஆங்கிலேய ஆட்சிக்கு முன்பிருந்த உள்ளூர் நீதிமன்றங்களில் ஒரு வழக்கின் உண்மை உடனடியாகக் கண்டறியப்பட்டது. அந்த நீதிமன்றங்களின் நடுவர்கள், தங்களுக்கு முன்பிருந்த சாட்சியங்களை வைத்துக்கொண்டு எது உண்மை, எது பொய் என்பதை பொதுவாகக் கண்டறிந்துவிடுவார்கள். இலவ மரத்தடியிலும், அரசமரத்தடியிலும் வீற்றிருக்கும் தெய்வங்களுக்கு நிகரானவர்கள் இந்த உள்ளூர் நீதிபதிகள். ஆனால் அவர்கள் சொல்லும் தீர்ப்பை நியாயமானது என்று எப்போதாவதுதான் மக்கள் ஏற்றுக்கொண்டார்கள். நமது (ஆங்கிலேய) நீதிமன்றங்கள் இந்தியப் பகுதிகளில் தோற்றுவிக்கப்பட்ட பிறகு நீதிபதிகளின் புத்திக்கூர்மை பற்றியும், நேர்மை பற்றியும் மக்கள் மன நிறைவடைந்துள்ளனர். ஒரு குற்றவாளி உண்மையை ஒளிக்காமல் சொல்ல வேண்டும் என்பதையே பக்கத்திலுள்ளோர் விரும்புகின்றனர். அதனால் வீண் தொல்லை குறையும்; அவ்வாறு ஒரு குற்றவாளி உண்மையைச் சொல்லாவிட்டால் அவனை அவர்கள் வெறுக்கிறார்கள். தான் பேசுவது உண்மையா, இல்லையா என்பதை நம்மால் கண்டுபிடித்துவிட முடியுமென்று குற்றவாளி நம்புகிறான். குற்றத்திற்கேற்ற தண்டனை மட்டுமே நாம் கொடுப்போம் என்றும், அதிகமாகக் கொடுத்துவிட மாட்டோம் என்றும் அவன் நம்புகிறான்.

நீதிமன்ற நடுவர் குற்றவாளியிடம், "நீ ஏன் திருடினாய்?" என்று முதலில் கேட்கிறார். குற்றவாளி தான் திருடியதற்கான

சூழ்நிலையை விளக்குகிறான். தன் கூற்றை நிரூபிக்க உதவும் சாட்சியங்களையும் அவன் கொண்டு வருகிறான். தான் திருடியிருந்தால், தன் குற்றத்தை மறைக்க அவன் சாட்சிகளைக் கொண்டுவருவதில்லை. ஏனெனில் மனசாட்சி குற்றத்தை ஒப்புக்கொள்வதற்கே சாதகமாயுள்ளது, மறைப் பதற்கல்ல. 1648ஆம் ஆண்டு மீர் ஜும்லா அவர்களின் தலைமையின்கீழ் நீதிமன்றத்தில் நடைபெற்ற சுவரஸ்யமான வழக்கொன்றை டாவர்னியர் (book i, part ii, chap11) வர்ணித்துள்ளார்.[9]

உள்ளூர் சட்ட அதிகாரி ஒருவர் என்னைக் காண ஒருநாள் வந்திருந்தார். அவரிடம் நான், திருக்குரானின் மீதும், கங்கை நீரின் மீதும் சத்தியம் செய்து தனது வாதத்தை எடுத்துரைக்கும் வழக்கத்தை சட்டத்திலிருந்து நீக்கிவிட்டால் என்ன என்று கேட்டேன். அந்த வழக்கத்திற்குப் பதிலாக கடவுளின் பெயரைச் சொல்லி ஒரு வாக்குமூலத்தைச் சமர்ப்பிக்கலாம் என்றும், திருக்குரானுக்கும், கங்கைநீருக்கும் தரும் அதே மரியாதையை அந்த வாக்குமூலத்திற்கும் தரலாமேயென்றும் நான் கூறினேன். அதற்கு “ஐயா, நான் நீதிமன்றங்களில் முப்பது ஆண்டுகளுக்குமேல் பணியாற்றி யுள்ளேன். என்னுடைய இந்த அனுபவத்தில் நான் மூன்று விதமான சாட்சிகளைப் பார்த்திருக்கிறேன். நீங்கள் சொல்வதுபோல் செய்தால் முதலிரண்டு வகை சாட்சிகள் எப்போதும்போல் தாங்கள் சொல்ல வந்ததைச் சொல்லி விடுவார்கள். மூன்றாவது வகை சாட்சி உண்மையிலிருந்து விலகிச் சென்றுவிடுவான்” என்றார் அவர். நமது நீதிமன்றங் களுக்கு வரும் அந்த மூன்று விதமான சாட்சிகளைப் பற்றிக் கூறும்படி நான் அவரிடம் கேட்டுக்கொண்டேன். அவர் கூறினார்.

“முதல் வகையினர் எப்போதும் உண்மை பேசுபவர்கள். சத்தியம் செய்யச் சொன்னாலும், செய்யச் சொல்லா விட்டாலும் அவர்கள் உண்மையே பேசுவார்கள்”

“இவர்கள்தான் பெரும்பாலானவர்கள் என்று நீங்கள் நினைக்கிறீர்களா?”

“ஆம் நான் அப்படித்தான் நினைக்கிறேன். பெரும் பாலானவர்களை உண்மையிலிருந்து பிரித்துவிட முடியாது.

நீங்கள் என்ன சொன்னாலும் அவர்களை பொய் பேச வைக்க முடியாது, பொய்பேசும்படி அவர்களை அச்சுறுத்தவும் முடியாது. இரண்டாவது வகையைச் சேர்ந்தவர்கள் பொய் சொல்வதற்கான ஒரு நோக்கம் இருந்தால் பொய் சொல்லத் தயங்கமாட்டார்கள். இவர்கள் சத்தியத்தால் கட்டுப்படுத்தப் படுவதில்லை. சத்தியம் செய்வதன் மூலம் இவர்கள் இரண்டு விஷயங்களுக்கு அச்சப்படுகிறார்கள். அதாவது கடவுளின் கோபத்திற்கும், மற்றவர்கள் தங்களை வெறுப்பார்களே என்பதற்கும் அச்சப்படுகிறார்கள்'' அவர் மேலும் தொடர்ந்தார். “மூன்று நாட்களுக்கு முன்பு ஒரு வசதியான பெண்ணிடமிருந்து எனக்கு செயலுரிமை ஆவணம் தேவைப்பட்டது. நகரத்திலுள்ள நீதிமன்றத்தில் அவளுக்காகச் செயல்பட எனக்கு அது தேவைப்பட்டது. அவளது சகோதரனின் மூலம் என்னிடம் அந்த ஆவணம் கொடுக்கப் பட்டது. அவள்தான் அதைக் கொடுத்தாள் என்பதை உறுதிப்படுத்த இரண்டு சாட்சிகளும் வந்திருந்தனர் அப்போது சாட்சிகளைப் பார்த்து நான் கேட்டேன். ‘அந்தப் பெண் திரைக்குப்பின் வாழ்பவள் என்று உங்களுக்குத் தெரியும். (எனவே அவளை நேரில் பார்க்க இயலாது). செயலுரிமை ஆவணத்தை, ‘அவள்தான் தன் சகோதரன் மூலம் கொடுத்தனுப்பினாளா’ என்று நீதிபதி கேட்டால் நீங்கள் என்ன சொல்லுவீர்கள்?’ இந்தக் கேள்விக்கு இரண்டு சாட்சிகளும் இவ்வாறு பதில் சொன்னார்கள். ‘நீதிபதி எங்களை சத்தியம் ஏதும் செய்யச் சொல்லாமல் கேட்டால் நாங்கள் ‘ஆம்’ என்று பதில் சொல்வோம். இதனால் பல பிரச்சனைகள் தீர்ந்துவிடும். நேரில் பார்க்காவிட்டாலும் அவள் அந்த ஆவணத்தைக் கொடுத்தது எங்களுக்கு நன்கு தெரியும்; ஆனால் திருக்குரானை எங்கள் கைகளில் கொடுத்து சொல்லச் சொன்னால் ‘இல்லை’ என்றுதான் சொல்வோம். அப்படியில்லாவிட்டால் ‘பொய்சாட்சிகள்’ என்று பிறரால் நாங்கள் அடையாளம் காட்டப்பட்டு விடுவோம். எங்களது எதிரிகள், நாங்கள் பொய்சத்தியம் செய்துவிட்டதாக எல்லோரிடமும் தெரிவித்துவிடுவார்கள்”. சத்தியப் பிரமாணம் எடுத்துக் கொள்ளும் விதம், இப்படிப் பட்ட நபர்களின் மீது மிகப்பெரிய விளைவுகளை ஏற்படுத்திவிடுவதாக நண்பர் கூறினார்.

"மூன்றாவது வகையைச் சேர்ந்தவர்கள், போதுமான நோக்கம் இருக்கும்போது பொய் சொல்வார்கள். தங்களது கைகளில் திருக்குரான் கொடுக்கப்பட்டாலும், அல்லது கங்கை நீர் தரப்பட்டாலும் அவர்கள் பொய் சொல்வார்கள். அவர்கள் பொய் சொல்வதை எதனாலும் தடுக்கமுடியாது. நீங்கள் கொடுக்கும் அறிவிப்பு அல்லது அறிக்கை அவர்களுக்குப் போதுமானது."

"எந்த வகையைச் சேர்ந்தவர்கள் மிகவும் அதிகம் என்று நீங்கள் நினைக்கிறீர்கள்?"

"இரண்டாவது வகையைச் சேர்ந்தவர்கள்தான் மிகவும் அதிகம். எனவே சத்தியம் செய்யச் சொல்லும் முறை தொடர்ந்து நீடிக்கவேண்டுமென நான் விரும்புகிறேன்".

"அதாவது வழக்கு தொடர்பாக நீதிமன்றங்களுக்கு வருபவர்கள், இரண்டாவது வகையினராக இருந்தால், போதுமான நோக்கம் இருக்கும்போது, குரானோ, கங்கைநீரோ கொடுக்கப்படாவிட்டால் பொய் சொல்வார்கள் என்று நீங்கள் நினைக்கிறீர்கள். அப்படித்தானே?"

"ஆம்"

"குரானோ, கங்கை நீரோ கொடுக்கப்படாவிட்டாலும், சரியான உறுதியான நோக்கத்தின் தாக்கம் இருந்தாலும், தங்களுடன் வசிக்கும் மக்களின் முன்னிலையில் கேள்விகள் கேட்கப்பட்டால் பொய்பேச மறுத்துவிடுவார்கள் என நீங்கள் நினைக்கிறீர்களா?"

"ஆமாம்; நமது நீதிமன்றங்களில் பொய்பேசத் தயங்காத முக்கால்வாசி நபர்கள், தங்கள் அண்டைவீட்டுக்காரர்கள் முன்னிலையிலோ அல்லது ஊர்ப்பெரியவர்களின் முன்னோ பொய்பேச வெட்கப்படுகிறார்கள்."

"கிராமங்களில் வசிக்கும் மக்கள், நகரங்களில் வசிக்கும் மக்களைவிட, மற்றவர்கள் முன் பொய்பேச அதிகம் வெட்கப்படுகிறார்கள் என நீங்கள் நினைக்கிறீர்களா?"

"அப்படி ஒப்பிட்டுச் சொல்வது சரியல்ல"

"இந்தியாவில் நகரவாசிகள், கிராமவாசிகளைவிடக் குறைந்த எண்ணிக்கையில்தான் உள்ளனரா?"

“குறைந்த எண்ணிக்கையில்தான் உள்ளனர்.”

“இந்திய மக்கள், நீதிமன்றங்களுக்கு வெளியே தாங்கள் வாழும் இடங்களில், மற்றவர்களுக்கு மத்தியில், தங்களின் கரங்களில் குரானோ அல்லது கங்கை நீரோ இல்லா விட்டாலும் கூட உண்மைதான் பேசுவதாக நீங்கள் நினைக் கிறீர்களா? இத்தகைய மக்கள் மற்ற இரு வகையினரை விட அதிகமா?”

“கண்டிப்பாக நான் அப்படித்தான் நினைக்கிறேன். தங்கள் அண்டைவீட்டுக்காரர்கள் மத்தியிலோ அல்லது ஊர்ப் பெரியவர்களின் முன்போ அவர்கள் உண்மைதான் பேசுவார்கள். அவர்கள் பேசுவது என்ன என்பது மற்றவர் களுக்கு நன்கு தெரியும்.”

நான் கேள்விகள் கேட்ட மனிதர் நன்கு படித்த ஒரு முகலாயர். பாரசீக, அரபு மொழிகளில் எழுதப்பட்ட மருத்துவம் தொடர்பான பல புத்தகங்களை அவர் நன்கு படித்துள்ளார். சூரிய உதயத்திலிருந்து, காலை ஒன்பது மணிவரை ஏழை நோயாளிகளுக்காக தன் நேரத்தைச் செலவிடுவார். அந்த மக்களுக்குத் தன் மருத்துவ ஆலோசனைகளையும், மருந்துகளையும் வழங்குவார். அதற்காக அவர் தனது ஒரு நாளைய வருமானமான நூற்று இருபது ரூபாயில் முப்பது ரூபாயைச் செலவிடுவார்.

பொய்சாட்சி சொல்பவர்களை சமூகம் வெறுத் தொதுக்கும் என்ற அச்சம், இங்கிலாந்தில் கூட மக்களை உண்மை பேச வைக்கிறது. பொய் சொல்வதற்கான காரணம் இருந்தால்கூட, தங்கள் கைகளில் பைபிள் இருக்கும்போது, நீதிமன்றங்களில் மக்கள் பொய்சொல் வதில்லை. பொய் சொன்னால் மறுவுலகில் தாங்கள் கடவுளால் தண்டிக்கப்படுவோம் என்ற அச்சத்தைவிட, சமுதாயத்தால் வெறுக்கப்படுவோம் என்ற அச்சம் மேலோங்கியுள்ளது. கிறிஸ்தவர்களும், மற்ற சமயங்களைச் சேர்ந்தவர்களும், கடவுளிடம் மன்னிப்புக் கேட்டுத் தங்களைத் திருத்திக்கொள்ள மேலும் அவகாசமிருப்பதாகவே நினைக்கிறார்கள். ஆனால் சமூகத்தின் வெறுப்பிலிருந்து அவர்களால் தப்பிக்கமுடியாது. நீதிமன்றங்களில் கவலையின்றி பொய்சாட்சி சொன்னால் அவர்களது நடவடிக்கை

சுதந்திரமான பத்திரிகைகளின் கண்டனத்திற்குள்ளாகிறது. இங்கிலாந்து போன்ற நாட்டில் மக்களிடையே நன்னெறியும், சமய நம்பிக்கையும் அதிகமாகவே உள்ளன. பொய்சாட்சி சொன்னவன் "பொய்யன்" என்று தன் வாழ்நாள் முழுவதும் வெறுத்தொதுக்கப்படுவான். அவனது குழந்தைகளின் எதிர்காலத்தையும் அது பாதிக்கும்.[11]

கலை, இலக்கியம் போன்ற துறைகளில் மிகவும் முன்னேற்றமடைந்துள்ள ஒரு சமுதாயத்தில் பொய் பேசுவதற்கான தூண்டல்கள் மிகவும் அதிகம். சட்டம், சமயம், நீதியுணர்வு போன்றவைகளால் இந்தத் தூண்டல் அல்லது சபலம் தடுக்கப்படவேண்டும் சமயம் மட்டும் இதனைச் செய்துவிட முடியாது. தெய்வத்தை மீறிச் செல்லும் உணர்வை மனிதர்களால் மறைக்கமுடியாது. சிலசமயங்களில், தெய்வத்தை சமாதானப்படுத்தும் முயற்சிகளிலும் மனிதர்கள் ஈடுபடுகின்றனர். தண்டனைச் சட்டங்களும் பொய்களைத் தடுக்க போதுமானவைகளாக இல்லை. தண்டனையை அமுல்படுத்துவோரிடமிருந்து மக்கள் பல்வேறு தருணங்களில் பொய்களை மறைத்து விடுகின்றனர்; அல்லது தண்டனை கிடைக்க வழிசெய்யும் நிரூபணங்கள் தடுத்து நிறுத்திவிடுகின்றன. சமூகத்தின் மத்தியில் தங்களுக்கு ஏற்படும் அவமானமே மக்களைப் பொய் சொல்வதிலிருந்து தடுக்கும் மூன்றுவிதத் தடைகளில் மிகவும் முக்கியமானது. தன்னாட்சிக்குட்பட்ட ஒரு சமூகத்தில் இந்தத் தடையே பரவலாக அதிகம் செயல்படுகிறது. "திருடர்களிடம் கூட ஒரு பண்பொழுக்கம் உள்ளது" என்ற பழமொழி இதனால்தான் ஏற்பட்டது. சட்டக்காப்பிழந்த அல்லது நாடுகடத்தப்பட்ட ஒரு கும்பலைச் சேர்ந்தவர்கள் (out laws) தாங்களே தங்களை ஆட்சி செய்து கொள்கிறார்கள். அப்படி வாழ்பவர்கள் தங்களுக்குள் உண்மை பேசாவிட்டால், அவர்களுக்கிடையேயுள்ள உறவு சீர்கெட்டுவிடும். அவர்களால் எதுவுமே செய்ய முடியாது. ஓர் அரசாங்கம் தன்னாட்சி உரிமையை சமுதாயங்களுக்கு வழங்காவிட்டால் பொய் மையைத் தடுக்கும் நெறிமுறை செயலிழந்துவிடும். சட்டம் உரிமையை வழங்கி, கடமையை வலியுறுத்தும். ஆனால் மனிதர்கள், தங்களுக்கிடையேயான நல்லெண்ணங்களையும், நல்லுணர்வுகளையும் சார்ந்திருக்கமாட்டார்கள்.[12]

இந்தியாவில்தான் தன்னாட்சிக்குட்பட்ட சமுதாயங்கள், உலகில் வேறெங்கும் காணப்படாத அளவுக்கு அதிகமாக உள்ளன. ஆனால் ஆள்பவர்களுக்கும், ஆளப்படுவோருக்கும் இடையே இருக்கவேண்டிய பரஸ்பர கடமையுணர்வும், உரிமைகளும் அரிதாகவே காணப்படுகின்றன. எல்லா வசதி களையும் பெற்றுள்ள ஆட்சியாளர் அல்லது அரசர் பொது நிர்வாகத்திற்காக, மக்களுக்கு வரிவிதிக்கும் உரிமை தனக்கிருப்பதாக நினைக்கிறார். இந்த வரிவசூல், பணியாளர் களைப் பராமரிக்கவும், தனதாட்சிக்கெதிரான கலகங்களை அடக்கவும், தன்நாட்டின் மீது ஆக்கிரமிக்க முயல்பவர்களை தடுத்து நிறுத்தவும், தகுந்த வாய்ப்பு கிடைக்கும்போது, மற்றவர்களின் இடத்தைப் பிடிப்பதற்கும் தேவையென்று அரசர் நினைக்கிறார். ஆனால் வரிவசூல் செய்யும் தனக்கு சில கடமைகளும் உண்டு என்று அவர் நினைப்பதில்லை. விவசாயிகளிடம் வரிவசூல் செய்யும் அரசர் வரிகொடுப்பது அவர்களின் கடமையென்று நினைக்கிறார். நிலவரி கொடுக்காத விவசாயிகளை, தனது பலம் பொருந்திய ஆட்களை வைத்து அடித்துத் துரத்திவிட்டு, வேறு நபர்களுக்கு நிலத்தைக் கொடுத்துவிடுகிறார். அவர்களுக்குத் தான் செய்யவேண்டிய கடமைகளை நினைத்துப் பார்ப்பதில்லை. பொதுவாக கிராம மக்கள் தங்களைத் தாங்களே ஆட்சி செய்து கொள் கிறார்கள். அப்படி நன்முறையில் தங்களைத் தாங்களே நிர்வகித்துக் கொள்ள மக்களிடையே நேர்மையும், உண்மை பேசும் இயல்பும் தேவைப்படுகிறது.[13]

பொதுநலன் கிராமிய மக்களை ஒன்றிணைக்கிறது. அவர்களுக்கிடையே ஒரு சகோதரத்துவத்தை ஏற்படுத்துகிறது. தாக்கப்படும்போது தங்களைப் பாதுகாத்துக் கொள்ள இந்த ஒற்றுமை தேவை. ஒவ்வொரு அறுவடையின்போதும் அரசர் தன் ஆட்களின் மூலம் விளைச்சலைக் கொள்ளை யடிக்கிறார். அப்போது தான் அவர் தனது இராணுவ சிப்பாய்களுக்கு ஊதியம் வழங்கமுடியும். இப்படி பகிரங்கமாகக் கொள்ளையடிப்பதை சிப்பாய் ‘அரச வியாபாரம்’ (imperial trade) என்று சொல்லிக்கொள்கிறான். இப்படிப்பட்ட அரசரை ஏமாற்றுவதற்கும் கிராம மக்களிடையே ஒற்றுமை தேவைப்படுகிறது. தங்களுக்குள் எப்போதும் உண்மையே பேசிக்கொள்ளும் கிராமமக்கள் அரசாங்கத்தை சமாளிக்க

நிறைய பொய் சொல்கின்றனர். ஒருசில சமயங்களில் பொய்மை சமுதாயத்தின் வெறுப்பை சம்பாதித்துக் கொடுக்காது; இதேபோல் சில சமயங்களில் உண்மை பேசுவதும் சமுதாயத்தின் வெறுப்பை சம்பாதித்துக் கொடுக்கும். ஒருவன் தன் அடுத்த வீட்டுக்காரனை ஏமாற்ற பொய்சொன்னால் அவன் சமூகத்தால் வெறுக்கப்படுவான்; அதே சமயம் தனது அடுத்தவீட்டுக்காரனின் நிலம் அதிக வரிவிதிப்பிலிருந்து தப்புவதற்குப் பொய் சொன்னால், மற்றவர்களின் பாராட்டைப் பெறுவான்.[14] அரசு அதிகாரிகளைப் பார்த்து "இந்த கிராம மக்களிடையே உண்மை பேசும் பண்பு இருக்கிறதா?" என்று கேட்டால் அவர்கள் 'இல்லை' என்றுதான் சொல்வார்கள். ஏனெனில், அடுத்தவன் நிலத்தின் உண்மை மதிப்பைக் கூறி வரியை ஏற்றிவிடும் துரோக எண்ணம் கிராம மக்களிடையே இல்லை.

கிராம மக்களைக் கேட்டால், ஒரு சில கயவர்களைத் தவிர மற்றவர்களிடம் உண்மை பேசும் இயல்பே அதிகம் இருப்பதாகக் கூறுவார்கள். அதிகாரிகளிடம் சில சலுகைகளைப் பெறுவதற்காக அடுத்தவனின் நிலமதிப்பை அதிகரித்துக் கூறுபவர்கள் கயவர்கள். இவர்கள், விளைச்சலைக் கொள்ளை யடிக்க அரசனின் சிப்பாய்களை அழைத்து வந்தாலும் வரலாம் என கிராம மக்கள் நினைக்கிறார்கள்.

'லாக்' (Lock) என்ற அறிஞர் இவ்வாறு கூறுகிறார்:– "சட்டக் காப்பிழந்தவர்கள் (நாடுகடத்தப்பட்டோர்) தங்களுக்குள் சில நியாய விதிமுறைகளைப் பின்பற்று கின்றனர். தங்களுடைய வசதிக்காக, தங்களைப் போன்றோரிடம் அந்த விதிமுறைகள் பின்பற்றப்படுகின்றன. ஆனால், நீதியை, ஒழுக்கத்தை அவர்கள் பின்பற்றுவார்கள் என்று நிச்சயம் கூறமுடியாது. அவர்கள் வழிப்பறி செய்பவர்கள். நேர்மையானவர்களைக் கொல்லவும் செய்வார்கள்." இந்தியாவில் சிற்றரசர்களின் இராணுவத்திற்கும், கொள்ளைக் காரர்களுக்குமிடையே ஓரளவு வேறுபாடே காணப்படுகிறது. இருவகையினரும் அரச வியாபாரம்தான் (imperial trade) செய்கின்றனர். இருவகையினரும் தசராவிற்குப் பிறகே தங்கள் தொழிலைத் தொடங்குகின்றனர். இலையுதிர் காலத்தில், பயிர்கள் நன்றாக முற்றி அறுவடைக்குத் தயாராக

இருக்கும் நேரத்தில் கொள்ளையடிக்க ஆரம்பிப்பார்கள். சகுனம் சரியாக இருந்தால், தெய்வம் மனநிறைவுடன் இருப்பதாகப் பொருள்.[15] இராணுவத்தினர் பிறர் அரண் மனைகளையும், தலைநகர்களையும் சூறையாடுகின்றனர். கொள்ளைக் கூட்டத்தினர் கிராம மக்களையும், வியாபாரி களையும் கொள்ளையடிக்கின்றனர். இருதரப்பினரும் நியாயத்தைப் பற்றி சிறிதும் கவலைப்படுவதில்லை. வெளியில் சென்று கொள்ளையடித்து வந்த சிற்றரசனை சொந்த நாட்டு மக்கள் பாராட்டி வரவேற்கின்றனர். அவன் தான் கொள்ளையடித்து வந்ததை மக்களுக்கும் கொடுக்கிறான். இதே மகிழ்ச்சியுணர்வுடன் சொந்த ஊர் மக்கள் அடுத்த ஊர்களில் கொள்ளையடித்துக் கொண்டு வரும் கொள்ளையர் தலைவனையும், அவனது கூட்டத்தாரையும் வரவேற்கின்றனர். கொள்ளையன் தான் கவர்ந்து வந்த பொருட்களை தன் கிராம மக்களுக்காகத் தாராளமாக செலவு செய்கிறான். சிற்றரசன் நாட்டுமக்களுக்கு ஒரு வழிபாட்டுச் சின்னம்; கொள்ளைக் கூட்டத் தலைவன் அவனது ஊர்வாசிகளுக்கு ஒரு வெற்றிச் சின்னம். 'ரைன் பாலடினேட்' என்ற ஒரு பிரபுவின் தன்னாட்சிக்குட்பட்ட பகுதியை கொள்ளையடிக்கச் சென்ற 14ஆம் லூயி மன்னனை விட, ஒரு கொள்ளைக்காரனால் கூட கொடுமையாக நடந்து கொண்டிருக்க முடியாது. கொள்ளைக்காரர்களாக இருந்த பல அரசர்களை இப்படி நான் உதாரணங்களைக் கூறமுடியம். அனுப்பப்பட்ட தூதர்கள், தாங்கள் சென்ற நாடுகளின் மன்னர்களிடத்திலும், மக்களிடத்திலும் பொய்களைச் சொல்லியதற்காக எந்த நாடு தன் தூதரின் மீது குற்றம் சுமத்தியிருக்கிறது?[16]

வரலாற்றில், காலம் முழுவதும் ரோமாபுரி, வெறுக்கத்தக்க திருடர்களின் குகையாகத்தான் இருந்து வந்துள்ளது. அந்தத் துயரப்படும் மக்களின்மீது எந்தவித இரக்கமும் இருந்ததில்லை; அவர்களுக்கு மனசாட்சியும் இருந்ததில்லை. ரோமானிய தளபதி அமீலியஸ் பாலஸ் என்பவன் 'எப்பிரஸ்' என்ற வடமேற்கு கிரீஸ் பகுதியைச் சூறையாடினான். கிரீஸ் மன்னன் பெர்ஸியஸ் போரில் தோற்கடிக்கப்பட்ட பிறகு இந்தக் கொடூரமான கொள்ளை நடைபெற்றது. இதற்கு ரோமானிய செனட் சபை அங்கீகாரம் அளித்தது. அமீலியஸ்

பாலஸின் இளைய மகன் சிப்பியோ வட ஆப்பிரிக்க நகரமான 'கார்த்தேஜ்' மீதும் ஸ்பெயின் நாட்டிலுள்ள 'நுமேன்ஷியா' என்ற பகுதியின் மீதும் படையெடுத்துச் சென்று அப்பகுதிகளைக் கொள்ளையடித்தான். அதேபோல் கேட்டோவின் தலைமையின் கீழ் 'சைப்ரஸ்' சூறையாடப்பட்டது. இவையனைத்தும் ரோமானிய செனட் சபையின் அனுமதியுடனேயே நடைபெற்றன. ரோமானியக் குடியரசில் முற்கால வரலாற்றின்படி மிகக் கொடூரமான, மிருகத்தனமான கொள்ளைக் கூட்டமே இருந்து வந்துள்ளது. ஆளப்படும் மக்களைப் பற்றி அவர்கள் சிறிதும் கவலைப்பட்டதில்லை. உலகின் மற்றபகுதி மக்களிடமிருந்த உறவுமுறையில் ரோமாபுரி உண்மைக்குப் புறம்பாகவே நடந்து கொண்டுள்ளது. ஆளப்படும் மக்களின் உணர்வுகளைப் பற்றியும், கருத்துகளைப் பற்றியும் ரோமானிய ஆட்சியாளர்கள் சிறிதும் கவலைப்பட்டதில்லை. உண்மையும், மதிப்பும் நிராகரிக்கப்பட்டன. கொள்ளைக் கும்பலுக்கு மட்டுமே ரோமானிய ஆட்சியாளர்கள் மதிப்பளித்தனர். போரில் வென்ற நாடுகளில் சூறையாடப்பட்ட சொத்தை ஆளும் வர்க்கத்தினர் பகிர்ந்து கொண்டனர். இந்தக் கொள்ளைக்காரர்கள் போரில் தோற்ற நாட்டு மக்களை ஆண் – பெண் இருபாலரையும் கைதிகளாகப் பிடித்து வந்தனர். பிடித்துவந்த எதிரி நாட்டு படைத் தளபதிகளை, தங்கள் நாட்டில் வைத்துக் கொலை செய்தனர். இந்தக் கொலையை பலர் பார்த்து மகிழ்ந்தனர். இதைக் கேள்விப்பட்டு யாரது நெஞ்சம்தான் பதைபதைக்காமல் இருக்க முடியும்? எத்தனையோ ஆயிரம் அப்பாவி மக்களை இக்கொள்ளைக் கூட்டத்தினர் உயிர்ப்பலி கொடுத்துள்ளனர். ஆண்களைப் போல் பெண்களையும் சித்திரவதை செய்துள்ளனர். ரோமாபுரியின் காதலர்கள் தங்களுக்குள் பேசிக் கொள்ளும் 'காதல் மொழிகளை' வாட்போர் அரங்கத்தினுள் அமர்ந்து பேசிக்கொண்டனர்!

வலேரியா என்ற ரோமானியப் பெண், மிகவும் அழகானவள். அவளது அழகு மக்களிடையே மிகவும் பிரபலமானது. அவள் தனது கணவனை விவாகரத்து செய்துவிட்டு, சில்லா என்ற பூதம்போன்று அருவருப்புருவம் கொண்ட ஒருவனைக் காதலித்தாள்; பின் அவனைத் திருமணமும் செய்து கொண்டாள். இதுபோன்றவைகளும் ரோமாபுரியில்தான் நடந்தன.

பேரரசுக்கான போட்டியில் தன்னுடன் போட்டியிட்ட இரண்டு போட்டியாளர்களிடம் செவிரஸ் கூறிய பொய்களைப் பற்றி வரலாற்றாசிரியர் கிப்பான் இவ்வாறு குறிப்பிடுகிறார்:- "பொய்யும், நம்பிக்கையின்மையும் பொது வாழ்வில் மேன்மை பொருந்தியவைகளாக இல்லாமல் இருக்கலாம். அவை நம்மைப் பாதிப்பதில்லை. ஆனால் தனிப்பட்ட வாழ்க்கையில் அவை மோசமானவையாகவும், அற்பத்தனம் வாய்ந்தவையாகவும், கீழ்மைப்படுத்துபவையாகவும் கருதப்படுகின்றன. தனிவாழ்க்கையில் பொய் கூறுவது தைரியமற்ற நிலையைக் காட்டுகிறது; ஆனால் இதுவே பொதுவாழ்க்கையில் ஒரு குறையாக மட்டுமே கருதப்படுகிறது. மிகச்சிறந்த அரசியல் அறிஞர்கள்கூட பல்லாயிரக்கணக்கான அவர்களது தொண்டர்களையும், விரோதிகளையும், தங்கள் சொந்த வலிமையினால் பணிய வைக்க முடியாது. ஆனால் கொள்ளை என்ற பெயரில் இந்த உலகம் தந்திரத்தையும், போலி வேடத்தையும் தாராளமாக ஏற்றுக்கொள்கிறது."[17]

சமுதாயத்தில் வலிவற்றவர்கள், வலியவர்களிடமிருந்து தங்களைக் காத்துக்கொள்ள பொய்போன்றவற்றை ஆயுதங் களாகப் பயன்படுத்துகின்றனர். அவர்கள் அவ்வாறு பொய் பேசுவதை இந்த உலகம் தாராளமாக அனுமதிக்கிறது. நலிவுற்றோர் தங்களையும், தங்கள் நாட்டின் சுதந்திரமான நிறுவனங்களையும் காப்பாற்ற வாக்குச் சீட்டைப் பயன்படுத்த வேண்டும் என்று பலர் பரிந்துரைக்கின்றனர். அது வலிமை யுள்ளவர்களிடமிருந்து அவர்களைக் காப்பாற்ற உதவும் ஒரு பாசாங்கு என்று அவர்கள் நினைக்கிறார்கள்.[18] தற்காலத்தில் பொய்மையும், நேர்மையின்மையும் சகித்துக் கொள்ளப் படுவதற்கு ஏராளமான காரணங்கள் இருக்கின்றன. நாகரிக உலகத்தில், அடிமைகள் என யாரும் இல்லாத சூழ்நிலையில், இன்று நாம் காணும் மோசமான சமுதாயம்கூட வரலாற்றின் மைய காலத்திலோ அல்லது வரலாற்றிற்கு முற்பட்ட காலத்திலோ வாழ்ந்து வந்த சமுதாயங்களைவிட பல மடங்கு மேன்மையானது. மிகச் சிறந்த சமுதாயம் என்று சொல்லப்படும் ஒரு சமுதாயத்தில்கூட, ஆண்களும், பெண்களும் ஒருவருக்கொருவர் தங்களிடையே பரிவையும், இரக்கத்தையும், அன்பையும், விருப்பத்தையும் பரிமாறிக்

கொள்வதுபோல் பாசாங்கு செய்வதை தினம் தினம் நாம் பார்ப்பதில்லையா? ஆதாரம் இருக்கிறது என்ற நிலை இல்லாவிட்டால் மனிதர்கள் பொய்பேசுவதை வெறுத் தொதுக்குவதில்லை. வாக்காளர்களுக்கும், வேட்பாளர்களுக்கு மிடையே எந்த அளவு பொய் தாங்கிக் கொள்ளப்படுகிறது? அரசாங்கத்திற்கும், அரசு வேலைக்கு விண்ணப்பம் செய்பவர் களுக்குமிடையே எந்த அளவு பொய் தாங்கிக் கொள்ளப் படுகிறது? அதேபோல் வழக்கறிஞர்களுக்கும், அவர்களது வாடிக்கையாளர்களுக்குமிடையே அல்லது விற்போருக்கும், வாங்குவோருக்கிடையே எந்த அளவு பொய் தாங்கிக் கொள்ளப்படுகிறது? இராணுவத்திற்கு ஆள்சேர்க்கும் அதிகாரிக்கும், இராணுவப் பணிசெய்ய வரும் இளைஞர் களுக்குமிடையே எந்த அளவு பொய் பொறுத்துக் கொள்ளப்படும்? இராணுவ அதிகாரி, இராணுவத்தில் ஓர் இளைஞனை சேர்த்து விட்டுவிட்டு, போரின்போது அவனைக் (எதிரியை) கொலை செய்யத் தூண்டுகிறார். விதவையான அவனது தாயின்மீது அவனைக் கோபம் கொள்ளும்படிச் செய்கிறார். பொதுவாக தாய்மார்கள் போரை வெறுக்கின்றனர்.[19]

இந்தியாவில், உள்ளூர் இராணுவ சிப்பாய்களிடமிருந்து நீதிமன்றத்தில் நடைபெற்றுவரும் ஒரு வழக்கு தொடர்பாக வாக்குமூலம் வாங்குவது மிகவும் கடினம். அதேபோல் கிராம மக்களிடமிருந்தும் வழக்கு தொடர்பாக வாக்குமூலம் வாங்குவது இயலாத ஒன்று. இதே கிராம மக்கள் தங்களது கிராமத்தைச் சேர்ந்த பெரியவர்கள் மத்தியில் உண்மையைச் சொல்வார்கள். ஏனெனில் உண்மை பேசும்போதுதான் ஒருவன் தன் பக்கத்துவீட்டுக்காரர்களுடன் மகிழ்ச்சியாக வாழ முடியும். இராணுவ நீதிமன்றங்களுக்கு வரும் வழக்குகளில் சிப்பாய்களின் நண்பர்கள் அல்லது உறவினர்கள் யாராவது ஒரு பிரிவினரின் தொடர்பு கண்டிப்பாக இருக்கும். அந்த சமயத்தில் ஒரு சிப்பாய் எது உண்மை என்று பார்ப்பதைவிட, எதைச் சொன்னால் தனக்குப் பெருமை, எதைச் சொன்னால்தான் ஊர் மக்களின் வெறுப்புக்கு ஆளாவோம் என்பதையே முக்கியமாகக் கருதுகிறான். அவன் சொல்வது அப்பட்டமான பொய்யாகக்கூட

இருக்கலாம். தன் ஊர் மக்களுக்காக அந்த சிப்பாய், குரானின் மீதும் அல்லது கங்கை நீரின் மீதும்கூட சத்தியம் செய்து பொய் சொல்வான்.

'கங்கை நீரின் மீது ஆணை' என்று கூறிவிட்டு ஒரு பொய்யைச் சொன்னால், தெய்வம் தன்னைத் தண்டிக்கும் என்ற அச்சம் ஒரு சிப்பாயிடம் இருக்கிறது; அதேசமயத்தில் உண்மையைச் சொன்னால் தன் நண்பனுக்கு தண்டனை வாங்கிக் கொடுத்துவிடுவோமே என்ற அச்சமும் கூடவே இருக்கிறது. எனவே இதுபோன்ற தருணங்களில், வீரம் செறிந்த சிப்பாய்கள்கூட மயக்கமடைந்து கீழே விழுவதை நான் பார்த்திருக்கிறேன். கேட்கப்படும் ஒவ்வொரு கேள்வியும் முக்கியமானதுதான். எனவே ஒவ்வொரு சாட்சியும் எவ்வளவு பொய் சொல்லமுடியுமோ அவ்வளவு பொய் சொல்வான்.[20] இந்தியாவின் உட்பகுதிகளிலுள்ள கிராமங்களுக்குச் சென்று அங்குள்ளோரிடம் பேசினால் உண்மையைக் கண்டுபிடித்து விடலாம். இது எனக்குத் தெரியும். நான் அரசாங்கத்திற்காக வரவில்லை என்று மக்களிடம் கூறி ஒரு வயல் பகுதியின் உண்மையான சொத்து மதிப்பைக் கேட்டுத் தெரிந்துகொண்டு விடுவேன். ஆனால் அதே சமயத்தில் சிப்பாய்களுடன் நான் கிராமங்களுக்குச் சென்றால் கண்டிப்பாக என்னால் உண்மையைக் கண்டறிய இயலாது; மக்கள் எச்சரிக்கை யடைந்து, என்னை ஏமாற்றிவிடுவார்கள். ஆங்கிலேயப் போர்வீரர்கள் பற்றி கருத்து தெரிவிக்கும்போது வெல்லிங்டன் ட்யூக் இவ்வாறு கூறிகிறார்: "இராணுவ நீதிமன்றத்தில் கைதி ஒருவனுக்குத் தண்டனை வழங்குவது மிகவும் கடினம். வீரர்கள் தாங்கள் செய்யும் சத்தியத்தைப்பற்றி சிறிதும் கவலைப்படுவதில்லை, என்பது எனக்கு வருத்தமாக இருக்கிறது. அதே சமயத்தில் வழக்கை விசாரிக்கும் அதிகாரிகள், இருக்கும் சாட்சியங்களை விசாரித்தறிய செய்யப்பட்ட சத்தியப் பிரமாணத்தின் ஒவ்வொரு எழுத்திற்கும் முக்கியத்துவம் கொடுக்கின்றனர். ஒவ்வொரு நிகழ்வின்போதும் சாட்சியாக இருப்பவன் சாதாரண சிப்பாயாகவே இருக்கிறான். அவனது நடத்தையை இராணுவ நீதிமன்றம் கட்டுப்படுத்துகிறது. இதன் விளைவு – அவன் பொய் சாட்சி சொல்கிறான். குடி, திருட்டு போன்றவை போல் பொய் சாட்சியும் மிக அதிகமாகிவிட்டது.[21]

ஐரோப்பிய, அமெரிக்க உரிமையியல் நீதிமன்றங்கள் ஒருவன் யாருடைய மதிப்பீட்டில் தான் உயர்ந்தவனாகப் பட வேண்டுமோ, அவருக்குத் தெரியும்படி பொய் சொல்ல மாட்டான். ஏனெனில் அவன் சொல்வதனைத்தும் பத்திரிகை மூலம் அந்த குறிப்பிட்ட நபரைச் சென்றடைந்து விடலாம். அதே சமயத்தில் இந்திய உரிமையியல் நீதிமன்றங்களில் அல்லது ஐரோப்பிய மற்றும் இதர பகுதிகளிலும் இராணுவ நீதிமன்றங்களில் சொல்லப்படும் உண்மையை நீதிபதிகளால் சரியாக எடைபோட முடியவில்லை.

ஷேக் சாதி தனது 'குலிஸ்த்தான்'-இல் இவ்வாறு குறிப்பிடுகிறார்:– "ஓர் அரசன் தன் முன்னால் கொண்டு வந்து நிறுத்தப்பட்ட கைதிக்கு மரணதண்டனை விதித்தான். தான் பிழைக்க வேறு வழியில்லை என்பதையறிந்த கைதி அரசனைப் பார்த்து அவன் (அரசன்) அமர்ந்துள்ள அரியணைக்கு அவமானத்தைத் தேடித் தந்துவிட்டதாகக் குறிப்பிட்டான். அந்தக் கைதி சொன்னதைப் புரிந்துகொள்ள முடியாத அரசன், அவன் என்ன கூறுகிறான் என்று தனது அமைச்சர்களில் ஒருவரைப் பார்த்துக் கேட்டான். அதற்கு அந்த அமைச்சர் திருக்குரானிலிருந்து சில வரிகளை மேற்கோள் காட்டி, 'தனது உணர்ச்சிகளைக் கட்டுப்படுத்தி, தவறுகளை மன்னித்து, மக்களுக்கு நன்மை செய்யும் அரசனை இறைவன் நேசிக்கிறான்' என்று அந்தக் கைதி குறிப்பிடுவதாக விளக்கினார். இதனைக் கேட்ட அரசன் கைதியின் மீது இரக்கம்கொண்டு தான் முன்பு கொடுத்த மரண தண்டனையை ரத்து செய்துவிட்டான். விளக்கம் அளித்த அமைச்சர் மீது உட்பகை கொண்ட மற்றுமோர் அமைச்சர், "அரசரின் முன்பு உண்மை மட்டுமே பேச வேண்டும். கைதி அரசரைப் பழிக்கும் விதத்திலும், திமிராகவும் பேசினான். நீர் அவன் சொன்னதற்குத் தவறாகப் பொருள் விளக்கம் தருகிறீர்" என்று முன்பு விளக்கமளித்த அமைச்சரைப் பார்த்துக் கூறினார். கோபப்பட்ட அரசன் இரண்டாவது அமைச்சரைப் பார்த்து "அவர் கொடுத்த தவறான பொருள் விளக்கம், நீர் கொடுத்த சரியான விளக்கத்தைவிட எனக்கு மனநிறைவளிப்பதாக உள்ளது. அவர் நன்மை செய்யும் பொருட்டு அவ்வாறு கூறினார். நீரோ கெட்ட நோக்கத்துடன் விளக்கம் கூறுகிறீர். அமைதியைக் கொடுக்கும் பொய்

கோபத்தைத் தூண்டும் உண்மையைவிட மேலானது என்று அறிஞர்கள் கூறியுள்ளனர்” என்றான்.[22]

இந்தக் கருத்தைத் தவறென்று கண்டிப்பவர்கள் கிரீஸ் நாட்டின் தெஸலோனிகா நகரத்தில் பல்லாயிரக்கணக்கான மக்கள் கொன்றுகுவிக்கப்பட்ட நிகழ்ச்சியை சற்று நினைத்துப் பார்க்கவேண்டும். வெற்றி வீரனான ரோமானியச் சக்ரவர்த்தி தியோடோசியஸ், அமைதியை விரும்பும், மிலான் நகரத்தின் ஆர்ச் பிஷப் அம்ப்ரோஸ் அவர்களைத் தன் பக்கத்தில் வைத்துக் கொண்டிருந்தால் அந்த சோக நிகழ்ச்சியைத் தவிர்த்திருக்கலாம். மாறாக கோபத்தைத் தூண்டிவிடும் ரஃபினஸ் என்பரை தன்னுடன் வைத்துக் கொண்டார். அதனால்தான் அந்தப் படுகொலைகள் நடந்தேறின.[23]

மக்களின் உயிர், நடத்தை, உரிமைகள் போன்ற யாவும் ஓர் அரசனின் அதிகாரத்திற்குட்பட்டோ அல்லது அதிகார வர்க்கத்தைச் சேர்ந்த ஒரு சிலரின் விருப்பங்களுக்குட்பட்டோ இருக்கும் சர்வாதிகார அரசுகளில் ‘அமைதி தரும் பொய்களைச் சொல்லக்கூடிய சந்தர்ப்பங்கள் குடிமக்களுக்கு ஒவ்வொரு நாளும் ஏன், ஒவ்வொரு மணியிலும் வரலாம். ஓர் சர்வாதிகார அரசாங்கத்தில் பணிபுரியும் கீழ்நிலை அதிகாரிக்குகூட ஓரளவு அதிகார பலம் இருக்கிறது. அவர் ஒரு சிறிய சர்வாதிகாரியைப் போலவே செயல்படுவார். இவரைப் போன்றவர்களை சமாளிக்க அமைதி தரும் பொய்களை (Peace keeping lies) மக்கள் சொல்லித்தான் ஆகவேண்டும். அவ்வாறு செய்யாத ஒருவன் ஒட்டுமொத்த சமுதாயத்தின் வெறுப்புக்கும் ஆளாவான். சந்தர்ப்பம் தெரியாமல் ஒருவன் உண்மையைச் சொன்னால் அது கோபத்தைக் கிளறும் உண்மை (Anger exciting truth) ஆகிவிடும். இங்கிலாந்தின் அரசன் எட்டாம் ஹென்றி ஒரு கொடுங்கோலன், கொலை வெறியுடையவன். கிராம்வெல் என்ற நல்ல மனிதர் அரசனின் ஆலோசகராக இருந்தார். ஆன் போலீன் அரசனின் இரண்டாவது மனைவி; பட்டத்து ராணி இருவரும் அரசனால் மரண தண்டனை பெற்றார்கள். இந்த இருவரும் கொலைபாதக அரசனிடமிருந்து தங்கள் குழந்தைகளைக் காப்பாற்ற ‘அமைதி தரும் பொய்களைச்’ சொல்ல வேண்டிய நிலைமை ஏற்பட்டது. இந்தியாவில் பணியாற்றும் ஐரோப்பிய கனவான்கள் வெறித்தனம்

நிரம்பியவர்களாக இருக்கின்றனர்; அவர்களைச் சுற்றியுள்ள வர்களும் அப்படியே எனவே கௌரவப் பிரச்சனையைக் காரணம் காட்டி ஊழியர்கள் அமைதி தரும் பொய்களைச் சொல்லவேண்டியுள்ளது. இதனால் தங்கள் எஜமான்களின் கோபத்திலிருந்து மற்றவர்கள் காப்பாற்றப்படுகிறார்கள். இந்த இடத்தில் பொய் சொல்வது வெறுக்கத்தக்க செயலாக இருப்பதில்லை. இங்கு பொய் மற்றவர்களை ஆபத்திலிருந்து காப்பாற்றும் கேடயம். ஐரோப்பிய அதிகாரிகள் எப்போதும், குறிப்பாக காலை உணவிற்கு முன்னால் புலிபோன்ற கொடுமையுள்ளவர்களாக இருக்கிறார்கள்.[24]

நீதிபதியாகப் பணியாற்றிய உள்ளூர் அதிகாரி ஒருவரை எனக்குத் தெரியும். அவர் அமைதியான, மதிப்புமிக்க ஒரு மனிதர்; ஆனால் ஒதுங்கி வாழ்வதில் விருப்பமுடையவர்; லஞ்சம் வாங்குவதற்குச் சமாதானம் சொல்பவர். வகிக்கும் பதவிக்கு உத்திரவாதம் இல்லாத சமயத்தில் தன்னுடைய அந்தஸ்தைப் பயன்படுத்திக் கொள்வதில் தவறில்லை என நினைப்பவர். சுற்றியுள்ள மக்களுக்கு இவரைப் பற்றித் தெரியும். அவர்கள் உள்ளூர் அதிகாரிகளைக் குற்றம் சொல்ல வில்லை. ஆனால் நீதிபதியையும், அரசாங்கத்தையும், அவர்களை அந்த நிலையில் வைத்திருப்பதற்காக குற்றம் கூறினார்கள். நான் மேலே குறிப்பிட்ட நீதிபதி எப்படி இருந்தாரோ அப்படித்தான் மற்ற நீதிபதிகளும், நீதிமன்ற நடுவர்களும் இருந்தனர்.[25]

அதனால்தான் மக்கள் உள்ளூர் அதிகாரிகளின் கெட்ட நடவடிக்கைகளை பொறுத்துக் கொள்ளும்படியும், மன்னிக்கும் படியும் சூழ்நிலை இருந்தது. சிந்தனைக்கு மதிப்பளிக்காமல், உணர்ச்சி வசப்படும் ஐரோப்பிய கனவான்கள் உள்ளூர் மக்களிடையே தங்கள் நாட்டின் மதிப்பையே குறைத்து விடுகிறார்கள். உயர் அதிகாரிகளும் நீதிபதிகளும் தவறாக நடந்து கொள்ளும்போது தங்களின் மதிப்பை ஆயிரம் மடங்கு குறைத்துக் கொள்கிறார்கள். இவ்வகையான அதிகாரிகள் சிலர் இருப்பது எனக்குத் தெரியும். அதற்காக நான் மிகவும் துயரப்படுகிறேன்.

இங்கிலாந்தில், அரசுக்கு எதிரான வழக்குகளில் ஒரு சிறு கூட்டத்தினர் கௌரவப் பிரச்சனையைக் காரணம்

காட்டி சிலரை பொய் சொல்ல வைக்கின்றனர்; சிலரை மனசாட்சிக்கெதிராக தீர்ப்பளிக்கும்படிச் செய்கின்றனர். உண்மையைச் சொல்ல தீர்மானமாக இருப்பவர்களும், மனசாட்சியின்படி தீர்ப்பளிக்க விரும்புவோரும் மக்களின் வெறுப்புக்கு ஆளாகும் அபாயத்தில் சிக்கியுள்ளனர். 'கௌரவப் பிரச்சனை' என்ற பெயரில் சொல்லப்படுபவை களுக்கும், சமயம் கற்றுத் தந்தவைகளுக்குமிடையே மிகப் பெரிய வேறுபாடு இருப்பதை இங்கிலாந்தில் வருத்தத்துடன் நாம் பார்த்துக்கொண்டிருக்கிறோம். ஒருவனுக்கு நாம் பணம் கொடுக்கவேண்டியிருந்தால், கண்டிப்பாகக் கொடுத்துவிட வேண்டும்; இல்லாவிடில் அது நம்பிக்கைத் துரோகம். கள்வர்களுக்குக்கூட இந்த விதி பொருந்தும். ஒரு வியாபாரியிடம் வாங்கிய பொருளுக்குப் பணம் கொடுக்க ஒரு கனவான் தவறினால், அது அவர் தனக்குக் கீழ்ப் படியில் இருப்பவனுக்குச் செய்யும் நம்பிக்கைத் துரோகம். ஒரு சிலர் தாங்கள் பழகும் குறுகிய வட்டத்திற்குள் இப்படிப்பட்ட துரோகச் செயலைச் செய்வதில்லை. ஆனால் பெரிய மனிதர்கள், தங்களுக்குக் கீழ் நிலையிலுள்ள பெண்களுக்கு துரோகம் செய்கின்றனர். தங்கள் சொந்த வட்டத்திலுள்ள ஆண்களும், பெண்களும் அதனை வெறுப்பார்கள் என்ற அச்சம் அவர்களுக்கில்லை. இத்தகை செயல்களை அதிகம் செய்தால் தங்கள் வட்டத்தினர், தங்களை அன்புடன் தடவிக்கொடுப்பார்கள் என எதிர்பார்க் கிறார்கள். ஒருவனின் மனைவியை அல்லது பெண்ணைக் கெடுப்பதற்கு ஒரு கணம் கூடத் தயங்காத, பாதிக்கப்பட்ட குடும்பத்தின் துயரத்தைப் பற்றிக் கவலைப்படாத ஒருவன், சூதாட்டத்தில் தான்பட்ட ஒரு ஷில்லிங் கடனைக்கூட திரும்பத் தராமல் இருப்பதில்லை அந்தக் கடனுக்காக அவன் அச்சப்படுகிறான். ஏனென்றால், அந்தக் கடனை அவன் திரும்பத் தராவிட்டால், அவனது சொந்த வட்டத்திற்குள் அவன் வெறுப்பை சம்பாதிக்க வேண்டியிருக்கும். ஆனால் முன்பு சொன்ன செயல் அவனது சொந்த வட்டத்தில் எந்த வெறுப்பையும் ஏற்படுத்திவிடாது. தனது சொந்தவட்டத்தில் தான் வெறுக்கப்படுவது பற்றியே ஒருவன் அச்சப்படுகிறான். ஏப்பியஸ் கிளாடியஸ் ஓர் அரசியல் செல்வாக்குமிக்க ரோமானிய உயர்குடிமகன்.

தனக்குக் கீழ்நிலையிலிருந்த வெஜுனியஸ் என்ற ஒரு தளபதியின் மகளைக் கெடுத்து, அவள் தனது தந்தையா லேயே கொல்லப்படுவதற்குக் காரணமாக இருந்தான். தனது செயலால் தான் பிறந்த உயர்குடியின் வெறுப்புக்கு ஆளாவோம் என்ற அச்சம் கிளாடியஸுக்கு இல்லை. செக்ஸஸ் டார்க்யூனியஸ் என்ற ஓர் ரோமனிய இளவரசன், உயர்குடியில் பிறந்த லுக்ரீஷியா என்ற பெண்ணை பலாத்காரம் செய்ததற்காக வெட்கப்படவில்லை. மேற் சொல்லப்பட்ட இருவரும் தாங்கள் சார்ந்திருந்த உயர் வகுப்பினரால் தண்டிக்கப்படவில்லை. ஆனால் கீழ்மட்டத்தில் (plebeians) இருந்தவர்களால் தண்டிக்கப்பட்டனர்.

நம்முடைய தண்டனைச் சட்டம், குழந்தைக்கு உணவில்லை என்று திருடும் ஒருவனுக்கு மரணதண்டனை வழங்குகிறது; அதேசமயம் தாய் தந்தையரிடமிருந்து ஒரு பெண்ணைப் பிரித்து அல்லது திருடி அவளைத் துன்புறுத்திப் பைத்தியமாக்கும் பணக்காரன் ஒருவனை மகிழ்ச்சியில் திளைக்கச் செய்கிறது. ஆணின் மிருகத்தனமான இச்சை களுக்கும், பொய்களுக்கும் உட்படும் ஒரு பெண் தவிர்க்க முடியாத தண்டனைக்குள்ளாகிறாள்; சட்டங்களும், சமுதாயப் பழக்க வழக்கங்களும் அந்த ஆணைத் தொடாமல் விட்டு விடுகின்றன. பாதிக்கப்பட்ட பெண்ணின் தந்தை தன்னை விட தாழ்ந்த குலத்தைச் சேர்ந்தவராக இருந்தாலோ, அல்லது அவர் தேவாலயத்தின் ஊழியராக இருந்தாலோ அந்த ஆண் பயப்படுவதேயில்லை. ஏனெனில் அவன் சார்ந்துள்ள பிரிவு அல்லது சமூகம், அவன் குற்றச்சாட்டை மறுப்பதற்குத் துணை நிற்கும். எதிர்ப்பிரிவினருக்கு குற்றம் சுமத்த மனோதிடம் இருக்காது இதற்குச் சட்டப்படி எந்தப் பரிகாரமும் இல்லை.[26]

அரசியலில் இரு கட்சிகளாகப் பிரிந்து நிற்கும் ஆங்கிலேய சமுதாயத்தை எடுத்துக்கொள்வோம். எதிர்க்கட்சியினர் ஆளுங்கட்சி உறுப்பினர்களைப்பற்றி அவதூறாகப் பேசு கிறார்கள். எதிர்க்கட்சியினர் இதனைப் பொருத்துக் கொள்வதுடன் பாராட்டவும் செய்கிறார்கள். தங்களின் எதிரிகளைப்பற்றி மனிதர்கள் உண்மைக்குப் புறம்பானவை களைப் பேசுகிறார்கள். அவர்கள் செய்யாததைச் செய்ததாகக் கூறுகிறார்கள். இது பிறரை ஏமாற்ற; தங்கள் கட்சியை

வளர்த்துக்கொள்ள. இதனால் அரசியலில் பலர் தங்களை வெறுத்தொதுக்குவார்கள். என்று பொய் பேசுவோர் கவலைப்படுவதில்லை. பத்திரிகை செய்திகளை வைத்துக் கொண்டு இங்கிலாந்து மக்களை ஒரு வெளிநாட்டுக்காரர் எடைபோடுவதாக இருந்தால் அவர் நிச்சயமாக இங்கிலாந்து அமைச்சர்களிடமும், மக்கள் பிரதிநிதிகளிடமும் கௌரவம், நேர்மை, உண்மை என்ற எதுவுமேயில்லை என்றுதான் கருதுவார். கன்சர்வேட்டிவ் கட்சி, உழைப்பாளர் கட்சி ஆகிய இரு கட்சிகளின் மக்கள் பிரதிநிதிகளைக் காட்டிலும் மோசமான சிலர் பத்திரிகைத் துறையில் இருக்கின்றனர். உலகில் வேறெங்கும் காணப்படாத அளவுக்கு இவர்கள் சமுதாயத்திற்கு அவமானத்தைத் தேடித் தருகிறார்கள்.

இவர்களது பத்திரிகைகளைப் படிக்கும் வெளிநாட்டவருக்கு, ஒரு கட்சியைப்பற்றி மற்றொரு கட்சி சொல்வது உண்மையல்ல என்பது தெரியும். பத்திரிகையாளர்கள் யாருடைய நடத்தை பற்றியும், உணர்வுகள் பற்றியும் எழுதுகிறார்களோ, அவையும் பொய்யானவைகளே.

இந்தியாவிலுள்ள ஆங்கிலேயர்கள், ஒருவகைப் பொய்க்கு சாதகமான மனச்சார்புடையவர்களாகத்தான் இருக்கின்றனர். மற்ற இடங்களிலும் இப்படித்தான் என்று நான் நினைக்கிறேன். ஓர் இளம் ஆங்கிலேயேப் பெண், தனது பணிப்பெண் ஏதாவது தவறு செய்துவிட்டால் “இந்த உள்ளூர்க்காரிகளே இப்படித்தான்” என்று கூச்சலிடுகிறாள். பணிப்பெண் செய்த தவறு அல்லது குற்றம் அவளது (ஆங்கிலேயப் பெண்ணின்) மனதில் பதிந்து விடுகிறது. உள்ளூர் வேலைக்காரப்பெண் யாரைப் பார்த்தாலும் அவளும் தவறு செய்யக்கூடியவள் தான் என்று அந்த ஆங்கிலேயப் பெண் முடிவு செய்து விடுகிறாள். வேலை செய்பவளை ஒரு பிசாசு அல்லது குட்டிச்சாத்தான் என்று நினைக்கிறாள். ஓர் இளம் ஆங்கிலேய அதிகாரி அல்லது சிவில் நிர்வாக அதிகாரி தன்னுடைய பணியாளன் ஏதாவது தவறிழைத்துவிட்டால், உடனே “இந்தக் கருப்பர்கள் எல்லோரும் இப்படித்தான்” என்று யோசிக்காமல் வார்த்தைகளைக் கொட்டிவிடுகிறார். தவறான எண்ணத்துடனேயே அந்த ஆங்கிலேய அதிகாரி தன் சொந்த நாட்டில் வளர்க்கப்படுகிறார். கன்சர்வேட்டிவ் கட்சியைச் சேர்ந்த குடும்பத்தில் வளர்ந்தவர், உழைப்பாளர்

கட்சிக்காரர்களை 'தவறு செய்பவர்கள்' என நினைக்கிறார். உழைப்பாளர் கட்சிக் குடும்பத்தில் வளரும் ஒருவர், கன்சர்வேட்டிவ் கட்சியைச் சேர்ந்தவர்கள் தவறானவர்கள் என நினைக்கிறார். 'புரோட்டஸ்டன்ட்' கிறிஸ்தவர்கள் கத்தோலிக்கர்களை நம்புவதில்லை; கத்தோலிக்கர்கள் புரோட்டஸ்டன்ட் கிறிஸ்தவர்களை நம்புவதில்லை. அதிக பயணம் செய்யாத ஓர் ஆங்கிலேயர் ஃபிரெஞ்சுக்காரர்களைப் பற்றிக் குறை சொல்வார். அவர்களைப்பற்றி மனதில் தவறாக எண்ணிக் கொண்டிருப்பார். யாராவது ஒரு ஃபிரெஞ்சுக்காரர் தவறு செய்துவிட்டால் "இந்த ஃபிரெஞ்சு மக்களே இப்படித்தான்" என்று கூறிவிடுவார். ஃபிரெஞ்சுக் காரர்களும் ஆங்கிலேயர்களைப் பார்த்து இப்படித்தான் கூறுவார்கள். கன்சர்வேட்டிவ் கட்சியைச் சேர்ந்த ஒரு ஆங்கிலேயர் குடியரசுக்கட்சி ஆட்சியிலிருக்கும்போது அமெரிக்காவுக்குச் செல்லும்போது 'குடியரசுக்கட்சியின் ஆட்சியில் மக்கள் யாவரும் குற்றம் செய்பவர்களாகவே இருப்பார்கள்' என்ற மனநிலையிலேயே செல்வார். தவறு செய்யும் ஓர் ஆணையோ, பெண்ணையோ பார்த்தால் "இந்த அமெரிக்கர்களே இப்படித்தான் எல்லோரும் ஒரே மாதிரிதான் இருக்கிறார்கள். குடியரசுக் கட்சிக்காரர்களிடம் வேறு எதை நாம் எதிர்பார்க்க முடியும்?" என்று கருத்து தெரிவித்து விடுகிறார். அதே ஆங்கிலேயர் தனது சொந்த நாட்டிலிருக்கும்போது, எதிர்க்கட்சிக்காரர்கள் தவறானவர்கள் என்ற முடிவிலேயே இருக்கிறார்; வெளிநாட்டிலிருக்கும் போது அந்த நாட்டு மக்கள் கிறிஸ்தவர்களாக இருந்தால் அவர்களைப்பற்றி மனதில் நல்லதாகவே நினைக்கிறார்; அல்லது தனது கட்சி அவர்களைப் பற்றி என்ன சொல்கிறது என்பதை வைத்து, அந்த மக்கள் நல்லவர்களா அல்லது கெட்டவர்களா என்று முடிவு செய்கிறார். கன்சர்வேட்டிவ் கட்சிக்காரர்கள் அமெரிக்காவையும், அமெரிக்கர்களையும் மோசமாகப் பேசுவார்கள். ஆஸ்திரியர்களைப் புகழ்வார்கள். உழைப்பாளர் கட்சியினர் (Whigs) ஆஸ்திரியர்களை இகழ்வார்கள்; அமெரிக்கர்களைப் புகழ்வார்கள்.

இந்த மனோபாவத்தை ஒரு பைத்தியக்கார மனோபாவம் என்கிறார் லாக் (Locke) என்ற அறிஞர். எந்தத் தனிமனிதனாலும் இந்த மனோபாவத்திலிருந்து விடுபட முடியாது என்றும்

அவர் கூறுகிறார். அந்த எண்ணம் அவர்களை இறுக்கமாகப் பிடித்துக் கொண்டிருக்கிறது; சுயமாக சிந்திப்பதைத் தடுக்கிறது. (Locke, Book II, chap.33)

போர்வீரர்கள் தங்களது சத்தியப் பிரமாணத்தை மீறி செயல்பட ஆரம்பித்ததற்கு முன்பே ரோமாபுரியில் பொய்சாட்சி என்பது உயர்குடியினரிடையே ஒரு அவமானத்திற்குரிய செயல் என்று நினைப்பது மாறிவிட்டது. சுதந்திர ரோமானியர்களுக்கு இராணுவ சேவை வெறுக்கத்தக்கதாக மாறிவிட்டது. அவர்கள் கலகம் செய்து தளபதிகளைக் கொலை செய்துள்ளனர். இருந்தும் அவர்கள் இராணுவத்தைவிட்டு ஓடிவிடவில்லை. ‘ஓட மாட்டோம்’ என்று சபதம் செய்திருந்தனர். சபதத்தை மீறி இராணுவத்தை விட்டு ஓடிவிட்டால் ஏராளமான மக்களின் வெறுப்புக்கும் அவர்கள் ஆளாக வேண்டிவரும். இதனை வீரர்கள் விரும்பவில்லை. செனட் சபையைச் சேர்ந்த அல்லது தூதரகங்களைச் சேர்ந்த ரோமானிய உயர்குடியினர் ஒட்டுமொத்தமாகவோ அல்லது தனித்தோ, தங்களுக்குச் சாதகம் என்றால் பொய்சாட்சி சொல்வார்கள். அவர்கள் அதை அவமானமாகக் கருதவில்லை. “தங்களது தளபதிகளிடம் வீரர்கள் பொய்யர்களாக நடந்து கொண்டார்கள். ஆனால் அவர்கள் கடவுளை ஏமாற்றிவிடவில்லை. அவர்களால் வெற்றிபெற முடியுமென்று எனக்குத் தெரியும். வெற்றி பெறுவதற்காக அவர்கள் சபதம் செய்வார்கள்” என்கிறார் ஃபேபியஸ்.

போர்வீரர்களின் வேலைகளை வெறுக்கத்தக்கவைகளாக இல்லாமல் மாற்றுவதற்குப் பதில், உயர்குடி மக்கள் அவர்கள் மீது மேலும் மேலும் கடமைகளைச் சுமத்தினார்கள். உயர்குடி மக்கள் தங்களுக்குள் சத்தியத்தை வியாபாரப் பொருளாக்கி விட்டார்கள். கீழ்நிலை மக்களை ஏமாற்றவே அவர்கள் சத்தியத்தைப் பயன்படுத்தினர். இருந்தும் கீழ்த்தட்டு மக்கள் உயர்குடி மக்களை மதிக்கத்தான் செய்தனர். ஆனால் உயர்குடி மக்கள் எப்போது கீழ்த்தட்டு மக்களுக்குக் கொடுக்கவேண்டியதை கொடுக்காமல் விற்க ஆரம்பித்தார்களோ, அப்போதே கீழ்த்தட்டு மக்களுக்கு சத்தியத்தின் மீதிருந்த மதிப்பு குறைந்துவிட்டது. கடமைகளிலிருந்து தவறுவதை அவமானமாக அவர்கள் கருதவில்லை. இந்த

வெறுப்பைக் குறைக்க மேல்தட்டு மக்கள் எதுவும் செய்யவில்லை.

"நீதிமன்றங்களில் இருப்பவர்கள் பொய்களிலேயே உழல்கின்றனர்; உண்மையைப் புனிதமென்று போற்றுவதில்லை. நீதிமன்றங்களைச் சுற்றியுள்ளவர்களும் பொய்யே பேசுகின்றனர் அல்லது உண்மையை மறைக்கின்றனர். இது அவர்களைக் காத்துக் கொள்ளத் தேவைப்படுகிறது. மனிதனுக்கு இறைவன் பேச்சைக் கொடுத்திருப்பது அவனது எண்ணங்களை நன்றாக மறைப்பதற்குத்தான்" என்று ஒரு ஃபிரஞ்ச் கார்டினல் கூறியிருக்கிறார். "இளவரசர்கள் அரண்மனைகளில் பொய்களுக்கிடையேதான் வளர்க்கப்படுகிறார்கள்; இரக்க உணர்வுகளிலிருந்து மறைத்து வைக்கப்படுகிறார்கள். ஓரளவிற்கு இவைகள் யாவும் அவர்கள் அமரப்போகும் பதவிகளுக்காகவே"

ப்ரௌக்ஹேம் பிரபு மிகக் கடுமையாகக் கூறியிருக்கிறார் எனில் ஜான்சன் ஓரளவு நியாயமாகக் கருத்து தெரிவித் துள்ளார். "நேர்த்தி அல்லது நாகரிகம் எங்கே குறைவாக உள்ளதோ அங்கு நேர்மை அதிகமாக இருக்காது." சர்வாதி காரம் என்பதில் அதிகாரத்தைத் தவறாகப் பயன்படுத்துவதும் அடங்கியுள்ளது. அரசர்களுக்கும், விவசாயிகளைப் போன்று ஓர் ஏக்கம் உள்ளது; இந்த ஏக்கம் அவர்கள் சார்ந்துள்ள சமூகத்தார்களுக்கிடையே உள்ள ஏக்கம். தங்கள் ஏக்கத்தைத் தணித்துக்கொள்ள அவர்கள் அதிகாரத்தை அவ்வாறுதான் பயன்படுத்த வேண்டியுள்ளது.

இந்தியாவில், கிராமங்களில்தான் மக்கள் உண்மை பேசுகிறார்கள் என்று நான் முன்பு குறிப்பிட்டிருக்கிறேன். மற்றவர்களோடு உறவாடும்போது இந்தியாவிலுள்ள வர்த்தகர்களைப் போன்று நேர்மையாக உறவாடும் வகுப்பினர் உலகில் வேறெங்கும் இல்லையென்றே நான் நம்புகிறேன். சுதேசி அரசுகளின் கீழ் ஒரு வணிகரின் கணக்குப்புத்தகம் ஒரு புனிதப் புத்தகம் போன்றே பராமரிக்கப்படுகிறது. நம்முடைய (ஆங்கிலேயே) ஆட்சியிலும் அந்த நேர்மை குறைந்து விடவில்லை. சில சமயங்களில் நீதிமன்ற நடுவர்களால் அந்தக் கணக்குப் புத்தகங்கள் பறிமுதல் செய்யப்பட்டு அதிகாரிகளின் சோதனைகளுக்கு உட்படுத்தப்

படுவதுண்டு. சில சமயங்களில், கணக்குகள் சரியாக உள்ளனவா என்பதை நிரூபிக்க அந்தப் புத்தகங்களை சாட்சியங்களாகச் சமர்ப்பிக்க வேண்டியிருக்கும். அவைகளில் எந்தப் பொய்த் தகவலும் இருந்ததில்லை.

உள்ளூர் வியாபாரிகள் சமுதாயத்தில் கௌரவமான குடும்பங்களைச் சேர்ந்தவர்கள். தெரிந்து, வேண்டுமென்றே அவர்கள் தங்களது கணக்குகளில் எந்தத் தவறுகளையும் செய்யமாட்டார்கள். அவ்வாறு செய்வது மிகவும் அபூர்வம். பணத்திற்காக நான் அவர்களிடமிருந்து பெற்றுக்கொண்ட நூற்றுக்கணக்கான இரசீதுகளில் எந்தத் தவறும் இருந்ததில்லை. வியாபாரிகள் தங்கள் தகுதிக்குமேல் ஆசைப்பட்டு வரம்பு மீறுவதுமில்லை. வணிகர்களோ அல்லது வங்கித் தொழில் செய்பவர்களோ எந்த குடும்பத்திற்கும் கெடுதல் செய்ததில்லை. அவர்களால் எந்தக் குடும்பமும் கெட்டுப் போய்விடவில்லை. இந்தியாவில் மட்டுமின்றி பல வளர்ந்த நாடுகளிலும் பல குடும்பங்கள் இந்த வணிகர்களையும், வங்கித் தொழில் செய்பவர்களையும் நம்பி வாழ்ந்து கொண்டிருக்கின்றன.[27]

இந்தியாவில் ஆங்கிலேயே ஆட்சி நிலைபெற வேண்டும் என்று ஆர்வமாக உள்ளவர்களில் இந்த வணிகர்களைப் போல் வேறு யாருமில்லை. நமது அரசின் நலனும், நாட்டு மக்களின் நலனும் இவர்களை நம்பித்தான் உள்ளன. இந்த வணிகர்கள் மிகவும் சிக்கனமானவர்கள். தாங்கள் போட்ட மூலதனத்தை தனிப்பட்ட செலவுக்கென எடுத்துவிடக் கூடாது என்பதை ஒரு கொள்கையாகக் கொண்டவர்கள், சேர்த்து வைத்த பணத்தைக் கொண்டு இவர்கள் வாழ்க்கையில் முன்னேறுகிறார்கள். தலைமுறை, தலைமுறையாக எது நன்மையைத் தருமோ அதற்காகவே அவர்கள் செலவு செய்கிறார்கள். நாட்டிற்காகவும், எந்த மக்களின் ஆசிகளுடன் முன்னுக்கு வந்தார்களோ அந்த மக்களுக்காகவும் வியாபாரிகள் செலவு செய்கிறார்கள். பரவலாக இந்தியாவில் காணப்படும் குளங்கள், தோப்புகள், கிணறுகள், கோயில்கள் போன்றவற்றில் பாதி எண்ணிக்கை இந்த வணிகர் சமூகத்தால் உருவாக்கப் பட்டவை. மக்களின் ஆசியைப் பெறவேண்டும் என்பதற் காகவும், நிரந்தரமாக ஏதாவது சிலவற்றை ஏற்படுத்த வேண்டும் என்பதற்காகவும் அவர்கள் இந்த நற்காரியங்களைச்

செய்துள்ளனர்[28]. "எந்த ஒரு மனிதன் தன் வருவாயிலிருந்து, கோயில்கள், பாலங்கள், நீர்த்தேக்கங்கள், சத்திரங்கள் போன்றவற்றை மக்களின் நலன் கருதி ஏற்படுத்தியுள்ளானோ அவன் என்றும் மரணமடைவதில்லை" என ஷேக் சாதி[29] என்ற புலவர் குறிப்பிட்டுள்ளார். கீழ்த்திசை நாட்டுப் புலவர்களில் மிகவும் புகழ்பெற்றவர் ஷேக் சாதி. ஷேக்ஸ்பியரைவிட[30], இவரது நூல்கள் மக்களால் அதிகம் விரும்பிப் படிக்கப்படுகின்றன. முஸ்லிம்கள் மட்டுமல்லாமல், இந்துக்களாலும் ஷேக் சாதி மிகவும் விரும்பப்படுகிறார். பத்து வயது சிறுவன் முதல், எழுபது வயது முதியர் வரை ஷேக் சாதியின் நூல்களை மக்கள் விரும்பிப் படிப்பதுடன், நூல்களில் சொல்லியவற்றை மேற்கோளாகவும் காட்டு கிறார்கள்[31].

பொருட்களைத் தயாரிப்பதன் மூலமும், வாணிபம் செய்வதன் மூலமும் வணிகர்களுக்குக் கிடைக்கும் வருமானத்தைக் கொண்டுதான் ரோமானியப் பேரரசின் வீழ்ச்சிக்குப் பிறகு, ஐரோப்பிய நாடுகள் பொருளாதாரத்தில் முன்னேறுகின்றன. வணிகர்களின் ஒத்துழைப்புடனும், உள்ளாட்சி நிறுவனங்களின் ஒத்துழைப்புடனும்தான் ஐரோப்பிய ஆட்சியாளர்கள், பிரபுக்களின் எதேச்சதிகாரப் போக்கைக் கட்டுப்படுத்தினார்கள். இல்லாவிட்டால் சமுதாயம் முன்னேற்றப்பாதையில் சென்றிருக்க முடியாது. இதற்கு அடுத்தபடியாக மக்கள் மன்னர்களின் அதிகாரத்தை ஒரு வரம்பிற்குள் கொண்டு வந்தார்கள்; ஆட்சியில் மக்கள் தங்களுக்குரிய பங்கைப் பெற்றார்கள். இல்லாவிட்டால் சமுதாயம் சுதந்திரமாக இருக்க முடியாது. இதே அடிப்படையை மனதில் கொண்டு இந்தியாவிலும், உள்ளாட்சி அமைப்புகள் நிறுவப்பட வேண்டும். அப்போது தான் மக்கள் சமுதாயத்திற்கு பாதுகாப்பும், கௌரவமும் ஏற்படும். எவ்வளவு விரைவில் நாம் இதைச் செயல்படுத்து கிறோமோ அவ்வளவிற்கு நம்மால் நன்மைகளைப் பெற முடியும்.[32]

குறிப்புகள்

1. ஜான்சன் இவ்வாறு கூறுகிறார் : "ஏழைகளாய் இருப்பதாலேயே மலைவாழ் மக்கள் திருடுகிறார்கள். அங்கு தொழிற்கூடங்களோ,

வணிகமோ இல்லை. மக்கள் திருடித்தான் பணக்காரர்களாக முடியும். மலைவாழ் மக்கள் தங்கள் அருகாமையிலுள்ள தங்களது எதிரிகளிடம் திருடுகிறார்கள். நாட்டில் தங்களுக்கென எந்த சொத்தும் வைத்துக் கொள்ள இயலாத நிலையில் மற்றவர்களை இந்த மலைவாழ் மக்கள் எதிரிகளாகப் பாவிக்கிறார்கள். அவர்களிடம் கொள்ளையடிக்கலாம், அவர்களின் இடங்களை ஆக்கிரமிக்கலாம் என நினைக்கிறார்கள்." (A Journey to the western Island of Scotland) ஜான்சன் கூறியிருப்பது இந்திய இந்து கிராமங்களுக்கும், மலைவாழ் மக்களுக்கும் பொருந்தும்.

2. Ficus religiosa என்பது அரச மரம். இதற்கு Urostigma religiosum என்ற பெயரும் உண்டு. ஸ்லீமன் எழுதிய புத்தகத்தின் முதல் பதிப்பில் அரச மரத்தின் தாவரவியல் பெயர் 'Ficus indicus' என்று தவறாகக் கொடுக்கப்பட்டுள்ளது. Ficus indica (F. Bengaleusis, or Urostigma B) என்பது ஆலமரம். வணிகர்கள், ஒரு நீதிமன்ற நடுவரை அணுகி, ஒரு சில வணிக வளாகத்தில் இருந்த அரச மரத்தை அங்கு இருக்கும்வரை அவர்களால் "நன்கு" வாணிபம் செய்ய முடியாதென்று நினைத்தனர். அவர்களுக்கு 'பொய்யின் மதிப்பு' தெரிந்திருந்தது.

3. இலவமரத்தின் (Red-cotton tree) வசந்த காலத்தில் பூக்கும். சிவப்பு (Scarlet) நிறத்திலான அந்தப் பூக்கள் மிகவும் அழகானவை. இலவமரத்தின் தாவரவியல் பெயர் Bombax malabaricum; B.heptaphyllum. வெள்ளை இலவம்பஞ்சு மரம் (whites silk-cotton tree) என்பது Eriodendron anfractuosum or Bombax pentandrum. இது தென்பகுதிகளில் காணப்படுகிறது.

4. அரசமரம் விஷ்ணுவுக்கு உகந்தது. Ficus indica என்பது ஆலமரம். இது சிவனுக்குகந்தது. Butea frondosa (பொரசு) பிரம்மாவுக்குரியது.

5. புனிதமாகக் கருதப்படும் மரங்கள் இந்தியாவில் ஏராளம். பால்ஃபோர் (Balfour, cyclop. 3rd) எண்பதுக்கும் அதிகமான இந்தியப் புனித மரங்களைப் பற்றித் தனது கலைக் களஞ்சியத்தில் பட்டியலிட்டுள்ளார்.

வில்லியம் க்ரூக் (William Crooke) என்பவர் இவ்வாறு எழுதுகிறார். "இந்து சமயத்தில் எந்தத் தொய்வும் காணப்படவில்லை. கிறிஸ்தவர்களும், முகமதியர்களும் மேற்கொண்ட மதமாற்ற முயற்சிகளால் இந்து சமயத்தை ஒன்றும் செய்துவிடமுடியவில்லை. கிரேக்க 'ஜுப்பிடர்' போன்று வேதக் கடவுள்கள் செத்துவிட்டன. புலன்களுக்கு இன்பமளிக்கும் கிருஷ்ண வழிபாடு மேலோங்கி நிற்கிறது; மக்களின் மனதைத் தொடுகிறது. ஆனாலும் சமயக் கொள்கைகள் மக்கள் வாழ்க்கையில் பெரிய தாக்கத்தை ஏற்படுத்திவிட்டதாகக் கூறமுடியாது. பெரும்பாலான பக்தர்கள் கங்கைக்கும் யமுனைக்கும் சென்று புனித நீராடுகிறார்கள்; தங்கள் பிரதேசங்களுக்குரிய கடவுளர்களையும், தெய்வங்களையும் வணங்குகிறார்கள். பாம்பை வழிபடும் வழக்கமும் உள்ளது. உள்ளூர் தேவதைகள் பொல்லாதவைகளாகக் கருதப்படு கின்றன. இவைகளைப் 'பேய்கள்' என்று கூடச் சொல்லலாம். இவைகளை திருப்திப்படுத்த சடங்குகள் செய்யப்படுகின்றன. Robin Good felow போன்று இந்தப் பேய்கள் பசுவின் பாலைக் கறந்து குடித்துவிடும், பாலைப் புளிக்கச் செய்யும் அல்லது நம்முடைய தலைமுடியைப் பிடித்திருக்கும். அதனால் நாம் இரவில் சில இடங்களுக்குச் செல்லக் கூடாது. ஈச்சமரத்தின் மட்டைகளிலும் பேய்கள் இருப்பதாக மக்கள்

கருதுகிறார்கள். சில மரங்களில் மிகப்பெரிய வௌவால் ரூப பிசாசுகள் வந்து தங்கும். அவை அருகில் சென்றால் ஆட்களையே இழுத்துச்சென்றுவிடும் (N.W.P. Gazetter, I edn. vol. vii, supplement, p.4) & Popular Religion and Folklore of Northern India, 2nd Edn. 2 Vols,. constable 1896.

6. அத்தியாயம் 25இல் கூறப்பட்ட இராம்கிஷன் கதையைப் பார்க்கவும். மானுடவியல் புத்தகங்கள், மூடநம்பிக்கையின் விளைவால் ஏற்படும் பயத்தினால், மரணங்கள் ஏற்பட்டுள்ளதை விளக்குகின்றன.

7. அர்ரியன், இன்டிகா, அத்.12: "ஆறாவது வகுப்பைச் சேர்ந்தவர்கள் "மேற்பார்வையாளர்கள்" இவர்கள் பல ஊர்களுக்கும் சென்று நடப்பவற்றைக் கண்டுவந்து மன்னரிடம் சொல்வார்கள். சுயாட்சி நடைபெறும் இடங்களில் நீதிமன்ற நடுவர்களிடம் கூறுவார்கள். தவறான அறிக்கை கொடுப்பது வழக்கத்திற்கெதிரானது. ஒரு இந்தியன்கூட இப்படி தவறான அறிக்கை கொடுத்தாக குற்றம் சாட்டப்பட்டதில்லை. பொய் சாட்சி சொன்னவனின் கை கால்கள் வெட்டப்பட்டன என்று 'மெகஸ்தனிஸ்' தனது குறிப்பில் கூறுகிறார். 'மேற்பார்வையாளர்கள்' (ஒற்றர்கள்) உண்மைக்கும் பெருமைக்கும் முக்கியத்துவம் அளித்தனர் என்றும், மிகத் திறமையானவர்களே ஒற்றர்களாக நியமிக்கப்பட்டனர் என்றும் மெகஸ்தனிஸ் தன் குறிப்புகளில் மேலும் குறிப்பிடுகிறார்.

8. 1827ஆம் ஆண்டுவரை 'மிகப்பெரிய திருட்டுகளுக்கு (Grand Larceny) அதாவது பன்னிரண்டு பென்ஸ் மதிப்புக்கு மேல் திருடியவர்களுக்கு மரண தண்டனை விதிக்கப்பட்டது. நான்காம் ஜார்ஜ் மன்னர் காலத்தில் பெரிய திருட்டுக்கும், சிறிய திருட்டுக்கும் உள்ள வேறுபாடு வரையறுக்கப்பட்டது. விக்டோரியா மகாராணியின் முதல் ஆட்சியாண்டான 1837இல் முப்பது முதல் நாற்பது வகைக் குற்றங்களுக்கு மரண தண்டனை இரத்து செய்யப்பட்டது. இதுபோன்ற சட்டங்கள் பழைய சட்டங்களின் கொடூரத்தைக் குறைத்தன.

9. 1652ஆம் ஆண்டு என்று இருக்க வேண்டும். 1648ஆம் ஆண்டு அல்ல. (Tavernier, Travels, Trans. Ball, vol i p. 260 note) மீர்ஜும்லா நடத்திய வழக்குகள் பற்றி டாவர்னியர் தனது நூலில் குறிப்பிட்டுள்ளார். "செப்டம்பர் 14ஆம் நாள், விடைபெற்றுச் செல்வதற்காக நாங்கள் நவாபின் (மீர் ஜும்லாவின்) கூடாரத்திற்குச் சென்றிருந்தோம். நாங்கள் அவரிடம் காண்பித்த பொருட்களைப் பற்றி அவர் என்ன நினைக்கிறார் என்பதை அறிந்து கொள்வதும் எங்களது நோக்கம். தண்டனை கொடுப்பதற்காக நவாப் குற்றவாளிகளை விசாரிக்கப் போகிறார் என்று அறிந்தோம். இந்த நாட்டில் குற்றவாளிகளை சிறையில் வைப்பதற்கு பதில் உடனடியாக தண்டனை கொடுத்து அனுப்பி விடுவது பழக்கம். இதனால் தாமதம் தவிர்க்கப்பட்டது. பிடித்து வரப்பட்டவன் நிரபராதி என்று தெரிய வந்தால் அவன் உடனே விடுவிக்கப்பட்டு விடுவான். 15ஆம் தேதி காலை ஏழு மணிக்கு நாங்கள் மீண்டும் நவாப் அவர்களின் கூடாரத்திற்குச் சென்றோம். அவரது இரு செயலர்கள் எங்களை உடனே உள்ளே வரும்படி அழைத்தனர். நவாப் தன் காலுக்கடியிலும், இடது கையிலும் நிறையக் கடிதங்கள் வைத்திருந்தார். அக்கடிதங்களை எடுத்துப் பார்த்து, அவைகளுக்கான பதிலை தனது செயலர்களின்

மூலம் அனுப்பி வைத்தார். சிலவற்றுக்குத் தானே பதில் எழுதினார். நாங்கள் நவாப்போடு இருந்தபோது, நான்கு கைதிகள் கொண்டு வரப்பட்டு, அவர்கள் கூடாரத்தின் வாயிலருகே நிறுத்தி வைக்கப் பட்டிருப்பதாக அவருக்கு செய்தி வந்தது. அரை மணிநேரம் நவாப் தனது அறைக்குள் நடந்து கொண்டேயிருந்தார். ஒன்றும் பேசவில்லை. கடிதங்களுக்கு பதில் எழுதினார். தனது செயலர்களையும் எழுத வைத்தார். கொண்டுவரப்பட்ட மூன்று குற்றவாளிகளில் ஒருவன், ஒரு வீட்டினுள் புகுந்து மூன்று குழந்தைகளையும், குழந்தைகளின் தாயையும் கொன்றுவிட்டான். அவனது கைகளையும், கால்களையும் வெட்டி நெடுஞ்சாலைக்கு அருகிலுள்ள வயலில் வீசுங்கள் என்று நவாப் உத்தரவிட்டார்.

தண்டனையை அறிவிக்குமுன் குற்றவாளிகளைக் கூப்பிட்டு விசாரித்து, அவர்கள் செய்த குற்றங்களை ஒப்புக் கொள்ள வைத்தார். வேறொருவன் சாலையில் சென்ற பயணியிடம் திருடிவிட்டான். அவனது வயிற்றைப் பிளந்து சாக்கடையில் எறியுங்கள் என்று உத்தரவிட்டார். மற்ற இரு கைதிகளும் என்ன குற்றங்களைச் செய்தார்கள் என்று எனக்குத் தெரியாது. ஆனால் அவர்கள் இருவரது தலைகளையும் சீவிக் கொல்லுமாறு உத்தரவு பிறப்பித்தார். நவாம் 10 மணிக்குத்தான் சாப்பிடுவார். எங்களையும் அவருடன் உணவருந்தச் சொன்னார். அவர் அளித்த விரைவான தீர்ப்பையும், கடுமையான தண்டனைகளையும் சரியென்று இந்திய மக்கள் ஒப்புக்கொண்டார்கள்.

10. முதல் பதிப்பில் இந்த இடத்தில் “Much less” என்றுள்ளது.

11. 1840ஆம் ஆண்டு இயற்றப்பட்ட புதுச் சட்டம் க்ஷி இன்படி உறுதிமொழி பின்வருமாறு இருக்க வேண்டும்:– ‘‘கடவுள் சாட்சியாக நான் சொல்வதெல்லாம் உண்மை. உண்மையைத் தவிர வேறல்ல என்று உறுதி கூறுகிறேன்” இந்த உறுதிமொழி எடுத்துக் கொண்டபின், ஒருவன் பொய்சாட்சி சொன்னால் அது தண்டனைக்குட்பட்டது. மேற்கண்ட சட்டம் கொண்டுவரப்பட்டவுடன் குரானின் மீதும், கங்கை நீரின் மீது சத்தியம் செய்யச் சொல்லப்படுவது நிறுத்தப்பட்டுவிட்டது.

12. எழுதப்பட்ட சட்டத்தையும், மைய அரசின் அதிகாரங்களையும் மிக அதிகமாக சார்ந்திருப்பது நவீன இந்தியாவில் பழக்கமாகிவிட்டது. தன்னாட்சி நடைபெறும் பகுதியில், அயல்நாட்டு நிர்வாகத்துடன் ஒத்துப்போவது ஆசிய நாடுகளில் மிகவும் சிரமமாக உள்ளது.

13. இந்திய கிராமங்களில் நடைபெறும் தன்னாட்சியைப் புகழும்போது மிகுந்த கவனம் தேவை. அந்தத் தன்னாட்சிகள் நூற்றுக்கணக்கான சட்டங்களைத் தாங்கிக் கொள்கின்றன. நவீன ஐரோப்பாவில் இவ்வளவு சட்டங்களைத் தாங்கிக்கொள்ள மாட்டார்கள். புதுமை, சீர்திருத்தம் போன்றவற்றை சமூகம் ஏற்றுக்கொள்ளத் தயங்குகிறது. ஏனென்றால் அதற்கு அதிக செலவு பிடிக்கும்.

14. இதே மனநிலை அயர்லாந்தின் கிராமப் புறங்களிலும் காணப்படுகிறது. ஆனால் இந்தியாவில், பழைய சோக வரலாறுகள், மக்கள் அதிகாரிகளை நம்ப முடியாமல் செய்துவிட்டன. ஒரு ஐரிஷ் விவசாயி தனது அடுத்த வீட்டுக்காரனுக்காக ‘சத்தியத்தைக் கடனாகக் கொடுக்க’ (பொய் சொல்ல) தயாராக இருக்கிறான். இல்லாவிட்டால் அவன்

நல்ல அண்டைவீட்டுக்காரனல்ல. ஐரிஷ் நில ஆணையம், இந்திய நிலஉரிமை அலுவலகம் (Land settlement officer) ஆகிய இரு நிறுவனங்களும் ஒன்றுபோலவே உள்ளன. இரு இடங்களிலும் நிலத்தின் மதிப்புபற்றி திடுக்கிட வைக்கும் தகவல்களே பெறப்படுகின்றன.

15. அத்தியாயம் 49 குறிப்பு 16 பார்க்கவும்.

16. 15ஆம் நூற்றாண்டில் ஸ்காட்லாந்தில் இருந்த நிலைமையை இவ்வாறு கூறுகிறார் ஹ்யூம்:– "சட்டங்களைவிட ஆயுதங்கள் அதிகமாக இருந்தன. சமத்துவம், நீதி இவைகளுக்குப் பதிலாக தைரியம் அதிகமாக விரும்பப்பட்டது. முழு அதிகாரத்தையும் தன் கைகளில் வைத்திருந்த பிரபுக்கள் தங்களுக்குள் பாரம்பரியக் கூட்டணியால் பிணைக்கப் பட்டிருந்தனர்; அல்லது உட்பகையால் பிரிந்திருந்தனர். எனவே அனைத்து அப்பாவிப் பொதுமக்களைப் பாதுகாக்கவும், தவறு செய்தவர்களைத் தண்டிக்கவும் இராணுவத்தைப் பயன்படுத்துவதைத் தவிர வேறு வழியில்லை. எதிர்ப்பு குணமுடைய பழங்குடிகளிடம் ஒருவன் கொடூரமாக நடந்து கொண்டாலோ அல்லது கொள்ளையில் ஈடுபட்டாலோ அது அவனது இனத்தாரிடையே வெறுப்பைச் சம்பாதித்துக் கொடுத்து விடாது; அவன் பாராட்டப்பட அச்செயல்கள் துணை செய்யும்.

17. ஜிப்பான், அத். 5. அவர் கூறியிருப்பவை செப்டி மஸ்செவிரஸ் என்பரைக் குறித்து கூறப்பட்டவை.

18. வாக்குச்சீட்டு சட்டம் 1872இல் நடைமுறைக்கு வந்தது.

19. ஆசிரியர் சொல்லியிருப்பவை அனைத்தும் உண்மை. இந்திய சமுதாயம் முழுக்க முழுக்க எங்கும் அவநம்பிக்கையில் உழன்று கொண்டிருக்கிறது. அதனால் பாதிக்கப்பட்டு செயலிழந்து காணப்படுகிறது. எங்கும் நிறைந்துள்ள அத்தகைய ஓர் அவநம்பிக்கை இங்கிலாந்தில் இல்லை. இரண்டு சமுதாயங்களும் அடிப்படையிலேயே வேறுபட்டவை. இந்த உண்மையை இந்தியர்கள் உணர்ந்துள்ளனர்.

20. சிப்பாய் விடுமுறையில் வெளியேறும்போது என்னென்ன ஒழுங்கீனங்களில் ஈடுபடுகிறான் என்பதை ஆசிரியர் அவரது வேறு ஒரு நூலில் சொல்லியிருப்பதை ஒப்பிட்டுப் பார்க்க வேண்டும். (Journey Through the Kindgom of Qude, vol i pp. 286 - 304).

21. இந்த மேற்கோள்களை வெல்லிங்டன் எழுதிய குறிப்புகளில் காணமுடியவில்லை என்கிறார் பதிப்பாசிரியர்.

22. இங்கு சொல்லப்பட்டிருப்பது 'குலிஸ்த்தான்' நூலில் வரும் முதல் பாடத்தில் வருகிறது. 'மிஷ்கத் – உல் – மஸாபி' என்ற நூலும் இதே கருத்தைச் சொல்கிறது. அதில் ஷாதி இவ்வாறு கூறுகிறார். "இரு நபர்களுக்கிடையே சமாதானம் செய்து வைப்பவன் பொய்யன் அல்ல. அவன் சண்டையிட்டுக் கொள்பவர்களை விலக்கவே பொய்களைச் சொல்கிறான்; அதேபோல் ஒருவனிடமிருந்து மற்றவனுக்கு நற்செய்தியை எடுத்துச் செல்பவன் கதை கூறுபவன் அல்ல"

23. ஜிப்பான், அத்தியாயம் 27. கி.பி. 390ஆம் ஆண்டு தளபதி தியோடோசியஸ், ஒரு கும்பலால் தெஸலோனிகா என்ற இடத்தில்

கொல்லப்பட்டார். ரூஃபினஸ் என்பவரின் ஆலோசனைப்படி பேரரசர், தனது தளபதியைக் கொன்றவர்களைப் பழிவாங்கும் நோக்கத்தில் பல்லாயிரக்கணக்கான மக்களைக் கொன்று குவித்தார். 7000 முதல் 15,000 மக்கள் இதனால் மடிந்தனர். ஆனால் விரைவில் பேரரசர் தன்னுடைய வெறிச் செயலுக்கு வருந்தி பொதுவிடத்தில் அம்ரோஸ் அவர்களின் கீழ் தவம் மேற்கொண்டார்.

24. ஒவ்வொரு ஐரோப்பியனும் ஒரு தேவதைபோல நடந்துகொண்டாலும், என்னைப் பொறுத்தவரை இந்தியாவில் உண்மை பேசுவது ஒன்றும் கணிசமாக அதிகரித்துவிடப் போவதில்லை.

25. இந்தியனான ஒரு கீழ்நிலை அலுவலரிடம் லஞ்சம் வாங்கும் குணம் இருப்பதாகத் தெரியவில்லை என்கிறார் பதிப்பாசிரியர் வின்சன்ட் ஸ்மித்.

26. இந்தியர்களின் சில பிரிவினரிடையே நிலவும் 'பொய்'யும், அது மன்னிக்கப்படுவதும், ஐரோப்பாவில் சில பிரிவினரிடையே காணப்படும் தீமைகளை விடவும், அவை மன்னிக்கப்படும் விதங்களைவிடவும், கண்டிக்கத்தக்கவையல்ல. இதைத்தான் இங்கு ஆசிரியர் விளக்க முற்படுகிறார் (ஐரோப்பியர்களை விட இந்தியர்கள் ஒன்றும் மோசமானவர்களல்ல)

27. ஆசிரியர் இந்தக் கருத்தைக் கூறியதற்குப் பின்பு, இந்தியாவில் வணிகம் பல மடங்கு உயர்ந்துவிட்டது. சாலை வசதிகள், இருப்புப் பாதைகள், மோட்டார் வாகனங்கள், தந்தி, அஞ்சல் வசதிகள், ஏற்றுமதி போன்றவை பல மடங்கு வளர்ந்துவிட்டன. இந்திய வணிகர் அமெரிக்க, ஐரோப்பிய நாடுகளுடன் வாணிபம் செய்கிறார். இருப்பினும் அவர்கள் மேல் நாட்டினரை விட தமது தொழிலில் அதிக எச்சரிக்கையுடனேயே இருக்கிறார்கள். வங்கித் தொழில் செய்யும் ஓர் தனிப்பட்ட இந்தியர் தனது தொழிலில் சந்தேகத்திற்கிடமின்றி, நேர்மையாகத்தான் இருக்கிறார். ஆனால் சொத்துக்களை வாங்கும்போதும், அடகு, ஒத்தி போன்றவற்றை முன்கூட்டியே முடிக்கும்போதும் அவர் மிகவும் தாழ்ந்த நிலைக்கு இறங்கி விடுகிறார். தற்காலத்தில் அவரது கணக்குப் புத்தகம், முன்புபோல் ஒரு புனிதப் புத்தகமாக இல்லை. பல வணிகர்கள் வருமானவரி செலுத்த வேண்டியதன் பொருட்டு தங்கள் வியாபாரத்திற்கு இரண்டு விதமான கணக்குப் புத்தகங்களை வைத்திருக்கின்றனர். 1836இல் வாழ்ந்த வணிகர்களுக்கு வருமான வரி பற்றி ஒன்றும் தெரியாது. அப்போது அது இல்லை. தனியார்கள் இப்போது அஞ்சல் அலுவலகம் அல்லது வங்கிகள் மூலமே பணம் செலுத்துகின்றனர். வங்கிகளும், வணிகர்களும் தவறுவது அதிகரித்துவிட்டது.

28. இது முற்றிலும் உண்மை. இந்தியப் பணக்காரர்கள் அல்லது முதலீட்டாளர்கள் இப்போது தவறு செய்வதால், அவர்கள் செய்யும் நன்மைகள் கவனிக்கப்படுவதில்லை.

29. இந்த மேற்கோளை எங்கிருந்து ஆசிரியர் எடுத்தார் என்று பதிப்பாசிரியரால் கண்டுபிடிக்க இயலவில்லை.

30. சீன அறிஞர் கன்ஃப்யூஷியஸ் இதற்கு விதிவிலக்கு.

31. சாதி அவர்கள் பற்றி அத்தியாயம் 12, குறிப்பு 6இல் சொல்லப் பட்டுள்ளது. பாரசீக மொழி பயிற்றுவிக்கப்படும் பள்ளிகளில் 'குலிஸ்த்தான்'

சொல்லித் தரப்படுகிறது. ஆசிரியர் இந்தியாவில் தங்கியிருந்த முதல் ஆண்டில், அவர் பாரசீகக் கவிதைகளை ஆர்வத்துடன் படித்துள்ளார் எனத் தெரிகிறது.

32. இந்தப் பணி (உள்ளாட்சிகளை நிறுவும் பணி) பல ஆண்டுகளுக்கு முன்பே தொடங்கப்பட்டுவிட்டது. நகராட்சி, மாநகராட்சி அமைப்புகள் இந்தியாவில் பல பகுதிகளிலும் செயல்பட்டு வருகின்றன. ஆனால் மேல்நாட்டிலுள்ள அடித்தளம் இங்கு காணப்படவில்லை. வரலாற்றின் மையகாலத்தில், ஆங்கிலேய மற்றும் ஜெர்மன் நகரங்களில் காணப்பட்ட அதிக உரிமையுள்ள நகராட்சி அமைப்புகள் இந்தியாவில் இல்லை. ஒரு பலமான அடித்தளத்தை உள்ளாட்சிகளுக்கு அமைத்துத் தருவதில் சில இடர்ப்பாடுகள் உள்ளன. என்ன குறைபாடுகள் இருந்தாலும் உள்ளாட்சி அமைப்புகள் தங்களுக்கென சில பெருமைகளைப் பெற்றுள்ளன. மெல்ல மெல்ல இவை வளர்ந்து வருகின்றன.

மண்வளம் குன்றுதலும் அதற்கு மக்கள் கூறும் காரணங்களும்

பத்து மைல் பயணத்திற்குப் பின் 18ஆம் நாள்[1] நாங்கள் சாகர் வந்து சேர்ந்தோம். வழிநெடுகிலும் நாங்கள் பார்த்த மண், வளம் குன்றியதாகவும், கவனமின்றி வேளாண்மை செய்யப்பட்டதாகவும் இருந்தது. நிலத்திற்கு உரம் இடப்படவுமில்லை, நீர்ப்பாசன வசதியும் அவ்விடங்களில் இல்லை. மேஜர் காட்பி (Godby) கோவர்தனிலிருந்தபடியே ஆக்ராவுக்குத் திரும்பச் சென்றுவிட்டார். அவருக்குத் தனது இராணுவப் பிரிவைத் தலைமையேற்று நடத்தும் பொறுப்பிருந்தது. பயிற்சி அளிக்கவேண்டிய தருணத்தில் இராணுவத்தை அப்படியே விட்டுவிட்டுவர அவருக்கு மனமில்லை; அவர் ஒரு கடமையுணர்வுமிக்க அதிகாரி; அல்லாவிட்டால் அவரும் எங்களுடன் டில்லிக்கு வந்திருப்பார். அவர் உடனில்லாதது எங்களுக்கு சற்று வருத்தமாக இருந்தது. காட்பி எதையும் கூர்ந்து கவனிக்கக் கூடியவர்; சிறந்த அறிவாளி. அவரைப் போன்ற ஒரு நல்ல நண்பரை நான் பார்த்ததேயில்லை. நான் பார்த்த இப்பகுதிகளில் நிறைய மயில்கள் இருந்தன. சாலை ஓர கிராமம் ஒன்றில் வீடுகளுக் கருகே நாற்பத்தாறு மயில்கள் மேய்ந்து கொண்டிருப்பதை நானே எண்ணிப் பார்த்தேன். அந்த மயில்கள் வனப் பகுதியைச் சேர்ந்தவைகளாக இருந்தாலும் கிராம மக்களுடன் சகஜமாகப் பழகின. சாகரில் எங்களுக்குத் தேவையான நீர் எண்பதடி ஆழமுள்ள ஒரு கிணற்றிலிருந்து எடுக்கப்பட்டது. பொதுவாக இந்த அளவு ஆழத்தில்தான் தண்ணீர்

இருக்குமென்று தெரிந்துகொண்டேன். எனவே நீர்ப்பாசனம் செய்ய அதிகமான செலவாகியது. ஒரு சில இடங்களிலேயே நீர்ப்பாசன வசதி செய்யப்பட்டு, பசுமையான இடங்கள் தென்பட்டன.

14ஆம் நாள் பதினாறு மைல் பயணம் செய்து நாங்கள் கோசி என்ற இடத்திற்கு வந்தோம். இங்கும் நாங்கள் பார்த்த இடங்களில் வேளாண்மை மோசமாகத்தான் இருந்தது. இலையுதிர்காலப் பயிர்கள், அதிலும் குறிப்பாக பருத்தியே அதிகம் பயிர் செய்யப்பட்டிருந்தது. அதிகாலையில் பொழுது விடிவதற்குமுன் நான் எனது பாதையைத் தவற விட்டு விட்டேன்[2]; என்னுடன் துணைக்கு வரும் இராணுவ வீரன் வரவில்லை. கிராமத்திலிருந்த ஒரு வயதான விவசாயியை என்னுடன் ஒரு மைல் தூரம் நடந்துவரச் சொல்லி எனக்கு வழிகாட்ட வைத்து சரியான சாலையை அடைந்தேன். ஜாட் இனத்தவர்களாலும், மராட்டியர்களாலும் ஆளப்பட்ட முந்தைய அரசுகளின்கீழ் நாடு எப்படி இருந்தது என்று நான் அந்த விவசாயியை வினவினேன். அதற்கு அவர் 'பெரும்பகுதி காடாகத்தான் இருந்தது' என்று பதில் சொன்னார். "சற்று திகிலுடனேயே நீங்கள் பாதையைவிட்டு விலகி உள்ளே செல்ல முடியும் என்னுடைய கிராமத்தை விட்டு விலகி நான் ஒரு நூறு கஜதூரம் சென்றால்கூட எனது உடை எனதுடலில் இருப்பது நிச்சயமல்ல. இப்போது பெரும்பகுதியான இடங்கள் வேளாண் நிலங்களாக மாறிவிட்டன; சாலைகளும் பாதுகாப்பாக உள்ளன; முன்பெல்லாம் அரசாங்கங்கள், நிலச்சுவான்தார்களிடமும், குத்தகைதாரர்களிடமும் நம்பிக்கை வைக்கவில்லை; ஐந்து ரூபாய் தருகிறேன் என்று சொன்னவனிடம் பத்துரூபாய் வலுக்கட்டாயமாக வசூலித்தார்கள் – அதாவது நிலம் நன்கு விளைந்திருந்தால். இப்படிப்பட்ட அடக்குமுறைகள் இருந்தாலும் கடவுளின் அனுக்கிரகம் இப்போதிருப்பதைவிட அப்போது மக்களுக்கு அதிகம் இருந்தது" என்றார் அந்த வயதான விவசாயி. "பாடுபடுவனுக்கு நிலம் நல்ல பலனைக் கொடுத்தது. ஐந்து ஏக்கர் நிலத்திலிருந்து வரும் வருவாயைக் கொண்டே ஒருவன் தன் குடும்பத்தை நடத்திவிடலாம். இப்போது அதே குடும்பச் செலவுக்கு, ஒருவனுக்கு பத்து ஏக்கர் நிலம் வேண்டும்" என்று மேலும் சொன்னார் அவர்.

“மண் இப்படி வளமற்றுப் போனதற்கு என்ன காரணம் என்று நீங்கள் நினைக்கிறீர்கள்?”

“ஐயா, ஒரு மனிதன் எல்லா இடங்களிலும், எல்லா நேரத்திலும் உண்மையைக் கூறிவிடக் கூடாது” என்றார் அந்த முதியவர்.

“இப்போது நீங்கள் தாராளமாகச் சொல்லலாம் நண்பரே; நான் ஒரு சாதாரணப் பயணிதான். நல்ல உடல் ஆரோக்கியத்திற்காக மலைப்பகுதிக்குச் சென்று கொண்டிருக்கிறேன். நர்மதைப் பள்ளத்தாக்கிலிருந்து சென்று கொண்டிருக்கிறேன். அங்கு மக்கள் கொள்ளை நோயால் பெரிதும் அவதிப்பட்டுக் கொண்டிருக்கின்றனர். நோய்க்கான காரணம்தான் தெரியவில்லை.”

‘‘ஐயா, உங்களது நீதிமன்றங்கள் கொண்டுவந்து சேர்த்துள்ள பொய்சாட்சியே எல்லாத் துன்பங்களுக்கும் காரணம் என்று, இங்கு நாங்கள் நினைக்கிறோம். நீங்கள் எப்போதும், (உங்களது நீதிமன்றங்களில்) இந்துக்களின் கைகளில் கங்கை நீரையும், முகமதியர்களின் கைகளில் திருக்குரானையும் கொடுக்கிறீர்கள்; எல்லாவிதப் பொய்களும் சொல்லப்படுகின்றன. இதனை இனிமேலும் கடவுளால் பொறுத்துக்கொள்ள முடியாது. இந்தப் பழக்கம் இல்லாதிருந்தபோது நிலம் தனது வளத்தை இழக்காமல் நல்ல விளைச்சல் தருவதாக இருந்தது. இதைத்தான் உங்களது அரசாங்கம் செய்த ஒரே தவறு என்று நாங்கள் நினைக்கிறோம். இந்த பொய் சாட்சி சொல்லும் பழக்கத்தால் மக்கள் ஒருவரை ஒருவர் ஏமாற்றிக் கொள்கின்றனர்; நிலம் தனது வளத்தை இழந்து விட்டது; தவறு செய்தவனுக்காக அப்பாவி துயரமடைகிறான்.”

நான் எனது கூடாரத்தை அடைந்ததும், ஒரு மரியாதைக்குரிய விவசாயி வந்திருந்தார். அந்தக் கோட்டத்தின் ஆணையர் திரு. ஃப்ரேஸர் அவர்களுக்கு மரியாதை செலுத்தும் பொருட்டு அவர் வந்திருந்தார். நான் எனது முந்தைய நண்பர் கூறியதை திரு. ஃப்ரேஸரிடம் கூறி, அவர் அதைப் பற்றி என்ன நினைக்கிறார் என்று கேட்டேன். “முந்தைய அரசுகளின் ஆட்சிகளில் பெரும்பகுதி நிலங்கள் தரிசாகக் கிடந்தன. ஏனெனில் அப்போது படையெடுப்புகளும்,

உள்நாட்டுப் போர்களும், சர்வசாதாரணமாக இருந்தன. அதனால் நிலத்தின் வளம் குன்றி விட்டது. அதே சமயத்தில், சந்தேகத்திற்கிடமின்றி நீங்கள் உங்களது நீதிமன்றங்களில் பொய் சாட்சி சொல்லும் வழக்கத்தை அதிகம் ஊக்குவித்து விட்டீர்கள். இந்த பொய்சாட்சியால் கடவுளின் அனுக்கிரகம் குறைந்து, அதனால் நிலத்தின் வளம் குன்றிப்போக வாய்ப்புள்ளது.[3] உங்களது உரிமையியல் நீதிமன்றங்களில் வழக்கு தொடுத்துள்ள ஒவ்வொருவனும் பொய் சத்தியம் செய்வது அவசியமென நினைப்பதோடு மற்றவர்களையும் அவ்வாறு செய்ய வைக்கிறான். ஐரோப்பிய கனவான்கள் ஒவ்வொரு மனிதனுக்குமுள்ள உரிமையைப் பெற்றுத்தர அவர்களால் முடிந்ததைச் செய்கிறார்கள். ஆனால் அவர்கள் பொய்சாட்சிகளாலும், லஞ்சம் வாங்கும் உள்ளூர் அதிகாரிகளாலும் சூழப்பட்டு, இருளில் சிக்கித் தவிக்கின்றனர்" என்றார் திரு. ஃப்ரேஸர்.

இந்திய கிராம மக்களிடையே உண்மை இருக்கிறது. அவர்களை நாடிச் சென்றால் உண்மையைக் கண்டுபிடித்து விடலாம். இங்கும், எங்கும் உண்மை என்பது சுயாட்சியால் ஏற்படும் விளைவு. உள்ளாட்சி அமைப்புகள் இதற்காக உதவுகின்றன. அல்லது சர்வாதிகாரம் நிலவுமிடங்களில் தேவையின் காரணமாக உண்மை தலைதூக்குகிறது. சுயாட்சி என்பது தன்மானத்தையும், பெருமையையும் பெற்றுத் தருகிறது. எங்களது கூடாரங்களுக்கருகில் மக்கள் தங்கள் வயல்களுக்கு பல கிணறுகளிலிருந்து நீர் இறைத்துக் கொண்டிருந்தனர். அவர்கள் இறைத்த நீர் சற்று உப்பாக இருந்தது; ஆனால் பயிர் நன்றாக செழித்து வளர்ந்திருந்தது. விதைத்த அளவைவிட பதினைந்து மடங்கு அதிகம் விளைச்சல் கிடைத்தது. எங்கு சென்றாலும் பெருமைக்குரிய, அரசாங்கத்தின் அடையாளங்களைக் காணமுடிந்தது. இந்த அடையாளங்கள் மக்களுக்கு முன்பு நடந்தவைகளை நினைவுபடுத்துவதாய் இருந்தன. நமது சிவில் மற்றும் இராணுவ அமைப்புகளுக்கப்பால் நானோ அல்லது நமது அரசாங்கமோ இருப்பதற்கும், நம்மையும், மக்களையும் அன்பினால் இணைப்பதற்கும் எந்த அடையாளங்களும் இல்லை. கலை பற்றியும், அறிவியல் பற்றியும் நாம் பெருமையாகப் பேசுகிறோம். ஆனால் நான் சுற்றிப்பார்த்த

இடங்களில் இவைகளின் அடையாளங்களை என்னால் காணமுடியவில்லை. காவல்துறை அதிகாரிகளும், வரி வசூலிப்பவர்களும் மட்டும் ஆட்சிசெய்தால் மக்களும், நாடும் எப்படிக் காட்சியளிக்குமோ அப்படித்தான் நான் பார்த்த பகுதிகள் இருந்தன. சேன்ட்விச் தீவுகளில் நடைபெறும் ஆட்சியில், உயிருக்கும், உடைமைக்கும், நன்னடத்தைக்கும் உத்திரவாதமுண்டு. அதற்காக அதிகாரிகள் நேர்மையான முறையில் வரிவசூல் செய்து, தேவையான பணியாளர்களை வைத்திருந்தனர். பெருமையாகச் சொல்லும்படி அங்கு ஏதும் இல்லை. (அப்படித்தான், ஆங்கிலேய ஆட்சியின்கீழ் நான் பார்த்த இந்தியப் பகுதிகளும் இருந்தன.[4]) நான் மேலே விவரித்த பயணம் முடிந்து சில நாட்களுக்குப் பிறகு நான் தனியாக, கங்கைக் கரையிலுள்ள குர்முக்த்தேஸ்வர் என்ற இடத்திலிருந்து மீரட் வரை குதிரை வண்டியில் பயணம் செய்தேன். சாலைகள் மிகவும் மோசமாக இருந்தன. வழியில் எனது குதிரை மிகவும் களைப் படைந்துவிட்டது; நான் மேற்கொண்டு பயணம் செய்ய முடியவில்லை[5]. ஒரு சிறு கிராமத்தில் வண்டியை நிறுத்தி, இறங்கி எனது குதிரைக்கு சற்று ஓய்வும், தேவையான தீனியும் கொடுத்தேன். ஒரு மரத்தடியில், நிழலில் அமர்ந்தேன். என்னுடன் வந்த ஒரே பணியாள் குதிரையை நன்கு தேய்த்து அதற்கு உணவும் கொடுத்தான். குதிரைக்குத் தீவனம் வாங்கிய அதே கடையிலிருந்து வறுத்த கொண்டைக் கடலை வாங்கிக் கொண்டேன். கடைக்காரரர் சொல்லியதால் ஒரு மூதாட்டி கிணற்றிலிருந்து நீர் இறைத்து, குடிப்பதற்காக அதை ஒரு பித்தளை கூஜாவில் நிறைத்து எனக்குக் கொடுத்தாள்.[6]

வறுத்த கொண்டைக் கடலையை உரித்து ஒவ்வொன்றாகத் தின்றுக்கொண்டு, திருப்தியுடன் நான் அமர்ந்திருந்தபோது, அந்தக் கிராமத்தின் தலைவர் அங்கு வந்து எனது பக்கத்தில் அமர்ந்துகொண்டார். அவர் ஒரு திடகாத்திரமான இராஜ புத்திரர். அவர் என்னுடன் பேச ஆரம்பித்தார். அவர் ஒரு பெரிய மனிதர். அவர் முன்னிலையில் சிலரே நாற்காலியில் அமர்ந்து பேசுவார்கள். அவர் மிகவும் சாதாரணமாக என்னருகில் அமர்ந்தது, 'இவர் ஒரு பெரியர் மனிதர்தானா' என்று சந்தேகப்பட வைத்தது.

"தாங்கள் ஒரு இராஜபுத்திர ஜமீன்தாரா?"

"ஆம், நான்தான் இந்தக் கிராமத்தின் தலைவன்"

"அதோ தூரத்தில் தெரியும் அந்தக் கிராமம், எப்படி பூமி மட்டத்திலிருந்து உயர்ந்து காணப்படுகிறது என்று தங்களால் கூறமுடியுமா? பல பழைய கிராமங்களின் இடிபாடுகளின் மீது அந்தக் கிராமம் உருவாகியுள்ளதா? அல்லது அது பாறையின்மீது அமைந்துள்ளதா?"

"பல பழைய கிராமங்களின் இடிபாடுகளின் மீதுதான் அந்தக் கிராமம் அமைந்துள்ளது; இங்குள்ள அனைத்து இராஜபுத்திரர்களின் உண்மையான இடம் அதுதான். அங்கு பல நூற்றாண்டுகளுக்கு முன்பு வாழ்ந்தவர்களின் வம்சங்களிலிருந்துதான் நாங்கள் வந்திருக்கிறோம்."

"உங்களுக்குப் பாரம்பரியமாகக் கிடைத்த நிலங்களை வாரிசுகளுக்கு, பங்குபிரித்துக் கொடுத்து, பங்குபிரித்துக் கொடுத்து, இன்று உணவிற்கே சங்கடப்படும் நிலைக்கு வந்து விட்டீர்கள் என்பது உண்மையா?"

"முற்றிலும் உண்மை எங்களுக்கு இப்போது உணவிற்கே பஞ்சம்தான். ஆனால் அது அரசாங்கத்தின் தவறு. பருவநிலை சாதகமாக இருக்கும்போது எங்களிடம் வசூல்செய்யும் அளவுக்கு, பருவநிலை சாதகமாக இல்லாதபோதும் வசூல் செய்துவிடுகிறார்கள்".7

"ஆனால் உங்களது வரிமதிப்பீடு இன்னும் அதிகரிக்கப் படவில்லை. இல்லையா?" "இல்லை, முன்பிருந்தது போன்றே இன்னும் இருபது ஆண்டுகளுக்கு வரிவிதிப்பது என்று முடிவுசெய்துவிட்டோம்."

"வானம் தண்ணீருக்குப் பதிலாக முத்தும், வைரமுமாகப் பொழிந்தால் அரசாங்கம் நிர்ணயிக்கப்பட்டதைவிட அதிகமாக வரிவசூல் செய்யாது அப்படித்தானே?"

"இல்லை"

"பின்பு ஏன் பருவநிலை சரியில்லாதபோது வரிவிலக்கு கேட்கிறீர்கள்?"

"உங்களது ஆட்சியின் கீழ் கடவுளின் அருள் முன்பு இருந்தது போல் இல்லை; உழைப்புக்கேற்ற பலனை நிலம்

எங்களுக்குத் தருவதில்லை என்பது மறுக்க முடியாத உண்மை."

"உண்மைதான் நண்பரே. ஆனால் ஏன் என்று நீங்கள் அறிவீர்களா?"

"தெரியாது"

"அப்படியென்றால் நான் சொல்கிறேன். நாற்பது அல்லது ஐம்பது ஆண்டுகளுக்கு முன்பு - அதாவது கடவுளின் அருள் உங்களுக்கு அதிகமாக இருந்தபோது, பஞ்சாபின் கொள்ளையர்கள் அடங்கிய சீக்கிய குதிரைப்படை, நீங்கள் காண்பித்த அந்தக் கிராமத்தின் சமவெளியில் வந்து தங்கியது. அந்த கிராம மக்கள் அனைவரையும் சூறையாடியது. பக்கத்திலுள்ள சில கிராமங்களிலும் கொள்ளையடித்தது. வேளாண்மை செய்வதற்கு போதிய நபர்கள் இல்லாததால் நிலங்கள் தரிசாயின. இது உண்மையா இல்லையா?"

"முற்றிலும் உண்மை."

"நல்ல தோப்புகளை உங்கள் முன்னோர்கள் உருவாக்கி வைத்திருந்தார்கள். அதன் சொந்தக்காரர்கள் மூதாதையர்களை விட்டுப் பிரிந்து சென்று தங்களுக்குள், சுதந்திரமான சிறு கிராமங்களைத் தனித்தனியாக உருவாக்கிக் கொண்டார்கள். அவர்களை அந்த சீக்கியக் கொள்ளையர்கள் சூறையாடி னார்கள். டில்லியில் இருந்த முட்டாள்தனமான பேரரசர்களால் உங்களைக் காப்பாற்ற முடியவில்லை."

"ஆம் உண்மைதான். சமவெளிப்பகுதி முழுவதும் மாந்தோப்புகள் இருந்தது எனது நினைவில் உள்ளது. ரோஷில்கன்டில் உள்ளதுபோன்றே இங்கும் தோப்புகள் இருந்தன" என்று பெருமூச்சுடன் உண்மையை ஒப்புக் கொண்டார் அந்த முதியவர்.

"நீங்கள் ஒன்றைத் தெரிந்துகொள்ள வேண்டும். மனிதர் களுக்கும், எருதுகளுக்கும் எப்படி ஓய்வு அவசியமோ, அப்படியே நிலத்திற்கும் ஓய்வென்பது அவசியம். கோதுமை போன்ற, நிலத்தின் சத்தை உறிஞ்சும் பயிர்களைத் திரும்பத் திரும்பப் பயிரிட்டால் போகப்போக மகசூல் குறைவாகத்தான் கிடைக்கும். கடைசியில் உழுததற்கு எந்தப் பலனும் இல்லாமல் போய்விடும். இது சரிதானே?"

"முற்றிலும் சரி"

"பின் ஏன் நீங்கள் நிலத்தை நீண்ட நாட்களுக்குத் தரிசாகப் போடக்கூடாது? அல்லது ஏன் பயிர்ச் சுழற்சி முறையைப் பின்பற்றக் கூடாது?"

"ஏனென்றால் நாங்கள் இப்போது எண்ணிக்கையில் அதிகரித்து விட்டோம். நிலத்தைத் தரிசாகப் போட்டால் நாங்கள் எப்படி சாப்பிடுவது? எப்படி அரசாங்கத்திற்குச் செலுத்த வேண்டிய குத்தகையைக் கொடுப்பது?"

"அந்தக் காலத்தில் சீக்கியக் கொள்ளைக்காரர்கள் உங்களைத் தடுத்தார்கள். உங்கள் குடும்பங்களில் உள்ளவர்களைக் கொன்று குவித்தார்கள். ஆள் பற்றாக்குறையால் நிலத்திற்கு ஓய்வு கிடைத்தது. அந்த ஓய்வை இப்போது நீங்கள் நிலத்திற்குக் கொடுக்க மறுக்கிறீர்கள். ஒரு பகுதி நிலத்தை நீங்கள் வேளாண்மை செய்து அதன் சத்து முழுவதையும் தீர்த்த உடன், முன்பு தரிசாகக் கிடந்த நிலம் உங்களது விவசாயத்திற்குக் கைகொடுத்தது. இன்று நாங்கள் ஒன்றும் உங்களைக் கொல்லவில்லை. நீங்கள் பிறரால் கொல்லப்படுவதை நாங்கள் அனுமதிப்பதுமில்லை. விவாசயத்திற்கு ஏற்ற நிலம் முழுவதிலும் நீங்கள் பயிர்செய்ய ஆரம்பித்துவிட்டீர்கள். தொடர்ந்து விவசாயம் செய்யப்படுவதால் நிலத்தில் சத்து தீர்ந்துவிட்டது. எனவே உழைப்பிற்கேற்ற வருவாய் உங்களுக்குக் கிடைக்கவில்லை."[8]

இவ்வாறு நாங்கள் பேசிக் கொண்டிருந்தபோது பலர் அங்கு வந்து எங்களைச் சுற்றி அமர்ந்துவிட்டார்கள். நான் கடலையைக் கொறித்துக் கொண்டே, அந்த முதியவரிடம் பேசிக் கொண்டிருந்தேன்.

நான் பேசி முடித்ததும் அங்கு அமர்ந்திருந்தவர்கள் அனைவரும் அந்த முதியவரைப் பார்த்துச் சிரித்தனர். அவர் நான் கூறியது சரி என்று ஒப்புக்கொண்டார்.

"எல்லாம் உண்மைதான் ஐயா, இருப்பினும் உங்களது அரசு தாராளமான மனப்பாங்குடன் இல்லை. அது ஒவ்வொரு சமஸ்தானமாகத் தன்னுடைய ஆட்சியில் சேர்த்துக் கொண்டேயிருக்கிறது; ஆனால் எங்களது சுமையையும், பழைய சமஸ்தான மக்களின் சுமையையும் அது குறைக்க

வில்லை. எங்கோ தூரத்திலுள்ள ஆப்கானிஸ்தானத்தைப் பிடிக்க நீங்கள் உங்கள் சேனையை அனுப்புகிறீர்கள்; ஆனால் எங்களது வரிச்சுமையில் நீங்கள் ஒரு ரூபாய் கூட குறைக்கவில்லை"[9] என்றார் முதியவர்.

"உண்மைதான் நண்பரே; உங்களுக்கு வரிவிதிக்காமல் விட்டுவிடுகிறோம்; அதனால் நீங்கள் உங்களது குத்தகை தாரரிடமிருந்து ஒரு ரூபாய் குறைத்து வாங்கிக்கொள்ளத் தயாராக இருக்கிறீர்களா? நீங்கள் அரசைப்பற்றிக் குறை கூறுகிறீர்கள், அவர்கள் உங்களைப் பற்றிக் குறை கூறுகிறார்கள். (இதைக்கேட்டு சுற்றிலும் அமர்ந்திருந்தவர்கள் நகைத்தார்கள்). குத்தகை தராமல் இருக்கும் பொருட்டு நீங்கள் நிலம் துண்டாடப்படுவதையும் குறைக்கமாட்டீர்கள். மாறாக தலைமுறைக்குத் தலைமுறை நிலம் பிரிக்கப்பட்டுக் கொண்டேயிருக்கும். குடும்பங்களுக்கிடையே பிரிந்து செல்ல மனம் வராது. வெளியில் சென்று நீங்கள் வேலைதேடவும் மாட்டீர்கள்" என்றேன் நான்.

"முற்றிலும் உண்மை ஐயா, அது மிகப்பெரிய தவறுதான்" என்று முதியவர் ஒப்புக்கொண்டார்.

"நீங்கள் நன்றாகப் புரிந்து கொள்ளுங்கள்; மேற்சொன்ன தவறை நாங்கள் செய்யவில்லை. தவறு உங்களது பாரம்பரியமான சட்ட திட்டங்களால் நடந்தது. எங்களது விதிமுறையின்படி நிலம், மூத்தமகனுக்கே உரியது. மற்ற பிள்ளைகள் தன் தந்தையின் இதர சொத்துக்களைப் பிரித்துக்கொண்டு, வேறு இடங்களுக்கு வேலை தேடிச் சென்று விட வேண்டும்."

"நீங்கள் சொல்வது சரிதான் ஐயா. ஆனால் எங்களுக்கு எங்கே வேலை கிடைக்கிறது? எங்களுக்குக் கொடுப்பதற்கு உங்களிடம் வேலை எதுவும் இல்லை. எனக்கு ஒரு சிப்பாய் வேலை கொடுங்கள்; நாளையே நான் பணியில் சேர்ந்து விடுகிறேன்" என்று தனது வெள்ளை மீசையைத் தடவிக் கொண்டே சொன்னார் அந்த முதியவர்.

கூட்டத்தினர் இதைக்கேட்டு நன்றாகச் சிரித்தனர். 'அவருக்கு வயதாகிவிட்டதென்று நினைக்கிறீர்களா?' என்று என்னைப் பார்த்துக் கேட்டான் கூட்டத்திலிருந்த ஒரு குறும்புக்காரன்.

"நல்லது. இந்த கனவானும் இளைஞர் அல்ல. இருப்பினும் நான் உறுதியாகச் சொல்கிறேன் இவர் ஒரு மிகச்சிறந்த அரசாங்க ஊழியர்" என்று என்னைப் பார்த்துச் சொன்னார் அந்தப் பெரிய மனிதர்.

இது மற்றவர்கள் சிரிக்க வேண்டும் என்பதற்காகச் சொன்னது.

"உண்மைதான் நண்பரே. இளைஞனாக நான் பணியில் சேர்ந்தேன். நீண்டநாட்களாக வேலை கற்றுக் கொண்டிருக்கிறேன்" என்றேன் நான்.

"மிக நன்று. நீங்கள் வேலை கற்றுக் கொள்ள ஆரம்பித்தபோது என்ன ஊதியம் வாங்கினீர்களோ அதை விடக் குறைந்த அளவு பெற்றுக் கொண்டு என்னுடைய ஆயுள் முழுவதும் உழைக்க நான் தயாராக இருக்கிறேன்" என்றார் முதியவர்.

"நல்லது நண்பரே. நீங்கள் எங்கள் அரசாங்கத்தைப் பற்றிக் குறை சொல்கிறீர்கள். ஆனால் உங்களைக் காப்பாற்ற எங்களால் முடிந்தது அனைத்தையும் நாங்கள் செய்கிறோம் என்பதை நீங்கள் ஒப்புக்கொண்டே ஆக வேண்டும். நாங்கள் இருளில் பணிபுரிவதாகக் கூட இருக்கலாம்" என்றேன் நான்.

"ஐயா நீங்கள் அதிகப்படியாக இருளில்தான் பணிபுரிகிறீர்கள். உங்களது வருவாய்த்துறை அதிகாரிகளும், காவல்துறை அதிகாரிகளும் எவ்வாறு பணிபுரிகிறார்கள் என்பது உங்களுக்குத் தெரியாது. நீதி என்பதேயில்லை; நீதியை விலை கொடுத்துதான் வாங்க வேண்டியுள்ளது; பல சமயங்களில் அப்படி விலை கொடுப்பவர்களுக்கும் நீதி கிடைப்பதில்லை" என்றார் முதியவர்.

"உண்மைதான் நண்பரே. உலகம் முழுவதும் இந்தத் தவறு நடந்துகொண்டுதான் இருக்கிறது. பூசாரிக்கு சன்மானம் கொடுக்காமல் கடவுளிடம்கூட நம்மால் எதுவும் கேட்க முடியவில்லை. அப்படி சன்மானம் கொடுக்கா விட்டால் கடவுள்கூட உங்களுக்கு எந்த வரத்தையும் தரமாட்டார்."

இதைக் கேட்டு மறுபடியும் கூட்டத்தினர் சிரித்தனர். கூட்டத்திலிருந்த ஒருவர் கூறினார். "நமது அரசாங்கத்தைப்

பற்றி நிச்சயமாக ஒன்றைக் கூறலாம். தங்களுக்குக் கீழ் பணிபுரிபவர்கள் எப்படி வேண்டுமானாலும் இருக்கலாம். ஆனால் ஐரோப்பிய கனவான்களில் எவரும் லஞ்சம் வாங்குவதில்லை.''

''அதைப்பற்றி உறுதியாக ஒன்றும் சொல்வதற்கில்லை. சிவப்புச் சீமாட்டி (Red Lady) நீதிபதியான தன் கணவரிடம் சிபாரிசு செய்து, சிறையிலிருந்த அமீர் சிங்கை விடுதலை செய்துவிடவில்லையா?''

''இது எப்படி நடந்தது?''

''சுமார் மூன்று வருடங்களுக்கு முன்பு 'அமீர்சிங்' என்பவனுக்கு மூன்று ஆண்டுகள் சிறைத் தண்டனை விதிக்கப்பட்டது. அவனது நண்பர்கள் நீதிமன்றத்தில் பணிபுரிந்த பல உள்ளூர் அதிகாரிகளுக்கு லஞ்சம் கொடுத்து அவனை விடுதலை செய்ய முயற்சித்தனர். ஆனால் அவர்களது முயற்சி பலனளிக்கவில்லை. கடைசியாக அந்த நண்பர்கள் சிவப்புச் சீமாட்டிக்கு ஒரு விலைமதிப்பு மிக்க பரிசைக் கொடுத்தனர். அமீர் சிங் விடுதலை செய்யப் பட்டான்.''

''இல்லை, அவர்கள் பரிசு கொடுத்தது அந்த சீமாட்டியின் பணிப்பெண்ணுக்கு.''

''அந்தப் பணிப்பெண் பரிசுப்பொருளை தன் எஜமானி யிடம்தான் கொடுத்தாள் என்று உங்களுக்கெப்படித் தெரியும்? அல்லது எஜமானிக்கு அப்படி ஒரு நிகழ்ச்சி நடந்ததே தெரியும் என்று சொல்வதற்கில்லை.''

''பணிப்பெண், தன் எஜமானியின் கவனத்துக்குக் கொண்டு போகாமலேயே அந்தக் காரியத்தை செய்திருக்க நிறைய வாய்ப்புகள் உண்டு. இருந்தாலும் சிவப்புச் சீமாட்டி பரிசுப் பொருளை வாங்கிக் கொண்டாள் என்றே பெரும்பாலும் நம்பப்படுகிறது.''

திருமதி. ஸ்மித் அவர்களின் பெயர், அவர் ஜபல்பூரில் இருந்தபோது தவறாக அடிபட்டது. அந்தக் கதையை நான் சொல்லத் தொடங்கினேன். என்ன நடந்தது என்று விளக்கினேன். கூட்டத்தில் இருந்தோருக்கு வியப்பு மேலிட்டது. அதன்பின் முதியவரான எனது நண்பர் அந்த

ஐரோப்பிய சீமாட்டியைப் பற்றிய தன் தவறான கருத்தை மாற்றிக்கொண்டார்.[10]

நாங்களிருவரும் நல்ல நண்பர்களாகிவிட்டோம். எனது கூடாரங்களை அவரது இடத்திலேயே அடிக்க வேண்டுமென்று அவர் என்னைக் கேட்டுக்கொண்டார். அவ்வாறு செய்தால் என்னுடன் பேசி, தான் ஒரு நல்ல பிரஜை என்பதை நிரூபிக்க ஒரு வாய்ப்பு கிடைக்குமென்று அவர் என்னிடம் கூறினார். அரசாங்கத்தைப் பற்றி தனக்கு தவறான கருத்து இருந்தாலும், தான் ஒரு நல்ல குடிமகன் என்று நிரூபிக்க அவர் ஆசைப்பட்டார்.

அடுத்த நாள் நாங்கள் 'மீரட்' நகரிலிருந்தோம். உள்ளூரைச் சேர்ந்த தலைமை நீதிபதி என்னைச் சந்திப்பதாக இருந்தது. அவரது மகன் எனது அலுவலகத்தில் பணிபுரிந்து வந்தான். காவல்துறையினரின் ஊதியங்களை உயர்த்தி அவர்களது நடத்தையில் நல்ல மாற்றத்தை ஏற்படுத்த முடியுமா என்று நான் அவரைக் கேட்டேன். நிலச்சுவான்தாருடன் நான் பேசிக் கொண்டிருந்ததையும் அவரிடம் எடுத்துச் சொன்னேன்.

"கண்டிப்பாக முடியாது அய்யா. இப்போது இருபத்தைந்து ரூபாய் ஊதியம் பெறும் ஒரு காவல் அதிகாரி, தனது மேல் வருமானத்தையும் சேர்த்து ஐம்பது அல்லது எழுபத்தைந்து ரூபாய் சம்பாதிக்கிறார். அதுவே அவருக்கு திருப்தியாக உள்ளது. மக்கள் அவரது அதிகாரத்திற்குத் தகுந்த அளவு 'அன்பளிப்பு' கொடுக்கிறார்கள். நீங்கள் அவருக்கு நூறு ரூபாய் சம்பளம் கொடுப்பதாக வைத்துக்கொள்வோம். அவர் தன் மீது ஒரு 'ஷால்' போர்த்திக்கொள்வார்; அந்தஸ்து உயர்ந்துவிட்டதாகப் பொருள்; அவர் வருமானத்தை மக்கள் நானூறு ரூபாயாக உயர்த்தி விடுவார்கள். ஊதியத்தை அதிகரிப்பதால் நீங்கள் அவரது வாழ்க்கை முறையை மாற்றி விடுகிறீர்கள். மக்களின் சுமையையும் அதிகரிக்கிறீர்கள். தண்டனையிலிருந்து ஒருவன் தப்பிக்க முடியும் என்று நம்பும்வரை அவர் லஞ்சம் பெற்றுக்கொண்டுதான் இருப்பார்" என்றார் அந்த உள்ளூர் நீதிபதி.

"ஓர் அதிகாரிக்கு அரசாங்கம் நிறைய சம்பளம் கொடுக்கிறது என்று மக்கள் தெரிந்து கொண்டால், அவர்

மக்களிடமிருந்து லஞ்சம் வாங்குவதைப்பற்றி அவர்கள் புகார் கொடுத்துவிட மாட்டார்களா?"

"சிறிது கூட அவ்வாறு மக்கள் செய்துவிடமாட்டார்கள் ஐயா. காவல்துறை அதிகாரியால் தன்மீது குற்றம் சுமத்தி, தண்டனை வாங்கிக் கொடுக்க முடியுமென்று ஒருவன் நம்பும்வரை அவன் அவர் மீது புகார் ஏதும் தெரிவிக்க மாட்டான். உரிமையியல் நீதிபரிபாலனத்திற்கு வேண்டு மானால் நீங்கள் சொல்வது சரியாக இருக்கலாம். வருவாய்த் துறைக்கும், காவல் துறைக்கும், இந்தியாவில் நீங்கள் சொல்வது சரியாக வராது. மேற்படித் துறையினர் குறைந்த ஊதியம் பெறும்வரை அவர்கள் ஆடம்பரத்தைக் குறைத்துக் கொள்வார்கள். மக்களும் அவர்களுக்குக் குறைந்த அளவு லஞ்சம் கொடுத்தால் போதுமானது."[11]

குறிப்புகள்

1. ஜனவரி 1836
2. பழைய ஆங்கிலோ இந்தியன் தற்காலத்தவனை விட காலையில் விரைவாக எழுந்துவிடுவான்.
3. நிலத்தின் வளம் குறைவதற்கான காரணங்கள் என்று நம்பப்படுபவை பற்றி அத்தியாயம் 27இல் விவரிக்கப்பட்டுள்ளது. அதாவது மாட்டுக்கறி சாப்பிடுதல், ஒழுக்கக் கேடு, நிலத்தை அளத்தல் போன்றவை வளம் குன்றுவதற்கான காரணங்கள் என்று நம்பப்பட்டன.
4. இந்தக் கருத்து இன்றைய நிலையில் தவறானது. ஆசிரியர் காலத்திற்குப் பின் பல வளர்ச்சிகள் ஏற்பட்டுள்ளன. கங்கைக் கால்வாய், சிந்து நதி, கங்கை நதி இவற்றின் மீது கட்டப்பட்டுள்ள பாலங்கள் மற்றும் பல பொறியியல் சாதனைகள் வளர்ச்சிக்கு சான்று பகர்கின்றன. குறைவான எண்ணிக்கையில் இருந்தாலும் கலை நுணுக்கமிக்க கட்டடங்கள் கட்டப்பட்டுள்ளன. பம்பாய் போன்ற தலைமையிடங்களில் பொதுத்துறையில் கட்டப்பட்ட பல அமைப்புகளையும் நாம் சேர்த்துக் கொள்ளலாம். தற்போது (1914) கலை நுணுக்கமிக்க கட்டடங்கள் கட்டும்பணி டில்லியில் நடைபெற்று வருகிறது.
5. இப்போதுள்ள சாலை மிக நன்றாக உள்ளது.
6. 'Parched gram" என்று ஆசிரியர் குறிப்பிடுவது கொண்டைக் கடலை. Cicer arietinum. ஆசிரியருக்கு தண்ணீர் குடிப்பதற்காகக் கொடுக்கப்பட்ட பித்தளை கூஜா, பின்னால் தீயில் காட்டப்பட்டால் புனிதமடைந்துவிடும்.
7. மக்கள் குறைசொல்லிக் குமுறுவதை அப்படியே நாம் எடுத்துக் கொள்ளக்கூடாது. நிலம் வைத்திருப்பவர் ஒவ்வொருவரும், சந்தர்ப்பம் கிடைக்கும்போது இவ்வாறு குறைசொல்வது இயல்பானதுதான்.

8. வருவாய்த்துறை நிர்வாகத்தில் இது நிரந்தரமாக உள்ள ஒரு குறைபாடு. அரசின் எந்த முயற்சியும் இதனைக் குறைத்துவிட முடியாது.

9. கேப்டன் அலெக்ஸான்டர் பர்ன்ஸ் அவர்களின் தலைமையில், 1837 செப்டம்பர் மாதம் வரை, சாபூலுக்கு எந்த இராணுவப் பிரிவும் அனுப்பிவைக்கப்படவில்லை. 1838ஆம் ஆண்டு ஜூன் மாதம் ஏற்பட்ட சீக்கியர்களுடனான ஒப்பந்தம் முடியும்வரை, இராணுவ வீரர்கள் ஓரிடத்தில் குவிக்கப்படவுமில்லை. 1839ஆம் ஆண்டு ஜனவரிமாதம் இராணுவம் சிந்து நதியைக் கடந்து ஆஃப்கான் நோக்கிச் சென்றது. இங்கு குறிப்பிடப்பட்டுள்ள விவசாயியிடம் நடந்த உரையாடல் அதற்குப் பிறகுதான் நடந்திருக்க வேண்டும். அதாவது நவம்பர் 1839இல் நடந்திருக்க வேண்டும். நூலாசிரியர் அந்த ஆண்டில் வடமேற்கு மாகாணங்களில் இருந்தார்.

10. ஒருவன் திருமதி. ஸ்மித் அவர்களுக்கு பெருந்தொகை தரவேண்டியிருந்தது. அவனை ஏமாற்ற பலர் கூட்டமாக திருமதி ஸ்மித் அவர்களின் தோட்டத்தில் நுழைந்தனர். ஏமாற்று நாடகத்திற்கு ஒரு திட்டம் தீட்டப்பட்டது.

ஜபல்பூர் நகரைச் சேர்ந்த ஒரு நடன மாது திருமதி. ஸ்மித் போன்று நடிக்க ஒப்புக்கொண்டாள். அதற்காக வண்ணான் திருமதி. ஸ்மித்தின் உடையைக் கொடுத்துதவினான். சமையல் அறைப் பணியாள் பணம் கொடுக்க வேண்டியவனை தோட்டத்திற்குள் அனுமதித்தான். அவன், திருமதி. ஸ்மித் போன்று உடையணிந்து நடித்து ஏமாற்றிய நடன மங்கையிடம் தான் கொண்டுவந்த ஐயாயிரம் ரூபாய் மதிப்புள்ள பொற்காசுகளைக் கொடுத்துவிட்டான். இந்த சதித்திட்டம் பின்னால் கண்டுபிடிக்கப்பட்டு விட்டது. சமையல் அறைப் பணியாள், வண்ணான் போன்ற அனைவருக்கும் கடுமையான தண்டனை கொடுக்கப்பட்டு அவர்கள் சாலை அமைக்கும் பணியில் ஈடுபடுத்தப்பட்டார்கள்.

அதுபோன்ற கடுமையான தண்டனைகள் இப்போது இல்லை. இதுபோன்ற சதிகள் பலசமயங்களில் கவனிக்காமலேயே போய் விட்டன. இங்கு நடைபெற்ற உரையாடல், இந்தியர்களின் பழக்கங்கள், எண்ணங்கள் போன்றவற்றை நன்கு பிரதிபலிக்கின்றன.

11. காவல்துறை நிர்வாகம் பற்றி இன்னும் அதிகமாக அத்தியாயம் 69இல் சொல்லப்பட்டுள்ளது.

மூலதனக்குவிப்பும் அதன் விளைவுகளும்

கோசிநகர்[1] ஃபிரோஸ்பூரின் எல்லையில் உள்ளது. ஃபிரோஸ்பூர் 'ஷம்சுதீன்' என்பவரின் ஊர். வில்லியம் ஃப்ரேஸரைக் கொன்ற குற்றத்திற்காக, 1835 ஆம் ஆண்டு அக்டோபர் 3ஆம் நாள் ஷம்சுதீன் டில்லியில் துக்கிலிடப் பட்டார். வில்லியம் ஃப்ரேஸர்[2] கவர்னர் ஜெனரலின் பிரதிநிதியாக டில்லியில் இருந்தவர். ஃபிரோஸ்பூரின் மேவார்த்திகள் பிரபலமான கொள்ளைக்காரர்கள் (மேவார்த்திகள் என்போர் இஸ்ஸாமிய சமயத்தைத் தழுவிய இராஜபுத்திரர்கள்). நவாபின் ஆட்சிக்குப் பயந்து இந்த மேவார்த்திகள் உள்ளூர் எல்லைக்குள் கொள்ளையடிப் பதில்லை; ஆனால் எல்லைக்கு வெளியில் சென்று கொள்ளையில் ஈடுபடுவார்கள். இப்போது அவர்கள் சொந்த ஊரிலேயே திருடலாம்; அதற்கு அப்பாலும் செல்லலாம்.[3]

ஏனெனில் நமது நீதிமன்றங்களின் செயல்பாடுகள் குற்றவாளிகள் தண்டனையிலிருந்து தப்பிக்க வழிவகுக்கின்றன. பொருளைப் பறிகொடுத்தவர், புகார் ஏதும் கொடுக்காமல் தங்களது இழப்பைத் தாங்கிக்கொள்ள வேண்டியுள்ளது. குற்றங்களை மறைக்க காவல் துறையினருக்கு லஞ்சம் கொடுக்கப்படுகிறது. இந்த இடத்தில்தான் 1804ஆம் ஆண்டு அக்டோபர் 14 ஆம் நாள் இந்தூரின் யஷ்வந்த்ராவ் ஹோல்க்கர் ஒரு மிகப்பெரிய நடனத்தை அரங்கேற்றினார். அதேசமயம் அவர் டில்லி நகரையும் முற்றுகையிட்டார். நடனம் நடந்து கொண்டிருந்தபோது மன்னரின் 76வது இராணுவப் பிரிவைச் சேர்ந்த ஓர் ஐரோப்பிய வீரனை சிறைபிடித்து,

திரைக்குப்பின்னால் அவனது கழுத்தை நெரித்துக் கொன்றார். அவனது தலை ஓர் ஈட்டியில் குத்தப்பட்டு நடன அரங்கின் நடுவில் வைக்கப்பட்டது. நாட்டியக்காரிகள் அந்தத் தலையைச் சுற்றி நடனமாட வைக்கப்பட்டார்கள். இந்தக் கொடூரத்திற்குக் காரணமான 'பூதத்தைத்' தேடி லேக் பிரபு மறுநாள் காலை வந்தார். நடந்தவைகளைக் கேட்டுத் தெரிந்து கொண்டார். தீக் நகரில் நடைபெற்ற போரில் யஷ்வந்த்ராவ் ஹோல்க்கரை அவர் வஞ்சம் தீர்த்துக் கொண்டார்.[4]

'கோசி' நகருக்கருகில் ஒரு தொழிற்சாலை இடிபாடு களுடன் காணப்படுகிறது. அது "மெர்சர் கும்பெனி" என்ற நிறுவனத்திற்குச் சொந்தமானது. மாவட்டத்தில் விளையும் பருத்தி முழுவதும் மொத்தமாகக் கொள்முதல் செய்யப்பட்டு அந்த தொழிற்சாலையில்தான், ஐரோப்பியர்களின் மேற்பார்வையில் பஞ்சுத் திரிகளாக முறுக்கப்பட்டது. பின் யமுனை ஆற்றின் வழியாக பஞ்சு கல்கத்தாவிற்கு அனுப்பி வைக்கப்பட்டது. மெர்சர் கும்பெனி நொடித்துப் போனவுடன் ஒரு மிகப் பெரிய ஐரோப்பிய வணிகர் செய்து வந்த வேலையை தற்போது இரு உள்ளூர் வணிகர்கள் செய்து வருகின்றனர். தற்சமயம் இந்தியாவுக்குத் தேவை கணிசமான முதலீடு; அதைத் தவிர வேறெதுவும் இல்லை. 1833ஆம் ஆண்டு கல்கத்தாவின் மிகப்பெரிய வணிக நிறுவனங்கள் செயலற்றுப் போய்விட்டன;[5]

அது ஒரு துரதிர்ஷ்டமே. அந்த நிறுவனங்கள் முதலீடு எதையும் வேறு இடங்களிலிருந்து இங்கு கொண்டுவரவில்லை. வேறெங்கிருந்தும் முதலீடு மூலதனம் இந்தியாவிற்கு வரவேண்டியதுமில்லை. ஆனால் அவர்கள் மூலதனத்தை ஓரிடத்தில் குவித்தனர். உள்ளூரில் தொழில்கள் மேன்மை யடைய தொழிற்சாலைகளை நல்லமுறையில் பரவலாக்கி யிருக்க வேண்டும். அப்படிச் செய்யப்பட்டிருந்தால் அது இந்தியாவுக்கும், மக்களுக்கும், அரசுக்கும் கணக்கிட முடியாத நன்மையைச் செய்திருக்கும்.[6]

ஐரோப்பாவில் தயாரிப்பு நிறுவனங்களிலும், வணிக நிறுவனங்களிலும் மூலதனம் குவிக்கப்படுகிறது. ஆசியாவில் அப்படி இல்லை. நாமும் மாற்றங்களை எதிர்நோக்க

வேண்டும். ஆசியாவிலும், சமய, சமூக நிறுவனங்களில் மாறுதல்கள் தேவை. இந்தியாவில், முகமதியர்களானாலும், இந்துக்களானாலும் இங்குள்ள சட்டப்படி நிலம் வாரிசுகளுக்குப் பிரித்துக் கொடுக்கப்படுகிறது; அதாவது துண்டாடப் படுகிறது. பொருட்கள், சாலைகள், ஆறுகள் போன்றவை மூலம் அரசாங்கத்தால் சுலபமாக விநியோகம் செய்யப்படுகின்றன. மூலதனம் என்பது உற்பத்தி செய்வோரிடமோ அல்லது வாணிபம் செய்வோரிடமோ குவிந்து காணப்படவில்லை. எனவே சமுதாயத்தில் பணக்காரரர்கள் என்று யாரும் இருக்க முடியாது. அரசாங்கத்தில் பணி செய்வோரே பெரிய மனிதர்கள். மூத்தவனுக்கு முதல் உரிமை என்ற சட்டமும் (Law of prityogeniture) மூலதனக் குவிப்பும் (Capital concentration) இல்லாத நிலையில் அரசு அதிகாரிகளே பெரிய நிலையில் இருப்பார்கள். இந்தியாவில் அதிகாரத்திலிருக்கும் ஒருவர்தான் மரியாதைக்குரியவராக இருக்கிறார். அவர் அரசாங்கத்திலிருந்து தனது ஊதியத்தைப் பெறுகிறார்.[7]

அமெரிக்காவிலும், ஐரோப்பாவிலும் மூலதனம் என்பது உற்பத்தி நிறுவனங்களிலும், வணிக நிறுவனங்களிலும் குவிந்து கிடக்கிறது. அதனால் சுதந்திரமான பல நிறுவனங்கள் வளர்ந்துள்ளன. தொழில்தான் எல்லாமுமாக இருக்கிறது. தொழில் நிறுவனங்களை நடத்துவோர் செல்வத்தின் ஊற்றுக் கண்களாக இருக்கின்றனர். தேசத்தின் மகிழ்ச்சிக்கும், பெருமைக்கும் அவர்களே காரணமாக இருக்கிறார்கள். இதனால் ஐரோப்பிய நாடுகளில் மக்கள் வரம்பெற்றவர்களாக உள்ளனர்.[8]

மூலதனம் குவிக்கப்பட்டு தொழில் வளர்ச்சி ஏற்படுவதற்கு முன் மக்கள் கொடுமைகளுக்கு உள்ளானார்கள். நில சொந்தக்காரரர்களும், அதிகாரவர்க்கத்தினரும் மக்களை அடக்கி ஆண்டு வந்தார்கள்.

இந்தியாவிலுள்ள நிலவரத்தை நாம் சீனாவிலும் காணமுடிகிறது. சீனாவிலும் நிலம் முழுவதும் இந்தியாவைப் போல் பேரரசருக்கே சொந்தம். நிலமானது சீனாவிலும் வாரிசுகளுக்கிடையே பிரித்துக் கொடுக்கப்படுகிறது; மூலதனம் எங்கும் குவிக்கப்படுவதில்லை. நிலத்தில் பாடுபடுவோரை, அரசாங்கத்தின் செலவில் பேரரசரே பராமரிக்கிறார்.[9]

எந்த ஒரு தனிமனிதனும் தனக்கு மரியாதை இருப்பதாக நினைக்கவில்லை.¹⁰

அரசருக்குக் கீழ் பணியாற்றினால்தான் அவனுக்கு மரியாதை. உழைப்பாளிகளைத் தனித்தனிக் குழுக்களாகப் பிரிப்பது, மூலதனக் குவிப்பு, இயந்திரக் குவிப்பு (Concentration of Machinery) போன்றவற்றால் ஓர் ஆங்கிலேயன் பலரின் ஒத்துழைப்போடுதான் வாழவேண்டிய சூழ்நிலையில் இருக்கிறான். அதே சமயத்தில் ஒரு சீனன் எங்கும் சுதந்திரமாக இருக்கிறான். பிறநாட்டினரிடையே கூட அவனால் பணியாற்ற முடிகிறது. ஆங்கிலேயன் மூலதனக் குவிப்பை நம்பியிருப்பதுதான் அவனது பலமும், பாதுகாப்பும். இந்நிலை மேல்தட்டு மக்களை ஆதரிக்கிறது. அவர்களால் தான் உரிமைகளை நிலைநாட்டவும், மற்றவர்களின் நலனைப் பாதுகாக்கவும் முடியும்.¹¹

நம்மிடம் மிகப்பெரிய நிறுவனங்கள் இருந்து, அங்கு கிறிஸ்தவர்கள் பணியாற்ற முடியுமென்றால், அந்த நிறுவனங்களில் சமய மற்றும் சமயச்சார்பற்ற கல்வி போன்றவை கிடைக்குமென்றால், மதம் மாறியவர்கள் தொழில் மேம்பாடடைவதற்கும், சமூக மேம்பாட்டிற்கும், உள்ளாட்சி அமைப்புகளை நிர்வகிக்கவும், சமய முன்னேற்றத்திற்கும் அவர்களே காரணமாக அமைவார்கள். சாதி விலக்கம், சாதியால் கிடைக்கும் நன்மைகள் கிடைக்காமல் போதல் போன்ற அச்சங்களே, கிறிஸ்தவ சமயம் இன்னும் இந்தியாவில் பரவாமல் இருப்பதற்குத் தடைகளாக இருக்கின்றன. மதம் மாறியவர்களும் மதம் மாறத் தயாராக இருப்பவர்களும், தாங்கள் பழகுவதற்கு ஏற்ற ஒரு மரியாதைக்குரிய வட்டம் இல்லாமல் இருப்பதாக வருந்துகிறார்கள். தொழில்துறையில் அத்தகைய மரியாதைக்குரிய ஒரு வட்டம் தங்களுக்குக் கிடைக்குமென்றால், தொழிலில் முன்னேறியவர்கள் மரியாதைக்குரியவர்களாகக் கருதப்பட்டால், அரசு ஊழியர்களுக்குள்ள பெருமை அவர்களுக்கும் கிடைத்தால், பல வகுப்புகளைச் சேர்ந்த இந்துக்கள் நம்மை நோக்கி ஓடிவருவார்கள். நான் இந்தியாவில் இருந்து பழகியதால் ஒன்றை உறுதியாகக் கூறுகிறேன். என் கீழ் பணிசெய்த, புல்வெட்டும் தொழிலாளர்களான பலர் முகமதியர்களாக மாறிவிட்டனர். ஏனெனில் எனது பணியாளர் குழுவில்

இருந்த மற்றவர்கள் அந்தச் சமயத்தைச் சேர்ந்தவர்கள். இல்லாவிட்டால் இவர்களால் மற்றவர்களுடன் சேர்ந்து உணவுண்ண முடியாது, குடிக்க முடியாது அல்லது புகைபிடிக்க முடியாது. இதே காரணத்திற்காகத்தான் இந்தியாவின் பல பகுதிகளிலும் உள்ள ஆயிரக்கணக்கான இந்துக்கள் முகமதியர்களாக மாறுகிறார்கள்.[12]

அதே சமயத்தில் கிறிஸ்தவர்களாக யாரும் மதம் மாறுவதில்லை; ஏனெனில் நம்மால் மேற்சொன்ன நன்மைகளைக் கொடுக்க இயலவில்லை. 'ஹைட்' பகுதியைச் சேர்ந்த திரு.தாமஸ் ஆஷ்ட்டன் போன்றோர் அவர்கள் நடத்தும் பல நிறுவனங்களின் மூலம் மதமாற்றத்திற்குத் தேவையானவற்றைச் செய்கின்றனர்.[13]

கல்கத்தாவின் மிகப்பெரிய வணிக நிறுவனங்கள், கோசி நகரின் நலிவுற்ற வணிக நிறுவனங்கள் போன்றவை மூலதனத்தை இந்தியாவிற்குள் கொண்டுவரவில்லை என்று நான் முன்பு குறிப்பிட்டுள்ளேன்.[14]

அவர்களுக்குத் தேவையான மூலதனத்தை அவர்கள், சிவில் மற்றும் இராணுவ அதிகாரிகளிடமிருந்து அதிக வட்டிக்குக் கடனாகப் பெற்றனர். அந்த நிறுவனத்தினர் தங்களிடம் இருந்ததைவிட அதிகமாக செலவு செய்தார்கள்; மற்ற நிறுவனங்களுக்கு தாங்கள் வட்டிக்கு வாங்கியதை மிக அதிமான வட்டிக்குக் கொடுத்தார்கள். அவர்களுக்குக் கிடைத்த பெயரடையான இலாபத்தை (Nomind profit) உண்மையான இலாபமென்று நினைத்ததே அவர்கள் செய்த மிகப்பெரிய தவறு. கிடைத்த ஈவுத்தொகையை (Dividend) ஆடம்பரமாகச் செலவு செய்தார்கள். ஓய்வு பெற்றுச் சென்ற சிலர் தங்களது பங்கை இங்கிலாந்திற்கு எடுத்துச் சென்றுவிட்டார்கள். நிறுவனம் நடத்தியவர்களால் கடன் கொடுத்தவர்களுக்கு வட்டியைக் கூட கொடுக்கமுடியவில்லை. பலர் அனைத்தையும் இழந்தனர். இதன் பிறகு சிவில் மற்றும் இராணுவ அதிகாரிகள் தங்கள் சேமிப்பை, அரசாங்கப் பத்திரங்களிலும், வங்கிகளிலும் குறைந்த வட்டிக்கு முதலீடு செய்தனர். இந்த வங்கிகள் எப்போதும் போல் தங்கள் தொழிலை நடத்தி 10முதல் 12% வட்டிக்குக் கடன் கொடுத்தன.[15]

ஜனவரி 16ஆம் நாள் பத்து மைல் பயணம் செய்து நாங்கள் 'ஹோரல்' என்ற இடத்திற்குச் சென்றோம். நாங்கள் கடந்துவந்த சமவெளியில் கிராமங்கள் பல இருந்தன. சில கிராமங்கள் பெரியவை. ஒவ்வொரு கிராமத்திலும் பழங் காலத்தைச் சேர்ந்த அழகிய கட்டடங்கள் தென்பட்டன. சத்திரங்கள், அரண்மனைகள், கோயில்கள், கல்லறைகள் போன்றவை இருந்தன; எல்லாம் அழிந்துபோகும் நிலையில் இருந்தன.[16]

அந்த இடங்களில் மக்கள் தொகை மிகவும் அதிகமாக இருந்தது. நான் பார்த்த சமஸ்தானங்களை விட அங்கு மக்கள் தொகை அதிகம் பருத்தி, உப்பு, சர்க்கரை, தானியங்கள் போன்றவற்றின் வணிகம் நன்கு நடைபெற்றது. முயல்கள் ஏராளமாக விற்பனைக்கு வந்தன. ஒன்றின் விலை மூன்று பென்ஸ்தான். ஒரு குறிப்பிட்ட பருவத்தில் முயல்கள் இந்த விலைக்கே விற்கப்படுகின்றன; வலை வைத்து அவைகளை எளிதில் பிடித்து விடலாம்.

குறிப்புகள்

1. 'கோசி' என்ற ஊர் மதுராவுக்கு வடமேற்கே 25 மைல் தூரத்தில் உள்ளது.
2. திரு ஃப்ரேஸர் கொலை செய்யப்பட்ட சம்பவம் குறித்து அத்தியாயம் 64இல் விவரிக்கப்பட்டுள்ளது. கொலைகாரன் ஷம்சுதீன் துக்கிலிடப் பட்டதும் அவனது சொத்து ஆங்கிலேய அரசுடன் இணைக்கப்பட்டது. ஃபிரோஸ்பூர் இன்று பஞ்சாபின் குர்கான் மாவட்டத்தின் தலைநகராக உள்ளது. 1858ஆம் ஆண்டு டில்லியைச் சேர்ந்த பகுதிகள் பஞ்சாபின் துணை நிலை ஆளுநர் வசம் ஒப்படைக்கப்பட்டன.
3. மேவார்த்திகளின் கொள்ளை பல நூற்றாண்டுகளாக நடந்து வந்தது. சுல்தான் பல்பன் கி.பி. 1265 முதல் கி.பி. 1287 வரை தனது ஆட்சியில் இந்த மேவார்த்திகளை அடக்கி வைத்திருந்தார். சுல்தான், 'கியாஸ் உத்தீன்' என்றும் 'உலுக் கான்' என்றும் பல பெயர்களில் அழைக்கப் பட்டார். சுல்தான் ஆட்சிக் காலத்தில் தண்டனைகள் மிகவும் கடுமையாக இருந்தன. குற்றவாளிகள் சில சமயம் உயிருடன் தோலுரிக்கப்பட்டனர். திருட்டுக் கும்பலுக்கு ஆள் அனுப்பும் தொழிலை இன்னும் மேவார்த்திகள் செய்து வருகின்றனர். ஆனால் அவர்களின் கொடுஞ்செயல்கள் வெகுவாகக் குறைந்து விட்டன.
4. லெஃப்டினன்ட் கர்னல் பர்ன் அவர்களின் கீழ் செயல்பட்ட ஒரு சீரிய இராணுவப் பகுதி ஹோல்க்கரின் முற்றுகையை எதிர்த்துப் போராடி வென்றது. அந்தப் படை பத்து மைல் சுற்றளவுக்கு டில்லியைக் காத்தது.

ஆனால் நுழைவுவாயிலில் எதிரியின் தலையைப் பார்த்ததும், தடுப்புக்காவல் சற்று தளர்ந்துவிட்டது.

ஜெனரல் ஃப்ரேஸருக்கும், ஹோல்க்கருக்கும் இடையே தீக் நகரில் 1804ஆம் ஆண்டு நவம்பர் 13ஆம் நாள் கடுமையான யுத்தம் நடைபெற்றது. இந்தப் போர் மராட்டியர்களை முற்றிலும் முறியடித்தது. இரண்டாயிரம் மராட்டிய வீரர்கள் போரில் மடிந்தனர் அவர்களது 87 பீரங்கிகள் போரில் காணாமல் போயின. ஆங்கிலேய படைக்கும் பலத்த சேதம் ஏற்பட்டது. 640 வீரர்கள் மடிந்தனர் மற்றும் காயமடைந்தனர். போருக்குப்பிறகு தளபதி சில நாட்களே உயிருடன் இருந்தார்.

நவம்பர் 17ஆம் நாள் இரவு ஜெனரல் லேக் நேரடியாக ஹோல்க்கருடன் மோதி அவரைக் கொன்றதுடன் அவரது குதிரைப் படையையும் அழித்தார். அந்தப் போரில் ஹோல்க்கர் தரப்பில் 3000 வீரர்கள் மாண்டனர். ஆங்கிலேயர் தரப்பில் இரண்டு வீரர்கள் மட்டுமே கொல்லப்பட்டனர்; இருபதுபேர் காயமடைந்தனர்.

100 பீரங்கிகளுடனும், மற்றும் பல ஆயுதக் குவியல்களுடனும் தீக் கோட்டை அதே ஆண்டு டிசம்பர் 24ஆம் நாள் பிடிப்பட்டது. (Thornton, History of British India, pp 316 19, 2nd 1859)

5. இந்த இடத்தில் சில சொற்கள் விடுபட்டுள்ளன.

6. நூலாசிரியர் இங்கு சொல்லியிருப்பது தவறு இந்தியாவிற்கு வெளிநாட்டு மூலதனம் தேவையில்லை என்று அவர் கூறியிருக்கக்கூடாது. இருப்புப் பாதைகள், தேயிலைத் தோட்டங்கள், காப்பித் தோட்டங்கள், சாயவேர்த் தோட்டங்கள்(indigo) போன்றவை 19ஆம் நூற்றாண்டில் தோற்றுவிக்கப்பட்டு இன்றும் வளர்ந்து வருகின்றன. இதற்குக் காரணம் பல நூறு மில்லியன் பவுன்ட் ஸ்டெர்லிங் தொகை இங்கிலாந்திலிருந்து இந்தியாவிற்குக் கொண்டு வரப்பட்டு, இங்கு முதலீடு செய்யப்பட்டதேயாகும். இவ்வளவு பெரிய தொகை இந்தியாவிலிருந்து மட்டும் கிடைத்திருக்க முடியாது. இந்தியாவில் இருப்புப் பாதைகள் அமைக்கட்டும் என்று நூலாசிரியர் எதிர்பார்க்கவில்லை. அவர் நூலை எழுதிக் கொண்டிருந்தபோதே இருப்புப்பாதை அமைக்கும் பணிகள் தொடங்கப்பட்டுவிட்டன.

7. இந்த உணர்வு இன்றுவரை சரியானதுதான். பணக்கார நிலச்சுவான்தார்கள் கூட அரசாங்க வேலையில் அமர்வதற்கு ஆர்வம் காட்டுகிறார்கள். இத்தகைய ஒரு மனப்போக்கு ஐரோப்பியர்களுக்கு இல்லை.

8. இந்தக் கருத்தை வெகு சிலரே ஏற்றுக்கொள்ளமுடியும்.

9. பதிப்பாசிரியர் இதை சரி என்று ஒப்புக்கொள்ளவில்லை. நிலச்சுவான் தார்களின் மூலம் அரசர் தொழிலாளர்களை பராமரிக்கிறார் என்று இருந்தால் சரியாக இருக்கும். (the word 'revenue' must be replaced by 'aristocracy') இந்தக் கருத்து முட்டாள்தனமானது.

இந்தக் கருத்து தற்காலத்திற்கு ஒத்துவராது. முதலாளிக்கும், தொழிலாளி களுக்கும் இடையே தொடர்ந்து மோதல் ஏற்பட்டுக் கொண்டுதான் இருக்கிறது.

12. தென்கிழக்கு வங்களாத்தில் இஸ்லாமிய சமயம் வேகமாகப் பரவி வருகிறது. 1872ஆம் ஆண்டு எடுக்கப்பட்ட மக்கள்தொகை கணக்கெடுப்பு இதனை நன்கு காட்டுகிறது. 1901 மற்றும் 1911 ஆகிய ஆண்டுகளில் எடுக்கப்பட்ட மக்கள் தொகை கணக்கெடுப்புகளும் மேற்சொல்லப்பட்ட உண்மையை உறுதி செய்கின்றன. நபிகள் நாயகம் ஏற்படுத்திய இஸ்லாமிய சமயம், இந்து சமயத்தைக் காட்டிலும், இம்மையிலும், மறுமையிலும் தங்களுக்கு நன்மையளிக்கும் என மக்கள் நம்புகிறார்கள். கீழ்சாதியைச் சேர்ந்தவர்கள் இஸ்லாமிய சமயத்தை விரும்புகிறார்கள். (Dr. Jems wise, "the mohammadans of eastern bengal" j.a.s.b. part iii 1894, pp 28 63 and census reports from 1872 to 1911)

13. உற்பத்தி நிறுவனங்களும், வணிக நிறுவனங்களும் இந்துக்களை தம் பக்கம் ஈர்த்துவிடும் என்று ஆசிரியர் கற்பனையாகக் கூறியிருப்பதற்கு எந்த வித நடைமுறை ஆதாரமும் இல்லை. பெரிய நகரங்களில் மூலதனம் குவிக்கப்பட்டுள்ளது. பருத்தி ஆலைகளும், சணல் ஆலைகளும் நிறைய தோற்றுவிக்கப்பட்டுள்ளன. அங்கு உற்பத்தியில் ஈடுபட்டுள்ள தொழிலாளர்களில் கிறிஸ்தவ சமயத்திற்கு மாறியவர்கள் எவரும் இல்லை.

14. மிகப்பெரிய, நவீன வணிக நிறுவனங்கள் தங்களது மூலதனத்தை ஐரோப்பாவிலிருந்துதான் கொண்டு வருகின்றன.

15. இந்திய அரசாங்கம் மூன்று மாநில வங்கிகளுக்கு முக்கியத்தும் அளிக்கிறது. அவை 1. வங்களா வங்கி, (1806ல் ஆரம்பிக்கப்பட்டது) 2. மதராஸ் வங்கி மற்றும் 3. பம்பாய் வங்கி. எந்த வங்கிக்கும் ரூபாய் நோட்டுகளை அச்சடிக்க இந்தியாவில் அனுமதியில்லை. ரூபாய் நோட்டுகள் (Currency Notes) அரசாங்கத்தால் நேரடியாக வெளியிடப்படுகின்றன. அச்சடித்த ரூபாய் நோட்டுகள் 1862–63ஆம் ஆண்டு முதன்முதலில் வெளியிடப்பட்டன. (Baltour,cyclopeadia 3rd edn, s.v. bank and paper currency) இந்திய மூலதனம் இப்போது ஜாயின்ட் ஸ்டாக் கும்பெனிகளில் முதலீடு செய்யப்படுகிறது. 'ஹோரல்' என்பதற்குப் பதில் "ஹோடல்" என்று இருக்கவேண்டும்.

இந்தியாவில் சுங்கவரியும் அதை வசூலிக்கும் முறைகளும்

ஹோரல்[1] என்ற இடத்தில் சுங்க இலாகாவின் கலெக்டரும், இரண்டு அல்லது மூன்று, ஒப்பந்தம் ஏதுமில்லாத[2] ரோந்து அலுவலர்களும் பணிபுரிந்து வந்தனர். விதிமுறைப்படி அனைத்து சக்காப் பொருட்களும் சுங்க வரிக்கு உட்பட்டவை. அதேபோல் மேற்கு திசையிலிருந்து யமுனை, கங்கை பள்ளத் தாக்குப் பகுதிகளுக்கு வரும் பொருட்களுக்கு சுங்கவரி செலுத்தவேண்டும். அங்கு "ஒருமுக வரி" விதிப்பே (single line) அமுலில் இருந்தது. அதாவது ஓரிடத்தில் ஒருமுறை வரிசெலுத்திவிட்டால் வேறு இடங்களில் வரி செலுத்த வேண்டியதில்லை.[3]

பொருட்களும் சோதனைக்கு உட்படுத்தப்படுவதில்லை. எனவே இந்தப் பிரதேச மக்கள் பல தொல்லைகளிலிருந்து விடுபட்டனர். பழைய வரிவிதிப்பு முறையில் பல இடங்களில் சுங்க வரி செலுத்தவேண்டும். வருங்காலங்களில் அதிக வரி வசூல் செய்யவேண்டிய நிர்பந்தம் அரசுக்கு வந்தாலும் வரலாம்.

அப்போது இந்த ஒருமுக வரிவிதிப்பு முறை ரத்து செய்யப்பட வாய்ப்புள்ளது.[4] பழைய வரிவிதிப்பு முறையில் அதிக சம்பளம் வாங்கும் ஒரு தலைமை அதிகாரி இருப்பார். அவருக்குக் கீழ் குறைந்த சம்பளம் வாங்கும் பல முகவர்கள் (Agents) இருப்பார்கள். அந்தப் பெரிய அதிகாரி உரிய முறையில் தேர்வு செய்யப்படுவதில்லை. தகுதியில்லா

விட்டாலும் செல்வாக்குள்ளவர் அந்தப் பதவியில் நியமிக்கப் படுவார். நீதித்துறையில் அதுபோன்ற ஒருவரை பணியில் அமர்த்த முடியாது என்பதால் சுங்கவரித்துறையில் அவரைப் பணியில் அமர்த்துவார்கள். இதன் விளைவாக அரசுக்கு ஒரு ரூபாய் வரியாகச் சென்றால் பத்து ரூபாய் அந்தக் கொள்ளைக்கார அதிகாரிக்குப் போய்ச் சேரும். வணிகர்களையும், மக்களையும் சோதனையிடும் அதிகாரம் இருந்ததால் அதுபோன்ற அதியீரரிகள் கணிசமாக பணம் சம்பாதித்தனர்.[5]

பொறுப்பற்ற சில உள்ளூர் அதிகாரிகள், சுங்கத்துறையின் உயர் அதிகாரிக்கு நம்பிக்கையுள்ளவர்களாக இருந்துகொண்டு நிறைய பணம் சம்பாதித்து வந்தனர். மாதம் ஏழு ரூபாய் சம்பளம் வாங்கும் ஒருவர், அப்பதவியைப் பெறுவதற்கு மூன்று அல்லது நான்காயிரம் ரூபாய் கையூட்டாகக் கொடுப்பார். அதிக வருமானம் வந்ததால் அவ்வளவு அதிகத் தொகையைக் கொடுக்க பலர் தயாராக இருந்தனர். மற்ற அதிகாரிகளுக்குக் கீழ் பணிசெய்ய வேண்டிய ஒரு சேவகனால் (Peon) தனிப் பொறுப்பு எதையும் வகிக்க முடியாது. இருந்தும் நான்கு ரூபாய் சம்பளம் வாங்கும் அவன் தனது உயர் அதிகாரிக்கு நாநூறு ரூபாய் கொடுக்கத் தயாராக இருந்தான். ஏனெனில், சோதனை செய்யும் அதிகாரம் இருந்ததால் மக்களை மிரட்டி பணம் சம்பாதித்து விடலாம். ஒரு பெரிய மனிதர், தன் குடும்பத்தைச் சேர்ந்த பெண்கள் சுங்கச் சாவடி சோதனையின்போது, பிறரால் தொடப்படுவதை கௌரவக் குறைவாக நினைப்பார். பல்லக்கில் பயணம் செய்யும் பெண்களை சோதனையிடும் அதிகாரம்மிக்க சுங்கத்துறை அதிகாரிகளுக்கு அந்தப் பெரிய மனிதர் நிறையப் பணத்தை லஞ்சமாகக் கொடுப்பார். இந்தியா வழியாக வேறு இடங்களுக்குச் செல்லும் பொருட்கள் ஆங்காங்கே பிரித்துப் பார்க்கப்பட்டால், அவை கெட்டுப்போய்விடும் அபாயம் இருந்தது. வியாபாரிகள் சுங்க அதிகாரிகளுக்கு லஞ்சம் கொடுக்காவிட்டால் அவர்கள் கொண்டு செல்லும் பொருட்கள் மழைக்காலத்தில் கூட பிரித்துப் பார்க்கப்படலாம். எனவே பொருட்களைப் பாதுகாக்க வியாபாரிகள் தாராளமாக லஞ்சம் கொடுத்தனர். பட்டியலில் குறிப்பிடப்பட்ட மதிப்பைவிட, ஒரு

சிப்பத்திலுள்ள பொருளின் மதிப்பு அதிகமாக இருக்குமென்ற சந்தேகம் ஏற்பட்டால் அதிகாரி அந்த சிப்பத்தைப் பிரித்து சோதனையிடலாம். சிலர் நகைகள், முத்து போன்ற விலையுயர்ந்த பொருட்களை எடுத்துச் செல்வார்கள். லஞ்சம் கொடுக்காவிட்டால், சோதனை என்ற பெயரில், சுங்க அதிகாரிகள் சிப்பத்தைப் பிரித்துவிடுவார்கள். உள்ளேயிருக்கும் மதிப்புமிக்க பொருட்கள் வெளியே தெரிந்துவிடும். மாறுவேடத்திலுள்ள திருடர்கள் இதைப் பார்த்துவிட்டால், வழியில் பொருட்கள் களவாடப்பட்டுவிடும். எனவே சுங்க அதிகாரிகள் இதுபோன்றவர்களிடம் அதிக லஞ்சம் வசூல் செய்துவிடுவார்கள்.

1882ஆம் ஆண்டு வில்லியம் பென்டிங்க் (w.bentinek) மதுராவில், யமுனை நதிக்கரையில் முகாம் அமைத்துத் தங்கவேண்டியிருந்தது. தத்தியாவிலிருந்து சில திருடர்கள் அவரைப் பின்தொடர்ந்து வந்தனர். அங்கு ஒரு சாதாரண வியாபாரி சுங்கச் சாவடியில் நுழைந்து தான் வண்டியில் கொண்டு போகும் சிறுபெட்டியைத், திறந்துகாட்ட வற்புறுத்த வேண்டாம் என அதிகாரிகளைக் கேட்டுக்கொண்டார். பெட்டி திறக்கப்பட்டு உள்ளே உள்ள பொருட்கள் வெளியே தெரிந்துவிட்டால் திருடுபோக வாய்ப்புள்ளது என்று அதிகாரிகளிடம் கூறினார் அந்த வியாபாரி. தான் அதற்காக (பெட்டியைத் திறந்து பார்க்காமல் இருக்க) தக்க சன்மானம் கொடுக்கவும் வியாபாரி ஒப்புக்கொண்டார். ஆனால் அதிகாரிகள் மிகவும் கண்டிப்பாக இருந்தனர். வண்டியிலிருந்து பெட்டி கீழே இறக்கப்பட்டு திறந்து பார்க்கப்பட்டது. பெட்டியில் நகைகள் இருந்தன. கவர்னர் ஜெனரலின் கீழ் வேலைபார்க்கும் சீமான்களுக்கும், சீமாட்டிகளுக்கும் அவற்றை விற்றுப் பயனடையலாம் என அந்த வணிகர் திட்டமிட்டிருந்தார்.

சோதனை முடிந்ததும் அந்தப் பெட்டி வண்டியில் ஏற்றப்பட்டது. ஆனால் அரை மணி நேரத்திற்குள் பெட்டி திருடப்பட்டு தத்தியாவுக்குத் திரும்பச் சென்றுவிட்டது. திருடர்கள் ஒவ்வொருவராகக் கைமாற்றி (relay) நகைப் பெட்டியை தத்தியாவுக்குத் தந்திரமாக அனுப்பிவிட்டனர். இவ்வாறு கைமாற்றிவிடுவதற்காக வழிநெடுகிலும், ஆட்களைத் திருடர்கள் வைத்திருந்தனர். பெட்டியிலிருந்த நகைகளைப்

பங்கு போட்டுக் கொள்வதில் திருடர்களுக்குள் சண்டை மூண்டு, வாளை உருவி ஒருவரை ஒருவர் தாக்கிக் கொள்ளுமளவுக்குச் சென்றுவிட்டது. சிலருக்கு இரத்தக் காயங்களும் ஏற்பட்டன. திருட்டுக் கும்பலைச் சேர்ந்த ஒருவன் ஓடிச்சென்று சாகர் நகரின் நீதிமன்ற நடுவரிடம் நடந்தவைகளைச் சொன்னான். அவனுக்கு அவரை முன்பே தெரியும்.[6]

அவர் சில ஆட்களை அவனுடன் அனுப்பிவைத்து தத்தியா அரசரைச் சென்று பார்க்கும்படிச் சொன்னார். அரசருக்கு ஒரு கடிதமும் கொடுத்தனுப்பினார். எப்படியாவது நகைப்பெட்டியைக் கண்டுபிடித்து, வணிகரிடம் சேர்ப்பித்து விடுமாறு வேண்டிக் கொண்டிருந்தார். நடுவரால் அனுப்பிவைக்கப்பட்ட ஆட்கள் முன்னெச்சரிச்கையுடன், அவர் கொடுத்த கடிதத்தை தங்களுக்குத் தெரிந்த அமைச்சர் ஒருவரிடம் கொடுத்தனர். திருடர்களின் வீடுகள் சோதனையிடப்பட்டு பாதி நகைகள் திரும்பக் கிடைத்து விட்டன. அவற்றின் மதிப்பு சுமார் ஏழாயிரம் ரூபாய் இருக்கும். இந்த அளவு நகைகள் திரும்பக் கிடைத்தது குறித்து மிகவும் வியப்படைந்தார் வணிகர். சுங்கச்சாவடி அதிகாரியிடம் ஏற்பட்ட வாக்குவாதத்தினாலேயே களவுபோன நகைகளைத் திரும்பப் பெற முடிந்தது என்று திருடன் ஒருவன் கொடுத்த வாக்குமூலத்தை வணிகர் உறுதிசெய்தார்.

ஒருமுக சுங்க வரிவிதிப்பை அரசாங்கம் எல்லா இடங்களுக்கும் விரிவுபடுத்தினால், அது அரசாங்கத்திற்கு வரவேண்டிய வருவாயை அதிகரிப்பதுடன், வணிகர்களுக்கு ஏற்படும் சிரமங்களையும், இழப்புகளையும் குறைத்துவிடும். நியாயமான வரிவிதிப்பென்பது, பொது நன்மைக்காக மக்களை முடிந்த அளவுக்கு அரசுக்கு நிதி செலுத்த வைப்பதாகும். இதனால் யாருக்கும், இடையூறோ, இழப்போ ஏற்படக்கூடாது. தற்போது, வரிவிதிப்பு எல்லைக் கோட்டிற்கு மேற்கேயுள்ள மக்கள் உப்பு, பருத்தி போன்ற வற்றிற்கும், இதர பொருட்களுக்கும், அவை எல்லையைத் தாண்டி வரும்போது சுங்கவரி செலுத்த வேண்டிய அவசியமில்லை. ஆனால் எல்லைக் கோட்டிற்குக் கிழக்கேயிருப்பவர்கள் வரி செலுத்த வேண்டும். எனவே

இந்த வரிவிதிப்பு எல்லைக்கோடு என்பது ஒரு நியாயமான கோடாகத் தெரியவில்லை. இப்போதுள்ள வரிவிதிப்பு முறைகளின் நன்மைகள் என்று பார்த்தால், பின்வருபன வற்றைக் கூறலாம் முதலாவதாக கண்ணியமில்லாத சுங்க அலுவலர்களுக்கிடையே, சில திறமைமிக்க அதிகாரிகளையும், துறைத் தலைவர்களையும் இந்த முறை உள்ளே புகுத்துகிறது. இவர்கள் ஆயிரத்தொரு இரவுகள் கதையில் வரும் இளவரசன் ஹுஸைனின் மந்திரக் கம்பளம் போன்றும், இளவரசர் அலியின் தொலைநோக்கி போலும் செயல்படுகிறார்கள்.[7]

இரண்டாவதாக இந்த முறையில் கச்சாப்பொருட்கள் மட்டுமே வரி விதிப்புக்கு உட்படுகின்றன, சோதனையிடும் பழக்கத்தை இந்த முறை தவிர்க்கிறது.

'கோசி' நகரில் எங்களை விட்டு விட்டு, எங்கள் நண்பர் சார்லஸ் ஃபிரேஸர் மதுரா வழியாக ஆக்ராவுக்குச் சென்றுவிட்டார். ஃபிரேஸர் ஒரு நல்ல மனிதர், மிகச் சிறந்த அரசாங்க அதிகாரி. இவரை எவ்வளவு முறை சந்தித்தாலும் நமக்கு அலுக்காது; திரும்பவும் பார்க்க வேண்டும் என்ற அவாவே ஏற்படும். சுங்கத் துறை கலெக்டர் திரு.வில்மாட் அவர்களும், காவல் அலுவலர் திரு. ரைட் அவர்களும் எங்களுடன் உணவு உண்ண வந்திருந்தனர். காற்று மிக வேகமாக வீசிற்று. சமையற்காரனாலும், சமையல் அறைப் பணியாளனாலும் எங்களுக்குத் தேவையான உணவைத் தயாரிக்க முடியவில்லை. கடைசியில் எங்களுக்கு ஒரு கூடாரம் கிடைத்தது. புழுதிபடாமல் சமைப்பதற்கு ஒரு இடமும் கிடைத்தது. ஒருவழியாக உணவு தயாரானது.

குறிப்புகள்

1. கோசி, பஞ்சாபின் குர்கான் மாவட்டத்திலுள்ள ஒரு சிறிய நகரம்.
2. 'ஒப்பந்தம் ஏதுமில்லாத' (Uncovenanted) என்ற பதத்திற்குப் பொருள் தெரிந்துகொள்ள இந்திய சிவில் நிர்வாகப்பணி (ICS) பற்றிய விளக்கம் அவசியமாகியது. இந்தியாவின் சிவில் நிர்வாகப்பணி என்பது இந்திய நாட்டில், நிர்வாகத்திற்கும், நீதிபரிபாலனத்திற்கும் தேவையான அதிகாரிகளைத் தேர்ந்தெடுக்கிறது. இவர்கள் ஒப்பந்தத்துடன்

பணியாற்றும் அலுவலர்கள். (Covenanted officers). ஏனெனில் இவர்கள் மாநிலச் செயலருடன் (secretary of state) ஒரு ஒப்பந்தத்தில் கையெழுத்திடுகிறார்கள். பொதுப்பணித்துறை, அஞ்சல்துறை போன்ற இதர துறைகளில் பணிபுரிவோருக்கு இத்தகைய ஒப்பந்தம் ஏதும் இல்லை. எனவே அவர்கள் ஒப்பந்தம் இல்லாப் பணியாளர்கள் (non Covenanted officers) எனப்படுகின்றனர். 1886 – 87ஆம் ஆண்டிற்கான தேர்வாணைக் குழுவின் (Public service commission) அறிக்கையின்படி 'ஒப்பந்தம்', 'ஒப்பந்தமில்லா' என்ற சொற்கள் பயன்பாட்டிலிருந்து அகற்றப்பட்டுவிட்டன.

3. இங்கு ஆசிரியர் குறிப்பிடுவது "சுங்கத்துறை வேலி" என்பதை ஆங்கிலேய ஆட்சி ஏற்படுவதற்கு முன்பு சுதேசி சமஸ்தானங்கள் பல இருந்தன. அனைத்து சமஸ்த்தான அரசுகளும், தூரதேசங்களிலிருந்து கொண்டு வரப்படும் பொருட்களுக்கு தங்கள், தங்கள் எல்லைகளில் சுங்கவரி வசூலித்தன. இதனால் வியாபாரிகள் பெரிதும் துன்பப்பட்டனர். ஆங்கிலேயே ஆட்சியில் இதுபோன்றதோர் வரிவிதிப்பு படிப்படியாக நீக்கப்பட்டுவிட்டது. அப்படி ஏதும் வசூலிக்கப்பட்டால் அது சுதேசி அரசுகளின் செயல்களாகவே இருக்கவேண்டும். பிரிட்டிஷ் இந்தியாவில் உரிமம் பெறாமல் உப்பு தயாரிக்க முடியாது. உரிமம் பெறாமல் உப்பு தயாரிப்பதைத் தடுக்க உப்புத்துறை உள்நாட்டு சுங்கத்துறை (Inland customs) செயல்பட்டது. சர்ஜான் ஸ்ட்ரேச்சி என்பவரின் முயற்சியால் இது நீக்கப்பட்டது. அவர் இவ்வாறு எழுதுகிறார். "உப்புவரி வசூலிக்க ஒரு மிக மோசமான முறை இருந்து வந்தது. நாகரிக உலகில் இதற்கிணையான, மோசமான ஒன்றை எங்கும் பார்க்க முடியாது. இதன்படி ஒரு சுங்க எல்லைக்கோடு (Customs Line) வகுக்கப்பட்டது. அது இந்தியா முழுவதும் ஊடுருவிச் சென்றது. 1869ஆம் ஆண்டில் சிந்து நதியிலிருந்து, மகாநதிவரை இது நீண்டிருந்தது. இந்த எல்லைக் கோட்டை காவல் காக்க 12000 பெரிய சிறிய அலுவலர்கள் இருந்தனர். இவர்களுக்காகச் செலவிடப்பட்ட தொகை 1,62,000 பவுன்ட் ஸ்டெர்லிங். முடிந்திருந்தால் இந்தக் கோடு லண்டனிலிருந்து கான்ஸ்டான்டிநோபில் வரை கூட நீட்டப்பட்டிருக்கும். இந்த எல்லைக்கோடு பெரும்பாலும் முள்நிறைந்த மரங்களைக் கொண்டும், புதர்களைக் கொண்டும் அமைக்கப்பட்டிருந்தது. இதே போன்ற ஒரு எல்லைக்கோடு 280 மைல் நீளத்திற்கு பம்பாய் இராஜதானியின் வடகிழக்குப் பகுதியிலும் இருந்தது; 'தோஹித்' என்ற இடத்திலிருந்து 'கட்ச்' வரை அது நீண்டிருந்தது."

1.4.1879 முதல் சுங்க எல்லைக்கோடு முழுவதுமாக நீக்கப்பட்டது. சிந்துவில் ஒரு சிறு பகுதியில் மட்டுமே அது தொடர்ந்து இருந்து வந்தது. (Sir J. Strachey, The Finances and Public Works of India, 1869 - 81 London, 1882 pp 219 225) சிந்துப் பகுதியில் மலையுப்பு வெட்டி எடுக்கப்படுகிறது.

4. இந்தியாவைப் பற்றி நன்கு தெரிந்தவர்கள், இங்கு நிலவும் சூழ்நிலையில், நேர்முக வரி விதிப்பைவிட மறைமுக வரிவிதிப்பே சிறந்தது என்று கருதுகிறார்கள். நகராட்சிகளைப் பொருத்தவரை 'நகர்ப்புறச் சுங்கவரி' (octroi) என்ற ஒரு மறைமுக வரிவிதிப்பு முறை பல நகரங்களில் அமுல் படுத்தப்படுகிறது. இதில் பல சிரமங்கள் இருந்தாலும், இது பிரபலமான

ஒன்றாகவும் நேர்முக வரிவிதிப்பை விட அதிகப் பலனளிக்கும் ஒன்றாகவும் உள்ளது. பழங்காலத்திலிருந்து மக்கள் மறைமுக வரிவிதிப்பிற்கே அதிகமாகப் பழக்கப்பட்டிருக்கிறார்கள்; வருமான வரி போன்ற ஏனைய நேர்முகவரிகள் எவ்வளவுதான் நியாயமானவை என்றாலும் மக்கள் அவைகளை வெறுக்கின்றனர். 1895ஆம் ஆண்டுமுதல், பிரிட்டிஷ் இந்தியாவுக்குள், கடல்வழியாக இறக்குமதி செய்யப்படும் பொருட்களுக்கு, அவைகளின் மொத்த மதிப்பில் (ad ralorem) 5% சுங்க வரி விதிக்கப்படுகிறது. மறைமுக வரிவிதிப்பு பொருத்தமானது என்ற கருத்து 'சுங்கவேலியை' மறைமுகமாக ஆதரிப்பது என்பதாகாது. சுங்கவேலியை எந்தவிதத்திலும் நியாயப் படுத்த முடியாது.

5. குறுக்கு வழியில் பொருளீட்டும் மோசமான முறை 19 ஆம் நூற்றாண்டின் ஆரம்ப காலத்தில் எல்லாத் துறைகளிலும் இருந்தது. வங்காளத்தில் உப்பின் ஏகாதிபத்தியம், 1780ல் ஆரம்பமானது. 'முகவர் முறை' (System of Agency) என்ற வடிவத்தில் இது ஆரம்பமானது. 1862 ஆம் ஆண்டு வரை அவ்வப்போது சில மாற்றங்களோடு, இந்த முகவர் முறை நீடித்தது. பல முகவர்கள் பின் காலங்களில் வந்துவிட்டபடியால் 1862க்குப் பிறகு படிப்படியாக இந்த முறை நீக்கப்பட்டது. அதன்பிறகு உப்பு விநியோகம் இறக்குமதியின் மூலமோ அல்லது தனியார் தயாரிப்பு மூலமோ நடைபெற்றது. வங்காளத்தில் சமையலுக்கான சுவையூட்டும் பொருட்கள் இறக்குமதியின் மூலமே பெறப்பட்டன. ஒரு சிலபொருட்கள் மட்டும் சுங்க அனுமதியுடன் உள்ளூரில் தயாரிக்கப் பட்டது. (Balfour, cyclopaedia, 3rd edn, S.V.Salt) தற்போது உப்புத்துறை இந்திய அரசாங்கத்தின், ஒரே ஒரு ஆணையரின் கீழ் செயல்படுகிறது. உப்புத் தயாரிப்பதற்கான உரிமம் பெறுவதற்கு ரூ 50 கட்டணம் செலுத்த வேண்டும். உப்பு தயாரிப்பதற்கான அனுமதியைக் கட்டுப்படுத்துவதை ஏகாதிபத்தியம் (Monopoly) என்று சொல்வது தவறு. இந்தியாவில் உப்பு விற்க உரிமம் தேவையில்லை; ஆனால் உப்பு தயாரிக்க உரிமம் தேவை.
6. இங்கு குறிப்பிடப்பட்டுள்ள தெரிந்த நீதிமன்ற நடுவர் நூலாசிரியர்தான்.
7. இது நீதிபரிபாலனத்திற்கும் பொருந்தும். தற்போது நடைமுறையிலுள்ள தீமைகளைக் களைய இங்கு சொல்லப்பட்டிருப்பது போன்று நீதிமன்ற நடுவர்களுக்கும், காவல்துறை தலைமை அலுவலர்களுக்கிடையே சில திறமைமிக்க அதிகாரிகளை நியமிக்கவேண்டும். இதற்காக பல நடவடிக்கைகள் எடுக்கப்பட்டுள்ளன. இங்கு குறிப்பிடப்பட்டுள்ள திறமைவாய்ந்த சுங்க அதிகாரிகள் என்போர் ஐரோப்பியர்கள் அல்லது ஒப்பந்தமில்லாத (Uncovenanted) சுங்கவரித்துறை கலெக்டர்களும், அவர்களுடைய உதவியாளர்களும். இளவரசன் ஹுஸன், இளவரசன் அலி போன்றோர் '1001 இரவுகள்' என்ற அரேபியக் கதையில் வரும் கதாபாத்திரங்கள்.

இருக்கும் அரசுடன் தொடர்பில்லாத இந்திய விவசாயிகள் - இந்தியாவின் வட பகுதியில் மரங்களின் தேவை[1]

சம்பல் நதியைக் கடந்தவுடன் முதலில் நம்மைக் கவர்வது அப்பகுதியில் வாழும் மனிதர்களின் தோற்றம்தான். அவர்கள் ஆஜானுபாகுவான உருவமுடையவர்கள்; தைரியமான, ஆண்மை மிக்க தோற்றமுடையவர்கள்; அதே சமயம் அவர்களது தோற்றம் எந்தவிதத்திலும் மரியாதைக் குறைவானதுமல்ல. அவர்கள் உயர்தரமான விவசாயிகள்; மனதிடமும், ஆற்றலும், புத்திக் கூர்மையும் உடையவர்கள். எந்தவிதத்திலாவது அவர்களது அன்பைப் பெறுவதற்கு நமது அரசாங்கம் தக்க நடவடிக்கைகளை எடுக்க வேண்டுமென நான் விரும்புகிறேன். வேறு எந்த அரசுகளின் கீழும் இதுவரை அவர்கள் அனுபவிக்காத நன்மைகளையும், பாதுகாப்பையும், நமது அரசில் அவர்கள் அனுபவித்து வருகிறார்கள். பாகப்பிரிவினையின் மூலம் தொடர்ந்து நிலம் துண்டாடப்படுவதால், விவசாயிகளின் நிலம் பரப்பில் குறைந்துகொண்டேவந்து பலர் ஏழ்மை நிலைக்கு வந்து விடுகிறார்கள். மத்திய வர்க்கம் (Middle class) என்ற நடுத்தரவர்க்க மக்கள் இங்கு உருவாவதேயில்லை. ஐரோப்பிய சமுதாயங்களில் இந்த நடுத்தரவர்கம்தான்[2]. எழுச்சி மிக்கதாகவும், சமூக நலன்களுக்குக் காரணமாகவும் உள்ளது. இந்தியாவிலுள்ள விவசாயிகள், இங்குள்ள அரசுடன் இணக்கமான போக்கில் இல்லை. அரசு எவ்வளவு காலத்திற்கு

நீடித்திருக்கும் என்பதைப் பற்றியும், அதன் வெற்றியைப் பற்றியும் அவர்கள் அக்கறையெடுத்துக் கொள்வதுமில்லை.[3]

இங்குள்ள நகரங்களும், கிராமங்களும் மேட்டுப் பகுதிகளின் மீது உருவாகியுள்ளன. இந்த மேட்டுப்பகுதிகள் ஆயிரம் ஆண்டுகளுக்கு முன்பிருந்து பழைய நகரங்களும், கிராமங்களும் அடுத்தடுத்து அழிந்து அவற்றின் இடிபாடுகள் ஓரிடத்தில் தேங்கியதால் ஏற்பட்ட மேட்டுப்பகுதிகள். பழங்காலத்தில் வீடுகட்டப் பயன்படுத்திய பொருட்கள் தரம் தாழ்ந்தவை, அதோடு கட்டப்படும் வீடுகள் நீண்ட நாட்கள் நிலைத்திருக்க வேண்டும் என்ற நோக்கத்திலும் கட்டப்படவில்லை.

“மனிதன் விரும்புவது சிறிதளவுதான் அந்த சிறிதளவும் நீண்டநாள் நிலைத்திருக்க, அவன் விரும்பவில்லை.”[4]

இந்தியாவில், அதிலும் குறிப்பாக வட இந்தியாவில் நிலவும் தட்பவெப்பநிலை மனிதன் குறைந்த அளவு விருப்பப்படுவதற்கு ஏற்றதாக உள்ளது. இதுபோன்ற தட்ப வெப்பநிலை உலகில் வேறெங்கும் இல்லை. விவசாயிகள் திறந்த வெளியிலேயே வாழ்கிறார்கள். உணவு உண்ணவும், இரவில் படுத்துறங்கவும் மட்டுமே அவர்கள் தங்கள் வீடுகளைப் பயன்படுத்துகின்றனர். எப்போதாவது வரும் புயலுக்கு வீடுகள் மக்களுக்குப் பாதுகாப்பளிக்கின்றன. மனிதர்கள் திறந்தவெளியிலேயே நண்பர்களுடன், மகிழ்ச்சியாக பொழுதைக் கழிக்கின்றனர். வீடுகளுக்குள் மேஜை நாற்காலிகளும் காணப்படுவதில்லை. விவசாயிகள் வாழ்வதும், தங்களுக்குள் பேசிக்கொள்வதும் திறந்த வெளியில்தான். அவர்கள் பேசுவது உரத்த குரலில். நம்முடைய அறைகளுக்கு வந்து நம்முடன் பேசும்போதும் அவர்கள் தங்களது குரலை தாழ்த்திக்கொள்வதில்லை.

இந்த சம்பல் பகுதியில் பயணம் செய்வோரின் மனதில் பதியும் மற்றுமோர் விஷயம் இங்கு சாலையோரங்களில் பழம் தரும் மரங்கள், அடர்ந்த தோப்புகள் இல்லாமலிருப்பது இந்தியாவில் மற்ற எல்லா பகுதிகளிலும் ஒரு பயணி தன்னுடைய பயணத்தின் நடுவில், அவன் விரும்பினால் ஏதோ மாந்தோப்பில் தனது கூடாரத்தை அடித்துத் தங்கிவிடலாம். இதனால் பகலில் சூரிய வெப்பத்திலிருந்தும்

இரவில் பனியின் தாக்கத்திலிருந்தும் தப்பிவிடலாம். ஆனால் ஆக்ராவுக்கு வடக்கே பல காத தூரம் சென்றாலும் தங்குவதற்கேற்ற ஒரு தோப்பைக் காண்பதரிது.⁵

முகலாய சாம்ராஜ்ஜியம் சரிவுறத் தொடங்கியபின் ஏற்பட்ட குழப்பங்களில், சீக்கியர்களும், மராட்டியர்களும், ஜாட்களும், பதான்களும், இருந்த தோப்புகள் அனைத்தையும் அழித்துவிட்டனர். அதன்பிறகு அவர்கள் தோப்புகளை ஏற்படுத்தி பராமரிக்கவேயில்லை. ஏனெனில் ஒருவர் பத்து ஆண்டுகளாவது தொடர்ந்து ஓரிடத்தில் இருக்க அனுமதிக்கப் படுவாரா என்பதற்கு எந்த உத்திரவாதமும் அந்தக் காலகட்டத்தில் இல்லை. ஒருவன் தான் இவ்வுலகில் வாழ்ந்த காலத்தில் ஒரு தோப்பை உருவாக்கிவிட்டு இறந்துபோனால், இப்போது இருப்பவர்கள் அந்தத் தோப்பின் பழங்களைச் சுவைத்துவிட்டு அவனை வாழ்த்துவார்கள். இதனால் இறந்தவனின் ஆன்மா மறுவுலகில் நன்மையடையும் என்று ஓர் இந்து நம்புகிறான். ஒரு தோப்பின் நிழலை அனுபவிக்கப் பயணிகளும், பொதுமக்களும் அனுமதிக்கப்படாவிட்டால், மரம் வைத்துத் தோப்பை உருவாக்கியவனுக்கு, எந்த நன்மையும் இல்லை. மாறாக ஒருவன் மரங்களை வெட்டி, ஆன்மாவின் மீது நம்பிக்கையில்லா வேறொருவனுக்கு அவைகளைக் கொடுத்துவிடலாம். நிழலையும் பழங்களையும் அனுபவித்தவர்களின் வாழ்த்து மரம் வைத்தவனையே சேரும் என்பது நம்பிக்கை. எனவே இந்த நம்பிக்கையை தனக்குச் சாதகமாக எடுத்துக்கொண்டு, ஒரு தோப்பை ஏதோ ஒரு வகையில் பெற்ற ஒருவன், மரம் வைத்தவனையும், மக்களையும் ஏமாற்றிவிட்டு, மரங்களை வெட்டி விற்று விடுகிறான். இப்போது நமது (ஆங்கிலேய) அரசாங்கம் கிராமங்களை குத்தகைக்கு எடுத்தவர்களையும், மற்றவர் களையும் தோப்புகளை உருவாக்க அனுமதி வழங்கியுள்ளது. அவர்களை ஊக்குவித்து மரங்களை வைத்து தோப்புகளை உருவாக்கினால் போதுமென்று நினைக்கிறது. ஆனால் ஓரிடத்தை ஐந்து ஆண்டுகளுக்கு குத்தகை எடுத்தவர் அந்த இடத்தில் மரங்களை வைத்து வளர்க்க விரும்பமாட்டார் ஏனெனில் ஐந்தாண்டு காலத்திற்குப் பிறகு அவரது குத்தகை காலம் முடிந்துவிடும்; அவருக்குப்பின் வேறு ஒருவருக்கு அந்த இடம் சென்றுவிட வாய்ப்புள்ளது. அவர், அந்த

இடத்தில் மரங்கள் இருப்பினும் மக்கள் அங்கு வந்து இளைப்பாறுவதைத் தவிர்க்கலாம். நமது அரசாங்கம் (ஆங்கிலேய அரசு) கடந்த முப்பத்தைந்து ஆண்டுகாலமாக வடமேற்குப் பிராந்தியங்களின்[6]. ஆட்சியுரிமையைப் பெற்றிருந்தும் மாந்தோப்புகள் உருவாக்கப்படுவதை தடை செய்துள்ளது. பழைய தோப்புகளும் ஆண்டுக்கு ஆண்டு குறைந்துகொண்டே வருகின்றன. வாடகை இல்லாமல் நிலங்களை அனுபவத்திற்கு வழங்கும் முறை மீண்டும் ஏற்பட்டவுடன், மிக அருமையான தோப்புகள் கூட மறைந்து விட்டன. "நாங்கள் மரங்களை எடுத்துக் கொள்ளலாம்; ஆனால் மீண்டும் வைத்து உருவாக்க முடியாது; ஏனெனில் நிலங்கள் யாவும் அரசுக்குச் சொந்தம்" என்று தோப்புகளின் உரிமையாளர்கள் கூறுகிறார்கள். கடந்த நூற்றைம்பது வருடங்களாக குடும்பங்களின் பெருமையாகக் கருதப்பட்டு வந்த தோப்புகள் மறைந்துவிட்டன. அரசாங்கத்தாருக்கும் தாங்கள் செய்யும் தவறும், அதனால் அவர்கள் ஆளும் நாட்டிற்கு ஏற்பட்டுள்ள தீமையும் தெரியவில்லை.[7]

நான் மீரட்டிலிருந்து திரும்பி வந்த வழியில், முன்பு ஒரு விவசாயியுடன் ஒரு கிராமத்தில் உரையாடிக் கொண்டிருந்தேனே அந்த நிகழ்ச்சிக்குப் பின்பு (அத்தியாயம் 58 குறிப்பு 7) டிசம்பர் மாதத்தில் ஒருநாள் எனது கூடாரம், அலிகர்[8]. மாவட்டத்தில் ஒரு அழகிய தோட்டத்தில் அடிக்கப் பட்டிருந்தது எப்போதும்போல், மாலைநேரத்தில் விவசாயி களிடம் உரையாடும் நோக்கத்தில் நான் வெளியே சென்றிருந்தேன். நான் பக்கத்திலிருந்த ஒரு கிணற்றின் அருகே சென்றேன். அந்தக் கிணற்றிலிருந்து நான்கு ஜோடி எருதுகளைக் கொண்டு சுற்றியிருந்த வயல்களுக்கு நீர் இறைக்கப்பட்டுக் கொண்டிருந்தது. இதனால் குடும்பத்திற்குத் தேவையான கோதுமை, காய்கறிகள் போன்றவை பாசனம் பெற்றன. நீர் இறைக்க நான்கு ஆட்களும், இறைக்கப்பட்ட நீரை பாத்திகளில் திருப்பிவிட இரண்டு ஆட்களும் அங்கு இருந்தனர்.

நான் மேலே குறிப்பிட்ட நான்கு ஆட்களில், மிகவும் புத்திசாலியாக இருந்தவர் ஒரு 'ஜாட்' இனத்தவர். தோலினால் ஆன 'சால்' கொண்டு அவர் கிணற்றிலிருந்து நீர் இறைத்துக் கொண்டிருந்தார். கிணற்றில் நீர் சுமார்

நாற்பது முழ ஆழத்தில் இருந்தது. (சுமார் 60 அடி) நான் அந்த ஜாட் விவசாயியிடம் பேச்சுக்கொடுத்தேன்.

"யார் இந்தக் கிணற்றை வெட்டியது?" என்று கேட்டு நான் பேச்சைத் தொடங்கினேன்.

"ஆறு தலைமுறைகளுக்கு முன் எங்களது மூதாதையர் ஒருவர் இந்தக் கிணற்றை வெட்டினார்"

"இன்னும் எவ்வளவு காலத்திற்கு இந்தக் கிணறு பயனளிக்கும்?"

"பத்து தலைமுறைகளுக்குப் பயனளிக்குமென்று நம்புகிறேன். கிணறு சுற்றியும் செங்கல் வைத்து நன்றாகக் கட்டப்பட்டுள்ளது. ஆனால் சிமெண்ட் (காரை) பூசப்பட வில்லை.[9]

"உங்கள் பயிருக்கு நீங்கள் எவ்வளவு முறை நீர் பாய்ச்சுகிறீர்கள்?"

"மழையில்லாவிடில் நிலத்திற்கு ஆறு முறையாவது நீர் பாய்ச்ச வேண்டும்; நீர் மிக நல்ல நீராக (Sweet water) இருந்தால் ஆறுமுறை அவசியம் தேவை. அதுவே சற்று உப்பாக இருந்தால் (Brackish) நான்குமுறை பாய்ச்சினால் போதும். ஆனால் சற்று உப்பாக இருக்கும் தண்ணீர் கரும்புக்கும், காய்கறிகளுக்கும் ஏற்றதல்ல."

"எவ்வளவு பிகா (Bigha) நிலங்களுக்கு இந்தக் கிணற்றிலிருந்து நீர் இறைக்கப்படுகிறது?"

"இருபது பிகா அல்லது நூற்று ஐந்து ஜாரிப்[10] (Jarib) விஸ்தீரணம் உடைய நிலங்களுக்கு இந்தக் கிணற்றிலிருந்து நீர்ப்பாசனம் செய்யப்படுகிறது."

"இதற்காக நீங்கள் அரசாங்கத்திற்கு எவ்வளவு கட்டணமாகச் செலுத்துகிறீர்கள்?"

"ஒரு பிகாவுக்கு ஐந்து ரூபாய் என்ற விகிதத்தில் மொத்தம் நூறு ரூபாய் செலுத்துகிறேன். ஆனால் கிணற்றைச் சுற்றியுள்ள ஐந்து பிகாக்கள் மட்டுமே எனக்குச் சொந்தம். மற்ற நிலங்கள் வேறு நபர்களுக்குச் சொந்தமானவை."

"ஆனால் கிணறு உங்களுடையது. மற்ற பதினைந்து பிகா நிலங்களுக்காக நீங்கள் ஒரு தொகையை மற்றவர் களிடமிருந்து பெற்றுக்கொள்கிறீர்களா?"

"எதுவும் பெற்றுக்கொள்ளவில்லை. எனது ஐந்து பிகா நிலத்திற்கு கிணற்றிலுள்ள நீர் மிகவும் அதிகம். எனவே நல்லெண்ண அடிப்படையில் நான் மற்றவர்களுக்குத் தண்ணீர் தருகிறேன். மற்றவர்கள் நான் கொடுக்கும் தண்ணீருக்காக எனக்கு நன்றி தெரிவிக்கிறார்கள். அதுவே எனக்குப் போதுமானது."

"உங்களது தண்ணீர் பாயும் எல்லைக்கு அப்பால், உங்கள் தண்ணீரின் தரத்திற்கேற்ப, நீர்பாய்ச்ச என்ன செலவாகும்?"

"ஒரு பிகாவுக்கு இரண்டு ரூபாய் செலவாகும்: அதைக்கூட மிகவும் சிரமப்பட்டுதான் வசூலிக்கவேண்டும். ஐயா தண்ணீர் என்பது மிகப்பெரிய விஷயம். தண்ணீரும், எருவும் இருந்தால் நிலத்திலிருந்து நல்ல விளைச்சல் கிடைக்கும்."[11]

"எவ்வளவு விதைத்தால் எவ்வளவு மகசூல் கிடைக்கும்?"

"இருபது பிகா நிலத்திலிருந்து, குறுக்குசால் உழுது, ஆறு முறை நீர்பாய்ச்சி, உரமிட்டால் விதைத்ததைப்போல் இருபது மடங்கு விளைச்சல் கிடைக்கும். இதற்கு எங்கள் உழைப்பும் கடவுளின் ஆசியும் அவசியம் தேவை."

"உங்களது ஐந்து பிகா நிலத்திலிருந்து வருவது உங்கள் குடும்பத்திற்குப் போதுமானதா?"

"வருமானம் முழுவதும் எனக்குக் கிடைத்தால் போதுமானது. ஆனால் ஏழு ஆண்டுகளுக்கு முன்பு இரண்டு மூன்று பசலிகளில் விளைச்சல் சரியாக இல்லை. எனவே குடும்பத்தை நடத்துவதற்கு 24% வட்டிக்கு ஒருவரிடம் எண்பது ரூபாய் கடன் வாங்கவேண்டிய நிலை ஏற்பட்டது. என்னுடைய கடுமையான உழைப்பால், கடன் கொடுத்தவருக்கு என்னால் வட்டியைக்கூட சரியாகக் கொடுக்க இயல வில்லை. தற்போது நான் மாதம் இரண்டு ரூபாய்க்கு பணி செய்கிறேன்."

"ஆனால் அது உங்கள் குடும்பத்திற்குப் போதாதே?"

"போதாதுதான் ஆனால் நான் அவருக்காக அரை நாள் மட்டுமே பணிசெய்கிறேன். மீதி அரைநாள் நான் மற்றவர் களுடன் உழைத்து எனது குடும்பத்தைக் காப்பாற்றுகிறேன்."

"எப்போது உங்களது கடனை முழுவதுமாகக் கொடுத்துத் தீர்ப்பீர்கள்?"

"கடவுளுக்குத்தான் தெரியும். நான் நன்றாக உழைத்து, எனது மனதை களங்கமில்லாமல் வைத்துக் கொண்டால் கடவுள் எனது கடனை அடைக்க உதவுவார். நானோ அல்லது எனது குழந்தைகளோ ஒருநாள் கண்டிப்பாக கடனை அடைத்துவிடுவோம். அதே சமயத்தில் நான் கடன் கொடுத்தவருக்கு எனது ஐந்து பிகா நிலத்தை ஒத்திக்குக் கொடுத்துள்ளேன். விவசாயம் செய்ய அவருக்கு உதவுகிறேன்."

"இந்த சிரமமான நிலையில், உங்கள் கிணற்றிலிருந்து நீர்பெற்றுக் கொள்ளும்,[15] பிகா நிலத்திற்குச் சொந்தமான மற்றவர்களிடமிருந்து, நீங்கள் தண்ணீருக்காக ஏதாவது பெற்றுக் கொள்ளலாம் அல்லவா?"

"அது மட்டும் முடியாது ஐயா. கடவுள் கொடுத்த தண்ணீரை அடுத்தவர்களுக்கு விற்றால், வெட்கத்தால் நான் வெளியில் தலைகாட்ட முடியாது. நான் ஏழைதான், கடுமையாக உழைப்பவன்தான், மற்றவர்களுக்காவும் நான் உழைக்கிறேன். இருப்பினும் என்னிடம் இன்னும் தன்மானம் அதிகமாக உள்ளது"

"இருபது பிகா நிலத்திற்கு நீர் இறைக்க எத்தனை எருதுகள் தேவை?"

"இப்போதுள்ள எட்டு எருதுகள் அனைத்து வேலை களையும் செய்கின்றன. இப்போது எருதுகள் அரிதாகிவிட்டன. இந்த எருது, பழைய எருது இறந்துபோனவுடன் இருபத்து ஆறு ரூபாய்க்கு வாங்கியது. ஒரு ஜோடி எருதுகள் வாங்க ஐம்பது ரூபாய் தேவை. முன்பு ஏற்பட்ட பஞ்சத்திற்குப் பின் எருதுகள் கிடைப்பது அரிதாகிவிட்டது."[12]

"ஒரு கிணறு வெட்டுவதற்கு எவ்வளவு செலவாகும்?"

"நூற்று இருபது ரூபாய் என்று கேள்விப்பட்டுள்ளேன். தற்போதும் ஒரு கிணறு தோண்ட அதே அளவுதான் செலவாகும், அதிகம் ஆகிவிடாது."

"உங்கள் சாதியைச் சேர்ந்த குடும்பங்கள் எவ்வளவு காலமாக இந்த இடத்தில் வசித்து வருகின்றன"

"கிட்டத்தட்ட ஆறு அல்லது ஏழு தலைமுறைகளாக நாங்கள் இந்த இடத்தில் வாழ்ந்து வருகிறோம். அதற்கு முன்பு இப்பகுதியில் 'காலார்' சாதியைச் சேர்ந்தவர்கள் வாழ்ந்து வந்தனர். எங்களது மூதாதையர்கள் இங்கு வந்து மண்ணால் ஆன வீடுகளைக் கட்டிக்கொண்டனர். கிணறுகள் தோண்டினர். பெரும்பகுதி நிலத்தை வேளாண் தொழிலின் கீழ் கொண்டுவந்தனர். அதற்கு முன்பு நிலங்கள் தரிசாகக் கிடந்தன. பலகாலம் நாங்கள் கலப்பைகளையும், வாட்களையும் சேர்ந்தே பயன்படுத்த வேண்டிய நிலையில் இருந்தோம். எங்களைச் சுற்றியிருந்த எங்களது நண்பர்கள் கரங்களில் துப்பாக்கிகளை ஏந்தியபடி இருந்தனர்."

"வறட்சிக் காலங்களில் உங்கள் கிணற்றில் தண்ணீர் வற்றுவதுண்டா?"

"இல்லை ஐயா, எனது கிணற்றில் தண்ணீர் வற்றுவதேயில்லை?"

"அப்படியிருக்கும்போது மோசமான பருவநிலை உங்களை எவ்வாறு பாதித்தது?"

"ஒன்றன்பின் ஒன்றாக எனது எருதுகள், தீவனமின்றி இறந்துவிட்டன. (மேய்ச்சலுக்குப் புல் கிடைக்கவில்லை) எனவே நிலத்தை உழமுடியவில்லை. குடும்பத்தைக் காப்பாற்ற கடன் வாங்கி அதனை அடைப்பதற்கு நிலத்தை ஒத்திக்கு வைக்கும்படி நேர்ந்துவிட்டது. நிலத்தை மீட்பதற்கு நான் கடுமையாக உழைக்கிறேன். என்னால் கடனை அடைக்க முடியாவிட்டால், கடவுள் கிருபையால் எனது குழந்தைகளாவது கடனை அடைத்து நிலத்தை மீட்டு விடுவார்கள் என நம்புகிறேன்."[13]

மறுநாள் காலை நான் பதினைந்து மைல் தொலைவிலுள்ள 'காகா' என்ற ஊருக்குச் சென்றேன். கூடாரம் அடிப்பதற்கோ, மக்களும் கால்நடைகளும் இளைப்பாறுவதற்கோ அங்கு மரநிழல் எங்கும் இல்லை. அருகாமையில் ஓரிடத்தில் மாமரங்களும், மற்றவகைப் பழமரங்களும் நிறைந்த தோப்பு ஒன்று இருந்தது. ஹிராமன், மோத்திராம் என்ற இருவர், மூன்று வருடங்களுக்கு முன்புதான் அந்தத் தோப்பை உருவாக்கினார்கள் என்று என்னிடம் சிலர் கூறினார்கள்.

அவர்கள் செய்த நல்ல பணியை ஓர் ஐரோப்பிய கனவான் பார்த்துப் பாராட்டினால், அதனால் அவர்கள் மகிழ்ச்சியடை வார்கள் என்று கருதி அந்த இருவரையும், என்னை வந்து பார்க்கும்படிச் சொல்லியனுப்பினேன். தோப்பிலிருந்த இளம் மரக்கன்றுகள் பனியினால் கருகிவிடாமல் இருப்பதற்காக அவைகள் கீற்றினால் மூடப்பட்டிருந்தன. ஹிராமன், மோத்திராம் என்ற அந்த இரு வணிகர்களும் மிகவும் மகிழ்ந்து என்னை வந்து பார்த்தனர். அவர்களுடன் நான் பல விஷயங்கள் குறித்துப் பேசிக்கொண்டிருந்தேன்.

"இந்த புதிய தோப்பை யார் உருவாக்கினார்கள்?"

"மூன்று வருடங்களுக்கு முன்பு நாங்கள் உருவாக்கினோம்."

"எத்தனை மரங்கள் இங்குள்ளன? கிணறு வெட்ட உங்களுக்கு எவ்வளவு செலவு பிடித்தது?"

"இந்தத் தோப்பில் ஏறத்தாழ நாநூறு மரங்கள் உள்ளன. கிணறு வெட்ட எங்களுக்கு இதுவரை இருநூறு ரூபாய் செலவானது. இன்னும் இருநூறு ரூபாய் செலவாகும்."

"எவ்வளவு காலம் மரங்களுக்கு நீர் இறைக்க வேண்டும்?"

"மா போன்ற பெரிய மரங்களுக்கு பத்து அல்லது பன்னிரண்டு ஆண்டுகள் நீர் இறைக்கவேண்டும். ஆரஞ்சு, மாதுளை போன்ற சிறு மரங்களுக்கு எப்போதும் தண்ணீர் தேவை."

"எவ்வளவு நிலப்பரப்பில் இந்த மரங்களை வைத்து உருவாக்கியுள்ளீர்கள்?

"மொத்தம் இருபத்து இரண்டு பிகாக்களில் அல்லது நூற்று ஐந்து ஜாரிப்களில் மரங்களை வைத்து உருவாக்கியுள்ளோம். பெரிய மரங்கள் ஒவ்வொன்றிற்கும் இடையே பன்னிரண்டு கஜ இடைவெளி விட்டுள்ளோம். இடையிடையே சிறு மரங்களை வைத்துள்ளோம்."

"நிலம் உங்களுக்கு எப்படி கிடைத்தது?"

"மாவட்ட ஆட்சித் தலைவர் மூலமாக அரசாங்கத்திற்கு வெகு நாட்களுக்கு முன்பே மனு கொடுத்தோம், பலன் ஒன்றும் ஏற்படவில்லை. 'நில உரிமையாளர் ஒருவர், அவரது

நிலத்தில் தோப்பு ஒன்றை நாங்கள் உருவாக்க, அவருக்கு ஆட்சேபணை இல்லை என்று ஒரு சான்றிதழ் கொடுத்தால், நீங்கள் தோப்பை உருவாக்க அரசு சம்மதிக்கும்' என்று மாவட்ட ஆட்சியர் கடைசியில் தெரிவித்தார். எங்களுக்கு வேண்டிய நில உரிமையாளர் ஒருவரை சம்மதிக்க வைத்தோம். கிணறு வெட்டி தோப்பை உருவாக்கிவிட்டோம்."

"நீங்கள் ஒரு மிக நல்ல பணியைச் செய்துள்ளீர்கள். இதற்காக என்ன பரிசை நீங்கள் எதிர்பார்க்கிறீர்கள்?"

"இந்தத் தோப்பின் நிழலையும், தண்ணீரையும், பழங்களையும் அனுபவிப்பவர்கள் எங்களை அன்புடன் நினைவுகூர்வார்கள். டில்லி, ஆக்ரா போன்ற இடங்களில் கோட்டைகளையும், அரண்மனைகளையும், கல்லறைகளையும் கட்டிய மிகப்பெரிய மனிதர்களின் பெயர்களை மக்கள் கிட்டத்தட்ட மறந்துவிட்டனர். ஏனென்றால் அந்தக் கட்டடங்களிலிருந்து அவர்கள் எந்தப் பயனையும் அனுபவிக்கவில்லை. ஆனால் சில மாந்தோப்புகளை உருவாக்கியவர்கள் இன்னும் மக்களின் நினைவில் நிற்கின்றனர். ஏனெனில் மக்கள், உலகில் எந்தப் பகுதியிலிருந்து அவர்கள் வந்தாலும் தோப்பில் அமர்ந்து அங்கு கிடைக்கும் கனிகளை உண்கின்றனர்; கிணற்றிலிருந்து நீர் பருகுகின்றனர்; நிழலை அனுபவிக்கிறனர். ஐரோப்பிய கனவான்கள் கூட தோப்பை உருவாக்கியவர்களின் பெயர்களை அன்புடன் நினைவுகூர்கின்றனர். உண்மையைச் சொல்வதென்றால், இந்தவழியாக பயணம் செய்த ஐரோப்பிய கனவான் ஒருவரே இங்கு ஒரு தோப்பை உருவாக்கும் யோசனையை எங்களுக்குக் கூறினார். அவர் எங்களிடம் சொன்னார், 'அந்த சமவெளியைப் பாருங்கள். எந்த மரத்தோப்பும் அங்கு இப்போது இல்லை, ஆனால் ஒரு காலத்தில் ஒரு நல்ல தோப்பு அங்கிருந்தது. இப்போது, இங்கு வரும் பயணிகள் வெயில் நேரத்தில் சற்று இளைப்பாறுவதற்குக் கூட இங்கு எந்த மரங்களும் இல்லை. பறவைகள் கூட உங்களைவிட்டுச் சென்றுவிட்டன; அவைகள் வந்து தங்குவதற்கு இங்கு இடமில்லை. இந்தியாவில் மற்ற இடங்களில் அவைகளுக்குக் கிடைக்கும் இடங்கள் போன்று, பறவைகளுக்குத் தங்குமிடங்களைத் தர நீங்கள் மறுக்கிறீர்கள்.' அவர் இவ்வாறு சொல்லிய பிறகுதான் நாங்கள் இந்தத் தோப்பை

உருவாக்கினோம். கடவுள் எங்களை ஆசீர்வதிப்பார் என்று நம்புகிறோம்."

"நிலத்தைப் பெறுவதில் உள்ள சிரமத்தாலேயே தோப்புகள் அதிகம் உருவாவதில்லை என்று நான் நினைக்கிறேன். இப்போது உங்களது சொத்து பாதுகாப்பாக இருக்கிறதா?"

"கிடைக்கும் நிலத்திற்கு எந்தப் பாதுகாப்பும் இல்லாத போது, அரசாங்கத்தின் உத்தரவாதம் ஏதும் கிடைக்காதபோது, யார் மரங்களை வைத்து உருவாக்க முன்வருவார்கள்? நில உரிமையாளர் நிலத்தை ஐந்து ஆண்டுகளுக்குத்தான் ஒருவருக்கு குத்தகையாகக் கொடுக்க முன்வருகிறார்.[14]"

இந்தக் காலக்கெடுவிற்குப்பின் அரசாங்கம் குத்தகையை வேறு ஒருவருக்கு மாற்றினால், நிலமும் கைமாறிவிடும். நாங்கள் மரங்களை வைத்து உருவாக்குவது உடனே பலனைப் பெற வேண்டுமென்பதற்காக அல்ல மறு உலகில் எங்களது ஆன்மா அமைதியைப் பெறவேண்டும் என்பதற் காகவே நாங்கள் மரம் நடுகிறோம். நாங்கள் இறந்தபிறகும், எங்கள் தோப்பினால் பயன் அடைந்தவர்கள் எங்களுக்கு வழிபாடு நடத்துவார்கள். எங்களது நிலத்தின் உரிமை யாளர்கள் மிகவும் நல்லவர்கள். எங்களுக்கு கொடுத்த நிலத்தை திரும்பக் கேட்கமாட்டார்கள். நிலத்தை அரசாங்கம் ஏலம் விட்டாலோ, அல்லது வேறு ஒருவருக்கு மாற்ற முயன்றாலோ மாவட்ட ஆட்சியர் எங்களுக்குக் கொடுத்துள்ள சான்றிதழ் எங்களைக் காப்பாற்றும்."[15]

"இப்போதுள்ள அரசாங்கத்தை நீங்கள் விரும்புகிறீர்களா இல்லையா?"

"நாங்கள் மிகவும் விரும்புகிறோம்.. எங்களது உயிருக்கும் உடைமைகளுக்கும் இதைவிடச் சிறந்த பாதுகாப்பளிக்கும் அரசுகள் முன்பு இருந்ததில்லை. நாங்கள் விரும்புவ தெல்லாம் கொஞ்சம் பொதுசேவையும், சிறு வணிகமும். ஆனால் குற்றம் சொல்வதற்கு ஏதுமில்லை. நாங்கள் மகிழ்ச்சியாக இல்லாவிட்டால் அது எங்களது தவறுதான்."

"ஆனால், நிலத்திலிருந்து கிடைக்கும் மகசூல் குறைந்து கொண்டிருப்பதாக மக்கள் கூறுகிறார்கள். எப்போதாவது எங்களது நீதிமன்றங்களில் கூறப்படும் பொய்சாட்சியே

அதற்குக் காரணமென்றும் அவர்கள் நினைக்கிறார்கள். நீங்கள் என்ன சொல்கிறீர்கள்?"

"ஐயா, சந்தேகத்திற்கிடமின்றி அது உண்மைதான். மகசூல் குறைந்து கொண்டுதான் வருகிறது. திருக்குரானும், கங்கைநீரும் உங்களால், நீதிமன்றங்களில் சாட்சியளிக்க அதிகமாகப் பயன்படுத்தப்படுகின்றன என்று மக்கள் நினைக்கிறார்கள். அவைகளின் மீது பொய்கள் சொல்லப் படுவதை கடவுள் விரும்பவில்லை. அவர்கள் பொய்சொல்லும் பாவத்திற்காக நாங்கள் தண்டிக்கப்படுவதாக நினைக்கிறோம். ஐயா, தாங்கள் எந்தப் பணியில் இருக்கிறீர்கள் என்று தெரிந்து கொள்ளலாமா?

"இந்த உலகில் கடவுள் எந்தப் பணியைச் செய்யும்படிச் சொல்கிறாரோ, அதைச் செய்வதுதான் என்னுடைய பணி."

"ஐயா, இறைவனுக்காகச் செய்யும் பணியே, பணிகளில் சிறந்தது. அப்பணியைச் செய்யத் தேர்ந்தெடுக்கப்பட்டவர்கள் அதிர்ஷ்டசாலிகள்."

தேவாலயத்தில் பணிபுரிபவன் என்று என்னை அவர்கள் நினைத்ததால், என் மீது அவர்களுக்கிருந்த மரியாதை இன்னும் அதிகரித்தது. நான் கருப்பு நிற உடையணிந் திருந்தேன்.

"தீயவர்களை விட்டுவிட்டு நல்லவர்களை கடவுள் தண்டிப்பார் என நினைப்பது தவறு என்பதை உங்களுக்கு உணர்த்துவது எனது தலையாய கடமை. நீதிமன்றங்களில் சொல்லப்படும் பொய்சாட்சிகளுக்கும், நிலத்தின் மகசூல் குறைவதற்கும் எந்தவிதத் தொடர்புமில்லை. நிலத்திற்கு நீர் பாய்ச்சி, உரமிட்டு, பயிர்சுழற்சி முறையை மேற்கொண்டால் எப்போதும் நல்ல மகசூல் கிடைக்கும் உண்டா இல்லையா?"

"நல்ல மகசூல் கிடைக்குமென்பது உண்மைதான். எங்களுக்கு தொடர்ந்து பருவகாலங்கள் பொய்த்துவிட்டன; மக்கள் மிகவும் துயரப்பட்டுவிட்டார்கள். ஆனாலும் எங்களது சிறிதளவு நிலத்தை கிணற்றுப் பாசனம் மூலம் பயிரிடலாம். இரண்டு மூன்று ஆண்டுகளாக மழையும் பொய்த்துவிட்டது அல்ல குறித்த காலத்தில் மழை பெய்யவில்லை. மழை பொய்த்ததைத்தான் மக்கள் கடவுள் கொடுத்த தண்டனையென நினைக்கிறார்கள்."

"கிணறுகள் வற்றியா போய்விட்டன?"

"இல்லை"

"கிணற்றில் நீர் இறைத்து விவசாயம் செய்தவர்களுக்கு நல்ல மகசூல் கிடைத்திருக்கிறது. அவர்களது விளை பொருட்களுக்கு நல்ல விலையும் கிடைத்துள்ளது. உண்மைதானே?"

"உண்மைதான் ஆனால் போதிய உணவின்றி கால் நடைகள் இறந்துவிட்டன. அவைகளுக்குத் தேவையான புல் எங்குமே கிடைக்கவில்லை."

"எப்படி இருந்தாலும் கிணற்றிலிருந்து நீர் இறைத்து விவசாயம் செய்தவர்கள், கிணறில்லாதவர்களைவிட நன்றாகத்தான் இருக்கிறார்கள். எதிர்காலத்தில் தீமைகளைத் தவிர்க்க ஒவ்வொரு வயலிலும் கிணறு தோண்டப்பட வேண்டும். வானத்திலிருந்து கிடைக்காத நீரை நீங்கள் பூமியிலிருந்து கிணறுகளின் மூலம் பெறவேண்டும்."[16]

"உண்மைதான் ஐயா; ஆனால் மக்கள் ஏழைகள். தேவையான கிணறுகளைத் தோண்ட அவர்களிடம் வசதியில்லை. அவர்கள் உங்களிடமிருந்து கடன் வாங்கினால், நீங்கள் வட்டி கேட்கின்றீர்கள்"

"சமயத்திற்குத் தகுந்தாற்போல், கடன் வாங்குபவர்களின் நடத்தையைப் பொறுத்து நாங்கள் ஒன்று அல்லது இரண்டு சதவிகித வட்டியே மாதம் ஒன்றுக்கு வசூல் செய்கிறோம். பல சமயங்களில் வட்டியின்றி அசலைத் திருப்பிக் கொடுத்தால்கூட நாங்கள் மகிழ்ச்சியுடன் ஏற்றுக் கொள்வோம்".[17]

"நிலத்தின் உரிமையாளர் மனம் மாறிவிட்டாலோ, அல்லது அவர் மரணமடைந்து, அவரது மகன்கள் உங்களிடம் இணக்கமாக இல்லாவிட்டாலோ, உங்களது தோப்பின் பாதுகாப்பிற்கு நீங்கள் என்ன செய்வீர்கள்?"

"ஒரு முறையில், நில உரிமையாளர் எங்களிடமிருந்து ஒன்பதாயிரம் ரூபாய் கடன் வாங்கியுள்ளார் என்று ஒரு பத்திரம் தயார் செய்து அவரிடம் கையொப்பம் பெற்று விடுவோம். அல்லது உரிமையாளர் நிலத்தை எங்களுக்கு சன்மானமாகக் கொடுத்ததுபோல் அவரிடம் முத்திரைத்

தாளில் எழுதி வாங்கிவிடுவோம். முத்திரைத்தாளில் அவர், நிலத்தை எங்களுக்குக் கொடுத்திருப்பதாகவும், அரசாங்கம் நிலத்தை விற்றாலோ அல்லது வேறு ஒருவருக்குக் கொடுத்தாலோ அவரும் அவரது வாரிசுகளும் எங்களுக்கு வாடகை கொடுப்பதாக ஒப்புக்கொண்டு எழுதிக் கொடுப்பார். இப்படி ஓர் ஒப்பந்தத்தை உரிமையாளரிடம் நாங்கள் செய்து கொள்வோம். பரிசாகக் கொடுக்கப்பட்ட நிலம் கொடுக்கப்பட்டதுதான். உரிமையாளர் குடும்ப கௌரவத்திற்கு பங்கம் ஏற்படும்படி ஏதும் செய்துவிட மாட்டார்."

"உரிமையாளர் நிலத்தின் விலையைப் பெற்றுக் கொள்ளும்படிச் செய்துவிடுவீர்கள் அப்படித்தானே?"

"ஆம் நாங்கள் எங்கள் நில உரிமையாளருக்கு நிலத்திற்காக இருநூறு ரூபாய் கொடுத்துவிட்டு அதற்கு ரசீதும் பெற்றுக் கொண்டோம். இருந்தும் பத்திரத்தில் அது 'பரிசு' (Gift) என்றுதான் குறிப்பிடப்படும். நில உரிமையாளர் அதனை ஓர் ஒப்பந்தம் (Deed) என்று கருதாமல் இனாம் (Gift) என்று சொல்லவே விரும்புகிறார். எங்களது தோப்பு நிலைத்திருக்குமா, இல்லையா என்பது கடவுளுக்குத்தான் தெரியும். துணிவான ஒரு முடிவை நாங்கள் எடுத்துத்தான் ஆகவேண்டும்.

குறிப்புகள்

1. 'மரங்களின் தேவை' என்ற சொற்றொடர் குழப்பமளிப்பதாக உள்ளது. பொதுவாக, இந்தியாவின் வட பகுதியில் மரங்கள் குறைவாக உள்ளன என்று சொல்வது தவறு. ஒரு சில இடங்களில் மட்டும் மரங்களின் எண்ணிக்கை குறைவாக உள்ளது. கங்கை, யமுனை சமவெளி மாவட்டங்களில் மரங்கள் நிறையவே உள்ளன.
2. இது நூலாசிரியரின் விருப்பமான கருத்து. வலிமை மிக்க நடுத்தர வகுப்பு மக்கள் இந்தியாவில் மட்டும் இல்லை என்பதைவிட கீழ்த்திசை நாடுகளிலேயே இல்லை என்று சொல்லலாம். நடுத்தர வகுப்பு இல்லாமல் இருப்பதற்கு நிலம் பிரிபடுவது மட்டும் காரணம் அல்ல; பல காரணங்களில் அதுவும் ஒன்று.
3. இந்தக் கருத்து முற்றிலும் உண்மை. இந்திய மக்கள் இரண்டு விஷயங்களை பெரிதும் விரும்புகிறார்கள். ஒன்று குறைவான வரிவிதிப்பு; இரண்டாவது அதிகாரிகளின் குறுக்கீடு இல்லாமலிருப்பது. யார் நாட்டை ஆட்சி செய்கிறார்கள் என்பதைப் பற்றி அவர்கள்

கவலைப்படுவதில்லை. ஆட்சியாளர் எந்த நாட்டைச் சேர்ந்தவராக வேண்டுமானாலும் இருக்கலாம். அவர் மக்களிடமிருந்து பணத்தை அதிகம் கேட்கமால் இருந்தால் போதுமானது.

4. இந்த மேற்கோள் 'கோல்ட்ஸ்மித்' அவர்களின் "தி ஷெர்மிட்" என்ற பாடத்திலிருந்து எடுக்கப்பட்டுள்ளது (in chapter 8 of The Vicar of Wakefield)

5. ஆக்ரா பிரதேசத்தில் தற்போதும் தோப்புகள் குறைவு ஆனால் சாலை ஓரங்களில் மரங்கள் வைத்து வளர்க்கப்பட்டுள்ளன.

6. கோரக்பூர், அஸாம்கர் போன்ற மாவட்டங்கள் அவத் சமஸ்தானத்தில் இருந்தன. அதன் அரசர் 1801 ஆம் ஆண்டு அப்பகுதிகளை ஒப்படைத்துவிட்டார். அவைகள் ஒப்படைக்கப்பட்ட பிராந்தியங்கள் (Cedel Provinces) என்று அழைக்கப்பட்டன. வடமேற்குப் பிராந்தியங்களின் மேற்குப்பகுதி மாவட்டங்கள் வெற்றி கொள்ளப்பட்ட பிராந்தியங்கள் (Conquered Provinces) என்று அழைக்கப்பட்டன. 1803–05ஆம் ஆண்டுகளில் இப்பகுதிகள் மராட்டியர்களிடமிருந்து எடுத்துக் கொள்ளப்பட்டன. காசிப் பிராந்தியம் 1775ஆம் ஆண்டு பிரிட்டிஷ் பகுதியாக மாறியது குமான் மலைப்பிரதேசம் 1816 ஆம் ஆண்டு பிரிட்டிஷ் ஆட்சியில் சேர்க்கப்பட்டது; இது நடந்தது நேப்பாளப் போருக்குப் பிறகு. மேலே சொன்ன இடங்கள் யாவும் இப்போது 'ஒன்றிணைந்த ஆக்ரா, அவத் பிராந்தியங்கள்" என்பதில் அடங்கும். (United Provinces of Agra and Qudh). இந்த பிராந்தியங்களில்தான் நூலாசிரியர் 29 ஆண்டுகள் பணிபுரிந்துள்ளார்.

7. இந்திய வருவாய்த்துறையின் நிர்வாக நுணுக்கங்களைப் பற்றித் தெரியாதவர்கள், இந்த இடத்தில் நூலாசிரியர் சொல்லியிருப்பதை சரியாகப் புரிந்துகொள்ள இயலாது. அரசாங்கமே மண்ணின் உரிமையாளர் என்ற யூகத்தில் ஆசிரியர் எழுதுகிறார். ஆசிரியர் இந்த நூலை எழுதும் சமயத்தில் நில உடைமை விதிமுறைகள் கொண்டுவரப்பட இருந்தன. இந்த விதிமுறையின்படி நில உடைமை ஒப்பந்தங்கள் முப்பது ஆண்டு காலத்திற்குச் செய்யப்பட்டன. ஒப்பந்தக்காரர்கள், 'குத்தகைதாரர்கள்' (lessees) என்று முதலில் குறிப்பிடப்பட்டனர். பின்பு அவர்கள் 'நில உரிமையாளர்கள்' (proprietors) எனப்பட்டனர். இவர்களுக்கு நிலத்தின் மீது எல்லா உரிமையும் உண்டு 'வாடகை இல்லா' நிலங்களுக்கும் 'தீர்வை' உண்டு. நிலங்கள் அரசின் சொத்துகளாகிவிட்டன என்று சொல்வது சரியல்ல. நிலம் அரசாங்கத்தின் சொத்தாக இருந்தபோதிலும் நிலத்தை வைத்திருக்கும் குத்தகைதாரர்களுக்கு பயிரிடும் உரிமை உண்டு. குத்தகைதாரர்கள் இப்போது 'நில உரிமையாளர்கள்' என்று அழைக்கப்படுவதால், அவர்கள் தங்கள் அனுபவத்திலுள்ள நிலங்களில் எத்தனை மரங்களை வேண்டுமானாலும் நட்டு வளர்க்கலாம். ஆனால் பயிரிடப்பட்டுள்ள நிலங்களை வரிவிதிப்பிலிருந்து முற்றிலும் நீக்கிவிட அரசாங்கம் விரும்பவில்லை. நீண்ட நாட்களாக இந்திய அரசாங்கம் மரங்கள் வளர்க்கப்படுவதை ஊக்குவித்து வருகிறது. தோப்புகளுக்கு வருவாய்த்துறையின் வரிவிதிப்பிலிருந்து விலக்கு அளிக்கப்படுகிறது. இந்த வரிவிதிப்பைத் தான் ஆசிரியர் வாடகை (Rent) என்று குறிப்பிடுகிறார். சாலை ஓரங்களில் மரம் நடும் பணிகளும் நடைபெற்று

வருகின்றன. ஆக்ரா பகுதிகளில் மரங்கள் குறைவாக இருப்பதற்கு இயற்கையும் ஒரு காரணம். தரைப்பகுதிகளில் பிளவுகள் அதிகம் உள்ளதால், மரங்கள் நடுவதற்கு நிலம் ஏற்றதாக இல்லை.

8. அலிகர் மாவட்டம், மதுரா மாவட்டத்தின் வடகிழக்கே உள்ளது. அலிகர் கோட்டை ஆக்ரா கோட்டைக்கு வடக்கே 55 மைல் தூரத்திலும், டில்லிக்கு 84 மைல் தென்கிழக்கிலும் உள்ளது.
9. நல்ல செங்கல் (Pakka Brick) என்றால் சூளையில் சுடப்பட்ட செங்கல். இது சூரிய வெப்பத்தில் காய வைக்கப்பட்ட கல்லிலிருந்து வேறுபட்டது.
10. ஒரு 'பிகா' என்பது 5/8 ஏக்கர். 'ஜாரிப்' என்பது பிகாவைவிடக் குறைவான விஸ்தீரணம்.
11. வரிநிர்ணயம் செய்யும் அதிகாரிகள் நீர்ப்பாசனத்திற்கு உதவும் 'கிணறு' போன்றவற்றைக் கணக்கில் எடுத்துக்கொண்டு வரி நிர்ணயம் செய்யவேண்டும். முன்பு அவ்வாறு செய்யப்படுவதில்லை.
12. வயலில் உழுவதற்கும், ஏற்றம் இறைப்பதற்கும் பயன்படும் எருதுகளின் விலை தற்போது மிகவும் அதிகம். இங்கு குறிப்பிடப்பட்டுள்ள உரையாடல் 1839ஆம் ஆண்டில் நடைபெற்றிருக்க வேண்டும். இங்கு குறிப்பிடப்பட்டுள்ள பஞ்சம் 1837–38ஆம் ஆண்டில் ஏற்பட்ட பஞ்சம்.
13. இங்கு கொடுக்கப்பட்டுள்ள உரையாடல் வட இந்திய கிராமிய வாழ்க்கையை நன்கு சித்தரிக்கிறது. பல வருவாய்த்துறை அலுவலர்கள், படிக்காத மக்களிடம் பேசியிருக்கின்றனர். ஆனால் நூலாசிரியர் மட்டுமே பாமர மக்களிடம் உபயோகமான உரையாடலில் ஈடுபட்டுள்ளார்.
14. ஆரம்ப கால நில ஒப்பந்தங்கள் குறைந்த காலத்திற்கே செய்யப்பட்டன.
15. இங்கு குறிப்பிடப்பட்டுள்ள சான்றிதழ், நீதிமன்ற வழக்கில் செல்லத்தக்கதாக இருக்காது.
16. அலிகர் மாவட்டம் தற்போது கால்வாய்களின் மூலம் நீர்ப்பாசனம் பெறுகிறது.
17. இது கடன் கொடுப்பவரின் கருத்து. கடன் வாங்குபவர் வேறு மாதிரியான ஒரு கருத்தைக் கூறலாம்.

இந்துக்களின் பொதுநலநோக்கம் மற்றும் மரம் வளர்த்தலும் அப்பணியை விரிவுபடுத்த யோசனைகளும்

நாங்கள் ஜபல்பூரைவிட்டு வெகுதூரம் வந்து விட்டாலும் அந்த இடத்தைப்பற்றிய சில நினைவுகளை இப்போது பதிவுசெய்ய விரும்புகிறேன். அவை முந்தைய அத்தியாயத்திலும் நான் குறிப்பிட்டவைகளோடு பொருத்தமுடையவை.

எப்போழுதும்போல் எனது கூடாரங்கள் ஓர் அழகிய கோயிலுக்கருகே, ஒரு நல்ல மாந்தோப்பில், குளக்கரை ஓரமாக அமைக்கப்பட்டிருந்தன. குளத்தின் மறுகரையில் அழகிய கோவில்களும், தங்கும் விடுதிகளும் இருந்தன; ஆனால் அவை சிதிலமடைந்திருந்தன. அந்தப் புனிதமான குளத்தின் கரைகள் அரச மரங்களாலும், ஆல மரங்களாலும் அழகுபடுத்தப்பட்டிருந்தன. இந்த மரங்களுக்கும் குளத்து நீரின் விளிம்பிற்குமிடையே பல நயமிக்க மூங்கில் குத்துகள் இருந்தன. இந்தக் கோயில்களையும், குளத்தையும் தோற்று வித்தவர், இங்கு வாழ்ந்து வந்த ஒரு நிலச்சுவான்தார். இந்த நல்ல பணியை எண்பது ஆண்டுகளுக்கு முன் அவர் செய்து முடித்திருந்தார். இப்பணிகள் நிறைவுற்ற இருபதாண்டுகள் கழித்து அவர் இறந்துவிட்டார். அவருடைய சொந்தக்காரர் ஒருவர்கூட இப்போது இந்த மாவட்டத்திலில்லை. இங்குள்ள தோப்பின் கனிகளைச் சுவைக்கும், குளத்தின் நீரைப் பருகும் ஆயிரம் நபர்களில், ஒருவருக்குகூடத் தான் யாருக்கு நன்றிக்கடன் பட்டுள்ளார்

என்பது தெரியாது. இந்த இடத்தைச் சுற்றிலும் அழகிய மரங்களுக்கிடையே பல மிகப்பெரிய கிணறுகள் உள்ளன. கிணற்றினுள்ளே இறங்கிச் செல்ல தண்ணீரின் விளிம்பு வரை படிக்கட்டுகள் உள்ளன. குளம் வெட்டப்பட்ட அதே காலகட்டத்தில்தான் இந்தக் கிணறுகளும் பொதுமக்களின் நன்மைக்காக வெட்டப்பட்டிருக்கவேண்டும். இந்த நற்பணிகளைச் செய்தவர்களின் பேரக்குழந்தைகள் நிலத்தில் பாடுபடும் விவசாயிகளாக, தங்கள் அந்தஸ்திலிருந்து கீழிறங்கி வந்துவிட்டார்கள். சிலர் உள்ளூர் அதிகாரிகளுக்குச் சேவகர்களாகப் பணிபுரிகிறார்கள். தங்களது முன்னோர்கள் ஏற்படுத்தியுள்ள கோவில்களும் குளங்களும், தற்போது காலத்தால் சிதிலமடைந்திருந்தாலும், அவைகளைச் செப்பனிடுமளவுக்கு அவர்களிடம் வசதியில்லை. அழகிய குளக்கரைக் கோவிலின் விமானத்திலிருந்து மூன்று அல்லது நான்கு அரசமரங்கள் முளைத்துக் கிளம்பி, தங்களது கிளைகளைப் பரப்பியுள்ளன. இந்தக் குழந்தை ஹெர்குலிஸ் களால் கோவில் அழியப்போவது உறுதி. அரசமரத்தின் கனிகளை உண்ணும் புறாக்கள், விதைகளைக் கட்டடங்களின் இடுக்குகளில் கொண்டுவந்து போட்டுவிடுகின்றன.

கோவில் விமானத்தில் முளைத்திருக்கும் அரசமரத்தை வெட்ட ஓர் இந்து துணியமாட்டான்; அவ்வாறு முளைத்திருக்கும் அரசமரக் கிளைகளை வெட்டுவதை கிறிஸ்தவனும், முகமதியனும் தங்கள் தகுதிக்குத் தாழ்வாகக் கருதுவார்கள். அவர்கள் வெட்டினால் அன்று அவர்களுக்கு ஏதாவது கெடுதல் நடக்கும். அப்படியொரு நம்பிக்கை. அரசமரத்தின் வேர்கள் மிக ஆழமாக கட்டடத்தின் உள்ளே சென்றிருக்கும். மேலேயுள்ள கிளைகளை எவ்வளவு முறை வெட்டினாலும், மரம் மீண்டும், மீண்டும் தழைத்துக் கொண்டேயிருக்கும்.[1]

எனவே அரசமரம் சமயச்சடங்குக்கேற்றது என்றும், கடவுளுக்குரியது என்றும் மூடநம்பிக்கை நிலவுவதில் ஆச்சரியம் ஒன்றுமில்லை. அரண்மனை, கோட்டை, கோயில், கல்லறை என்று தனது பெயரை நிலைநாட்ட மனிதனால் கட்டப்பட்டவை அனைத்தும் இடிந்து மண்ணோடு மண்ணாகிவிடுகின்றன. இந்த அரசமரம் மட்டும், மண்ணில் நிலைபெற்று செழித்து வளர்ந்து,

தன்னுடைய பசுமையான இலைகளை எங்கும் பரப்பி, மனிதனின் முயற்சி தனக்கு முன் ஒன்றுமேயில்லை என்பதைக் காட்டுகிறது.

எனது கூடாரத்தின் வாயிலில் அமர்ந்துகொண்டு, குளத்தின் அழகிய நீர்ப்பரப்பைப் பார்த்துக் கொண்டே, இந்த மேன்மையான மண்ணின் மக்களை, பொதுநலநோக்கம் இல்லாதவர்கள் என்று, தாங்கள் இந்தியாவில் வாழ்ந்த காலத்தில் பெரும்பகுதியை நீதிமன்றங்களிலும், வணிக நிறுவனங்களிலும் செலவிட்ட மேலைநாட்டினர் குற்றம் சாட்டுவதை நான் எண்ணிப்பார்த்தேன்.

தன்னுடைய நலனை தியாகம் செய்து, பொது நன்மைக்காக வாழ்வதுதான் 'பொதுநல நோக்கம்' அல்லது சமுதாயக் கண்ணோட்டம் என்றால், உலகில் அந்த பொதுநல நோக்கத்தில் சிறந்தவர்கள் இந்திய மக்களே. மிகச்சிறந்த கலைநுட்பமான கட்டடங்களையும், மக்களின் பயன்பாட்டிற்குத் தேவைப்படும் நிறுவனங்களையும் அல்லது அமைப்புகளையும் தங்களுக்கு அளித்த நாட்டுமக்களை இந்துக்கள் நன்றியுடன் நினைவுகூர்கின்றனர்.[2]

அத்தகைய அமைப்புகளை உருவாக்கியவர்கள் தங்களது பெயர் நிலைத்திருக்கவேண்டும் என்ற நோக்கத்திற்காக மட்டும் அவைகளை உருவாக்கவில்லை. பலனை அனுபவிப் பவர்களின் நல்லாசிகளும், அவர்களது வழிபாடுகளும் மறு உலகில் தங்களுக்குக் கடவுளிடம் நன்மதிப்பைப் பெற்றுத்தரும் என்ற நோக்கத்திற்காகவும் முன்னோர்கள் நலம் பயக்கும் நிறுவனங்களை உருவாக்கினார்கள்.

அவர்களது எண்ணத்தின்படி தாங்கள் வைத்த ஒரு பழ மரத்தின் இலையின் வழியாக தரையில் சொட்டும் நீர்த்துளியும், பனித்துளியும் மறு உலகில் தங்களது ஆன்மாவுக்குத் தெம்பூட்டும் மதுவாகும். தங்களது நினைவு நாளன்று எள்ளும் நீரும் தெளிக்க, வழித்தோன்றல்கள் யாரும் எஞ்சியில்லாவிட்டாலும், தாங்கள் வைத்து உருவாக்கிய மரத்தின் இலைகளிலிருந்து சொட்டும் நீர் அந்தப் பணியைச் செய்துவிடும். தங்களது சகமனிதர்களுக்குச் செய்யும் நல்ல காரியங்களைப்போல, மறுவுலகில் கடவுள் பத்து மடங்கு நன்மையைத் தங்களுக்குச் செய்வார் என்பது இந்துக்களின் நம்பிக்கை.

வெப்பம் மிகுந்த கோடைகாலத்தில் கிராமப்புறங்களின் வழியாக நாங்கள் பயணம் செய்யும்போது ஒவ்வொரு நாள் காலையிலும் எங்களது கூடாரங்கள் பழமரங்கள் அடர்ந்த தோப்புகளில், புற்தரையில் அமைக்கப்படும். தோப்புகளில், சுற்றிலும் நன்றாகக் கல்வைத்துக் கட்டப்பட்ட, சுவையான நீர் நிறைந்த கிணறுகள் இருக்கும். இக்கிணறுகளைத் தோண்ட நிறைய செலவாகியிருக்கவேண்டும். நாங்களும், எங்கள் பின்னால் எங்களைத் தொடர்ந்து வருபவர்களும் நிழலைத் தரும் மரங்கள் யாருடைய செலவில் நடப்பட்டன என்பதையோ, அல்லது குடிப்பதற்கு சுவையான நீரைத் தரும் கிணறுகள் யாருடைய பணத்தில் உருவாக்கப்பட்டவை என்பதையோ கனவில்கூட நினைத்துப் பார்ப்பதில்லை. இந்த நன்மைகள் யாவும் சமுதாயக் கண்ணோட்டத்துடன் உருவாக்கப்பட்டவை. ஆனால் நகரங்களில் உள்ள நமது நண்பர்கள் இந்திய மக்களுக்கு 'பொதுநல நோக்கம்' (Public Spirit) இல்லை என்று கூறுகிறார்கள்!

'மன்மோர்' என்பவர் மிர்ஸாபூரைச் சேர்ந்த மரியாதைக்குரிய ஒரு வணிகர் தன் வியாபாரத்திற்காக அவர் நர்மதைப் பள்ளத்தாக்கிலிருந்தும், தென்னிந்தியாவிலிருந்தும், ஜபல்பூர் வழியாக பருத்தியை மிர்ஸாபூருக்கு எடுத்து வருவார்; அங்கிருந்து சர்க்கரையையும், சுவையூட்டும் பொருட்களையும் அனுப்பி வைப்பார். ஹிலியாக் கணவாய் பகுதியில் பயணிகள் தண்ணீருக்காக அவதிப்படுவதை மன்மோர் உணர்ந்தார். ஹிலியா கணவாய் விந்திய மலைத்தொடரின் ஊடே இருக்கிறது. மக்களின் தண்ணீர் தேவையைப் பூர்த்தி செய்ய, தனது பணியை 1822ஆம் ஆண்டு அவர் தொடங்கினார். கணவாயின் வழியாகப் பயணம் செய்யும்போது பத்துமைல் தூரத்திற்கு ஒரு சொட்டுத் தண்ணீர்கூடக் கிடைக்காது. இந்த இடத்தில்தான் பொதிகளைச் சுமந்து வரும் எருதுகள் இளைப்பாற வேண்டும். மன்மோர் இங்கு ஒரு பெரிய குளத்தை வெட்டவும், தோட்டத்தை அமைக்கவும் திட்டமிட்டு, அந்தப் பணிக்காக கிட்டத்தட்ட இருபதாயிரம் ரூபாய் செலவு செய்தார். பணிமுடியும் முன்பே அவர் இறந்துவிட்டார். தந்தை விட்டுச்சென்ற பணியை அவரது மகன் லாலுமன்மோர் தொடர்ந்தார். மேலும் எண்பதாயிரம் ரூபாய் செலவு செய்து பணிகளை நிறைவு செய்தார்.

பயணிகளுக்கு உதவவேண்டும் என்ற தந்தையின் எண்ணத்தை மகன் பூர்த்தி செய்துவிட்டார். வெட்டப்பட்ட குளம் மிகவும் பெரிது. சுவையான நீர், கோடைகாலத்தில்கூட வற்றாது அக்குளத்தில் நிரம்பியிருக்கும். குளத்தைச் சுற்றி படித்துறைகள் உண்டு. தண்ணீரின் விளிம்புவரை படிகளில் இறங்கிச் செல்லலாம். குளத்தைசுற்றித் தோட்டமும், தோட்டத்தில் கோவில்களும், தங்கும் விடுதிகளும் உருவாக்கப்பட்டன. அவை களைப் பராமரிக்கப் பணியாளர்களும் நியமிக்கப்பட்டனர்.[3]

இந்தக் குளத்தைச் சுற்றிலும் தனிமைதான். அதன் அருகில் பத்துமைல் தூரத்திற்கு மனிதர்கள் யாரும் வசிக்கவில்லை. அந்த வழியாகச் செல்லும் ஆயிரக்கணக்கான பயணிகள் குளத்தை வெட்டியவரை வாழ்த்தினர். பின்னால் இதற்கு வடக்கே, நர்மதையிலிருந்து மிர்ஸாபூர் வரை பத்துமைல் நீளத்திற்கு, ஒரு புதிய சாலையை பிரிட்டிஷ் அரசாங்கம் அமைத்தது. அதன்பிறகு ஹிலியா கணவாய் வழியாகப் பயணிகள் செல்வதில்லை. மன்மோர் அவர்களின் பணி பயனற்றுப் போய்விட்டது. மன்மோர் அவர்களின் சீரிய பணியைப்பற்றி நான் வில்லியம் பென்டிங்க் பிரபுவிடம் எடுத்துக் கூறினேன். சிறிதுநாள் சென்றபின் ஒருமுறை பென்டிங்க் பிரபு மிர்ஸாபூர் வழியாகச் செல்ல நேர்ந்தது மன்மோரின் மகனை அழைத்து வரச்செய்து, விலையுயர்ந்த ஆடைகளை அவருக்கு அன்பளிப்பாக அளித்து, அவரை கௌரவப் படுத்தினார். மன்மோரின் மகன், அந்த நிகழ்ச்சியை இன்றுவரை பெருமையாக நினைத்துக் கொண்டிருக்கிறார்.[4]

புறப்பகட்டில்லாமல், பிறர் நன்மையை மட்டும் கருத்தில் கொண்டு, சிலர் இதுபோன்ற நூற்றுக்கணக்கான பணிகளை ஒவ்வொரு ஆண்டும் செய்து கொண்டுதான் இருக்கின்றனர். பத்திரிகைகள் தங்களை பாராட்ட வேண்டுமென்றோ பொதுக் கூட்டங்களில் தாங்கள் பாராட்டப்பட வேண்டுமென்றோ அவர்கள் நற்பணிகளில் ஈடுபடுவதில்லை. பயனடைபவர்கள் தங்களை வாழ்த்தவேண்டும் என்பதற்காகவே அவர்கள் பணி செய்கிறார்கள். இந்தவுலகில் மக்களுக்குத் தாங்கள் செய்த நன்மைகளுக்காக மறுவுலகில் கடவுள் தங்களுக்கு நன்மை செய்வார் எனக் கருதியே அவர்கள் பணிசெய்கிறார்கள்.[5]

இப்போது இந்திய மக்களுக்குத் தேவை பொதுநல நோக்கமல்ல; ஏனெனில் உலகில் வேறெந்தப் பகுதியில்

இருக்கும் மக்களை விடவும் இந்துக்களிடம் பொதுநல நோக்கம் அதிகமாகவே இருக்கிறது. தனிநபர்கள் தங்களது முயற்சிகளையும் வசதிகளையும் ஒன்றிணைத்து பொது நன்மைக்காகச் செயலாற்றும் மனநிலையைப் பெறவேண்டும். ஓரளவு ஸ்திரத்தன்மை பெற்றுவிட்ட அரசுகள் (சுதேசி சமஸ்தானங்கள்) நமது அரசு (ஆங்கிலேய அரசாங்கம்) போன்றவை மூளையையும், வருவாயையும் போருக்குச் செலவிடாமல், பொது நன்மைக்குச் செலவிடத் தயாராக இருக்கவேண்டும்.[6]

1829ஆம் ஆண்டு நான் ஜபல்பூர் மாவட்டத்தின் சிவில் நிர்வாகப் பொறுப்பில் இருந்தேன். ஜபல்பர் மாவட்டம் நர்மதைப் பள்ளத்தாக்கில் உள்ளது. அப்போது கலைநயமிக்க கட்டடங்கள் கட்டுவது உட்பட பல பொதுப்பணிகளுக்கான திட்ட மதிப்பீடு ஒன்றைத் தயாரித்துக் கொடுத்தேன். அப்போது ஜபல்பூர் மாவட்டத்தின் மக்கள் தொகை ஏறத் தாழ 5,00,000. மொத்தம் 4,053 நகரங்கள், கிராமங்கள், சிறு கிராமங்கள் போன்றவற்றில், இந்த ஐந்து லட்சம் மக்களும் நிரவி வாழ்ந்து வந்தார்கள். இதில் 1000 கிராமங்களைவிட்டு, பின்னால் மக்கள் வெளியேறி விட்டார்கள். மாவட்டத்தில் மொத்தம் 2288 குளங்களும், 209 பெரிய கிணறுகளும் இருந்தன. கிணறுகளுக்கும், குளங்களுக்கும் கீழே இறங்கிச் செல்ல கடைசிவரை படிக்கட்டுகள் இருந்தன. 1560 கிணறுகள், சுற்றிலும் செங்கல் வைத்துக் கட்டி காரை பூசப்பட்டிருந்தன. ஆனால் கீழே இறங்கிச் செல்ல இவைகளுக்குப் படிக்கட்டுகள் இல்லை. 860 இந்துக் கோவில்களும் 22 மசூதிகளும் மாவட்டத்தில் இருந்தன. இவைகள் அனைத்தையும் நன்கு பராமரிக்க, தானியங்களை செலவுக்குப் பயன்படுத்தி, வேலையாட்களுக்கு தானியங்களையே சம்பளமாகக் கொடுத்தால், அப்போதைய தானிய மதிப்பின்படி ரூபாய் 86,66,043 (866,604 பவுண்ட் ஸ்டெர்லிங்) செலவு பிடிக்கும்.[7]

வேலை செய்யும் ஆட்களுக்கு சோளத்தைக் கூலியாகக் கொடுப்பதாக வைத்து திட்டமதிப்பீடு, தயாரிக்கப்பட்டது. இங்கிலாந்தில் ஒரு வேலையாளுக்கு சோளத்தை சம்பளமாகக் கொடுத்தால் எவ்வளவு கொடுக்க வேண்டுமோ அதில் மூன்றில் இரண்டு பங்கை மட்டும் இந்திய வேலையாளுக்குக்

கொடுத்தால் போதும். இந்தியாவில் சோளத்தின் விலை இங்கிலாந்தில் இருப்பதைவிட மூன்றில் ஒரு பங்கு மட்டுமே. இதே பணியை ஐரோப்பாவில் நாம் செய்வதென்றால், இதே அளவு திறமைமிக்க பணியாளர்கள் கிடைத்தால், இதைவிட நான்கு மடங்கு அதிகம் செலவாகும். இந்தப் பணியை தனி நபர்கள் பொது நன்மைக்காக எந்தவித பிரதிபலனும் எதிர்பார்க்காமல் செய்துள்ளனர். இது இந்திய மக்களிடையே இருக்கும் அபரிமிதமான பொது நல நோக்கத்தையே காட்டுகிறது.

நிலத்திலிருந்து மாவட்டத்திற்குக் கிடைக்கும் வருவாய் ரூ. 6,50,000 (65,000 பவுன்ட் ஸ்டெர்லிங்). இதில் 5,00,000 ரூபாய் நேரடியாகவும், 1,50,000 ரூபாய் குத்தகைதாரர்கள் மூலமாகவும் கிடைக்கிறது. பொதுப் பணிக்காக நாம் தயாரித் திருக்கும் திட்ட மதிப்பீடு ஆண்டு நில வருவாயைவிட பதிமூன்று மடங்கு அதிகம். அதாவது பதிமூன்று ஆண்டுகளில் கிடைக்கும் நில வருவாயை நாம் செலவு செய்ய வேண்டியிருக்கும்.[8]

ஜபல்பூர் மாவட்டத்தில் அருமையான மாந்தோப்புகளும், புளியந்தோப்புகளும் இருக்கின்றன. இந்தத் தோப்புகளிலிருந்து கிடைக்கும் வருமானத்தை நான் கணக்கில் எடுத்துக் கொள்ளவில்லை. மாந்தோப்புகளுக்கும், புளியந்தோப்பு களுக்குமிடையே ஆலமரங்களும் (Ficus Indica) அரசமரங்களும் (Ficus religiosa) ஆங்காங்கே காணப்படுகின்றன. இவைகளுக்கு எண்கள் கொடுக்கப்படவில்லை; மொத்தம் மூவாயிரம் மரங்களாவது இருக்கும். ஒரு மாந்தோப்பிலிருந்து சராசரியாக ஆண்டுக்கு நானூறு ரூபாய் கிடைக்கும்.

பிரதிபலன் கருதாமல் பொதுமக்களின் நன்மைக்காக, தனிநபர்கள் ஏற்படுத்திய தோப்புகளிலிருந்து மாவட்டத்திற்குக் கிடைக்கும் ஆண்டு மொத்த வருவாயைக் கணக்கிட்டால் அது கிட்டத்தட்ட ரூ. 12,00,000க்கு மேல் இருக்கும். இது ஆண்டொன்றுக்கு நிலத்திலிருந்து மாவட்டத்திற்குக் கிடைக்கும் வருவாயை விட கிட்டத்தட்ட இருமடங்கு. நாம் குறிப்பிட்ட வேலைகள் யாவும் முந்தைய அரசுகளால் செய்யப் பட்டவை. நமது அரசாங்கம் 1817 ஆம் ஆண்டில்தான் இங்கு நிறுவப்பட்டது.[9]

முகலாயப் பேரரசு சரியத் தொடங்கியதும், சீக்கியர்கள், ஜாட்கள், மராட்டியர்கள் போன்றோர் தலைதூக்கி வடக்கு தோ ஆப் மற்றும் டில்லி பிரதேசங்களில் வளர ஆரம்பித்தனர். சட்டத்தை மதிக்காத இந்தக் கொள்ளையர்கள் தாங்கள் எந்த இடத்தில் தங்கினார்களோ அந்த இடங்களிலிருந்த தோப்புகளையெல்லாம் அழித்தார்கள். தங்களது சேனையுடன் அவ்விடங்களில் தங்கினர். தோப்புகளை அழித்தவர்கள், மீண்டும் மரங்களை வளர்க்கவேண்டுமென்று எண்ணியதே யில்லை. நாமும் (ஆங்கிலேயர்களும்) நமது பங்கிற்குத் தோப்புகளை அழித்தோம். இராணுவக் கூடங்கள் அமைக்க செங்கற்கள் அதிகம் தேவைப்பட்டன. செங்கள் சூளைகளுக்காக நமது இராணுவத் தலைவர்கள் ஏராளமான மரங்களை ஈவிரக்கமின்றி வெட்டினார்கள். எங்கு மரங்களை வைத்து வளர்க்க வேண்டுமோ அந்த இடங்களில் மரங்களை நட்டு வளர்க்க ஆங்கிலேயர்களும் எந்த முயற்சிகளையும் மேற் கொள்ளவில்லை.

குத்தகைதாரர்கள் அவர்கள் அரசிடமிருந்து பெற்ற நிலங்களில் தோப்புகளை உருவாக்க, அவர்களுக்கு அதிகாரம் வழங்கும் சில வழிகாட்டு நெறிமுறைகள் நம்மிடம் உள்ளன. ஆனால் வடக்கு மற்றும் மத்திய இந்தியாவில் குத்தகைக்கு நிலங்களைக் கொடுக்கும் கால வரம்பு மிகவும் குறைவு. இந்தக் குறைந்த கால குத்தகையில், குத்தகை எடுத்தவர் யாரும் தாங்கள் பெற்ற நிலத்தில் தோப்புகளை உருவாக்க முன்வர மாட்டார்கள். தோப்பை உருவாக்க குத்தகை எடுத்தவருக்கு ஒரு பாதுகாப்பு வேண்டும். ஒரு மாந்தோப்பை உருவாக்க கிட்டத்தட்ட பத்து ஆண்டுகள் பிடிக்கும். ஒரு மனிதன் தன்னுடைய தோப்பின் கனிகளும், நிழலும், நீரும் மக்களுக்காகத்தான் என்று நினைத்தாலும், அவன் தன்னுடைய பெயரும், தனது வழித்தோன்றல்களின் பெயரும் நிலைத் திருக்கவேண்டும் என்றே விரும்புவான். அதிகாரத்தில் உள்ளவர் தான் உருவாக்கிய தோப்பின் பலனை அப்படியே எடுத்துக்கொண்டு போவதற்கு எந்த மனிதனும் விரும்ப மாட்டான்.

குத்தகைக்கு எடுத்த நிலம் அரசின் ஆதிக்கத்திலேயே அல்லது வேறு ஒரு நில உரிமையாளரின் பெயரிலேயே இருந்து, நடப்பட்ட மரங்கள் மட்டுமே, குத்தகை

எடுத்தவனுக்கும் அவனது வாரிசுகளுக்கும் சொந்தம் என்ற நிலை இருந்தால் அந்த நிலம் குத்தகை எடுத்தவனுக்கும், அவனது வாரிசுகளுக்கும் பொருளாதாரரீதியில் எந்தப் பயனையும் தராது.[10]

வடக்கு தோ ஆப் டில்லி, மதுரா, ஆக்ரா போன்ற மாவட்டங்களில் மறுபடியும் மாந்தோப்புகள் உருவாக வேண்டுமென்றால், யார் தோப்பை உருவாக்குகின்றானோ அவனுக்கும் அவன் வாரிசுகளுக்கும் மட்டுமே, இடமானது, மரங்கள் தோப்பில் இருக்கும் வரை சொந்தம் என்ற நிலை அல்லது உத்திரவாதம் அரசாங்கத்தால் கொடுக்கப்பட வேண்டும்.[11] இந்த உத்திரவாதத்தை மரங்களை நட்டு தோப்புகளை உருவாக்க விரும்பும் ஆயிரக்கணக்கான மக்களுக்கு அரசாங்கம் தெரிவிக்க வேண்டும். நிலம், நிழல், தண்ணீர் போன்றவை பொதுமக்களின் அனுபவத்திற்கு விடப்படவேண்டும்; ஏனெனில் அப்போதுதான் மரம் வைத்து வளர்த்தவனின் ஆன்மா மறுவுலகில் நன்மையடையும் என்பது மக்களின் நம்பிக்கை. மா, புளி, அரசு, ஆல் போன்ற வற்றைப் பயிரிட்டு ஒரு தோப்பை உருவாக்க நிலம் ஒதுக்கீடு செய்வதாக இருந்தால் ஏக்கர் ஒன்றுக்கு ரூபாய் இருபத்தைந்து மட்டும் கட்டணமாக வசூலிக்கலாம். தோப்பை உருவாக்குபவர், கட்டுமானத்துடன் கூடிய ஒரு கிணற்றையும் உருவாக்க வேண்டும். அப்போதுதான் மரங்களுக்கு நீர்பாய்ச்ச இயலும். அந்தக் கிணறு எப்போதும் நன்கு பராமரிக்கப்படவேண்டும்.

மேற்சொன்ன நிபந்தனைகளுக்கு உட்படும் நபருக்கு நிலத்தை வழங்கலாம். அவர் நிலத்தில் மரக்கன்றுகளை வைத்து, மரங்கள் காய்ப்புக்கு வரும்வரை அவைகளை நன்கு பராமரிக்க வேண்டும். அவ்வாறு அவர் பராமரிக்கா விட்டால் நிலத்தை அரசாங்கம் திரும்பவும் எடுத்துக் கொள்ளலாம். தோப்பை உருவாக்க நிலம் வேண்டும் நபர், தான் விரும்பும் நிலம் வேறு ஒரு குத்தகைதாரரிடம் இருந்தால், அவர் அந்த நிலத்தின் மதிப்பை குத்தகைதாரரிடம் கொடுத்துவிட்டு, அவரிடம் ஒரு சான்றிதழும் பெறவேண்டும். குத்தகை காலம் முடிந்தவுடன், தோப்பு உருவாகியுள்ள இடம் வரிவிதிப்பிலிருந்து விலக்களிக்கப்படும். முழுவதும் நன்கு உருவாகியுள்ள தோப்பு, நிலத்தின் ஆண்டு வரிவிதிப்பைவிட ஐம்பது மடங்கு அதிக மதிப்புடையது

என்று கருதப்பட்டால், அது மக்களுக்கு நன்மைதரும் என்ற முடிவுக்கு வரலாம்.[12]

பழங்கள், நீர், நிழல் போன்றவற்றைத் தருவதுடன் தோப்புகள் வறட்சி காலங்களிலும் உதவுகின்றன. தோப்பிலுள்ள மரங்கள், (தங்களின் நீராவிப் போக்கின் மூலம்) மேகங்களைக் குளிர்வித்து மழை பொழியச் செய்கின்றன. மரங்கள் இல்லாத நாடுகள், மழைப்பொழிவில்லாத காரணத்தால் பாலை நிலங்களாகி, தரிசாகி விடுகிடுகின்றன. மேலும், தரைப் பகுதியின் வளமான, இலேசான மண் காற்றினால் அடித்துச் செல்லப்பட்டுவிடுகிறது. மண்வளம் குன்றிவிடுகிறது. அதுபோன்ற இடங்களில் மக்கள், வேறு இடங்களுக்குக் குடிபெயர்ந்து விடுகிறார்கள்.

மொரேஷியாய் நாட்டில், வனப் பகுதியின் பரப்பளவு குறையத் தொடங்கியவுடன் ஆறுகளில் நீர் வரத்துக் குறையத் தொடங்கிவிட்டது. அதிக சேதம் ஏற்படுவதற்கு முன்னால் அரசாங்கம் விழித்துக் கொண்டு வனப்பகுதிகளை விரிவாக்கி, நீர்வளத்தை மீண்டும் நிலைநாட்டிவிட்டது.

அந்த நாட்டில் தென்கிழக்கு திசையிலிருந்து வீசும் வியாபாரக் காற்று தென்கடல் பகுதியிலிருந்து சூல்கொண்ட மேகங்களைத் தீவின் உட்பகுதிக்குள் கொண்டுவருகிறது. உட்பகுதியில்தான் வனங்கள் அதிகம். வனங்களின் ஊடே செல்லும் மேகங்கள் தினம் மழையைப் பெய்விக்கின்றன. இப்போது உலகின் பல பகுதிகளிலும் உள்ள அரசுகள், மழை பெய்வதற்கான காரணங்களை நன்கு உணர்ந்துவிட்டன. அதாவது இயற்கையின் வினோத நடவடிக்கைகளைப் புரிந்து கொண்டுள்ளன; மக்களின் நலனுக்குகந்த பணிகளைச் செய்துவருகின்றன. நமது நாட்டிலும், மழை குறைந்ததற்கு வனப் பகுதிகள் அழிக்கப்பட்டதே காரணம் என்பதை உணர்ந்து இந்திய அரசாங்கம் தகுந்த நடவடிக்கைகளை எடுக்கவேண்டும்.[13]

‘மால்வா’ பகுதிக்கு நர்மதை தென் எல்லையாக உள்ளது; குஜராத் மேற்கு எல்லையாகவும், இராஜபுதனம் வடக்கு எல்லையாகவும், அலகாபாத் கிழக்கு எல்லையாகவும் உள்ளன. மால்வாவில் பஞ்சம் எப்போதும் ஏற்பட்டதேயில்லை. இதற்குக் காரணம் இங்கு மலைகளும், தோப்புகளும் நிறைந்

திருப்பதுதான். மால்வா மக்களிடையே ஒரு பழமொழி வழக்கத்தில் இருந்து வருகிறது. இந்தப் பழமொழி பஞ்சபாண்டவர்களில் ஒருவனான சகாதேவனைப் பற்றியது : "ஐயனே இதுபோன்ற இரவுகளில் இடியிடிக்காவிட்டால், நீங்கள் மால்வாவுக்கும் நான் குஜராத்துக்கும் சென்றுவிட வேண்டும்." இப்பழமொழியின் பொருள் இதுதான் :– "இங்கே நமக்கு மழை பொய்த்துவிட்டால், மழை எப்போதும் பொய்க்காத இடத்திற்கு நாம் சென்றுவிட வேண்டும்."[14]

குறிப்புகள்

1. இந்தியத் தொல்பொருள் ஆய்வு நிறுவனம் கட்டடங்களின் மீது முளைக்கும் அரச மரக்கன்றுகளை அகற்றும் பணியில் ஓயாது ஈடுபட்டு வருகிறது.
2. இது பொதுவானதோர் கருத்து
3. ஹிலியா/ஹலியா அல்லது ஹலியா கணவாய் அதே பெயர் கொண்ட இடத்தில், மிர்ஸாபூர் மாட்டத்தில், மிர்ஸாபூரிலிருந்து 31 மைல் தொலைவில், தென்மேற்கு திசையில் உள்ளது. இந்த இடத்தில் குறிப்பிடப்பட்டுள்ள குளம் 'திபோர்' என்ற இடத்திலுள்ளது. இது ஹலியாவிலிருந்து பன்னிரண்டு மைல் தூரத்தில் உள்ளது. இந்தக் குளம் 430 அடி நீளமும் 352 அடி அகலமும் கொண்டது. இந்தக் குளத்தை வெட்டக் காரணமாக இருந்தவரின் முழுப்பெயர் ஸ்ரீமன் நாயக் மன்மோர்

   இவர் மிர்ஸாபூர் பன்ஞரா வணிகர்களின் தலைவர். குளக்கரைக் கோயில் கல்வெட்டில் 23.2.1825 என்ற தேதி காணப்படுகிறது. கன்னிங்ஹேம் அவர்களின் கருத்துப்படி இந்த வணிகர், வனப் பகுதியிலேயே குளம் வெட்ட முதலில் விரும்பினார். ஆனால் 'திபோரில்' இடம் மிகவும் மலிவாகக் கிடைத்ததால், அங்கேயே குளம் வெட்டிவிட்டார். இந்த இடத்திலிருந்து மிர்ஸாபூருக்கு அவரால் மரங்களையும், கரியையும் அனுப்பிவைக்க முடிந்தது. (A.S.R, Vol xxi, pp 121-5, p. xxxi)
4. இங்கு குறிப்பிடப்பட்டுள்ள புதிய சாலை "கத்ரா கணவாய்" வழியாகச் செல்கிறது. நூலாசிரியர் குறிப்பிடும் ஹிலியா கணவாய் என்பதன் சரியான பெயர் "கிராய் கணவாய்." பழைய சாலை, புதுச்சாலை ஆகிய இரண்டுமே தற்போது மிகவும் குறைவான அளவே பயன்படுகின்றன. இருப்புப்பாதை அமைக்கப்பட்ட பிறகு வணிகத்தின் திசையே மாறிவிட்டது. மிர்ஸாபூர் வகித்து வந்த இடத்தை இப்போது கான்பூர் பிடித்துவிட்டது.
5. மிர்ஸாபூர் செல்லும் வழியில் கோசால்பூருக்கு சில மைல்கள் தள்ளி "தால்வா" என்ற கிராமத்தில் பழைய நெடுஞ்சாலையில் முன்பு குறிப்பிடப்பட்ட குளத்தைவிட பெரிய குளம் ஒன்று வெட்டப் பட்டுள்ளது. இதன் அருகிலும் மிக அழகிய கோயில்கள் காணப்

படுகின்றன. இவையனைத்தும், இரண்டு, மூன்று தலைமுறைகளுக்கு முன்பு, இரண்டு அல்லது மூன்று லட்ச ரூபாய் செலவில் உருவாக்கப்பட்டுள்ளன. மக்களின் நன்மைக்காக இவற்றை உருவாக்கிய அந்த நல்லமனிதர் முந்தைய அரசாங்கத்தில் பணிபுரிந்தவர். இவரது சந்ததிகளில் ஒருவரைத் தவிர மற்றவர்கள் வயலில் உழுது பிழைப்பு நடத்துமளவுக்கு வந்துவிட்டனர். ஒருவருக்கு மட்டும் தீர்வையில்லாத கிராமம் ஒன்று கிடைத்துள்ளது. அங்கிருந்து வரும் வருமானத்தை வைத்து அவர் குளத்தைப் பராமரித்து வரவேண்டும்.

'தால்வா' என்பது 'தால்' என்பதன் திரிபு. 'தால்' என்றால் குளம் / ஏரி என்று பொருள். கோசால்பூர் ஜபல்பூருக்கு வடகிழக்கே 19 மைல் தூரத்தில் உள்ளது. அந்தக் காலத்தில் இரண்டு அல்லது மூன்று லட்ச ரூபாய் என்பது 22,000 அல்லது 33,000 பவுன்ட் ஸ்டெர்லிங் மதிப்புடையது.

6. 1858ஆம் ஆண்டு முதல் எல்லைப் புறங்களைத் தவிர இந்தியாவின் ஏனைய பகுதிகளில் அமைதி நிலவி வருகிறது. வருவாய் சமாதான காரியங்களுக்காகவே செலவிடப்பட்டு வருகிறது. அதிகாரக் கூட்டணிகள் மக்களிடையே சில நோக்கங்களுக்காக ஏற்பட்டாலும் சில வளர்ச்சிப் பணிகள் நிறைவேற்றப்பட்டுள்ளன என்பதில் ஐயமில்லை.

7. முதல் பதிப்பில், புள்ளிவிவரங்கள் எழுத்தில் கொடுக்கப்பட்டுள்ளன. இந்தப் பதிப்பில்தான் அவை எண்களில் கொடுக்கப்படுகின்றன. The Central Provinos Gazetter *(1870)* தரும் புள்ளிவிவரம் வருமாறு மாவட்டத்தின் பரப்பளவு = 4,261 சதுர மைல்கள்; மக்கள் தொகை = 6,20,201; கிராமங்களின் எண்ணிக்கை = 2,707; பயன்பாட்டிலுள்ள கிணறுகள் = 5,515 (எல்லாவிதமான கிணறுகளும் இதில் அடங்கும்) மக்கள் தொகையோடு ஒப்பிட்டுப் பார்க்கும்போது, கோயில்களின் எண்ணிக்கையும், மசூதிகளின் எண்ணிக்கையும் குறைவு. விவசாயப் பணிகளுக்காகப் பராமரிக்கப்படும் கால்நடைகளின் தண்ணீர்த் தேவையைப் பூர்த்தி செய்ய இருக்கும் குளங்கள் மிகவும் அவசியம்தான். மிகப்பெரிய கிணறுகள் (Baolis) மக்களுக்கிருந்த பொதுநல ஆர்வத்தைக் காட்டுகிறது.

8. C.P. Gazetteer(1870) கொடுத்துள்ள விவரத்தின்படி 1868 – 69ஆம் ஆண்டுக்கான நில வருவாய் ரூ. 5,70,434; நூலாசிரியர் காலத்தில் வருவாய் 5,00,000 மட்டுமே. நிலக்குத்தகைதாரர்களான ஜமீன்தார்கள் இப்போது நிலத்தின் உரிமையாளர்களாகிவிட்டனர். எனவே நில வருவாய் (வரி) பழைய குத்தகையில் பாதிக்குமேல் இருக்கக்கூடாது என்பது விதி. பழைய சமஸ்தான வழக்கப்படி நிலம் அரசுக்கே சொந்தம். குத்தகைதாரர்கள் தங்கள் வாழ்வாதாரத்திற்கு மட்டுமே வருமானத்தை எடுத்துக் கொள்ளலாம். உழவர்களிடமிருந்து குத்தகை வசூல் செய்யும் செலவுக்கு ஓரளவு பணம் எடுத்துக் கொள்ளலாம். நூலாசிரியரின் கணக்கின்படி ஜமீன்தார்கள் நிலவருவாயில் 15/80 பங்கினை அல்லது 3/16 பங்கினை மட்டுமே பெற்றனர்.

9. பொது நன்மைக்காக தோப்புகளை வைத்துப் பராமரிப்பதில் ஜபல்பூர் மாவட்டம் இந்தியாவின் மற்ற பகுதிகளிலிருந்து மாறுபட்டதாக இருக்கவேண்டும். இங்கு தோப்புகள் மக்களின் நலன்களுக்காக

மட்டுமே பராமரிக்கப்பட்டதாகத் தெரிகிறது. ஆனால் பொதுவான வழக்கப்படி, ஒரு தோப்பின் நிழலை அனுபவிக்க பொதுமக்கள் அனுமதிக்கப்படுவார்கள்; ஆனால் தோப்பின் கனிகள் யாவும் அதன் சொந்தக்காரருக்கே உரியன. ஒரு மரம் பொது என்றால் கூட, அதிலிருந்து கிடைக்கும் கனிகளைப் பங்கிட்டுக் கொள்வதில் மக்களுக்கிடையே சண்டை ஏற்படுவது வழக்கத்திலிருந்து. மரங்களுக்கான உரிமையை நிர்ணயம் செய்வது, வருவாய்த்துறை அலுவலர்களுக்கு மிகவும் கடினமான ஒரு வேலையாகவே இருந்து வந்துள்ளது.

10. தற்காலத்திய அமைப்பு முறையில் நிலம் ஒருவருக்குச் சொந்தம்; அதிலுள்ள மரங்கள் வேறு ஒருவருக்குச் சொந்தம். இதனால் சச்சரவுகள் ஏற்படுவது சகஜம்தான். இருப்பினும் மரம் வைத்து உருவாக்கியவரிடம், நிலச் சொந்தக்காரர் அதிகமாகக் குறுக்கிடுவதில்லை. ஆயிரக்கணக்கான இடங்களில் இருவரும் ஒருவருக்கொருவர் ஒத்துப் போய்விடுகின்றனர்.

11. தனியார் சொத்துரிமை பற்றி எவ்வளவு தூரம் நூலாசிரியர் புரிந்துகொண்டுள்ளார் என்பதையே இந்த வாக்கியம் காட்டுகிறது. நூலாசிரியர் பரிந்துரை செய்வது போன்று நில உரிமம் வழங்கும் பழக்கத்தை வெகு காலத்திற்கு முன்பே அரசாங்கம் விட்டுவிட்டது. வடக்கு தோ ஆப் மாவட்டங்களான மீரட், முஸாஃபர்நகர், சஹரான்பூர் போன்றவற்றில் இப்போது ஏராளமான தோப்புகள் உள்ளன.

12. ஒரு தோப்பை உருவாக்க ஆகும் செலவு, இருக்கும் நிலைமைக்குத்தக்க வேறுபடுகிறது. நிலத்தடி நீர் எவ்வளவு ஆழத்தில் இருக்கிறது என்பதே மிகவும் முக்கியமானது. நீர் மிகவும் ஆழத்தில் இருந்தால் கிணறைத் தோண்டி, சுற்றிலும் கல் வைத்துக் கட்ட அதிக செலவு பிடிக்கும். தண்ணீர் மேல் மட்டத்திலேயே இருந்தால் செலவு குறைவு. மரத்தின் வேர்கள் நீர் இருக்கும் பகுதிகளுக்குச் சென்றுவிட்டால், நீர்ப்பாசனம் செய்யவேண்டிய அவசியமில்லை.

13. மரம் நடுதல், வனங்களைப் பராமரித்தல் போன்றவற்றில் நூலாசிரியர் தனது சக ஆங்கிலோ இந்திய அதிகாரிகளைக் காட்டிலும் மிகவும் முற்போக்கான கருத்தைக் கொண்டிருக்கிறார். நூலாசிரியர், மரங்களுக்கும், தட்பவெப்ப நிலைக்கும் இடையேயுள்ள தொடர்பு பற்றிக் கூறியிருப்பவை முழுமையானவையல்ல. மரங்களின் வேர்கள், ஆழமாக நிலத்திற்குள் சென்று, நீரை உறிஞ்சி, பின் இலைகளின் வழியாக நீரை ஆவியாக வெளியே அனுப்புகின்றன (Transpiration). மரங்கள் பல விதங்களில் நன்மையைச் செய்கின்றன. அதை முழுமையாக இங்கு விளக்குவது கடினம்.

காடுகள் அழிவதைப் பற்றி வெகுநாட்களாக இந்திய அரசாங்கம் கவலைப்படவில்லை. வனப் பாதுகாப்பு நிறுவனங்கள் 1852ஆம் ஆண்டில்தான் மதராஸ், பர்மா ஆகிய இரு இடங்களில் நிறுவப் பட்டன. வனப்பாதுகாப்புச் சட்டம் 1865ஆம் ஆண்டு இயற்றப்பட்டது. அப்போதுதான் வனத்துறை அதிகாரபூர்வமாக செயல்படத் தொடங்கியது. தற்போது வனத்துறை அதிகாரிகள் ஆண்டுக்கு ஆண்டு இந்தியாவுக்கு அனுப்பப்படுகிறார்கள்.

இப்போது ஆண்டுதோறும் வனங்களை உருவாக்கவும், பராமரிக்கவும், நிதி ஒதுக்கப்படுகிறது. ஆயிரக்கணக்கான மைல்கள் நீளத்திற்கு சாலைகளின் இருமருங்கிலும் மரங்கள் நடப்பட்டுள்ளன; தோப்புகளும் உருவாக்கப்பட்டுள்ளன. அரசுத்துறையும், தனியார்களும் சேர்ந்தே இப்பணிகளைச் செய்து வருகின்றன. நூலாசிரியர் ஸ்லீமன் மரங்களை நடுவதில் அதிக நாட்டமுடையவர். 1829–30ஆம் ஆண்டு மைஹரிலிருந்து ஜபல்பூர் செல்லும் பாதை நெடுகிலும் அவர் மரங்களை வைத்து உருவாக்கியுள்ளார். நர்மதா பகுதியில் ஜான்சி காட் என்ற இடத்திலிருந்து ச்சகா என்ற இடம் வரை உள்ள 86 மைல் நீளத்திற்கும் ஸ்லீமன் மரங்களை சாலை ஓரங்களில் நட்டுள்ளார். ஆல், அரசு, மா, புளி, நாவல் போன்ற மரங்கள் இவரால் நடப்பட்டுள்ளன. இந்த மரங்கள் பல நூறு வருடங்கள் நிலைத்திருப்பவை என்று கூறுகிறார் ஸ்லீமன்.

14. 1899 – 1900ஆம் ஆண்டில் மால்வாவில் கடும் பஞ்சம் ஏற்பட்டது. இது மக்களுக்கு முற்றிலும் புதிய, எதிர்பாராத ஓர் அனுபவம். இதோடு எப்போதும், பஞ்ச காலத்தில் பிழைப்பிற்காக வருவதுபோல் அந்த ஆண்டும் அதிகமாக மக்கள் இராஜபுதனத்திலிருந்து வந்துவிட்டார்கள். இதனால் நிலைமை இன்னும் மோசமானது. 1903ஆம் ஆண்டு மால்வாவில் 'பிளேக்' நோய் பரவியது. இதில் சில மாவட்டங்களில் அதிக எண்ணிக்கையில் விவசாயிகள் மரணமடைந்தனர்.

நிர்வாகத்தால் உருவாக்கப்பட்ட நகரங்களும், ஊர்களும், ஆட்சியாளர்கள் இருப்பிடங்களை மாற்றும்போது மறைந்து போதல்

17ஆம் நாளும், 18ஆம்[1] நாளும் தொடர்ந்து பயணம் செய்து இருபது மைல்களுக்கு அப்பாலுள்ள பல்வால் (Palwal)[2] என்ற ஊரை அடைந்தோம். இந்த ஊர் ஒரு மேட்டின் மீது அமைந்துள்ளது; சில இடங்களில் இந்த மேடு நூறு அடி உயரத்திற்குக்கூட இருக்கிறது. பல ஆண்டுகளுக்கு முன்பிருந்த கட்டடங்களின் இடிபாடுகளினாலேயே இந்த மேடு உருவாகியுள்ளது. இந்த ஊரில் இடிந்த நிலையில் பல கட்டடங்கள் உள்ளன; ஆனால் அவை ஒன்றில்கூட மக்கள் வசிக்கவில்லை. இவ்வூர் முந்தைய ஓர் அரசாங்கத்தின் ஆட்சி பீடமாக இருந்திருக்க வேண்டும். ஆட்சியாளர்களும், அவர்களைச் சார்ந்தவர்களும் மட்டுமே இங்கிருந்த மக்களில் பெரும்பான்மையானவர்களாக இருந்திருக்க வேண்டும். இதுபோன்ற ஊர்களில் பதவியிலிருந்த அரசு மறைந்தவுடன், அந்த ஊர்களும் அழிந்து விடுகின்றன. நினேவி, பாபிலோன்[3] போன்ற நகரங்களும் இப்படித்தான் அழிந்து போயின. ஏதாவதொரு புரட்சி ஆட்சியைக் கவிழ்த்தவுடன், அது போன்ற நகரங்களில் மக்கள் வசிப்பதில்லை.

டில்லியின் மாமன்னராக ஜஹாங்கீர் இருந்தபோது இங்கிலாந்து மன்னர் முதலாம் ஜேம்ஸ் அவர்களின் தூதராக சர் தாமஸ் ரோ இந்தியாவுக்கு வந்தார். அவர் இந்தியாவின் மேற்திசை நகரங்கள் பலவற்றின் வழியாக

டில்லிக்கு வந்தார். அவர் கடந்து வந்த நகரங்களில் பல, ஒரு காலத்தில் நல்ல நிலையில் இருந்து, பின்னால் சிதில மடைந்தவை. தான் பார்த்ததவைகளைப் பற்றி அவர் கேன்டர்பரியின் ஆர்ச்பிஷப் அவர்களுக்கு ஒரு கடிதம் எழுதினார். அக்கடிதத்தில் "ஒரு காலத்தில் புனித நகரங்கள் என்று சொல்லப்பட்ட நகரங்களை, அழிந்து போகும்படி பேரரசர்கள் விட்டுவிடுவது என்ன மாதிரியான கொள்கை என்று எனக்குத் தெரியவில்லை. தங்கள் காலத்திற்கு முன்னால் வேறு எந்தப் பெரிய நகரங்களும் இருந்ததில்லை என்று காட்டிக் கொள்ளவே, பழைய நகரங்கள் அழிந்து போகட்டும் என விரும்பியே அவைகளை அப்படியே விட்டு விடுகின்றனர்" எனக் குறிப்பிட்டுள்ளார்.[4] இவ்வாறு அழிந்து போன நகரங்கள் யாவும் முன்பு அதிகார பீடங்களாக இருந்தவை. தான் போர்களில் பெற்ற வெற்றிகளின் மூலம் கிடைத்த பொருட்களைக் கொண்டு 'நினஸ்' என்ற மன்னன் 'நினேவி' என்னும் நகரத்தை உருவாக்கினான் (இன்றைய இராக் நாட்டின் வடபகுதியில் இது இருந்தது.) மன்னன் சார்டனாபேலஸின் ஆட்சிக் காலம் வரை, கிட்டத்தட்ட பதிமூன்று நூற்றாண்டுகள் 'நினேவி', நாட்டின் அதிகார பீடமாக இருந்து வந்தது. நாட்டின் ஏனைய பகுதிகளில் இருந்த வீரர்களை சுழற்சி முறையில் ஒன்று திரட்டி அவர்களை ஓராண்டு காலம் நினேவியில் குவித்து வைப்பது வழக்கமாக இருந்தது. ஓராண்டுக்குப்பின் குவித்து வைத்திருந்த வீரர்கள் தங்கள் சொந்த ஊர்களுக்கு அனுப்பப்பட்டு விடுவார்கள். வேறு இடங்களிலிருந்து வீரர்கள் கொண்டுவரப்பட்டு, புதிதாக வந்தவர்களை திரும்பவும் நினேவியில் குவித்து வைப்பார்கள். மன்னன் சார்டனா பேலஸின் கடைசி காலத்தில் பேரரசின் (மெசபடோமியப் பேரரசு) நான்கு முக்கியப் பிராந்தியங்களான மீடியா, பாரசீகம், பாபிலோனியா மற்றும் அராபியா ஆகியவற்றிலிருந்து துருப்புகள் கொண்டு வரப்பட்டு, ஒன்றாக நினேவியில் தங்க வைக்கப்பட்டிருந்தார்கள்; வீரர்களின் மொத்த எண்ணிக்கை நான்கு லட்சம். சார்டனாபேலஸின் ஆட்சி ஒரு புரட்சியின் மூலம் முடிவுக்கு வந்தது. புரட்சியின் போது பேரரசின் மற்ற பகுதிகளிலிருந்து வந்த வேறு நான்கு லட்சம் வீரர்கள், நினேவியில் இருந்த வீரர்களை அடித்து நொறுக்கினார்கள். புரட்சியாளன் ஆர்பேசஸ் (Arbaces). தலைநகரை வேறு

இடத்திற்கு மாற்றியவுடன் நினேவி பாலைவனமானது. அதன் பிறகு பதினெட்டு நூற்றாண்டுகள் ஓடிவிட்டன. நினேவி வரலாற்றில் இருந்த இடம் தெரியாமல் மறைந்து போய்விட்டது.[5]

இதைப்போன்றே பாபிலோன், சூசா, எக்பேட்டனா, பெர்ஸிபோலிஸ், செலூசியா போன்ற நகரங்களும் ஒன்றன்பின் ஒன்றாக அதிகார பீடம் மாறியவுடன் பொலிவிழந்து மறைந்துவிட்டன. மெம்ஃபிஸ் நகரம் உருவாக்கப்பட்டவுடன் திபிஸ் (Thebes) அழிந்தது; அலெக்ஸேன்ட்ரியா வளர்ச்சி யடைந்த பின்பு மெம்ஃபிஸ் மறைந்துவிட்டது; கெய்ரோ நகரின் வளர்ச்சிக்குப்பின் அலெக்ஸான்ட்ரியா தன் முக்கியத்துவத்தை இழந்துவிட்டது. இவற்றுக்கெல்லாம் காரணம் எகிப்தின் ஆட்சியாளர்கள் தங்களது தலைநகர்களை அவ்வப்போது மாற்றியதுதான். இந்தியாவிலும் இதுபோன்றே நடந்துள்ளது. முந்தைய ஆட்சியாளர்கள் மாறியவுடன், அவர்கள் போற்றி வளர்த்த நகரங்களும் மறைந்துவிட்டன, அல்லது முக்கியத்துவம் குறைந்து பொலிவிழந்துவிட்டன.

கங்கைக் கரையில் அமைந்துள்ள கனோஜ் நகரம் கஜினி முகமதுவால்[6] வெற்றிகொள்ளப்பட்டது. வெற்றியாளனின் வரலாற்றாசிரியர் கூறுவதைக் கொண்டு பார்க்கும்போது கனோஜில் அப்போது 5,00,000 வீரர்களைக் கொண்ட காலாட்படை இருந்தது; அதற்கு ஏற்றாற்போல் குதிரைப் படையும், யானைப் படையும் இருந்தன. 30,000 தாம்பூலக் கடைகள் கனோஜில் இருந்திருக்கின்றன; 60,000 நடன மங்கையர் அந்த நகரத்தில் இருந்துள்ளனர்.[7] தாம்பூலக் கடைக்காரர்களும், நடன மங்கையர்களும் அரண்மனைக்காகச் சேவகம் செய்தவர்கள். தங்கள் வாழ்க்கைக்காக அவர்கள் மன்னரையும், சிவில் மற்றும் இராணுவ அதிகாரிகளையும், தாம்பூலத்தின் மூலமும், இசை, நடனம் போன்றவற்றின் மூலமும் மகிழ்வித்து வந்தனர். மன்னர் மாறியவுடன் கனோஜ் பாலைவனமாகிவிட்டது.

முகலாய ஆட்சி இந்தியாவில் நிலைபெற்றபின், அவர்களால் சமீபத்தில் வெற்றிகொள்ளப்பட்ட இந்து நகரங்கள் யாவும் உருக்குலைந்து போயின. அந்த நகரங்களில் இருந்த இராணுவம் அழிக்கப்பட்டது அல்லது கலைக்கப்பட்டது.

சமயநிறுவனங்கள் சிதறிப்போயின. அவைகளுக்குச் சொந்தமான நிலங்கள் பறிமுதல் செய்யப்பட்டன. சிலைகள் உடைக்கப்பட்டன. கோவில்கள் ஒன்று உணர்ச்சி மிகுதியால் இடித்துத் தள்ளப்பட்டன, அல்லது கிடைத்து வந்த வருமானம் நிறுத்தப்பட்டதால், அழிந்து போயின.[8]

ரோமாபுரியில் நிலைமை வேறு மாதிரியாக இருந்தது. ஆட்சியாளர்களும், ஆளுநர்களும் மாறியபோது ரோமானியப் பேரரசில் இருந்த நகரங்கள் அதிர்ச்சியைத் தாக்குப்பிடித்தன. எப்படியெனில், அந்த நகரங்கள் எந்தக் காரணங்களுக்காக உருவாக்கப்பட்டனவோ, அவைகளை மட்டும் நம்பியிருக்க வில்லை; அவைகளுக்கு வேறு அடித்தளங்களும் இருந்தன. சில காட்டுமிராண்டிக் கூட்டங்கள் அலையலையாக வந்து தாக்கினாலும், அந்த நகரங்கள் தங்களைக் காப்பாற்றிக் கொண்டன; அதிர்ச்சியிலிருந்து மீண்டுவிட்டன. இதற்குக் காரணம் தேவாலயங்களைச் சேர்ந்த முக்கிய மனிதர்களும் அவர்கள் ஏற்படுத்திய நிறுவனங்களும்தான். ரோமாபுரியில் இராணுவ வீரர்கள் நிலையான வீரர்களாக ஒரே இடத்தில் இருப்பதில்லை. ஆட்சி மாற்றம் ஏற்படும்போது கலைந்து சென்றுவிடுவார்கள்; தங்களுக்குக் கொடுக்கப்பட்ட நிலத்தில் பாடுபட்டு, பயிரிட்டு அதன் அதன் பயனை அனுபவிப்பார்கள். அப்போதுதான் அவர்களால் தாக்குப் பிடிக்க முடியும்.

இந்தியாவை முகமதியர்கள் வென்ற பிறகு, எந்தப் பகுதி அவர்களின் அதிகாரத்தின்கீழ் வந்ததோ அந்தப் பகுதியில் ஒரு பெரிய நகரமோ, அதைச் சார்ந்த ஊர்களோ கிராமங்களோ இல்லை.[9] இதற்குக் காரணம் பேரரசர் தான் தங்கியிருந்த இடத்திலேயே இராணுவத்தின் பெரும் பகுதியை வைத்துக் கொண்டார். அவர் தனது இடத்தை மாற்ற விரும்பும்போது, அல்லது அதற்கு அவசியம் ஏற்படும்போது, அவர் முன்பு தங்கியிருந்த இடம் முற்றிலும் கைவிடப்பட்டு தனது முக்கியத்துவத்தை இழந்துவிடும்.

ஆனால் தொலைதூரப் பிரதேசங்களை பேரரசர் தனது வைஸ்ராய்களின் மூலமே ஆட்சிசெய்தார். அதற்காக தனது இராணுவத்தின் ஒரு பகுதியை அவர்களுக்கு அளித்தார்; அளிக்க வேண்டிய அவசியம் ஏற்பட்டது. இராணுவத்தின் சில பிரிவுகள் தூரப் பிரதேசங்களுக்குச் செல்ல ஆரம்பித்தவுடன்

மாமன்னர் தனக்கென வைத்துக் கொண்ட இராணுவப் பிரிவு ஓரிடத்தில் நிலைபெற்றது. அரசாங்கத்தின் முக்கிய அதிகாரிகள், தங்களின் நிர்வாகப் பகுதிகளில் தாங்கள் கொள்ளையடித்த பொருட்களைப் பயன்படுத்தி தங்களுக் கெனத் தனியாகவும், பொது நிர்வாகத்திற்கெனவும் மிகப்பெரிய கட்டடங்களைக் கட்டினார்கள். சில காலம் சென்றபின் வைஸ்ராய்கள், தங்களுக்கென ஒதுக்கப்பட்ட பிரதேசங்களில் தங்களின் துணைவர்களைக் கொண்டு ஆட்சி நடத்த ஆரம்பித்தனர். இந்தத் துணை நிலை நிர்வாகிகள் மாவட்டங்களுக்குப் பிரிந்து சென்றார்கள். இந்தத் துணை நிலை நிர்வாகிகள், தங்களது வைஸ்ராய்களின் முகாம்களை நகரங்களாக மாற்றினார்கள். சில சமயங்களில் இந்த நகரங்கள் பேரரசரின் இருப்பிடத்தைவிடச் சிறந்த நகரங்களாக மாறின. இந்தத் துணைநிலை நிர்வாகிகள் மாவட்டங்களின் மையப்பகுதிகளில் தங்கியிருந்து, தங்கள் இருப்பிடங்களை சிறந்த நகர்களாக மாற்றினார்கள். சில நகர்கள் வைஸ்ராய்களின் தலைநகர்களைவிடச் சிறப்பாக இருந்தன. இந்துக்களைவிட முகமதியர்கள் அதிக கலைநுட்பம் பொருந்திய கட்டடங்களைக் கட்டுவதில் அதிக விருப்பமுள்ளவர்களாக இருந்தனர்.[10] மக்களுக்குத் தேவையான தோப்புகளையும், நீர்த்தேக்கங் களையும் உருவாக்கி அவர்களின் நல்லெண்ணத்தைப் பெறவிரும்பினர். ஒரு முதலிய முகார் நகரமாக மாறும்போது தனியார்களின் வசதிகள் முழுவதும் இத்தகைய பணிகளுக்கே பயன்படுத்தப்பட்டன. அவர்களின் மரணத்திற்குப் பிறகு என்னவாகும் என்பது மன்னரின் விருப்பத்தைப் பொருத்தது. அவர்களது அலுவலகங்கள் முற்றிலும் புதியவர்களான சிலருக்குச் சென்றன. கல்லறைகள், கோவில்கள், கால்வாய்கள், பாலங்கள், சத்திரங்கள் போன்றவை மக்களின் நன்மைக் காகவும், தெய்வத்தைத் திருப்திப்படுத்தும் நோக்கிலும் உருவாக்கப்பட்டன. தங்களுடைய வாரிசுகள் பேரரசில் பெரிய பதவிகளைப் பெறவேண்டும் என்ற நோக்கத்திலும், அத்தகைய நற்பணிகள் செய்யப்பட்டன. பிராந்திய ஆளுநர்களின் முகாம்களாக இருந்து நகரங்களாகவும், ஊர்களாகவும் மாறிய இடங்களில் பொது நிறுவனங்கள் அதிகம் அமைக்கப்பட்டு அந்த இடங்களை அழகுபடுத்தின. இதேபோன்றுதான் ஸ்பெயின் நாட்டை வெற்றிகொண்ட முகலாயர்களும் செய்தனர்.[11] முகாம்களாக இருந்து நகரங்

களாகவும், ஊர்களாகவும் மாறிய இடங்களைப் பாதுகாக்க அரண்கள் அமைப்பது அவசியமாயிற்று. ஏனெனில் வெல்லப்பட்ட மக்கள் திடீரென, உணர்ச்சி மிகுதியால் தாக்குதலில் இறங்கித் தங்களது அடிமைத்தளையை உடைத்தெறிய முயற்சிக்கலாம். எனவே வலுவான கோட்டைகள் வைஸ்ராய்களுக்குத் தேவை என்று அறிவுறுத்தப்பட்டது.[12] இதுவரை பேரரசருக்குச் சென்று கொண்டிருந்த அபரிமிதமான வருவாய் நிறுத்தப்பட்டு பிரதேசங்களின் நிர்வாகத்திற்கும், வைஸ்ராய்களின் நகரங்களை அழகுபடுத்தவும் பயன்படுத்தப்பட்டது. இதன் பின்னர் வைஸ்ராய்களின் நிர்வாகத்தின் கீழ் இருந்த பிராந்தியங்களும், மாட்டங்களும் சுதந்திரமான அரசுகளாக மாறின. அங்கு மக்கள் தொகை மிகுந்த அழகிய நகரங்கள் உருவாயின; வருமானம் முழுவதும் அதற்காகவே செலவிடப் பட்டது.

இவ்வாறுதான் ஒரு வைஸ்ராய் நடத்திய வெற்றிகரமான புரட்சியின் மூலம் சுதந்திரமான தென்னிந்திய அரசு அமைக்கப்பட்டது. வைஸ்ராயின் துணைநிலை ஆளுநர்கள் நடத்திய புரட்சிகளின் மூலம் அந்தத் தென்னிந்திய அரசு நான்குத் சுதந்திரப் பிரதேசங்களாக மாறியது. ஒவ்வொரு சுதந்திரப் பிரதேசத்திலும் 1,00,000 வீரர்கள் கொண்ட இராணுவம் இருந்தது. ஒவ்வொரு பிரதேசத்திலும் அழகிய வலுவான நகரங்கள் தோன்றின.[13] ஆனால் எந்தக் காரணங்களுக்காக இந்தச் சுதந்திரப் பிரதேசங்கள் ஏற்பட்டனவோ, அதே காரணங்களை நம்பித்தான் கடைசி வரை இருந்தன. அதாவது பேரரசரின் நிர்வாக அமைப்புகள் (Establishments) என்ற காரணம். பேரரசர் அக்பரும் அவரது வாரிசுகளும், தங்களது சுய முயற்சியால் இந்தச் சுதந்திரப் பிரதேசங்களை திரும்பவும் வெற்றிகொண்டு சிற்றரசுகளாக மாற்றிவிட்டனர். எனவே புதிதாக உருவான நகரங்களில் மக்கள்தொகை குறைய ஆரம்பித்தது பொது நிர்வாக அமைப்புகள் திரும்பவும், பேரரசர் பின்னாலும், அவரது வைஸ்ராய்களின் பின்னாலும் செல்லத் தொடங்கின. நமது தூதர் சர் தாமஸ் ரோ அவர்கள் கூறியது போல், பேரரசர்கள் தாங்கள் இருந்த இடங்களைத் தவிர மற்றவற்றை வளரவிடாமல் அழித்துவிட்டனர் என்பதைவிட, சுதந்திரமான

பிரதேசங்களை அந்தப் பேரரசர்கள் கப்பம் கட்டும் சிற்றரசுகளாக மாற்றியதுதான் பல நகரங்கள் அழிந்ததற்குக் காரணம் என்று கூறலாம்.

குறிப்புகள் .

1. 1836 ஆம் ஆண்டு ஜனவரி மாதம்
2. பல்வால் ஒரு சிறிய ஊர்; டில்லிக்குத் தெற்கே 36 மைல் தூரத்தில் உள்ளது; குர்கான் மாவட்டத்தில் வருகிறது; இப்போது இந்த ஊர் பஞ்சாப் மாநிலத்தில் வருகிறது. ஆனால் நூலாசிரியர் காலத்தில் இந்த ஊர் வடமேற்குப் பிரதேசத்தில் இருந்தது. 'பல்வால்' – பர்கானாவில், அந்த ஊர்தான் முக்கிய ஊர்.
3. 'நினேவி' இந்த இடத்தில் ஒரு நல்ல எடுத்துக்காட்டாக இருக்கமுடியாது. நினேவி வேண்டுமென்றே அழிக்கப்பட்டது; ஒரு அரசர் அலட்சியப்படுத்தியதால் அழியவில்லை. 'நபோபோலசர்' (nabopolassar) என்ற பெயர் கொண்ட பாபிலோனின் வைஸ்ராயும், அவனது கூட்டாளிகளும் கி.மு. 606இல் நினேவி நகரத்தைத் தீயிட்டுக் கொளுத்தி அழித்தனர். பாபிலோன் சிறிது சிறிதாக அழிந்தது.
4. கேன்டர்பரியின் ஆர்ச் பிஷப் அவர்களுக்கு சர் தாமஸ் ரோ 29.1.1616இல் ஆஜ்மீரிலிருந்து கடிதம் எழுதினார். "அவரது (மன்னரின்) வீடுகள் கற்களால், அழகாக ஒரே சீராகக் கட்டப்பட்டுள்ளன; இந்த வீடுகள் அரசரின் அதிகாரிகளின் பாரம்பரியமாக அவை தங்களுடைய வாரிசுகளுக்குச் செல்லவேண்டும் என்று கட்டவில்லை. நான் பார்த்த வரை அவர்கள் கூடாரங்களில் வாழ்ந்து வருகிறார்கள். அவை நமது குடியிருப்புகளைவிட/ குடில்களைவிட எளிமையானவை. இருப்பினும் அரசர் விருப்பப்பட்டால் ஆக்ராவில் கட்டியதுபோல் சிறந்த, செதுக்கப்பட்ட கற்களால் கட்டடங்களைக் கட்டலாம்" என்றும் சர் தாமஸ் ரோ கடிதத்தில் எழுதியுள்ளார். (Pinkerton's collection, vol viii, p.45)
5. நினேவி இருந்த இடம் பல நூற்றாண்டுகளுக்கு முன்பே நினைவிலிருந்து அகன்றுவிட்டது. பாக்தாத் நகரில் ஆளுநராக இருந்த திரு. கிளாடியஸ் ரிச் என்பவர்தான் 'நினேவி' நகரை 1818 ஆம் ஆண்டு மோசல் என்ற இடத்தின் மேட்டிற்கு எதிரில் தனது ஆய்வின் மூலம் கண்டுபிடித்தார். 1843 ஆம் ஆண்டு போட்டா (Botta) நடத்திய அகழ்வாய்வும், அதற்கு இரண்டாண்டுகள் சென்று லேயார்ட் நடத்திய அகழ்வாய்வும் நிறைவேறியபின்தான். 'நினேவி' பற்றிய வரலாறு தெரிய ஆரம்பித்தது. (Bonomi, 'Nineveh and its Palaces', 2nd Edn., 1853., Layard, 'Nineveh and its Remains, 2 vols, 1849). நூலாசிரியர் நினேவியின் வீழ்ச்சி பற்றி கூறியிருக்கும் செய்திகள் டயடோரஸ் சிக்குலஸ் (Diadorus Siculus) என்பவரின் கருத்தையொட்டி அமைந்துள்ளன; சிறந்த வரலாற்றாசிரியர்களின் கருத்துகளை அடியொட்டியல்ல. கி.மு. 606ஆம் ஆண்டுவாக்கில் நினேவி அழிக்கப்பட்டிருக்க வேண்டும்; அதாவது சார்டனாபேலஸின்

மரணத்திற்குப் பிறகு. இவன் மரணமடைந்தது கி.மு. 625இல். இதற்குக் காரணமானவர்கள் நயோபோலசர் என்ற பாபிலோனின் புரட்சி வைஸ்ராய், எகிப்தின் நெக்கோ (Necho) மீடியாவின் சையரேசஸ் (Cyaxares of Media), மற்றும் ஆர்மேனிய மன்னர். ஆனால் கி.மு. 625இல் கொல்லப்பட்டது அஸ்ரிய மன்னன் 'சார்டனா பேலஸ்' அல்ல என்றும் அவனது மகன் அஸுர்–இபெல்–இலி என்றும் சிலர் கூறுகின்றனர். இறந்தது மன்னன் சராக்கஸ் (Saracus) என்று பேராசிரியர் சேசி (Sajee) என்பவர் கருத்து தெரிவித்துள்ளார். நினேவி அழிந்தபின், பாபிலோன் மெஸபட்டோமியப் பேரரசின் தலைநகராகியது. அப்போது ஆட்சியில் இருந்தவன் 'நெபுசத் நெஸ்ஸார் (Nebuchad nezzar). இவன் சார்டனா பேலஸின் மகன். நெபுசத்நெஸ்ஸார் ஆட்சிக்கு வந்தது கி.மு. 604இல் இவனது ஆட்சிக் காலத்தில் பாபிலோன் புகழின் உச்சிக்குச் சென்றது. கி.மு. 539இல் பாபிலோன் மன்னன் சைரஸால் கைப்பற்றப்பட்டது. பின் சிறிதுசிறிதாக அதன் புகழ் மங்கத் தொடங்கியது. இருந்தும் மாவீரன் அலெக்ஸாண்டர் காலத்திலும் பாபிலோன் ஒரு புகழ்பெற்ற நகரமாகத்தான் இருந்தது. தன் குலத்தின் சிறந்த வீரன் என்று போற்றப்படும் நினஸ் ஒரு புராண பாத்திரம். வரலாற்றில் வாழ்ந்தவனல்ல. [Encycl. Brit., 11th edn., 1918, in the articles, 'Babylon', (Sayce) 'Babylonia and Assyria (Sayce and Jastrow), and 'Nineveh' (Johns) See also, ibid 'Cyrees' (Meyer.)]

6. 'கனோஜ்' தற்போது உத்திரப்பிரதேசத்தில் ஃபரூக்காபாத் மாவட்டத்தில் உள்ளது. கி.பி.1019ஆம் ஆண்டு இந்த நகரம் கஜினி முகமதுவால் பிடிக்கப்பட்டது.

7. இவ்வளவு அதிகமான நடன மங்கையர் வரலாற்றின்படி இருந்திருப்பதற்கு சாத்தியமில்லை.

8. இந்த கருத்து பொதுவானது. காசி, அலகாபாத் (பிரயாக்) போன்ற நகரங்களிலிருந்து மக்கள் எப்போதும் வெளியேறியதேயில்லை. அதிக மக்கள்தொகை கொண்ட நகரங்களாகவே அவை ஆரம்பத்திலிருந்து இருந்து வந்துள்ளன. பல இடங்களில் கோவில்கள் சேதப்படுத்தப்பட்டதும் அல்லது இடிக்கப்பட்டதும், அந்த இடங்களில் மசூதிகள் கட்டப்பட்டதும் உண்மை.

9. இக்கருத்து மிகைப்படுத்தப்பட்ட ஒன்று. டில்லி சுல்தான்களுக்கு கப்பம் கட்டிவந்த இந்து அரசர்கள் மக்கள்தொகை மிகுந்த நகரங்களில் அரண்மனைகளை அமைத்திருந்தனர்.

10. இந்தக் கூற்று தென்னிந்தியாவிற்குப் பொருந்தவே பொருந்தாது. வடஇந்தியாவிலுள்ள சமயச் சார்பற்ற சில கட்டடங்களுக்கு வேண்டுமென்றால் இக்கூற்று பொருந்தலாம். முகமதியர் கலைநுட்பத்திற்குச் சமமான கட்டடங்களைக் காட்டவேண்டுமென்றால், கஜுராஹோவின் கோயிலையும், அபுமலையின் கோயில்களையும், பல அற்புதமான அரண்மனைகளையும் காட்டலாம். இவைகள் உலகில் எந்தப்பகுதியில் உள்ள கட்டடங்களுக்கும் சமமானவை.

11. நூலாசிரியரின் கருத்து தவறான எண்ணத்தை விதைப்பதாக உள்ளது. முகமதிய வைஸ்ராய்களின் சில தலைநகரங்கள் மட்டுமே புதிதாக

உருவாக்கப்பட்டவை. எஞ்சிய அனைத்து பெரிய, சிறிய நகரங்களும் இந்துக்களால் முன்பே உருவாக்கப்பட்டிருந்தவைதான். அதிகாரிகளின் அதிகாரபூர்வமான இருப்பிடங்களாக அவை சற்று மாற்றியமைக்கப் பட்டன; சிறிது விரிவுபடுத்தப்பட்டன அல்லது பொலிவூட்டப்பட்டன; அவ்வளவே. அதே சமயம் அவற்றின் பழைய பொலிவு சிதைக்கப் பட்டது. ஃபைஸாபாத் நகரம் 'அவத்' நவாப் வஸீரின் உருவாக்கம் என்பது உண்மை. ஆனால் இது அயோத்தியாவிற்கு மிக அருகாமையில் உள்ளது. எனவே அயோத்தி நகருக்கு முகமதியர்கள் கொடுத்த விரிவாக்கமே ஃபைஸாபாத் என்று கூறலாம். லக்னோ (லட்சமணபுரி) இந்துக்களால் உருவாக்கப்பட்ட ஒரு புராதன நகரம்.

12. முகமதிய முகாமாக இருந்து, சிறிது சிறிதாக கோட்டை கொத்தளங் களுடன், கூடிய நகரமான உருவான ஒரு இடத்திற்கு உதாரணம் கொடுப்பது மிகவும் கடினம்.

13. தக்காணம் அல்லது தென்னிந்தியாவின் வரலாறு துல்லியமாக எழுதப்படவில்லை. சுல்தான் முகமது பின் துக்ளக் கி.பி. 1325இல் தக்காணத்தைப் பணிய வைத்து உண்மை. ஆனால் 1347இல் தக்காணம் மறுபடி கிளர்ந்தெழுந்தது. குல்பர்காவில் ஹாஸன் காங்கோ என்பவர் பாமினி அரச மரபைத் தோற்றுவித்தார்; (Bahmani dynasty) பின்னால் அது 'பிதார்' என்று அழைக்கப்பட்டது. 15ஆம் நூற்றாண்டின் இறுதியிலும், 16ஆம் நூற்றாண்டின் ஆரம்பத்திலும் பர்மினி அரசு நான்கு பிரிவுகளாகப் பிரிந்தது. பீஜபூர், அஹமத் நகர், கோல்கொண்டா, பிரார் என்ற நான்கு தனித்தனி அரசுகள் தோன்றின. பிரார் அரசு எண்பத்தைந்து ஆண்டுகள் தனியாக நிலைத்திருந்து, பின்னால் அகமத்நகர் அரசுடன் இணைக்கப்பட்டது.

திரு. ஃப்ரேஸர் கொலை செய்யப்படுதல் - நவாப் ஷம்சுதீனுக்கு தூக்குத் தண்டனை

நான் பல்வாலில் இருந்தபோது திரு. ரைட், திரு. வில்மாட், திரு. கபின்ஸ் ஆகிய மூவரும் எங்களுடன் காலைச் சிற்றுண்டி சாப்பிடுவதற்கு வந்திருந்தனர். அந்த மூவரும் பணி நிமித்தம் அங்கு வந்தவர்கள். தாங்கள் தனிமையில் இருப்பது குறித்து அவர்கள் என்னிடம் குறைப்பட்டுக் கொண்டார்கள். அதேசமயம், ஒரு பெரிய ஊரில் பணியமர்த்தப்பட்டிருந்தால், இப்போது செய்யும் பணியில் பாதியைக்கூட தங்களால் செய்திருக்க முடியாது என்றும் ஒப்புக்கொண்டார்கள்; பெரிய ஊர்களில் நிலவும் இன்பகரமான சூழல் அவர்களைத் தடுத்திருக்கும். பெரிய நகரங்களில் தங்கள் கடமைகளையும் அவர்கள் செய்திருக்க முடியாது; மக்களிடம் இரக்கத்துடன் நடந்து கொண்டிருக்க இயலாது போயிருக்கும். உள்ளூர் மக்களின் உணர்வுகளைச் சரிவரப் புரிந்துகொள்ள, புதிதாக வேலைக்கு வரும் இளம் அதிகாரிகளை எளிமையான, மக்கள் வாழும் சாதாரண இடங்களில், மக்களோடு மக்களாக இருக்கச் செய்ய வேண்டும். இப்பழக்கம் இராணுவ அதிகாரிகள், சிவில் அதிகாரிகள் ஆகிய இருவருக்கும் பொருந்தும். சிவில் அதிகாரிகளுக்கு இதுதான் மிகவும் ஏற்றமுறை. நகரை விட்டுத் தள்ளியுள்ள ஒரு வெளியிடத்தில் தன் பணியாளர்களுடன் வேலையில் ஈடுபட்டுள்ள இளம் அதிகாரி சிறிது காலத்தில் அவர்களிடம் நல்ல பெயர் வாங்கிவிட முடியும். அப்படி வாங்கிய நல்ல பெயர் வாழ்நாள் முழுவதும் நிலைத்திருக்கும். அப்படிப் பணிபுரியும் ஒரு

சிவில் அதிகாரி மக்களிடம் அதிக இரக்கம் காட்டுபவராக இருப்பார்.[1]

டில்லியின் எல்லைப் பகுதி மாவட்டங்கள் மூன்றில், ஒன்றுக்கு திரு.கபின்ஸ் நீதிமன்ற நடுவராகவும், கலெக்டராகவும் இருந்தார். ஃபிரோஸ்பூரும் அவரது அதிகாரத்தின் கீழ்தான் இருந்தது. அது மறைந்த நவாப் ஷம்சுதீனிடமிருந்து அப்போது தான் மீண்டும் பெறப்பட்டிருந்தது. ஃபிரோஸ்பூரின் ஆண்டு வரிவசூல் வருமானம் *2,00,000* ரூபாய்[2]. மேவாத்தி கொள்ளைக் காரர்கள் தனது சொந்த சமஸ்தானத்திற்குள் கொள்ளையில் ஈடுபடாமல் வைத்திருந்தார் நவாப் ஷம்சுதீன். ஆனால் நமது ஆங்கிலேயர்களின் வசமிருந்த மாவட்டங்களில் புகுந்து கொள்ளையடிக்க அவர்களுக்கு அனுமதி வழங்கி யிருந்தார் நவாப்; கொள்ளையடித்த வருமானத்தில் அவருக்கும் பங்குண்டு.[3] ஷம்சுதீன் ஒரு அழகான மனிதர். நன்கு பழகக்கூடியவர்; ஆனால் கொள்கையற்ற, ஒழுக்கக் கட்டுப்பாடு ஏதும் இல்லாத ஒரு நபர். அழகான மனைவியை அல்லது அழகான ஒரு பெண்ணைப் பெற்றுள்ள கணவனோ, தகப்பனோ நவாபின் ஆட்சியில் பத்திரமாக இருக்க முடியாது. இந்த நவாப், எப்படி திரு. ஃபிரேஸரைக் கொலை செய்தார் என்பதைப்பற்றி நான் விவரிக்கப் போகிறேன். நான் கொடுத்துள்ள விவரங்கள் நம்பிக்கைக்குரியவைதான்.[4]

ஃபிரோஸ்பூர் சமஸ்தானம் (சிற்றரசு) காரன்வாலிஸ் பிரபு காலத்தில் ஏற்படுத்தப்பட்டது. அதாவது அவர் இரண்டாவது முறையாகப் பதவியேற்றவுடன் இது நடந்தது. பிரிட்டிஷ் மேலாதிக்கத்திற்கு உட்பட்ட சுதந்திரமான சுதேசி மன்னர்களின் எல்லைப்பகுதி பாதுகாப்பை ஃபிரோஸ்பூர் பார்த்துக்கொள்ள வேண்டும். இவ்வாறு சமஸ்தானம் ஒன்றைப் பெறுபவர், ஆங்கிலேயர்களிடம், உதவிகள் ஏதும் தேவையில்லை என்று கூறிவிடுவதோடு தனது ஆட்சிக்குப்பட்ட பகுதியில் அமைதியை நிலைநாட்ட வேண்டும்.[5] லேக் பிரபு அவர்கள் *1805*ஆம் ஆண்டு ஃபிரோஸ்பூரை 'அகமது பக்ஷ்' என்பவருக்கு வழங்கினார். யமுனையின் மேற்கேயுள்ள பகுதிகளைப் பிடிப்பதற்கான மராட்டியப் போரில் அகமது பக்ஷ் ஆங்கிலேயர்களுக்கு உதவினார். இதற்காகவே அவருக்கு ஃபிரோஸ்பூர் கொடுக்கப்பட்டது. இதேபோல் 'லொஹாரு' பர்கானாவும் (தாலுகா) பாரம்பரியமாக

அனுபவித்துவரும் உரிமையுடன் அகமது பக்ஷ்க்கு ஆங்கிலேயர்களால் கொடுக்கப்பட்டது.

ஆல்வார் ராஜாக்களின் அனுமதியுடனும், பிரிட்டிஷ் அரசாங்கத்தின் ஒப்புதலுடனும் அகமது பக்ஷ், தனது மூத்த மகன் ஷம்சுதீனை தனது வாரிசாக அறிவித்தார். 1825ஆம் ஆண்டு, தனது தந்தையின் வேண்டுகோளின்படி 'லொஹாரு' பர்கானவை ஓர் ஆவணத்தின் மூலம் தனது மாற்றாந்தாய் வயிற்றுச் சகோதரர்களான அமீனுதீன், ஸியாவூதின் ஆகிய இருவருக்கும் கொடுத்துவிட்டார்[6] ஷம்சுதீன். ஃபிரோஸ்பூரின் ஆட்சியுரிமை 1826ஆம் ஆண்டு, ஷம்சுதீனுக்கு அவரது தந்தையால் வழங்கப்பட்டது. இது டில்லியின் 'ரெசிடென்ட்' என்று அழைக்கப்பட்ட ஆங்கிலேய அதிகாரியின் மூலம் ஆங்கிலேய அரசாங்கத்திற்கும் தெரிவிக்கப்பட்டுவிட்டது. 1827இல் அகமது பக்ஷ் மரணமடைந்தார். இதையடுத்து, விரைவில் சகோதரர்களுக்குள் சர்ச்சை ஏற்பட்டது. சர்ச்சையைத் தீர்த்து வைக்கும்படி, அப்போது டில்லியின் 'ரெஸிடென்ட்' ஆக இருந்த சர் எட்வார்ட் கோலிபுரூக்[7]. அவர்களை அமீனுதீனும் ஸியாவுதீனும் கேட்டுக்கொண்டனர். சர் சார்லஸ் மெட்காஃப்[8]. அவர்களுக்குப்பிறகு திரு கோலி புரூக்தான் டில்லியின் 'ரெஸிடென்ட்' ஆகப் பணிபுரிந்துவந்தார். இருந்த நிலவரத்தை திரு. கோலிபுரூக் ஆங்கிலேய அரசாங் கத்திற்குத் தெரியப்படுத்தினார். அவரையே சமாதானம் செய்து வைக்கும்படி ஆங்கிலேய அரசாங்கம் கோலிபுரூக் அவர்களுக்கு அதிகாரம் வழங்கியது. இந்த அதிகாரம் 11/4/1828இல் அவருக்கு வந்து சேர்ந்தது. ஷம்சுதீன் 'லொஹாரு' பர்கானாவின் உரிமையை எந்தவித நிபந்தனையுமின்றி தனது இளைய சகோதரர்களுக்கு விட்டுக்கொடுத்துவிட வேண்டுமென்றும், அந்த பர்கானாவின் நிர்வாகத்தில் ஷம்சுதீன் தலையிடக்கூடாது என்றும் கோலிபுரூக் அதிகாரபூர்வமாக அறிவித்தார். மேலும் அமீனுதீன், தனது இளைய சகோதரன் ஸியாவுதீன் தக்க வயதடையும்வரை, அவனுக்காக டில்லியின் கருவூலத்தில் ஒவ்வொரு ஆண்டும் ரூ.5210 செலுத்தவேண்டும் என்றும் கோலிபுரூக் தனது உத்தரவில் குறிப்பிட்டிருந்தார். ஸியாவுதீனுக்கு உரிய வயது வந்தவுடன் 'லொஹாரு' பர்கானாவை இரு சகோதரர்களும்

(அமீனுதீன், ஸியாவுதீன்) சமமாகப் பிரித்துக் கொள்ள வேண்டும் என்றும் உத்தரவில் சொல்லப்பட்டிருந்தது. இந்த உத்தரவை ஆங்கிலேய அரசாங்கம் உறுதிசெய்ததுடன், ஆண்டுக்காண்டு பணம் செலுத்துவதில் மாற்றம் செய்வதாக இருந்தால் இரு இளைய சகோதரர்களின் சம்மதத்துடன், அந்த மாற்றத்தையும் செய்யலாம் என்ற அதிகாரத்தையும் சர் எட்வார்ட் கோலிபுரூக் அவர்களுக்கு அளித்தது.

பணம் கட்டுவதற்கு உடன்பாடு ஏற்படாததால் 'லொஹாரு' பர்கானா ஷம்சுதீனுக்கு மாற்றப்பட்டது. கோலிபுரூக் அவர்களுக்குப் பிறகு செப்டம்பர் மாதத்தில் திரு. மார்ட்டின் டில்லியின் 'ரெசிடென்ட்' ஆகப் பதவி ஏற்றார். ஆண்டொன்றுக்கு ரூ.26000/– இரு இளைய சகோதரர்களுக்காகக் கட்டினால் 'லொஹாரு' பர்கானாவை ஷம்சுதீனுக்கு மாற்றிவிடலாம் என்று திரு. மார்ட்டின் ஆங்கிலேய அரசுக்கு பரிந்துரை செய்தார். அமீனுதீனால் குத்தகைதாரர்களிடமிருந்து நிலத்திற்கான குத்தகையை வசூல் செய்ய இயலாது என்று கூறி இப்படியொரு பரிந்துரை செய்யப்பட்டது. (ஷம்சுதீனின் தூதுவர்கள் இப்படியொரு பரிந்துரையைச் செய்யும்படி திரு. மார்ட்டின் அவர்களைத் தூண்டினார்கள் என்பதுதான் உண்மை). அமீனுதீனால் குத்தகை வசூல் செய்யமுடியாததால் அவன் தனது இளைய சகோதரன் ஸியாவுதீனுக்கு ஆண்டொன்றுக்குச் செலுத்த வேண்டிய ரூ.5210/– கட்ட இயலாது என்றும் ஒரு காரணம் சொல்லப்பட்டது. லொஹாரு பர்கானாவின் மொத்த ஆண்டு வருமானம் ரூ. 15000/– என்றும், பணியாளர்களுக்கான செலவு போக நிகர ஆண்டு வருமானம் ரூ.10420/– என்றும் கணக்கிடப்பட்டது. இந்தப் பரிந்துரையை இரண்டு இளைய சகோதரர்களும் ஏற்றுக்கொள்ளவில்லை. மாறாக லொஹாரு பர்கானாவை முழுவதுமாக பிரிட்டிஷ் அரசாங்கத் திடமே ஒப்படைத்துவிட்டு, கொடுக்கப்படும் வருமானம் எவ்வளவாக இருந்தாலும் அதனை ஏற்றுக்கொள்ள சம்மதிப்பதாக இரு இளைய சகோதரர்களும் கூறிவிட்டார்கள். அமீனுதீனின் விருப்பம் அப்படியிருந்தால், அதுபோன்றே செய்துவிடும்படி கவர்னர் ஜெனரல் திரு. மார்ட்டினுக்குத் தெரிவித்துவிட்டார். ஆனால் திரு. மார்ட்டின் அவ்வாறு செய்யாமல் நிலைமையில், காலப்போக்கில் முன்னேற்றம் ஏற்படும் என்று காத்திருந்தார்.

நவாப் ஷம்சுதீன், தனக்கு மீண்டும் லொஹாரு பர்கானாவைத் தரவேண்டும் என்று வற்புறுத்திக் கொண்டே யிருந்தார். 1833இல் ஷம்சுதீன் அரசாங்கத்திற்கு ஒரு மனு அளித்தார். அதில் அமீனுதீன் தன் இளைய சகோதரன் பொருட்டு டில்லி கருவூலத்தில் ஆண்டுதோறும் செலுத்த வேண்டிய ரூ.5210/–ஐ செலுத்தவில்லை என்றும், அதனால் 'லொஹாரு' பர்கானா தன்வசம் ஒப்படைக்கவேண்டும் என்றும் கேட்டிருந்தார். உண்மையில் அமீனுதீனும், ஸியாவுதீனும் நெருக்கமாகத்தான் இருந்தனர்; அவர்களுக்குள் எந்த கருத்து வேறுபாடும் இல்லை. பணம் கட்டவில்லை என்று எந்தப் புகாரும் தெரிவிக்கப்படவில்லை. மேலும், தங்களது தந்தைக்குச் சொந்தமான அசையும் சொத்துக்கள் சில, தங்களுக்கு வேண்டுமென்று வழக்கு தொடர்ந்ததில், தீர்ப்பு அவர்கள் பக்கமே இருந்தது. அவற்றை விட்டுக் கொடுக்கவும் அவர்கள் தயாராக இருந்தார்கள். இதற்கிடையில் திரு. ஃப்ரேஸர் டில்லியில், கவர்னர் ஜெனரலின் பிரதி நிதியாகப் பொறுப்பேற்றார். அவர் ஷம்சுதீனின் விருப்பத்திற்கு எதிராக இருந்தார். ஸியாவுதீன், தனது மூத்த சகோதரன் அமீனுதீன் தன் பொருட்டு செலுத்தவேண்டிய தொகையைச் செலுத்தவில்லை என்று எந்தப் புகாரும் அளிக்கவில்லை. 'லொஹாரு' பர்கானா, பரம்பரை அனுபவம் உடைய ஒரு சொத்து. இதை ஷம்சுதீனுக்கு மாற்றினால் அமீனுதீன் சகோதரர்களுக்குக் கிடைக்கவேண்டியது கிடைக்காமல் போய்விடும். அந்த பர்கானாவிலிருந்து கிடைக்கக்கூடிய ஆண்டு வருமானம் உத்தேசமாக ரூ. 50000/– மேலும் வழக்கில் தங்களுக்குக் கிடைக்கக்கூடிய அசையும் சொத்தையும் அவர்கள் விட்டுக்கொடுக்கத் தயாராக இருக்கிறார்கள். மேல்முறையீடு செய்யப்பட்டாலும், வழக்கு அமீனுதீன் சகோதரர்களுக்கே சாதகமாக அமையும். வட்டியும் 6% கிடைக்கும். லொஹாரு பர்கானாவின் தற்போதைய ஆண்டு வருமானம் ரூ. 40000/– என்றாலும் நன்கு மேலாண்மை செய்யப்பட்டால் ரூ. 70000/– வரை கிடைக்கும். இதன் காரணமாக அந்தப் பர்கானா ஷம்சுதீனுக்கு மாற்றப்படக் கூடாது என்பது திரு. ஃப்ரேஸரின் வாதம். எனவே வழக்கை அவர் திரும்பவும் ஆங்கிலேய அரசாங்கத்தின் கவனத்திற்குக் கொண்டு செல்ல முடிவு செய்தார்.

திரு. ஃப்ரேஸர் அவர்களின் பரிந்துரையின்படி, ஆங்கிலேய அரசாங்கத்தின் கவனத்தை ஈர்க்க அமீனுதீன் நேராக கல்கத்தாவிற்குச் சென்றான். தங்களுடைய வழக்கு மறுபடியும் விசாரிக்கப்பட வேண்டும் என்று கேட்டுக் கொண்டான். ஷம்சுதீன் ஓர் ஒழுக்கம்கெட்ட, கட்டுமீறி நடக்கும் இயல்புடையவராக மாறியிருந்தார். தன்னுடைய சொந்த சமஸ்தானத்திலேயே அவர் பல குற்ற நடவடிக்கைகளில் ஈடுபட்டு வந்தார். வேறு ஒருவரின் மனைவியோ அல்லது மகளோ அவரது பார்வையில் பட்டுவிட்டால் அவர்கள் பாதுகாப்பாக வீடு திரும்ப முடியாது. எதிர்ப்பு தெரிவிக்கும் கணவனையோ அல்லது தந்தையையோ தீர்த்துக்கட்டவும் ஷம்சுதீன் தயங்குவதில்லை[9]. நவாப் ஷம்சுதீனின் நடவடிக்கைகள், திரு. ஃபிரேஸர் அவர்களுக்குச் சிறிதும் பிடிக்க வில்லை. அவர் (ஷம்சுதீன்), டில்லிக்கு வந்தால் அவரை, தன் வீட்டினுள் அனுமதிக்கவே மாட்டார். உண்மையில் ஷம்சுதீனை, திரு. ஃபிரேஸர் அவரது சிறுவயது முதலே அறிவார்; தன் மகனைப்போன்று ஷம்சுதீனை அவர் வளர்த்துவந்தார் என்று சொல்லிக் கொண்டார்கள்; தனது நேரத்தில் பெரும்பகுதியை, ஃபிரேஸரின் இல்லத்திலேயே ஷம்சுதீன் இளமைக்காலத்தில் செலவிட்டார் என்றும் சொல்லிக்கொண்டார்கள். ஒருநாள் நவாப் ஷம்சுதீனை தன் வீட்டிற்கு வரவிடுவதற்கு திரு. ஃபிரேஸர் மறுத்துவிட்டார். பழிவாங்கும் நோக்கத்தில் ஷம்சுதீன், திரு. ஃபிரேஸரை கொலை செய்தாலும் செய்துவிடலாம் என்று கர்னல் ஸ்கின்னர் போன்றோர் கருதினார்கள். திரு. ஃபிரேஸரோ, 'ஷம்சுதீன் எனது மதிப்புமிக்க பழைய நண்பன்' என்று சொல்லி அலட்சியமாக இருந்துவிட்டார்.[10] இல்லத்தினுள் அனுமதிக்காமல் இருப்பதுபோன்ற செயல்களின் மூலமே, ஷம்சுதீனைத் திருத்த முடியும் என்றும், அவர் நவாப் என்றாலும் இன்னும் சிறு பையன் என்றும் ஃபிரேஸர் நினைத்தார். ஆனால் இப்படிப்பட்ட செயல்களால் நவாப் மனதளவில் காயப்படுத்தப்பட்டார், ஃபிரேஸரை கொலை செய்துவிடுவது என்று தீர்மானித்துவிட்டார்.[11]

முன்பு தனது நண்பனாகவும், வேலைக்காரனாகவும் இருந்த கரீம்கான் என்பவனைத் தேடிக் கண்டுபிடித்து, அவனை, கொலைசெய்யும் பாதகச் செயலுக்குச் சம்மதிக்க

வைத்து, தனது வண்டியைக் கொடுத்து டில்லிக்கு அனுப்பி வைத்தார் நவாப் ஷம்சுதீன். கொடுத்தனுப்பிய வண்டியை திரு. மெக்ஃபெர்சன் என்பவரின் மூலம் டில்லியில் விற்றுவிடுவதாக இருந்தார் ஷம்சுதீன். மெக்ஃபெர்சன் (Mc. Pherson) என்பவர் டில்லியில் இருந்த ஓர் ஐரோப்பிய வணிகர். தாமிரத் தாதுவிலிருந்து தாமிர உலோகத்தைப் பிரித்தெடுக்கும் முறையைக் கற்றுக் கொள்வதற்காகவும், நவாபுக்கு வேட்டை நாய்கள் வாங்குவதற்காகவும் தான் டில்லியில் தங்கியிருப்பதாக கரீம்கான் சொல்லிக் கொள்ள வேண்டும் என்பது ஷம்சுதீனின் ஆணை. மேலும் அவன் திரு. ஃபிரேஸர் அவர்களின் நடமாட்டத்தைக் கவனித்து வரவேண்டும்; இரவு நேரத்தில் அவர் ஒன்றிரண்டு பணியாட்களுடன் மட்டும் எப்போது வெளியே வருகிறார் என்பதையும் கரீம்கான் கவனிக்கவேண்டும்; தகுந்த தருணம் வரும்வரை அவன் காத்திருக்கவேண்டும்; அவசரப்பட்டுவிடக் கூடாது. இதுபோன்று பல அறிவுரைகள் அவனுக்கு வழங்கப் பட்டிருந்தன. கரீம்கானுடன் ‘ரூப்லா’ என்ற குதிரைச் சேவகனும், அனியா என்ற மேவாத்திப் பணியாளும் உதவிக்காக இருந்தனர். மூவரும் ‘தரியாகன்ஞ்’ என்ற இடத்தில் இருக்கும் நவாபுக்குச் சொந்தமான வீட்டில் தங்கியிருந்தனர். கரீம்கான் காலையிலும் மாலையிலும் குதிரையில் வெளியே சென்றுவருவான். அனியா அவனுடன் குதிரைக்கு அருகில் நடந்து செல்வான். இவ்வாறு மூன்று மாதம் அவன் காலையும் மாலையும் வெளியே சென்று வருவதாக இருந்தான். பலமுறை அவன் திரு. ஃப்ரேஸரை பார்த்திருந்தாலும் அவரைக் கொல்வதற்கான நல்ல சந்தர்ப்பம் கிடைக்கவில்லை. மனமுடைந்துபோன கரீம்கான் ஃபிரோஸ்பூருக்குத் திரும்பிவிட்டான். தனது குழந்தைகள் நோய்வாய்ப்பட்டிருந்ததாகவும், அவர்களைச் சென்று பார்த்து விட்டு வரவேண்டுமென்றும், அதற்காகத் தனக்கு விடுமுறை வேண்டுமென்றும் அனியா, கரீம்கானை திரும்பத் திரும்பக் கெஞ்சிக் கேட்டுக் கொண்டேயிருந்தான். அனியாவை விட்டுவிட்டு, தான்மட்டும் டில்லியில் இருக்க கரீம்கான் விரும்பவில்லை. கரீம்கான் ஃபிரோஸ்பூர் திரும்பியதை நவாப் விரும்பவில்லை. நோக்கம் நிறைவேறாமல் அவன் டில்லியிலிருந்து திரும்பக்கூடாது என்று நவாப் கூறிவிட்டார்.

அனியா உடன் செல்வதற்கு மறுத்துவிட்டான். அனியாவுக்குப் பதில் வேறு ஒருவனை அழைத்துச் செல்லும்படி கரீம்கானுக்குப் பரிந்துரை செய்தார் நவாப். சதித்திட்டம் முழுவதையும் அறிந்த அனியாவை விட்டுவிட்டுச் செல்வது ஆபத்தானது என்று உணர்ந்தான் கரீம்கான். மேலும் கரீம்கான், அனியா கொடுக்கும் தைரியத்தை நம்பியே இருந்தான்.

நவாபுக்குச் சொந்தமான இடத்தில் இருப்பதற்காக அனியா, கருவூலத்திற்கு ரூ.20 செலுத்தவேண்டும். அதை அவன் செலுத்தவில்லை. இந்தத் தொகையை சிறு தவணைகளில், அவனது சம்பளத்திலிருந்து பிடித்துக் கொள்ள கருவூல அதிகாரியைச் சம்மதிக்க வைத்தான் கரீம்கான். மேலும் அவனிடம் உள்ள நூறு ரூபாயை வைத்துக் கொண்டு இருவரும் நன்கு சமைத்துச் சாப்பிடலாம். இதைத் தவிர அனியா வேறு ஏதும் செய்ய வேண்டாம். டில்லியில் உள்ள ஒரு வங்கியாளருக்கு ரூ.1000 வரை கரீம்கானுக்குக் கடன் கொடுக்க கடிதம் கொடுத்திருந்தார் நவாப். இந்தப் பணத்தையும் இருவரும் பயன்படுத்திக் கொள்ளலாம். (இவ்வாறு ஆசைகாட்டி அனியாவை டில்லிக்கு மீண்டும் கரீம்கானுடன் செல்ல சம்மதிக்க வைத்துவிட்டார்கள்.) கரீம்கானும், அனியாவும் மீண்டும் டில்லிக்குப் பயணமான போது 'நதினா' என்ற கிராமம் வரை நவாபும் அவர்களுடன் வந்தார். அங்குதான் நவாப் வேட்டையாடுவார். அப்போது தனது குதிரைச் சேவகன் ரூப்லாவை மாற்றிக்கொள்ள நவாபிடம் அனுமதி கேட்டான் கரீம்கான். ரூப்லா மிகவும் அறிவுள்ளவனாக இருப்பதால், சதிச் செயல்களுக்கு அவன் சரியான ஆள் அல்ல என்று நினைத்தான் கரீம்கான். எதுவும் தெரியாத, எதையும் புரிந்துகொள்ள முடியாத ஒரு முட்டாள்தான் தனக்குத் தேவையென்றான் அவன். ரூப்பலா வயதானவன்; மேலும் அவனது விசுவாசத்தை கடைசி வரை நம்பலாம் என்று நவாப் தெரிவித்தார். அதன்பிறகு கரீம்கானும் சம்மதித்தான். அனியாவின் குடியிருப்பு பக்கத்தில் தான் இருந்தது; அங்கிருந்து இரண்டு மைல் தூரம்தான் இருக்கும். அறுவடை சமயத்தில் எப்படி வசூல் செய்வது என்பதைப்பற்றித் தெரிவித்துவிட்டு, தனது குழந்தைகளையும் பார்த்து விடைபெற்றுக் கொண்டு வரச் சென்றான் அனியா.

தான் ஓர் முக்கியமான, ஆபத்தான பணிநிமித்தம் டில்லிக்குச் செல்வதாகவும், ஆனால் தனது நண்பன் கரீம்கான் அனைத்து வேலைகளையும் பார்த்துக் கொள்வான் என்றும், தன் மனைவியிடம் கூறினான் அனியா. நதினா கிராமத்தைவிட்டு கிளம்பிச் செல்லும்போது இந்தப் பணியை மேற்கொள்வதால் தனக்கு என்ன நன்மை கிடைக்கும் என்று கரீம்கானைக் கேட்டான் அனியா. அவர்களுக்காக குத்தகை ஏதுமின்றி ஐந்து கிராமங்களைக் கொடுப்பதாக நவாப் கூறியிருக்கிறார் என்றான் கரீம்கான். தனக்கு என்ன இலாபம் கிடைக்கும் என்று நவாபையே நேரடியாகக் கேட்க விரும்பினான் அனியா. கரீம்கான் அவனை நவாபிடம் அழைத்துச் சென்றான். அவனுக்கும், அவனது குடும்பத்தாருக்கும், அவர்கள் வாழ்நாள் முழுவதும், தேவையான அனைத்து வசதிகளையும் செய்து தருவதாக நவாப் உறுதியளித்தார்; கொடுத்த பணியை மட்டும் அவன் செவ்வனே முடிக்கவேண்டும்; அவ்வளவுதான்.

டில்லியை அடைந்ததும் அவர்கள் இருவரும் "புல்விமார் வார்ட்"¹² என்ற இடத்தில் கர்னல் ஸ்கின்னர் அவர்களின் வீட்டிற்கருகில், ஒரு இருப்பிடத்தில் இரண்டு மாதம் தங்கியிருந்தார்கள். டில்லிக்குச் சென்றவுடன் ஒரு துப்பாக்கியை வாங்கிக் கொள்ளும்படி கரீமிடம் கூறியிருந்தார் நவாப்; அல்லது வேண்டுமானால் அவன் துப்பாக்கியைத் தயார் செய்து கொள்ளலாம் என்றும் கூறியிருந்தார். நவாபிடமிருந்த துப்பாக்கிகள் யாவும் கர்னல் ஸ்கின்னர் மூலமாகப் பெறப்பட்டவை. அவற்றில் ஒன்றை கரீம்கான் வைத்திருந்தால் அவன்மீது சந்தேகம் எழலாம். (எனவேதான் அவனை புதிய துப்பாக்கி வாங்கிக் கொள்ளுமாறு நவாப் கூறியிருந்தார்). ஆகவே கரீம்கான் டில்லி சென்றவுடன் ஒரு பழைய துப்பாக்கியை வாங்கினான். பின் அதை அனியாவின் மூலமாக 'சாந்தினி சௌக்' என்ற இடத்திலுள்ள ஓர் ஆளிடம் கொடுத்து, துப்பாக்கியின் நீளத்தைக் குறைத்து, அதனை பழங்காலத்துக் கைத்துப்பாக்கி போன்று மாற்றி யமைத்துக் கொண்டான். அப்போதுதான் துப்பாக்கியை சட்டைக்குள் மறைத்து வைத்துக்கொள்ள முடியும்; மேலும் பணிநிமித்தம் குவாலியர் செல்வதாகவும் கூறிக்கொள்ள முடியும். 'சாந்தினி சௌக்'கில் இருந்த அந்த ஆள் குழலின் நீளத்தைக் குறைத்து துப்பாக்கியை, கரீம்கான் விரும்பிய

படியே மாற்றியமைத்துக் கொடுத்திருந்தான். திரு. ஃப்ரேஸர் அவர்களை, கூலிப்படையைச் சேர்ந்தவர்கள் தினம் பார்த்தார்கள்; ஆனால் ஃப்ரேஸரைத் துப்பாக்கியால் சுட்டுக் கொல்லவேண்டும் என்று நவாப் கரீம்கானுக்கு உத்தர விட்டிருந்தார்; பகல்நேரத்தில் என்றால் கரீம்கான் அவரை எப்போதோ, எந்த இடையூறுமின்றி சுட்டுக் கொன்றிருப்பான்; அதற்காக கரீம்கான் மனதிற்குள் வருத்தப்பட்டுக் கொண்டான். இதற்கிடையில் அனியாவுக்குக் காய்ச்சல் வந்துவிட்டது. எனவே அவன் இந்தக் கொலைமுயற்சியை விட்டுவிட்டு ஊருக்குத் திரும்பிவிடலாம் என்றும், இல்லாவிட்டால் தன்னை மட்டுமாவது போக அனுமதிக்கும்படியும் கரீம்கானைக் கேட்டுக் கொண்டான். கரீம்கானுக்கும் அலுத்துவிட்டது. 'நானும் விரைவில் வந்து விடுவேன்; காரியம் முடிவதுபோன்று இல்லை' என்று அனியாவுக்குச் சமாதானம் கூறினான். அவன் ஏதாவது ஒரு ஐரோப்பிய கனவானைத் துப்பாக்கியால் சுட்டுவிட்டு, அவரை ஃப்ரேஸர் என்று தவறாக நினைத்து விட்டதாக தன் எஜமானரிடம் சொல்லவேண்டும். இல்லா விட்டால் அவன் நவாபின் முகத்தில் விழிக்கமுடியாது. அது அவனுக்கும், அவனது எஜமானருக்கும் இடையேயுள்ள விஷயம் என்றும், அதில் தனக்கு எந்த சம்பந்தமும் இல்லை என்றும் அனியா கூறினான்.

இரண்டுமாதம் சென்றபின், இவர்கள் என்ன செய்து கொண்டிருக்கிறார்கள் என்பதை அறிய ஒரு சேவகன் ஃபிரோஸ்பூரிலிருந்து வந்தான். "தாங்கள் விரும்பிய நாய் எப்போதும் பத்து அல்லது பன்னிரண்டு நபர்கள் புடை சூழதான் வலம் வந்து கொண்டிருக்கிறது; தனியாக அதனைப் பார்ப்பது கடினமாக உள்ளது; ஆனால் தாங்கள் விரும்பினால் அந்த நாயை கூட்டத்திற்கு மத்தியிலேயே வாங்கி விடுகிறேன்" என்று ஒரு கடிதத்தை எழுதி அதை சேவகன் மூலமாக நவாபிற்குக் கொடுத்தனுப்பினான் கரீம்கான். நவாப் மீண்டும் ஒரு கடிதம் எழுதி அதை ஒரு வீரன் மூலமாக கரீம்கானுக்குக் கொடுத்தனுப்பினார். அனியாவைத் தவிர வேறு யார் முன்னிலையிலும் அந்தக் கடிதத்தைப் பிரித்துப் படிக்கக் கூடாது என்று உத்திரவிட்டிருந்தார் நவாப் ஷம்சுதீன். கடிதத்தில் இவ்வாறு எழுதியிருந்தது "நான் உனக்கு ஆணை யிடுகிறேன். பல நபர்களுக்கு மத்தியில் நீ அந்த நாயை

வாங்கக்கூடாது. அப்படி வாங்கினால் அதன் விலை மிக அதிகமாக ஏறிவிடும். ஒன்று அல்லது இரண்டு நபர்கள் இருக்கும்போது நீ நாயை வாங்கலாம். பலர் இருக்கும்போது கண்டிப்பாக வாங்கக் கூடாது. எனக்கு எந்த அவசரமும் இல்லை. நாள் அதிகமாக அதிகமாக நல்லதுதான். ஆனால் நாயை வாங்காமல் வந்துவிடாதே."[13] அதாவது ஃப்ரேஸரைக் கொல்லாமல் திரும்பிவரக் கூடாது என்று பொருள்.

திரு. ஃப்ரேஸரின் நடமாட்டங்களை அவர்கள் தினமும் கவனித்து வந்தார்கள். குதிரைக்கு சேணம் பூட்டி தயார் நிலையில் வைத்திருக்குமாறு குதிரைச் சேவகனுக்குச் சொல்லி யிருந்தார்கள். அப்போதுதான் காரியம் முடிந்தவுடன் தப்பித்துச் செல்ல ஏதுவாக இருக்கும். குதிரையை வெவ்வேறு இடங்களில் நிறுத்தி வைத்தார்கள். இருப்பது தெரியாமல் பார்த்துக் கொள்ளுமாறு குதிரைச் சேவகனுக்கு எச்சரிக்கை விடுத்தார்கள். கரீம்கானும், அனியாவும் சாலையில் அங்கும் இங்கும் நடமாடிக் கொண்டிருந்தார்கள். பல தடவை அவர்கள் திரு. ஃப்ரேஸரை சந்திக்க நேர்ந்தது. ஆனால் அவர் எப்போதும் தனது சேவகர்கள் புடைசூழவே இருந்தார். கடைசியில், ஒரு ஞாயிறு அன்று, 1835ஆம் ஆண்டு, மார்ச், 13ஆம் நாள் திரு. ஃப்ரேஸர் ஒரு நடன நிகழ்ச்சிக்குப் போவது அவர்களுக்குத் தெரிய வந்தது. நடன நிகழ்ச்சிக்கு ஏற்பாடு செய்திருந்தவர் இந்து ராவ் என்பவர். இவர் பைசா பாய்[14] என்பவளின் சகோதரர். அவர்கள் அப்போது டில்லியில் வசித்து வந்தனர். குதிரைமீதிருந்தபடியே திரு. ஃப்ரேஸரை சுட்டுவிட இயலுமா என்று யோசித்துப் பார்த்தான் கரீம்கான்; குதிரைச் சேவகனை அனுப்பிவிட்டான். திரு. ஃப்ரேஸர் நடன அரங்கத்தினுள்தான் இருக்கிறார் என்பதை அவன் உறுதிசெய்துகொண்டான். அனியா உள்ளேசென்று கூட்டத்தில் கலந்துவிட்டான். திரு. ஃப்ரேஸர் எழுந்து வெளியே செல்ல முயன்றபோது அனியா, கரீம்கானுக்கு செய்தி அனுப்பினான். அனியாவை பின்னாலேயே வருமாறு கூறிவிட்டு தன்னுடைய துப்பாக்கிச் சத்தம் கேட்டவுடன் விரைந்து வெளியேறிவிடும்படி அவனுக்குக் கட்டளையிட்டான் கரீம்கான்.

இந்து ராவின் வீட்டிற்குச் சற்று தள்ளி சாலை இரண்டு கிளைகளாகப் பிரிகிறது. இடப்புறம் இருந்த கிளை நேராகச்

சென்றது. வலப்புறம் இருந்த கிளை சற்று சுற்றிச் சென்றது. திரு. ஃப்ரேஸர் எப்போதும் நேரான கிளைச்சாலையில்தான் செல்வார். அந்த இடத்தில் கரீம்கான் நின்றுகொண்டான். சாலை இரண்டாகப் பிரியும்வரை, மக்கள் நடமாட்டம் அதிகமாக இருக்கும். எனவே அங்கு எதுவும் செய்ய முடியாது. ஆனால் அன்று ஃப்ரேஸர், முதல் முறையாக வழக்கத்துக்கு மாறாக நேர் சாலையில் செல்லாமல், சுற்றிச் செல்லும் பாதை வழியாக வீட்டிற்குச் சென்றுவிட்டார். கரீம் அவரைச் சந்திக்கவேயில்லை. வலதுபுறம் பிரிந்து செல்லும் சாலை வழியாக அவர் சென்றுவிட்டார் என்று அறிந்து கரீம்கான் இவ்வாறு எண்ணினான் – "திரு. ஃப்ரேஸரைப் போன்ற ஒரு கஃபீர் (அல்லாவை நம்பாதவர்) இத்தகைய ஒரு தருணத்தில் பந்தத்தை ஏற்றிக்கொண்டு செல்லாதது வினோதமாக இருக்கிறது. அவர் எப்படிச் செல்ல வேண்டுமோ அப்படி பந்தத்துடன் (விளக்குடன்) சென்றிருந்தால் இந்த முறை நான் அவரை தப்பிச் செல்ல விட்டிருக்க மாட்டேன்."

இந்த சம்பவத்திற்குப்பின் தொடர்ந்து ஏழுநாட்கள் கரீமும், அனியாவும் பிற்பகல் நேரத்தில் ஃப்ரேஸரை சாலையில் சந்தித்தனர். எட்டாவதுநாள், ஒரு ஞாயிற்றுக் கிழமையன்று கரீம்கான் வழக்கம்போல் காலையில் பெரிய பள்ளிவாசலுக்குத் தொழுகைக்குச் சென்றான். திரும்பிவரும் போது அவன் கொஞ்சம் பிளம் பழங்களை வாங்கிக் கொண்டான். பழங்களைத் தின்று கொண்டே அவன் அனியா இருக்குமிடத்திற்கு வந்தான். அனியா மதியவேளைக்கான உணவை அப்போது சமைத்துக் கொண்டிருந்தான். குதிரையை உடனே தயார் செய்யும்படி அனியாவுக்குக் கட்டளை யிட்டான் கரீம்கான். தான் ஃப்ரேஸரை கிஷண்கர் ராஜா கொடுத்த விருந்தில் பார்த்ததாகக் கூறினான் கரீம். "வேளை வந்துவிட்டால் அவரைக் கொல்லும் சந்தர்ப்பம் நமக்குக் கிடைக்கும்" என்று கரீம் அனியாவிடம் தெரிவித்தான். அவர்கள் இருவரும் குதிரைச் சேவகனை வீட்டில் விட்டுவிட்டு, மாலை வேளையில், கால்வாய் அருகிலிருந்த ஒரு பள்ளிவாசலுக்கு, மாலை நேரத் தொழுகைக்காகச் சென்றனர். அனியா தன் கையில் ஒரு கோலை மட்டும் வைத்திருந்தான். கரீம் அவனிடம், அந்தக் கோலை வீட்டில்

வைத்துவிட்டு, ஒரு வாளை எடுத்துவைத்துக் கொள்ளுமாறு கூறினான்; பின் மாலைநேரத் தோத்திரங்களைச் சொல்வதற்காக பள்ளிவாசலுக்குள் சென்றுவிட்டான்.

தொழுகைக்குப்பின் அனியா கரீம்கானுடன் சேர்ந்து கொண்டான். இருவரும் 'கன்டோன்மென்ட்' செல்லும் சாலையில் பயணம் செய்தனர். அங்குதான் ஃப்ரேஸரின் வீடு இருந்தது. இருவரும் செய்யப்போகும் வேலையில் கரீமைவிட தனக்குத்தான் ஆபத்து அதிகமென்று கூறினான் அனியா; ஏனெனில் கரீம் குதிரைமீதிருந்தான்; அனியாவோ நடந்துதான் சாலையில் சென்று கொண்டிருந்தான்; எனவே கரீம் கொலையைச் செய்துவிட்டு தப்பி ஓடுவது எளிது. அப்போது மாலை நேரம் முடிந்து இருள் சூழ ஆரம்பித்து விட்டது. கையில் தனது வாளுடன் தயாராக இருக்குமாறு அனியாவிடம் கூறினான் கரீம். ஃபிரேஸரை சுட்டவுடன், தான் அமர்ந்துள்ள குதிரையைப் பிடிக்க யாராவது முயன்றால், உடனே அவனை வாளால் வெட்டி வீழ்த்தி விடும்படி அனியாவுக்கு உத்தரவிட்டான் கரீம். தன் உடலில் உயிர் உள்ளவரை அனியா பிடிபடுவதற்கு இடம் கொடுத்து விட மாட்டேன் என்று உறுதியாகத் தெரிவித்தான் கரீம். யாரும் தன்னைப் பார்த்துவிடாதபடி சாலையில் இங்குமங்கும் சென்று கொண்டிருந்தான் அவன். அனியா சாலை ஓரமாக நின்றுகொண்டிருந்தான். கடைசியில் இரவு மணி பதினொன்றுக்கு ஃபிரேஸர் வரும் ஓசை கேட்டது. அவருடன் ஒரு குதிரை வீரனும், இரண்டு சேவகர்களும் வந்தனர். நகரத்திலிருந்து, கன்டோன்மென்ட் செல்பவனைப் போல், கரீம் தனது குதிரையை மெதுவாக ஓட்டிக்கொண்டு வந்தான். குதிரையின் மேல் சவாரி செய்த ஃபிரேஸர் சில தப்படிகள் கரீமுக்கு அருகே வந்தார். தனது வீட்டு வாயில்படி அருகில் அவர் இருந்தார். இந்த சமயத்தில் கரீம்கான் தான் வைத்திருந்த துப்பாக்கியால் ஃபிரேஸரை சுட்டுவிட்டான். பின் மற்றும் இருமுறை அவரைநோக்கி தன் துப்பாக்கியின் குண்டுகளைச் செலுத்தினான். திரு. ஃபிரேஸரின் குதிரை இடது புறத்திலிருந்து வந்தது. கரீம்கான் அவரைச் சுற்றிச் சென்று, சரியாக அவர் மார்புப்பகுதியில் மூன்று துப்பாக்கிக் குண்டுகளையும் செலுத்திவிட்டான். துப்பாக்கிச் சத்தத்தால் மிரண்டுபோன மூன்று குதிரைகளும்

பின்னோக்கி நகர்ந்தன. ஃபிரேஸர் பிணமாகக் கீழே சாய்ந்தார். கரீம்கான் தன் குதிரையின்மீது அமர்ந்தபடியே, அதை மிகவிரைவாகச் செலுத்தி தப்பிச் சென்றுவிட்டான். ஃபிரேஸரின் குதிரைவீரன், பின்னால் துரத்திக்கொண்டு சென்றான். அவரது இரண்டு சேவகர்களும் ஓடிச்சென்று மேஜர் பியூ மற்றும் கர்னல் ராபின்சன் ஆகிய இருவரிடமும் செய்தியைச் சொன்னார்கள். அந்த இரு இராணுவ அதிகாரிகளும் அருகில் வசித்து வந்தார்கள். அவர்கள் இருவரும் விரைந்து சம்பவ இடத்திற்கு வந்தார்கள். ஃப்ரேஸரின் உடலை அவரது இல்லத்திற்கு எடுத்துச் செல்லும் ஏற்பாடுகளைச் செய்தார்கள். மேலும் அந்த அதிகாரிகள் இந்தக் கொலை பற்றி நீதிமன்ற நடுவருக்கும் புகார் தெரிவித்தனர். நகரத்தின் அனைத்து வாயில்களும் மூடப்பட்டன. கொலைகாரன் நகரத்திற்கு வந்ததை ஃபிரேஸரின் குதிரைவீரன் பார்த்திருக்கிறான்.

டில்லி நகரின் 'காபூல் வாயில்' வழியாக, யாரும் காணாத வண்ணம் அனியா வீட்டிற்கு ஓடி வந்துவிட்டான். கரீம்கான் ஆஜ்மீர் வாயில் வழியாக வந்து முதலில் இந்து ராவின் முகாம் அமைந்துள்ள இடத்திற்கு வந்தான். தனது குதிரையின் குளம்படிச் சுவடுகளை அழிப்பதற்கே அவன் அவ்வாறு அங்கு வந்தான். அவன் வீட்டிற்குச் சென்றபோது, அவனுக்கு முன்பே அனியா அங்கு வந்து சேர்ந்திருந்தான். கரீமின் குதிரைக்கு நன்றாக வியர்த்திருப்பதைப் பார்த்த குதிரைச் சேவகன் ரூப்லா, "நீ மயிரிழையில் தப்பி வந்திருக்கிறாய்; திரு. ஃப்ரேஸர் சுட்டுக் கொல்லப்பட்டுள்ளார். குதிரை வைத்துள்ளவன் யாராக இருந்தாலும் அவனைக் கைது செய்யும்படி உத்தரவு" என்று கரீமிடம் கூறினான். 'வாயை மூடிக்கொண்டிரு' என்று ரூப்லாவை அதட்டிய கரீம் ஒரு விளக்கை எடுத்துக் கொண்டுவரச் சொன்னான். கரீமும், அனியாவும் சேர்ந்து அவர்களுக்கு ஃபிரோஸ்பூரிலிருந்து வந்த கடிதங்கள் அனைத்தையும் கிழித்துப் போட்டார்கள். கிழித்த துண்டுகளை, மைக்கறை நீங்கும் பொருட்டு தண்ணீரில் நனைத்தார்கள். கைத்துப்பாக்கியை என்ன செய்தாய் என்று அனியா கரீமைக் கேட்டான். அதை ஒரு கிணற்றில் எறிந்துவிட்டதாகப் பதில் கூறினான் கரீம். தங்களிடமிருந்த மூன்று தீக்கற்களை (Flints) அவர்கள்

மேல்மாடியில் மணலில் மறைத்து வைத்தார்கள். ஒரு இரும்புக் கம்பியையும், இரண்டு துப்பாக்கிக் குண்டுகளையும் மசூதிக்குப் பக்கத்திலிருந்த ஒரு கிணற்றில் போட்டார்கள்.

மறுநாள் காலை டில்லி நகரின் அனைத்து வாயில்களும் அடைக்கப்பட்டுவிட்ட செய்தி அறிந்தான் கரீம். சோதனை முடியும்வரை யாரும் நகரைவிட்டு வெளியே செல்ல முடியாது. கரீமுக்கு அச்சம் அதிகரித்தது; தனது தலைவர் ஷம்சுதீனின் நண்பர் மொகல் பெக் என்பவரிடம் ஆலோசனை கேட்டுவரச் சென்றான் அவன். ஆனால், நகரின் வாயில் கதவுகள் திறக்கப்பட்டுவிட்ட செய்தியை அன்று மாலை அறிந்த கரீம் சற்று நிம்மதியடைந்தான். மறுநாள் அவன் நவாப் ஷம்சுதீனுக்கு ஒரு கடிதம் எழுதினான். அதில், அவர் வாங்கிவரச் சொன்ன நாய்களை அவன் வாங்கி விட்டதாகவும், விரைவில் அவற்றுடன் ஃபிரோஸ்பூருக்கு வருவதாகவும் எழுதியிருந்தான். பிறகு அவன் திரு. மெக்ஃபெர்சன் (வணிகர்) அவர்களிடமிருந்து, உண்மையில் சில வேட்டை நாய்களையும் படங்களையும் விலைக்கு வாங்கினான். அவைகளை குதிரைச் சேவகன் ரூப்லா மூலமும், இரண்டு துணை ஆட்கள் மூலமும் ஃபிரோஸ்பூருக்கு அனுப்பி வைத்தான். கரீமும், அவனது ஆட்களும் தங்கியிருந்த பயணிகள் விடுதியில் வேறு ஒரு புனிதப்பயணியும் தங்கி யிருந்தார். ஃப்ரேஸரைக் கொன்றுவிட்டு கரீம் விடுதிக்குத் திரும்பியபோது, அந்தப் பயணியும் அங்கிருந்தார். அவன் தனது குதிரையை ரூப்லாவிடம் கொடுத்தார். மாலையில், ரூப்லா நாய்களுடன் ஃபிரோஸ்பூருக்குக் கிளம்பிச் சென்றவுடன் தங்கும்விடுதிக்கு நான்கு குஜ்ஜார் சாதியைச் சேர்ந்த ஆட்கள் வந்தனர். அவர்களில் ஒருவருடன் சேர்ந்து கரீம் ஹுக்கா புகைத்தான்.[15] ஃபிரேஸர் கொல்லப்பட்டதால் அன்று தனக்கு சாப்பிட எந்த உணவும் கிடைக்கவில்லை என்றும், கொலை செய்தவன் கண்டுபிடிக்கப்பட்டு தண்டிக்கப்பட வேண்டும் என்றும் அந்த குஜ்ஜார் கூறினார். மேலும் கொலையாளியைத் தான் பார்த்ததாகவும், அவன் பச்சைநிற மேலாடை அணிந்திருந்தான் என்றும் அந்த குஜ்ஜார் கரீமிடம் பேச்சுவாக்கில் சொன்னார். மற்ற குஜ்ஜார் ஆட்கள் அந்த இடத்தைவிட்டு அகன்றதும், அந்தப் பயணி தனியாக கரீமிடம் வந்து, 'கரீம்தான் கொலையாளி' என்று

சிலர் பேசிக் கொள்வதைத் தான் கேட்டதாகவும் கூறினார். உடனே கரீம், மொகல்பெக்கிடம் ஆலோசனை கேட்டான். அதற்கு அவர், அவன் பீதியடையத் தேவையில்லை எனவும், கெடுபிடியான விதிமுறைகள் டில்லிப் பிராந்தியத்தில் மட்டும்தான் இருக்கின்றன என்றும், அவன் ஏதாவது ஒரு கதையை மாற்றாமல் திரும்பத் திரும்பச் சொல்லி தப்பிக்க வேண்டுமென்றும் ஆலோசனை கூறினார்.

கரீம் நவாபுக்கு ஒரு கடிதம் எழுதிக்கொடுத்து, அனியாவை ஃபிரோஸ்பூருக்கு அனுப்பிவைக்கத் தீர்மானித்தான். தன்னைப் பிடித்து, பன்னிரண்டாண்டுகள் சிறையில் தள்ளினாலும் தான் ஒரே கதையைத்தான் சொல்வேன் என்று அதில் எழுதியிருந்தான் கரீம்கான். தன்னுடைய உடைகளில் பாதியை அவன் முன்பே அனுப்பிவிட்டதாகவும், மீதம் இருப்பதை தற்போது அனியா எடுத்துச் செல்லவேண்டும் என்றும், சந்தேகத்திற்குரிய எந்தப் பொருளும் தன்னருகில் இருக்கக் கூடாது என்றும் கூறினான் கரீம்.

மறுநாள் காலை அனியாவும், அவனுக்குத் துணையாக மொகல் பெக்கின் ஆள் இஸ்லாமுல்லா என்பவனும் நவாப் அவர்களுக்கு ஒரு கடிதத்தை எடுத்துக்கொண்டு கால்நடையாக ஃபிரோஸ்பூருக்குப் புறப்பட்டார்கள். சற்று தளர்வுற்றவுடன் இருவரும் இரண்டு மட்டக் குதிரைகளை வாடகைக்கு எடுத்துக் கொண்டார்கள். இருவரும் நதினா என்ற கிராமத்தை அடைவதற்கு முன், உள்ளூர் அதிகாரி ஒருவரிடம் ஒரு பெண் குதிரையை வாங்கிக்கொண்டு அனியா ஃபிரோஸ் பூருக்குச் சென்றான்; இஸ்லாமுல்லாவை விட்டுவிட்டு அவன் மட்டும் சென்றான். நவாபிடம் கடிதத்தைக் கொடுத்தான். நடந்தவை அனைத்தையும் ஒன்றுவிடாமல் தன்னிடம் கூறும்படி அனியாவைப் பணித்தார் நவாப். அனியாவும் நடந்தவற்றைக் கூறினான். அனியா சொன்னவற்றைக் கேட்ட நவாப் மகிழ்ச்சியடைந்தார். கரீம்கான் மிகவும் பயந்துபோய் இருக்கின்றானா என்று அனியாவைக் கேட்டார் நவாப். கரீமுக்கு பயம் ஏதும் இல்லையென்றும், பன்னிரண்டு ஆண்டுகள் சிறையில் தள்ளப்பட்டாலும் ஒரே கதையைத் தான் அவன் கூறுவான் என்றும் அனியா பதிலுரைத்தான். கரீம்கானின் மைத்துனர்களான வாஸில்கான் என்பவனும், ஹாஸன்அலி என்பவனும் அப்போது நவாபின்

அருகே நின்றுகொண்டிருந்தனர். அவர்கள் பக்கம் திரும்பிய நவாப் "கரீம்கான் ஒரு தைரியசாலி. அவனின் துணிவை நாம் நம்பலாம்" என்று கருத்து தெரிவித்தார். நவாப், அனியாவுக்கு பதினெட்டு ரூபாய் பணம் கொடுத்தார். அவனைத் தனது பெயரை மாற்றிக்கொள்ளுமாறு அறிவுரை கூறினார்; வாஸில்கான் தனது வீட்டிற்குச் சென்றுவிட்டான். அனியா மட்டும் யாருக்கும் தெரியாமல் சாலையிலேயே ஓரிடத்தில் நின்றுகொண்டிருந்தான். "இரகசியத்தைத் தெரிந்து வைத்திருக்கும் இவனை, உடனே கொன்றுவிட வேண்டும்" என்று, ஹாஸன்அலி, நவாபிடம் கூறியதை ஒட்டுக்கேட்டுவிட்டான் அனியா. உடனடியாக வாஸில்கானின் வீட்டிற்குச் சென்றான் அவன். தன்னுடைய குடும்பத்தாரைச் சென்று பார்த்துவிட்டு மறுநாள்காலை வந்துவிடுவதாகக் கூறி வாஸில்கானிடம் அனுமதிபெற்றுச் சென்றுவிட்டான் அனியா.

சொந்த ஊருக்குப் புறப்பட்டுச் சென்ற அனியா என்ன ஆனான் என்றே தெரியவில்லை. அவனுடைய வீட்டில் அவனைக் காணமுடியவில்லை. ஹாஸன் அலியும், நவாபுக்கு வேண்டிய வேறு ஒருவனும் தன்னைத் தேடிக்கொண்டு வந்ததையறிந்து அவன் தப்பிவிட்டான். அவன் தனது வீட்டுக்கூரையின் மீது ஒளிந்து கொண்டிருந்தான். ஹாஸன் அலியும், அவனது கூட்டாளியும் அனியாவின் வீட்டிற்கு வந்து அவன் மனைவியிடமும், குழந்தைகளிடமும் ஓர் உதவி நாடி தாங்கள் அனியாவிடம் வந்ததாகவும், ஒரு கழுதைப்புலியைத் தேடி அங்கு வந்ததாகவும், அது எந்தக் குகையில் ஒளிந்துகொண்டிருக்கும் என்பதைக் கண்டுபிடிக்க அனியாவின் உதவி தேவை என்றும் கூறினார்கள். அவர்கள் பேசியதையெல்லாம் கூரையில் ஒளிந்துகொண்டிருந்த அனியா கேட்டுக் கொண்டுதான் இருந்தான். அனியா ஃபிரோஸ்பூர் சென்றுவிட்டதாக வீட்டிலிருந்தவர்கள் கூறி விட்டார்கள்; ஹாஸன் அலியும் அவன் சகாவும் ஃபிரோஸ்பூர் திரும்பி வந்து, நவாபிடம் விஷயத்தைக் கூறினார்கள். அவனை மீண்டும் சென்று தேடிப் பார்க்கும்படி உத்தர விட்டார் நவாப். ஆனால் நவாபின் ஆட்கள் வருவதற்கு முன்பே அனியா தனது நண்பர்களான கம்ருதீன், ஜொஹாரி என்ற இரு சகோதரர்கள் இருந்த இடத்திற்குச் சென்று

விட்டான். அவர்கள் வசித்துவந்த இடம் ராவ்ராஜாவின் எல்லைப் பகுதிக்குள் இருந்தது. இந்த இடத்திற்கும், அனியாவைக் கண்டுபிடிக்க சில மேவார்த்திகளை நவாப் அனுப்பிவைத்தார்; அவனைத் தேடிப்பிடித்துக் கொன்று விட்டால், தக்க சன்மானம் கொடுப்பதாகவும் அறிவித்திருந்தார். ஒருநாள் இரவு அனியா தனக்குத் தெரிந்தவர்களான மக்ராம், ஷஹாவத் என்ற இருவரிடம் சென்றான். அவர்கள் பக்கத்து கிராமத்தில் வசித்துவந்தனர். டில்லியிலுள்ள யாராவது ஒரு ஆங்கிலேய கனவானிடம் தன்னை அழைத்துக்கொண்டு செல்லும்படி, அனியா அவர்களை கெஞ்சிக் கேட்டுக்கொண்டான். ஃபிரேஸர் கொலை தொடர்பான அனைத்து உண்மைகளையும், தனக்கு மன்னிப்பு வழங்கப்படுவதாக இருந்தால், கூறிவிடுவதாக ஒப்புக்கொண்டான். மக்ராம், ஷஹாவத் ஆகிய இருவரும் அனியாவுக்கு உதவிசெய்ய ஒப்புக்கொண்டார்கள். தங்களுக்குத் தெரிந்த ஒருவர் டில்லியில் காவல் துறையில் இருப்பதாகக் கூறி அவர்கள் புறப்பட்டுச் சென்றார்கள். அனியா அங்கிருந்து அகன்று ஒரு மலைப் பகுதிக்குச் சென்று ஒளிந்துகொண்டான். ஆறுதினங்கள் கழித்து அவர்கள் டில்லி நீதிமன்றத்தால் வழங்கப்பட்ட பொது மன்னிப்பு ஆவணம் என்று ஏதோ ஒரு காகிதத்தை எடுத்துக் கொண்டு வந்தனர். அவர்களை, கம்ருதீன் அனியாவுக்கு அறிமுகம் செய்து வைக்க வேண்டுமென்று விரும்பினர். மூன்று தினங்கள் கழித்துத் தன்னிடம் திரும்பி வரும்படி கம்ருதீன் அவர்களிடம் கூறினார். ஆனால் அவர் அனியா மறைந்திருந்த மலைப்பகுதிக்குச் சென்று மக்ராமும், ஷஹாமத்தும் டில்லியிலிருந்து எந்த ஆவணத்தையும் எடுத்துக்கொண்டு வந்ததாகத் தெரியவில்லை என்றும், அவர்கள் நவாபிற்கு உடந்தையாக இருப்பதாகத் தான் சந்தேகிப்பதாகவும் அனியாவிடம் கூறினார். இருப்பினும் அனியா அந்த இருவருக்கும் அறிமுகம் செய்து வைக்கப் பட்டான். ஆவணத்தில் என்ன எழுதியிருக்கிறது என்று அனியாவுக்குப் படித்துக் காட்டவேண்டும் என்று கம்ருதீன் கூறினார். சந்தேகப்பட்ட அனியா மீண்டும் மலைக்குச் சென்று ஒளிந்துகொண்டு விட்டான். ஆவணத்தைப் படித்துக் காட்டப் போவதுபோல் பாசாங்கு செய்துவிட்டு மக்ராமும், ஷஹாமத்தும் அனியாவைப் பின்தொடர்ந்து சென்றனர்.

அனியா தப்பிட்டான் என்று அவர்களுக்குத் தெரிந்து விட்டது. கம்ருதீன், ஜொஹாரி சகோதரர்களுக்கு, அனியாவைப் பிடித்துக்கொடுத்தால் நவாபிடமிருந்து வெகுமதி பெற்றுத் தருவதாக மேற்சொன்ன இருவராலும் ஆசை காட்டப்பட்டது. ஜொஹாரி நவாபிடம் அழைத்துச் செல்லப்பட்டார். அனியாவைக் கொண்டு வந்து ஒப்படைத்தாலோ அல்லது குறைந்தபட்சம், ஆங்கிலேயர்களிடம் சென்றுவிடாமல் அனியாவைத் தடுத்து நிறுத்தினலோ நிறைய வெகுமதிகள் தருவதாக நவாப் ஜொஹாரியிடம் தெரிவித்தார். இந்தச் செய்தி அனியாவுக்குத் தெரிவிக்கப்பட்டது. செய்தி அறிந்த அவன் பரத்பூர் வழியாக 'பெரெய்லி' சென்றுவிட்டான். பெரெய்லியிலிருந்து செகந்திராபாத் சென்றான். அவன் செகந்திராபாத்தில் இருந்தபோது, ஜூலைமாத ஆரம்பத்தில், ஃப்ரேஸரின் கொலைக்குற்றத்திற்காக நவாப் ஷம்சுதீனும், கரீம்கானும் விசாரிக்கப்படப் போகும் செய்தியைக் கேள்விப் பட்டான். விசாரணையைத் தொடங்குவதற்கு நீதிபதி திரு. கோல்வின் முன்பே டில்லி சென்றுவிட்டார் என்றும் அனியா தெரிந்துகொண்டான். டில்லிக்குச் சென்று, எல்லா உண்மைகளையும் நீதிமன்றத்தில் சொல்லிவிடுவது என்று முடிவெடுத்தான். அனியா பயணம் செய்த வழியில் திரு. சைமன் என்பவரைச் சந்தித்தான். அவர் ஃபிரேஸருக்கு நெருக்கமானவர். திரு. சைமன் அனியாவை டில்லிக்குக் கொண்டுவந்து சேர்த்தார். டில்லியில் தான் எவ்வாறு குற்றத்திற்குத் துணை செய்தான் என்ற விவரங்களையெல்லாம் ஒன்று விடாமல் ஒப்புக்கொண்டு, நீதிமன்ற விசாரணையால் அரசு தரப்பு சாட்சியாக மாறிவிட்டான். ஆரம்பத்திலிருந்து, கடைசிவரை, நடைபெற்ற நிகழ்ச்சிகளை ஆர்வம் குன்றாமல் நீதிமன்றத்தில் வர்ணித்தான் அனியா.

கொலை நடந்த மறுநாள், ஒரு ஆசாரியின் இரண்டு பித்தளைக் குவளைகள் கிணற்றில் விழுந்துவிட்டன. கிணற்றில் மூழ்கி பாத்திரங்களை எடுக்கும் ஒருவன் அந்த பித்தளைக் குவளைகளை கிணற்றினுள் தேடும்போது, கரீம்கான் வீசியெறிந்த கைத்துப்பாக்கியையும் எடுத்துவிட்டான். இதனை பின்னால் அனியா நீதிமன்றத்தில் அடையாளம் காட்டிவிட்டான். அந்தத் துப்பாக்கியை மாற்றியமைத்துக்

கொடுத்தவனையும் அவன் யார் என்று தெரிவித்தான். கொலை செய்துவிட்டு, கரீம் விடுதிக்கு வந்தவுடன் நான்கு குஜ்ஜார்கள் அங்கு வந்தார்கள் என்று நாம் முன்பு பார்த்தோம். அதில் இரண்டுபேர் மேஜர் ஃபாஸ்ட் என்பவரைச் சந்தித்தனர். அவர் டில்லியில் இராணுவ தளபதியாக இருந்தார். திரு. ஃபிரேஸரின் கொலையாளி பற்றிய அடையாளங்கள் முன்பே அறிவிக்கப்பட்டிருந்தன. அவைகளை வைத்து கொலையாளி கரீம்கானாக இருக்க வாய்ப்புண்டு என்று அந்த இரு குஜ்ஜார்களும் மேஜர் ஃபாஸ்ட் அவர்களிடம் தெரிவித்தனர். மேஜர் ஃபாஸ்ட் இரண்டு குஜ்ஜார்களையும், சில குறிப்புகளுடன் ஆணையர் திரு. மெட்காஃப் அவர்களிடம் அனுப்பி வைத்தார். ஆணையர், அவர்கள் இருவரையும் நீதிமன்ற நடுவரிடம் அனுப்பிவைத்தார். அவர் (நீதிமன்ற நடுவர்) அந்த இரு குஜ்ஜார்களுடனும், அவர்கள் தங்கியிருந்த விடுதிக்குச் சென்று கரீம்கானைப் பிடித்துவிட்டார்; சில தடயங்களும் அந்த இடத்திலிருந்து கண்டுபிடிக்கப்பட்டன. அனியாவை கொலை செய்வதற்காக அனுப்பப்பட்ட இரண்டு மேவார்த்திகள் பிடிபட்டனர்; அவர்களும் உண்மையை ஒப்புக்கொண்டனர். நவாபின் ஆட்களிடமிருந்து உயிர் பிழைக்க அனியா எப்படியெல்லாம் அல்லல்பட்டான் என்பதை அவனது சகோதரன் ரஷ்மத் நீதிமன்றத்தில் விவரித்தான். குதிரைச் சேவகனாக இருந்த ரூப்லா, தான் டில்லியில் இருந்துகொண்டு கரீமுக்கு சேவை செய்த விவரங்கள் அனைத்தையும் தெரிவித்தான். திரு. ஃப்ரேஸரின் கொலைக்கு முன்பாக, அவரது நடவடிக்கை குறித்து கரீம் சிலரிடம் விசாரித்திருக்கிறான். அவர்கள் அனைவரும் நீதிமன்றத்திற்கு வந்து சாட்சி சொன்னார்கள். திரு. ஃப்ரேஸர் அவர்களோடு உடனிருந்த இரண்டு பணியாட்களும், கரீம் சவாரிசெய்த குதிரையை அடையாளம் காட்டினார்கள். அந்தக் குதிரை அப்போது கரீம்கானிடம்தான் இருந்தது.

சந்தேகம் பலமாக கரீம்கானின் மீது விழுந்தது. நாய்கள் வாங்குவதாகக் கூறிக்கொண்டு அவன் டில்லியில் சுற்றிக் கொண்டிருந்தது தெரியவந்தது. நாய்கள் வாங்குவதுதான் நவாபின் நோக்கம் என்றால், அவைகளை நவாபே நேரடியாக வாங்கியிருக்கலாம்; தனக்குச் சமமாக அவர் போற்றிய கரீம்கானை அந்த வேலைக்கு அனுப்பவேண்டிய தேவை

யில்லை. கரீம்கான் இதுபோன்ற கொலைபாதகச் செயல்களுக்கு முன்பும் அனுப்பப்பட்டுள்ளான்; அவன் துப்பாக்கியை இயக்குவதில் வல்லவன்.

குதிரையின் மீது இருந்துகொண்டே வெகு விரைவாக துப்பாக்கியில் குண்டுகளை நிரப்ப அவனால் முடியும். குதிரை பாய்ந்தோடிக் கொண்டிருக்கும்போதே அவனால் அத்தகைய வேலைகளைச் செய்யமுடியும். அதனால் "பார்மரு" என்று அவன் அழைக்கப்பட்டான்.[16] அவன் தங்கியிருந்த இடத்தில் அவனது குதிரையை இரண்டு குஜ்ஜார் ஒற்றர்கள் அடையாளம் காட்டினார்கள். ஃப்ரேஸரின் பணியாட்களும் அதே குதிரையை அடையாளம் காண பித்தார்கள். நவாபுக்கு திரு. ஃப்ரேஸர்மீது வெறுப்பும் கோபமும் இருந்தன என்பது தெரியவந்தது. எனவே நவாப், கரீம்கான் ஆகிய இருவருமே குற்றவாளிகள் என்று தீர்மானிக்கப்பட்டு, அவர்களுக்கு மரணதண்டனை வழங்கப்பட்டது. தண்டனை டில்லியில் நிறைவேற்றப்பட்டது.

முதலில் கரீம்கான் தூக்கிலிடப்பட்டான். அதையடுத்து 1835ஆம் ஆண்டு அக்டோபர் மாதம் மூன்றாம் நாள், வியாழக்கிழமை, கன்டோன்மென்ட் செல்லும் வழியில், டில்லியில் காஷ்மீர் நுழைவுவாயில் அருகே நவாப் ஷம்சுதீன் தூக்கிலிடப்பட்டார். தண்டனைக்கு முன்பு நவாப் தன்னை நன்கு தயார்படுத்திக் கொண்டார். மிகவும் விலையுயர்ந்த, வெளிர் பச்சைநிற ஆடையை அவர் அணிந்து கொண்டார். அந்த நிறம் தியாகிகளுக்கு உரிய நிறம். ஆனால் அந்த ஆடையை மாற்றிக் கொள்ளுமாறும், எளிமையான வெண்மை நிற ஆடையை அணிந்துகொள்ளுமாறும் அவருக்குச் சொல்லப்பட்டது. ஆனால் தனக்குப் பிடித்தமான, சந்தர்ப்பத்திற்குப் பொருத்தமான ஆடையை மட்டுமே, தான் அணிவேன் என்று அவர் வற்புறுத்தினார்.

தூக்குமேடை சதுர வடிவில் இருந்தது. அதன் ஒரு பக்கத்தில் குதிரைப்படையின் முதல் பிரிவு (I Regiment) நிறுத்தப்பட்டிருந்தது. இரண்டாவது பக்கத்தில் 20வது, 39வது மற்றும் 69வது காலாட்படை பிரிவுகள் நிறுத்தப் பட்டிருந்தன. தூக்குமேடையின் மூன்றாவது பக்கத்தில்

மேஜர் ப்யூ அவர்களின் தலைமையிலான இலேசு ரக பீரங்கிப்படை நிறுத்தப்பட்டிருந்தது. காவல்துறை வீரர்களும் உடனிருந்தனர். நவாப் தூக்குமேடையில் ஏற்றப்பட்டு, தூக்கு மரத்தினருகில் கொண்டுவரப்பட்டார். துப்புரவுத் தொழிலாளி அவரது கழுத்தில் தூக்குக் கயிற்றை மாட்ட இருந்தான். அவன் அருகில் வருவதைப் பார்த்த நவாப் கடுமையான வெறுப்பைத் தன் முகத்தில் காட்டினார்.[17] பின் உணர்ச்சிகளைக் கட்டுப்படுத்திக்கொண்டு தனது தலைவிதிக்கு அடிபணிந்தார். தூக்குப் போடப்பட்டு அவர் உயிர் பிரிந்ததும் அவருடைய உடல் கடைசியாக ஒரு முறை திரும்பியது; முகமது நபிகள் நாயகத்தின் கல்லறை இருக்கும் மேற்கு திசைக்கு வந்துவிட்டது. டில்லியின் முஸ்லீம் மக்கள் இந்த நிகழ்ச்சியை ஓர் அற்புதம் என்று பேசிக்கொண்டார்கள். அவர் ஒரு தியாகியாக இறந்தார் என்றும், தெரியாமல் கொலை செய்துவிடவில்லை என்றும், அல்லாவை நம்பாத ஒருவரைத்தான் நவாப் கொன்றார் என்றும் அவர்கள் பேசிக்கொண்டார்கள். சிலகாலம் வரை நவாப் ஷம்சுதீனின் கல்லறைக்கு மக்கள் புனிதப் பயணம் மேற்கொண்டார்கள்.[18] ஆனால் பின்னால் இந்த வழக்கம் வெகுவாகக் குறைந்து விட்டது; அவர் மீதிருந்த இரக்கம் சிறிது காலமே நீடித்தது. அவரை அன்புடன் இன்னும் நினைத்துப் பார்ப்பவர்கள் டில்லி நகரத்திலுள்ள விலைமாதர்களும், நடன மங்கையர்களும் தான். அவர்கள்தான் சுல்தானின் வருவாயை அதிகமாகப் பிடுங்கிக் கொண்டவர்கள்.[19] இதேபோன்றுதான் வாஸீர் அலி என்பவரும் காசி நகரத்தின் விலைமாதர்களாலும், நடன மங்கையர்களாலும் பல ஆண்டுகள் நினைவுகூரப் பட்டார். திரு. செர்ரி அவர்களையும், பல ஐரோப்பிய கனவான்களையும் கொன்று குவித்தவர் வாஸீர் அலி.

வாஸீர் அலியின் தாக்குதலிலிருந்து தப்பியவர் திரு. டேவிஸ் மட்டும்தான். அவர் ஒருவர்மட்டும்தான் ஓர் ஈட்டியை வைத்துக்கொண்டு தன்னைக் காத்துக் கொண்டதுடன், தனது மனைவி மக்களையும், ஒரு விருந்தினரையும் காப்பாற்றினார். வாஸீர் அலி கைது செய்யப்பட்டு வில்லியம் கோட்டையின் சிறைச்சாலையில் அடைக்கப்பட்டார். அதன் பிறகு வீடுகளின் ஜன்னல்கள் வழியாக, வாஸீர் அலியின் புகழ்பாடப்படுவதையும், ஐரோப்பியர்கள் கொல்லப்பட்டது

புகழ்ந்து பேசப்படுவதையும் காசி நகரத்து வீதிகளில் இருபது ஆண்டுகள் வரை கேட்க முடிந்தது. இவற்றைக் கேட்காமல் ஒரு ஐரோப்பியர்கூட வீதிகளில் நடந்து செல்ல முடியவில்லை.[20]

ஜாஜ்ஜர் சமஸ்தானத்தைச் சேர்ந்த நவாப் ஃபெயிஸ் முகமது கானின் பெயரும் ஃபிரேஸர் கொலைவழக்கில் அடிபட்டது. ஆனால் நவாப் ஃபெயிஸ் கொலையில் சம்பந்தப்பட்டதற்கான சாட்சியம் எதுவும் இல்லை. நவாப் ஷம்சுதீன் தூக்கிலிடப்பட்ட சிறிது காலத்திற்குப் பிறகு நவாப் ஃபெயிஸ் முகமது கான் இறந்துவிட்டார். பின் அவரது சமஸ்தானம் அவரது மகன் ஃபெயில்அலிகானிடம் சென்றது.[21] இந்த சமஸ்தானத்தை ஃபெயிஸ் முகமது கானுடைய தந்தை நஜ்பத் அலி கான் அவர்களுக்கு லேக் பிரபு வழங்கினார். 1805ஆண்டு நடைபெற்ற போரில் கர்னல் மான்சன் தலைமையிலான போரில் தோல்வியுற்றுத் திரும்பும் சேனைக்கு உதவி செய்ததற்காக அந்த வெகுமதி நஜ்பத் அலிகானுக்குக் கிடைத்தது.[22]

நவாப் ஷம்சுதீன் தூக்கிலிடப்பட்ட சமயத்தில் நடந்த ஒரு நிகழ்ச்சியை நான் இங்கு குறிப்பிட்டாக வேண்டும். வழக்கை விசாரித்த நீதிமன்ற நடுவரின் பெயர் திரு. ஃப்ரஸ்காட். நவாப் தூக்கிலிடப்படுவதற்கு முதல் நாள், நடுவர் தனது அறிவிப்பாளரிடம், சில செய்திகளை மக்களிடம் அறிவிக்குமாறு உத்தரவிட்டார். அந்த அறிவிப்பின்படி தூக்குத் தண்டனையைக் காணவருவோர் காவலர்கள் நிற்குமிடத்தை ஆக்ரமித்துவிடக் கூடாது; கைகளில் எந்தவிதமான ஆயுதங்களையும் வைத்திருக்கக்கூடாது; தூக்குமேடை சுவரைத் தாண்டி உள்ளே செல்ல முயன்றால் அவர்கள் ஆணோ, பெண்ணோ, குழந்தைகளோ யாராக இருந்தாலும் சுடப்படுவார்கள்; மக்கள் தங்களுக்கென ஒதுக்கப்பட்ட இடத்தில்தான் நிற்க வேண்டும். இந்த அறிவிப்பை மக்களிடம் வெளியிடும்போது அறிவிப்பாளர்கள் "கேளுங்கள், கேளுங்கள்"[23] என்று சொல்லிவிட்டு நிபந்தனை களைச் சொன்னார்கள். அது தெளிவாக மக்களுக்கு விளங்கவில்லை. இருக்கும் இடத்தைவிட்டு நகரக்கூடாது என்று நினைத்து, தண்டனை நிறைவேற்றப்பட்டு முடிவடையும்வரை யாரும் அசையவேயில்லை. கொலையில்

தொடர்பிருந்ததற்கான எந்த ஆதாரமும் இல்லாததால் மொகல் பெக் விடுவிக்கப்பட்டார்.

குறிப்புகள்

1. இங்கு குறிப்பிடப்பட்டுள்ள இராணுவ அதிகாரிகள் உள்ளூர் இராணுவத்தில் பணியாற்றியவர்கள். இப்போது உள்ளூர் இராணுவம், இந்திய இராணுவம் எனப்படுகிறது. 1861ஆம் ஆண்டில் காவல்துறை மாற்றியமைக்கப்பட்டது. அதற்கு முன் உள்ளூர் இராணுவ வீரர்கள் இங்குமங்குமாகச் சிதறிக்கிடந்தனர். கருவூலங்கள் போன்றவற்றை இவர்கள் காத்து வந்தனர். மற்ற பணிகளை காவல்துறையைச் சேர்ந்தவர்கள் செய்துவந்தனர்.
2. ஃபிரோஸ்பூர், குர்கான் மாவட்டத்தில் உள்ளது. ஸ்லீமன் காலத்தில் டில்லியின் எல்லைக்குட்பட்ட பகுதிகளாக இருந்தவை, டில்லி, பானிபட் (கர்னால்) மற்றும் ரோடக் இவைகளின் நிர்வாகத்திற்கென ஒரு துணை நிலை ஆளுநர் இருந்தார். வடமேற்கு பிராந்தியங்களையும் இவரே கவனித்து வந்தார். 1858ஆம் ஆண்டில், அதாவது சிப்பாய்க் கலகத்திற்குப் பிறகு மேற்சொல்லப்பட்ட பகுதிகள் பஞ்சாபுக்கு மாற்றப்பட்டன. அதற்குப்பின் பல மாற்றங்கள் ஏற்பட்டன. 1912ஆம் ஆண்டில் கல்கத்தாவிற்குப் பதிலாக டில்லி இந்தியாவின் தலைநகரமாகியது. டில்லி பிரிவு என்பது மறைந்து போயிற்று. ஹிஸ்ஸார், ரோடக், கர்னால், அம்பாலா, குர்கான், சிம்லா ஆகிய ஆறு மாவட்டங்கள் பஞ்சாபில், அம்பாலா பிரிவின் கீழ் வருகின்றன. இதற்கு ஆணையரின் பிரிவு என்று பெயர். தற்போது நிலைமை வேறுவிதமாக உள்ளது.
3. அத்தியாயம் 31 குறிப்புகள் 10,11ஐ பார்க்கவும். இன்றைக்கும் சில பெருநிலக் கிழார்கள் இதே கொள்ளையைப் பின்பற்றுகிறார்கள்.
4. பாஸ்வொர்த் – ஸ்மித் எழுதிய "Life of Lord Lawrence" என்ற புத்தகத்தில் ஃபிரேஸர் கொலைச் சம்பவம் வேறு விதமாகச் சித்தரிக்கப்பட்டுள்ளது. துப்பறிந்து குற்றவாளியைக் கண்டுபிடித்தவர் லாரன்ஸ் என்று குறிப்பிடப்பட்டுள்ளது. நவாப் ஷம்சுதீன் மற்றும் கரீம்கான் ஆகியோரின் படங்கள் முதல் பதிப்பின் இரண்டாம் பாகத்தில் காணப்படுகின்றன.
5. குறைபாடுகள் நிறைந்த, காரன்வாலிஸ் பிரபுவின் இரண்டாவது நிர்வாக காலம் 30.7.1805 முதல் 5.10.1805 வரைதான் நீடித்தது. வெல்லஸ்லி 1805ஆம் ஆண்டு அக்டோபர் ஐந்தாம் நாளன்றுதான் காஸிபூரில் இறந்துபோனார். தனக்கு முன்னால் பணியாற்றியவர்கள் சேர்த்து வைத்த பகுதிகளை உதறித் தள்ளவே வெல்லஸ்லி இந்தியாவுக்கு வந்தார் என்று நினைக்கத் தோன்றுகிறது. அவரது கொள்கையை அவருக்குப் பின்வந்த சர் ஜார்ஜ் பார்லோவும் பின்பற்றினார். பார்லோ ஜூலை 1807ஆம் ஆண்டு வரை பதவியிலிருந்தார். 'தோ ஆப் பகுதியிலுள்ள பிரிட்டிஷ் இடங்கள் பக்கத்து மாநிலங்களின் போட்டியால், கூடுதல் பாதுகாப்பைப் பெறுகின்றன'' என்று வெட்கமின்றி எழுதினார் திரு. பார்லோ. (Thornton, The History of the

British Empire in India, Chap. 21) இப்படிப்பட்ட குழப்பமான ஒரு நிலை பன்னிரண்டு ஆண்டுகள் நீடித்தது. 1817ஆம் ஆண்டில் வாரன் ஹேஸ்டிங்ஸ் மராட்டியர்களுடனும், பிந்தாரிகளுடனும் நடத்திய போருக்குப்பின்னர்தான் நிலைமை சீரடைய ஆரம்பித்தது. லேக் பிரபு, பார்லோவை எதிர்த்துச் சொன்ன கருத்துகள் பயனற்றுப் போய்விட்டன.

6. அமீனுதீன், ஸியாவுதீன் ஆகியோரின் அன்னை பாவோ பேகம் என்பவள். பாவோ கானும் என்பவள் ஷம்சுதீனின் தாய்.

7. சர் ஜேம்ஸ் எட்வார்ட் கோலிபுரூக் ஒரு ஆங்கிலேயப் பெருங்குடி மகன் (Baronet). இவர் 1838ஆம் ஆண்டு, நவம்பர் 5ஆம் நாள் மரணமடைந்தார். இவர் ஹென்ட்ரி தாமஸ் கோலிபுரூக் என்ற வடமொழி அறிஞரின் நெருங்கிய உறவினர் (Paternal uncle).

8. சர் சார்லஸ் மெட்காஃப் டில்லியின் 'உதவி ரெஸிடென்ட்' ஆக இருந்தவர். தனது 26வது வயதிலேயே இவருக்கு இந்தப் பதவி கிடைத்தது. 1824ஆம் ஆண்டு அவர் டில்லியின் டெலிடென்ட் ஆனார். 1827இல் இவர் அப்பதவியிலிருந்து விலகிவிட்டார்.

9. இதுபோன்ற சம்பவங்களை பதிப்பாசிரியர் திரு. வின்சன்ட் ஸ்மித் அவர்களும் சந்தித்துள்ளார். அவர் எடுத்த நடவடிக்கையின் காரணமாக ஒரு இராஜா தனது பதவியையும், பட்டத்தையும் இழக்க வேண்டிய நிலை ஏற்பட்டது. அதற்கான ஆணையை (Dufferin) டஃப்ஃபரின் பிரபு தலைமையிலான அரசாங்கம் பிறப்பித்தது.

10. ஒரு மிகச்சிறந்த குதிரைப்படையை உருவாக்கியவர் கர்னல் ஸ்கின்னர். இவர் 1841ஆம் ஆண்டு மரணமடைந்தார். அவரது உடல் டில்லியில் உள்ள அவரால் கட்டப்பட்ட புனித ஜேம்ஸ் தேவாலயத்தில் நல்லடக்கம் செய்யப்பட்டது. அந்த தேவாலயம் இன்றும் உள்ளது. கர்னஸ் ஸ்கின்னர் அவரது நண்பர் ஃப்ரேஸரின் நினைவாக, தேவாலயத்திற்கு எதிரில் ஒரு நினைவிடத்தை உருவாக்கினார். அங்கு ஒரு பணிக்கு கல்லால் ஆன சிலுவை நிறுவப்பட்டது. சிப்பாய்க் கலகத்தின் போது அது உடைக்கப்பட்டுவிட்டது.

11. திரு. ஃப்ரேஸர் மீது நவாப் ஷம்சுதீன் ஆத்திரப்பட்டதற்கு ஜெனரல் ஹார்வி வேறு ஒரு காரணத்தைக் கூறுகிறார். திரு. ஃப்ரேஸர் நவாபின் சகோதரி பெயரைச் சொல்லி அவளைப் பற்றி விசாரித்தார் என்றும், அதனால் நவாப் ஆத்திரமடைந்தார் என்றும் ஜெனரல் ஹார்வி கூறுகிறார்.

12. 'புல்விமார்' என்றால் என்ன என்பது தெரியவில்லை.

13. ஐரோப்பியர்களின் பழக்கம் இப்போது வெகுவாக மாறிவிட்டது. உயர் அதிகாரிகள் தற்போது அவர்களின் பணியாட்கள் புடைசூழ வருவதில்லை. தனியாகவே வெளியில் வருகிறார்கள்; அவர்களைக் கொல்வதென்பது இப்போது மிகவும் எளிது. ஆனால் அத்தகைய குற்றங்கள் நடப்பது மிகவும் அபூர்வமானதென்பது ஒரு மகிழ்ச்சியான செய்தி. ஆனால் ஆஃப்கானிஸ்தான் எல்லைப்பகுதியில் ஐரோப்பியர்கள் அதிக கவனத்துடன் இருக்கவேண்டும்.

14. பெய்ஸா பாய் பற்றி அத்தியாயம் 50 குறிப்பு 4இல் வருகிறது. 1857ஆம் ஆண்டு டில்லி முற்றுகையின்போது இந்து ராவ் அவர்களின் இல்லம்

பிரிட்டிஷ் துருப்புகள் தங்குவதற்கான இடமாக அமைந்தது. அது முதல் அது ஒரு புகழ்பெற்ற இடமாகிவிட்டது.

15. குஜ்ஜார் சாதியில் பெரும்பாலோர் முகமதியர்கள்.

16. 'பார்மரு' என்றால் "Load and Fire" அல்லது "Sharpshooter" என்று பொருள்படும்.

17. தூக்குப்போடும் வேலைக்கு கீழ்சாதியைச் சேர்ந்தவர்களே வருவார்கள்.

18. முகலாயர்கள் ஆளும் வர்க்கமான ஆங்கிலேயர்களை வெறுத்தார்கள் என்பதையே இந்த நிகழ்ச்சி காட்டுகிறது.

19. நூலாசிரியர் முதன்முதலில் டில்லிக்குச் சென்று சில நாட்கள் சென்றபின் இதை எழுதியிருக்க வேண்டும். 1839ஆம் ஆண்டுதான் அவர் முதலில் டில்லிக்குச் சென்றார்.

20. 1797ஆம் ஆண்டு ஆஸஃ–உத்–தௌலா–வின் மறைவுக்குப்பின் வாஸீர் அலி 'அவத்' சமஸ்தானத்தின் நவாபாக சர் ஜான் ஷோர் என்பவரால் நியமிக்கப்பட்டார். இதை மறுபரிசீலனை செய்த கவர்னர் ஜெனரல், நியமனத்தை மாற்றி வாஸீர் அலியின் போட்டியாளரான சாதத் அலியை 'அவத்'இன் நவாபாக நியமித்துவிட்டார். இது நடந்தது 1798ஆம் ஆண்டில். வாஸீர் அலியை லக்னோவிலிருந்து வெகுதூரத்திலுள்ள ஓர் இடத்திற்கு அனுப்பிவிடவும் முடிவு செய்யப்பட்டது. வாஸீர் அலி காசியில் தங்கவைக்கப்பட்டிருந்தார். லக்னோவிலிருந்து வெகுதூரத்திற்குக் கொண்டுசெல்ல வேண்டும் என்பதால் வாஸீர் அலியை காசியிலிருந்து கல்கத்தாவிற்கு மாற்றும் பொறுப்பு திரு. செர்ரி என்பவரிடம் கொடுக்கப்பட்டது. திரு. செர்ரி கவர்னர் ஜெனரலின் பிரதிநிதியாக இருந்தவர். இங்கு விவரிக்கப்பட்டுள்ள சம்பவம் 1799ஆம் ஆண்டு ஜனவரி மாதம் 14ஆம் நாள் காசியில் நடந்தது. கல்கத்தாவுக்குப் போக விருப்பமில்லாத வாஸீர் அலி கலகத்தில் ஈடுபட்டார். அதைப்பற்றி தார்ன்டன் (History, Chap. Xvii) இவ்வாறு கூறுகிறார். "வாஸீர் அலி தனது கூட்டாளிகளுடன் பிரிட்டிஷ் பிரதிநிதி (Agent) இருக்கும் இடத்திற்கு வந்தார். திரு. செர்ரி அவர்களுடன் காலை உணவு சாப்பிட்டார். பரஸ்பரம் இருவரும் நலம் விசாரித்துக் கொண்டார்கள். அதன்பிறகு வாஸீர் பிரிட்டிஷ்காரர்களின் தவறுகளைச் சுட்டிக்காட்டிப் பேசினார். பேச்சு தொடர்ந்து திடீரென்று வாஸீர் தனது கூட்டாளி களுடன் எழுந்து, தாக்க ஆரம்பித்தார். திரு. செர்ரி அவர்களையும், கேப்டன் கான்வே என்பவரையும் கொன்றார். பிறகு கிரஹேம் என்ற ஆங்கிலேயர் கொல்லப்பட்டார். இதையடுத்து அந்தக் கொலைகாரக் கூட்டம் அங்கிருந்து திரு. டேவிஸ் அவர்களின் இல்லம் நோக்கிச் சென்றது. திரு. டேவிஸ் நீதிபதியாகவும், நீதிமன்ற நடுவராகவும் இருந்துவந்தார். டேவிஸ் தனது குடும்பத்தினரை வீட்டின் மேல் மாடிக்கு அனுப்பிவிட்டார். மேல்மாடிக்குப் போவதற்கான படிக்கட்டு குறுகலாகத்தான் இருந்தது. படிக்கட்டின் மேல்படியில் திரு. டேவிஸ் ஒரு ஈட்டியுடன் நின்று கொண்டார். கொலைகாரர்களால் அவரை ஒன்றும் செய்யமுடியவில்லை. அவர்கள் அங்கிருந்து அகன்றுவிட்டார்கள். டேவிஸ் செய்த செயலால் மற்றவர்களும் தப்புவதற்கு வாய்ப்பு கிடைத்தது மற்றவர்கள் வேகமாக ஓடிச் சென்று இராணுவ வீரர்கள் இருந்த இடத்தை அடைந்துவிட்டனர். நடந்த சம்பவத்தை அறிந்த

ஜெனரல் எர்ஸ்கின், டேவிஸ் அவர்களுக்குத் துணையாக சிறு படையை அனுப்பிவைத்தார். வாஸீர் அலி தன் இருப்பிடத்திற்குச் சென்றுவிட்டார்; அவர் தப்பித்துவிட்டார். ஆனால் அவருக்கு அடைக்கலம் கொடுத்தவர் வாஸீர் அலியை விட்டுக்கொடுத்துவிட்டார். ஒரு நிபந்தனையின் பேரில் அவர் விட்டுக்கொடுத்தார். அதாவது வாஸீர் அலியின் உயிருக்கு பங்கம் ஏற்படக்கூடாது; அவரது கை, கால்களை சங்கிலியால் பிணைக்கக்கூடாது என்பதுதான் நிபந்தனை. ஆனால் அவரது கூட்டாளிகளில் சிலர் தூக்கிலிடப்பட்டார்கள். வாஸீர்அலி, ஒரு இரும்புக் கூண்டினுள் வில்லியம் கோட்டையில் சிறை வைக்கப்பட்டிருந்தார். பதினேழு ஆண்டுகள் சிறை வைக்கப்பட்டிருந்த வாஸீர் அலி, 1817ஆம் ஆண்டு மே மாதம் தனது முப்பத்தாறாவது வயதில் மரணமடைந்தார். (Men whom India has known, 2nd edn., 1874, art. vazier Ali.') ஆனால் கல்கத்தாவில் முதலில் சிறைவைக்கப்பட்டிருந்த வாஸீர் அலி பின் வேலூர் சிறைச்சாலைக்கு மாற்றப்பட்டார் என்றும் அங்குதான் அவர் இறந்துபோனார் என்றும் திரு. பீல் கருத்து தெரிவித்துள்ளார். திரு. டேவிஸ் ஒருவரைத்தவிர மற்ற அனைத்து ஐரோப்பிய கனவான்களும் கொல்லப்பட்டு விட்டதாக, தவறான ஒரு செய்தியைக் கொடுத்துள்ளார் நூலாசிரியர்.

21. இந்தப் பெயர்களுக்குப் பதிலாக டைஸ் முகமது கான், டைஸ் அலி கான் என்று முதல் பதிப்பில் கொடுக்கப்பட்டுள்ளது. 1857ஆம் ஆண்டு, அப்போதையை ஜஜ்ஜார் நவாப் புரட்சியாளர்களுடன் சேர்ந்து கொண்டார்; அவர் தூக்கிலிடப்பட்டார். அவருடைய சொத்துகள் அனைத்தும் பறிமுதல் செய்யப்பட்டு ரோடக் மாவட்டத்தில் சேர்க்கப்பட்டன.

22. 1804ஆம் ஆண்டு ஜஸ்வந்த் ராவ் ஹோல்கரோடு நடைபெற்ற போரில் கர்னல் மான்சன் தலைமையிலான ஆங்கிலேயப் படை தோல்வி யடைந்தது. அந்தப் படை மே மாதத்தில் லேக் பிரபுவால் அனுப்பப் பட்டது. தோல்வியடைந்த பிரிட்டிஷ் சேனை இராஜபுதனத்தின் வழியாகத் திரும்பியது. திரும்பும்போது கனமழை பிடித்துக் கொண்டது. எதிரிகளும் தாக்கினார்கள். பிரிட்டிஷ் சேனை சிதறுண்டு போனது. ஆகஸ்ட்மாத வாக்கில் ஆக்ராவுக்கு வந்து சேர்ந்தது. இந்த அவமானத்தைத் துடைத்து, தீக் வெற்றியின்மூலம் ஹோல்கரை வஞ்சம் தீர்த்துக் கொண்டது பிரிட்டிஷ் இராணுவம். கர்னல் மான்சன் தலைமையிலான, தோற்றுத் திரும்பும் பிரிட்டிஷ் இராணுவத்திற்கு உதவிசெய்தார் கஜ்பத் அலிகான்.

23. "கேளுங்கள்! கேளுங்கள்" என்று அறிவிப்பாளர் சொல்வது நார்மன் – பிரகூச் வழக்கம். இந்தப் பழக்கம் இப்போது டில்லியில் இல்லை.

ஒரு ஜாட் தலைவனின் திருமணம்

19 ஆம்[1] தேதியன்று நாங்கள் பல்லாம்கர்[2] என்ற இடத்திற்கு வந்தோம். இங்கு வருவதற்கு சமவெளிப்பிரதேசத்தில் பதினைந்து மைல் பயணம் செய்ய வேண்டியிருந்தது. இங்கிருந்த நிலங்கள் நல்ல முறையில் வேளாண்மை செய்யப் பட்டிருந்தன; இங்கு மரங்களும் அதிகம் தென்பட்டன. நிலத்தடி நீர் இப்பகுதியில் மேல்மட்டத்திலேயே இருந்தது. எனவே வயல்கள் போதுமான அளவுக்கு நீர்ப்பாசனம் பெற்றன. நீர்ப்பாசனம் பெறாத நிலங்கள், பெற்றவற்றைவிட நன்றாக இருந்தன. தெற்குவடக்கில் பத்துமைல் நீளத்திற்கு மணற்பாறைக் குன்றுகள் அமைந்திருந்தன. பல்லாம்கர்ரில் ஓர் இளம் ஜாட் இளைஞன் வாடகை ஏதுமின்றி நிலங்களைப் பெற்றிருந்தான். அந்த ஜாட் இளைஞனுக்கு ஏறத்தாழ பத்து வயதுதான் இருக்கும். மண்ணால் கட்டப்பட்ட ஒரு கோட்டையினுள், அழகிய அரண்மனை ஒன்றில் அவன் வசித்து வந்தான். அந்த அரண்மனை ஐரோப்பிய பாணியில் கட்டப்பட்டிருந்தது. கோட்டைக்கு வெளியே ஒரு பெரிய ஆரஞ்சுத் தோட்டம் இருந்தது. அங்குதான் அந்த இளைஞனின் பெரியப்பா, அவரது மரணத்திற்குப்பின் அடக்கம் செய்யப் பட்டிருந்தார். அடக்கம் செய்யப்பட்ட இடத்தில் அவருக்காக இந்த இளைஞன் ஓர் அழகிய நினைவாலயத்தைக் கட்டிக் கொண்டிருந்தான். அந்தக் கட்டடம் நன்கு திட்டமிடப்பட்டு வெள்ளை மற்றும் கருப்பு நிற பளிங்குக் கற்களைக் கொண்டு கட்டப்பட்டு வந்தது. முகமதியர்களின் செழிப்பான நாட்களில்[3] கட்டப்பட்ட கட்டடங்களுக்கு இணையாக

அந்த நினைவாலயம் இருந்தது. தேவை என்று வரும்போது இந்தியர்கள் கலைநயம் மிக்க கட்டடங்களைக் கட்டத் தயங்குவதில்லை. அந்த இளம் ராஜாவின் சகோதரிக்கு சிறிது நாட்களுக்கு முன்தான் நபாவின் ஜாட் இனத் தலைவரின் மகனுடன் திருமணம் நடைபெற்றது. திருமணத் திற்காக மணமகன் அங்கு வந்தபோது, மணமகனோடு லுதௌராவின் தலைவரும், பாட்டியாலா[4] சீக்கியத் தலைவரின் மகனும் வந்திருந்தனர். அவர்களோடு வந்த பரிவாரத்தில் நூறு யானைகள் இருந்தன; பதினைந்தாயிரம் மக்களும் உடன் வந்தனர்.[5]

இவர்களை எதிர்கொண்டு அழைத்துவர பாலம்கர்ரின் இளையராஜா அறுபது யானைகளும், பத்தாயிரம் மக்களும் கொண்ட பரிவாரத்துடன் சென்றான். இந்தத் திருமண வைபவத்திற்கு மாப்பிள்ளை வீட்டார் ஆறு லட்ச ரூபாய் செலவு செய்தனர். பாலம்கர்ருக்கு வர ஏழுமைல் தூரம் இருக்கும்வரை, அவர்கள், தங்களது இல்லத்திலிருந்து கிளம்பியது முதல் சாலை நெடுகிலும் செப்புக் காசுகளை வாரி இறைத்துக்கொண்டு வந்தனர். அந்த இடத்திலிருந்து கோட்டை வாயிலுக்கு வரும்வரை வெள்ளிக் காசுகளை இறைத்த வண்ணம் ஊர்வலமாக வந்தனர். கோட்டை வாயிலிலிருந்து, அரண்மனையின் வாயிற்படி வரும்வரை தங்கக் காசுகளையும், பலவிதமான நகைகளையும் வாரி இறைத்தனர். பாட்டியாலா ராஜாவின் மகன் யானையின்மீது அமர்ந்திருந்தான். அவனுக்குப் பத்துவயதுதான் இருக்கும். அவனிடம் ஒரு பை இருந்தது. அந்தப் பையில் அறுநூறு தங்கக் காசுகள் இருந்தன. ஒவ்வொரு காசின் மதிப்பும் இரண்டு கினிக்கள் (guineas). தங்க நாணயங்களோடு, தங்கத் தாலான காது வளையங்களும், முத்துகளும், நவரத்தினக் கற்களும் கலந்திருந்தன. அவைகளை அவன் கூட்டத்தினர் மத்தியில், தன் கைகளால் வீசி ஏறிந்தான். செப்புக் காசுகளும், வெள்ளிக்காசுகளும் ஏழை மக்களுக்கு. பெண்வீட்டாருக்கு மாப்பிள்ளை வீட்டாரைவிட அதிக செலவாகும். மாப்பிள்ளை வீட்டிலிருந்து வரும் அனைத்து விருந்தினர்களையும் பெண் வீட்டார்தான் கவனித்துக் கொள்ளவேண்டும். மாப்பிள்ளை வீட்டாரை பெண்வீட்டார் நன்கு உபசரிக்க வேண்டும். இந்தக் குறிப்பிட்ட திருமணத்தில் பல்லாம்கர் ராஜா

திருமணத்திற்கு வந்திருந்த அனைவருக்கும் தலா ஒரு ரூபாய் கொடுத்தார். அழைப்பிதழ் இல்லாதவர்களுக்கும் இந்தப் பணம் உண்டு. இப்பணத்தைப் பெறுவதற்கும், சாலையில் இறைந்து கிடந்த காசுகளை எடுப்பதற்கும் பெருந்திரளான மக்கள் கூடிவிட்டனர். அரசுக் கருவூலத்திலேயே போதிய அளவு பணம் இல்லை. பணம் வருவதற்குள் மேலும் முப்பதாயிரம் மக்கள் கூடிவிட்டார்கள். அவர்கள் அனைவரும் ஆட்டு மந்தைபோல் ஓரிடத்தில் அடைக்கப்பட்டார்கள். பின் ஒவ்வொருவராக வெளியே அனுப்பப்பட்டனர். அப்போது அனைவருக்கும், தலைக்கு ஒரு ரூபாய் வழங்கப்பட்டது. ராஜாவின் அரண்மனை மேல்மாடியில் சில ஐரோப்பிய கனவான்கள் நின்றுகொண்டு ஊர்வலம் கோட்டைக்குள் நுழைவதை வேடிக்கை பார்த்துக் கொண்டிருந்தனர். யானையின்மீது வந்த அந்த இளவரசன் அவர்கள் இருந்த திசை நோக்கியும் காசுகளை வாரி இறைத்தான்; தங்க நகைகளையும் வாரி இறைத்தான். ஆனால் ஒருவர்கூட அவற்றைத் தொடவில்லை. இருப்பினும் அந்த அளவுக்குத் தன்மானம் அந்த ஐரோப்பிய கனவான்களின் வேலைக்காரர்களுக்கு இல்லை.[6]

குறிப்புகள்

1. ஜனவரி, 1836
2. பாலம்கர் (பல்லாம்கர்) டில்லியிலிருந்து 24 மைல் தொலைவில் உள்ளது. பல்லாம்கர் சமஸ்தானம் பறிமுதல் செய்யப்பட்டு, பஞ்சாப் மாநிலத்தில், டில்லி மாவட்டத்துடன் இணைக்கப்பட்டுவிட்டது. 1912ஆம் ஆண்டிற்குப் பிறகு பல்லாம்கர் மாவட்டம் இரண்டாகப் பிரிக்கப்பட்டு, ஒரு பாதி டில்லி தலைமை ஆணையரின் பிராந்தியத்துடனும், மறுபாதி குர்கான் மாவட்டத்துடனும் இணைக்கப்பட்டன.
3. இந்தக் கருத்தை வெகு சிலரே ஒப்புக்கொள்வார்கள்.
4. பாட்டியாலா சீக்கியர்களின் பாதுகாக்கப்பட்ட பகுதி. நபாவும் அவர்களைச் சேர்ந்ததுதான். இரு பகுதிகளும் ஆங்கில அரசாங்கத்திற்கு விசுவாசம் மிக்கவைகளாக இருந்தன. ஆங்கிலேய இராணுவத்திற்கு வீரர்களையும் அனுப்பி வைத்தன. சர் லிபெல் கிரிஃபின் எழுதிய "கிரஞ்சித்சிங்" என்ற புத்தகத்தைப் பார்க்கவும்.
5. சீக்கிய தேசம் ஜாட் இன மக்களால் ஆனது. இவர்கள் இந்துக்களுடன் கலந்தே இருந்தனர். இவர்களுக்குத் தனியிடம் ஆரம்பத்தில் இல்லை.

சீக்கியர்களின் சிவில் சட்டங்களும், சமயச் சட்டங்களும் 'கிரந்தங்கள்' எனப்படும் புத்தகங்களில் உள்ளன. இவைகள் சீக்கிய குருமார்களால் எழுதப்பட்டவை. சீக்கியர்களின் கடைசி குவான "குரு கோவிந்" மிகவும் முக்கியமானவர். இரஞ்சித் சிங், இவர் பெயரிலேயே நாணயங்களை வெளியிட்டார். 'குரு கோவிந்', 17ஆம் நூற்றாண்டில் சித்தப்பிரம்மை பிடித்து இறந்துவிட்டார். 'குருகோவிந்' தேஜ்பகதூர் என்ற பூசாரியின் மகன். 1675இல் பாட்னாவில் இவரை முகமதியர்கள் ஒரு பெரிய தியாகியாக்கிவிட்டார்கள். அர்ஜூன் மால் என்பவரும் இவ்வாறுதான் தியாகியானார். சீக்கியர்கள் மதம் மாறியவர்களை தயக்கமின்றி தங்களோடு சேர்த்துக் கொள்வார்கள். சீக்கியர்கள் போர்களில் வெற்றிபெற்றதோடு, கொள்ளையிலும் ஈடுபட்டார்கள். நமது ஆங்கிலேய அரசு அதிகாரத்தில் இருக்கும்வரை 'தியாகிகளின் படை' ஒன்றை இவர்களால் உருவாக்க முடியாது. எனவே இவர்கள் இந்துசமயம் என்ற கடலில் ஐக்கியமாகி விடுவார்கள். சமஸ்தானத் தலைவர்கள் நம்மை வெறுத்தது போன்றே இவர்களும் நம்மை (ஆங்கிலேயர்களை) வெறுத்தார்கள். மக்களுக்கென கடமையாற்ற வேண்டும் என இவர்கள் நினைக்கவில்லை. ஒரு சீக்கியன் அதைப்பற்றி கனவில்கூட நினைப்ப தில்லை. திருமணம் செய்யும்போது ஜாட் இனப் பெண்களை இவர்கள் ஏற்றுக்கொள்வார்கள்; ஆனால் இவர்களது பெண்களை ஜாட் இன இளைஞர்களுக்குத் திருமணம் செய்துகொடுக்க மாட்டார்கள்.

6. ஜஹாங்கீரில் ஆரம்பித்து, அனைத்துப் பேரரசர்களும் 'நிசார்' என்ற பெயர் பொறிக்கப்பட்ட சிறு நாணயங்களை வெளியிட்டுள்ளனர். 'நிசார்' என்றால் வாரி இறைத்தல் என்று பொருள் (Scattering). முக்கிய நிகழ்ச்சிகளின்போது மக்களுக்கு வாரி இறைக்கும் நோக்கத்திலேயே இந்த சிறு நாணயங்கள் அச்சடிக்கப்பட்டன.

a. ஜாட் இனமக்களின் சமூக நிலை பற்றி ஸ்லீமன் சரியாகப் புரிந்து கொள்ளவில்லை. இந்துசமய சாதிகளில் ஜாட்களுக்கு இடம் இல்லை என்று சொல்வது முற்றிலும் தவறு. பஞ்சாப் மக்களில் ஜாட் இனத்தவர் முக்கிய பங்கு வகிக்கின்றனர். ஜாட், இராஜ்புத் ஆகிய இரு பிரிவினருக் கிடையே உள்ள வேறுபாடு இனம் தொடர்பானதல்ல; மாறாக அந்த வேறுபாடு சமூகம் சார்ந்தது. சமூகத்தைப் பொறுத்தவரை ஜாட், ரோர், குஜ்ஜார், அஹிர் போன்ற அனைவரும் ஒரே நிலையில் உள்ளவர்கள் தான். இப்பிரிவினர் அனைவரும் ஒன்றாக உட்கார்ந்து உணவு உட்கொள்வார்கள்; புகைபிடிப்பார்கள். இந்துக்களிடையே ஜாட் இனத்தவர், பிராமணர்கள், இராஜபுத்திரர்கள், கத்ரி இனத்தவர் போன்றவர்களுக்கு அடுத்து வருகிறார்கள். ஜாட் இனத்தாரிடையே விதவைத் திருமணம் அனுமதிக்கப்படுகிறது. உத்திரப் பிரதேச ஜாட் மக்களும் இதே நிலையில்தான் உள்ளனர். (I B Betson, 'Outlines of Punjab Ethnography, Calcutta, 1883, pp 220 599.)

b) பெரும்பாலான சீக்கியர்கள் ஜாட் இனத்தவர்களாக இருக்கின்றனர். பிராமணர்களும், மற்ற சாதியைச் சேர்ந்தவர்களும்கூட சீக்கியர்களாக இருக்கின்றனர். சீக்கியர்கள் ஒரு குறிப்பிட்ட சமயம் சார்ந்தவர்கள். ஒரு குறிப்பிட்ட சாதியைச் சார்ந்தவர்களல்ல. துப்புரவுப் பணியாளர்கள் கூட சீக்கிய சமயத்தில் சேர்த்துக் கொள்ளப்படுகிறார்கள். 'சீக்' என்ற

சொல்லுக்கு “கொள்கையைப் பின்பற்றுபவர்” (அ) மாணாக்கர் என்று பொருள். சீக்கிய சமயத்தை உருவாக்கியவர் ‘நானக் ஷா’. இவர் கி.பி. 1469 ஆண்டு பிறந்தார். ‘ஆதி கிரந்தம்’ இவரால் இயற்றப்பட்டது. இவரை அடுத்து வந்த நால்வர் கிரந்தங்களை இயற்றியுள்ளனர். ‘கிரந்தம்’ எழுதும் பணி கி.பி. 1604இல் நிறைவு பெற்றது. இரண்டாவது கிரந்தம் குரு கோவிந்சிங் அவர்களால் 1734இல் இயற்றப்பட்டது. இவர் சீக்கியர்களின் பத்தாவது குரு. கிரந்தவர்கள் பற்றி மக்காலிஃபி (Macauliffe) என்பவர் ‘The Sikh Religion’ (Oxford 1909) என்ற தலைப்பில் ஆறு தொகுதிகள் வெளியிட்டுள்ளார்.

குரு கோவிந் சிங் அவர்களுக்குப் பிறகு சீக்கியர்கள் அரசியல் முக்கியத்துவம் பெற்றனர்.

சி) அதிக செல்வம், வாள், வெற்றி, தாமதமில்லா உதவி இவைதான் குரு கோவிந் சிங் நானக்கிடமிருந்து பெற்றவை.

பீ) இந்த நற்செய்தி நிறைவேறவில்லை. 1849ஆம் ஆண்டு பஞ்சாப் ஆங்கிலேயர்களின் வசம் வந்தது. இதன் காரணமாக “வெற்றிகொள், கொள்ளையடி” (Congust and plunder) என்ற சீக்கியர்களின் எண்ணம் ஈடேறவில்லை. அப்படி இருப்பினும் இந்த சீக்கிய இனம் இந்து சமயம் என்ற சமுத்திரத்தில் ஒன்றும் ஐக்கியமாகிவிடவில்லை. 1881ஆம் ஆண்டு மக்கள்தொகை கணக்கெடுப்பின்படி இந்தியாவில் சீக்கியர்களின் மொத்த எண்ணிக்கை, 1,907,833 (அதாவது ஏறத்தாழ இரண்டு மில்லியன்). 1891ஆம் ஆண்டு இந்த எண்ணிக்கை உயர்ந்தது. பிரிட்டிஷ் காரர்கள் 1855இல் மக்கள் தொகை கணக்கெடுப்பைச் செய்தபோது வெளிவட்டாரங்களிலிருந்து வந்த அழுத்தம் வருத்தமளிப்பதாக இருந்தது. கல்சா சேனை வீழ்ச்சியடைந்துவிட்டது; சீக்கியர்கள் அதிகம் பங்குபெற்ற சிப்பாய்க் கலகம் அடக்கப்பட்டதால் பெரிய மாற்றம் ஏற்பட்டது. பின்னால் சீக்கியர்கள் இழந்த தங்களது உற்சாகத்தையும், தன்மானத்தையும் (சுயமரியாதையையும்) திரும்பப் பெற்று பிரிட்டிஷ் இராணுவத்திலும், காவல்படையிலும், மரியாதைக்குரிய பதவிகளைப் பெற்றனர். இதனால் சீக்கிய இனம் புதிய உற்சாகத்தைப் பெற்றது. இதுவரை ஞானஸ்நானம் பெறுவதை அலட்சியம் செய்துவந்தவர்கள், அதனைப் பெறுவதற்கு பெருவாரியாக முன்வந்தார்கள். புதிதாக ஜாட் இனத்தைச் சேர்ந்தவர்களும், இந்து சமயத்தின் ஏனைய சாதிகளைச் சேர்ந்தவர்களும் சீக்கிய சமயத்திற்கு வந்து சேர்ந்தார்கள். 1911ஆம் ஆண்டு எடுக்கப்பட்ட மக்கள் தொகை கணக்கெடுப்பின்படி பஞ்சாபில் சீக்கியர்களின் எண்ணிக்கை 37% உயர்ந்திருந்தது தெரியவந்தது. அவர்களது எண்ணிக்கை கண்டிப்பாகக் குறைந்துவிடவில்லை.

சி) தற்போது சீக்கியர்கள் ஆங்கிலேயர்களை உண்மையில் வெறுக்கவில்லை. கூர்காக்களை போன்று அவர்களும் இராணுவத்திற்கு ஆட்களை அனுப்பிக் கொண்டுள்ளனர். ஆபத்து ஏற்படும்போது சீக்கியத் தலைவர்கள் ஆங்கிலேயர்களுக்கு விசுவாசமாக இருந்துள்ளனர். சீக்கிய மாநிலங்கள் தற்போது நல்ல முறையில் நிர்வகிக்கப்பட்டு வருகின்றன.

முகமதியர்களின் கல்லறைகளும், பள்ளிவாசல்களும் கல்லூரிகளாகச் செயல்படுதல்

ஒரு சமவெளியில் பன்னிரண்டு மைல் பயணம் செய்து 20ஆம் நாளன்று[1] நாங்கள் பதர்பூர் என்ற இடத்திற்கு வந்தோம். சமவெளியில், நாங்கள் பயணம் செய்த திசைக்கு இடதுபுறத்தில் ஒரு மலைத்தொடர் காணப்பட்டது. இந்த மலைத்தொடர் எங்களை பழைய டில்லி நகரத்திலிருந்து பிரித்தது. நாங்கள் 'ஃபரித்பூர்' வழியாக பதர்பூர் வந்தோம். ஃபரித்பூர் ஒரு காலத்தில் பெரிய ஊராக இருந்தது. அந்த ஊரை நிர்மாணித்தவர் ஷேக் ஃபரீத் என்பவர். அவரது பெயரே அந்த ஊருக்குச் சூட்டப்பட்டது. ஃபரித்பூரின் மசூதி மட்டும் நல்ல நிலையில் இருந்தது. ஆனால் அங்கு வழிபாடுகளை நடத்திட யாரும் இல்லை[2]. வரும் வழியில் நாங்கள் ஐந்து பாலங்களையும், நான்கு அலங்கார வளைவு களையும் கடந்து வந்தோம். பாலங்களுக்கடியில், ஓடை வறண்ட நிலையில்தான் இருந்தது.[3] நாங்கள் கடந்து வந்த பாதை முழுவதிலும் ஒரு காலத்தில் அதிக அளவில் மக்கள் வசித்திருக்க வேண்டும். அதற்கான அறிகுறிகள் தென்பட்டன. பல அழகான கட்டடங்கள் ஆங்காங்கே இருந்தன. டில்லி நகரம் புகழின் உச்சியில் இருந்தபோது இவை கட்டப் பட்டிருக்க வேண்டும்.

முகமதியர்களின் ஒவ்வொரு கல்லறையிலும், அதோடு சேர்ந்து ஒரு மசூதியும் காணப்படுகிறது. இவைகளை

பராமரிக்க அறக்கட்டளைகள் இருந்தன. இந்த அறக்கட்டளை வருவாயிலிருந்து தக்க நபர்களை அமர்த்தி வழிபாடுகள் (தொழுகைகள்) நடத்தப்பட்டன; திருக்குரான் வாசிக்கப்பட்டது. அறக்கட்டளைகள் நடைமுறையில் இருந்தபோது மசூதி ஒரு கல்லூரியாகவும் செயல்பட்டது. கல்லறையில், காலையும் மாலையும் திருக்குரான் ஓதப்பட்டது; மசூதியில் தொழுகைகள் நடத்தப்பட்டன. குறிப்பிட்ட நேரங்களில் இத்தொழுகைகள் நடந்தன. மற்ற நேரங்களில் கல்லறையைப் பராமரித்தவர்கள் இளைஞர்களுக்குப் பாடமும் சொல்லிக் கொடுத்தார்கள். பக்கத்தில் வசித்து வந்த இளைஞர்கள் மசூதிக்கு வந்து படித்தார்கள். கைமாறு கருதாமல் இந்தக் கல்விப்பணி நடந்தது; சில சமயங்களில் ஒரு சிறு தொகை கட்டணமாக வசூலிக்கப்பட்டது. கல்லறைகளுக்கு அருகில் பாடம் சொல்லிக் கொடுப்பதற்காக அறைகள் இருந்தன. தனியாக நிறுவப்பட்ட பள்ளிக்கூடங்களைவிட பத்து மடங்கு அதிகமாக இந்தியாவில் கல்லறைக் கல்லூரிகள் கல்விப்பணி செய்து வந்தன.[4] இத்தகைய கல்லறைகளையும், மசூதிகளையும் கட்டிய ஆட்சியாளர்கள் நம்மைவிட (ஆங்கிலேயர்களைவிட) மக்களிடம் அதிக மரியாதையும், அன்பும் கொண்டிருக்க வேண்டும். யமுனையின் அருகே எனது நண்பர் ஒருவர் என்னிடம் "நாம் தனிப்பட்டவர்களுக்காக வீடுகள் கட்டுகிறோம்; தொழிற்சாலைகளை நிறுவுகிறோம்; நீதிமன்றங்களை அமைக்கிறோம்; சிறைச்சாலைகளைக் கட்டுகிறோம்; வேறு எதையும் நாம் கட்டுவதில்லை" என்று கூறினார். இந்த முடிவு முற்றிலும் சரியானதென்று சொல்வதற்கில்லை.[5] கல்லறைகளும், மசூதிகளும் கல்விக் கூடங்களாக செயல்பட்டது உண்மைதான். ஆனால் அவை இந்துக்களுக்கும், முகமதியர்களுக்கும் இடையே ஒற்றுமையை வளர்க்காமல், வெறுப்பை வளர்த்தன. மசூதிகள், முகமதிய மக்கள் மத்தியில், சிலை வழிபாடு செய்யும் இந்துக்களின் மீது கடும் சினத்தைத் தூண்டிவிட்டன. இந்துக்களிடம் பேரச்சத்தையும், பெருவெறுப்பையும் தோற்றுவித்தன.

திருக்குரானின் வாசகங்கள் அவ்வப்போது, தேவைக்கேற்ப, கடவுளால் தேவதூதரான கேப்ரியேலுக்குச் சொல்லப்பட்டவை; அவற்றை அவர் நபிகள் நாயகத்திற்குச் சொன்னார். நபிகள் நாயகம் அவர்களுக்கு எழுதத் தெரியாது; எனவே அவர்

தான் கேட்ட புனிதச் செய்திகளை, அப்போதைக்கப்போது தனது அருகில் யார் இருந்தாரோ அவரிடம் சொன்னார்.[6] அந்தப் புனிதச் செய்திகளில் மனிதனுக்குத் தேவையானவை அனைத்தும் இருந்தன. அவையனைத்தும் இறைவனிடமிருந்து வந்தவை; இறைவனோடு உறைபவை; தொடக்கம் முதலே அவனிடமிருந்து பிரிக்கமுடியாதவை. எனவே, இறைவன் எப்படி ஒருவரால் உருவாக்கப்பட்டவனில்லையோ அது போன்றே அந்த புனிதச் செய்திகளும் உருவாக்கப்பட்டவையல்ல. திருக்குரானை வாசிப்பதே எல்லா வழிபாட்டிலும் சிறப்பானது; இருப்பினும் அந்தப் புனிதநூல் உருவ வழிபாடு செய்பவர்களிடம் போரிடும்படிக் கூறுகிறது; அப்படிப் போரிடாமல் இறைவனுக்குச் சேவை செய்ய முடியாது. எனவேதான் முகமதியர்களின் மசூதிகளை, இந்தியாவில் எண்ணிக்கையில் அதிகமாக வாழும் இந்துகள் எரிமலை களாகப் பார்த்தார்கள்; இந்த எரிமலைகள் எப்போது வேண்டுமானாலும் வெடித்து, தன்னுள்ளிருந்து தீக்குழம்பான லாவாவை வெளியேற்றலாம்; சுற்றியுள்ள மக்களை அழித்து விடலாம் என அவர்கள் நினைத்தார்கள்.

ஓர் இந்து, தான் ஒரு முகமதியனால் காயப்படுத்தப்பட்டு விட்டதாக, அல்லது அவமானப்படுத்தப்பட்டுவிட்டதாக நினைத்தால் அவன் மசூதியின்மீதோ அல்லது முகமதியக் கல்லறையின்மீதோ பன்றியின் மாமிசத்தைத் தூக்கி எறிவான் அல்லது அதன் இரத்தத்தைத் தெளிப்பான். இதற்குப் பழிவாங்கும் விதத்தில் முகமதியன் இந்துக் கோயிலின்மீது பசுவின் இறைச்சியை வீசி எறிவான் அல்லது பசு இரத்தத்தைத் தெளிப்பான். இத்தகைய குற்றங்களில் பொதுவாக குற்றம் செய்தவர்கள் தப்பி விடுவார்கள்; அப்பாவி மக்கள் அகப்பட்டுக் கொண்டு வெட்டுப்பட்டுச் செத்து மடிவார்கள். எனவே ஒரு காலத்தில் முஸ்லிம் மக்களை ஒற்றுமைப்படுத்த கட்டப்பட்ட மகத்தான கட்டடங்கள் இந்து சமூகத்தைச் சேர்ந்த மக்களை அவமானப் படுத்துபவைகளாகவும், வெறுப்படையச் செய்பவைகளாகவும் மாறிவிட்டன. ஔரங்கசீப்பின் மதவெறிபிடித்த ஆட்சியின் போதும், அவருக்குப் பின்னால் வந்தவர்களின் ஆட்சியின் போதும், மசூதியின் முன்னிலையிலோ அல்லது முகமதியக் கல்லறையின் முன்போ ஓர் இந்து வருவது விரும்பப்பட

வில்லை. தப்பித் தவறி யாராவது ஓர் இந்து மசூதியினுள் நுழைந்துவிட்டால், ஒரு வெறிநாயைப் போல் அவன் வேட்டையாடப்பட்டு விடுவான். இத்தகைய கொடுமைகளும், அவமானங்களும் இந்துக்களின் மனதைவிட்டு அகலவேயில்லை. முகமதியக் கட்டடங்கள் அக்கொடுமைகளைத்தான் அவர் களுக்கு நினைவு படுத்துகின்றன. இந்தியாவில் (ஆங்கிலேயர் களான) நம்முடைய வலிமைக்கு இதுவே ஆதாரம்; ஏனெனில், நம்மால் மட்டுமே இந்துக்களை கொடுமை களிலிருந்தும் அவமானங்களிலிருந்தும் காப்பாற்ற முடியுமென அவர்கள் நினைக்கிறார்கள். நம் நாட்டவர்களுக்கு (ஆங்கிலே யர்களுக்கு) முகரம் பண்டிகையின்போது நடைபெறும் ஊர்வலங்களில் ஏற்படும் கலவரங்களைப் பார்த்து கடுஞ்சினம் ஏற்படுகிறது. குறிப்பாக இந்த ஊர்வலங்கள், இந்துக்கள் நடத்தும் சமய ஊர்வலங்களின்போது ஒன்றாக, ஒரே சமயத்தில் நடந்தால் நிலைமை மோசமாகிவிடுகிறது. எனவே ஆங்கிலேயர்கள், அரசு தனது அதிகாரத்தைப் பயன்படுத்தி, இரண்டு தரப்பாரின் ஊர்வலங்களையும் குறுக்கிட்டுத் தடுக்கவேண்டுமென ஆர்வமாய் இருக்கிறார்கள். ஆனால் இந்த ஊர்வலங்களும், ஊர்வலங்களின்போது எப்போதாவது நடைபெறும் கலவரங்களும் உண்மையிலேயே நமக்கு வலிமையை அளிக்கின்றன (அதாவது ஆங்கிலேயர் களுக்கு). அத்தகைய சச்சரவுகள் பாரபட்சமில்லாத நடுவர் மன்றங்களை அவசியமாக்குகின்றன. ஆட்சியாளர்கள் நடுநிலைமையுடன் குறுக்கிட்டு நிலைமையை கட்டுக்குள் கொண்டு வரவேண்டியுள்ளது. முகமதியர்களின் விழாக்கள், சந்திரனை அடிப்படையாகக் கொண்டு ஏற்படுத்தப்பட்டுள்ள மாதங்களிலும் இந்துக்களின் திருவிழாக்கள் சூரியனை மையமாகக் கொண்டு ஏற்படுத்தப்பட்டுள்ள மாதங்களிலும், கொண்டாடப்படுகின்றன. முகமதிய ஆண்டு, இந்து ஆண்டு ஆகிய இருவித ஆண்டுக் கணக்கீட்டு முறைகளும் ஒவ்வொரு முப்பது அல்லது நாற்பது ஆண்டுகளுக்கொரு தடவை குறுக்கிடுகின்றன. அப்போதுதான் நிலைமையை சமாளிக்க உள்ளூர் அதிகாரிகளின் திறமையான குறுக்கீடு அவசியம் தேவைப்படுகிறது.[7] தாங்கள் காயப்பட்டுவிட்டதாக அல்லது அவமானப்படுத்தப்பட்டுவிட்டதாக நினைத்துக் கொள்ளும் மக்கள், பழிவாங்கும் தங்களது உணர்வை இதுபோன்ற விழாக்கள் நடைபெறும் வரை ஒத்திப்போடு

கிறார்கள். விழாக்கள் நடைபெறும் சமயத்தில் தங்களது கடுஞ்சினத்தை கூட்டத்தினர்மீது காட்டிவிடுகிறார்கள். முகரம் சமயத்தில் நடைபெறும் ஊர்வலம் என்பது ஒரு சோக ஊர்வலம்; நபிகள் நாயகத்தின் பேரக்குழந்தைகள் கொலைசெய்யப்பட்டதை எண்ணி, ஊர்வலத்தின்போது அவர்கள் சோகத்தின் உச்சிக்கே சென்று, பைத்தியம் பிடித்தவர்கள்போல் மாறிவிடுகின்றனர். மடிந்தவர்களின் கல்லறை உருவங்களையும் ஏந்திக்கொண்டு வருவார்கள்; மங்கலான, சோகம் இழைந்தோடும் இசையும் ஊர்வலத்தில் இசைக்கப்படும்.⁸ ஹோலி⁹ பண்டிகையின்போது மகிழ்ச்சியின் விளிம்பில் இந்துக்கள் இருப்பார்கள்; ஆடிப்பாடி மகிழ்வார்கள். முகரமும், ஹோலியும் முப்பத்தாறு ஆண்டுகளுக்கொருமுறை ஒரே நாளில் வருகின்றன. விழாக்கள் நான்கு அல்லது ஐந்துநாட்கள் தொடர்ந்து கொண்டாடப்படும். அப்போது பெரிய நகரங்களில் கொந்தளிப்பு அதிகமாக இருக்கும். இரு சமூகத்தாரின் ஊர்வலங்களும் சாலைகளில் சந்திக்க வாய்ப்புகள் உண்டு. இந்துக்கள் ஹோலி பண்டிகையின்போது செந்நிற சாயத்தை ஒருவர்மீது ஒருவர் பூசுவது வழக்கம். சாயத்தை தண்ணீரில் கரைத்து எல்லோர் மீதும் பீச்சி அடிப்பார்கள். சாயத்தை நண்பர்கள் மீதும் தெளிப்பார்கள்; எதிரிகள்மீதும் தெளிப்பார்கள். வயது வேறுபாடின்றி, ஆண் பெண் வித்தியாசமின்றி, சமய வேறு பாட்டையும் பார்க்காமல் களியாட்ட மகிழ்ச்சியில் திளைப்பார்கள். முகமதியர்கள் பச்சைநிற பட்டையணிந்து சோகமாக வருவார்கள்; மார்பில் அடித்துக்கொள்வார்கள்; தங்களை மாய்த்துக் கொள்ளவும் தயாராக இருப்பார்கள், மற்றவர்களைக் கொல்வதற்கும் ஆர்வமாக இருப்பார்கள். இந்துக்கள் தெளிக்கும் சாயம், முகமதியர்கள் ஏந்திவரும் கல்லறை உருவங்களின்மீது பட்டுவிட்டால் போதும், உடனே நூற்றுக் கணக்கான வாட்கள் உறைகளிலிருந்து உருவப்படும். நீதிமன்ற நடுவர், காவலர்களுடன் நகரத்தில் இல்லாவிட்டாலும், இராணுவ வீரர்கள் இல்லாவிட்டாலும் நிலைமையைச் சமாளிக்க முடியாது. தங்களது அதிகாரத்தை நன்குணர்ந்திருக்கும் நீதிமன்ற நடுவர்கள், ஒரு வகுப்பார் துக்கம் அனுஷ்டிக்கும்போது வேறு ஒரு வகுப்பினர் சிரிக்கக்கூடாது என்று தடுக்கமாட்டார்கள். அத்தகைய தருணங்களில்

இந்துக்கள் உரக்கச் சிரிப்பார்கள். அவ்வாறு சிரிப்பதற்கு தங்களுக்கு சுதந்திரம் உண்டு என்பதை வெளியுலகிற்குக் காட்டுவதற்காகவே சிரித்து மகிழ்வார்கள்.

இந்தியாவில் ஆங்கிலேயர்களின் ஆட்சி பற்றி மகா தேவரான சிவனிடத்தில் அருள்வாக்கு கேட்டறியும் பழக்கம் மூன்று இடங்களில் உண்டு என்று, மத்திய இந்தியாவில் இந்து நண்பர் ஒருவர் என்னிடம் கூறினார். அந்த இடங்கள் மூன்று முக்கியச் சிவன் கோயில்கள்; மூன்றில் முதலாவது தக்காணத்திலும், இரண்டாவது இராஜபுதனத்திலும், மூன்றாவது வங்காளத்திலும் இருக்கின்றன. ஆங்கிலேயர்கள், முக்கியமான பொறுப்புகளில் ஆங்கிலேயர்களையே அமர்த்து கின்றனர். இந்தியர்களை அமர்த்துவதில்லை. இதைப்பற்றிதான் மேற்குறிப்பிட்ட ஓரிடத்தில் அருள்வாக்கு கேட்கப்பட்டது. அருள்வாக்கு கேட்பதற்கு ஒரு நாள் நிச்சயிக்கப்பட்டது; கேட்டுச் சொல்வதற்கு பூசாரியும் வந்துவிட்டார். மகாதேவர் (சிவன்) கோயிலில் ஐரோப்பியரின் உருவத்தில், ஐரோப்பிய உடையணிந்து அமர்ந்திருந்தார். ஆங்கிலேய அரசாங்கம் என்பது உண்மையில் தனது அரசாங்கம்தான் என்று சிவன் அருள்வாக்கு கூறினார். மக்கள் ஒருவருக்கொருவர் தங்களது குரல்வளைகளைத் தாங்களே நெறித்துக் கொள்வதைத் தடுக்க தானே ஓர் ஐரோப்பியனின் உருவத்தில் வந்திருப்பதாக சிவன் கூறினார். ஆங்கிலேயர்கள் தன்னுடைய அவதாரங்கள் என்றும், பாரபட்சமின்றி நடந்துகொண்டு பிணக்குகளைத் தீர்த்து வைக்கும் நடுவர்கள் அவர்களே என்றும் சிவன் கூறினார். "இதற்கு முன்பு மக்கள் இதுபோல் நடுநிலையுடன் ஆளப்பட்டதில்லை; மக்கள் தங்களது (ஆங்கிலேய) ஆளுநர்களின் ஆணைகளுக்குக் கீழ்ப்படிந்து நடக்கவேண்டும். கடவுளின் விருப்பத்தை அவர்கள் துருவிப் பார்க்கக்கூடாது" என்றும் அருள்வாக்கு தெரிவித்தது. இராமாயணத்தில் மகாதேவருக்கும் பங்குண்டு. சீதையைக் கடத்துவதிலும் அவருக்குப் பங்குண்டு. இராமாயண நாடகத்தில் சிவனுக்கு மட்டுமே வெண்மையான முகம் இருக்கிறது.[10]

ஒரு நாள் நான் ஒரு முகமதிய கனவானிடம், நம்மிடம் உள்ள (ஆங்கிலேயர்களிடம்) 'மூத்தவனுக்கே முதலுரிமை' என்ற விதியைப் பற்றி உயர்வாகப் பேசிக்கொண்டிருந்தேன். இந்த விதி சகோதரர்களிடம் பதவிக்காக ஏற்படும் கசப்பான

போட்டியைத் தடுத்து விடுகிறது; அந்த விதி இல்லாமையால் முகமதியர்களிடம் பதவிக்கான சகோதரச் சண்டை எப்போதும் ஏற்படுகிறது. முகமதியர்களின் சட்டப்படி சொத்துகள் அனைத்தும் சகோதரர்களிடையே சமமாகப் பகிர்ந்து கொள்ளப்படுகின்றன; பிள்ளைகளில் மிகவும் அறிவாளியாகத் திகழ்பவன் தந்தைக்குப்பின் ஆட்சிக்கு வருகிறான்."¹¹ "இது எங்களிடமுள்ள ஒரு குறைபாடுதான்; உங்களுக்கு வலிமை யூட்டும் ஒரு சட்டத்தை நீங்கள் ஏன் எதிர்க்க வேண்டும்?" என்றார் அந்த முகமதிய நண்பர். அவர் மேலும் தொடர்ந்து பேசினார்:–

"கவர்னர் ஜெனரலின் பிரதிநிதியாக டில்லியில் பணியாற்றிய திரு. சியடன் என்பவரை நான் ஒரு நாள் 'இந்தியாவில் உங்களுக்கு மிகவும் பிடித்தது என்ன' என்று கேட்டேன். அதற்கு அவர் உங்கள் நாட்டில் இருக்கும் 'புட்' (Phut) என்றவகை தர்பூஸ் பழம்தான் என்றார் அவர். ஒற்றுமையின்மையைக் குறிக்க அவர் அப்படிக் குறிப்பிட்டார். திரு. சியடன் ஒரு நல்ல மனிதர்; புத்திக்கூர்மையுடைய வரும்கூட. தற்போது இந்தியாவில் உள்ள கவர்னர்கள் அவரைப்போன்று இல்லை. பின் ஒரு நீதிபதியைப் பார்த்து, இந்தியாவில் அவருக்கு மிகவும் பிடித்தது என்ன என்று கேட்டேன். தனக்குப் பிடித்தது 'இந்திய ரூபாய்தான்' என்றார் அவர். இதே கேள்வியை ஓர் ஆணையரிடம் கேட்டபோது, 'ஹுக்காவில் திணித்துப் புகைக்கும் புகையிலைதான்' என்று பதில் கூறினார். ஐயா, இப்போது உங்களைக் கேட்கிறேன்; இந்த நாட்டில் உங்களுக்கு மிகவும் பிடித்தமானது எது?"

"நவாப் சாஹேப் அவர்களே! உஷ்ணமான உங்களது நாட்டில் உடல்வலியில்லாமல் இருந்தால் அது எனக்குப் பிடிக்கும்; எனது மூக்கின் வழியாக குளிர்ந்த காற்றை உள்ளேயிழுக்கப் பிடிக்கும்; வாய்நிறைய குளிந்த நீரைப் பருக எனக்குப் பிடிக்கும். ஆங்கிலேயர்களான நாங்கள் எல்லோருமே பெரும்பாலும் இப்படித்தான். நவாப் சாஹேப் அவர்களே! மேலே நான் குறிப்பிட்டதைத் தவிர வேறு ஒன்றையும் எனக்குப் பிடிக்கும். அதுதான் இங்குள்ள மிகக் குறைந்த வரிவிதிப்பு; மற்ற நாடுகளில் இந்தியாவைவிட வரிகள் அதிகம்.¹² காஷ்மீரத்தில், பிரசவம் பார்க்கும் ஒரு மருத்துவச்சி அவளது தொழிலைச் செய்ய இரஞ்சித் சிங்

அவர்களுக்கு ஒரு பெருந்தொகையை வரியாகக் கொடுக்க வேண்டும். இங்கிலாந்தில் இயற்கையாகக் கிடைக்கும் சூரிய ஒளியை வீட்டினுள் அனுமதிக்க ஒருவன் ஜன்னல் வரி கட்டவேண்டும்.[13]

“ஒரு நாய்கூட வளர்க்க முடியாது; காட்டில் ஒரு கௌதாரிப் பறவையைக் கூட சுடமுடியாது” என்றார் நவாப்.

“முற்றிலும் உண்மை நவாப் சாஹேப்” என்றேன் நான்.

“ஐயா, இந்துஸ்தானம் உலகிலேயே ஒரு மிகச் சிறந்த நாடு. ஆனால் இங்கு இப்போது தேவை வேலைவாய்ப்பு. படித்தவர்களுக்கு அரசாங்கத்தில் வேலைவாய்ப்புகள் வேண்டும்” என்றார் நவாப்.

“உண்மைதான் நவாப் சாஹேப்; வேலைவாய்ப்பை நாங்கள் அதிகரிக்க வேண்டியது அவசியம்தான். அதேசமயத்தில் நாங்கள் வரிகளையும் அதிகப்படுத்தத்தான் வேண்டும். அப்படி அதிகப்படுத்தினால் அது வேலை கிடைக்காதவர்களுக்குச் சுமையாக இருக்கும்” என்றேன் நான்.

“உண்மை, முற்றிலும் உண்மை” என்று ஒப்புக் கொண்டார் நண்பர்.

குறிப்புகள்

1. 1836ஆம் ஆண்டு ஜனவரி மாதம்
2. ‘ஃபரீதாபாத்’ என்ற நகர்தான் ஃபரீத்பூர் என்று தவறாகக் குறிப்பிடப்பட்டுள்ளது. இந்த நகரம் டில்லியிலிருந்து பதினாறு மைல் தூரத்தில் உள்ளது. இந்த நகரை 1607ஆம் ஆண்டு, ஷேக் ஃபரீத் என்பவர் உருவாக்கினார். ஆக்ராவுக்கும் டில்லிக்கும் இடையேயான நெடுஞ்சாலையைப் பாதுகாக்கும் நோக்கத்தில் இந்த ஊர் உருவாக்கப்பட்டது. ஷேக் ஃபரீத் மாமன்னர் ஜஹாங்கீரிடம் பொருளாளராக இருந்தவர்.
3. கால்வாய் வறண்டிருப்பது கோடைகாலத்தில்தான். மழைக்காலத்தில் டில்லியின் தென்பகுதியில் மலைகளில் பொழியும் மழை, கால்வாயில் நீர்வரத்து அதிகரிக்கக் காரணமாகிறது.
4. இப்படிப்பட்ட கல்விக்கூடங்களில் சொல்லித் தரப்படும் கல்வி பயனுள்ள, சிறப்பான கல்வியல்ல. அரபு மொழி தெரியாதவர்களுக்கு திருக்குரான் கற்றுத் தருவதுதான் அந்தக் கல்வியின் நோக்கம்.

5. நவீன இந்தியாவில் ஆங்கிலேயர்கள் கட்டிய பலவிதமான கட்டடங்கள் உள்ளன. அவைகளும் கலை நுணுக்கம் உடையவைதான்.
6. நபிகள் நாயகத்திற்கு எப்போதும் இறைவனின் வாக்கு வந்து கொண்டேயிருந்து. சிலசமயம் அவர் தனது ஒட்டகத்தின்மீது பயணம் செய்துகொண்டிருக்கும்போதுகூட இறைவனின் அருள்வாக்கு அவருக்கு வந்து சேரும். அந்தத் தருணத்தில் யாரையாவது கூப்பிட்டு அவைகளை எழுதச் சொல்வார். அப்போது அவர் முகம் சிவந்துவிடும்; தனது ஒட்டகத்தைவிட்டுக் கீழே இறங்கிவிடுவார். அந்தக் காலத்தில், அவர் கூறிய வீரகாவியங்கள், இலைகளின் மீது எழுதப்பட்டு பெட்டிகளில் சேமிக்கப்பட்டன. அவர் கேட்ட அருள்வாக்குகள் அனைத்தையும், ஆண்டுக்கு ஒருமுறை ரமலான் மாதத்தில், கேப்ரியேலின் தூண்டுதலால், திரும்பச் சொல்வார் நபிகள் நாயகம். தான் மரணமடைந்த ஆண்டில், அந்த அருள்வாக்குகளைத்தான் இரண்டுமுறை திரும்பக் கூறும்படி தேவதூதர் கூறியதாகச் சொன்னார் நபிகள். திரும்பவும் தன்னிடம் அருள்வாக்கு எப்போது வந்து சேரும் என்பதைப் பற்றித் தனக்குத் தெரியாது என்றும் நபிகள் கூறினார்.
7. முகமதிய 'ஆண்டு' என்பது சந்திரனை அடிப்படையாகக் கொண்ட பன்னிரண்டு மாதங்கள் கொண்டது. மாதங்களில் முப்பது நாட்களும், இருபத்தி ஒன்பது நாட்களும் மாறி மாறி வருகின்றன. எனவே முகமதிய ஆண்டுக்கு மொத்தம் 354 நாட்கள் மட்டுமே. துல்லியமாகச் சொல்வதென்றால் 354 11/30 நாட்கள். ஆனால் சூரியனை அடிப்படையாகக் கொண்ட 'ஆண்டு' என்பது 365 1/4 நாட்களைக் கொண்டது. இரண்டிற்கும் இடையே உள்ள வேறுபாடு 11 நாட்கள்.
8. முகமதிய ஆண்டின், முதல் மாதத்தை வைத்தே 'முகரம்' என்ற பெயர் வந்தது. முதல் மாதத்தில்தான் 'முகரம்' அனுஷ்டிக்கப்படுகிறது. நபிகள் நாயகத்தின் மருமகன் 'அலி' என்பவர். நபிகளின் புதல்வி ஃபாத்திமாவின் கணவர்தான் அலி. ஷியா பிரிவினரின் வாதத்தின்படி அலி அவர்களே நபிகளின் உண்மையான வாரிசு. நபிகள் நாயகம் கி.பி. 632இல் மரணமடைந்தார். அவரது மரணத்திற்குப்பின் கலிஃபத்தின் நிர்வாக உரிமை ஓமர் அபுபக்கர், உஸ்மான் ஆகியோர்களுக்கே ஒருவர் பின் ஒருவராக வந்தது. கி.பி. 655ஆம் ஆண்டில்தான் 'அலி' ஆட்சிக்கு வந்தார். பத்தரை ஆண்டு காலம் ஆட்சி செய்தபிறகு, கி.பி. 661ஆம் ஆண்டு ஜனவரி மாதத்தில் அலி கொலை செய்யப்பட்டார். அவருக்குப் பின் அவரது மகன் ஹஸ்ஸன் (ஹஸன்) பதவிக்கு வந்தார். சில மாதங்கள் ஆட்சி செய்த பிறகு கி.பி. 670இல் விஷம் கொடுத்துக் கொல்லப்பட்டார். அதன் பிறகு அலியின் இரண்டாவது மகன் ஹுஸைன் ஆட்சிபீடத்திற்கான தனது உரிமையை நிலைநாட்ட ஆயுதம் ஏந்திப் போரிட நேர்ந்தது. ஆனால் முகரம் மாதம் பத்தாம் நாள் (அக்டோபர் 10, கி.பி.680) யூஃப்ரட்டிஸ் நதிக்கரையிலில், கர்பாலா என்ற இடத்திற்கருகில் ஹுஸைன் கொல்லப்பட்டார். இந்த நிகழ்வுகள் முகரம் ஊர்வலத்தின்போது நினைவு கூரப்படுகின்றன. சரியாகச் சொல்வதென்றால் முகரம் பண்டிகையின்போது நடத்தப்படும் ஊர்வலம் ஒரு சோக ஊர்வலமாக இருக்கவேண்டும்; அதனை ஷியா பிரிவு முகமதியர்கள் நடத்துவதே சரியாக இருக்கும். ஆனால் சன்னி

பிரிவு முகமதியர்களும், இந்துக்களும்கூட முகரம் சடங்குகளில் கலந்துகொள்கின்றனர். மேயர் பிரபுவின் சடங்கைவிட முகரத்தைப் பெருமிதமான சடங்காக மக்கள் நினைக்கிறார்கள். (லண்டன் நகரத்தின் மேயர் மிகவும் ஆடம்பரமாக ஊர்வலத்தில் அழைத்து வரப்படுவார்.)

9. அருவருப்பு மிக்க ஹோலிப் பண்டிகை, அசிங்கமான முறையிலும், குடிவெறியிலும் மார்ச் மாதத்தில் கொண்டாடப்படுகிறது. இது சித்திரை விஷுவுக்கு உரிய பண்டிகை என்று கருதப்படுகிறது (அத்தியாயம் 27, குறிப்பு 16). இந்தியாவில் உள்ள நீதிமன்ற நடுவர்கள், திறமையுடனும், உறுதியுடனும் உடனுக்குடன் முடிவெடுக்கும் ஆற்றலுடனும் மேற்கூறிய இரு சமய ஊர்வலங்களையும் சமாளிக்க வேண்டும். ஆயுதங்களை ஒப்படைக்கச் சொல்வதால் மக்களிடையே குருதிக்களரியான தாக்குதல்கள் வெகுவாகக் குறைந்து விட்டன. எவ்வளவுதான் முன்னெச்சரிக்கையுடன் இருந்தாலும், எப்போதாவது அசம்பாவிதங்கள் ஏற்படத்தான் செய்கின்றன. ஊர்வலங்கள் முற்றிலும் தடைசெய்யப்பட்டால், மோதல்களைத் தவிர்த்து விடலாம். ஆனால் இது நடைமுறை சாத்தியமானதல்ல.

10. அத்தியாயம் 5 குறிப்பு 9ஐப் பார்க்கவும்.

11. முகமதியர்களின் சட்டப்படி பெண்களுக்கும் சொத்தில் பங்குண்டு. ஒவ்வொரு மகளும், ஒரு மகன் பெறுவதில் பாதியைப் பெறுகிறாள்.

12. நூலாசிரியர் காலத்தில் குத்தகை ஒரு வரியாகக் கருதப்படவில்லை. பின்னால் ஏற்பட்ட சட்டங்கள் குத்தகை வசூலை, வரிவசூல் போன்று மாற்றி விட்டன. நூலாசிரியர் காலத்தில் மறைமுக வரிகளே இருந்தன. உதாரணமாக உப்பு வரியைச் சொல்லலாம். தங்களுக்குத் தெரியாமலேயே மக்கள் இந்த வரியைச் செலுத்திக் கொண்டிருந்தனர். வருமான வரி, நகராட்சி போன்ற உள்ளூர் நிர்வாகங்கள் விதிக்கும் வரி, துப்பாக்கி உரிமத்திற்கான வரி போன்றவை ஸ்லீமன் காலத்தில் இல்லை.

13. இங்கிலாந்தில் (a) ஜன்னல் வரி (Window Tax) வெவ்வேறு விகிதங்களில் 1697ஆம் ஆண்டு முதல் 1851ஆம் ஆண்டு வரை அமுலில் இருந்தது.

(a) ஒருகாலத்தில் இங்கிலாந்து போன்ற நாடுகளில் ஜன்னல்களின் எண்ணிக்கைக்கு ஏற்ப வீட்டுவரி வசூலிக்கப்பட்டது.

பழைய டில்லி நகரம்

21ஆம் நாளன்று எட்டு மைல்களைக் கடந்து, தெற்கு வடக்காக நீண்டிருக்கும், இருநூறு அடி உயரமுள்ள மணற் பாறைக் குன்றுகளைத் தாண்டி குதுப் மினார் சென்றோம். மணற் பாறைக்குன்றுகள் (sandstone hills) பெரும்பாலும் மரம், செடி, கொடிகள் இன்றி வெற்றுப் பாறைகளாகவே இருந்தன. ஆனால் பாறை இடுக்குகளில் இருந்த மண்ணில், ஊட்டக் குறைவால் பாதிக்கப்பட்டு, புற்கள் வளர்ந்திருந்தன; குட்டையான சில புதர்களும் செடிகளும் காணப்பட்டன. இவைகளைத் தவிர வேறு எதையும் நாம் அந்தக் குன்றுகளில் எதிர்பார்க்க முடியாது. வெப்பத்தைத் தேக்கிவைத்து, மீண்டும் அதை மக்களுக்குத் தருவதைத் தவிர வேறு எந்தப் பயனும் அவற்றால் இல்லை. இந்த மலைத்தொடரில் ஒரு பிளவுபட்ட பகுதி, நூறு கஜ அகலத்திற்கு உள்ளது. வெகு காலத்திற்கு முன்பு யமுனை நதியால் இது உருவாக்கப் பட்டிருக்க வேண்டும். இந்தப் பிளவு அல்லது வெட்டுப் பகுதிக்குக் குறுக்கே ஒரு கற்சுவர் தெற்கு வடக்காகக் கட்டப்பட்டுள்ளது. நீரை அந்த இடத்தில் தேக்கி வைத்து ஓர் ஏரியை உருவாக்கவே இந்த ஏற்பாடு. இந்த செங்குத்தான கற்சுவரின் வடபகுதி புருவத்தை ஒட்டினாற்போல் துக்ளகாபாத் கோட்டை கட்டப்பட்டுள்ளது. இதைக் கட்டியவர் பேரரசர் துக்ளக் மணற்பாறைக் குன்றுத் தொடரின், முதல் குன்றின் மீது[1] இக்கோட்டையைக் கட்டியுள்ளார் துக்ளக். குன்றின் பாறைகளை சதுரப் பாளங்களாக்கி[2] இதனை நிர்மாணித்துள்ளார் பேரரசர் துக்ளக்.

இந்தக் கோட்டைக்கு எதிரே கற்சுவரின் தென்பகுதிப் புருவத்தையொட்டி முகமதாபாத் கோட்டை கட்டப் பட்டுள்ளது. இதைக் கட்டியவர் பேரரசர் துக்ளக்கின் மைந்தர் முகமது. இவர் கட்டிய முகமதாபாத் கோட்டை, இவரது தந்தை கட்டியதைப் போன்றே காணப்படுகிறது.[3] இந்த இருகோட்டைகளும் நாம் முன்பு குறிப்பிட்ட ஏரியை எதிர்நோக்கி உள்ளன. இதற்கு எதிர்திசையில், அதாவது மேற்கில் பரந்து விரிந்து கிடப்பதுதான் பழைய டில்லி நகரம். தனியாக ஒரு குன்றின்மீது மூன்றாவது கோட்டையொன்றும் கட்டப்பட்டுள்ளது. பேரரசர் துக்ளக்கின் நாவிதர், தன் தலைவரை கௌரவிக்கும் விதத்தில் இக்கோட்டையைக் கட்டினார் என்று நம்பப்படுகிறது.[4] பேரரசரின் கல்லறை தனியாகக் கிடக்கும் ஒரு பாறையின் மையப்பகுதியில் கட்டப்பட்டுள்ளது. அந்த இடம் ஒருகாலத்தில் ஒரு ஏரியாக இருந்து தற்போது சமதரையாக உள்ளது. இக்கல்லறை நாம் முன்பு பார்த்த தடுப்புச் சுவரின் மேற்கே, ஒரு மைல் தூரத்தில் உள்ளது. கல்லறை உள்ள பாறை வடதிசைக் கோட்டையோடு ஒரு உயர்ந்த நடைபாதை மூலம் இணைக்கப்பட்டுள்ளது. இந்த உயர்ந்த நடைபாதை கிட்டத்தட்ட நூற்று ஐம்பது கஜ நீளம் இருக்கும். இப்பாதையில் இருபத்தைந்து அலங்கார வளைவுகள் காணப்படுகின்றன. கல்லறை மிகவும் அழகாக, மையத்தில் சதுர வடிவ அறையுடன் கட்டப்பட்டுள்ளது. இங்குதான் பேரரசர் துக்ளக், அவரது மனைவி மற்றும் அவரது புதல்வர் ஆகியோர் அடக்கம் செய்யப்பட்டுள்ளனர். கல்லறை சிவப்புநிற மணற்பாறையால் கட்டப்பட்டுள்ளது. கல்லறையின் மேலேயுள்ள கவிகைமாடம் வெண்நிற பளிங்குக் கற்களால் ஆனது. கல்லறையின் உள்ளேயுள்ள மூவரின் புதையிடங்கள் தனித்தனியே செங்கற்களால் கட்டப்பட்டு, சுண்ணாம்புக் காரை பூசப்பட்டுள்ளது. கல்லறையின் அடிப்பகுதி, பிரமிட் போன்று சற்று உள்நோக்கிச் சாய்ந்ததுபோல் உள்ளது; இருப்பினும் உட்புறச் சுவர்கள் செங்குத்தாகவே உள்ளன.[5]

இந்த மிகப்பெரிய கோட்டைகளைப் பார்த்துவிட்டு வெளியே வருபவர்களின் மனதில் படுவது இதுதான் "அப்போதிருந்த கலைநுட்பங்கள், பண்புநலன்கள் போன்றவை முரட்டுத்தனமாகத்தான் இருந்திருக்க வேண்டும். அதோடு

உள்நாட்டுக் கட்டடக் கலைநுட்பம் இழிநிலையில்தான் இருந்திருக்கவேண்டும்." நாங்கள் பார்த்த கட்டடங்கள் யாவும் கருங்கற்களைக் கொண்டுதான் கட்டப்பட்டிருந்தன. சிமெண்ட் பூச்சு மேலே காணப்படவில்லை. கட்டடங்கள் யாவும் அரக்கர்களால், அரக்கர்களுக்காகக் கட்டப்பட்டிருக்க வேண்டும். அந்த அரக்கர்களின் கரங்கள் ஒவ்வொருவருக்கு எதிராகவும், அதேபோல் ஒவ்வொருவரின் கரங்களும் செயல்பட்டிருக்கவேண்டும். இந்தியாவை ஆண்ட பதான் இள மன்னர்களின் நிலை அதுதான். அவர்கள் தங்களின் இராணுவத்திற்கென்றே படைக்கப்பட்டவர்கள்; அவர்களது இராணுவம் மக்களுக்கு எதிராக இருந்தது. மக்கள் அவர்களைப் பார்த்து பயந்தார்கள்; அவர்களை வெறுத்தார்கள்.[6]

பேரரசர் துக்ளக் வங்காளத்தில் நடந்த ஒரு கலவரத்தை அடக்குவதற்கு, இராணுவத்திற்குத் தலைமையேற்று சென்றார். திரும்பி வந்த பேரரசரை அஃப்கான்பூர் என்ற இடத்தில் அவரது மூத்தமகன் ஜுனா சந்தித்தார். தான் வங்காளம் சென்றிருந்தபோது தலைநகரில் தன்னுடைய அலுவல்களைக் கவனிக்க ஜுனாவைத்தான் விட்டுச் சென்றிருந்தார் மாமன்னர் துக்ளக். இளவரசர் மூன்றே தினங்களில் முற்றிலும் மரத்தாலான ஒரு அரண்மனையைக் கட்டி, அங்கு கேளிக்கைளுக்கு ஏற்பாடு செய்து, திரும்பிவந்த தன் தந்தையை கௌரவித்தார். மன்னரைக் காண அரசவையில் இருந்தவர்கள் அனைவரும் ஓடோடி வந்து நின்றார்கள். முதலில் அந்த இடத்திற்கு வந்தவர் இளவரசர் ஜுனாதான். பேரரசர் தன் இருக்கையை விட்டு எழுந்த போது அவருடன் ஐந்தே ஐந்து சேவகர்கள் மட்டுமே இருந்தனர். மன்னர் எழுந்த அடுத்த நிமிடம் அந்த மரத்தாலான அரண்மனை அடியோடு தரைமட்டமானது; மன்னரையும், அவரது சேவகர்களையும் நசுக்கியது. முன்பு ஜுனாமுகமது, இராணுவத்திற்குத் தலைமையேற்று தக்காணம் சென்றிருந்தார். அப்போது அவர் ஏராளமான சொத்துகளைச் சேர்த்துவிட்டார். கொள்ளையிலும் ஈடுபட்டார் மற்ற மன்னர் களின் அரண்மனைகளையும், இந்துக் கோயில்களையும் சூறையாடினார். அந்த இடங்கள்தான் அந்தக் காலத்தில் செல்வம் நிறைந்த இடங்களாக இருந்தன. அவர் சேர்த்த செல்வத்தை அவர் தனது தந்தையிடமிருந்து மறைத்தே

வைத்திருந்தார். தான் அதிகாரத்திற்கு வந்தவுடன் சேர்த்த செல்வத்தை அனுபவிக்கலாம் என்று நினைத்திருந்தார். தந்தை இடிபாடுகளில் சிக்கி மடிந்ததற்கும் அவரே காரணமாக இருக்கலாம்.[7]

இதற்கு முப்பது ஆண்டுகளுக்கு முன்பு இதேபோல்தான் இராணுவத்தின் தலைவராக தக்காணம் சென்று, பணி முடித்துத் திரும்பி வந்த அல்லாவுதீன் தனது மனைவியின் தந்தை இரண்டாம் ஃபிரோஸ் அவர்களைக் கொன்றுவிட்டுப் பதவிக்கு வந்தார். அலாவுதீனும் தக்காணப் படையெடுப்பின் போது நிறைய கொள்ளையடித்து சொத்து சேர்த்தார்.[8] மூன்றாம் முகமது என்ற பட்டப்பெயருடன் ஜுனா அரியணை ஏறினார்.[9] அரவது தந்தையின் உடல் நல்லடக்கம் செய்யப் பட்டவுடன் ஜுனா துக்ளகாபாத் கோட்டையுடன் குதுப்மினார் இருக்கும் நகரத்திற்கு, மிகுந்த ஆடம்பரத்துடன் ஊர்வலமாகச் சென்றார் ஊர்வலப்பாதையில், மக்கள் மத்தியில் தங்கக் காசுகளும், வெள்ளிக்காசுகளும் வாரி வாரி இறைக்கப்பட்டன. மக்கள் மகிழ்ச்சி ஆரவாரம் செய்தார்கள். சாலைகள் மலர்களால் மூடப்பட்டன. இல்லங்கள் அலங் கரிக்கப்பட்டிருந்தன. எங்கும் இன்னிசை ஒலி கேட்டது.

ஜுனா நன்கு படித்தவர்; படித்தவர்களை ஆதரிப்பவர் அவர் ஏராளமான மசூதிகளைக் கட்டினார்; குறித்த நேரங்களில் தொழுகைகள் நடைபெறும்படிச் செய்தார்; தானே தினம் ஐந்து முறை தொழுதார்.[10] தன்னடக்கமுடையவராக இருந்தார்; மற்றவர்களும் அடக்கமாக இருக்கவேண்டும் என்று வலியுறுத்தினார். இத்தகைய செயல்களால், அவர் ஆட்சியிலிருந்த இருபத்தோரு ஆண்டுகளில், பேரரசின் அனைத்து பகுதிகளிலும் அவரைத் துதிபாடுபவர்கள் இருந்தனர். இவ்வளவுக்கும் அவர் ஒரு வெறுக்கத்தக்க கொடுங்கோலர். இவரைப் போன்ற கொடுங்கோலர் இதற்குமுன் இருந்ததில்லை. ஜுனா, மக்கள்தொகை அதிகமிருக்கும் நகரங்களுக்குத் தனது சேனையுடன் செல்வார்; அப்பாவி மக்களை, மிருகங்களை வேட்டையாடுவது போல் வேட்டை யாடுவார்; வெட்டிய அம்மக்களின் ஆயிரக்கணக்கான தலைகளைக் கொண்டுவந்து, நகரத்தின் வாயில்களில் தொங்கவிடுவார். இப்படிச் செய்வது அவருக்கு ஒரு மகிழ்ச்சியளிக்கும் விளையாட்டு. தென்னிந்தியாவில் உள்ள

தௌலதாபாத் என்ற நகரைத் தன் தலைநகரமாக்க வேண்டுமென்று முட்டாள்தனமாக ஒரு முடிவெடுத்தார். இரண்டு முறை டில்லி நகரத்து மக்களை அங்கிருந்து தௌலதாபாத்திற்குக் குடிபெயர்ந்து செல்லுமாறு செய்துவிட்டார். தனது ஆட்சிக்காலம் முழுவதுமே அவர் ஒரு பைத்தியம் போன்றே செயல்பட்டார்.[11] ஜூனாவின் தந்தை இறந்த சமயத்தில் டில்லி நகரில் நிஸாமுதீன் அவுலியா என்ற ஒரு சாது வசித்து வந்தார்; இயற்கை மீறிய ஆற்றல் அவரிடம் இருந்தது. ஒரு நாள் இரவு இந்த சாது, டார்மஷூரின் என்பவனின் தலைமையில் டில்லியைத் தாக்கவந்த முகலாயப் படையை தனது மந்திர ஆற்றலால் நகரத்தை விட்டு வெளியேறும்படிச் செய்துவிட்டார். அப்படிச் சென்றவர்கள் டில்லி நகரை முற்றுகையிட்டனர். டார்மஷூரின் டிரான்ஸ் ஆக்ஸியானவிலிருந்து (இன்றைய உஸ்பெக், டஜ்கிஸ்தான், தெற்கு கிர்கிஸ்தான் மற்றும் தெ.மே. கஸகஸ்தான் ஆகியவை அடங்கிய பகுதி) கி.பி. 1303ஆம் ஆண்டு இந்தியா மீது படையெடுத்து வந்தவன். டில்லி முற்றுகையிடப்பட்டபோது பேரரசர் அலாவுதீன் (அப்போது அவர்தான் பேரரசர்) டில்லியினுள் மாட்டிக் கொண்டார். தன்னைக் காத்துக்கொள்ள அவரிடம் போதிய இராணுவ வீரர்கள் இல்லை; இராணுவம் தென்னிந்தியாவிற்கு அனுப்பப்பட்டிருந்தது.[12] சாது நிஜாமுதீன் அவுலியா, முகமதியர் படையைச் சேர்ந்த பல படைத்தலைவர்கள் ஒரே இரவில் கொல்லப்படக் காரணமாக இருந்தார். அந்த சாதுவிடம் ஒரு மந்திரப் பை இருந்தது. அதிலிருந்து வந்த பணத்தைக் கொண்டு அவர் ஆடம்பரமாகச் செலவு செய்தார். சில சமயங்களில் அவர் செய்யும் செலவு பேரரசருக்கு செய்யும் செலவைவிட அதிகமாக இருந்தது. ஆனால் அவருக்கு வெளிப்படையாக எந்த வருமானமும் இல்லை. பேரரசருக்கு அவர்மீது பொறாமை; மேலும் அவர் இரகசியமாக ஏதேனும் குற்ற நடவடிக்கைகளில் ஈடுபடலாம் என்றும் சந்தேகித்தார். எனவே சாது டில்லி திரும்பியதும் அவரை அவமானப்படுத்துவது என்று தீர்மானித்தார். சாது டில்லிக்குள் செல்ல முயன்றபோது, அவரது நண்பர்கள், பேரரசரின் எண்ணத்தைத் தெரிவித்து, டில்லிக்குள் செல்ல வேண்டாம் என்று சாதுவிடம் கூறினர். "நான் டில்லிக்குச்

சென்று இந்த கர்வம் பிடித்த சாதுவை அவமானப் படுத்துகிறேன்" என்று பேரரசர் கியாசுதீன் முன்பு கூறியதை நண்பர்கள் சாதுவிடம் தெரிவித்தனர்.

பேரரசரின் இராணுவம் வங்காளத்திலிருந்து டில்லி நோக்கி வந்துகொண்டிருந்தது. டில்லிக்கு சில மைல்களே இருக்கும் நேரத்தில் சாது கூறினார்:– "டில்லி இன்னும் வெகுதொலைவில் இருக்கிறது" என்று. இது பழமொழியாகி விட்டது. இது "கைக்கெட்டியது வாய்க்கெட்டவில்லை" (There is many a slip between the cup and lip) என்ற பழமொழிக்குச் சமமானது. சாதுவுக்கும், பேரரசரின் மகனுக்குமிடையே (ஜுனாவுக்குமிடையே) ஏதோ ஓர் இரகசியத் திட்டம் இருந்திருக்க வேண்டும். மகன் தந்தையைக் கொல்லத் தீட்டிய சதியில் அவருக்கும் தொடர்பிருந்திருக்க வேண்டும். பல கொலைகாரர்களும், கொள்ளைக்காரர்களும் சாதுவின் சீடர்களாக பல இடங்களில் அலைந்து கொண்டிருந்தனர். அவர்களின் வழியாக நிஸாமுதீன் அவுலியாவுக்கு நிறைய வருமானம் வந்தது.[13] அவர்களைப் பயன்படுத்தி, பேரரசர் சொல்லப்பட்டிருக்கலாம். பல முகமதிய கொள்ளைக் கூட்டத்தினர் நிஸாமுதீன் அவுலியாவைத் தங்கள் குருவாக ஏற்றுக்கொண்டுள்ளனர். சாது இறந்தபின் அவரது கல்லறைக்கு அந்தக் கொள்ளைக்காரர்கள் புனிதப் பயணம் மேற்கொள்வதை வழக்கமாகக் கொண்டிருந்தனர். இதை வைத்து நிஸாமுதீன் அவுலியாவை ஒரு கொலைகாரர் என்றோ, அல்லது ஒரு கொள்ளைக் கூட்டத்தை இந்தியாவில் உருவாக்கியவர் என்றோ கூறிவிட முடியாது. பேரரசர்கள் பலர் நிஸாமுதீன் அவுலியாவின் கல்லறைக்கு முன் மண்டியிட்டு வணங்குகிறார்கள். கட்டடங்களின் இடிபாடுகளுக் கிடையே நான் அலைந்து கொண்டிருந்தபோது, எங்களோடு வந்த ஒரு அறிஞர் பெருமகனாரிடம், 'இல்த்துமிஷ் இன் கட்டடங்களோடு ஒப்பிட்டுப் பார்க்கும்போது, 'துக்ளகி'ன் கட்டடங்கள் மிகவும் முரட்டுத்தனமாக இருப்பது எனக்கு ஆச்சரியமாக இருக்கிறது' என்று கூறினேன். இல்த்துமிஷ் துக்ளக்கிற்கு எண்பது ஆண்டுகளுக்கு முன் ஆட்சி செய்தவர்[14]. "இதில் ஆச்சரியப்படுவதற்கு ஒன்றுமில்லை. பேரரசர், சாது நிஸாமுதீனின் சாபத்திற்கு ஆளானவர். சாப விமோசனம் பெறுவதற்கு அவர் என்ன முயற்சிகளை

மேற்கொண்டார்? அந்தப் புனிதர் மசூதிகட்டப் பணித்த பல கட்டடத் தொழிலாளர்களை வைத்துக்கொண்டுதான் பேரரசர் தனது அரண்மனைகளைக் கட்டினார்" என்று பதில் சொன்னார் அந்த அறிஞர்.

தாஜ்மகாலைக் காட்டிலும், நான் எதிர்பார்த்ததைவிட நன்றாக இருந்தது குதுப்மினார். இதற்கு முதற் காரணம் நான் குதுப்மினாரைப் பற்றி முன்பு அதிகமாக அறிந்து வைத்திருக்கவில்லை. இரண்டாவது காரணம், தூண் போன்ற கோபுரங்களில் இது ஒன்றுதான் இந்தியாவில் இருக்கிறது; எனவே தனித்து நிற்கிறது.[15]

ஒற்றைக் கல்லில் வடிவமைக்கப்பட்ட தூண்கள் இந்தியாவின் பல பாகங்களில் நிறுவப்பட்டுள்ளன. இந்து அரசர்கள் பெற்ற வெற்றியை நினைவுபடுத்தும் வகையில் இந்தத் தூண்கள் நிறுவப்பட்டுள்ளன. ஆனால் இந்த அரசர்களின் பெயர்கள் பல நூற்றாண்டுகளாகத் தெரியாமல் இருந்தன. கடின உழைப்பும், அதிக புத்திக்கூர்மையும் உடைய ஒரு ஆங்கிலேய கனவான் இந்தத் தூண்களில் பொறிக்கப்பட்டிருந்த எழுத்துகளை என்னவென்று கண்டறிந்து, அரசர்களின் பெயர்களை வெளியிட்டார். அவர்தான் திரு. ஜேம்ஸ் பிரான்செப்.[16] ஒரே கல்லால் உருவாக்கப்படாமல் பல கற்களைக் கொண்டு வடிவமைக்கப்பட்டிருந்தால் இந்தத் தூண்களுக்கு எந்த முக்கியத்துவமும் இருந்திருக்காது. இந்தத் தூண்களுக்கான கற்கள் தூரத்திலுள்ள மலைகளிலிருந்து எடுக்கப்பட்டுள்ளன. பின் அவை தூண்களாக உருவாக்கப்பட்டு, பல நூறு மனிதர்களின் உதவியால் நேராக நிறுத்தப்பட்டுள்ளன. இப்போது உள்ளதுபோல் அந்தக் காலத்தில், உயரமான, தூண்களைத் தூக்கி நிறுத்துவதற்கு எந்த இயந்திரங்களும் இல்லை. எனவேதான் நாம் இந்தத் தூண்களை ஆச்சரியத்துடன் பார்க்கிறோம்.[17] ஆனால் 'குதுப்மினார்' என்ற இந்தத் தூண் கோபுரம் மிகச்சிறப்பாக திட்டமிடப்பட்டு, அழகாக வடிவமைக்கப்பட்டு, தூய்மையுடன் அழகுபடுத்தப்பட்டு, அற்புதமாக செய்து முடிக்கப்பட்டுள்ளது. பார்வையாளர்களின் மனம் முழுவதும் நிறைந்து, அதிசயம், மகிழ்ச்சி போன்ற உணர்வுகளை அவர்களிடம் ஏற்படுத்துகிறது. கல்லறைகளில் தாஜ்மகால் எப்படி தனித்தன்மை பெற்றுள்ளதோ அவ்வாறே தூண் கோபுரங்களில் குதுப்மினார் தனித்தன்மை

பெற்றது என்று ஒவ்வொரு பார்வையாளனும் எண்ணுகிறான். அவனது எண்ணத்தில் அது தனித்து நிற்கிறது.[18]

குதுப்மினார் உண்மையில் ஒரு மசூதியின் அங்கமாக இருக்கும் கூர்கோபுரங்களில், இடதுபுறமாக உள்ள கூர்கோபுரம். அடுத்த கோபுரம் எழுப்பப்படவேயில்லை. குதுப்மினார் மட்டும் நன்கு பாதுகாக்கப்பட்டுள்ளது. தேவைப்பட்டபோது பிரிட்டிஷ் அரசாங்கத்தால் தாராளமாகச் செலவு செய்து செப்பனிடப்பட்டும் உள்ளது.[19] குதுப்மினாரின் உயரம் 242 அடி மட்டுமே. அதன் அடிச்சுற்றளவு 106 அடிகள். கோபுரம் வட்ட வடிவில் உள்ளது. உயரவாக்கில் இருபத்தேழு அரைவட்டப் பிரிவுகளாகப் பிரிக்கப்பட்டுள்ளது. இதில் நான்கு மாடி முகப்புகள் உள்ளன. இந்த மாடி முகப்புகளை, கல்லால் ஆன ஏந்தற்பலகைகள் தாங்கிக் கொண்டிருக்கின்றன. மாடி முகப்புகளைச் சுற்றி கைப்பிடிச்சுவர்கள் உள்ளன. இவைகள் விலையுயர்ந்த கற்களால் ஆனவை. இந்தக் கைப்பிடிச்சுவர்களின் உதவியால் பார்வையாளர்கள் கோபுரத்தைச் சுற்றி வரலாம். முதல் மாடிமுகப்பு அடிப்பகுதியிலிருந்து தொண்ணூறு அடி உயரத்தில் உள்ளது; இரண்டாவது அதற்குமேல் ஐம்பதடி உயரத்தில் உள்ளது. மூன்றாவது மாடிமுகப்பு இரண்டாவதற்குமேல் நாற்பதடி உயரத்திலும், நான்காவது அதற்கும்மேல் இருபத்திநான்கு அடி உயரத்திலும் உள்ளன. மூன்றாவது மாடி முகப்பு வரை கோபுரம் மிருதுவான, இரும்புகலந்த மணற்பாறைக் கற்களால் கட்டப்பட்டுள்ளது. இரும்புக் கலப்பு இருப்பதால், வெளிக்காற்றிலுள்ள ஆக்ஸிஜனுடன் வினைபுரிந்து கற்கள் செந்நிறமடைந்துவிட்டன. முதல் மாடி முகப்பு வரை கோபுரத்தில் நீளவாக்கில் காணப்படும் பள்ளங்கள் அரைவட்ட வடிவிலும், கோண வடிவிலும் மாறி மாறி வருகின்றன. இரண்டாவது அடுக்கில் நீள்வாட்டப் பள்ளங்கள் அரைவட்ட வடிவிலும், மூன்றாவது அடுக்கில் கோண வடிவிலும் உள்ளன. மூன்றாவது மாடி முகப்பிலிருந்து உச்சிவரை கோபுரமானது வெள்ளைப் பளிங்கால் கட்டப்பட்டுள்ளது. வெளிப்பரப்பில் மேடு பள்ளங்கள் காணப்படவில்லை; சமமாக உள்ளது. முதல் மாடி முகப்புவரை கோபுரத்தைச் சுற்றி திருக்குரானிலிருந்து வாசகங்கள் சுவரில் புடைப்பு எழுத்துகளில் பொறிக்கப்பட்டுள்ளன. எழுத்துகள் 'க்யூஃபிக்' சாயலுடையவை.

முதல்முகப்பு வரை காணப்படும் இக்குரான் வாசகங்கள் கிடைமட்டமாக ஐந்து பட்டைகளாக உள்ளன. இரண்டாவது அடுக்கில் குரான் வாசகங்கள் நான்கு பட்டைகளில் உள்ளன; மூன்றாவது அடுக்கில் மூன்றுபட்டைகளில் வாசகங்கள் உள்ளன. கோபுரத்தின் உள்ளே, மேலே ஏறுவதற்கு சுற்றுப்படிக்கட்டு உள்ளது. இந்தப் படிக்கட்டில் மொத்தம் முந்நூற்று எண்பது படிகள் உள்ளன. படிக்கட்டிலிருந்து மாடி முகப்புகளுக்குச் செல்ல வழிகள் உண்டு. மேலும் வெளிச்சமும் காற்றும் உள்ளே வருவதற்கு சில திறப்புகள் ஆங்காங்கே அமைக்கப்பட்டுள்ளன.[20]

முரண்பாடுகளில் அதிக ஆர்வமுடைய சில மக்களிடையே குதுப்மினார் உண்மையில் ஓர் இந்துக் கட்டடம் என்றும், பொதுவாக நினைக்கப்படுவதுபோல் ஒரு முகமதியக் கட்டடம் அல்ல என்றும் ஓர் முட்டாள்தனமான எண்ணம் நிலவுகிறது. இந்த முரண்பாடான கருத்தை நிரூபிக்க எந்த ஆதாரமும் இல்லை. அப்படிப்பட்ட எண்ணம் சிலரிடையே ஏற்பட்டதற்குக் கூறப்படும் காரணங்கள் இவைதான். 1. இருக்கும் கோபுரம் ஒன்றுதான்; இரண்டு தூண் கோபுரங்கள் இருந்திருக்க வேண்டும். வேலை முற்றுப் பெறாமல் காணப்படும் ஒரு கோபுரத்தை இரண்டாவது தூண்கோபுரம் என்று எடுத்துக் கொண்டால், அது முதலாவதைப் போன்று அல்லது அதைவிடப் பெரிதாக இருந்திருக்க முடியாது. 2. பொதுவாக இக்காலத்து தூண் கோபுரங்கள் மேலே செல்லச் செல்ல இந்த அளவு குறுகுவதில்லை. இந்த முரண்பட்ட கருத்து எங்கு எழுந்தது என்பதையறிய நான் முற்பட்டேன். பேரரசரிடம் வேலை பார்த்த 'முன்ஷி' எனப்பட்ட எழுத்தரே இந்தக் கருத்துப் பரவ காரணமாக இருந்தவர். ஓர் இந்து அரசரால், அரசருடைய மகளுக்காக, சூர்யோதயம் ஏற்படும்போது, சூரிய நமஸ்காரம் செய்யவும், யமுனை நதியில் ஓடும் தண்ணீரை மேலேயிருந்து பார்க்கவும் இந்த கோபுரம் கட்டப்பட்டதாக அந்த எழுத்தர் என்னிடம் தெரிவித்தார்.[21]

எந்த இந்துக் கட்டடமும் இதுபோன்ற அமைப்பில் இல்லை.[22] சுவரில் பொறிக்கப்பட்டுள்ள குரான் வாசகங்கள் ஆரம்பத்திலிருந்தே இல்லாமல் இருந்து, பின்னால் புடைப்பு எழுத்துக்களில் உருவாக்கப்பட்டிருந்தால், குதுப்மினாரின்

சுவர் பரப்பு முழுவதும் உடைக்கப்பட்டு மிகப்பெரிய எழுத்துகளில் அந்த வாசகங்கள் உருவாகியிருக்கும். கோபுரத்தில் அடிச்சுற்றளவு அதிகமாகவும், இருந்து மேலே செல்லச் செல்ல சுற்றளவு குறைவதுதான் கட்டடக்கலை நுட்பமாகும். குதுப்மினார் பதான் அரசர்களால் உருவாக்கப் பட்டதுதான்.[23] குதுப்மினார் அமைந்துள்ள மசூதி வளாகத்தில் கட்டப்பட்டுள்ள அனைத்து அலங்கார வளைவுகளும் நல்ல நிலையில் உள்ளன. அவைகளின் அளவும், வடிவமைப்பும் குதுப்மினாரோடு பொருந்துவதாக உள்ளன. அருகில் இடிபாடுகளுடன் இந்துக் கோயில்கள் காணப்படுகின்றன. மற்ற இடங்களிலும் பழங்காலத்து இந்துக் கோயில்கள் காணப்படுகின்றன. அந்த இடங்களில் காணப்படும் கட்டடக்கலை நுட்பம் முற்றிலும் வேறுவிதமாக உள்ளது. அந்தக் கோயில்கள் மசூதியைப் போல் அவ்வளவு பிரம்மாண்டமாக இல்லை; மிகவும் சாதரணமாக உள்ளன. தன்னுடைய பணி மிகச் சிறந்ததாக இருக்கிறது என்பதை வருங்காலத் தலைமுறையினருக்குக் காட்டவே குதுப்மினாரை எழுப்பியவர் அதை கலைநயத்தோடு எழுப்பியுள்ளார்.[24]

முற்றுப்பெறாமல் அருகில் இருக்கும் கோபுரம் மிகப்பெரிய அளவில் திட்டமிடப்பட்டு ஆரம்பிக்கப்பட்டது. அடியிலுள்ள சுற்றளவைவிட, போகப்போக சுற்றளவு மிகவும் குறைவாக உள்ளவாறு அக்கோபுரம் வடிவமைக்கப்பட்டது. முற்றுப் பெறாத கோபுரம் குதுப்மினாரைப் போன்று இன்னும் ஐந்தில் இரண்டு பங்கு பெரியது. அஸ்திவாரத்திலிருந்து முப்பதடி உயரம் கோபுரம் எழும்பிய பிறகு, அதன் வடிமைப்பில் இருந்த தவறுகள் கண்டுபிடிக்கப்பட்டன. எனவே அக்கோபுரத்தைக் கட்ட நினைத்தவரான ஷம்சுதீன் (இல்த்துமிஷ்), வேலையை நிறுத்திவிட்டு, புதிதாகத் தொடங்க எண்ணினார். அவர் இன்னும் சிறிது காலம் உயிருடன் இருந்திருந்தால் தகுந்த இடத்தில் இரண்டாவதாக ஒரு புதிய கோபுரத்தைக் கட்டியிருப்பார். (அது குதுப்மினாருக்கு இணையாக இருந்திருக்கும்.) அவரது மறைவுக்குப்பின் பல புரட்சிகள் அடுத்தடுத்து ஏற்பட்டன. பத்து ஆண்டுகளில் டில்லியின் அரியணையில் ஐந்து அரசர்கள் அடுத்தடுத்து அமர்ந்திருந்தனர்.[25] அவர்கள் மசூதிகள் கட்டுவதைவிட, இராணுவ பலத்தை அதிகரிப்

பதிலேயே தங்கள் கவனத்தைச் செலுத்தினர். தைமூர் இந்தியாவின் மீது படையெடுத்தபோது[26], குதுப்மினார் அமைந்திருந்த மசூதியில், ஒரு கோபுரம் குறைவாக இருந்தாலும், முழுமையாக இருந்தது. தைமூர் குதுப்மினார் அமைந்திருந்த மசூதி வளாகத்தின் மாதிரி உருவத்தோடு, கட்டடப் பணியாளர் களையும் தனது தலைநகர் சாமர்கண்ட்டுக்கு அழைத்துச் சென்றான். டில்லியில் தான் கண்ட மசூதி போன்றே, ஒரு கட்டடத்தை, சிரியநாட்டின்மீது படையெடுத்துச் செல்வதற்கு முன் தனது தலைநகரில் கட்டி முடித்தான்.

ஒரு நாற்கர அமைப்பினுள் குதுப்மினாரும், மசூதியும் உள்ளன. இந்த நாற்கர அமைப்பினுள் பதினொரு வளைவு மாடங்கள் இருக்கின்றன. இவைகளில் மையத்தில் உள்ள வளைவு மாடமே தொழுகை நடத்துமிடம். அழகிலும், அளவிலும் அவை கோபுரத்தை ஒத்திருந்தாலும் தற்போது இடிந்த நிலையிலேயே உள்ளன[27]. மைய வளைவு மாடத்திற்கு முன்னால் ஒரு உலோகத் தூண் காணப்படுகிறது. இது டில்லியின் இந்து அரசர் பிரித்தி ராஜ் அவர்களால் நிறுவப்பட்டது. அவர் கட்டிய கோயிலின் குறுக்கேதான், மினாரும், மசூதியும் ஏனைய கட்டடங்களும் கட்டப் பட்டுள்ளன. கோயிலின் இடிபாடுகளை அந்த இடத்தைச் சுற்றிலும் காணமுடியும். இந்த இடிபாடுகளுக்கிடையே பல கற்தூண்களையும், பீடங்களையும் காணலாம். அவற்றில் மனித உருவங்கள் முரட்டுத்தனமாகவும், அசிங்கமாகவும் செதுக்கப்பட்டுள்ளன. அதில் ஒரு சிறிய உலோகத் தூண் வெண்கலம் அல்லது அதுபோன்ற ஓர் உலோகத்தால் ஆனது; ஆனால் பித்தளையைவிட மென்மையானது. மால்வாவில் பீனா நதிக்கரையில் உள்ள ஏரன் கற்தூணைப் போன்றே இந்த உலோகத்தூண் உள்ளது. ஏரன் கற்தூணின் உச்சியில் கிருஷ்ணனின் உருவம் இருக்கும். கிருஷ்ணனின் தலைமீது ஒளிவட்டத்தையும் பார்க்கலாம்.[28]

பூவுலகைத் தாங்கி நிற்கும் பாம்பின் தலை வரை அந்த உலோகத்தூணை மண்ணினுள் அடிக்க நினைத்தார் அதை உருவாக்கிய அரசர். அவ்வளவு வலுவாகத் தூணை பூமியினுள் அடித்துவிட்டால், அந்தத் தூண் நிலைபெற்று நிற்கும்வரை, அரசரின் சந்ததியும் உலகில் நிலைத் திருக்குமென அவருக்கு யோசனை கூறப்பட்டது. தூணை

எந்த இடத்தில் அடித்து மண்ணினுள் செலுத்தவேண்டும் என்று பூசாரிகள் கூறினார்களோ, அந்த இடத்தில்தான் தூண் நிறுத்தப்பட்டுள்ளதா என்பதை அறிய ஆவல் கொண்டார் அரசர்; தகுந்த இடத்தில் தூணை மறுபடியும் நிறுவ, நடப்பட்ட தூணை பிடுங்குமாறு கூறினார். தூணைப்பிடுங்கியபோது பாம்பின் குருதியும், தலைப்பகுதி தசையும் பீறிட்டு வெளியே வந்தன. எனவே கவர்ச்சியாற்றல் போய்விட்டது. அரசர் காரியத்தைக் கெடுத்துவிட்டதாக பூசாரிகள் கூறினர். தூண் பாம்பின் தலை வரை அடிக்கப் பட்டதையும், அது பிடுங்கப்பட்டதால் அரசரின் சந்ததி அழிந்ததையும் அனேகமாக எல்லா இந்துக்களும் நம்புகிறார்கள்; இவைகளை நம்பாத ஒரு இந்துவைக்கூட நான் பார்க்க வில்லை. அந்தத் தூண் இப்போதுகூட பாம்பின் தலை வரை அடிக்கப்பட்டுள்ளதாகத்தான் மக்கள் நம்புகிறார்கள். மனிதனால் அதைப் பிடுங்கி வெளியே எடுக்கமுடியாது என்றும் கூறுகிறார்கள். நாங்கள் எங்கள் கூடாரங்களுக்குத் திரும்பி வரும்போது, எனது காவல் பணியில் நியமிக்கப் பட்டிருந்த ஓர் இந்து அதிகாரியைப் பார்த்து உலோகத்தூண் பாம்பின் தலை வரை கீழே இறங்கியிருக்கும் கதை உண்மைதானா என்று கேட்டேன்.

"தூண் உலகைத் தாங்கிநிற்கும் பாம்பின் தலை வரை கீழே இறங்கியிருப்பதாக மக்கள் சொல்வது, எல்லோருக்கும் தெரிந்த ஒரு வரலாற்று உண்மை ஐயா." என்று சொன்ன அந்த இந்து அதிகாரி அவர் பக்கத்தில் நின்று கொண்டிருந்த மற்ற பணியாளர்களைப் பார்த்து "நான் சொன்னது சரிதானே?" என்று வினவினார். அதற்கு அவர்கள் அனைவரும், கூறப்பட்டது அனைத்தும் உண்மையென்று ஒரே குரலில் பதில் சொன்னார்கள். எனது காவல் அதிகாரி மேலும் தொடர்ந்தார்.

"ராஜா பாம்பின் தலை வரை தூணை இறக்கியதும், அவரது தலைமைப்பூசாரி, 'உங்களது பரம்பரைதான் எப்போதும் இந்துஸ்தானத்தை ஆட்சி செய்யும் என்று கூறினார். 'அப்படியென்றால், தூண் உண்மையிலேயே பாம்பின் தலையைத் தொடுகிறதா என்று நான் என் கண்களால் பார்க்கவேண்டும்' என்று ராஜா கூறினார். தூணைப் பிடுங்கி மேலே எடுக்கும்படிச் சொன்னார்.

அப்படிச் செய்யவேண்டாம் என்று பூசாரிகள் தடுத்துப் பார்த்தார்கள். ஆனால் அவர்களால் முடியவில்லை. தூண் பிடுங்கப்பட்டது. அதன் அடிப்புறத்தில் பாம்பின் இரத்தமும், தசையும் தெரிந்தன. உடனே அதே இடத்தில் தூண் திரும்பவும் நடப்பட்டது. அப்போது ஒரு அசரீரீ ஒலித்தது:– 'நீ, நம்பிக்கையின்மையால் உன்னையே அழித்துக்கொண்டாய். உன்னுடைய ஆட்சி முடியப்போகிறது; உன்னுடைய இனமும் அழியப்போகிறது' என்றது அக்குரல்".

நான் என்னுடைய காவல் அதிகாரியைப் பார்த்து அந்தக் குரல் எங்கிருந்து வந்தது என்று கேட்டேன்.

"அதைப்பற்றி சரியாக ஒருவருக்கும் தெரியவில்லை. பூமியைத் தாங்கும் அந்தப் பாம்பே அவ்வாறு கூறியது என்று சிலர் சொல்கிறார்கள். தலைமைப் பூசாரிதான் அவ்வாறு குரல் கொடுத்தார் என்று சிலரும், வேறு பூசாரிகள் குரல் கொடுத்திருக்கலாம் என்று சிலரும் கூறிக் கொள்கிறார்கள். குரல் எங்கிருந்து வந்தால் என்ன? நம்பிக்கை யில்லாத ராஜாவை கடவுள் அழிக்க முடிவுசெய்துவிட்டார். ராஜா அழிந்தும்விட்டார்" என்றார் நண்பர். என்னுடன் வந்திருந்தவர்கள் இந்தக் கருத்தை ஒப்புக்கொண்டார்கள். தனது உணர்வுகளை பெரியமனிதர்கள் மத்தியில் கொட்டித் தீர்த்துவிட்ட ஒரு மனநிறைவு என் காவல் அதிகாரியான அந்த முதியவருக்கு ஏற்பட்டது.

நான் முன்பு குறிப்பிட்ட மசூதியை (குதுப்மினார் இருக்கும் மசூதி) பேரரசர் ஷம்சுதீன் இல்த்துமிஷ் வடிவமைத்துக் கட்டினார். பாரசீகத்தின் 'உஷ்' என்ற இடத்திலிருந்த இங்கு வந்த முகமதியப் புனிதர் 'கஜா குத்புதீன்' என்பவரின் அறிவுரைப்படியே பேரரசர் இல்த்துமிஷ் அந்த மசூதியைக் கட்டினார். குத்புதீன் மன்னரின் சமய வழிகாட்டி. மன்னர் மறைவுக்கு பதினாறு ஆண்டுகள் முன்பே அந்தப் புனிதர் இறந்துவிட்டார்[29]. பழைய டில்லியின், இடிபாடுகள் நிறைந்த இடத்தில் காஜாகுத்புனீதின் கல்லறையும் உள்ளது. இந்தியாவின் பல பகுதிகளிலிருந்தும் யாத்ரீகர்கள் இந்தக் கல்லறைக்கு வருகிறார்கள். கடவுள் தாங்கள் கேட்டதைக் கொடுப்பார் என்ற நம்பிக்கையில் மக்கள் இங்கு வந்து செல்கிறார்கள்.

இந்தக் கல்லறை தங்க மணிப்பின்னல் அமைப்பால் முழுவதும் மூடப்பட்டு, பந்தல் போன்ற மேற்கட்டியினால் பாதுகாக்கப்பட்டுள்ளது. அதே சமயத்தில் அருகிலுள்ள பல பேரரசர்களின் கல்லறைகள் எந்தக் கவசமும் இன்றி திறந்த நிலையிலேயே இருக்கின்றன. பல பேரரசர்கள் மற்றும் மன்னர்களின் கல்லறைகள் குத்புதீனின் கல்லறையைச் சுற்றிலும் காணப்படுகின்றன. அவைகள் கவனிப்பாரற்றுக் கிடக்கும் நிலையில் குத்புதீனின் கல்லறையின் முன்புமட்டும் நூற்றுக்கணக்கான மக்கள் தினந்தோறும் மண்டியிட்டு வணங்குகிறார்கள். இந்தப் பழக்கம் அறுநூறு ஆண்டுகளாகத் தொடர்கிறது[30]. மற்ற கல்லறைகளில் ஔரங்கசீப்பின் மகன் 'முஸாம்' எனப்படும் பகதூர் ஷாவின் கல்லறையும் ஒன்று. பேரரசர் ஷாஆலம் அவர்களின் கல்லறையும் இங்குதான் உள்ளது. இவரிடமிருந்துதான் ஆங்கிலேயக் கிழக்கிந்தியக் கும்பெனி திவானி மானியத்தைப் பெற்றது[31] முஸாமின் கல்லறையை மூடியிருக்கும் கற்பலகையின் மீது புல்முளைத் துள்ளது. முஸாம் நன்கு படித்தவர்; இறைப்பற்றுள்ளவர்; நன்கு பழகக் கூடியவர்; பேரரசர் அக்பரின் வாரிசு. மன்னர்களும், சிற்றரசர்களும் தங்களது கல்லறைகள் ஏதாவது ஒரு புனிதரின் கல்லறைக்கு அருகில் அமைய வேண்டும் என்றே விரும்புகிறார்கள். ஏனெனில் அந்த இடத்தில்தான் பூமி புனிதமாகக் காணப்படுகிறது; மீண்டும் உயிர்த்தெழும்போது, அவர்களுக்கு ஓர் உயர்வு கிடைக்கும். டில்லியின் சிம்மாசனத்திற்கு வாரிசு என்று கருதப்பட்டவர் நான் குத்புனீனின் கல்லறைக்குச் சென்றபோது, தானும் வந்தார். அவருக்கு வயது அறுபதிலிருந்து எழுபதுக்குள் இருக்கும்.[32]

நான் அந்த இடத்திலிருந்து திரும்பும்போது, கல்லறைப் பராமரிப்பாளர்களைப் பார்த்து, 'இந்த மனிதர் ஏன் இங்கு வருகிறார்?' என்று வினவினேன். 'இவரது தந்தை இன்னும் இருக்கிறார். அவருக்கு இவரைவிட பதினைந்து வயதுதான் அதிகம்; தனது மனைவியர்களில் ஒருத்தியின் தூண்டுதலின் பேரில் இங்குவந்த மனிதரோடு சர்ச்சையில் ஈடுபட்டுள்ளார். இங்கு வந்தவரை வெளியேற்றிவிட்டு அவளது புதல்வர்களில் ஒருவரான மிர்ஸா சலீம் என்பவரை வாரிசாக பிரிட்டிஷ் அரசு அங்கீகரிக்க வேண்டும் என்பது அவளது விருப்பம்.

அதனால் தனது தந்தை விரைவில் இறக்க வேண்டும் என்று வேண்டிக் கொள்ள 'டில்லியின் வாரிசு' இங்கு வந்திருக்கலாம்' என்று அந்தப் பராமரிப்பாளர்கள் பதில் சொன்னார்கள். நான் அந்த இடத்திற்குச் சென்றது இந்துக்களின் 'பசந்த்' பண்டிகையின்போது³³. கூட்டம் மிகவும் அதிகமாக இருந்தது. இந்துக்களின் புனித நாளன்று, முகமதியர்கள் ஏன் அதிக எண்ணிக்கையில் கல்லறைக்கு விஜயம் செய்கிறார்கள் என்பதை என்னால் புரிந்துகொள்ள முடியவில்லை.

குதுப்மினார் இருக்கும் மசூதியை உள்ளடக்கிய நாற்கரத்தில் பல வளைவு மாடங்கள் இருப்பதைப்பற்றி முன்பு பார்த்தோம். இந்த வளைவு மாடங்கள் வரிசையாக அமைக்கப்பட்டிருக்கின்றன என்பதையும் குறிப்பிட்டோம். அந்த வளைவு மாட வரிசையின் ஒரு முனைக்குப் பின்னால் பேரரசர் இல்த்துமிஷ் அடக்கம் செய்யப்பட்டுள்ளார். அவர் இறந்தது கி.பி. 1235இல் அவரது அழகிய கல்லறையின்மீது 'குபோலா' என்ற கவிகைமாடம் இல்லை. இல்த்துமிஷ் தனது கல்லறையை தான் இறப்பதற்கு முன், தானே கட்டிக் கொண்டார். அப்படிக் கட்டியவர் தனக்கும், சுவர்க்கத்துக்கு மிடையே எந்தவிதமாக திரையும் இருக்கக்கூடாது என்று ஆணையிட்டிருந்தார். அதனால்தான் அவரது கல்லறைமீது குபோலா கட்டப்படவில்லை. பலப் பெரிய மனிதர்கள் இவ்வாறுதான் செய்திருக்கிறார்கள். அவர்களது கல்லறையும் இவ்வாறுதான், குபோலா கீழே விழுந்துவிட்டதைப் போன்று தோற்றமளிக்கின்றன. தாங்கள் திரும்பவும் உயிர்த்தெழும்போது பாதை எந்தவித இடையூறுமின்றி இருக்க வேண்டுமென்று அவர்கள் நினைத்தார்கள் என்று எண்ணத் தோன்றுகிறது³⁴. நாற்கரப் பகுதியில் மசூதி என்பது பேரரசர் பால்பான் காலத்தில் கட்டப்பட்டது. மினாரும் அப்போதுதான் கட்டப்பட்டது³⁵. 17ஆம் நூற்றாண்டின் இறுதியில், மினார் இருக்கும் இடம் ஒரு பூகம்பத்தால் ஆட்டம் கண்டது. 'மினார்' என்ற அந்தத் தூண் கோபுரத்தின் மேல் மாடங்கள் இரண்டும் கீழே விழுந்துவிட்டன. அந்த இடம் நமது ஆங்கிலேய அரசாங்கத்தின் கட்டுப்பாட்டின் கீழ் வந்தவுடன் தூண் கோபுரத்தை செப்பனிடும் பணிகள் மேற்கொள்ளப்பட்டன. அந்தப் பொறுப்பு கேப்டன் ஸ்மித் என்பவரிடம் ஒப்படைக்கப்பட்டது.

அவர் ஒரு மாடத்தைக் கல்லாலும், அதற்கு மேலுள்ளதை மரத்தாலும் கட்டி செப்பனிடும் பணியை மூன்று ஆண்டுகளில் நிறைவு செய்தார். அவ்வாறு கட்டப்பட்ட மாடங்களில் ஒன்று இடியினால் தாக்கப்பட்டு மீண்டும் சேதமடைந்து விட்டது. இடி நல்லதைத்தான் செய்தது. மேல்மாடம் சரியாகக் கட்டப்படவில்லை.

ஐந்து ஆண்டுகளுக்குப் பிறகு அப்போதைய பேரரசர், குத்புதீனின், கல்லறைக்கு விஜயம் செய்தார். அப்போது ஒரு மனநிலை குன்றிய மனிதன் பேரரசரின் தனியறைக்குள் நுழைந்துவிட்டான். அவனை விரட்டும்படி பணியாளர்களுக்கு ஆணையிடப்பட்டது. மனநிலை குன்றிய அந்த மனிதன் குதுப்மினாரைத் தாண்டிச் சென்றபோது, படிகளின் வழியாக அதன் உச்சிக்குச் சென்றுவிட்டான். உச்சி விளிம்பில் ஒரு ஐந்து நிமிடங்கள் நின்று கொண்டிருந்தான். தன்னைத் துரத்திக்கொண்டு பின்னால் ஓடி வருபவர்களைப் பார்த்துச் சிரித்தான். பின் அங்கிருந்து கீழே குதித்துவிட்டான். பக்கச் சுவரைத் தொட்டுவிடாமல் அவன் உடல் கீழே விழுந்து சிதறியது. கோபுரத்தின் பாதி உயரம் வரை அவன் நின்ற நிலையிலேயே கீழே விழுந்தான் என்று சம்பவத்தை நேரில் பார்த்தவர்கள் கூறினார்கள். இந்த சம்பவம் நடந்த ஐந்து மாதங்களுக்குப் பிறகு வேறு ஒருவன் அதேபோன்று மினாரின் மேலிருந்து கீழே குதித்து உடல் சிதறி இறந்து போனான். பேரரசர் அலாவுதீனின் கல்லறைக்குக் குறுக்கே சாலை ஒன்று போடப்பட்டுள்ளது. அதனால் அவரது எச்சங்கள் காற்றில் சிதறிவிட்டன. அலாவுதீன் தனது மனைவியின் தந்தையைக் கொலை செய்தவர். அலாவுதீன் தான், தென்னிந்தியாவை முதன்முதலில் வெற்றி கொண்டவர்[37].

நான் முன்பு குறிப்பிட்ட வளைவு மாடங்களுக்கு மேற்கு திசையில் மிகவும் அழகான, பளிங்குக் கற்களால் கட்டப்பட்ட ஒரு கல்லறை உள்ளது. இங்குதான் இமாம் மஷாதி என்பவர் புதைக்கப்பட்டுள்ளார். இவர் பேரரசர் அக்பரின் சமய வழிகாட்டி. அக்பரின் நான்கு வளர்ப்புச் சகோதரர் களுக்கான கல்லறைகளும் அருகில் இருக்கின்றன. நான்கில் ஒரு கல்லறையில், வங்காள சிவில் ஆட்சிப் பணியைச் சேர்ந்த திரு. பிளேக் என்பவர் வெகுகாலம் தங்கியிருந்தார். தன்னுடைய உணவு மேஜைக்காக, திரு. பிளேக் கல்லறையின்

மையப்பகுதியில் புதைக்கப்பட்ட உடலை மூடியிருந்த சலவைக்கல் பலகையை எடுத்துப் பயன்படுத்தினார். இதற்கு மக்கள் எதிர்ப்பு தெரிவித்ததால் அந்த சலவைக்கல் பலகையை எடுத்து சுவரின் ஒரு பக்கத்தில் அலட்சியமாகக் கீழே போட்டுவிட்டார். அது இப்போதும் அங்கேயே இருக்கிறது. அப்போது கவர்னர் ஜெனரலின் பிரதிநிதியாக டில்லியில் இருந்த திரு. ஃப்ரேஸர் அவர்களிடம் மக்கள் இது குறித்து புகார் தெரிவித்தும் பலன் ஒன்றும் ஏற்பட வில்லை. ஃப்ரேஸர் பின்னால் கொலை செய்யப்பட்டார். திரு. ஃப்ரேஸரும், பிளேக்கும் இறந்ததற்குக் காரணம் இறந்து போன அக்பரின் வளர்ப்புச் சகோதரரே என்று மக்கள் பேசிக் கொண்டார்கள். அலாவுதீனின் கல்லறை மிகவும் பழமையானது. உணர்ச்சி வசப்படும்படி அதில் ஒன்றும் இல்லை. அக்பரின் ஏனைய மூன்று வளர்ப்புச் சகோதரர்களின் கல்லறைகளை நான் சென்று பார்க்கவில்லை. ஆனால் அவைகளும் பிரம்மாண்டமாகத்தான் இருந்தன.[38]

குறிப்புகள்

1. நூலாசிரியர் குறிப்பிடும் பேரரசர் முதலாம் துக்ளக் என்ற சுல்தான் பிறப்பால் ஒரு கரௌனிய துருக்கியர். இவரது இயற்பெயர் காஸி பெக் துக்ளக் என்பது கி.பி. 1320 முதல் கி.பி. 1325வரை இவர் பேரரசராக இருந்தார். கி.பி. 1320இல் இவர் ஆட்சியைப் பிடித்தபோது தன் பெயரை கியாஸ்–உத்–தீன் துக்ளக் ஷா என்று மாற்றிக் கொண்டார்.
2. பதர்பூர் என்ற கிராமத்தில் உள்ள இக்கோட்டை குதுப்மினாருக்குக் கிழக்கே நான்கு மைல் தூரத்தில் உள்ளது. இந்த மாபெரும் கோட்டையைக் கட்ட மூன்று ஆண்டுகாலம் பிடித்தது. ஆனால் இவரது மகன் (கியாஸ் உத் தீன் துக்ளக்கின் மகன்) ஆட்சிக்கு வந்த நாற்பதே நாட்களில் தலைமையகத்தை பழைய டில்லிக்கு மாற்றிவிட்டார். (Thomas, "Chronicles of the Pathan Kings of Delhi", 1871, p. 192; John Murray 1902, "Delhi Past and present", p. 288 & plate), & Cunningham A.S.R., vol. i. o. 212.
3. முகமதாபாத், அடிலாபாத் என்றும் அழைக்கப்படுகிறது. A.S.R. vol i p.21, Carr stephen, The Archaeology and Monumental Remains of Delhi, Ludhiana, 1876, p. 98; and Fanshawe, p. 291.
4. 'நாவிதர் இல்லம்' (The Barber's House) : துக்ளகாபாத் பதர்பூர் சாலையில், வலதுபுறத்தில் சிதைந்த பழைய டில்லியில் உள்ளது. இதனை துக்ளக் ஷாவின் நாவிதர் கி.பி. 1323இல் கட்டினார். இப்போது இடிந்துவிட்டது. (Harcourt, 'The New Guide to Delhi, Allahabad, 1866, p. 88).

5. இந்த அழகிய கல்லறையைக் கட்டியவர் முகமதுபின் துக்ளக் (1325–51). இங்குள்ள மேடைப் பாதையில் மொத்தம் இருபத்தேழு அலங்கார வளைவுகள் உள்ளன என்று தாமஸ், கன்னிங்ஹேம் போன்றோர் தெரிவித்துள்ளனர். ஆசிரியர் கூறுவதுபோல் இருபத்தைந்து வளைவுகள் அல்ல. இந்த மேடைப்பாதையின் மொத்த நீளம் 600 அடி.

6. டில்லி சுல்தான்களை பதான்கள் என்று அழைப்பது தவறு. 'Firighta' என்பவர் எழுதிய வரலாற்று நூலை மொழிபெயர்த்தவர்கள் இந்தத் தவறைச் செய்திருக்கிறார்கள். இந்தத் தவறு திரு. தாமஸ் அவர்கள் எழுதிய 'The Chronicles of the Pathan Kings of Delhi' என்ற புத்தகத்திலும் தொடர்கிறது. லோடி வம்சத்தைச் சேர்ந்தவர்கள்தான் பதான் சுல்தான்கள். லோடி வம்சம் பாபர் அவர்களுக்கு முன் இந்தியாவை ஆண்டது; சூர் வம்சத்துக்கு முன்னால் என்றும் சொல்லலாம். சூர்வம்சம் பாபரின் மகனுக்குப் போட்டியாக இருந்த ஒரு வம்சம். கியாஸ்–உத்–தீன் பல்பான் ஒரு துருக்கியர். இல்பாரி இனத்தைச் சேர்ந்தவர். இந்திய வரலாற்றாசிரியர்கள் இவரை 'பதான்' என்று மாற்றிவிட்டார்கள். பதான் / பஷ்த்தூன் என்பது ஆஃப்கானியர்களைக் குறிக்கும் சொல்.

7. கியாஸ் – உத் – தீன் துக்ளக் தனது மகன் ஃபக்கீர்–உத்–தீன் ஜூனா என்பவரால் 1324ஆம் ஆண்டு டிசம்பர் 18ஆம் நாள் கொல்லப்பட்டார். மரத்தால் கட்டப்பட்ட அரண்மனை இடிந்து விழுந்தது என்பது திட்டமிட்ட ஒரு சதிச்செயல் என்று அப்போது அங்கு வந்திருந்த பயணியர் திரு. இபன் பதுவா (Ibn Batua) குறிப்பிடுகிறார். ஃபக்கீர்–உத்–தீன் ஜூனா தான் 1325இல், ஆட்சிக்கு வந்ததும் தன்பெயரை முகமது–பின்–துக்ளக் ஷா என்று மாற்றிக் கொண்டார்.

8. ஜலால்–உத்–தீன் ஃபிரோஸ் ஷா இல்ஜி கங்கைக் கரையில் உள்ள 'கர்ரா' என்ற இடத்தில் கி.பி. 1296இல் தனது மருமகன் அல்லாவுதீன் முகமது ஷா என்பவரால் கொல்லப்பட்டார். (அல்லாவுதீன் = சிக்கந்தர்சானி).

9. முன்பு குறிப்பிட்டது போல் இவர் ஏற்றுக்கொண்ட(20) பெயர் முகமது–பின்–துக்ளக் ஷா என்பதுதான். இவர் மூன்றாம் முகமது என்று எப்போதும் அழைக்கப்பட்டதில்லை.

10. ஒரு முகமதியன் இருபத்திநான்கு மணி நேரத்தில் ஐந்து முறை தொழுகை நடத்தவேண்டும். இதற்குக் காலங்கள் குறிப்பிடப் பட்டுள்ளன. வெள்ளிக் கிழமைதான் முகமதியர்களின் ஓய்வு தினம். அன்று ஒரு முகமதியன், முடிந்தால் மசூதியில் மூன்றுமுறை தொழ வேண்டும். மற்ற நாட்களில் தொழுகை எங்கு வேண்டுமானாலும் நடத்தப்படலாம். ஒவ்வொரு தொழுகையும் திருக்குரானின் முதல் அத்தியாயத்திலிருந்து தொடங்கப்படவேண்டும். குரானின் மற்ற பகுதிகளையும் ஓதலாம். ஒருவன் தனக்கு வேண்டியதை இறைவனிடம் கேட்கலாம். ஆனால் அப்படிக் கேட்பது மற்ற இஸ்லாமியர்களுக்கு எதிரானதாக இருக்கக்கூடாது. குரானின் முதல் அத்தியாயம் இவ்வாறு தொடங்குகிறது:– "அளவிலாக் கருணையும் இணையிலாக் கிருபையும் உடைய அல்லாவின் திருப்பெயரால்......

1–2 எல்லப்புகழும் அனைத்துலகிற்கும் ரப் ஆகிய அல்லாவுக்கே உரியதாகும். 2. அவன் மாபெரும் கருணையாளனாகவும், தனிப்பெருங் கிருபையாளனாகவும் இருக்கின்றான். 3. இறுதித் தீர்ப்பு நாளின் அதிபதியாகவும் இருக்கின்றான். 4. உனக்கே நாங்கள் அடிபணிகிறோம். (இபாதத் செய்கிறோம்) மேலும் உன்னிடமே நாங்கள் உதவி கேட்கிறோம். 5–7. எங்களுக்கு நீ நேரான வழியைக் காண்பித்தருள் வாயாக! 6 (அவ்வழி) எங்களுக்கு நீ அருள் புரிந்தாயோ அவர்களின் வழி; 7. உன்னுடைய கோபத்துக்கு ஆளாகாத மற்றும் நெறிதவறிப் போகாதவர்களின் வழி."

11. இந்தப் பைத்தியக்கார சர்வாதிகாரி தனது நெருங்கிய உறவினன் ஒருவனை உயிருடன் தோலுரித்துவிட்டார். இமயமலையின் ஊடேசென்று சீனாவின்மீது படையெடுக்க முயற்சி செய்தார். பித்தளை, செப்புக் காசுகளை அச்சடித்து, அவைகளை மதிப்பில் வெள்ளிக் காசுகள் போன்றே பாவித்துக் கொள்ளுமாறு மக்களைப் பணித்தார். வியப்பான விஷயம் என்னவென்றால், இதுபோன்ற ஓர் அரசர் இடையூறு இன்றி இருபத்தேழு ஆண்டு காலம் ஆட்சி செய்தார். 'குற்றம் ஏதும் செய்யாத அப்பாவி மக்களை வேட்டையாடியது' இஸ்லாமிய சமயத்தில் நம்பிக்கையில்லாதவர்களை நரகத்திற்கு அனுப்பத்தான்; தனது பொழுதுபோக்கிற்காக அல்ல. 'தியோகர்' என்ற இடத்தில் இருக்கும் பழம்பெரும் கோட்டைக்கு 'தௌலதாபாத்' எனப் பெயரிட்டார் முகமது–பின்–துக்ளக். இது ஔரங்கபாத்திலிருந்து பத்து மைல் தூரத்தில் உள்ளது. ஹைத்ராபாத் சமஸ்தானத்தின்கீழ் இது வருகிறது. (இப்போதல்ல – நூலாசிரியர் காலத்தில்).

12. நூலின் முதல் பதிப்பில் 'டார்மஷரின்' (Tarmasharin) என்ற பெயர் டர்மசர்ன் (Turmachurn) என்று குறிப்பிடப்பட்டுள்ளது. திரு. தாமஸ் இந்தப் பெயரை 'டர்கி' (Turghi) என்று குறித்துள்ளார். இவன் கி.பி. 1303–04இல் டில்லியைத் தாக்கினான். டார்மஷரின் என்பவன் 'டிர்கி' அல்லது டர்கை கான் என்பவனாக இருக்கலாம். இது பற்றி உறுதியாக எதுவும் கூறமுடியவில்லை. அலாவுதீன் முகமது ஷாவின் காலத்தில் பல முகலாயப் படையெடுப்புகள் நடைபெற்றன.

13. நிஸாமுதீன் அவர்களின் கல்லறை பற்றி அடுத்த அத்தியாயத்திலும் சொல்லப்பட்டுள்ளது. மற்ற பல கல்லறைகள் இருக்கும் ஒரு வளாகத்தினுள்தான் நிஸாமுதீனின் கல்லறையும் காணப்படுகிறது. நூலாசிரியரின் இராமசீயனா (ப.121) இந்தப் பிரச்சனைக்குரிய புனிதரைப் பற்றி வரும் குறிப்பு இது தான். "நிஸாமுதீன் அவுலியா முகமதியர்களின் சன்னி பிரிவைச் சேர்ந்தவர். தனது வாழ்க்கையின் ஒரு கட்டத்தில் இவர் ஒரு கொள்ளைக்காரராக இருந்திருக்கிறார். டில்லியில் உள்ள அவரது கல்லறைக்கு இன்றுவரை பல கொள்ளையர்கள் புனிதப் பயணமாக வந்து செல்கின்றனர். இந்த சாது பர்சாட் என்ற வகுப்பைச் சேர்ந்தவர். இவர் பிறந்தது கி.பி. 1236ஆம் ஆண்டு மார்ச் மாதத்தில்; இறந்தது கி.பி. 1325ஆம் ஆண்டு அக்டோபர் மாதத்தில். நாட்டின் பல பாகங்களிலிருந்தும் இவரது கல்லறைக்கு முகமதியர்கள் புனிதப் பயணம் மேற்கொள்கிறார்கள். இந்து, மற்றும் முகமதியக் கொள்ளையர்கள் கண்டிப்பாக இந்த புகழ்பெற்ற கல்லறைக்கு

வருகிறார்கள். சாது சன்னிபிரிவு இஸ்லாமியராக இருந்ததால், ஷியா பிரிவு இஸ்லாமியர்கள் இவரை கொள்ளையர் என்று நம்பினார்கள். ஆனால் அவரை ஒரு குறிப்பிட்ட பிரிவில் அடக்க தகுந்த ஆதாரங்கள் இல்லை; அவரை கொள்ளையர் என்று சொல்வதற்கும் போதிய ஆதாரங்கள் இல்லை. தனது வாழ்க்கையின் ஏதோ ஒரு கட்டத்தில் அவர் கொள்ளைக்காரராக இருந்திருக்கலாம். ஆனால் அவர் கொள்ளையர்களிடமிருந்து நிறைய வருமானம் பெற்று வந்தார். எப்பொழுதும் பணம் நிரம்பியிருக்கும் 'மந்திரப் பை' ஒன்று அவரிடம் இருந்தது என்று சொல்லப்படுவது, மேற்கண்ட கூற்றை உறுதிப் படுத்துகிறது. வெளிப்படையாகத் தெரியாத அவருடைய வருமானமும், அவர் செய்த ஆடம்பரச் செலவும் அவருக்கு மேலேயிருந்து பணம் வருகிறது என்பதை நம்பவைத்தன.

நிஸாமுதீன் அவுலியா 'மலைகளின் முதியவர்' (Old man of the Mountains) என்பவரோடு ஒப்பிடப்படுகிறார். இவர் ஹஸ்ஸன் இபின் சபா என்பவர் (Hassan - Ibn - Sabbah). காப்சியன் கடலோர மலைப்பகுதிகளில் கொலைகாரர்களை வளர்த்துவிட்டவர் இந்த ஹஸ்ஸன் – இபன் – சபா என்பவர். கி.பி. 1089 முதல் கி.பி. 1124 வரை இந்தக் கொலை காரர்களின் ஆதிக்கம் தொடர்ந்தது. 1256இல் ஹீலாகு என்ற மங்கோலியர் இந்தக் கொலைகாரர்களின் ஆதிக்கத்தை ஒரு முடிவுக்குக் கொண்டுவந்தார். (Thatcher, in Encycl. Brit., 11th edn 1910 p. 192 S.V. 'Assasitn').

14. ஷம்சுதீன் இல்த்துமிஷ் ஓர் அடிமையாக இருந்தவர். இவர் கி.பி. 1210 முதல் 1235வரை அரசாண்டார். இந்தப் பெயர் ஒரு துருக்கியப் பெயர். அல்டாமிஷ், அலித்மிஷ், உல்டீமுஷ் என்ற பலவாறு இப்பெயர் உச்சரிக்கப்படுகிறது. இவரது கல்லறை பற்றிய குறிப்பு பின்னால் வருகிறது.

15. இந்தக் கருத்து சரியானதல்ல. இதே போன்ற ஒரு மினார் எனப்படும் மசூதி கோபுரம் / கூர்கோபுரம் அலிகர் மாவட்டம் 'கோயில்' என்ற இடத்தில் உள்ளது. இது 13ஆம் நூற்றாண்டின் மையப் பகுதியில் கட்டப்பட்டது. 'பயானா' என்ற பரம்பூர் மாநிலத்தைச் சேர்ந்த ஊரிலும் ஒற்றை கூர்கோபுரம் கொண்ட இரண்டு மசூதிகள் உள்ளன. இராஜபுதனத்திலுள்ள சித்தூரில், இந்து சமயத்திற்குரிய இரண்டு கூர்கோபுரங்கள் உள்ளன. இதில் ஒன்று 80அடி உயரம் உடையது; இது ஜெயின் ஆலயத்திற்காகக் கட்டப்பட்டது. மற்றொன்று 120அடி உயரம் உடையது. இதை எழுப்பியவர் கும்பா ராணா என்பவர். போரில் பெற்ற வெற்றியைக் குறிப்பதற்காக இது எழுப்பப்பட்டது. (Fergusson, Hist. of Indian and Eastern Architecture, ed 1910 vol ii pp. 57 - 61).

16. திரு. ஜேம்ஸ் பிரின்செப் அவர்களின் வாழ்க்கை மிகவும் குறுகியது. (Aug 1799 to April 22, 1840). கடின உழைப்பு, தொடர்ந்து செய்யப்பட்ட ஆய்வுகள், ஆகியவற்றால் அவரது மூளை பாதிக்கப்பட்டது. 1838இல் அவர் நோய்வாய்ப்பட்டார். தொல்பொருள் ஆய்விலும், நாணயங்கள் பற்றிய ஆய்விலும் அவர் பலவற்றை புதிதாகக் கண்டுபிடித்தார். அவரது கண்டுபிடிப்புகள் ஏழு தொகுதிகளாக 1832 முதல் '38 வரை J.A.S.B மூலம் வெளிவந்துள்ளன. திரு. தாமஸ் அவற்றைத் தொகுத்து வெளியிட்டுள்ளார் 1868இல் தாமஸ் அவர்களின் தொகுப்புகள்

வெளிவந்தன. "Essays on Indian Antiquities" என்ற தலைப்பில் அப்புத்தகங்கள் வெளிவந்தன.

திரு. அலெக்ஸான்டர் கன்னிங்ஹோம், பிரின்செப் அவர்களோடு சேர்ந்து பணியாற்றியவர். பிரின்செப் பற்றி முழுமையான நூல் ஏதும் வெளிவரவில்லை. அவர் மிகவும் எளிமையானவர். பிரின்செப் அவர்களின் வாழ்க்கை பற்றி 'ஹிக்கின்பாதம்ஸ்' நிறுவனம் வெளியிட்ட "Men whom India has known," 2nd Ed., Madras 1874 என்று நூலில் ஓரளவு தெரிந்து கொள்ளலாம். Vincent. A.Smith, "James Princep" East and West, Bombay, July 1906 என்ற நூலும் பயனுள்ளது.

17. ஒற்றைக் கல்லால் ஆன மிக உயரமான தூண்களை உருவாக்கியதில் முக்கியமானவர் பேரரசர் அசோகர். இயந்திரங்களைப் பற்றி மிகக் குறைவாக அறிந்திருந்த அந்தக் காலத்திலேயே கலை நுணுக்கமுடையை நீண்ட தூண்களை அசோகர் கி.மு 242 முதல் கி.மு. 230வரை உருவாக்கியுள்ளார். அத்தூண்களில் இருந்த கல்வெட்டுகள் தர்மநெறி முறைகளை மக்களுக்கு அறிவித்தன. போரில் பெற்ற வெற்றிகளுக்காக அந்தத் தூண்கள் நடப்படவில்லை. அலகாபாத்தில் உள்ள அசோகர் தூணின் பெருமை பற்றி பின்னால் வந்த அரசர்கள் சில செய்திகளைப் பொறித்து வைத்துள்ளனர். அசோகரின் தூண்களில் பொறிக்கப் பட்டுள்ள செய்திகளைப் பற்றி பல அறிஞர் பெருமக்கள் ஆய்வு செய்துள்ளனர். அச்செய்திகளே இந்தியாவின் அதிகாரபூர்வ வரலாற்றை அறிந்துகொள்ள அடிப்படைகளாக உள்ளன. 1. Senart, Les Inscriptions de Piyadasi, t. I and II, Paris, 1881, 1886; 2. V.A. Smith, Asoka, the Buddhist Emperor of India, 2nd ed, Oxford, 1909; and 3. The Monolithic Pillars or Columns of Asoka (Z.D. M.G. 1911, pp.221-10) போன்ற நூல்களைப் பார்க்கவும். கி.மு. முதலாம் நூற்றாண்டிலேயே குப்தர்கள் ஒற்றைக் கற்தூண்களை எழுப்பியுள்ளனர். இவற்றில் சில அவர்களின் வெற்றிச் சின்னங்களாக உள்ளன; வேறு சில சமயச் சின்னங்களாக இருக்கின்றன.

18. தனது வடிவமைப்பிலும், உருவாக்கத்திலும் குதுப்மினார் ஃப்ளோரன்ஸ் நகரில் கியோட்டோ ஏற்படுத்திய மணிக்கூண்டைவிடச் சிறப்பானது என்று ஃபெர்கூஸன் எண்ணுகிறார்; மேலும் அவர் கெய்ரோ நகர் ஹரஸன் மசூதியில் உள்ள கூர்கோபுரத்தைவிட குதுப்மினார் சிறப்பானது என்கிறார். சுருங்கச்சொன்னால் ஃபெர்கூஸனின் கருத்துப்படி உலகிலுள்ள கூர்கோபுர வகைகளிலேயே குதுப்மினார்தான் மிகவும் சிறப்பானது. (Hist of Indian and Eastern Architecture, ed. 1910, vol. ii, p. 206)

19. மேற்குறிப்பிட்ட அதே நூலில் ஃபெர்கூஸன் வேறு ஒரு கருத்தையும் தெரிவிக்கிறார். அதாவது குதுப்மினார் ஒரு 'மஸீனா'வாக (Mazina) செயல்பட்டது; அதைத் தவிர அது வேறு எதற்கும் பயன்படவில்லை என்கிறார். 'மஸீனா' என்றால் தொழுகைக்காக அழைப்பு விடுக்கப்படும் ஒரு கோபுரம். இந்தக் கருத்துத் தவறானது. கோவில், பயானா போன்ற இடங்களின் மசூதிகளில் ஒற்றைக் கூர் கோபுரங்கள் இருந்தது போன்றே காஸ்னி, கெய்ரோ போன்ற இடங்களில் உள்ள மசூதிகளிலும் ஒற்றைக் கூர்கோபுரங்கள் இருந்துள்ளன. குதுப்மினாருக்கு அருகே கட்டி முடிக்கப்படாமல் காணப்படும் மற்றுமொரு தூண் கோபுரம் (அலாவுதீனால் ஆரம்பிக்கப்பட்ட பணி) குதுப் மசூதியுடன் சேர்ந்த வேறு ஒரு கட்டடமாகக்கூட இருக்கலாம். குதுப்மினாரோடு

தொடர்புடைய வேறு எந்தத் தூண் கோபுரமும் இல்லை. (Cunningham, A.S.R. iv (1874), p. ix)

உஷ் நகரைச் சேர்ந்த காஜா குத்புதீன் அவர்களின் நினைவாக 'குதுப்மினார்' என்று அதற்குப் பெயர் சூட்டப்பட்டுள்ளது. காஜா குத்புதீனின் கல்லறைதான் குதுப்மினாருக்கு அருகில் உள்ளது. சுல்தான் குத்புதீன் ஐபெக்கின் கல்லறைக்கு அருகில் குதுப்மினார் இல்லை. குதுப்மினார் கி.பி. 1232இல் சுல்தான் ஷம்சுதீன் இல்த்துமிஷ் ஆல் எழுப்பப்பட்டது. (V.A. Smith, "who built the Kutb Minar?" East and West, Dec. 1907, pp. 1200 - 5; B.N. Munshi, 'The Kutb Minar, Delhi, Bombay, 1911) டில்லியிலும், டில்லியைச் சுற்றியும் உள்ள முக்கியமான நினைவுச் சின்னங்கள் யாவும் தற்போது நல்ல முறையில் பராமரிக்கப்பட்டு வருகின்றன. இதற்காக கர்ஸான் பிரபு தக்க முயற்சிகளை மேற்கொண்டுள்ளார்.

20. நூலின் முதற்பதிப்பில் குதுப்மினாரின் வண்ணப்படம் இடம் பெற்றுள்ளது. குதுப்மினாரின் உயரம் 242 அடி என்று குறிபிடப்பட்டாலும், அதன் மேல் அடுக்கு அகற்றப்பட்டுவிட்டதால் அதன் தற்போதைய உயரம் 238அடி ஒரு அங்குலம். (1794). முதலில் அது 10 அல்ல 20 அடி அதிக உயரமுடையதாக இருந்தது. கூர்கோபுரத்தில் காணப்படும் நீள்வாட்டப் பள்ளங்கள் பல கோண அமைப்புடையவை. குதுப்மினாரை கி.பி. 1232இல் சுல்தான் இல்த்துமிஷ் மட்டுமே கட்டினார். இதனை சுல்தான் குத்புதீன் கட்டினார் என்று சொல்வது தவறு.

21. குதுப்மினார் இந்துக்களுக்குரியது என்று சிலர் சொல்வதை நூலாசிரியர் மறுத்துள்ளார். இது முட்டாள்தனமானது என்றும் சொல்லியுள்ளார். சர் சயீத் அகமத் கான் என்பவர் டில்லியின் பழமை குறித்து நூல் ஒன்று உருதுமொழியில் எழுதியுள்ளார். திரு. கன்னிங்கஹாம் அவர்களின் உதவியாளர் திரு. பெக்லர் என்பவரும் குதுப் பற்றி எழுதியுள்ளார். குதுப்மினாரை இந்துக் கட்டடத் தொழிலாளர்கள் கட்டியுள்ளனர். எனவே அதில் வரும் சில அலங்கார வளைவுகள் இந்து முறைப்படி அமைந்துள்ளன.

22. இது முற்றிலும் சரி. இந்துக்களின் தூண் கோபுரங்கள் வேறு வகையில் அமைக்கப்பட்டுள்ளன. இவை பெரும்பாலும் போரில் பெற்ற வெற்றியைக் குறிப்பவை.

23. 'பதான்கள்' பற்றி குறிப்பு '6'லும் வருகிறது.

24. இருபத்தேழு இந்துக் கோயில்களிலிருந்து பெறப்பட்ட பொருட்களை வைத்து குதுப்மினார் எழுப்பப்பட்டுள்ளது. இந்தத் தூண்கோபுரம் நிறைய இந்து அடையாளங்களைக் கொண்டுள்ளது. (Fanshawe, p. 259 மற்றும் படம்)

25. குதுப்மினார் அருகே முற்றுப்பெறாமல் இருக்கும் மற்றுமொரு தூண்கோபுரத்தைப் பற்றி நூலாசிரியர் விவரித்துள்ளது அவ்வளவாக சரியில்லை. அந்தத் தூண்கோபுரத்தை ஷம்சுதீன் இல்த்துமிஷ் கட்ட ஆரம்பிக்கவில்லை. மாறாக அலாவுதீன் முகமது ஷா அப்பணியை கி.பி. 1311இல் தொடங்கினார். இதனது விட்டம் 82அடி. திட்ட மிட்டபடி இதன் மீது சலவைக்கல் பதிக்கப்பட்டிருந்தால் விட்டம் 85 அடியாக இருந்திருக்கும். குதுப்மினாரின் விட்டம் 48அடி நான்கு

அங்குலம்தான். முற்றுப்பெறாத தூண் கோபுரம் குதுப்மினாரைவிட, விட்டத்தில் இரண்டு மடங்கு பெரியது. தரைமட்டத்திலிருந்து அந்த முற்றுப்பெறாத கோபுரத்தின் உயரம் 87அடி. கார் ஸ்டீஃபன் என்பவர் இந்தத் தூணின் சுற்றளவு 254அடி என்றும் உயரம் 80 அடி என்றும் குறிப்பிட்டுள்ளார்.

26. அலாவுதீன் சேர்க்க நினைத்தது முடிவடையவில்லை. தைமூர் டில்லியைத் தாக்கியது 1398ஆம் ஆண்டு. அப்போது டில்லி ஃபிரோஸாபாத் என்று அழைக்கப்பட்டது.

27. அந்த மசூதியின் பெருமையே அதிலுள்ள அலங்கார வளைவுகள்தான். இந்த வளைவுகள் மேற்திசையில் தெற்கு வடக்காக 385அடி நீளத்திற்கு அமைக்கப்பட்டுள்ளன. இந்த வளைவுகளில் மூன்று பெரியவை, எட்டு சிறியவை. மையத்திலுள்ள அலங்கார வளைவு 22 அடி அகலமும் 53 அடி உயரமும் உடையது; பக்கத்திலுள்ள பெரிய வளைவுகள் 24'4" அகலம் உள்ளவை. மைய வளைவு அளவுக்கு உயரம் உடையவை. சிறிய அலங்கார வளைவுகள், இவற்றில் பாதி அளவுதான் இருக்கும்; அவை சிதிலமடைந்து காணப்படுகின்றன. மையத்திலுள்ள பெரிய வளைவு அரசாங்கத்தால் நன்கு பராமரிக்கப்பட்டு வருகிறது. கட்டியபோது எப்படி இருந்ததோ, அதே போல் இன்றும் உள்ளது. மைய வளைவுக்கு இருபுறமும் இருந்த பெரிய வளைவுகள் சரியாகக் கட்டப்படாததால் கீழே விழுந்துவிட்டன. (Fergusson, Hist. of Ind & Eastern Archi. ed 1910, Vol. ii, pp 203, 204) மைய வளைவில் ஒரு கல்வெட்டு உள்ளது; இது கி.பி. 1198ஐச் சார்ந்தது. (Thomas, Chronicles, p. 24)

28. இங்கு குறிப்பிடப்படும் இரும்புத் தூண் பற்றிய விளக்கங்கள் தவறானவை. இந்தத் தூணுக்கும் பிரித்தி ராஜ் அவர்களுக்கும் எந்தத் தொடர்பும் இல்லை. பிரித்தி ராஜ் கி.பி. 1192இல் முகலாயர்களால் கொல்லப்பட்டார். அதிலுள்ள ஆரம்பகால எழுத்துகள் ராஜா சந்திராவின் வெற்றிகளைக் குறிக்கின்றன. இவர், இராஜபுதனத்திலுள்ள போக்ரான் மன்னர் சந்திரவர்மனாக இருக்கவேண்டும். இவர் கி.மு. நான்காம் நூற்றாண்டைச் சேர்ந்தவர். இந்தத் தூணை சிறியது என்று கூறிவிட முடியாது. அதில் பயன்படுத்தப்பட்டுள்ள பொருட்களைப் பார்க்கும்போது அது மிகவும் பெரியது. இந்தத் தூணைச் செய்யப் பயன்படுத்தப்பட்டுள்ள பொருள் வெண்கலமோ அல்லது அதுபோன்ற ஓர் உலோகமோ அல்ல. சோதனையினால் அது இரும்புதான் எனத் தெரியவருகிறது. சிறு சிறு துண்டுகளைச் சேர்த்துப் பற்றவைத்துதான் தூணை உருவாக்கியிருக்க வேண்டும். ஆனால் பற்றவைப்பு வெளியே தெரியவில்லை. டில்லி அருகே குதுப்மினாரில் காணப்படும் புகழ்பெற்ற இரும்புத்தூண், தேனிரும்பால் ஆனது. இப்போதுகூட நமது உலைகளில் அப்படிப்பட்ட ஒரு தூணை உருவாக்குவது கடினம்.

அந்தத் தூணின் மொத்த எடை ஆறு டன்கள்; (V. Ball, Economic Geology of India, pp 338, 339) இரும்பு துருப்பிடிக்கவில்லை. அதிலுள்ள எழுத்துகள் மிகவும் தெளிவாகத் தெரிகின்றன. தெற்கு சென்சிங்டனில் உள்ள விக்டோரியா ஆல்பர்ட் அருங்காட்சியகத்தில் குதுப்மினாரின் முன் மாதிரி வடிவம் ஒன்று காட்சிப் பொருளாக நிறுவப்பட்டுள்ளது. அதன் பரிமாணங்கள் வருமாறு :– தரைக்கு மேல் உயரம் 22'; தரைக்குக்கீழ்

புதைக்கப்பட்டுள்ள பகுதியின் நீளம் 1.8"; அடிப்பகுதியின் விட்டம் 16.4"; நுனிப்பகுதியின் விட்டம் 12.05"; தலைப் பகுதியின் (Capital) உயரம் 3.5அடி. தலைப்பகுதி இரும்புப் பட்டைகளின் உதவியால் அடிப்பகுதியோடு பொருத்தப்பட்டுள்ளது.

29. இங்கு சொல்லப்பட்டுள்ள புனிதர் புகழ்பெற்ற குத்புதீன் பக்தியார் காகி என்பவர். இவரைப் பொதுவாக குதுப் ஷா என்று அழைத்தனர். இவர் 27 நவம்பர் 1235ஆம் ஆண்டு மரணமடைந்தார். இல்த்துமிஷ் கி.பி. 1236இல் இறந்தார்(Beale).

30. அரசர்களின் கல்லறைகள் மிஷ்ரௌலி என்ற இடத்தில் குதுப்மினாருக்கு அருகில் உள்ளன. (Fanshawe, pp. 280-4)

31. அதாவது வங்காளம், பீகார் மற்றும் ஒரிசா மாநிலங்களின் வருவாய் நிர்வாகம் 1765ஆம் ஆண்டு.

32. அவர்தான் இப்போதைய மாமன்னர்; தனது தந்தை அக்பர்ஷாவின் மறைவிற்குப் பின் 1837இல் பதவிக்கு வந்தவர். இவரது பெயர் இரண்டாம் பகதூர்ஷா. 1857இல் நடந்த சிப்பாய் கலகத்தின்போது இவர் புரட்சிக்காரர்களுடன் சேர்ந்து கொண்டார். இதனால் இவர் நாடுகடத்தப்பட்டு 1862ஆம் ஆண்டு இரங்கூன் நகரில் இறந்துவிட்டார். இவர்தான் முகலாய வம்சத்தின் கடைசி மன்னர். இவர் 24 அக்டோபர் 1775இல் பிறந்தவர். நூலாசிரியர் இவரைச் சந்தித்தபோது மன்னரின் வயது 61. இவரது தந்தை 78 வயது வரை உயிருடன் இருந்தார்.

33. 'பசந்த்' என்றால் வசந்தம். பண்டிகையின் முழுப்பெயர் "பசந்த் பஞ்சமி"

34. ஹர்கோர்ட் (The New Guide to Delhi 1866) என்பவரின் கருத்துப்படி இல்த்துமிஷ்–இன் கல்லறையை அவரது பிள்ளைகள் கட்டினார்கள்; அதாவது மகன் சுல்தான் ருக்னுதீனும், மகள் ரஸியாவும். ருக்னுதீன் ஃபிரோஷ் ஷா, தந்தையின் மரணத்திற்குப் பின் ஆறுமாதங்கள், இருபத்தொட்டு நாட்கள் உயிருடன் இருந்தார். ராணி ரஸியா கி.பி. 1236 முதல் கி.பி. 1239 வரை மூன்று ஆண்டுகள் ஆட்சி புரிந்தாள். இல்த்துமிஷ் இறந்தது 1236ஆம் ஆண்டு ஏப்ரல் மாதம்; 1235ஆம் ஆண்டு அல்ல. ஃபெர்கூஸன் அவர்களின் கருத்துப்படி இல்த்துமிஷ்–இன் கல்லறைதான் இந்தியாவில் இருக்கும் முகமதியக் கல்லறைகளிலேயே பழமையானது. இந்தக் கல்லறைக்கு மேல் ஒரு கவிகை மாடம் ஒரு காலத்தில் இருந்ததாக நம்பப்படுகிறது. கல்லறையின் உட்பகுதி 29 1/2அடி பக்கநீளமுள்ள சதுர அமைப்பு. கல்லறையின் சுற்றுச்சுவர் 7 1/2 அடி அகலம் உடையது. சிவப்பு நிற மணற்பாறைக் கற்கள் மற்றும் சலவைக்கற்கள் கொண்டு கல்லறை கட்டப்பட்டுள்ளது. சவப்பெட்டி மையத்தில் புதைக்கப்பட்டுள்ளது. இப்பகுதி மட்டும் வெளிர்நீல சலவைக்கல்லால் மூடப்பட்டுள்ளது.

35. சுல்தான் கியாசுதீன் பல்பான் கி.பி. 1266 முதல் கி.பி. 1286வரை ஆட்சியில் இருந்தார். இவர்தான் குதுப்மினாரையும், அருகிலுள்ள மசூதியையும் கட்டி முடித்தார் என்று அதிகாரபூர்வமாகக் கூறமுடியாது. நூலாசிரியர் எந்த மசூதியைப் பற்றிக் கூறுகிறார் என்பது தெரியவில்லை. பல்பானின் கல்லறை பற்றியும் அது தொடர்பான கட்டடங்கள் பற்றியும் அறிந்துகொள்ள Carr Stephen அவர்களின் நூலில்

79–81 பக்கங்கள் பார்க்கவும். நிச்சயமாக பல்பான் குதுப்மினாரைக் கட்டவில்லை.

36. குதுப்மினாரின் உச்சியில் உள்ள எண்கோண வடிவ காட்சி மாடம் 1826இல் மேஜர் ஸ்மித் தலைமையிலான பொறியாளர்களால் வைக்கப் பட்டது. கோரமான இந்த அலங்காரப் பகுதியை அகற்றிவிடுமாறு 1846இல் ஹார்டின்ஜ் பிரபு உத்தரவிட்டார். எனவே அந்த மரத்தாலான காட்சிமாடமும், அதன்மீதிருந்த கொடிமரமும் அகற்றப்பட்டுவிட்டன.

37. நூலாசிரியர் குறிப்பிடும் சம்பவங்கள் உண்மையில் நடந்ததாகத் தெரியவில்லை. அலாவுதீனுடைய கல்லறை பற்றி நூலாசிரியருக்குச் சரியாகத் தெரியவில்லை. அது இன்றும் குதுப்மினார் வளாகத்தின் மையப்பகுதியில் உள்ளது. அதன் கிழக்குச் சுவர், குதுப் மசூதியின் மேற்குச்சுவரோடு சூட்டியுள்ளது. குதுப் மசூதியின் இந்த விரிவாக்கப் பகுதியை இல்த்துமிஷ் கட்டினார். (Carr stephen, Op. Cit, p. 88). (Fanshawe, p. 272)

38. திரு. பிளேக் அவர்களால் விவரிக்கப்பட்டுள்ள இந்த கல்லறை குதுப்மினாரிலிருந்து மிஹ்ரௌலி செல்லும் பாதையின் வலதுபுறம் உள்ளது. இது கி.பி. 1562இல் அக்பரால் கொல்லப்பட்ட ஆதம்கானின் கல்லறையாக இருக்கலாம். அக்பரின் நெருங்கிய உறவினரான ஷம்சுதீன் முகமது அட்காகான் என்பவரை ஆதம்கான் கொன்றுவிட்டார்; அதனால் அவருக்கு அக்பரால் மரண தண்டனை கொடுக்கப்பட்டது. அக்பரின் வளர்ப்பு சகோதரர்களில் முக்கியமானவர் அஸீஸ். இவர் ஷம்சுதீன் முகமதுகானின் மகன்.

ஷாஜஹானபாத் எனப்படும் புதுடில்லி

1836ஆம் ஆண்டு, ஜனவரி 22ஆம் நாள், பன்னிரண்டு மைல் தூரத்திலுள்ள புதுடில்லி நகரத்திற்கு வந்தோம். இந்த நகரை உருவாக்கியவர் பேரரசர் ஷாஜஹான்; எனவே இது ஷாஜஹானாபாத் என்று அழைக்கப்படுகிறது. இங்கு நாங்கள் பேகம் சம்ரூவின் அரண்மனையில் தங்கியிருந்தோம். அந்த அரண்மனை ஒரு தோட்டத்தின் நடுவே, சாலையை நோக்கி அமைந்துள்ள அழகான கட்டடம். அரண்மனை வளாகத்திற்குக் குறுக்கே ஓர் ஓடை காணப்படுவதுடன், நிறைய தாவரங்களும் இருப்பதால், அரண்மனை ஒரு வனப்பகுதியில் இருப்பதுபோன்ற உணர்வு ஏற்படுகிறது.[1] நாங்கள் புதுடில்லியில் இருக்கும்வரை இந்த அரண்மனையில் தங்கியிருக்க பேகம் சம்ரூ அவர்களிடம் அனுமதி பெற்றிருந் தோம். அரண்மனையில் நிறைய மேஜை நாற்காலிகள், கட்டில்கள் போன்றவை இருந்தன; அரண்மனைப் பணியாளர்கள் எங்களை நல்லமுறையில் கவனித்துக் கொண்டார்கள்; நாங்கள் இங்கு மகிழ்ச்சியுடன் தங்கியிருந்தோம்.

இந்த அரண்மனையின் பின்னால் மிகவும் உயரம் குறைந்த பாறைத்தொடர் ஒன்று காணப்படுகிறது. இங்குதான் குதுப்மினார் உள்ளது. இந்த மிகக் குறைந்த உயரமுடைய பாறைத் தொடரிலிருந்து வடகிழக்கு முகமாக ஒரு சாலை கீழே இறங்கிச் செல்கிறது. இச்சாலை சுமார் அரை மைல் தூரம் சமவெளிப்பகுதி வழியாகச் சென்று புதுடில்லியை அடைகிறது; புதுடில்லி யமுனை நதிக்கரையில் அமைந்துள்ள

ஒரு நகரம். புதுடில்லியின் சமவெளிப்பகுதி முழுவதிலும், மிக அழகான முகமதிய மசூதிகளும், முகமதியக் கல்லறைகளும் நிரம்பியுள்ளன. இந்த முகமதியர்கள் ஏசு கிறிஸ்து கூறியதை எப்போதும் எண்ணிக்கொண்டிருக்க வேண்டும். ஏசு சொன்னதை ஃபதேபூர் சிக்ரியின் நுழைவுவாயிலில் பேரரசர் அக்பர் பொறித்து வைத்திருந்தார். ஏசு கூறியது இதுதான்: "வாழ்க்கை என்பது நீங்கள் கடந்து செல்ல வேண்டிய ஒரு பாலம்; அதன்மீது உங்களது வீடுகளைக் கட்டிவிடாதீர்கள்".[2] முகமதியர்கள் விட்டுச்சென்ற கட்டடங்கள் பிற்கால நிலைமையை எடுத்துக் காட்டுபவைகளாக இருந்தன. அவர்கள் தங்களது வழிவகைகளையெல்லாம் மசூதிகளிலும், கல்லறைகளிலும் முதலீடு செய்தனர்; மேலும் சத்திரங்கள், பாலங்கள், கால்வாய்கள் போன்றவைகளை பொதுமக்களின் நன்மைக்காக உருவாக்கினார்கள். இவைகளை அனுபவிப் பவர்கள், அவற்றை யார் உருவாக்கினார்களோ அவர்களின் ஆன்ம ஈடேற்றத்திற்காக வழிபாடு நடத்துவார்கள். நிலம் அரசாங்கத்தின் சொத்து; செல்வம் எங்கும் குவிந்திருக்க வாய்ப்பில்லை; அது பாதுகாப்பாகவும் இருக்காது; வசதி என்பது வகிக்கும் பதவியால் மட்டுமே வரும்; மாமன்னரே அனைத்துப் பெரும் பதவிகளுக்கும் வாரிசு. இப்படி ஒரு சூழ்நிலை நாட்டில் இருக்கும்போது மக்கள் என்னதான் செய்வார்கள்? செல்வம் சேர்த்தவர்கள் சத்திரங்களையும், மசூதிகளையும், பாலங்களையும்தான் கட்டுவார்கள்.

கல்லறைகள், கோயில்கள், பாலங்கள், கால்வாய்கள், சத்திரங்கள் போன்றவற்றைத்தான் மன்னர் பாரம்பரியமாக அனுபவிக்கமுடியாது – அதாவது அவைகளுக்கு வாரிசுரிமை கோரமுடியாது. சாலைநெடுகிலும் இருந்த, நான் சென்று பார்த்த பல கல்லறைகள், கோயில்கள் போன்றவற்றின் வரலாற்றை என்னால் விசாரித்துத் தெரிந்து கொள்ள முடிந்தது. ஆனால் அவற்றைக் கட்டியவர்கள் அதிகாரத்தோடும், புகழோடும் வாழ்ந்த காலத்தில் அவர்கள் தங்கியிருந்த அரண்மனைகளைப் பார்க்க என்னால் முடியவில்லை. அவர்கள் பேகம் சம்ரூவின் அரண்மனையைப் போன்ற கட்டடங்களில், ரம்யமான சூழ்நிலைகளில்தான் வாழ்ந்திருக்க வேண்டும். அந்த இடங்களில் மரம், செடி கொடிகள் நிறைந்த தோட்டங்களும் இருந்திருக்க வேண்டும். ஆனால்

அந்த அரண்மனைகளின் உரிமையாளர்கள் அவற்றைப் பற்றிக் கவலைப்படவில்லை. அவற்றிற்கெல்லாம் மாமன்னரே வாரிசு என்பது அவர்களுக்குத் தெரியும்; அவர் அவைகளை தன்னுடைய கருவூலத்திற்கு எப்போது வேண்டுமானாலும் மாற்றிவிட முடியும். ஒரு அரண்மனையின் உரிமையாளர் எப்போது தனது மூச்சை நிறுத்துகிறாரோ, அந்த வினாடியே அது அடுத்தவருக்குக் கொடுக்கப்பட்டுவிடும்.[3] அவருடைய மகனுக்கு அரசாங்கத்தில் ஒரு பதவி கொடுக்கப்பட்டாலும், அது அவனது தந்தை வகித்த பதவிக்குச் சமமாக இருக்க வேண்டுமென்பதில்லை.

ஐரோப்பாவில் செல்வர்களின் நிலை இப்படி இல்லை. பெரிய மனிதராக வாழ்ந்த ஒருவரின் கல்லறை எங்கே என்பது தெரிவதில்லை. அவரால் கட்டப்பட்ட தேவால யங்களும், கல்லூரிகளும் எவை என்பதும் தெரியவில்லை. மக்களின் நன்மைக்காக அவர் உருவாக்கிய தங்கும்விடுதிகள், பாலங்கள், கால்வாய்கள் போன்றவற்றைப் பற்றியும் அறிந்து கொள்ள முடிவதில்லை. ஆனால் அவர்கள் புகழோடு வாழ்ந்த அவர்களது அரண்மனைகளைப் பற்றி ஒவ்வொரு வருக்கும் தெரியும். அவர்களைப் பொருத்தவரை வாழ்க்கை என்பது ஒரு பாலத்தைக் கடந்து செல்வதைப் போன்றதல்ல. பாலத்தின் மீது வீடுகளைக் கட்டக்கூடாது என்பது அவர்களுக்குப் பொருந்தாது. தந்தையின் சொத்துக்கு மூத்த மகனே வாரிசு. தந்தைக்குப் பின் மூத்த மகனே தனது சகோதரர்களை படிக்கவைத்து பாதிரியார்களாகவும், இராணுவ அதிகாரிகளாகவும், கடற்படைத் தளபதிகளாகவும் அல்லது அவர்கள் வேறு பதவிகளில் அமரவும் உதவி செய்கிறான்.

புதுடில்லிக்கும், குதுப்மினாருக்கும் இடையே பாதிதூரத்தில், மினாரிலிருந்து செல்லும்போது, சாலையின் இடதுபுறத்தில் புகழ்பெற்ற மன்சூர் அலிகான் அவர்களின் கல்லறை உள்ளது. இவர் தற்போதைய அவத் அரசரின் தந்தை. பல்வேறு கல்லறைகள் சிதிலமடைந்து காணப்படும் சூழ்நிலையில் இக்கல்லறை மட்டும் நல்லநிலையில் உள்ளது. இதை நன்கு பராமரிக்கும் அளவுக்கு அக்கல்லறையைக் கட்டியவரின் குடும்பத்தினரும் வசதியுடன் இருந்து வருகின்றனர். மன்சூர் அலிகானின் கல்லறை ஒரு மிக அழகிய கட்டடம்; ஆக்ராவில் உள்ள தாஜ்மஹால் போன்றே இது காணப்படுகிறது.

நாற்கரம் போன்று அமைந்துள்ள வளாகத்தில் அமைந்துள்ள இக்கல்லறையைச் சுற்றி சுற்றுச் சுவர்கள் நெருக்கமாக அமைந்துள்ளன. தாஜ்மஹாலுக்கு உள்ள நுழைவுவாயில் போன்று நான்கு புறங்களிலும் இங்கு நுழைவாயில்கள் உண்டு. நுழைவுவாயில்கள் அழகிலும், வடிவமைப்பிலும், பரிமாணத்திலும் தாஜ்மகாலின் நுழைவாயில் போன்றே உள்ளன.[4] கல்லறை அமைந்துள்ள நாற்கர வளாகம் 350 சதுரகஜப் பரப்பளவில் உள்ளது. சுற்றுச் சுவர்கள் கருங்கற் களால் கட்டப்பட்டுள்ளன. தோட்டத்தில் பல வித பழமரங்கள் காணப்படுகின்றன. கல்லறையைக் கட்ட மூன்று விதமான கற்கள் பயன்படுத்தப்பட்டுள்ளன – வெள்ளைப் பளிங்கு, சிவப்பு மணற்பாறை, மிகவும் மிருதுவான வெள்ளை மற்றும் இளம்சிவப்பு நிற மணற்பாறைக் கற்கள். கல்லறையின் மேலேயுள்ள கவிகைகமாடம் வெண்ணிறப் பளிங்குக் கற்களால் ஆனது; தாஜ்மஹாலில் உள்ளது போன்றே இந்தக் கவிகை மாடமும் உள்ளது. ஆனால் இக்கவிகை மாடத்தின் அடிப்புற கழுத்துப் பகுதி பன்னிரண்டு பக்கங்கள் கொண்டது. கவிகைமாடத்தில் பயன்படுத்தப் பட்டுள்ள பளிங்குக் கல் தரத்தில் குறைந்தது. கடினமான ‘டோலோமைட்’ வகையைச் சேர்ந்தது. காலப்போக்கில் நிறம் வெளுத்துப் போய்விட்டது. பானையில் சேமித்து வைக்கப்பட்ட மாமிசத்தின் நிறத்தில் உள்ளது என்று பிஷப்ஹீபர் குறிப்பிடு கிறார். கவிகை மாடத்தின் கழுத்துப்பகுதி, தாஜ்மகாலில் இருப்பது போன்று அவ்வளவு நீளமாக இல்லை. கழுத்துப் பகுதியின் ஒவ்வொரு முகத்திலும் பளிங்குக் கற்களால் ஆன கவிகைகள் காணப்படுகின்றன. ஆனால் தாஜ்மகாலில் இருப்பதுபோன்ற நான்கு கூர்கோபுரங்கள் இங்கு இல்லை. தாஜ்மகாலில் இருப்பதுபோன்றே இதனுள்ளும், அதே எண்ணிக்கையில், அதே அமைப்பில் அறைகள் உள்ளன. ஆனால் அறைகள் சிறியவை. முதல் தளத்தின் மையத்தில் ஓர் அழகிய சலவைக்கற் பலகை உள்ளது. அதில் கி.பி. *1167*[5] *(1753–54* A.D.*)* என்ற ஆண்டு குறிப்பிடப்பட்டுள்ளது. இதன் கீழ்தான் மன்சூர் அலிகானின் உடல் புதைக்கப் பட்டுள்ளது. அருகே அவரது பேத்திகளின் ஒருத்தியின் பூதஉடலும் புதைக்கப்பட்டுள்ளது. அனைத்தும் துணியால் மூடப்பட்டு, சுற்றிலும் மலர்கள் தூவப்பட்டுள்ளன. இந்தக் கல்லறையிலிருந்து இரண்டு மைல்கள் தள்ளி அக்பரின்

தந்தை ஹூமாயூனின் கல்லறை உள்ளது. இது ஒரு பிரம்மாண்டமான கட்டடம். இதற்குச் செல்லும் வழியில் தாரா ஷீகோவின் தலை புதைக்கப்பட்டிருக்கும் கட்டடமும் உள்ளது. இவைகளையெல்லாம் பார்க்கச் சென்றபோது நான் பின்னால் திரும்பித் திரும்பி மன்சூர் அலி கானின் அந்த அழகிய கல்லறையைப் பார்த்துக் கொண்டே சென்றேன்.[6]

திரும்பி வரும்போது எல்லோராலும் போற்றப்படும் நிஸாமுதீன் அவுலியா அவர்களின் கல்லறையைச் சென்று பார்த்தேன். இவர் 1303ஆம் ஆண்டு டர்மா ஷிரின் என்பவனின் தலைமையில் டில்லியைத் தாக்கிய பிரான்ஸ் ஆக்ஸியானியன் படையைத் தோற்கடித்தவர். நிஸாமுதீன் அவுலியாவின் கல்லறைக்கு இன்றும் இந்தியாவின் பல பகுதிகளிலிருந்து யாத்ரீகர்கள் வந்தவண்ணம் உள்ளனர்.[7] அவுலியாவின் கல்லறை ஒரு சிறிய கட்டடம்; கல்லறையின் மீது வெண்ணிற சலவைக் கல்லாலான கவிகைமாடம் உள்ளது; கல்லறை மிகவும் சுத்தமாகப் பராமரிக்கப்படுகிறது.[8] இக்கல்லறைக்கு அருகில் அவுலியாவின் காலத்தில் வாழ்ந்தவரும், அவரது நண்பருமான குஸ்ரூவின் கல்லறை காணப்படுகிறது. குஸ்ரூ ஐநூறு ஆண்டுகளுக்கு முன்பு பேரரசர் முதலாம் துக்ளக் ஷா அவர்களின் அரண்மனை வளாகத்தில் தன் விருப்பம்போல் சுற்றித் திரிந்தவர். நினைத்தவுடன் பாடல்களைப் பாடும் வல்லமையுடையவர் குஸ்ரூ. அவரது பாடல்கள் ஆன்மாவிலிருந்து கிளர்ந் தெழுந்தவை. அவரது பாடல்களுக்காகப் பல பெரிய மனிதர்கள் காத்துக் கொண்டிருந்தனர். அவரது பாடல்கள் இன்றும் பிரபலமானதாக உள்ளன. பல நூற்றாண்டுகளாக குஸ்ரூ கோடிக்கணக்கான மக்களின் மனதில் என்றென்றும் வாழ்ந்து வருகிறார். அனால் அந்தக் கவிஞரை ஆதரித்த, ஆடம்பரமாக வாழ்ந்த அரசர்களின் நினைவு மக்கள் மனதில் இல்லை; அல்லது குஸ்ரூவுடன் தொடர்புபடுத்தியே மக்கள் அவர்களை அறிகின்றனர். இவரது கல்லறைமீதும் ஒரு கவிகைமாடம் காணப்படுகிறது; அது மணிப்பின்னல் வேலைப்பாடுகளால் அலங்கரிக்கப்பட்டுள்ளது.[9] குஸ்ரூவின் கல்லறைக்கும், அவுலியாவின் கல்லறைக்கு வருவது போன்றே மக்கள் பயபக்தியுடன் வந்து செல்கின்றனர்.

ஆனால் இவர்கள் காலத்தில் வாழ்ந்த மன்னர்களின் கல்லறைகள் அலட்சியப்படுத்தப்படுகின்றன. நிஸாமுதீன் கல்லறையில் திருக்குரான் வாசிப்பதற்காக பலர் பணியமர்த்தப்பட்டுள்ளனர். இந்த சாது கி.பி. 1324-25இல் இயற்கையெய்தினார். குரான் வாசிப்பவர்களுக்கு தற்போதைய பேரரசர் ஊதியம் வழங்குகிறார். அவரது குடும்பத்தினரும் இயன்றதைச் செய்கின்றனர். கல்லறைக்கு வரும் பயணிகளும் குரான் வாசிப்பவர்களுக்கு சன்மானம் வழங்குகின்றனர். குரான் வாசிப்பவர்கள், பல சிறுவர்களுக்கு பாடமும் சொல்லிக் கொடுக்கின்றனர். எனது பணியாட்கள் இந்த சாதுவின் கல்லறைமுன் மண்டியிட்டு வணங்கினார்கள்; அரச குடும்பத்தினரை அவர்கள் கண்டு கொள்ளவேயில்லை. அவர்களுக்கு மரியாதை செலுத்துவதாலோ அல்லது அவர்களை அலட்சியம் செய்வதாலோ ஒன்றும் ஆகிவிடப் போவதில்லை. ஆனால் அவுலியாவின் கல்லறையை அவமதித்தால், அதன் விளைவு பயங்கரமாக இருக்கும்.

வேலைப்பாடுகள் நிறைந்த, சலவைக்கற் திரைகளால் சூழப்பட்ட கல்லறை ஒன்று உள்ளது. இது தற்போதைய பேரரசரின்[10] அபிமான புத்திரர் மிர்ஸா ஜஹாங்கீர் அவர்களுக்குரியது. 1816ஆம் ஆண்டு[11] நான் அலகாபாத்தில் பணியாற்றிக் கொண்டிருந்தபோதே திரு. மிர்ஸா ஜஹாங்கீரை நன்கறிவேன். ஹாஃப்மன் செர்ரி பிராந்தியைக் குடித்துக் குடித்து அவர் தன்னைத்தானே அழித்துக்கொண்டார். "ஆங்கிலேயர்களான உங்களது குடிப்பதற்கேற்ற பானம், இந்த ஹாஃப்மன் செர்ரி பிராந்தி மட்டும்தான்; குடித்தவனை உடனேயே மயங்கச் செய்துவிடுவது இதன் ஒரே குறைபாடு." என்று என்னிடம் கூறுவார் மிர்ஸா ஜஹாங்கீர். தனது மகிழ்ச்சியை நீண்டநேரம் வைத்திருக்க ஒவ்வொரு மணிநேரமும் ஒரு பெரியகோப்பை பிராந்தி அருந்துவார் மிர்ஸா; மயங்கும்வரை குடித்துக் கொண்டேயிருப்பார். இரண்டு அல்லது மூன்று நடனமாதர்களும், இசைக் கலைஞர்களும் இடையிடையே அவரை மகிழ்விப்பார்கள். மிர்ஸா விரைவில் இறந்துவிட்டார். ஆங்கிலேயர்களின் செயல்பாடுகளாலேயே மிர்ஸா தன்னைக் கெடுத்துக் கொண்டதா ராஜமாதா சுல்தானா, பேரரசரிடம் குற்றம் சாட்டினாள். அவரை டில்லியிலேயே தங்கியிருக்க,

ஆங்கிலேயர்கள் அனுமதிக்கவில்லை என்பது அவளது குற்றச்சாட்டு. மிர்ஸா டில்லியில் இருந்தபோது, ஆட்சிபீடத்திற்கு வாரிசான தன்னுடைய மூத்த சகோதரரை கொலை செய்ய முயற்சி செய்தார். மக்களை அரசுக்கு எதிராகத் தூண்டி விட்டார். அவரை யாரும் அலகாபாத்தில் சிறைவைக்கவில்லை; ஆனால் டில்லிக்குச் செல்லத் தடைசெய்யப்பட்டார். மிர்ஸா தங்கியிருக்க அலகாபாத்தில் அவருக்கு அழகான இடம் கொடுக்கப்பட்டிருந்தது; அவருக்கு நல்ல வருவாயும் இருந்தது; அவரது அந்தஸ்துக்கு ஏற்ற மரியாதையும் அவருக்குக் கொடுக்கப்பட்டது.[12]

நான் முன்பு கூறியதுபோன்ற மற்றுமொரு வளாகத்தில் பேரரசர் முகமது ஷா[13] அவர்களின் கல்லறை காணப்படுகிறது. நாதிர் ஷா டில்லியைத் தாக்கியபோது இவர் பேரரசராக இருந்தார். முகமது ஷாவின் தாயார், மனைவி, மகள் ஆகியோரின் கல்லறைகளும் அவரது கல்லறைக்கருகில் இருக்கின்றன. மற்றோர் இடத்தில் இருந்த, என்னை மிகவும் தன்பால் ஈர்த்த ஒரு கல்லறை பரிதாபத்திற்குரிய தாரா ஷீகோவின் சகோதரியும், ஷாஜஹானின் புதல்வியுமான ஜஹனரா பேகத்தின் கல்லறைதான்.[14] ஜஹனரா பேகத்தின் கல்லறைக்கு ஒரு புறத்தில் தற்போதைய பேரரசரின் சகோதரர் கல்லறையும் மறுபுறம் அவரது மகளின் கல்லறையும் உள்ளன. ஜஹனராவின் கல்லறை மேலே மூடப்படவில்லை. மையப்பகுதியில் புல்முளைத்துள்ளது. கல்லறைமீது கீழ்க்கண்ட வாசகம் பொறிக்கப்பட்டுள்ளது. இந்த வாசகத்தின் முதல் மூன்று வரிகளை ஜஹனரா பேகமே எழுதியிருக்கிறாள்.

"என்னுடைய புதைகுழியின்மீது ஆடம்பரமான கட்டடம் ஏதும் தேவையில்லை;

ஆன்மாவில் குறைபாடுடையவர்களின் கல்லறைகள் புற்களால் மூடப்பட்டிருப்பதே மேல்;

எளிமையான இந்த ஜஹனரா புனித கிருஷ்டுகளைப் பின்பற்றுவோரின் சிஷ்யை, ஷாஜஹானின் புதல்வி."

பின்னர் நான் மிகப் பிரம்மாண்டமாகக் காட்சியளித்த ஹீமாயூனின் கல்லறையைச் சென்று பார்த்தேன்; இது பேரரசர் அக்பரால் கட்டப்பட்டது. நானூறு சதுர கஜப்

பரப்புள்ள ஒரு வளாகத்தின் மையத்தில் இது கட்டப் பட்டுள்ளது. சுற்றிலும் மதிற்சுவர்கள் காணப்படுகின்றன. இனிமேல் நான் கல்லறைகள் பற்றி வர்ணிப்பதை நிறுத்திக் கொள்ள வேண்டும்.[15] இந்த இடத்தில்தான் ஒரு சலவைக்கற் பலகையின்கீழ் தாரா ஷீகோவின் தலை புதைக்கப்பட்டுள்ளது. எளிதில் உணர்ச்சி வசப்படக் கூடியவராக இருந்தாலும், மேல்தட்டு மக்களின் கல்வி முறையை மாற்றியமைத்து, தன்னுடைய ஆட்சி காலத்தில், நாட்டின் தலைவிதியையே மாற்றியவர் தாரா ஷீகோ. இந்தியாவில் மராட்டியர்களின் ஆட்சிக்குத் தடையாக இருந்தவர் அவர். ஆனால் அவர் தக்காணத்தின் சுதந்திரத்திற்கு பங்கம் விளைவிக்கவில்லை. தக்காணத்தை அழித்தவர், தாரா ஷீகோவின் மதவெறி பிடித்த சகோதரர் ஔரங்கசீப். மதச்சார்பின்மையும், சமயக் கல்வியும், ஒன்றிலிருந்து ஒன்று பிரிக்கப்பட முடியாமல், முகமதியர்களிடம் இருந்தது. இந்த முறை சிவில் மற்றும் இராணுவ அதிகாரிகளின் மூலம் பாரசீகத்திலிருந்து இந்தியாவிற்கு வந்தது. அந்தக் கல்விமுறையை வசதிபடைத் தவர்களும், கல்வியறிவு படைத்தவர்களின் குழந்தைகளும் மட்டுமே பெறமுடியும். கொராஸான், பாரசீகம் போன்ற இடங்களிலிருந்து இந்தியாவுக்கு வந்தவர்களே, இங்கு நிர்வாகத்தில் முக்கியப் பொறுப்புகளில் இருந்தார்கள். இவர்கள் தங்கள் இனத்தைச் சேர்ந்தவர்களையே ஆதரித்தார்கள். மற்றவர்கள் இத்தகையோரின் அதிகாரத்திற்குக் கீழேயே பணிபுரிந்தனர். மேற்கேயிருந்து வந்த இந்தப் பணக்கார முகலாயக் கல்விமுறை இந்தியா முழுவதும் பரவியது. தாரா ஷீகோ மட்டும், தனது இளைய சகோதரர்களை அடக்கிவிட்டுத் தான் அதிகாரத்திற்கு வந்திருந்தால், இந்த நிலைமையை மாற்றியிருப்பார். கிறிஸ்தவர்களையும், இந்துக்களையும் முக்கிய பணிகளில் அமர்த்தியிருப்பார். இதனால் பணக்காரர்களின், அதாவது பிரபுத்துவ வர்க்கத்தாரின் வாழ்க்கை முறைகளும், மக்களின் கல்விமுறையும் மாறியிருக்கும்.[16]

தாராவின் வெட்டுண்ட தலையை மூடியிருந்த சலவைக்கற் பலகையைப் பார்த்தவுடன் எனது நெஞ்சகத்தில் பல எண்ண ஓட்டங்கள் ஏற்பட்டன. பல நாடுகளின் தலைவிதிகளும் பல பேரரசுகளின் தலைவிதிகளும், சில குறிப்பிட்ட சம்பவங்களால் மாற்றியமைக்கப்பட்டுள்ளன. அந்த

சம்பவங்களை விபத்துகள் என்று கூட நாம் சொல்லலாம். கோல்கொண்டா சுரங்கத்திலிருந்து மிகப்பெரிய வைரக்கல் ஒன்று கிடைக்கப்பெற்றது. பேராசைக்காரரான மீர் ஜும்லா என்ற பாரசீகர் அந்த வைரக்கல்லைப் பெற்றது, அதை அவர் பேரரசர் ஷாஜஹானிடம் கொடுத்தது – சமுகர் போர்க்களத்தைவிட்டு தாரா அகன்றது, ஔரங்கசீப் யானையின்மீது அமர்ந்திருந்தது போன்ற சம்பவங்களால் இந்தியாவின் தலைவிதி மாறியது – இந்தியாவில் கிறிஸ்தவ சமயமும், ஐரோப்பிய இலக்கியங்களும், அறிவியல் கொள்கைகளும் பரவியது போன்ற பல நிகழ்வுகள் எனது எண்ணத்தில் தோன்றின.[17] டூர்ஸ் இல் சரசென்களை மார்டெல் வெற்றிகொள்ளாமல் இருந்திருந்தால்[18] அரபு மொழியும், பாரசீக மொழியும், செம்மொழிகளாக இருந்திருந்தால் இஸ்லாம் ஐரோப்பாவின் சமயமாக இருந்திருந்தால் நமது தேவாலயங்களும், கல்லூரிகளும் இருக்குமிடங்களில் மசூதிகளும், கல்லறைகளும் இருந்திருந்தால் – அமெரிக்கா, நன்னம்பிக்கை முனை காம்பஸ் அச்சு எந்திரம், நீராவி எஞ்சின், டெலெஸ்கோப், கோப்பர் நிகஸ் முறை போன்றவை கண்டுபிடிக்கப்படாமல் இருந்திருந்தால் – கேனி என்ற இடத்தில் நடைபெற்ற யுத்தத்தில் வெற்றி பெற்ற ஹேனிபல் தன்னுடைய முகத்தை ரோமாபுரியை விட்டுத் திருப்பாமலேயே இருந்திருந்தால் அவனுடைய சகோதரன் அஸ்ட்ருபாலின் கடிதம் இடைமறிக்கப்படாமல் இருந்திருந்தால் இப்போது நாம் டையர், சிடான் போன்ற இடங்களில் பேசப்படும் மொழிகளையே பேசிக் கொண்டிருப் போம்; இந்துக்களைக் காப்பாற்றுவதற்குப் பதிலாக நமது குழந்தைகளை சிவனுக்கும், சனிபகவானுக்கும் பலி கொடுத்துக் கொண்டிருப்போம். பரிதாபத்திற்குரிய தாரா அவர்களே! உங்களது தந்தையின் பேராசையாலும், உங்களது மகனின் பேராசையாலும், அவர்களுடைய உதவியில்லாமலேயே நீங்கள் உங்களுடைய பணிகளை நிறைவேற்ற நினைத்ததும், எப்போதாவது உங்களுக்கு ஏற்படும் உணர்ச்சிக் கொந் தளிப்பால், நீங்கள் பலம்பொருந்திய இந்து மன்னர்களைப் பகைத்துக் கொண்டதும் நடைபெறாமல் இருந்திருந்தால், உங்களது பெருந்தன்மைமிக்க இதயமும், விசாலமான மனமும் இந்தப் பேரரசில் நிலைபெற்றிருந்திருந்தால் நிலைமை வேறுவிதமாக மாறியிருக்கும்.

புகழ்மிக்க ஜும்மா மசூதியை ஒரு நாள் நான் சென்று பார்த்தேன். இந்த அழகான கட்டடத்தை முஸ்லிம் ஆண்டு 1060இல் பத்து லட்ச ரூபாய் செலவில் ஷாஜஹான் கட்டியிருக்கிறார். இந்தியாவில் மனிதனின் உழைப்பிற்கும், பிழைப்பிற்கும் மதிப்பில்லை. இங்கிலாந்தைப் போன்று அல்லாமல், இங்கு பணம் நான்கு பங்கு மதிப்புமிக்கதாக உள்ளது. இதேபோன்ற ஒரு கட்டடத்தைக் கட்டிமுடிக்க இங்கிலாந்தில் 4,00,000 பவுன்டுகள் செலவாகியிருக்கும். தனது சுவைக்கேற்ப, தனக்குப் பிடித்தமான வடிவமைப்பில், மற்ற கட்டடங்களைப் பேரரசர் எப்படிக் கட்டினாரோ அப்படித்தான் இதையும் கட்டியுள்ளார்.[19] எனக்குப் பின்னால், எனக்குத் துணையாக, நன்கு உடையணிந்த மூன்று அடக்கமான இந்துப் பணியாட்களும், ஒரு முகமதியப் பணியாளனும், பேரரசரால் அனுப்பி வைக்கப்பட்டிருந்தனர். ஜும்மா மசூதியின் பிரம்மாண்டமான அமைப்பின் மீதே என் கவனம் முழுவதும் இருந்ததால், வாயில் அருகே என்ன நடக்கிறது என்பதை கவனிக்க நான் தவறிவிட்டேன். திரும்பிப் பின்னால் பார்த்தபோதுதான் நடந்தது எனக்கு தெரியவந்தது. வாயில் காப்பாளர்கள், எனது மூன்று இந்துப் பணியாட்களையும் வாயிலிலிலேயே நிறுத்திவிட்டனர். அவர்கள் தங்களது காலணிகளை வெளியே விட்டுவிடவும், என்ன சொன்னாலும் கேட்பதாகவும், என் பின்னால் செல்ல அனுமதித்தால் போதுமென்றும் காப்பாளர்களைக் கேட்டுக் கொண்டார்கள். சிலை வழிபாட்டாளர்களை உள்ளே விடுவதற்கு அனுமதியில்லை என்று காப்பாளர்கள் மறுத்துவிட்டனர். தங்களுடைய தலைவர் குரான் வாசிப்பவர் என்றும், அவர் மனசாட்சிப்படி குரான்மீது நம்பிக்கையற்றவராக இருந்தாலும், வெளியாட்கள் உள்ளே வருவதை விரும்பமாட்டார் என்றும் கூறினார்கள். தன்னிடமும் ஒரு சமய நூல் உள்ளது என்றும், பல்லாயிரம்பேர் அதைப் பின்பற்றுகிறார்கள் என்றும், அப்புத்தகம் அவர் களுடையதைப் போல் பெருமைமிக்கது அல்லது அதைவிட அதிகப் பெருமைமிக்கது என்றும் என்னுடைய பணியாளன் 'நாத்து' சொல்ல நினைத்தான். ஆனால் அந்த முகமதியக் காவலாளிகளின் கடுமையான முகத்தைப் பார்த்து, தான் சொல்லவந்ததை நிறுத்திக் கொண்டான். தன்னுடைய சாத்திரங்களையும், கிருஷ்ணன் நிகழ்த்திய அற்புதங்களையும்.

சொல்ல அவன் அச்சப்பட்டான். காவலாளிகளையும், குரானையும் தன்னால் விழுங்கிவிட முடியும் என்பவனைப் போல் பார்த்துக்கொண்டு நின்றான் அவன். பின் அவனைக் காப்பாற்ற நான் சென்றேன். முகமதியர்கள் பெயர் சொல்லி அழைக்கும் புத்தகங்கள் விவிலியத்தின் பழைய ஏற்பாடும், புதிய ஏற்பாடும், திருக்குரானும்தான்.

ஷாஜஹான் கட்டிய ஓர் அரண்மனையையும் நான் சென்று பார்த்தேன். இது யமுனை நதியின் வலப்புறக் கரையோரம் ஒரு நாற்கரப் பரப்பினுள் உயரமான சுற்றுச் சுவர்களுடன் காணப்படுகிறது. செந்நிற மணற்பாறைக் கற்களால் கட்டப்பட்டுள்ள இந்த அரண்மனையின் சுற்றளவு ஒரு மைல். அரண்மனையின் ஒரு பக்கம் யமுனை நதியை நோக்கியும், மற்ற மூன்று புறங்களும் நகரின் வீதிகளை நோக்கியும் உள்ளன.[20] அரண்மனையின் நுழைவு வாயில் மிகவும் அழகாகவும், மேற்கு திசையை நோக்கியும் அமைந்துள்ளது.[21] நுழைவாயிலுக்கு நேராக இருபது கஜதூரத்தில் தர்பார் ஹால் அமைந்துள்ளது. இது ஒரு மிகப் பெரிய அரங்கம். இதன் மேற்கூரை சுண்ணாம்பு காரையால் ஆனது. சிவப்பு மணற்பாறை கற்களால் உருவாக்கப்பட்ட நான்கு பெரிய தூண்கள், கூரையைத் தாங்கி நிற்கின்றன. தற்போது இந்தத் தூண்களின் மீது வெள்ளைச் சுண்ணாம்பு பூசப்பட்டுவிட்டது. ஒரு தூணில் சித்தூர் அரசர் பயன்படுத்திய கத்தியின் அடையாளம் காணப்படுகிறது. தன்னை மரியாதைக் குறைவாகப் பேசிய ஒரு முகலாய அமைச்சரை பேரரசர் முன்னிலையில் சித்தூர் அரசர் தன் கத்தியால் நெஞ்சில் குத்திக் கொன்றுவிட்டார். அந்தக் கத்தியின் அடையாளம்தான் தூணில் காட்டப்பட்டுள்ளது. பேரரசர் முன்னாலேயே எப்படி அவ்வாறு செய்தீர்கள் என்று அவரைக் கேட்டார்கள்.

"சுவர்க்கத்தின் நீதிமன்றமாய் இருந்தாலும்
தவறுகளை நான் சரியானவைகளாக மாற்றிவிடுவேன்"

என்று பதில் கூறினார் சித்தூர் ராஜா.[22]

சிம்மாசனம், தர்பார் மண்டபத்தின் பின்பகுதியில், மையத்தில், ஓர் அலங்கார வளைவின் கீழ் உள்ளது; இந்த

சிம்மாசனம் தரையிலிருந்து பத்தடி உயரத்தில் அமைந்துள்ளது. இதன் அகலம் பத்தடி. இதன் மேற்பகுதி பளிங்கால் ஆனது. பல்வேறு பூ வேலைப்பாடுகளை அதில் காணமுடிகிறது. இப்போது இது சிதிலமடைந்துவிட்டது. சிம்மாசனம் அமைந்துள்ள அறை முன்பக்கம் திறந்தும், பதினைந்தடி அகலத்திலும், ஆறடி ஆழத்திலும் உள்ளது. இந்த சிம்மாசன அறையின் பின்புற வாயில் வழியாக பேரரசர் தன் தனியறையிலிருந்து உள்ளேவந்து, ஆசனத்தில் அமர்வார். சிம்மாசன அறையின் இடப்புற வாயிலின் வழியாக தலைமை அமைச்சர் சபைக்குள் வருவார். அதற்குப் படிக்கட்டுகள் உள்ளன. சிம்மாசனத்திற்கு முன்னே ஓர் அழகிய சலவைக்கல் மேடை மூன்றடி உயரத்தில் உள்ளது. இந்த மேடையின்மீது நின்று கொண்டுதான், அரசரின் செயலர்களில் ஒருவர் பொதுமக்கள் கொடுக்கும் கோரிக்கை மனுக்களை அரசரிடம் கொடுப்பார்; அதேபோன்று அரசர் அளிக்கும் ஆணைகளையும் ஏற்றுக்கொள்வார். அரண்மனை வாயிலிலிருந்து, தர்பார் மண்டபத்தின் உட்பகுதிவரை, மன்னரைக் காண வரும் மக்கள் நூற்றியிருபது கஜதூரத்திற்கு, கொஞ்சம் கொஞ்சமாகக் குனிந்து வரவேண்டும். தன்னிடம் எந்தவித சலனமும் இல்லாமல், ஒரு பளிங்குச் சிலை போன்று மன்னர் அமர்ந்திருப்பார்.

சிம்மாசன அறையின் மூன்று பக்கங்களிலும், சுவர்களில் விலையுயர்ந்த இரத்தினக் கற்கள் பதிக்கப்பட்டிருந்தன. இரத்தினக் கற்களைக் கொண்டே பறவைகளின் உருவங்களும், பூக்களின் உருவங்களும் செய்யப்பட்டிருந்தன. ஷாஜஹான் இந்த அரண்மனையைக் கட்டியபோது காபூலும், காஷ்மீரும் இந்தியாவுடனேயே இணைந்திருந்தன. நாதிர் ஷாவின் படையெடுப்பிற்குப் பின் இப்பகுதிகள் தனித்தனியே பிரிந்து சென்றுவிட்டன.[23]

சிம்மாசன அறையின் பின்பக்கச் சுவரின் மேல்பகுதியிலும், இரத்தினக் கற்கள் பதிக்கப்பட்டுள்ளன. அங்கு ஸ்பேனிஷ் உடையணிந்த ஓர் ஐரோப்பியன் கிடார் வாசிப்பது போன்ற உருவமும் காணப்படுகிறது. 'ஓர்ஃபியஸ்' பறவைகளையும், விலங்குகளையும் மகிழ்விப்பதுபோல் அந்த உருவம் சித்தரிக்கப்பட்டுள்ளது. இதனை வடிவமைத்தது 'ஆஸ்டின் டீ போர்டோ' என்பவராகத்தான் இருக்க வேண்டும்.

தாஜ்மகாலில் பல இடங்களில் குரானின் வாசகங்களைப் பொறித்தவர் ‘ஷிராஸ்’லிருந்து வந்த ‘அமானத் கான்’ என்பவர் இவர் தனது பெயரையும் பெரிய எழுத்துகளில் பொறித்துக்கொள்ள அனுமதிக்கப்பட்டார். ஷாஜஹானும், அவரது மனைவியும் புதைக்கப்பட்ட இடத்தின் வலது கைப்பக்கத்தில் அமானத் கானின் பெயர் உள்ளது. கி.பி. 1638–39ஆம் ஆண்டில் இந்தப் பணி நடைபெற்றிருக்க வேண்டும். “மிகவும் எளிமையான ஃபக்கீர், ஷிராஸைச் சேர்ந்த அமானத்கான்” என்று பொறிக்கப்பட்டுள்ளது. ஆஸ்டின் – டீ – போர்டோ, அமானத்கானைவிட பேராசைக்காரர். தனது பெயருக்கு பதில் தன் உருவத்தையே அரண்மனைச் சுவரில் பதித்து வைக்க பேரரசர் ஷாஜஹானிடம் அனுமதி பெற்றுவிட்டார்.[24]

தனிப்பட்ட ஒரு சிலரை அழைத்துப் பேசும் அறை ‘திவான் – இ – காஸ்’ எனப்பட்டது. இது மற்ற அறைகளைக் காட்டிலும் விலையுயர்ந்த பொருட்களைக் கொண்டு உருவாக்கப்பட்டிருந்தது. இந்த அறையை சலவைக் கற்களால் ஆன தூண்கள் தாங்கிக் கொண்டிருந்தன. இந்த அறையில் சிம்மாசனம் மையப்பகுதியில் இருந்தது. இதன்மீது ஏறி அமர்வதற்குப் படிகள் இருந்தன. சிம்மாசனத்திற்கென தனிக்கூரை இருந்தது; நான்கு மூலைகளிலும் நான்கு மயில் உருவங்கள் இருந்தன.[25] இங்கிருந்துகொண்டுதான், ஔரங்கசீப் தன்னுடைய சகோதரர்களான தாராவையும், ‘முராத்’தையும் கொல்வதற்கான கட்டளைகளைப் பிறப்பித்திருக்க வேண்டுமென்று நான் எண்ணினேன். தனது மகன் முகமதுவை சிறிது சிறிதாக விஷம் வைத்துக் கொல்வதற்கான உத்தரவையும் ஔரங்கசீப் இங்கிருந்துதான் பிறப்பித்திருக்க வேண்டும். இவ்வளவுக்கும், முகமது போர்களில் தன் தந்தையுடன் சேர்ந்து வீரமாகப் போர்புரிந்தவன்தான். போரில் வென்றபின், தன் தந்தை ஔரங்கசீப்பை அதிர்ச்சியடைய வைக்க, துடுக்காக அதிகாரத்தைத் தன் பாட்டனார் ஷாஜஹானுக்கு மீண்டும் கொடுப்பதுபோல் முகமது செய்தது இந்த அரண்மனையிலிருந்துதான். வீரம்செறிந்த சுலைமான் சங்கிலியால் கட்டப்பட்டு இங்குதான் நிறுத்தி வைக்கப்பட்டிருந்தான். தன்னுடைய சகோதரன் சிஃபிர் ஷீகோவுடன், சிறிது சிறிதாக அவன் விஷம் வைத்துக்

கொல்லப்படுவதற்கான தண்டனையைப் பெற்றதும் இதே அரண்மனையிலிருந்துதான். அவன் தனது தந்தை பட்ட கஷ்டங்களையும், எதிர்கொண்ட அபாயங்களையும், அவரது மிருகத்தனமான கொலையையும் நேரில் பார்த்தவன்.[26] நாதிர் ஷா முகலாயப் பேரரசர் முகமது ஷாவை போரில் தோற்கடித்தான். அவரது சேனையை அழித்தான்; கருவூலத்தைக் கொள்ளையடித்தான்; சிம்மாசனத்தைப் பிடுங்கிக்கொண்டான்; தலைநகர் டில்லியில் இருந்த ஆயிரக்கணக்கான அப்பாவி மக்களை, ஆண் என்றும், பெண் என்றும், குழந்தைகள் என்றும் பாராமல் கொன்றுகுவித்தான். இறந்துபோன மக்களின் உடல்கள் வீதிகளில் சிதறிக்கிடந்தபோது, முகமது ஷாவும், நாதிர்ஷாவும் இதே அரண்மனையில் அமர்ந்து பானம் அருந்திக்கொண்டிருந்தனர். வென்றவனுக்கும், வெல்லப்பட்டவனுக்கும் வேறுபாடு தெரியவில்லை.[27]

இந்த டில்லி அரண்மனையின் திவான்-இ-காஸ் என்ற அறையில்தான், பக்கத்தில் இருக்கும் அலங்கார வளைவுகளில் ஒன்றில்

"இப்பூவுலகில் சுவர்க்கம் என ஒன்று இருக்குமேயானால் அது இதுதான், இதுதான், இதுதான்" என்ற வாசகம் பொறிக்கப்பட்டுள்ளது.[28] இப்போது இதை சுவர்க்கம் என்று கருதமுடியாது. இங்குதான் ஆயிரத்தி இருநூறு அரசர்களும், அரசிகளும் படங்களாகக் கூடியுள்ளனர்.[29]

பொது நன்மையைக் கருத்தில் கொண்டு பேரரசருக்குக் கொடுக்கவேண்டிய ஓய்வூதியத்தை, ஆங்கிலேய அரசாங்கமே, அவரது குடும்பத்தார்களுக்குப் பகிர்ந்தளித்து விடுகிறது. இதனால் ஒன்றுக்கும் உதவாதவர்கள் அரசகுடும்பத்தில் தங்களை இணைத்துக்கொண்டு பொழுதுபோக்குவது தடுக்கப்படுகிறது. இப்போது தைமூரின் பரம்பரையைச் சேர்ந்த அரசர்களும், அரசிகளும், இந்தியாவில், புழுக்களைப் போல எங்கும் நிறைந்து, உண்ண உணவின்றி, உடுத்த உடையின்றி அவதிப்படுகிறார்கள். அவர்களுக்கு நல்ல கல்வியின் மூலம் நமது அரசாங்கத்தில் வேலைகளைக் கொடுப்பதற்கு, கல்லூரிகளை ஏற்படுத்தலாம் என்று ஆங்கிலேய அரசாங்கம் யோசித்து வருகிறது. அப்படியொரு கல்லூரி தொடங்கப்பட்டால் இப்போது ஓய்வூதியம் வாங்கும்

முன்னாள் முகலாயப் பேரரசரின் ஒரு குடும்பம் மட்டுமே சிவில் நிர்வாகத்திற்குத் தேவையான, அனைத்துப் பணியிடங்களுக்குமான ஆட்களை அனுப்பி வைத்துவிடும். அப்படி அவர்களுக்கு வேலை கிடைத்துவிட்டால் நமது அரசாங்கத்திற்கும், பொதுவாக சமுதாயத்திற்கும் வரப்போகும் கெடுதல் மிகவும் அதிகம். வேலைகிடைக்காவிட்டால் கெடுதல் அந்த அரச குடும்பத்தினருக்கு; அவர்களும் கூட்டத்தில் கலந்து மற்றவர்களைப் போல் வாழ வேண்டியதுதான். அவர்களை அவர்கள் போக்கிற்கே விட்டுவிட்டு, கூட்டத்தோடு கலக்க விடுவதே மேல். அவர்களை திருப்திப்படுத்தவே முடியாது. அவர்கள் எல்லா இடங்களிலும் ஏதாவது தீயதைச் செய்துகொண்டு தான் இருப்பார்கள்; ஓரிடத்தில்கூட அவர்களால் நன்மை ஏற்படாது. முன்னாள் அரச குடும்பத்தைச் சேர்ந்த இந்த முகலாயர்களை மக்களோடு கலக்கவிட்டால், அவர்கள் மற்றவர்களை அவமதிப்பார்கள்; போக்கிரித்தனத்தில் ஈடுபடுவார்கள்; ஒவ்வொரு நாளும் நாம் குறுக்கிட்டு பொதுமக்களுக்குப் பாதுகாப்பளிக்க வேண்டும். அவர்களது முன்னாள் பெருமை சிறிது சிறிதாகக் குறைந்துவிடும்; நாளடைவில் அவர்கள் எந்த முக்கியத்துவமும் இன்றி அடையாளம் தெரியாமல் போய்விடுவார்கள். பேரரசரின் நெருங்கிய உறவினர் ஒருவர் ஜபால்பூரில் தங்கியிருந்தார். அவரது பெயர் "கம்பக்ஷ்". அரச குடும்பத்தாரில் நல்லறிவுடைய ஒருவர் என்று கருதப்பட்டவர்.[30] நகரத்திலிருந்த அனைத்து வணிகர்களையும் ஏமாற்றியதுதான் அவர் செய்த நன்மை. டில்லியிலிருந்து வந்திருந்த, கிழிந்த ஆடையணிந்த கீழோர்களிடம் 'கம்பக்ஷ்' சேர்ந்து பழகுவதைப் பார்க்கும் வரை மக்கள், 'பாதுஷாக்களும் அவர்களது வழித்தோன்றல்களும் மிகப்பெரிய மனிதர்கள்' என்றுதான் நினைத்துக் கொண்டிருந்தார்கள்; அவர்களைப் பற்றி பேசமாட்டார்கள்; அவர்களை நெருங்கமாட்டார்கள். கம்பக்ஷ் ஜபல்பூரில் தங்கியிருந்த கடைசி காலத்தில் அவரைப் பற்றிய புகார்கள் எனது நீதிமன்றத்துக்கு அதிகம் வர ஆரம்பித்தன. தைமூர் என்ற மரத்தின் இக்கிளையைப் பற்றிப் பேசக்கூடாது; ஆனால் தவிர்க்கவேண்டும் என்ற முடிவுக்கு மக்கள் வந்தனர். மாதம் ஒன்றுக்குப் பத்து ஷில்லிங் வருமானத்திற்குக்கூட வழியில்லாத இதுபோன்ற அரசர்கள் பிரிட்டிஷ் அரசாங்கத்தின்

பிரதிநிதிக்கு கடிதம் எழுதும் போது "தங்களின் குறிப்பிடத்தக்க அடிமை" என்று தங்களைக் கூறிக்கொள்வார்கள். "மேன்மை தங்கிய மன்னரின் கடிதம், அடிமையிடம் கிடைத்தது" என்று பிரிட்டிஷ் அரசின் பிரதிநிதி பதில் எழுதுவார்![31]

காஸியுதீனின் கல்லறை ஓர் அருமையான கட்டடம். அது ஒரு கல்லூரியாகவும் செயல்பட்டு வந்தது. பொதுவாக உள்ளதுபோல் கல்லறையும், மசூதியும் இணைந்தேயிருந்தன. நான் அங்கு சென்றிருந்தேன். கல்லறையிலிருந்த புதைகுழியின் மேல் சலவைக் கற்பலகை இருந்தது. அதைச் சுற்றிலும் திரைகள்போல் சலவைக்கற்பலகைகள் நடப்பட்டிருந்தன. அங்கு நான் பார்த்த கல்வியறிவுமிக்க, இறையுணர்வுடைய முகமதியர்கள் ஒரு செய்தியை என்னிடம் தெரிவித்தனர். "புதைகுழியின் மீது வைக்கப்படும் கற்பலகையில், மையத்தில் ஒரு திறப்பு இருத்தல் வேண்டும் என்பதுதான் அந்த செய்தி. அதன்வழியாக தண்ணீர் உள்ளே செல்ல முடியும்; மண் உள்ளே செல்ல முடியும்; புல் முளைக்க முடியும். அராஸில் இன் ஊதுகுழல் ஒலி கேட்டு, இறந்தவர்கள் மீண்டும் உயிர்த்தெழும்போது அவர்களுக்கு வெளியேவர எந்தத் தடையும் இருக்கக்கூடாது.[32] மனிதனுக்குள்ள தற்பெருமை புதைகுழியின் மீது சலவைக்கற் பலகையை வைத்து மூடத் தூண்டுகிறது. இந்த ஒன்றில் மட்டும் மனிதர்கள் ஆன்மிக சட்டத்தை மீறுவதில்லை. புனிதர்களின் கல்லறைகளில் கூட தற்காலத்தில் முரசுகளும், ஊதுகுழல்களும் ஒலிக்கின்றன. எங்களது மூதாதையர்களின் காலத்தில் இப்படியெல்லாம் இருந்ததில்லை. முற்காலத்தில் மோசஸ், ஏசு, நபிகள் நாயகம் போன்ற புனிதர்களின் கல்லறைகளின் மீதுதான் கற்பலகைகள் வைக்கப்பட்டன" என்றனர் அந்த அறிஞர் பெருமக்கள். குதுப் ஷா போன்ற புனிதர்களின் கல்லறைக்கு மக்கள் கூட்டம் கூட்டமாக இந்துக்களின் பண்டிகை தினமான 'வசந்த பஞ்சமி' தினத்தில் ஏன் வருகிறார்கள் என்று நான் அவர்களை வினவினேன். "உலகின் முடிவு நெருங்கிவிட்டதையே இது காட்டுகிறது. நாங்கள் எங்களுக்குள் எழுபத்திரண்டு பிரிவுகளாகப் பிரிந்து நிற்கவில்லையா? இந்து சமயத்திடம் விழுந்துவிடவில்லை? ஒவ்வொரு நாளும் பெரிய, பெரிய தவறுகளைச் செய்யவில்லையா? உலகின் கடைசி நாள் நெருக்கத்தில் உள்ளது என்பதைக் காட்டும் அறிகுறிகள் தான் இவை." என்று அவர்கள் பதில் சொன்னார்கள்.[33]

உலகத்தின் முடிவைப்பற்றி பல்வேறு மனிதர்களின் கருத்துகளையும், தனிப்பட்ட சிலரின் கருத்துகளையும் வைத்து, ஒருவர் ஆர்வத்தைத் தூண்டும் ஒரு புத்தகத்தை எழுதமுடியும். இந்துக்களுக்குப் பல உலகங்களும், பல சகாப்தங்களும் இருந்துள்ளன. நல்லதிலிருந்து தீயதிற்கு மாறுவதை – அதாவது பொற்காலம், இரும்பு காலமாக மாறுவதை ஆயிரக்கணக்கான ஆர்வமிக்க நிகழ்வுகள் காட்டுகின்றன.[34] "பஞ்சபாண்டவர்கள், ஊரைவிட்டகன்று, பனிபடர்ந்த இமயமலையில் யாரும் காணாதவண்ணம் தங்களை ஏன் புதைத்துக் கொண்டார்கள்?" என்று நன்குபடித்த ஓர் இந்துப் பூசாரியை நான் கேட்டேன். "பாரத யுத்தம் முடிந்தபிறகு அமைதியாக டில்லியில் ஆட்சி செய்து கொண்டிருந்தார் யுதிஷ்ட்ரர். ஒரு நாள் அவர் தனது நான்கு சகோதரர்களுடனும், ஐவருக்கும் உரிய மனைவியான திரௌபதியுடனும், சாப்பிட உட்கார்ந்தார். சாப்பிடலாம், என்று அரசர் சொன்னவுடன் உணவை மூடியிருந்த மூடி எடுக்கப்பட்டது. சாதத்தின் மீது நன்கு வளர்ந்திருந்த ஓர் ஈ உட்கார்ந்திருந்ததைப் பார்த்து அனைவரும் திகைத்துப் போனார்கள். யுதிஷ்ட்ரா உடனே எழுந்துவிட்டார். 'உணவில் ஈக்கள் மொய்த்தால் உலகம் அழியப் போகிறதென்று பொருள். சகோதரர்களே! பொற்காலம் முடிந்து இரும்புக் காலம் வந்துவிட்டது என்பதை இது காட்டுகிறது' என்றார் அரசர். ஒரு கவளம் உணவைக் கூட யாரும் உண்ணவில்லை. அதற்குப் பின் வெளியேறிய பாண்டவர்களை யாரும் பார்க்கவுமில்லை; அவர்களைப் பற்றிக் கேள்விப்படவுமில்லை" என்றார் பூசாரி. "கங்கைச் சமவெளியிலிருந்து, இமயம்வரை பல இடங்களில் அவர்கள் இருந்ததற்கான அடையாளங்கள் இருக்கின்றன. தங்களின் மூதாதையர்கள் பிறந்த இடங்களை அவர்கள் (பஞ்சபாண்டவர்கள்) மிகவும் விரும்புகின்றனர். தற்போது அவர்கள் இருப்பதாக நம்பப்படுவது டில்லியில்தான். (இந்திரப் பிரஸ்தம் என்று பாரதத்தில் சொல்லப்படுவது டில்லிதான்). இரும்புக் காலத்தில் ஈக்கள் மொய்க்காத உணவேயில்லை. பொற்காலத்தில் உணவில் ஓர் ஈ இருப்பதுகூட அபூர்வம்தான்" என்று கூறி முடித்தார் பூசாரி.

இந்தியாவிலுள்ள முகமதியர்கள், இங்கு முகலாய ஆட்சி மீண்டும் ஏற்படாதா என்று ஏக்கப் பெருமூச்சு விடுகிறார்கள்.

தைமூரின் வழித்தோன்றல்கள் மீண்டும் அதிகாரத்தைப் பெறவேண்டும் என்பதல்ல அவர்களது அவா. இங்கிலாந்தில் கன்சர்வேட்டிவ் கட்சியும், தொழில்கட்சியும் அதிகாரத்திற்கு வர எப்படி ஏங்குகிறார்களோ அப்படித்தான் இந்த முகமதியர்களும். அவர்களுடைய ஆட்சி மீண்டும் வந்தால், அவர்களுக்குப் பதவிகள் கிடைக்கும்; இந்தியா போன்ற ஒரு நாட்டில் பதவிதான் எல்லாமும். ஆங்கிலேயர்களைப் போன்றே, ஒவ்வொரு முகமதியனும் தனது திறமை பற்றி உயர்வாகவே நினைத்துக் கொண்டிருக்கிறான்; தனக்குள்ள நற்பேற்றிலும் அவனுக்கு நம்பிக்கையுள்ளது. வழி திறக்கப் பட்டால் தாங்களும் தங்கள் குழந்தைகளும் தங்களை நன்கு நிலைநிறுத்திக் கொண்டுவிடலாம் என்று எல்லா முகமதியர்களும் நினைக்கிறார்கள். உலகில், முகமதியர்கள் போன்று ஒரு சிலரிடமே கல்வியறிவு நன்கு ஊடுறுவியுள்ளது. மாதம் இருபது ரூபாய் ஊதியம் பெறும் ஒரு முகமதியன், தன் புதல்வர்களுக்கு ஒரு பிரதம அமைச்சர் தன் குழந்தை களுக்குக் கொடுக்கும் கல்விக்கு இணையானதொரு கல்வியைக் கொடுக்கிறான். நமது குழந்தைகள் கல்லூரிகளில் கிரேக்கம், லத்தீன் போன்ற மொழிகளின் மூலம் அறிவு விளக்கம் பெறுவதைப்போல், முகமதியச் சிறுவர்கள் அரபு, பாரசீக மொழிகளின் மூலம் தங்கள் பாடங்களைக் கற்றுக்கொள் கின்றனர். இலக்கணம், பேச்சுக்கலை, தர்க்க சாத்திரம் போன்ற பாடங்களை அவர்கள் படிக்கிறார்கள். ஆக்ஸ்ஃபோர்ட் பல்கலைக்கழகத்தில் பயிலும் ஒரு மாணவன் எப்படி சாக்ரட்டிஸ், அரிஸ்ட்டாட்டில், பிளாட்டோ, ஹிப்போகி ரேட்டஸ், கேலன், அவிசென்னா போன்றோர்களின் கருத்துகளை படித்துத் தெரிந்து கொள்கிறானோ அதேபோன்று ஒரு முகமதிய மாணவன் தனது பாடத்தில் ஏழு ஆண்டுகளில் பாண்டித்தியம் பெற்றுவிடுகிறான். எந்த மொழிகளின் மூலம் எந்தப் பாடங்களை அவன் படித்தானோ அவைகள்தான் இந்தியாவில் தேவைப்படுகின்றன.[35] எனவே தற்போது ஐரோப்பியர்களால் நிரப்பப்பட்டுள்ள உயர்பதவிகளை தான் பெறவேண்டுமென விரும்புகிறான். மனிதனின் மனம் எப்படி இயங்குகிறது என்பதைத் தெரிந்துகொள்ளவும், அவனது உணர்ச்சிகளைப் பற்றி புரிந்துகொள்ளவும், வாழ்க்கையில் அவனது கடமைகள் என்ன என்பதைக் கற்றுக்கொள்ளவும் ஒரு மாணவன், இமாம் முகமது

கஸாலி,[36] நஸீநதீன் துசி[37] போன்றோரின் நூல்களைப் படித்து அதிகம் பயன்பெற முடியாது. பிளாட்டோவும், அரிஸ்டாட்டிலும்தான் மேற்சொன்னவைகளைப் பற்றி அதிகம் எழுதியுள்ளனர்; அல்லது மற்ற நாட்டு அறிஞர்கள் இதே பாடல்களை எப்படி விளக்கியுள்ளனர் என்பதைப் படித்துத் தெரிந்துகொள்ள வேண்டும். இஷ்யாவுல் உலூம் அவர்களின் கருத்துகள் “கிமியா–இ–சபதத்”, “அக்லக்–இ–நஸிரி” என்ற இரு நூல்களில் சுருக்கிச் சொல்லப்பட்டுள்ளன. சாதி[38] அவர்களின் கவிதைகள் பாடம் சொல்லிக்கொடுக்கும் முறை பற்றி விளக்குகின்றன. மேற்குறிப்பிட்ட நூல்கள்தான் முகலாயர்களின் மிகப்பெரிய “பியரியன் நீரூற்று”. இந்த நூல்களிலிருந்துதான் ஒழுக்கக் கல்வியை அவர்கள் கற்கின்றனர். இந்த ஊற்று நீரைத்தான் அவர்கள் இளமைக் காலம் முதல் முதுமைவரை பருகுகின்றனர். இவைகளைத் தவிர வேறு நீரூற்று அவர்களைப் பொருத்தவரை இல்லை என்றுதான் சொல்ல வேண்டும்.

முகமதியர்கள் முன்பு இந்துஸ்தானத்தில் இருந்த தங்களது முகலாய ஆட்சியை நினைவுபடுத்திக் கொள்வது அவர்களுக்குள்ள பதவி ஆசையால் மட்டுமல்ல. “நாங்கள் எங்கள் பேரரசருக்காகவும், அவரது குடும்பத்தினர்களுக்காகவும் ஒவ்வொரு நாள் இரவும் பிரார்த்தனை செய்கிறோம்; ஏனெனில் நாங்களும் எங்களது மூதாதையர்களும் அவரது உப்பைத் தின்றவர்கள்; அதாவது எங்களது முன்னோர்கள் அரசாங்க சேவையில் இருந்தவர்கள்; அதன் காரணமாக பிரபுக்களாக வாழ்ந்தவர்கள்.” அவர்கள் அப்படி இருந்தார்களோ, இல்லையோ – இருந்தது போல் மற்றவர்களிடமும், தங்கள் குழந்தைகளிடமும் காட்டிக்கொள்வார்கள். இது ஒரு மாதிரியான பகட்டாரவாரம். இதேபோன்றுதான் இந்தியாவில் வாழ்ந்துவரும் ஆங்கிலேயர்களும், உலகின் மற்ற இடங்களில் இருக்கும் ஆங்கிலேயர்களும் தாங்கள் கன்சர்வேட்டிவ் கட்சியின் கொள்கைகளையும், உணர்வுகளையும் பெற்றிருப் பதாகக் கூறிக்கொள்வார்கள். தங்களது குடும்பங்களைச் சேர்ந்தவர்கள் ஒரு காலத்தில் பிரபுக்களாக இருந்தவர்கள் என்பதைக் காட்டவே அவர்கள் அவ்வாறு கூறுவார்கள். கன்சர்வேட்டிவ் கட்சியை உயர்த்திப் பேசுவது, இராணுவத்திலும், கடற்படையிலும், தேவாலயங்களிலும் உயர் பதவிகளைப்

பெறுவதற்கே. தாங்கள் ஒரு கௌரவமான பிரிவைச் சேர்ந்தவர்கள் என்பதையும், அவர்களது விருப்பங்களை யறிந்தே அதிகாரத்தில் இருக்கும் கன்சர்வேட்டிவ் கட்சியினர் முடிவுகளை எடுப்பார்கள் என்றும் காட்டிக்கொள்ளவே அவர்கள் அவ்வாறு பேசுவார்கள்.[39]

அச்சம், ஆச்சரியம் ஆகிய இரண்டும் கலந்தே மனிதன் உருவாக்கப்பட்டுள்ளான். உலகில் தான் செயல்படவும், மற்றவர்கள் செயல்பட வழிகாட்டவும் அவன் இளமைக்காலம் தொட்டே சக மனிதர்களோடு கலந்து பழகவேண்டும். ஓர் ஆண்மகன் அவ்வாறு கலந்து பழகாமல் அந்தப்புரத்தினுள் தாயால் அல்லது மகளிரால் வளர்க்கப்பட்டால் அவன் மூடத்தனமாக அல்லது சராசரி அறிவுத்திறமையுள்ள வனாகத்தான் இருப்பான். இதை வேறு ஓர் இடத்தில் நான் முன்பே கூறியிருக்கிறேன். கூர்ந்து கவனித்தவர்களால் மட்டுமே இதைப் புரிந்துகொள்ள முடியும்.[40] இப்போது டில்லியின் முகலாயப் பேரரசராக உள்ள பரிதாபத்திற்குரிய முதியவர் முன்பு சொன்ன கருத்துக்கு ஓர் எடுத்துக்காட்டு. மக்கள் இவரிடம் அதிகம் எதிர்பார்க்கிறார்கள். இவர் அந்தப்புரத்தினுள் வளர்க்கப்படாமல், வெளிமனிதர்களுடன் பழகியிருந்தால் மன்னர் என்ற பெயருக்கு ஏற்றவராக இருந்திருப்பார்.[41] இன்றைக்கும் அவர் ஒரு குழந்தைதான். ராஜா ஜீவன் ராம் என்பவர் ஒரு மிகச் சிறந்த ஓவியர்; நல்ல மனிதர், நேர்மையானவர். மன்னரின் உருவத்தை வரையும்படி பணிக்கப்பட்டிருந்தார். ஓவியத்தை வரைய மன்னர் இரண்டு அல்ல மூன்று முறை ஓவியர் முன்பு அமர்ந்தவுடன் ஓவியம் அந்தப்புரத்திற்கு எடுத்துச் செல்லப்பட்டது. அங்கிருந்த பெண்கள் அந்த ஓவியத்தைப் பார்க்க வேண்டுமென்பதால், அந்தப்புரத்திற்கு எடுத்துச் செல்லப்பட்டது. அடுத்த முறை ஓவியர் வந்தபொழுது, ஓவியத்தில், தனது மூக்கிற்குக் கீழேயுள்ள கருப்புப் பகுதியை (கருப்பாகத் தெரியும் இடத்தை) அகற்றிவிடுமாறு மன்னர் ஓவியரைக் கேட்டுக் கொண்டார். "மாமன்னர் அவர்களே! நிழல் தெரியாமல் ஓர் ஓவியத்தை எப்படி வரையமுடியும்? பல்லாயிரக்கணக்கான மக்கள் உங்களது நிழலில்தானே வாழவேண்டும்" என்று மிகப் பணிவாக பதில் சொன்னார் ஓவியர். "உண்மைதான் ராஜா. மனிதனுக்கு நிழல் தேவைதான்.

ஆனால் அந்த நிழலை மூக்கினடியில் வைக்க வேண்டிய அவசியம் என்ன இருக்கிறது?" என்றார் மன்னர், ஓவியரைப் பார்த்து. "பெண்கள் இதை அனுமதிக்கமாட்டார்கள் நான் வாழ்நாள் முழுவதும் மூக்குப்பொடி போடும் பழக்கம் உள்ளவனைப்போல் ஓவியம் இருப்பதாகப் பெண்கள் கருத்து தெரிவிக்கின்றனர்; உண்மையிலேயே தோற்றம் அசிங்கமாகத்தான் உள்ளது; ஒருபக்கமாக திருகிக்கொண்டிருப் போல் உள்ளது; ஆரம்பத்திலேயே இதை நான் சொன்னேன்" என்று மேலும் சொன்னார் மன்னர். ஓவியர் ராஜா தான் வரைந்த நிழலை ஓவியத்தைவிட்டு அகற்றும்படி நேர்ந்து விட்டது. மூக்கும் அதன் நிழலும்தான் ஓவியரைப் பொருத்தவரை அந்த ஓவியத்தில் மற்ற பகுதிகளைவிட சிறப்பாக இருந்தவை. தன்னைப் படமாக வரைபவர்கள் தான் ஓர் தோட்டத்தில் இருப்பதுபோன்றும், வெளிச்சத்தில் இருப்பதுபோன்றும்தான் வரையவேண்டும் என்று எல்லா ஓவியர்களுக்கும் ஆணை பிறப்பித்திருந்தாள் ராணி எலிஸபெத். ஓவியர் ராஜா அடுத்தமுறை அரண்மனைக்கு வந்தபொழுது, தான் மிகவும் கவலைபட்டுக்கொண்டிருந்த ஒரு விஷயத்தைப்பற்றி அவரிடம் ஆலோசனை கேட்க விரும்பினார் மன்னர். தன்னை அலட்சியப்படுத்திய, மரியாதைக் குறைவாக நடந்துகொண்ட சேவகன் ஒருவரை பணியிலிருந்து அகற்றவேண்டும் என்பதைப் பற்றிதான் மன்னர் ஓவியரிடம் பேச விரும்பினார். முதலில் மன்னர், பக்கத்தில் யாராவது இருக்கிறார்களா என்று பார்த்துக் கொண்டார். பின் ஓவியரின் காதருகே சென்று தான் அந்தப் பணியாளை அகற்றி விட விரும்புவதாகக் கூறினார். "மாமன்னர் விரும்பவில்லையெனில் உடனே அவனை வெளியே அனுப்பிவிட வேண்டியதுதானே?" என்றார் ஓவியர் ராஜா.

"நான் அவனை பணிநீக்கம் செய்யவே விரும்புகிறேன். பல மாதங்களாக நான் அந்த எண்ணத்தில்தான் இருக்கிறேன். ஆனால் அப்படிச் செய்வதற்கு ஒரு திட்டத்தைத் தீட்ட வேண்டும்" என்றார் மன்னர். "மாமன்னருக்கு விருப்பமில்லை யெனில் அவனை உடனே வெளியேபோகும்படிச் சொல்ல வேண்டியதுதானே? அடுத்த நிமிடத்திலிருந்து நீங்கள் அவனைப் பார்க்கவேண்டியதேயில்லை" என்றார் ஓவியர்.

"அதெல்லாம் சரிதான்; அவனை நான் பார்க்கவேண்டிய தில்லைதான். ஆனால் அவன் மந்திரத்தால் எனக்குக் கொடுக்கும் மயக்கம் எப்படியும் என்னை வந்து சேர்ந்துவிடும். ஆகையால் அவனை நல்ல முறையில், அவனது மனம் கோணாமல் வெளியே அனுப்பவே நான் விரும்புகிறேன்." என்றார் மன்னர்.

ஓவியர் ராஜா மீரட் நகருக்குத் திரும்பியவுடன் மன்னரின் புதல்வர்களில் ஒருவரோ அல்லது நெருங்கிய உறவினரோ, அந்த நகரத்தைப் பார்க்க விரும்பி அங்கு வந்தார். அவரது கூடாரம் நாடக அரங்கம் ஒன்றின் அருகே அடிக்கப்பட்டிருந்தது. மன்னரின் மகன் / உறவினர் ஒரு நாள் மாலை மீரட் நகருக்கு வந்தார். அன்று இரவே அரங்கத்தில் நாடகம் நடைபெறுவதாக இருந்தது. பின் நாடகமும் நடந்தது. நாடகம் நடந்து கொண்டிருந்தபோது, இரவு நேரத்தில் இளவரசரிடமிருந்து ஓவியர் ராஜாவுக்குப் பலதடவை செய்திகள் வந்தன. அச்செய்திகளில் தனது கூடாரத்தில் பேய்களின் நடமாட்டம் அதிகமிருப்பதாகச் சொல்லப்பட்டிருந்தது. அவ்வாறு இருக்க வாய்ப்பில்லையென ராஜா பதில் அனுப்பிவைத்தார். நள்ளிரவில் இளவரசர் அனுப்பிவைத்த ஆள் ஒருவன் ராஜாவைச் சந்தித்தான். பேய்த்தொல்லை தாங்க முடியாமல் போய்விட்டதென்றும், இளவரசரால் இனி பொறுத்துக்கொள்ள இயலாதென்றும், அவர் அன்று இரவே டில்லிக்குத் திரும்பிவிட முடிவுசெய்து விட்டார் என்றும் கூறினான். பேய்களை விடிவதற்குள் அங்கிருந்து ஓட்ட ஆவன செய்யவேண்டுமென்றும் கூறினான். உடனே ஓவியர் ராஜா இளவரசர் தங்கியிருந்த முகாமிற்குச் சென்று பார்த்தார். இளவரசர் மிகுந்த திகைப்பிலும், திண்டாட்டத்திலும் இருந்தார். அவரும் அவருடன் வந்தவர்களும் நாடக அரங்கத்தைப் பார்த்துக்கொண்டு அமர்ந்திருந்தனர். அரங்கத்திலிருந்து பொருட்களை ஏற்றிக் கொண்டு கடைசி பெட்டிகள் அப்போதுதான் வெளியே சென்றுகொண்டிருந்தன. விவரம் அறியாத அந்தக் கூட்டத்தினர் அவைகளைப் பார்த்து பேய்கள் என்று பயந்துவிட்டனர்.[42]

இப்போது டில்லியில் ஓய்வூதியம் பெற்றது வாழ்ந்து கொண்டிருக்கும் அரச குடும்பம் தைமூரின் வழிவந்தது

என்று பொதுவாக நம்பப்படுகிறது. ஏனெனில் உண்மையில் முகலாய அரச மரபைத் தோற்றுவித்த 'பாபர்' தைமூரிலிருந்து ஏழாவது தலைமுறையைச் சேர்ந்தவர்.[43] தைமூர் இந்தியாவில் காலடியெடுத்து வைத்தது முகமதுவை நம்பாத பல லட்சம் இந்துக்களைக் கொன்று குவிக்கத்தான்[44]; நாட்டிலுள்ள அனைத்து அசையும் சொத்துகளையும் தைமூர் சூறை யாடினான். ஆனால் தன்னுடைய பிரதிநிதியாக அவன் யாரையும் இந்தியாவில் விட்டுச் செல்லவில்லை. அவன் தன்னை மன்னன் என்று பிரகடனப்படுத்திக் கொள்ளவில்லை; எந்த அரச பரம்பரையையும் இங்கு அவன் உருவாக்கவில்லை. அவனுக்குப் பிறகு ஏழு தலைமுறை சென்றுவிட்டாலும் வட இந்திய மக்கள் 'நொண்டித் தைமூர்' என்ற அரக்கனின் பெயரைக் கேட்க நேர்ந்தாலே நடுங்குகின்றனர். தானும் தைமூரைப் போன்றே பல அரக்கர்களைத் தன் சேனையில் வைத்திருப்பதுபோல் ஒரு எண்ணத்தை பாபர் மக்கள் மத்தியில் பரப்பினார். மக்களை நடுங்க வைக்கும் அதே நோக்கத்திற்காகவே பாபர் தன்னைத் தைமூரின் வாரிசு என்று சொல்லிக்கொண்டார். இதுபோலவே மாவீரன் அலெக்ஸான்டர் தன்னை எகிப்தியப் பாலைவனத்திலுள்ள, கால்களில் குளம்புகளும், தலையில் கொம்புகளும் உடைய ஒரு கடவுளின் வாரிசு என்று கூறிக்கொண்டான். தன்னை சர்வவல்லமை படைத்தவன் என்று காட்டிக்கொள்ளவும், தான் செய்வது அனைத்தும் தெய்வீகமானது என்று நம்பவைக்கவும் அலெக்ஸான்டர் அவ்வாறு தன்னைப்பற்றிக் கூறிக்கொண்டான்.

தனது பேரர் அக்பரைப் போல் மிகச்சிறந்தவராக இல்லா விட்டாலும் பாபர் ஒரு விரும்பத்தக்க தலைவர். ஒரு மிகப்பெரிய அரச பரம்பரையைத் தோற்றுவிக்க ஏற்ற ஒரு நபர்; எதிர்கால சந்ததியினர், எப்போதும் கற்பனை செய்து பார்த்துக் கொள்ளத்தக்கவர். ஆனால் தைமூர் ஓர் ஆக்ரோஷமான அரக்கன். அவனது சேனையிலிருந்த அரக்க வீரர்களை எப்படி ஒருங்கிணைத்து நடத்திச் செல்வது என்பது அவனுக்குத் தெரியும். நாட்டு மக்களையும், அவர்தம் நற்பணிகளையும் எவ்வாறு அழிப்பதென்பதும் தைமூருக்குத் தெரியும்; அதைத் தவிர அவனுக்கு வேறொன்றும் தெரியாது.[45] அவன் இந்தியாவின்மீது படையெடுத்து வந்தபோது,

சமயவேறுபாடின்றி, சென்ற நகரங்களிலும், கிராமங்களிலுமிருந்த மக்களைக் கொன்றுகுவித்தான். அவர்கள் ஆணா பெண்ணா என்று பார்க்காமல், அவர்களின் வயதையும் பார்க்காமல் எல்லோரையும் தனது வாளுக்கிரையாக்கினான். அவனை யாராவது எதிர்த்தால் மக்கள் அனைவரையும் கொல்வான். மக்களிடமிருந்த சொத்துகள் அனைத்தும் பறிமுதல் செய்யப் பட்டன. சிலரை சித்திரவதை செய்து அவர்களிடமிருந்த பொருட்களைப் பிடுங்கிக் கொண்டான். எந்த ஒரு கிராமமும் அல்லது நகரமும் அவனது வெறித்தனமான தாக்குதலிலிருந்து தப்பவில்லை. தன்னுடைய சேனைக்குத் தேவைப்படும் தானியங்களை எடுத்துக் கொண்டான். தூக்கிச் செல்ல முடியாமல் எஞ்சியிருந்தவைகளை எரித்தான். ஏனெனில் எஞ்சியிருக்கும் தானியத்தால் சில முஸ்லிம் அல்லாத மக்கள் உயிர் வாழ்ந்துவிடக்கூடும்; தாக்குதலுக்குத் தப்பியவர்கள் பிழைத்துவிடலாம். ஒருவன் உயிர்பிழைத்திருக்க வேண்டு மென்றால், தன் உயிருக்கான விலையைக் கொடுக்கவேண்டும். ஒருவனின் உயிரது மதிப்பு தைமூரின் அலுவலர்களால் நிர்ணயிக்கப்படும். அது அவனுடைய மொத்த சொத்தின் மதிப்பைவிட அதிகமாக இருக்கும். எனவே அவன் கொல்லப் படுவது உறுதி.

இந்தியப் போர் வீரர்கள் ஒன்று கொல்லப்பட்டார்கள் அல்லது கைதிகளாகப் பிடிக்கப்பட்டார்கள். தைமூரின் இராணுவ அதிகாரிகள், சிறைபிடித்த வீரர்களிடமிருந்த மதிப்புமிக்க பொருட்களை முதலில் கவர்ந்து கொண்டார்கள். சிறைபிடிக்கப்பட்டவர்களோ அல்லது அவர்களின் குடும்பத் தினர்களோ கைத்திறன் படைத்தவர்களாகவும் இருக்கலாம் என்று எண்ணி பலரை விட்டுவைத்தனர். விட்டு வைக்கப் பட்டவர்களில் ஆண்கள், பெண்கள், குழந்தைகள் என அனைவரும் இருந்தனர். தைமூருக்குப் பிடித்த வேலைகளைச் செய்ய தாங்கள் தயாராக இருப்பதாகவும், தங்கள்மீது கருணை காட்ட வேண்டுமென்றும் சிலர் கேட்டுக் கொண்டனர். டில்லிக்குள் நுழைவதற்கு முன் தைமூரின் சேனை யமுனையின் இடதுபுறக்கரையில் முகாமிட்டுத் தங்கியிருந்தது. அப்போதுதான் தனது போர்வீரர்கள், ஆயிரக்கணக்கில், ஆண்களும், பெண்களும், குழந்தைகளுமாக கைத்திறனாளிகளைப் பிடித்து வைத்திருப்பது தைமூருக்குத்

தெரியவந்தது. இவர்களில் போர் வீரர்கள் யாருமில்லை. இவர்களில் ஆண்களைமட்டும் வைத்துக்கொள்வதோ அல்லது விரட்டி விட்டுவிடுவதோ ஆபத்தானது என்று தைமூர் நினைத்தான். பெண்களையும், குழந்தைகளையும் மட்டும் விரட்டிவிடுவதும் சங்கடமானதுதான். இவர்களில் நபிகள் நாயகத்தின் மீது நம்பிக்கையில்லாதவர்கள் யார் என்று தைமூர் வினவினான். அவர்கள் அனைவரும் இந்துக்கள் என்று அவனிடம் கூறப்பட்டது. உடனே ஒவ்வொருவனும் கொல்லப்பட வேண்டும் என்று ஆணை யிட்டான் தைமூர். அவர்களைக் கொல்லாமல் விட்டால் அவர்களைத் தப்பிக்கவிட்ட அதிகாரிகள் கொல்லப்படுவார்கள் என்று உத்தரவு பிறப்பித்தான் அவன். இந்த ஆணை பிறப்பிக்கப்பட்ட ஒரு மணி நேரத்தில் ஒரு லட்சம் இந்துக்கள் கொல்லப்பட்டார்கள் என்று குறிப்பிடுகிறார் தைமூரின் புகழ்பாடுபவரும், அவனின் வரலாற்றாசிரியருமான ஒருவர். கொல்லப்பட்டவர்களின் உடல்கள் யமுனை ஆற்றில் வீசப்பட்டன. ஒரு ஆடு கொல்லப்படுவதைக்கூட விரும்பாத அரண்மனை வைத்தியர் கௌலானா நஸீருதீன் அமர் தனது கூடாரத்திலிருந்த பதினைந்து அடிமைகளை வெட்டிக் கொல்ல வேண்டியிருந்தது. தன்னுடைய வீரர்களில் பத்தில் ஒரு பங்கு வீரர்கள் இந்தியப் பெண்களையும், குழந்தை களையும், ஒட்டகங்களையும் கண்காணித்து வரவேண்டும் என்று பின்னால் ஆணையிட்டான் தைமூர். இவர்கள் தைமூரின் சேனையால் பிடிக்கப்பட்டவர்கள்.[46]

விரைவில் டில்லி நகரம் கைக்கொள்ளப்பட்டது. வழக்கம் போல் உயிர்வாழ விருப்பமுடையோர் தங்களின் உயிரை தாங்களே விலைகொடுத்து வாங்கிக்கொள்ளவேண்டும். அதாவது தங்களது சொத்துகளைக் கொடுத்துவிட்டு உயிர் வாழவேண்டும். சொத்துகளைக் கையகப்படுத்த வீரர்கள் அனுப்பப்பட்டனர். பலர் கொல்லப்பட்டனர் அல்லது சித்திரவதை செய்யப்பட்டனர். பிறகு வழக்கம்போல் சூறையாடல் நடைபெற்றது. ஆண் பெண் என்று பாராமல், வயது வேறுபாடு பாராமல், சமயவேறுபாடு பாராமல், அனைவரும் கொல்லப்பட்டனர். பின்னர் தைமூரின் படைவீரர்கள் பழைய டில்லி நகரத்தில் அகதிகளை, தஞ்சம் புகுந்த மக்களைக் கொன்று குவித்தனர்; பலரை

சிறைபிடித்தனர்.[47] கடைசியாக எஞ்சியிருந்த மக்கள் ஒரு மசூதிக்குள் ஓடிச்சென்று தஞ்சம் புகுந்தனர். அந்த மசூதிக்குள் இரண்டு தளபதிகளின் தலைமையில் ஐநூறு வீரர்களை அனுப்பிவைத்தான். தைமூர்; முஸ்லிம் அல்லாத அந்த மக்களின் ஆன்மாக்களை நரகத்திற்கு அனுப்புவதே அவனது நோக்கம்! கொல்லப்பட்ட மக்களின் தலைகள் கோபுரம் போன்று குவித்து வைக்கப்பட்டன; உடல்கள் விலங்குகளுக்கும், பறைவகளுக்கும் இரையாக்கப்பட்டன. மக்களைக் கொன்று களைப்படைந்த வீரர்கள் எஞ்சியிருந்த வர்களை அடிமைகளாகப் பிடித்து, அவர்களை சங்கிலிகளால் பிணைத்தனர். அதிகாரிகள் அவர்களைப் பயன்படுத்திக் கொள்ளலாம். ஆனால் அந்த அடிமைகளில் கட்டிடத் தொழிலாளர்கள் மட்டும் தைமூருக்குத் தேவைப்பட்டனர். அவர்களை 'சாமர்கண்ட்' கொண்டு சென்று அங்கு டில்லியில் இல்த்துமிஷ் கட்டிய குதுப் மசூதி போன்று ஒன்றைக் கட்ட நினைத்தான் தைமூர். பின்னர், அரண்களால் சூழப்பட்ட, புகழ்மிக்க மீரட் நகருக்குள் காலடிவைக்க நினைத்தான் தைமூர். மீரட் நகரத்துமக்கள் தங்களைக் காத்துக்கொள்ள முடிவுசெய்தார்கள். ஒரு நூற்றாண்டுக்கு முன்னால் டார்மஷரின் (tarmah shirin) தலைமையில் வந்த, டார்டார் சேனையைத் தாங்கள் எதிர்கொண்டிருப்பதாக மீரட்மக்கள் பேசிக்கொண்டார்கள்.[48] இந்தப் பேச்சினால் தூபம் போடப்பட்ட தைமூர் தன்னுடைய அனைத்து வீரர்களையும் பயன்படுத்தி மீரட் நகரைப் பிடித்துவிட்டான். இந்துக்களில் ஆண்கள் அனைவரையும் உயிருடன் தோலுரித்தான். இந்துப் பெண்களையும், குழந்தைகளையும் தனது போர்வீரர்களுக்கு அடிமைகளாகப் பகிர்ந்தளித்தான். தனது சேனையில் ஒரு பிரிவை முகமது நபியின் மீது நம்பிக்கையில்லாதவர்களைக் கொல்லவும், கொள்ளையடிக்கவும் அனுப்பிவைத்தான். கங்கை யமுனை சமவெளிப் பிரதேசங்களில் அந்த சேனை வீரர்கள் கொள்ளையில் ஈடுபட்டனர். முக்கிய இராணுவப் பிரிவுக்குத் தானே தலைமையேற்று தைமூர் ஹரித்துவாரின்[49] மலைப்பிரதேசங் களுக்குச் சென்று தனது "புனிதக் கடமை"யைச் செய்தான். அதாவது மக்களை கொன்று குவித்தான். மக்களைக் கொன்று குவிக்கும் தனது பணி முடிந்தவுடன் தைமூர் தனது நண்பகல் வழிபாட்டை நடத்தினான்! தான் பெற்ற

வெற்றிகளுக்காக கடவுளுக்கு நன்றி செலுத்தினான்! இத்தகைய சமயப்போர்கள் இரண்டுவித நன்மையைச் செய்கின்றன என்று தனது படைவீரர்களை நோக்கிக் கூறினான் தைமூர்: முதலாவதாக இத்தகைய போர்கள் ஒருவன் சுவர்கத்திற்குச் செல்லும்போது, அங்கே அவனுக்கு நிரந்தரமான மகிழ்ச்சியைக் கொடுக்கின்றன; இரண்டாவது பூமியில் உள்ளவர்களுக்கு மதிப்புமிக்க பொருட்களைக் கொடுக்கின்றன. இப்படிப்பட்ட போர்களில் சிரமப்பட்டு உழைத்து கடவுளை மன நிறைவடையச் செய்யவும், சுவர்க்கத்தில் தான் மகிழ்ச்சியாக இருக்கவும், தனது வீரர்களுக்கும் ஏழைகளுக்கும் செல்வத்தைக் கொடுக்கவும்தான் என்று விளக்கமளித்தான் தைமூர்! இதற்கு அவனது வரலாற்றாசிரியர் ஒரு வினோதமான விளக்கத்தைத் தருகிறார்: குரானைப் பொறுத்தவரையில் ஒரு மனிதனுக்குக் கிடைக்கும் மாபெரும் புகழ் என்பது அவன் தன் சமயத்திற்கு எதிரானவர்களின் மீது போர் தொடுப்பதும், வெற்றி கொள்வதும். (எதிராளிகள் இஸ்லாமிய சமயத்தைப்பற்றிக் கேள்விப்பட்டிருக்கக்கூட வாய்ப்பில்லை). தனது நண்பர்களுக்காக ஆற்றிய உரைகளில் நபிகள் நாயகம் இந்தக் கருத்தைதான் வலியுறுத்தினார். இதன் காரணமாகத்தான் இஸ்லாமிய சமயத்தின்மீது நம்பிக்கையில்லாதவர்களைத் தீர்த்துக்கட்ட உறுதி பூண்டான் தைமூர்; அதனால் புகழடைய விரும்பினான் அவன். “என்னுடைய பெயர் இந்த பிரபஞ்சம் முழுவதிலும் திகிலை ஏற்படுத்தியுள்ளது. என்னுடைய சிறு அசைவுகூட இந்த பூமியைக் குலுக்கும் ஆற்றலுடையது” என்று கூறிக்கொண்டான் தைமூர்.

‘டிரான்ஸ் ஆக்ஸியானா’விலுள்ள தனது தலைநகர் ‘சாமர்கண்ட் என்ற நகருக்கு 1399ஆம் ஆண்டு மே மாதம் திரும்பி வந்தான் தைமூர். கொள்ளையடித்த பொருட்களுடன் ஏராளமான ஆண்களையும், பெண்களையும், குழந்தைகளையும் அடிமைகளாகப் பிடித்துவந்தது தைமூரின் சேனை. வரும் வழிநெடுகிலும் இந்த அடிமைகள் ஆட்டுமந்தைகளைப் போல் மேயவிடப்பட்டனர், கிடைத்ததை பொறுக்கித் தின்று அவர்கள் உயிர்வாழ்ந்தனர்; அல்லது செத்து மடிந்தனர். யமுனை ஆற்றங்கரைகளில் கொல்லப்பட்டவர்கள் போக எஞ்சியிருந்த ஒரு லட்சம் ஆண்கள் அடிமைகளாகப்

பிடிக்கப்பட்டனர். தன்னுடைய சேனையில் பத்தில் ஒரு பங்கு வீரர்களுக்கு, பிடிபட்ட பெண்களையும், குழந்தைகளையும் கண்காணிக்கும் பணியைக் கொடுத்தான் தைமூர். தலைநகர் டில்லியில் கொலை செய்யப்பட்டவர்கள் போக எஞ்சியிருந்தவர்கள் அடிமைகளாக்கப்பட்டார்கள்; அல்லது நகரைவிட்டு விரட்டப்பட்டார்கள். சாமர்கண்ட் திரும்பிய உடன் தைமூரின் சேனைத் தலைவர்கள் தங்களது அடிமைகளைத் தங்கள் விருப்பம்போல் பயன்படுத்திக் கொண்டார்கள். தைமூர் தனது அடிமைகளைக் கட்டடத் தொழிலாளர்களாகப் பயன்படுத்தினான். அருகிலிருந்த மலைகளிலிருந்து கற்களை வெட்டி எடுத்துக்கொண்டு வரச்செய்து, தான் விரும்பியது போன்று ஒரு மசூதியைக் கட்டினான்.[50]

(1399ஆம் ஆண்டு) அக்டோபர் மாதத்தில் தைமூர் தனது இராணுவத்திற்குத் தலைமையேற்று செல்வத்திலும், நாகரிகத்திலும் மேன்மைபெற்று விளங்கிய சிரியா, அனடோலியா, ஜியார்ஜியா போன்ற நாடுகளுக்கு படையெடுத்துச் சென்று அந்த நாடுகளிலிருந்த, நகர்களையும், ஊர்களையும், கிராமங்களையும் தரைமட்டமாக்கினான். ஆண், பெண், வயது வேறுபாடின்றி மக்களைக் கொன்று குவித்தான். தன்னுடைய சமயம் நிலைநாட்டப்படவும், கடவுளை திருப்திப்படுத்தவும், தன்னுடைய வீரர்களுக்கு வெகுமதியளிக்கவும் எப்போதும்போல் தைமூர் இந்தக் காரியங்களைச் செய்தான். உலகில் வணிக நகரங்களில் தலைசிறந்து விளங்கிய ஸ்மிர்னா நகரத்தின் கிறிஸ்தவ மக்களுக்கு, அவர்களை முகமதியர்களாக மாறிவிடும்படி ஒரு வேண்டுகோளை அனுப்பி வைத்தான் தைமூர். தன்னுடைய தளபதிகளையும், வீரர்களையும் அனுப்பி வைத்து அவர்களை மதம் மாறிவிடும்படி எச்சரிக்கை செய்தான். ஸ்மிர்னா நகரத்து மக்கள் மறுத்துவிட்டனர். சினங்கொண்ட தைமூர் தான் நேரடியாக அந்த இடத்திற்குச் சென்று எதிர்ப்பு தெரிவித்த மக்களின் ஆன்மாக்களை நரகத்திற்கு அனுப்பி வைத்தான்! அனடோலியாவின் துருக்கியப் பேரரசர் 'பஜாஸெட்' ஏழு ஆண்டுகாலம் இருந்துவந்த முற்றுகையை அப்போதுதான் ஒரு முடிவுக்குக் கொண்டு வந்திருந்தார். டிசம்பர், 1402ஆம் ஆண்டு[51]

நடந்தபோரில், தைமூர் பதினைந்தே நாட்களில் அனடோலி யாவைக் கைப்பற்றிவிட்டான். அவன் கண்ணில்பட்ட ஆண்கள், பெண்கள், குழந்தைகள் யாவரும் கொல்லப்பட்டனர். அனடோலியாவுக்கு ஆதரவாக சில கிறிஸ்தவர்கள் வந்திருந்தனர். அவர்களின் தலைகளைச் சீவி, உண்டி விற்களின் மூலம் அவைகளை காத்திருந்த கப்பலுக்கு அனுப்பி வைத்தான். கிறிஸ்தவர்கள் அனைவரும் கொல்லப் பட்டனர். அந்தநாட்டு முகமதியர்களும் விட்டுவைக்கப்பட வில்லை. பாக்தாத் நகரைக் கைப்பற்றிவுடன், ஒன்று அல்லது அதற்கு மேற்பட்ட கைதிகளின் தலைகளைச் சீவவேண்டும் என்று ஒவ்வொரு டார்டார் வீரனுக்கும் உத்தரவிடப் பட்டது, காரணம் சண்டையில் சில டார்டார் வீரர்கள் கொல்லப்பட்டதுதான். தைமூரின் வீரர்கள் எண்பது வயது நிறைவுற்ற முதியவர்களையும் விட்டுவைக்கவில்லை, எட்டு வயது சிறியவர்களையும் கொல்லாமல் விடவில்லை என்று எழுதுகிறார் ஒரு வரலாற்றாசிரியர். கொல்லப்பட்டவர்கள் எவ்வளவு என்பதை எண்ணுவது கடினமாக இருந்தது. எதிர்கால சந்ததியினருக்குப் படிப்பினையாக இருக்கும் பொருட்டு, இறந்தவர்களின் தலைகள் கோபுரம் போல் குவித்து வைக்கப்பட்டன. 90,000 பேர் கொல்லப்பட்டு அவர்களின் தலைகள் 120 பிரமிடுகளாகக் குவிக்கப்பட்டன. டமாஸ்கஸ், நைஸ், அலிப்போ, செபாஸ்டி,[52] நாடுகளில் இருந்த செல்வச்செழிப்பான, மக்கள் அதிகம் வசித்த நகரங்களுக்கும் இதேபோன்ற பேரழிவு ஏற்பட்டது. இந்த நகரங்கள் யாவும் நாகரிகமடைந்த நகரங்கள். அனைத்து நகரங்களுக்கும் பேரழிவு ஏற்பட்டதுடன், மக்கள் எந்த வேறுபாடுமின்றி கொன்று குவிக்கப்பட்டனர்.

1405ஆம் ஆண்டின் தொடக்கத்தில் தைமூர் இதேபோல் பல லட்சம் கிறிஸ்தவர்களையும், இந்துக்களையும் கொன்றான். அவர்களின் “ஆன்மாக்கள் நகரத்தின் ஆழமான குழிகளில் புதைக்கப்பட்டன.” கொல்லப்பட்டவர்களில் அனேக முகமதியர்களும் இருந்தனர். அவர்கள் மாண்டது கடவுளுக்கோ அல்லது அவரது தூதருக்கோ அவ்வளவாக மனமகிழ்ச்சியை அளித்திருக்காது! ஆனால் இருவரையும் திருப்திப்படுத்த தைமூர் இருநூறு மில்லியன் சீனர்களைக் கொன்றான். அவர்களில் ஒருவர்கூட குரானைப் பற்றிக்

கேள்விப்பட்டதில்லை; அதன் புனிதத்தைப் பற்றியும், அதற்கு விளக்கமளித்த நபிகள் நாயத்தைப் பற்றியும் அந்த சீனர்களுக்குத் தெரியவே தெரியாது. இருநூறு அல்லது முந்நூறாயிரம், ஆயுதம் தாங்கிய டார்டார் வீரர்கள் அடங்கிய பெரும்படைக்குத் தலைமை தாங்கி 1405ஆம் ஆண்டு ஜனவரி மாதம் 8ஆம் நாள் தலைநகர் சாமர்கண்டை விட்டுப் புறப்பட்டான் தைமூர். பனிக்கட்டிகளின்மீது நடந்து சென்று ஐசார்டிஸ்[53] என்ற இடத்தைக் கடந்தான். அவனது வரலற்றாசிரியர் கூறுகிறார்; "பெருந்தன்மையுடன் தைமூர் சீனத்தை வென்றான். சீனாவில் நபிகள் நாயகத்தை நம்பாதவர்களேயிருந்தனர். அவர்களை வென்றது ஒரு நற்பணி! தைமூர் நடத்திய மற்ற போர்களில் முகமதுவை நம்பியவர்கள்கூட கொல்லப்பட்டிருக்கலாம். அவர்கள் சிந்திய இரத்தத்திற்கு பிராயச்சித்தம் செய்ததுபோல் சீன யுத்தம் அமைந்தது." எவ்வளவு நியாயமான வரலாற்றாசிரியர்!

தைமூர், நேரடியாக இப்படிச் சொல்கிறான்: "என்னுடைய மாபெரும் வெற்றிகளில், இஸ்லாமிய சமயத்தில் நம்பிக்கை யுள்ளவர்கள் பலர் மரணமடைந்துள்ளனர். நான் முற்காலத்தில் என் வாழ்க்கையில் செய்த பாவங்களுக்குப் பிராயச்சித்தம் தேடவேண்டும். இஸ்லாத்தின் மீது நம்பிக்கை யற்றவர்களின்மீது போர் தொடுத்து, உருவ வழிபாடு செய்யும் சீனர்களை அழிக்க வேண்டும். அசாத்திய வலிமையின்றி இப்பணியைச் செய்ய முடியாது. எனவே எனது வீரர்களே, நீங்க்ள் சீனாவின்மீது படையெடுத்துச் செல்லவேண்டும். புனிதப் போர் புரியவேண்டும். இஸ்லாத்தின் மீது நம்பிக்கையற்றவர்களின் கோயில்களை இடித்துத் தள்ளவேண்டும்; அவ்விடங்களில் முகலாய மசூதிகளைக் கட்டவேண்டும். இப்பணிகளின் மூலம் நமது பாவங்கள் மன்னிக்கப்படும். நற்பணிகள், தீச்செயல்களைத் துடைத்து விடுகின்றன என்று நமது குரான் குறிப்பிடுகிறது." தைமூர் இப்படிச் சொன்னதும் அவனது அதிகாரிகளும், வீரர்களும் ஏகமனதுடன் அவன் கொடியின்கீழ் ஒன்று திரண்டு போரிட ஆயத்தமானார்கள். "பேரரசர் தனது கொடியை அசைக்கட்டும். அவர் பின்னால் நாங்கள் இவ்வுலகின் விளிம்பிற்கே செல்ல தயாராக இருக்கிறோம்" என்று அவர்கள் குரல் எழுப்பினர். ஆனால் ஐஸர்டிஸ் நகரைக்

கடந்தவுடனே, 1406ஆம் ஆண்டு ஏப்ரல் முதல் நாள் தைமூர் இறந்துவிட்டான். அவனது கொடூரத் தாக்குதலிலிருந்து சீன தேசம் தப்பியது. தத்துவ அறிஞரும், வரலாற்றாசிரியருமான ஷராஃபுதீன் இவ்வாறு கூறுகிறார். "குரான் குறிப்பிடுவது போல், மெக்காவுக்குச் செல்ல எண்ணி பயணம் மேற்கொள்ளும் ஒருவன், திடீரென்று வழியில் இறந்துவிட்டால் அவனது நற்செயல் சுவர்க்கத்தில் அவன் பெயரில் பதிவுசெய்யப்படும். அவன் மெக்காவுக்குச் சென்ற பலன் கிடைத்துவிடும். புனிதப் போருக்கும் இது பொருந்தும். புனிதப்போர் புரிந்த ஒருவன் சங்கடங்களுக்குட்பட்டாலோ, களைப்படைந்தாலோ, மரண மடைந்தாலோ அவன் தன் நோக்கத்தை நிறைவேற்றி விட்டதாகப் பொருள்." தைமூர் என்ற நொண்டி அரசன் சந்தேகத்திற்கிடமின்றி இருநூறு மில்லியன் மக்களை நரகத்திற்கு அனுப்பிவிட்டான். அதற்குக் காரணம் அவர்கள் ஒரு குறிப்பிட்ட புத்தகத்தை (குரானை) நம்பவில்லை; அதைப்பற்றி அவர்கள் கேள்விப்பட்டதுகூட இல்லை. 13ஆம் நூற்றாண்டின் தொடக்கத்தில் டார்டார்கள் சீனாவை வென்றபோது அவர்கள் முகமதியர்களாக இல்லை. "நடந்தவைகள் யாவும் கடவுளின் விருப்பப்படியே நடந்தன. கடவுள்தான் தைமூரின் மனதைத் தூண்டியவர். கடவுளின் கிருபையின்றி தைமூர் குளிர்காலத்தில் தன் சேனையை அழைத்துக் கொண்டு எப்படி இவ்வளவு நாடுகளுக்குப் படையெடுத்துச் சென்றிருக்க முடியும்?'' என்று சில "நல்லிணக்கமுடைய", "ஆழ்ந்த அறிவுள்ள" வரலாற்றாசிரியர்கள் கூறுகின்றனர்!

தைமூர் இறந்தபோது அவனது அரியணைக்கான வாரிசு, அவனது மகன் பீர்முகமது. தந்தை இறந்த இடத்தில் அவன் இல்லை. ஆனால் தைமூரின் மனைவியர்கள் அருகிலேயே இருந்தனர். தங்களின் கணவன் விட்டுச்சென்ற பணியை தங்களுக்குள் பங்கிட்டுக் கொள்ள விரும்பினர். தைமூரின் மரணத்திற்குப் பின் நிர்வாகக் குழு கூடியது. ராணிகளின் முடிவை ஏற்றுக்கொள்வதாக குழு தீர்மானித்தது. அவர்கள் எடுத்த முடிவின்படி இருநூறு மில்லியன் சீனர்கள் நரகத்தின் படுகுழிக்குள் தள்ளப்பட்டே ஆகவேண்டும். ஏனெனில் அது தைமூரின் விருப்பம். அதை நிறைவேற்றியே தீரவேண்டும். கடவுளின் விருப்பமும் அதுவே. அதிர்ஷ்ட

வசமாக அந்த விருப்பம் நிறைவேற்றப்படுவதற்குள் தைமூரின் மகன்களுக்கும், பேரரசர்களுக்குமிடையே கருத்து வேறுபாடுகள் ஏற்பட்டன. யார் தைமூருக்குப்பின் ஆட்சிக்கு வருவது என்பதில் சண்டை மூண்டது. எனவே ஏப்ரல்மாத ஆரம்பத்தில் தைமூரின் சேனை ஐஸார்டிஸ் நகரை விட்டு விலகி, பனியின்மீது பயணித்து நாடு திரும்பியது. சீனா தப்பித்துக் கொண்டது. இதுதான் நொண்டித் தைமூரின் வரலாற்றுச் சுருக்கம். அவனது "மகிமையும்", "நல் மனதும்" இந்தியர்களின் மனதில் குறிப்பாக பத்தில் ஒன்பது பங்கு எண்ணிக்கையில் காணப்படும் இந்துக்களின் மனதில் நிலைத்திருக்கும்! அவர்கள் தைமூரின் வாரிசுகளுக்கு அன்பாகவும், நன்றிக்கடன் பட்டவர்களாகவும் இருப்பார்கள்!!

நாடோடிக் கூட்டங்களைப் பற்றி நான் இப்போது சுருக்கமாகக் கூறப்போகிறேன். தைமூர் இந்தியாவிலிருந்து திரும்பிய பிறகு, இந்த நாடோடிகள் ஐரோப்பாவின் எல்லாப் பகுதிகளுக்கும் சென்றனர். பாலஸ்தீனம், சிரியா, ஆசியா மைனர், ஜியார்ஜியா போன்ற இடங்களிலிருந்து தைமூரால் பிடித்துக் கொண்டுவரப்பட்ட அடிமைகளும் டில்லியிலிருந்து கொண்டுவரப்பட்ட அடிமைகள் போன்றுதான் நடத்தப் பட்டனர். ஆனால் புதிய அடிமைகள் வந்து சேர்ந்ததும் பழைய இந்திய அடிமைகள் ஏற்பாரின்றி விடப்பட்டனர். டார்டார் வீரர்கள் ஓரிடத்தில் குடியமர அவர்களுக்கு அவகாசம் இல்லாமல் போய்விட்டது. மே மாதம் 1399இல் அவர்கள் மேற்காசியப் படையெடுப்பு தொடங்கியதால், அங்கே சென்றுவிட்டார்கள். அவர்களுக்கு இந்திய அடிமைகளை வைத்துப் பராமரிக்க சந்தர்ப்பம் கிடைக்கவே யில்லை. இந்திய அடிமைகள் பல நாடுகளுக்கும் பரவிச் செல்ல ஆரம்பித்தனர். பிச்சையெடுத்துப் பிழைத்தார்கள். அதைத் தவிர வேறு எதுவும் அவர்களுக்குத் தெரியாது. எந்த நாடுகளுக்கு அவர்கள் சென்றார்களோ, அந்த நாட்டின் மக்களைப்பற்றியோ, அவர்களின் பழக்கவழக்கங்கள் பற்றியோ, அவர்களின் மொழியோ, அடிமை மக்களுக்குத் தெரியாது. அரேபியா, பாலஸ்தீனம், சிரியா, அனடோபியா, ஜியார்ஜியா, சர்கேஸியா, ருஷ்யா போன்ற பல நாடுகள் தைமூரால் பாழ்படுத்தப்பட்டுவிட்டதால், அந்த மக்கள் எகிப்திற்கும் பல்கேரியாவுக்கும் சென்றார்கள். அங்கிருந்து

வேறு பல நாடுகளுக்கும் சென்றனர். சென்ற இடங்களில், முன்பே நாடோடிகளாக அங்கு வந்து தங்கியிருந்த தங்களைப் போன்றவர்களைச் சந்தித்தனர். அவர்களும், இவர்கள் பேசிய மொழியையே பேசினார்கள். இரண்டு நூற்றாண்டுகளுக்கு முன் செங்கிஸ்கான் இந்தியாவின் மீது படையெடுத்து வந்தபோது இந்திய மக்கள் பலரை கைதுசெய்து அடிமைகளாகக் கொண்டு சென்றான். 1303ஆம் ஆண்டு டர்மாஷெரீன் இந்தியாவின் மீது படையெடுத்து வந்தான். அவனும் அடிமைகளாக பலரை பிடித்துச் சென்றான். அவர்களும் இப்படித்தான் பல இடங்களுக்குச் சென்றார்கள். தைமூரின் அடிமைகள், பழைய அடிமைகளோடு சேர்ந்து குழுக்களாக உருவானார்கள். ஏனெனில் இருதரப்பாரும் ஒருவரையொருவர் புரிந்துகொள்ள முடிந்தது. கி.பி. 1011ஆம் ஆண்டு ஆறாவது முறையாக இந்தியாமீது படையெடுத்து வந்த கஜினி முகமது இரண்டு லட்சம் இந்து மக்களை அடிமைகளாகப் பிடித்துச் சென்றான். அதேபோல் கி.பி. 1017ஆம் ஆண்டு அதே கஜினி முகமது ஏழாவது முறையாக இந்தியாமீது படையெடுத்து வந்தபோது பல இந்துக்களை பிடித்துச் சென்றான். இந்திய அடிமைகள் மிகக் குறைவான விலைக்கு விற்கப்பட்டனர். ஒரு அடிமையின் விலை இரண்டு ரூபாய்தான். கஜினி முகமது பல முறை இந்தியாமீது படையெடுத்து வந்துள்ளான். இந்தியாவிலிருந்து திரும்பியதும், அவனும், தைமூரைப் போலவே பிடித்து வந்த இந்திய அடிமைகளை சிதற விட்டிருக்க வேண்டும். இப்படி சிதறி பல நாடுகளுக்கும் நாடோடிகளாகச் சென்ற இந்திய மக்கள் ஒருவரை ஒருவர் சுவீகரித்துக்கொண்டு ஒன்றாக வாழ முற்பட்டார்கள். இன்று வரை அவ்வாறு வாழ்ந்து வருகிறார்கள். அவர்கள் பேசும் மொழியை, இந்திய மொழிகளோடு நான் ஒப்பிட்டுப் பார்த்தேன். பல சொற்கள் இந்திய சொற்களோடு ஒத்துப் போகின்றன. ஒரு இந்தியன் இன்றுகூட எந்தவித சிரமமும் இன்றி ஐரோப்பாவில் வாழும் நாடோடி மக்களைப் புரிந்து கொள்ளமுடியும்;[56] ஐரோப்பிய நாடோடிக் குழுக்கள், இந்தியனைப் புரிந்து கொள்ள முடியும்.

எந்தக் குற்றமும் செய்யாத பல்லாயிரம் சீனர்களை, தைமூர் நரகப் படுகுழியில் தள்ளியதால் அவனுக்கு என்ன நன்மை என்பதை ஒரு நல்ல கிறிஸ்தவனால் புரிந்து

கொள்ள முடியாது. முகமதிய சமயக் கோட்பாட்டின்படி, நரகத்தை, மூச்சுமுட்டும்வரை மனிதர்களாலும், பூதங்களாலும் நிரப்புவதற்குக் கடவுள் சபதம் செய்தார். அதனால்தான் அவர் குரானின் நம்பிக்கைக்கு எதிராக பலரின் இதயங்களைக் கடினமாக்கினார். நம்பிக்கை வைத்திருந்தால் அவர்கள் சுவர்கத்திற்குச் சென்றிருப்பார்கள். பல்லாயிரக்கணக்கான சீன மக்களை நரகத்தில் தள்ளுவதால் (கொன்று குவிப்பதால்) தான் கடவுளுக்கு உதவிசெய்வதாக தைமூர் நினைத் திருக்கக்கூடும். அதேசமயத்தில் அவன் 'இஸ்லாம்' என்ற பசுமைநிலத்தை சீனாவில் உருவாக்கிட முடியும்; இதன்மூலம் சுவர்க்கத்துக்குச் செல்வோரின் எண்ணிக்கையையும் அதிகரிக்க முடியும்.

நீதிமன்றங்களில் முகமதியச் சட்ட அலுவலர்களின் தலைவராக இருந்த 'மஃப்ட்டி' என்பவருடன் ஒரு நாள் நான் பேசிக்கொண்டிருந்ததை கீழே தந்துள்ளேன்.[57]

''மஃப்ட்டி சாஹேப் அவர்களே! நபிகள் நாயகம் அவர்கள் இந்தப் பிரபஞ்சத்தைப் பற்றியும், அதன் விதிகளைப் பற்றியும் நன்கறிந்தவராகத்தான் இருந்திருப்பார். தன்னுடைய சீடர்களுக்கு அவைகளைப் பற்றி அவர் விளக்கியிருந்தால், அதுவரை தெரியாதவர்களும் அவைபற்றி தெரிந்து கொண்டிருப்பார்கள். அவர்களும், எதிர்கால சந்ததியினரும் இன்னும் அதிகமான நம்பிக்கையை நபிகளின் மீது வைத்திருப்பார்கள். நபிகள் அவ்வாறு செய்யாதது, சற்று வினோதமாக உங்களுக்குத் தோன்றவில்லையா?"

''இல்லவேயில்லை. மக்களுக்கு அவரது விளக்கம் புரிந்திருக்காது. அவர் சொன்ன மற்ற கருத்துகளை நம்பாதவர்கள், அவர் பிரபஞ்சத்தைப்பற்றி சொல்லியிருந்தாலும் நம்பியிருக்க மாட்டார்கள்." என்றார் மஃப்ட்டி.

"ஏன் அவர்கள் அவரை நம்பியிருக்க மாட்டார்கள்?"

"ஏனெனில், நம்பிக்கையின்மையால், தங்களது இதயத்தைக் கடுமையாக்கிக் கொள்ளாமல் இருந்தவர்கள் (நபிகளை நம்பியவர்கள்) அவர் சொன்னதால் மனநிறைவடைந்தனர். நம்பிக்கையற்றவர்களைப் பொறுத்தவரை, நீங்கள் அவர்களை எச்சரித்தாலும் ஒன்றுதான், எச்சரிக்காவிட்டாலும் ஒன்று தான். அவர்கள் நம்பமாட்டார்கள். கடவுள் அவர்களது

இதயங்களையும், காதுகளையும், கண்களையும் மூடிவிட்டார். அவர்களுக்கு ஒரு மிகப்பெரிய தண்டனை காத்துக் கொண்டிருக்கிறது."[58]

"ஏன் ஒரு சிலரின் இதயங்கள் நம்பிக்கையின்மையால் கடினமாகவேண்டும். நம்பிக்கையின்மை, தண்டனையைப் பெற்றுத்தருவது தெரிந்திருந்தும் ஏன் அவர்களின் இதயங்கள் அப்படி கடினமாகவேண்டும்?"

"ஏனெனில் அவர்கள் தீயவர்கள்."

"உங்களது நபிகள் அறிவித்ததில் அதிக நன்மைகள் இருப்பதாக நீங்கள் நம்புகிறீர்களா?"

"நிச்சயமாக நான் நம்புகிறேன்."

"நம்பியவர்கள், நம்பிக்கை பெற்று நல்லவர்களாக மாறிவிடுவார்களா?"

"சர்வநிச்சயமாக மாறிவிடுவார்கள்."

"பின் எதற்காக, அப்படியொரு நன்மை தரும் நம்பிக்கையைத் தவிர்த்து ஒரு சிலரின் இதயங்களை மட்டும் இறைவன் கடினமாக்க வேண்டும்?"

"நான் விரும்பினால், ஒவ்வொரு ஆன்மாவுக்கும் நல்வழியைக் காட்டுவேன். ஆனால் என் வாயிலிருந்து வந்தது நிறைவேறியே தீரவேண்டும். 'உண்மையாக, நான் நரகத்தை மனிதர்களாலும், பூதங்களாலும் நிரப்புவேன்' என்பது என் வாயிலிருந்து வந்தது." இது நிறைவே வேண்டாமா? எனக் கேட்டார் மஃப்ட்டி.[59] "இறைவன் தனக்கு அதுதான் விருப்பமென்றால், இந்தவுலகில் அனைத்து மக்களும் ஒரே சமயத்தைப் பின்பற்றும்படியே செய்திருப்பான். 'நரகத்தை நான் பூதங்களாலும், மனிதர்களாலும் நிறப்புவேன்' என்று இறைவன் சொன்னது நடந்தே தீரவேண்டும்."[60]

"தேவதைகளைப் போன்றே சைத்தானும் தீயால் உருவானவன் என்பதை நீங்கள் அனைவரும் நம்புகிறீர்களா?" என்று நான் கேட்டேன். "அவன் (சைத்தான்) ஆதாமை வணங்க மறுத்தான். ஆதாம் களிமண்ணால் செய்யப்பட்டவன் என்பதால் சைத்தான், ஆதாமை வணங்க மறுத்தான். அதனால் அவன் நரகத்தில் வந்து விழுந்தான். அப்படித்தானே?"

“ஆம், ஆதாமை வணங்கும்படி இறைவன் அவனிடம் கூறினார். அவன் மறுத்தான். உடனே இறைவன் ‘மற்ற தேவதைகள் ஆதாமை வணங்கும்போது உன்னை எது தடுக்கிறது இப்லிஸ்?’ என்று கேட்டார். ‘உங்களால் களி மண்ணால் உருவாக்கப்பட்டவனை வணங்குவது பொருத்தமாக இருக்காது’ என்று சைத்தான் பதில் கூறினான். உடனே கடவுள் சைத்தானைப் பார்த்து ‘இங்கிருந்து உடனே அகன்றுவிடு. நீ எல்லோராலும் கல்லால் அடிக்கப்படுவாய். இறுதித் தீர்ப்புநாள் வரை இந்த சாபம் உன் மீதிருக்கும்’ என்றார். ‘உயிர்த்தெழும் நாள் வரை இந்த சாபத்தை ஒத்திப்போடுங்கள்’ என்று இறைவனை சைத்தான் வேண்டிக் கொண்டான். ‘குறிக்கப்பட்ட நேரம் வரைதான் அது ஒத்திப் போடப்படும்’ என்றார் இறைவன்.”[61]

“மஃப்டி அவர்களே, மீண்டும் உயிர்த்தெழும் நாள்வரை சைத்தானுக்குக் கொடுத்த சாபத்தை இறைவன் ஒத்திப் போட்டது, அவன் ஆதாமுக்கும், அவனது வழித்தோன்றல் களுக்கும் இழைத்த துரோகம் இல்லையா?” என்று நான் கேட்டேன்.

“எப்படி நீங்கள் அவ்வாறு கூறுகிறீர்கள்?” என வினவினார் மஃப்ட்டி.

“எப்படியெனில் ‘இறைவனே, தாங்கள் என்னைக் கெடுத்துவிட்டதால், கீழ்ப்படிதலின்மை என்ற சபலத்தை மனிதர்கள் மனதில் நான் ஏற்படுத்துவேன்’ என்று சைத்தான் கிபிலின் கூறியுள்ளானே” என்றேன் நான். “இல்லை ஐயா, கெட்டுப்போகவேண்டும் என்று யார் தலையில் எழுதியிருக்கிறதோ அவர்களின் மனங்களில் மட்டும்தான் சைத்தான் சபலங்களை ஏற்படுத்த முடியும். ‘உங்களுடைய குறிப்பிட்ட சேவகர்களைத் தவிர மற்றவர்களின் மனதை நான் கெடுப்பேன்’ என்று சைத்தான் இறைவனிடம் கூறியுள்ளான். அதற்குக் கடவுள் என்னுடைய சீடர்களைக் கெடுக்கும் ஆற்றல் உனக்கில்லை. உன்னை யார் பின்பற்று கிறார்களோ அவர்களைத்தான் நீ கெடுக்க முடியும். அவர்கள் நிச்சயம் நரகத்திற்குத்தான் செல்வார்கள்’ என்று சைத்தானிடம் கூறியிருக்கிறார்.”[62] என்றார் மஃப்ட்டி.

“கெட்டுப் போகவேண்டும் என்று முன்பே விதிக்கப் பட்டவர்களைத்தான் சைத்தான் தூண்டிவிட முடியுமா?

சைத்தான் தூண்டினாலும், தூண்டாவிட்டாலும் அவர்கள் கெட்டுத்தான் போவார்களா? அப்படித்தான் நீங்கள் நினைக்கிறீர்களா?" என்று நான் மஃப்ட்டியைக் கேட்டேன்.

"நிச்சயம் அப்படித்தான்" என்றார் மஃப்ட்டி.

"நரகத்திற்கு அனுப்பவேண்டும் என்ற ஒரே காரணத்திற்காக, ஒருவனை கெட்டவனாக இருக்கும்படிச் செய்வதும், அவனை சைத்தானின் தூண்டுதலுக்கு உட்படும்படிச் செய்வதும் எந்தவிதத்தில் நியாயமாக முடியும்?" என்று நான் கேட்டேன்.

"இது போன்ற கேள்விகள் மிகவும் கடினமானவை. நமக்கு நாமே இத்தகைய கேள்விகளைக் கேட்டுக் கொள்வதுகூடத் தவறானது. புனித நூலில் என்ன எழுதியிருக்கிறது என்பதைப் புரிந்துகொள்ள முயற்சி செய்யத்தான் நம்மால் முடியும். அதில் எழுதியுள்ளதுபோல் நடந்துகொள்ள நம்மால் முடியும். கடவுள் நம் அனைவரையும் படைத்துள்ளார். தன்னால் படைக்கப்பட்டவர்களுக்கு எது நல்லது என்பதையறிந்து அப்படிச் செய்வது அவரது உரிமை. ஒரு குயவன் இரண்டு பானைகளைச் செய்கிறான். அவைகளை அவன் விருப்பம் போல் என்ன வேண்டுமானாலும் செய்ய அவனுக்கு உரிமையுண்டு. ஒன்றை அவன் அரண்மனையில் விற்பான்; மற்றதை அவன் கீழே போட்டு உடைப்பான். அது அவன் விருப்பம்" என்று பதில் சொன்னார் மஃப்ட்டி.

"மஃப்ட்டி அவர்களே, நரகத்தில் போட்டு வறுத்தெடுக்க பானைக்கு ஆன்மா என ஒன்று இல்லையே?" என்றேன் நான்.

"உண்மைதான் ஐயா. இதுபோன்ற கேள்விகளெல்லாம் மனிதர்களின் புரிதலுக்கு அப்பாற்பட்டவை" என்றார் அவர்.

"தாங்கள் எப்போதெல்லாம், எத்தனை முறைகள் குரானை வாசிக்கிறீர்கள்?"

"நான் குரான் முழுவதையும் மூன்று மாதங்களுக் கொருமுறை வாசிப்பேன்"[63] என்றார் மஃப்ட்டி.

முராதாபாத்தில், நவாப் அபிவுதீன் என்ற எழுபது வயது நிரம்பிய மரியாதைக்குரிய முதியவர் ஒருவர் இருந்தார்.

மஃப்ட்டி அவர்களிடம் நான் பேசிக்கொண்டிருந்தவைகள் அனைத்தையும் அவரிடம் தெரிவித்தேன். நபிகள் நாயகம் அவர்கள் சுவர்க்கத்திற்குச் சென்றபிறகு, சுவர்க்கத்தை நிரப்பிய கோள்கள், அக்கோள்களை இயக்கும் விதிமுறைகள் போன்றவற்றை அறிந்துகொண்டு அவைகளை மனிதர்களுக்குத் தெரிவிக்காமல் விட்டது, ஆச்சரியமாக இல்லையா என்று நான் அபிவுதீன் அவர்களை வினவினேன். அவர் வாழ்ந்த காலத்தில், நபிகள் நாயகம் அவர்களுக்கு, அவர் காலத்திய வானநூலில் இருந்த தவறுகள் தெரிந்திருந்ததா இல்லையா என்பதை நாம் குரான் வழியாகவோ, அல்லது வழிவழியாக வரும் செய்திகள் மூலமாகவோ அறிந்துகொள்ள இயலவில்லை. மக்களுக்கும் அவைகள் பற்றி தெரிந்திருந்ததா, இல்லையா என்பதையும் நம்மால் அறிந்துகொள்ள இயலவில்லை. இவைபோன்ற சந்தேகங்களையும் நான் நவாப் அவர்களைக் கேட்டேன்.

"இறைதூதர்கள் கோள்கள் பற்றியும், அவை இயங்கும் விதிமுறைகள் பற்றியும் அறிந்துகொள்ள அவர்களுக்கு நிறைய வாய்ப்புகள் உண்டு. இறைதூதரான நபிகள் நாயகம் ஏழு சுவர்க்கங்களும் சென்று வந்தவர். ஆனால் அவரைப் போன்றவர்களின் எண்ணங்கள் யாவும் எப்போதும் இறைவனைப்பற்றியே இருப்பதால், தங்களைச் சுற்றியுள்ளவை களைப் பற்றி அவர்கள் கவனிப்பதில்லை. அப்படியே அவைகளை, அவர்கள் பார்த்திருந்தாலும். அவர்கள் அவை பற்றி பேசுவதில்லை. அந்த மகான்களின் நோக்கங்கள் யாவும் மனிதனின் சிந்தனையை இறைவனை நோக்கித் திருப்புவதே; இறைவனின் கட்டளைகளைப் பற்றி மக்களின் கவனத்தைத் திருப்புவதே; கடவுளுக்கு மக்கள் ஆற்றவேண்டிய கடமைகள் பற்றியும், மக்கள் ஒருவருக்கொருவர் ஆற்ற வேண்டிய கடமைகள் பற்றி எடுத்துக் கூறுவதும் அவர்களின் நோக்கங்கள்.

"நீங்கள் மன்னரைப் பார்த்துப் பேச அழைக்கப்படுகிறீர்கள் என்று வைத்துக்கொள்வோம். நீங்கள் சென்று பார்த்து விட்டு வந்தபின் அனைத்தையும் நினைவில் வைத்திருக்க மாட்டீர்கள். உங்களைப் பார்க்க நான் பலமுறை வந்திருக்கிறேன். நமக்குள் எவ்வளவோ பேச்சுவார்த்தைகள் நடந்திருக்கின்றன. ஆனால் இங்கு நான் இப்போது நம்மைச்

சுற்றியிருக்கும் பொருட்களை, அப்போது பார்க்கவில்லை. நான் வீட்டுக்குத் திரும்பியபின், இப்போது உங்கள் அறையில் என்ன பார்த்தேன் என்பதை முழுவதுமாகக் கூறிவிட முடியாது. பல பொருட்கள் என் பார்வையிலிருந்து தப்பிவிட்டன. எனக்கே நிலைமை இப்படியென்றால், இப்பிரபஞ்சத்தைப் படைத்த இறைவனோடு பேசுவதற்கு அழைக்கப்பட்ட இறைதூதர்கள், மனிதர்களுக்கு அறிவுரை கூற இறைவனால் அழைக்கப்பட்டவர்கள், வேறு எதை கவனித்திருக்கப் போகிறார்கள்?" என்று கூறி முடித்தார் நவாப்.

இதைவிட நன்றாக ஒரு பதிலை என் கேள்விக்கு யாரும் சொல்லிவிட முடியாது என்று நான் நண்பரிடம் கூறினேன். இருந்தும், முகமது அவர்கள், கோள்கள் பற்றியும், அவைகளின் இயக்கம் பற்றியும் அறிந்து வைத்திருந்து நமக்குச் சொல்லியிருந்தால் அவரது அவதாரத்தின் மீதிருந்த நம்பிக்கை இன்னும் அதிகரித்திருக்கும்; அதனை இன்னும் நன்றாகப் பயன்படுத்தியிருக்கலாம். நட்சத்திரங்களைப் பார்த்து, அவை சைத்தானின் மீது எறிவதற்குப் பயன்படும் கற்கள் என்று சொல்லியிருக்க வேண்டியதில்லை; இந்த பூமியில் இருக்கும் மனிதர்களுக்கு, ஒளிதரவும், நிலத்திலும் கடலிலும் அலைந்து திரிவோருக்கு வழிகாட்டியாகவும் நட்சத்திரங்கள் உள்ளன என்று சொல்லியிருக்க வேண்டியதில்லை.

"எந்த மிக முக்கியமான உண்மைகளை இறைதூதர் நபி அவர்கள் மக்களுக்குச் சொல்லியிருக்க வேண்டும் என்று நீங்கள் விரும்புகிறீர்கள்?" என்று என்னைக் கேட்டார் நவாப்.

"நவாப் சாஹேப் அவர்களே! இந்த பூமியைப் பற்றியும், மற்ற கோள்களைப் பற்றியும், அவை எவ்வாறு சூரியனைச் சுற்றி வருகின்றன என்பதைப் பற்றியும், சில கோள்களின் துணைக் கோள்கள் பற்றியும் அவர் நமக்கு விளக்கியிருக்கலாம். வால்நட்சத்திரங்களைப் பற்றியும், அவைகளுக்கிருக்கும் நீண்ட வால்களைப் பற்றியும், சூரியன்களாகச் செயல்படும், நிலைத்திருக்கும் விண்மீன்கள் பற்றியும், நம்முடைய கோள்கள் போன்றே அந்த விண்மீன்களைச் சுற்றிவரும் கோள்கள் பற்றியும் சொல்லியிருக்கலாம். அந்த விண்மீன்கள் இயற்கை யிலேயே ஒளியுள்ளவை; நமது சூரியனிலிருந்து அவைகள்

ஒளியைப் பெறுவதில்லை. 'பால்வீதி' பற்றி, அவர் நமக்கு எடுத்துச் சொல்லியிருக்கலாம். சுய ஒளியுடைய நட்சத்திரக் கூட்டத்தால் இந்த பால்வீதி உருவாக்கப்பட்டுள்ளது என்று நாம் நினைத்துக் கொண்டிருக்கிறோம். ஆனால் அதிதீவிர சமய நம்பிக்கையுடைய, படிக்காத முஸ்லிம்கள் 'பால்வீதி' என்பது நபிகள் நாயகம் தனது கழுதையின்மீது ஏறிக்கொண்டு ஜெருசலத்திலிருந்து, சுவர்க்கத்திற்கு வானில் சென்ற பாதைதான் என்று கூறுகிறார்கள். அவநம்பிக்கையால் இதயம் கல்லான மனிதன் இருக்கிறான் என்பதற்கான ஆதாரம் தங்களிடம் உள்ளதா நவாப் சாஹேப்? கோள்களைப் பற்றிய விளக்கமும், அவைகளின் இயக்கம் பற்றிய விதிமுறைகளும் மனிதர்களின் மனதில் எந்தத் தாக்கத்தையாவது ஏற்படுத்தும் என்று தாங்கள் நினைக்கிறீர்களா?"[65]

"நிச்சயமாக ஐயா, நாம் அவர்களுக்கு (மக்களுக்கு) மேலேயுள்ள சுவர்க்கத்தின் கதவுகளைத் திறந்துவிட்டாலும், அவர்கள் நாள்முழுவதும் மேல் நோக்கிப் பயணம் செய்தாலும், 'எங்களது கண்கள் பூத்துவிட்டன' என்றோ அல்லது 'மந்திர ஆற்றலால் மயங்கி நிற்கிறோம்' என்றோதான் சொல்வார்கள்.[66] ஐயா, மோசஸ் கோள்களைப் பற்றியும், வால்நட்சத்திரங்களைப் பற்றியும், 'பால்வீதி' பற்றியும் சொல்லியிருக்கலாம். ஆனால் அது மக்கள் மனதில் எந்த மாற்றத்தையும் உண்டாக்கியிருக்காது. ஆனால் மதிப்பிற்குரிய மோசஸ் அவர்கள் தனது அவதாரத்தின்போது, தனது கையிலிருந்த தடியால் தரையில் ஓங்கி ஒரே ஒரு அடி அடித்தார். நிலத்திலிருந்து சுவையான நீர் பீறிட்டு வெளியே வந்து இஸ்ரேலிய மக்களின் தாகத்தைத் தீர்த்தது. அதேபோல், ஐயா எங்களது நபிகள் நாயகம் ஆசீர்வதிக்கப் பட்ட தனது கரத்தை தரையின்மீது வைத்தார். உடனே சமதரையிலிருந்து நான்கு ஓடைகள் வெளிவந்தன; தாகத்தால் தவித்துக் கொண்டிருந்த படைவீரர்கள் அனைவரின் தாகத்தையும் ஓடைகளிலிருந்து ஓடிவந்த சுவையான நீர் தணித்தது. ஐந்தே ஐந்து பேரீச்சம் பழங்களிலிருந்து அவர் தனது படைவீரர்கள் அனைவருக்கும் விருந்தளித்தார். போதுமென்று வீரர்கள் சொல்லும்வரை அவர்களுக்கு உணவளித்தார். கோள்களைப் பற்றியும், பால்வீதியைப் பற்றியும் பலவற்றை பிரசங்கம் செய்து தனது

அவதார நோக்கத்தை நிறைவேற்றுவதைவிட நபிகள் நாயகம், மேற்கூறிய அற்புதச் செயல்களின் மூலம் தனது நோக்கத்தை நிறைவு செய்தார்." என்றார் நவாப்.

"நவாப் சாஹேப் அவர்களே, உங்களது வாதம் மிகவும் ஆற்றல்மிக்கதாக உள்ளது. உங்களது வாதம் நம்பாதவர்கள் மனதிலும் நம்பிக்கையை ஏற்படுத்தும் என்பது உண்மை" என்றேன் நான்.

"அவர் செய்த அற்புதங்களை அவரது சேனை வீரர்கள் அனைவரும் பார்த்தார்கள். அதுவே போதுமான சாட்சி. அவைகளைப் பார்த்துவிட்டு பிறகும் அவரை நம்பாதவர்கள் தங்களது இதயங்களை அவநம்பிக்கையால் கல்லாக்கிக் கொண்டவர்கள்" என்றார் நவாப்.

"நம்பிக்கையோடு இருப்பவன் சுவர்க்கத்தில் தன் நம்பிக்கைக்கான வெகுமதியைப் பெறுகிறான். கடவுள் நம்பிக்கையில்லாதவன் நரகத்தில் சுட்டெரிக்கப்படுகிறான். சமயத்தை ஒருவன் நம்புவதோ அல்லது நம்பாமல் இருப்பதோ அவனது கட்டுப்பாட்டில் இல்லை. இதை தாங்கள் நம்புகிறீர்களா நவாப் சாஹேப்" என்று நான் அவரைக் கேட்டேன்.

"உண்மைதான் ஐயா, நம்பிக்கை என்பது ஓர் உணர்வு. அந்த உணர்வு நமது கட்டுப்பாட்டில் இல்லை. வேண்டுமானால் அந்த உணர்வு நமது செயல்பாடுகளைப் பாதிக்காமல் பார்த்துக் கொள்ளலாம். விரும்பத்தகாத செயல்களை நாம் தவிர்க்கலாம். அதோ அந்த மேஜைமீது உட்கார்ந்திருக்கும் 'ஈ'யை நசுக்குவதற்கு நான் என் கைகளை நீட்டலாம். எனது செயலை நான் கட்டுப்படுத்திக் கொள்ளலாம். ஆனால் நசுக்கவேண்டுமென்ற எனது எண்ணத்தை நான் கட்டுப் படுத்த முடியாது."

"உண்மைதான் நவாப் சாஹேப்; நம்முடைய வாழ்க்கையில், நாம் மனிதர்களை அவர்களது உணர்வுகளுக்காக தண்டிப்பதில்லை. ஏனெனில் உணர்வுகள் அவர்களின் கட்டுப்பாட்டில் இல்லை. ஆனால் செயல்களுக்காக நாம் அவர்களைத் தண்டிக்கிறோம். அதாவது கட்டுப்படுத்த முடிந்தும் கட்டுப் படுத்தப்படாத செயல்களுக்காக அவர்களைத் தண்டிக்கிறோம்.

கடவுளும் இதையே தான் செய்வார் என்று நாம் நம்புகிறோம்" என்றேன் நான்.

நவாப் தொடர்ந்து பேசினார் : "ஐயா, மூன்றுவிதமான உறுதிப்பாடுகள் இருக்கின்றன – ஒன்று ஒழுக்கம் சார்ந்த உறுதிப்பாடு, இரண்டாவது கணிதம் சார்ந்த உறுதிப்பாடு, மூன்றாவது சமயம் சார்ந்த உறுதிப்பாடு. இதில் சமய உறுதிப்பாட்டைத்தான் நாம் எல்லாவற்றிற்கும் மேலாகக் கருதுகிறோம். இதில்தான் நமது மனம் இளைப்பாறுகிறது. இவ்வாறு மனம் இளைப்பாறுவதைப்பற்றி குரானில் எழுதப்பட்டுள்ளது, பைபிளில் குறிப்பாக புதிய ஏற்பாட்டில் எழுதப்பட்டுள்ளது.[67] நாங்கள் ஏசுவைக் கடவுளின் குழந்தை என்று நம்புவதில்லை; இருப்பினும் அவரை, மக்களுக்கு வழிகாட்ட வந்த இறைதூதர் என்று நம்புகிறோம். அவர் சிலுவையில் அறையப்பட்டார் என்று நாங்கள் நம்புவதில்லை. கெட்டவர்களான யூதர்கள் ஒரு திருடனைப் பிடித்து சிலுவையில் அறைந்துவிட்டு, தாங்கள் ஏசுவைத்தான் சிலுவையில் அறைந்ததாகக் கூறினார்கள். எங்களது நம்பிக்கையின்படி உண்மையான ஏசு சுவர்க்கத்திற்குச் சென்றுவிட்டார். அவர் சிலுவையில் அறையப்படவில்லை."

"நவாப் சாஹேப் அவர்களே, சீக்கியர்களுக்கென்று ஒரு சமயப் புத்தகம் உள்ளது. இதே நம்பிக்கை அதிலும் காணப்படுகிறது."

"உண்மைதான் ஐயா. ஆனால் இந்த சீக்கியர்கள் கல்வியறிவற்ற, முட்டாள்தனமான முரடர்கள். நேற்று எழுதப்பட்ட "கிரந்தம்" என்ற புத்தகத்தை, ஒரு சமயப் புத்தகம் என்று நீங்கள் குறிப்பிடுகிறீர்கள். அந்த 'கிரந்தம்' முழுக்க முழுக்க முட்டாள்தனமானது. திருக்குரானுக்குப் பின்னால் எந்தப் புனித நூலும் சுவர்க்கத்திலிருந்து இறக்கியருளப்படவில்லை. அதேபோல் 'இறுதித் தீர்ப்பு' நாள்வரை இனி எந்தப் புனித நூலும் வரப்போவதுமில்லை. வானநூல் என்று நீங்கள் குறிப்பிடும் நூலில் உள்ளவற்றை பின் தற்கால மனிதர்கள் எப்படிக் கண்டுபிடித்தார்கள்?

"நவாப் அவர்களே 'தொலைநோக்கி' என்ற கருவியின் மூலம்தான் கண்டுபிடித்தார்கள். அந்தக் கருவி ஒரு தற்காலக் கண்டுபிடிப்பு"

"இறைதூருக்குத் தெரியாததை இந்த தொலைநோக்கியின் உதவியால் கண்டுபிடித்துவிட்டார்கள் என்றா நினைக்கிறீர்கள்? கண்டிப்பாக முடியாது ஐயா. தொலைநோக்கியில் நிறைய குறைபாடுகள் இருக்கின்றன. அதை நம்ப முடியாது. நான் பல ஐரோப்பிய கனவான்களுடன் விவாதித்துள்ளேன். இந்தத் தொலைநோக்கியை நம்புவதுதான் அவர்களுடைய தவறு. அவர்களது இறைதூதர்களான மோசஸ், அப்ரஹாப், எலிஜா போன்றவர்களைவிட இந்தத் தொலைநோக்கியை அவர்கள் நம்புகிறார்கள். இந்தத் தொலைநோக்கி என்னென்ன விஷமங்களையெல்லாம் செய்யும் என்பதை நினைக்கும்போது மிகவும் அச்சமாக இருக்கிறது. நமக்கு இதெல்லாம் தேவையில்லை ஐயா! நாம் நமது இறை தூதர்களை நம்புவோம். அவர்கள் சொல்வதுதான் உண்மை. வாழ்க்கையில் அவர்கள் சொல்லும் உண்மையை மட்டும்தான் நாம் நம்பவேண்டும். புதிய ஏற்பாடு, பழைய ஏற்பாடு, திருக்குரான் போன்றவற்றில் நமது புனித இறைதூதர்கள் என்ன கூறியிருக்கிறார்களோ அந்தச் சான்றுகளை விட்டு விட்டு இந்தத் தொலைநோக்கிகள் சொல்வதை நான் நம்பமாட்டேன். நீங்களும் இறைதூதர்கள் சொல்வதை நம்புங்கள். இந்தத் தொலை நோக்கியைத் தூக்கி எங்காவது பக்கத்தில் வைத்துவிடுங்கள்; அவைகளில் உண்மையில்லை. இதுபோன்ற கருவிகள் மக்களைத் தலைகீழாகத் திருப்பி விடுகின்றன; அவர்கள் தலைகளால் நடக்க ஆரம்பித்து விடுகிறார்கள். அப்படியிருந்தும் நீங்கள் இறைதூதர்களை நம்பாமல், இந்தத் தொலைநோக்கிகளை நம்புகிறீர்கள்"[68] என்றார் நவாப்.

இதற்குமேல் நான் என்ன சொன்னாலும், தொலை நோக்கிகளின் நன்மைகள் பற்றி நவாப் நம்பப்போவதில்லை; அவரை நான் திருப்திப்படுத்தவும் முடியாது. அவரது சமய உணர்வு தொலைநோக்கிகளுக்கு எதிராக இருந்தது. கலீலியோ, டைகோ பிராஹி, கெப்ளர், நியூட்டன், லாப்லாஸ், ஹெர்ஷல் போன்ற அனைவரும் சேர்ந்து தொலைநோக்கியைப் பற்றிப் புகழ்ந்து கூறினாலும் நவாபை அவர்கள் நம்பவைத்துவிட முடியாது. இந்த நவீனக் கண்டுபிடிப்புகளெல்லாம், மனிதனை நல்வழியிலிருந்து விலக வைக்க சைத்தான் செய்யும் சூழ்ச்சி என்று சந்தேகப்படுகிறார் அந்த முதியவர்.

கலீலியோ போன்ற மேற்குறிப்பிட்ட அறிஞர்கள் தொலை நோக்கியின் உதவியால்தான் பல உண்மைகளைக் கண்டு பிடித்தார்கள் என்று அவரிடம் கூறினால், அவர், அவர்களை சைத்தானின் மறுவுருவங்கள் என்று சொல்லிவிடுவார். சைத்தான், எப்படி ஒரு பாம்பின் உருவத்தில் ஈடன் தோட்டத்திலிருந்த ஆப்பிள் மரத்துடன் விளையாடினானோ, அதேபோன்று இவர்கள் தொலைநோக்கியால் விளையாடு கிறார்கள் என்று கூறிவிடுவார் நவாப்.

"உனக்கு மறைக்கப்பட்டவற்றைப் பற்றி எண்ணாதே,
அவைகளை இறைவனிடம் விட்டுவிடு;
மற்ற உயிர்கள் அவனுக்கு சேவை செய்வதுபோல் நீயும்
சேவை செய், அவனிடத்தில் அச்சப்படு;
நீ எங்கிருந்தாலும், அனைத்தையும் அவனே முடிக்கட்டும்
மகிழ்ச்சி உன்னுடையதாகும்;
அவன் கொடுப்பதில் மகிழ்வுகொள்; சொர்க்கமாம்
இத்தோட்டத்தில் ஏவாளுடன் மகிழ்ந்திரு,
மேலுலகம் உனக்கு எட்டாத ஒன்று; குறையறிவுடைய நீ
அங்கு நிகழ்வதறியாய்;
உன்னுடன் தொடர்புடையவை பற்றியே
நீ சிந்தித்திரு;
வேறு உலகங்கள் பற்றி நீ கனவுகாண வேண்டாம்;
அவ்வுலகங்களில் வாழும் உயிர்கள் பற்றிய ஆய்வும் வேண்டாம்;
இவ்வுலகிலும், சொர்க்கத்திலும் உன் தேவைகள் மட்டுமே காட்டப்பட்டுள்ளன."[69]

(மில்ட்டன், இழந்த சொர்க்கம், புத்தகம் VIII)

குறிப்புகள்

1. அத்தியாயம் 75 பேகம் சம்ரூ பற்றி விரிவாகக் கூறுகிறது. இங்கு சொல்லப்பட்டுள்ள முக்கிய விதி 'சாந்தினி சௌக்' என்ற இடம். இங்கு சொல்லப்பட்டுள்ள ஓடை தற்போது முழுவதும் மூடப்பட்டு விட்டது. பேகம் அவர்களின் வீட்டில் இப்போது டில்லி வங்கி இயங்கி வருகிறது. (Fanshawe, P.49)

2. அத்தியாயம் 54, குறிப்பு 14 பார்க்கவும்.

3. பேரரசர்கள் இதுபோன்ற செயல்களைச் செய்ய வெட்கப்பட்டதே யில்லை. செல்வச் செழிப்புமிக்க வணிகர்களின் குடும்பங்களையும், உயர் அதிகாரிகளின் குடும்பங்களையும் அவர்கள் கொள்ளையடித்தனர். மிக அதிகமான அளவு மரணவரி அக்குடும்பங்களுக்கு விதிக்கப்பட்டது. இதைப்பற்றி பெர்னியர் தனது நூலில் குறிப்பிட்டுள்ளார். காபூலின் ஆளுநர் இறந்த செய்தியைக் கேள்விப்பட்ட ஔரங்கசீப், அந்த ஆளுநரின் சொத்துகள் அனைத்தையும், ஒரு துரும்புவிடாமல் கையகப்படுத்த ஆணை பிறப்பித்தார். (Bilimoria, Letters of Aurungzebe, No. xcix)

4. இந்த வாக்கியத்தின் பொருள் விளங்கவில்லை.

5. உண்மையான ஆண்டு A.D. 1753–54. முதல் பதிப்பில் இது தவறாக A.D.1167 என்று அச்சாகியுள்ளது.

6. மன்சூர் அலி கானின் கல்லறை சஃப்தர் ஜங் என்று அழைக்கப்படுகிறது. அவர் 'வாஸீர்' ஆக அதாவது பேரரசர் அகமது ஷா அவர்களின் முதலமைச்சராகப் பணியாற்றியவர். (1748 1752). உண்மையில் அவத் இன் அரசராக மன்சூர் அலிகான் தான் செயல்பட்டுவந்தார். தனது மாமனார் சாதத் கான் அவர்களின் மறைவுக்குப் பிறகு அவர் பதவிக்கு வந்தார். சஃப்தர் ஜங் 1754ஆம் ஆண்டு மரணமடைந்தார். அவருக்குப் பின் அவர் மகன் ஷிஜா – உத் – தௌலா பதவிக்கு வந்தார். சஃப்தர் ஜங் (மன்சூர் அலிகான்) அவர்களின் கல்லறையை ஸ்லீமன் அளவுக்கு அதிகமாகப் புகழ்கிறார். வின்சன்ட் ஸ்மித் அவர்களின் கருத்துப்படி அக்கல்லறை தாஜ்மஹாலின், மோசமான ஒரு நகல். ஃபெர்கூசன் அவர்களின் கருத்துப்படி அந்தக் கல்லறை தூரத்திலிருந்து பார்ப்பதற்கு மட்டும்தான் அழகாகத் தோன்றும். அருகில் சென்று பார்த்தால் ஏமாற்றமளிக்கும்.

7. நிஸாம்–உத்–தீன், ஃபரீத்–உத்–தீன் கன்ஞ் சர்கார் என்பவரின் சீடர். இவர் மண்ணை சர்க்கரையாக மாற்றும் ஆற்றல் பெற்றவர். ஃபரீத் பழைய டில்லியின் குதுப்–உத்–தீன் அவர்களின் சீடர். குதுப்–உத்–தீன் ஆஜ்மீரின் மொயின்–உத்–தீன் அவர்களின் சீடர். இவர்தான் புனிதர்களிலேயே மிகவும் உயர்ந்தவர். மொயின்–உத்–தீன் கி.பி. 1236இல் இயற்கை எய்தினார். இவர்கள் யாவரும் 'கிஷ்தி' பிரிவு சாதுக்கள். (Beagle, Oriental Biographical Dictionary, ed, keene, 1894)

8. நிஸாமுதீன் அவர்களின் வாழ்க்கை வரலாறு 13வது அத்தியாயத்தில் குறிப்பிடப்பட்டுள்ளது. நிஸாமுதீனின் கல்லறை, கவிஞர் குஸ்ரூ அவர்களின் கல்லறைக்கு அருகே, ஒரே வளாகத்தினுள் காணப்படுகிறது. இதே இடத்தில்தான் இளவரசி ஜஹானரா, பேரரசர் முகமது ஷா போன்றோரின் கல்லறைகளும் காணப்படுகின்றன. இக்கல்லறையைக் கட்ட மிக அதிகமான தொகை செலவிடப்பட்டுள்ளது. அக்பர் காலத்தில் இக்கல்லறையின் மேல் முகமது இமாமுதீன் ஹாசன் என்பவர் ஒரு கவிகை மாடத்தைக் கட்டினார். பேரரசர் ஷாஜஹான் (கி.பி. 1628) இக்கல்லறை முழுவதையும் புனரமைப்பு செய்துள்ளார். இக்கல்லறை கியாஸ்பூர் கிராமத்தில் உள்ளது.

9. ஷார்கோர்ட் என்பவரின் கருத்துப்படி கவிஞர் குஸ்ரூ அவர்களின் கல்லறை கி.பி. 1350இல் கட்டப்பட்டுள்ளது. இக்கருத்து தவறானது. ஏனெனில் குஸ்ரூ கி.பி. 1253இல் பிறந்து செப்டம்பர் 1325இல் காலமானார். பிறப்பால் குஸ்ரூ ஒரு துருக்கிய இனத்தவர். இவர் ஏராளமான கவிதை நூல்களை எழுதியுள்ளார். இப்போதுள்ள கல்லறை கி.பி. 1605–06இல் இமாமுதீன் ஹாஸன் அவர்களால் பேரரசர் ஜஹாங்கீர் காலத்தில் கட்டப்பட்டது.

10. இங்கு குறிப்பிடப்பட்டுள்ள அரசர் இரண்டாம் அக்பர் இவர் கி.பி. 1837இல் காலமானார்.

11. அப்போது ஸ்லீமன் இராணுவத்தில் பணிபுரிந்துவந்தார். அந்த சமயத்தில்தான் நேப்பாள யுத்தம் முடிந்தது.

12. மிர்ஸா ஜஹாங்கீரின் கல்லறை மிக அழகான ஒரு கட்டடம். இவர் இரண்டாம் அக்பரின் மகன். இவரது கல்லறை கி.பி. 1832இல் கட்டப்பட்டிருக்க வேண்டும். டில்லியின் 'ரெஸிடென்ட்'ஆக இருந்த திரு. சீட்டன் அவர்களை மிர்ஸா ஜஹாங்கீர் துப்பாக்கியால் சுட்டு விட்டார். எனவே அவர் கைதுசெய்யப்பட்டு அரசாங்கக் கைதியாக அலஹாபாத்திற்கு அனுப்பப்பட்டார். இங்கு அவர் பல ஆண்டுகள் சுல்தான் குஸ்ரூ அவர்களின் தோட்டத்தில் தங்கியிருந்தார். கி.பி. 1821இல் மரணமடைந்தார். அப்போது அவருக்கு வயது முப்பத்தொன்று. அவரை மரியாதை செய்யும் வகையில் அலகாபாத் கோட்டையிலிருந்து பீரங்கிகள் முப்பத்தொரு தடவைகள் முழங்கின. முதலில் அவரது உடல் அலகாபாத்தில் அடக்கம் செய்யப்பட்டாலும், பின்னால் எஞ்சிய அவரது பூதஉடலின் பகுதிகள் டில்லிக்கு அனுப்பி வைக்கப்பட்டன; நிஸாமுதீன் அவுலியாவின் கல்லறைக்கு அருகில் புதைக்கப்பட்டன. மிர்ஸா ஜஹாங்கீர் புரட்சி செய்தது கி.பி. 1808இல். அவரது பூதஉடலின் எஞ்சிய பகுதிகள் டில்லிக்கு அனுப்பப்பட்டது கி.பி. 1832இல். இவரது கல்லறை, பெண்களுக்கான கல்லறை போன்று கட்டப்பட்டுள்ளது.

13. முகமது ஷா கி.பி. 1719 முதல் 1748 வரை ஆட்சியில் இருந்தார். இவர்தான் முகலாய வம்சத்தின் கடைசி மன்னர். நாதிர் ஷா 1738இல் டில்லியைக் கைப்பற்றினான். அவன் 1,20,000 மக்களைக் கொன்று குவித்துள்ளான். முகமது ஷாவின் கல்லறையை கார் ஸ்டீஃபன்(P.110) என்பவர் வர்ணித்துள்ளார்.

14. ஜஹனரா பேகம் அல்லது பேகம் சாஹேப் என்பவள்தான் மாமன்னர் ஷாஜஹானின் மூத்த மகள். பதவிச் சண்டை நடைபெற்றபோது இவள் தனது மூத்த சகோதரர் தாரா ஷீகோவின் பக்கத்தில் இருந்தாள்; எனவே இவள் ஔரங்கசீப்பின் எதிரி. 1666இல் ஷாஜஹான் இறக்கும்வரை ஜஹனரா பேகம் ஆக்ராவில் கிட்டத்தட்ட காவலில் வைக்கப்பட்டிருந்தாள் என்றுதான் சொல்லவேண்டும். 1682இல் அவள் மரணமடைந்தாள். டில்லியிலுள்ள 'பேகம் சராய்' என்ற கட்டடம் இவளால் கட்டப்பட்டது. ('Bernier Travels' பார்க்கவும்.) சிலர் இவளைப் பற்றி உயர்வாக எழுதியுள்ளனர்.

15. ஹீமாயூனின் கல்லறை அவரது மனைவியால் கட்டப்பட்டது. அவரது பெயர் ஷாஜி பேகம் அல்லது பேகர் பேகம் என்பது. அக்பர் அதனைக் கட்டவில்லை. ஹாஜி பேகம் ஹீமாயூனின் மூத்த ராணி. இவர் மெக்காவுக்கு புனிதப் பயணம் சென்று வந்தவர். எனவேதான் 'ஹாஜி

என்று பட்டம் கொடுக்கப்பட்டது. இவரை அக்பரின் அன்னை என்று கார் ஸ்டீஃபன் போன்றோர் கூறுகின்றனர். ஹமீதா பானு பேகம் என்பவர் இவரே என்பது அவர்களது கருத்து. கார் ஸ்டீஃபன் ஹுமாயூனின் கல்லறை கி.பி. 1565இல் கட்டி முடிக்கப்பட்டதாகக் கூறுகிறார். சிலர் கி.பி. 1569இல் கட்டப்பட்டதாகக் கூறுகிறார்கள். இதைக் கட்டி முடிக்க அக்காலத்திலேயே பதினைந்து லட்ச ரூபாய் செலவாயிற்று. ஹுமாயூனின் கல்லறை, முகலாயக் கட்டடக் கலையின் ஆரம்பகால சாட்சியாக விளங்குகிறது. வெள்ளைப் பளிங்கால் உருவாக்கப்பட்ட இதன் கவிகைமாடம் ஒரு சிறப்பம்சம். எங்கிருந்து பார்த்தாலும் இது தெரியும். கல்லறையின் மற்ற பகுதிகள் சிவப்பு நிற மணற்பாறைக் கற்களால் கட்டப்பட்டு, ஆங்காங்கே சலவைக்கல் வேலைப்பாடுகள் செய்யப்பட்டுள்ளன. இந்தக் கல்லறையின் பக்க அறைகளில் தாரா ஷீகோவின் தலையும், மற்ற அரச குடும்பத்தரின் பூத உடல்களும் புதைக்கப்பட்டுள்ளன. 1857ஆம் ஆண்டில் டில்லி அரசு வீழ்ச்சியடைந்தவுடன் அப்போதைய முகலாய மன்னர் இந்தக் கல்லறையில்தான் ஓடிவந்து ஒளிந்து கொண்டார். அவர் ஆங்கிலேயர்களுக்கு எதிராக புரட்சி செய்தவர். ஹாட்சன் அதற்காக அவரை டில்லிக்குச் செல்லும் வீதியில் தூக்கிலிட்டார். இதனால் பல கருத்துவேறுபாடுகள் எழுந்தன.

16. தாரா ஷீகோவின் சோக வரலாற்றை பெர்னியர் தனது நூலில் நன்கு விவரித்துள்ளார். 1659ஆம் ஆண்டு ஔரங்கசீப், ஷீகோவின் தலையை வெட்டினார். தனது சகோதரி ரௌஷனரா பேகத்தின் தூண்டுதலால், ஔரங்கசீப் தன் சகோதரரின் தலையை ஒரு பெட்டியில் வைத்து, ஆக்ராவில் சிறைவைக்கப்பட்டிருந்த தனது தந்தை ஷாஜஹானுக்கு அனுப்பி வைத்தார். ஷீகோ ஏசுவின் மீது நம்பிக்கை வைத்திருந்ததுடன், கிறிஸ்தவ சமயத்திற்கு ஆதரவாகவும் இருந்துவந்தார். தாரா ஷீகோவுக்கு சூஃபிக்களிடமும், இந்து சமய உபநிடதங்கள் மீதும் அபிமானம் உண்டு. சமயக் கொள்கையைப் பொருத்தமட்டில் தாரா ஷீகோ, தனது முப்பாட்டனார் அக்பரைப் போன்றே செயல்பட்டார். அக்பர் பின்பற்றிய பெருந்தன்மையான சமயக் கொள்கையும், கல்விமுறையும் முகமதியர்களால் ஏற்றுக்கொள்ளப்படவில்லை. பதவிப் போட்டியில் தாரா ஷீகோ வெற்றி பெற்றிருந்தாலும், அவரால் முகமதியர்கள் மத்தியில் எந்த மாற்றத்தையும் ஏற்படுத்தியிருக்க முடியாது.

17. இந்த இடத்தில் நூலாசிரியர் குறிப்பிடுவது 'கோஹினூர்' வைரத்தை. பாரசீகரான அமீர்/மீர் ஜும்லா அதை ஷாஜஹானுக்குப் பரிசளித்தார். (அத்தியாயம் 48 பார்க்க) ஔரங்கசீப், முரத் பக்ஷ் இருவரும் சேர்ந்து தாரா ஷீகோவுடன் போரிட்டது 1658ஆம் ஆண்டு மே மாதம் 28ஆம் நாள். போர் நடந்த இடம் 'சமுகர்' என்ற ஒரு கிராமம். இது ஆக்ராவிலிருந்து நான்கு மைல் தொலைவில் உள்ளது. உண்மையில் தாரா ஷீகோதான் வெற்றிபெறும் நிலையில் இருந்தார். ஆனால் ஒரு சதிகாரன் யானையின் மீது அம்பாரியில் உட்கார்ந்து கொண்டு போர்புரிந்த ஷீகோவை யானையைவிட்டுக் கீழேயிறங்கி குதிரையின்மீது ஏறிக்கொண்டு போரிடுமாறு தவறாகப் பரிந்துரைத்தான். இதனால், இளவரசர் ஷீகோ இறந்துவிட்டார் என்ற தவறான செய்தி வீரர்கள் மத்தியில் பரவியது. இதனால் அவரது சேனை சிதறுண்டது என்கிறார்

பெர்னியர். வெற்றிவீரராக வலம் வரவேண்டிய ஷீகோ தோல்வியைத் தழுவினார். ஆனால் ஔரங்கசீப் சுமார் கால்மணிநேரம் தன் யானையின் மீதே அமர்ந்திருந்தார்; கீழே இறங்கவில்லை; அதனால் இந்துஸ்தானத்தின் கிரீடத்தைத் தன் தலையில் சூடிக்கொண்டார். தாரா யானையைவிட்டுக் கீழே இறங்கி குதிரையின்மீது அமர்ந்தது, தனது வீரத்தைக் காட்டத்தானே தவிர சதிகாரன் பேச்சைக் கேட்டல்ல என்று சில சரித்திர ஆசிரியர்கள் கருத்து தெரிவித்துள்ளனர். (See Bernier Travels)

18. குர்ஸ், பாயிடியர்ஸ் இடையே கி.பி. 732இல் நடைபெற்ற போர். இந்த நகரங்கள் பிரான்ஸில் உள்ளன. கிறிஸ்தவர்களுக்கும், முஸ்லிம்களுக்கும் இடையே போர் நடந்தது. முஸ்லிம்கள் தோற்கடிக்கப்பட்டனர். இதனால் ஐரோப்பாவில் இஸ்லாம் பரவுவது தடுக்கப்பட்டது.

19. ஒவ்வொரு நகரத்திலுமிருக்கும் பெரிய பள்ளிவாசல் 'ஜாமி மசூதி' என அழைக்கப்படும். ஒவ்வொரு வெள்ளிக்கிழமையும் அதிகமான எண்ணிக்கையில் இங்கு மக்கள் தொழுகைக்கு வருவார்கள். டில்லி நகரத்தின் ஜாமி மசூதி ஒரு இயற்கையான பாறையின் மீது அமைந்துள்ளது. இதில் பல கட்டடங்கள் அடங்கும். மசூதியின் உள்ளே நுழைவதற்கு மூன்று புறங்களிலும் படிக்கட்டுகள் உள்ளன. இந்த மசூதியை உலகின் மிகச்சிறந்த மசூதி என்று கூறலாம். இதற்கு நிகரானது வேறெங்கும் இல்லை. மசூதியின் வெளிப்புறம், உட்புறத்தைவிட வெகு அழகாக அமைந்துள்ளது. இதன் தனிச்சிறப்பு. இந்த மசூதிக்கு 130அடி உயரத்தில் இரு கூர்கோபுரங்கள் உண்டு. கி.பி. 1650இல் கட்ட ஆரம்பிக்கப்பட்ட இதை கட்டிமுடிக்க ஆறுஆண்டுகள் பிடித்தன. இந்த மசூதி டில்லி அரண்மனைக்கு அருகாமையில் உள்ளது; அரண்மனை மசூதியாகவும், நகரத்தின் பொது மசூதியாகவும் இது இரண்டு விதங்களில் செயல்பட்டது. எனவே மாமன்னர் ஷாஜஹான் தனது இருப்பிடத்தில் தனியான பள்ளிவாசல் ஒன்றை வைத்திருக்க வில்லை. மோத்ஷி மசூதி என்ற ஒரு சிறிய அழகிய பள்ளிவாசல் மன்னரின் தனிப்பட்ட தொழுகைக்காக ஔரங்கசீப்பால் பின்னர் இணைக்கப்பட்டது. இதனைப் பற்றி ஃபெர்கூஸன் (ed. 1910 vol. ii, p. 310) விளக்கியுள்ளார். கார்ஸ்டீஃபன் Carr stephen (pp 260-6) என்பவரும் ஜாமி மசூதிபற்றி எழுதியுள்ளார்.

20. சிப்பாய்க் கலகத்திற்குப்பின் டில்லி அரண்மனைக்கும் மசூதிக்கும் இடையே பல வீடுகள் அகற்றப்பட்டுவிட்டன.

21. நுழைவாயில் வழியே அரண்மனைக்குள் நுழைந்தவுடன் கவிந்த கூரையுடைய 'தர்பார் ஹால்' என்ற இடத்தை அடையலாம். இதன் மையப்பகுதி எண்கோண வடிவத்தில் உள்ளது. அரங்கின் இருபுறங்களிலும் இரண்டு அடுக்குகள் உள்ளன. அரங்கின் மொத்த நீளம் 375அடி. பார்ப்பதற்கு இந்த அரங்கு கோதிக் தேவாலயம் போன்று காணப்படுகிறது.

22. "புதர் அடர்ந்த சமவெளியில் நின்றாலும்,
சிலுவையின் மீது நின்றாலும்
தலைவனைக் கவனிப்பது எது?
சுவர்க்கத்தின் மன்றத்தில் நிற்கும்போது

அவன் தவறை சரி செய்துவிடுவான்."
(Scott, Lady of the Lakes, Canto I, Stanza6)

23. டில்லி அரண்மனைக்கான அடித்தளம் 1639ஆம் ஆண்டு, மே மாதம் 12ஆம் நாள் அமைக்கப்பட்டது. கட்டடவேலைகள் ஒன்பது ஆண்டுகள் நடைபெற்றன. நாதிர் ஷா டில்லியின்மீது படையெடுத்து வந்தது. கி.பி. 1738ஆம் ஆண்டில். காஷ்மீர் கி.பி. 1587இல் அக்பரால் இந்தியாவோடு இணைக்கப்பட்டது. பாபர் காலத்திலிருந்தே காபூல் இந்தியாவுடன் இணைந்துதான் இருந்தது.

24. அரண்மனையின் முன்பகுதியில் வாயிலுக்கு அருகே 'நௌபத் கானா' எனப்படும் 'இசை அரங்கம்' உள்ளது. இதற்குக் கீழே அரண்மனையின் இரண்டாவது பெரிய அரங்கம் ஒன்று உள்ளது. இது தெற்கு – வடக்கில் 550அடி நீளமும், கிழக்கு–மேற்கில் 385அடி நீளமும் உடையது. அரண்மனையின் மையத்தில் "திவான்–இ–அம்" எனப்படும் ஒரு தர்பார் மண்டபம் உள்ளது. இது ஆக்ரா அரண்மனையில் உள்ளது போன்றே காணப்படுகிறது. இதன் நீள அகலம் 200 ஜ் 100 அடி. இதன் மையத்தில் அலங்கரிக்கப்பட்ட மேடை ஒன்றுள்ளது. இது நுழைவாயிலை நோக்கியுள்ளது. இந்த மேடை மீது தான் ஷாஜஹானின் மயிலாசனம் போடப்பட்டிருந்தது. இந்த அரங்கிற்குப் பின்னால் தோட்டமும், கீழ்ப்புறத்தில் வண்ண அரங்கமும் இருக்கின்றன. இங்குதான் குளியல் அறை போன்றவை உள்ளன. (Fergusson, ed 1910, vol ii. p. 310) வண்ண அரங்கில் பதித்து வைக்கப்பட்டிருந்த ஓவியங்களை சிலர் பெயர்த்தெடுத்து அரசாங்கத்திடம் விற்றுவிட்டனர். அவை மேஜைகளின் மேற்பகுதிகளாகப் பயன்படுத்தப்பட்டன. சில ஓவியங்கள் விக்டோரியா அருங்காட்சியகத்திற்கும், செர்ன்சிங்டனில் உள்ள ஆல்பர்ட் அருங்காட்சியகத்திற்கும் அனுப்பப்பட்டன. (History of Ind and E. Archit, ed 1910, vol ii. p. 311 note) ஆனால் 1902ஆம் ஆண்டில் 'Orpheus Mosaic' என்பதும், வேறு சில பதிக்கப்பட்ட ஓவியங்களும் டில்லிக்குத் திரும்ப அனுப்பப்பட்டுவிட்டன. பின் அவை அந்தந்த இடங்களில் மீண்டும் பதிக்கப்பட்டன. ஓர்ஃபியஸின் உருவம் (கிரேக்கப் பாடகன்) இத்தாலிய ஓவியர் ராஃபேலின் ஓவியத்தைப் பார்த்து வரையப்பட்டது. மூல ஓவியம் போன்று அவ்வளவு நன்றாக இருக்காது. பல படங்கள் ஃப்ளாரன்ஸ் நகரைச் சேர்ந்த ஸிக்னர் மெனிகட்டி என்பவரால் புத்துயிர் அளிக்கப்பட்டன. இது நடந்தது 1906–09ஆம் ஆண்டுகளில்.

மயிலாசனம் பற்றியும், வேறு ஆறு சிம்மாசனங்கள் பற்றியும் டாவர்னியர் வர்ணித்துள்ளார். (Carr Stephen, Archaeology of Delhi, pp. 220-7)

25. இங்கு குறிப்பிடப்பிட்டுள்ள சிம்மாசனம், ஓர் இடைக்கால ஏற்பாடாக, பின்னால் வந்த பேரரசர்கள் உருவாக்கியது. 1738இல் டில்லியின்மீது படையெடுத்து வந்த நாதிர்ஷா, மயிலாசனம் உட்பட, எடுக்கமுடிந்த அனைத்தையும் கொள்ளையடித்துச் சென்றுவிட்டான். மீதமிருந்த ஒரு சிலவற்றை மராட்டியர்கள் எடுத்துச் சென்றுவிட்டனர். திவான் – இ – காஸ் என்ற அரங்கின் மேற்கூரை வெள்ளித்தகடுகளால் அலங்கரிக்கப்பட்டிருந்தது. இவைகளை மராட்டியர்கள் பெயர்த்தெடுத்துச் சென்றுவிட்டனர். ஷாஜஹான் கட்டிய கட்டடங்களில் இந்த அரங்கம் குறிப்பிடத்தக்க ஒன்று. ஆக்ரா அரண்மனையில் உள்ள 'திவான்–இ–காஸ்'

அரங்கைவிட இது பெரியது; அதிக வேலைப்பாடுடையது. இந்த அரங்கின் மேற்கூரையைச் சுற்றித்தான், பின்வரும் புகழ்பெற்ற வாசகம் பொறிக்கப்பட்டிருந்தது. இதுதான் இந்த வாசகம் : "இப்பூமியில் சொர்க்கம் என்று ஒன்று இருந்தால், அது இதுதான். இதுதான்."

26. இங்கு விவரிக்கப்பட்ட சம்பவங்களை பெர்னியரும், மனூச்சியும் விரிவாக விளக்கியுள்ளனர். சுலைமானும், சிஃபிர் ஷீகோவும் தாரா ஷீகோவின் புதல்வர்கள். டில்லி அரண்மனையில் உட்கார்ந்து கொண்டு ஷாஜஹான் தன் பேரனுடன் ஒப்பந்தம் பேசியதாக நூலாசிரியர் குறிப்பிட்டிருப்பது தவறு. அப்போது ஷாஜஹான் ஆக்ராவில் இருந்தார்.

27. போரில் தோற்கடிக்கப்பட்ட டில்லியின் பேரரசரும், போரில் அவரை வென்ற நாதிர்ஷாவும் திவான்–இ–காஸ் அரங்கில் ஒன்றாக அமர்ந்திருந்தனர். அரண்மனையில் பணியாற்றிய கனவான் ஒருவர் இரு கோப்பைகள் காபியை ஒரு தங்கத்தட்டில் வைத்து ஏந்திக்கொண்டு, அந்த சிறப்பு வாய்ந்த அரங்கினுள் நுழைந்தார். காபி கோப்பையை முதலில் தன் எஜமானரான பேரரசரிடம் நீட்டினால், எல்லோரையும் நடுங்கவைத்த நாதிர்ஷா உடனே அந்தச் சேவகருக்கு மரணதண்டனை வழங்கிவிடுவான். அதே சமயத்தில் காபி கோப்பையை முதலில் நாதிர்ஷாவிடம் நீட்டினால், தனது எஜமானரை அவமதித்ததாக ஆகிவிடும். எல்லோரும் ஆச்சரியப்படும் வகையில் கனவானான அந்த சேவகர் நிதானமாக நடந்துசென்று தனது எஜமானரான டில்லிப் பேரரசர் அருகில்சென்று அவரிடம் தங்கத்தட்டை நீட்டி "மன்னர்களின் மன்னரும், தங்களது மரியாதைக்குரிய விருந்தினருமானவருக்கு, நான் என் கைகளால் காபி கோப்பையைக் கொடுக்க ஆசைப்படக்கூடாது. மேலும் தங்களைத் தவிர வேறு யாரும் அவருக்கு முதலில் மரியாதை செய்யக்கூடாது என்று நீங்கள் நினைப்பீர்கள்" என்று கூறினார். உடனே டில்லிப் பேரரசர், தட்டிலிருந்த காபி கோப்பையை எடுத்து நாதிர்ஷாவிடம் நீட்டினார். அதைப் பெற்றுக்கொண்டு நாதிர்ஷா கூறினான் – "சகோதரனே, உன்னுடைய அலுவலர்கள் எல்லோரும் இவனைப் போலவே இருந்திருந்தால், நீ என்னையோ எனது படைகளையோ டில்லியில் பார்த்திருக்க மாட்டாய். இந்தச் சேவகனை, உன்னுடைய நன்மைக்காக நன்கு கவனித்துக் கொள். இவனைபோன்ற பலரை உன்னைச் சுற்றி வைத்துக்கொள்."

28. இந்த வாசகத்தைப் பொறித்தவர் சாத் – உல்லாகான் என்பவர். கையெழுத்து ரஷீத் அவர்களுடையது. இவர் மிகவும் அழகாக எழுதக்கூடியவர்.

29. *1867* ஆம் ஆண்டு நடந்த சம்பவங்களின்போது இந்தப் படங்கள் யாவும் அகற்றப்பட்டன. அரண்மனையின் எஞ்சியிருந்த சிறப்பம்சங்கள் பாதுகாக்கப்பட்டன. இப்போது அவை ஒழுங்காகவும், நல்லமுறையிலும் பராமரிக்கப்படுகின்றன. திவான் – இ – காஸ் அரங்கிலிருந்த பழைய வேலைப்பாடுகள், ஓரளவு மீண்டும் சரிசெய்யப்பட்டுள்ளன. இக்கட்டடத்தின் உட்பகுதி இப்போது முன்புபோலவே பொலிவுடன் விளங்குகிறது.

அரண்மனையில் பொது இடங்களில் எஞ்சியிருப்பவை, நுழைவு அரங்கம், நௌபத் கானா, திவான் – கு – அம், திவான் – இ – காஸ்,

ரங்மகால் போன்றவை. ரங்மகால் உணவுக் கூடமாக உள்ளது. சில காட்சிமாடங்களும் நல்ல நிலையில் உள்ளன. ஒன்றை ஒன்று இணைக்கும் தாழ்வாரங்கள் இல்லாத நிலையில் மேற்கூறப்பட்ட கட்டடங்கள் தங்கள் முக்கியத்துவத்தை இழந்துவிட்டன. தற்போது டில்லி அரண்மனை பிரிட்டிஷ் போர்வீரர்கள் குடியிருப்புகளுக்கு இடையே உள்ளது.

டில்லியைப் பற்றிய புத்தகங்கள், ஆக்ரா பற்றிய புத்தகங்களைவிட, அதிக நம்பிக்கையூட்டி, அதை அடையவிடாமல் தடுக்கும் வகையிலும், திருப்தியில்லாமலும் எழுதப்பட்டுள்ளன. கூப்பர், ஹார்கோர்ட், கீன் போன்றோர் எழுதிய டில்லி பற்றிய கையேடுகளில் கீன் எழுதியது ஓரளவு நன்றாக உள்ளது. H. C. Fanshawe 'டில்லி நேற்றும் இன்றும்' என்று ஒரு மிகப்பெரிய புத்தகத்தை எழுதியுள்ளார். மறைந்த திரு. கார் ஸ்டீஃபன், டில்லியின் ரெசிடென்ட் ஆக இருந்தவர். இவர் டில்லி பற்றிய தொல்பொருள் ஆய்வு நூல் ஒன்றை எழுதியுள்ளார். இப்புத்தகத்தில் படங்கள் ஏதும் இல்லை. சில வரைபடங்களே காணப்படுகின்றன.

30. அத்தியாயம் 53, குறிப்பு 19 பார்க்க.

31. 1857ஆம் ஆண்டின் சிப்பாய்க் கலகம் பல பாதகங்களை ஏற்படுத்தியது. இந்திய அரசியலில் பல குறைபாடுகள் ஏற்பட்டன. டில்லி அரண்மனையில் துர்நாற்றம் வீசும் பூச்சிக் கூட்டங்கள் உருவாயின.

32. அஸ்ரைல் மரணத்திற்கான தேவதை (எமன்) இவனது வேலை மனிதர்களின் உடலிலிருந்து அவர்களின் ஆன்மாக்களைப் பிரித்தல். கடைசி ஊதல் ஊதும் பணி இஸ்ரஃபில் என்ற தேவதைக்குக் கொடுக்கப்பட்டது.

33. மீண்டும் உயிர்த்தெழுதல் பற்றி 'மிஷ்கத்-உல்-மசாபி' புத்தகம் XXiiiஇல் (அத்தியாயம் 3 முதல் 11) கூறப்பட்டுள்ளது.

34. கிருதயுகம், திரேதாயுகம், துவாபரயுகம், கலியுகம் ஆகிய நான்கும் இந்துக்களின் நான்கு யுகங்கள். இவற்றில் நீண்ட காலம் கொண்டவை. இவைகளை கணித்த வானநூல் வல்லுனர்கள் பின்ன எண்களுக்குப் பதிலாக (Fractional numbers) முழு எண்களையே பயன்படுத்தியுள்ளனர் (Integral numbers).

35. இங்கு குறிப்பிடப்பட்டுள்ள கல்விமுறை இப்போது பயன்படுவதில்லை. நடைமுறைக்கு ஏற்றதாகவும் இல்லை. முகமதியர்கள், தற்போது தேவையின் காரணமாக, மெதுவாக, முழு மனமின்றி ஆங்கிலக் கல்விமுறைக்கு மாறி வருகிறார்கள்.

36. 'இமாம் முகமது கஸாலி'க்கு "ஹீஜ்ஜத்-உல்-இஸ்லாம்" என்பது பட்டம். 'அபு ஹமீத் முகமது ஸெயின்உதீன் துசி' என்று அவரது பெயருக்குப் பின்னால் வரும். இவர் ஒரு மிகச் சிறந்த முகலாய மருத்துவர். இவரது நீளமான பெயர் தலைசுற்ற வைக்கும் பெயராக உள்ளது.

37. 'க்வாஜா நஸீருதீன் துசி' என்பவர் ஒரு தத்துவமேதை; வானநூல் அறிஞர். பாரசீகத்தில் பிறந்த சிறந்த அறிஞர்களில் இவரும் ஒருவர். கி.பி. 1201இல் பிறந்த இவர் கி.பி. 1274இல் மரணமடைந்தார்.

38. 'பஸ்தான்', 'குலிஸ்தான்' போன்றவை சாதி அவர்கள் எழுதிய நூல்கள். அத்தியாயம் 12 குறிப்பு 6 பார்க்கவும்.

39. கிழ்த்திசை நாடுகளில் உள்ள ஆங்கிலேயர்களின் பிற்போக்கு எண்ணங்களை இக்கருத்து எடுத்துக் கூறுகிறது. இக்கருத்து மக்களின் உள் எண்ணங்களைக் குறை கூறுவதாக உள்ளது; இதனை முழுமையானது என்று கூறமுடியாது.
40. அத்தியாயம் 30 குறிப்பு 6 பார்க்கவும்.
41. நூலின் முதற்பதிப்பில் இரண்டாம் அக்பரின் உருவப் படம் இரண்டு இடங்களில் இடம்பெற்றுள்ளது.
42. தற்காலத்தில், தனியாக வாழ்ந்து கொண்டிருக்கும் உள்நாட்டு இளவரசர் ஒருவர் இந்த அளவிற்கு நகைப்பிற்கிடம்தரும் வகையில் நடந்து கொண்டிருக்க முடியாது.
43. தைமூரின் வம்சத்தில் பாபர் ஆறாவதாக வருபவர். ஏழாவதாக வருபவர் அல்ல. பாபரின் முப்பாட்டனார் அபுசயீத், தைமூரின் பேரர். பாபரை ஆங்கிலத்தில் "Babur" என்று எழுதவேண்டும். Babar என்பது தவறு.
44. இந்த எண்ணிக்கை சற்று மிகைப்படுத்தப்பட்டதாக இருக்கலாம். ஆனால் சந்தேகத்திற்கிடமின்றி பல கொடுமைகள் நடந்தன.
45. தைமூர் அசாத்தியமான பலமுடையவன்; பல விஷயங்கள் தெரிந்தவன் (Malcolm, History of Persia, ed 1859, Chapter 1)
46. தைமூரின் சரித்திர ஆசிரியரும், அவரை புகழ்ந்து பேசக்கூடியவரும் 'ஷரஃ-உத்-தீன்' என்பவர். இவர் 1446ஆம் ஆண்டு இறந்துபோனார். இவர் எழுதிய 'ஸாஃபர்நாமா' (Book of Victories) என்ற புத்தகம் பெட்டிஸ் டீ லா குரோபிக்ஸ் (Peties de la croix) என்பவரால் பிரஞ்ச் மொழியில் மொழிபெயர்க்கப்பட்டது. இது 1722ஆம் ஆண்டில். இதனை சரித்திர ஆசிரியர் கிப்பான் பயன்படுத்தி 1723இல் ஆங்கிலத்தில் மொழி பெயர்த்தார். அதிலுள்ள செய்திகளுக்கும் ஸ்லீமன் அவர்களின் கூற்றுக்கும் மாறுபாடுகள் உள்ளன.
47. பழைய டில்லி குத்புதீனுக்கும், இல்த்துமிஷ்க்கும் உரியது. புது டில்லி ஃபிரோஸ் ஷாவுக்கு உரியது. இதுதான் இப்போதைய டில்லி. இதன் ஒரு பகுதி டில்லி வாயிலுக்குத் தென்புறமாக உள்ளது.
48. இது நடந்தது கி.பி. 1303இல்.
49. இப்போது இது சஹாரன்பூர் மாவட்டத்தில் உள்ளது.
50. இது திரும்பவும் கூறப்பட்டுள்ளது. பிரிட்டானிகா கலைக் களஞ்சியத்தில் (1910) தைமூர் ஏப்ரல் மாதம் தனது தலைநகர் திரும்பியதாகக் கூறப்பட்டிருக்கிறது. மே மாதம் அல்ல.
51. பஜாஸெட் அல்லது பையாஸித் மி 1402ஆம் ஆண்டு அங்கோரா என்ற இடத்தில் நடைபெற்ற போரில் தைமூரால் தோற்கடிக்கப்பட்டார். அடுத்த ஆண்டே அவர் இறந்துவிட்டார். அவரை இரும்புக் கூண்டில் அடைத்து வைத்திருந்ததாகச் சொல்லப்படுவதை வரலாற்று விமர்சகர்கள் ஏற்றுக்கொள்வதில்லை. ஆனால் இதற்கு ஆதாரம் இருப்பதாக கிப்பான் தெரிவிக்கிறார். அனடோலியா என்பது ஆசியா மைனரின் (சிறிய ஆசியா) மற்றுமோர் பெயர்.
52. செபாஸ்டிக்கு இலீசா அல்லது அயாஷ் என்ற பெயரும் உண்டு. இது சிலிசியாவில் இருந்தது.

53. இதற்கு சிஹான் (Sihon) அல்லது சிர் தரியா என்ற பெயரும் உண்டு.
54. 'Malfuzat', 'Tuzukat' என்று இரண்டு சுயசரிதைகள் தைமூருக்கு உண்டு. அவனது வழிகாட்டுதலின்படி அவைகள் தயாரிக்கப்பட்டிருக்க வேண்டும். 'Tuzukat' என்பதை மேஜர் டேவி (Oxford 1783) ஆங்கிலத்தில் மொழிபெயர்த்துள்ளார். 'Malfuzat' இன் ஒரு பகுதி மேஜர் ஸ்டீவார்ட் என்பவரால் மொழிபெயர்க்கப்பட்டுள்ளது.
55. அலி யாஸ்டி என்ற ஷரஃ-உத்-தீன், ஸாபர்நாமா என்ற நூலை பாரசீக மொழியில் எழுதினார். (அத்தியாயம் 68இ குறிப்பு 46) இபன் அராப்ஷா, தான் அரபு மொழியில் எழுதிய நூலில் தைமூர் பற்றித் தாக்கி எழுதியுள்ளார்.
56. நாடோடிகளைப்பற்றி அவர்களின் பிரச்சனைகள், தோற்றம் போன்றவை பற்றி ஒரு சிறு குறிப்பின்மூலம் விளக்கமளிக்க முடியாது. நாடோடிகளின் மொழி அல்லது 'ரொமானி' மொழி தற்போது வட இந்தியாவில் பேசப்படும் மொழிகளுடன் நெருங்கிய தொடர்புடையது. இருப்பினும் வட இந்திய மொழிகளிலிருந்து அந்த மொழி வந்துள்ளது என்று கூறமுடியாது. சர் ஜார்ஜ், திருமதி ககிரியர்சன் ஆகியோர் ஆங்கில – ஜிப்ஸி மொழி அகராதி ஒன்றைத் தயாரித்துள்ளனர் (Published in Ind. Ant, vols xv, xvi 1886, 1887) நூலாசிரியரின் கோட்பாடு, உண்மைகளோடு ஒத்துப்போகவில்லை. தைமூர் காலத்திற்கு முன்பே இந்த நாடோடிகள் பாரசீகம், ஐரோப்பா போன்ற இடங்களில் இருந்துள்ளனர். அவர்கள் எகிப்தின் வழியாக அங்கே போகவில்லை என்பது உறுதி. சேம்பர்ஸ் கலைக்களஞ்சியத்தில் (1904) F.H. Groome அவர்கள், நாடோடிகள் பற்றி எழுதியுள்ள கட்டுரை, பிரிட்டானிகா கலைக்களஞ்சியத்தில் டாக்டர். கேஸ்டர் எழுதியுள்ள கட்டுரையைவிட மேலானது. (Encycol. Britt. 11th ed., 1910).
57. ஆங்கிலேயர்களின் குற்றவியல் சட்டம் (1859 – 61) வருவதற்கு முன் முகமதியர்களின் சட்டங்களே நீதிமன்றங்களில் பின்பற்றப்பட்டு வந்தன. எனவே ஒவ்வொரு நீதிமன்றத்திலும் ஒரு முகமதிய சட்ட அலுவலர் இருப்பர். இவர்தான் 'Fatua' என்ற முடிவை அறிவிப்பார். ஸ்லீமன் எழுதிய 'இராம சீயனா' என்ற நூலில் இதுபற்றி குறிப்பிடப்பட்டுள்ளது.
58. குரான், அத்தியாயம் 2, இரண்டாவது வரி.
59. குரான், அத்தியாயம் 32.
60. குரான் அத்தியாயம் 11.
61. குரான், அத்தியாயம் 15.
62. "இந்தக் குரான் யாவரையும் மிகைத்தவனும், அருள் மிக்கவனுமாகி இறைவனால் இறக்கியருளப்பட்டதாகும். தம் மூதாதையர் அச்சமூட்டி எச்சரிக்கை செய்யப்படாததால் எந்தச் சமுதாயம் அலட்சியமாக இருக்கிறதோ அந்தச் சமுதாயத்தை நீர் எச்சரிக்கை செய்யவேண்டும் என்பதற்காக. அவர்களுக்கு எல்லாமே ஒன்றுதான். நீர் அவர்களை அச்சமூட்டி எச்சரித்தாலும் சரி; எச்சரிக்காவிட்டாலும் சரி; அவர்கள் நம்பிக்கை கொள்ள மாட்டார்கள்" போன்ற வாசகங்கள் குரானின் 36வது அத்தியாயத்தில் வருகின்றன.

63. திருக்குரானை மிகவும் நன்றாகப் படித்தவர் மஃப்ட்டி அவர்கள். ஆனாலும் அவர் தன் வாழ்வில் ஒழுக்கக் குறைவாக நடந்து கொண்டார்; லஞ்சம் வாங்கினார்.

64. 'அலிவுதீன்' என்றபெயர் சற்று வினோதமாக உள்ளது. இப்பெயர் 'அலாவுதீன்' என்று இருக்கலாம்.

65. குரானின் 17வது அத்தியாயம் இவ்வாறு தொடங்குகிறது. "எல்லா புகழும் இறைவனையே சேரட்டும்; அவன் தன் சேவகரை ஓர் இரவில், மெக்காவின் புனிதத் திருக்கோயிலிலிருந்து தூரத்தில் ஜெருசலத்தில் இருக்கும் கோயிலுக்கு அழைத்துச் சென்றான். அங்கிருந்து அவரை ஏழு சொர்க்கங்களின் ஊடே அழைத்துச் சென்று இறைவன் முன் நிறுத்தினான்; அதே இரவில் பின் மெக்காவுக்கே அவரை திரும்பவும் அழைத்து வந்துவிட்டான்." இந்தப் பயணம் உண்மையில் மேற் கொள்ளப்பட்டதா அல்லது கனவா (எண்ணத்தில் தோன்றிய அருட்காட்சி) என்பது குறித்து விமர்சகர்களிடையே கருத்து வேற்றுமை உள்ளது. முடிவாகச் சொல்லப்படுவது என்னவென்றால் இறைவனின் சேவகர் (முகமது) உண்மையில் அவ்வாறு அழைத்துச் செல்லப்பட்டார்; நடந்தது உண்மையே தவிர அருட்காட்சி அல்ல என்பதே. சர்வ வல்லமையுடைய ஒரு தேவதையால் அவ்வாறு அழைத்துச் சென்றிருக்க முடியும்.

66. திருக்குரான், அத்தியாயம் 15 பார்க்கவும்.

67. கிறிஸ்தவர்கள் வேதத்தை மாற்றிவிட்டார்கள் என்று முகமதியர்கள் நினைக்கிறார்கள்.

68. ஆன்மிகக் கருத்துகளுக்கும், அறிவியல் கருத்துகளுக்குமிடையே முரண்பாடுகள் இடைவிடாமல் இருந்துகொண்டுதான் இருக்கின்றன. நவீன அறிவியல் கோட்பாடுகளைப் பற்றி இந்துக்கள் என்ன நினைக்கிறார்கள் என்பது பற்றி அத்தியாயம் 26, குறிப்பு 11இல் வருகிறது. அவற்றையும் ஒப்பிட்டுப் பார்க்கவும்.

69. இங்கு கொடுக்கப்பட்டுள்ள வரிகள் ஆங்கிலக் கவி மில்ட்டன் எழுதிய 'இழந்த சொர்க்கம்' என் நூலின் 8வது புத்தகத்தில் வருகிறது. ரஃபேல் என்ற தேவன், ஆதாமுக்குச் சொல்வதுபோல் இப்பாடல் வரிகள் அமைந்துள்ளன.
(Paradise Lost, Book Viii line 167; from Raphael's address to Adam)

இந்தியக் காவல்துறையும் அதன் குறைபாடுகளும் - குறைபாடுகளுக்கான காரணங்களும் அவைகளைக் களையும் முறைகளும்

26ஆம் நாள்,[1] படகுகளை இணைத்து உருவாக்கப்பட்ட ஒரு பாலத்தின் மூலம் நாங்கள் யமுனை நதியைக் கடந்தோம். பொதுமக்களின் பயன்பாட்டிற்காக அவத் அரசர் இந்தப் படகுப் பாலத்தை உருவாக்கியிருந்தார். தற்போது அவத் அரசருக்கும், டில்லிக்கும் உள்ளே ஒரே தொடர்பு அந்த நகரில் இருக்கும் அவரது மூதாதையரின்[2] கல்லறைதான். அவரது சமஸ்தானமும் தலைநகர் டில்லியும் கங்கை, யமுனை என்ற இரு பெரும் நதிகளால் பிரிக்கப் பட்டிருந்தது.

நாங்கள் மிகவும் மோசமான ஒரு சாலையின் மூலம் ஃபரூக் நகருக்குப் பயணமானோம். சாலை நெடுகிலும் நாங்கள் பார்த்தது வளமற்றமண்.[3] உலகிலேயே, ஒரு மிகப்பெரிய இராணுவக் கேந்திரத்தையும்,[4] தலைநகரையும் இணைக்கும் மிகமோசமான, சாலை இந்தியா போன்ற ஒரு நாகரிகமடைந்த நாட்டில், நாங்கள் கடந்துவந்த சாலைதான். காலை உணவுக்குப் பிறகு, அந்தக் கோட்டத்தின், உள்ளூர் தலைமைக் காவல் அலுவலர், மரியாதை நிமித்தம் எங்களை வந்து பார்த்தார். இப்பகுதியில் நடக்கும் பயங்கரமான கொலைக்குற்றங்களைப் பற்றி அவர் எங்களிடம் தெரிவித்தார். கொலையாளிகள் பக்கத்தில் இருக்கும் பேகம் சம்ரூ[5]

அவர்களின் எல்லைப் பகுதியில் தங்கியிருப்பதாகவும் அவர் கூறினார். அவர்களைத் தேடிக்கண்டுபிடித்து கைது செய்ய காவலர்களுக்குத் துணிவில்லை என்றும் கூறினார். ஏழு ஆண்டுகளுக்கு முன் அந்தக் கொலையாளிகள் ஒன்பது நபர்களைக் கொன்று, உடல்களை ஒரு பாழுங்கிணற்றில் தூக்கிப் போட்ட சம்பவத்தையும் அந்தக் காவல் அதிகாரி விவரித்தார். இறந்தோரின் உடல்கள் பிரேதப் பரிசோதனை செய்யப்பட்டபோது, இந்த அதிகாரியும் உடன் இருந்துள்ளார். அந்த உடல்களின் தோற்றத்தையும் அவர் விவரித்தார். இறந்தவர்கள் அனைவரும் லாகூரிலிருந்து வந்திருந்த செய்தி யாளர்கள். முக்கிய செய்தியாளரும், அவரது எட்டு நண்பர்களும், ரோகில்கண்டுக்குத் திரும்பி வந்துகொண்டிருந்த போது கொள்ளையர்களால், கொலைசெய்யப்பட்டனர். இந்த சம்பவம் பற்றி முன்பே எனக்குத் தெரியும். கொலை செய்தவர்கள் பிடிபட்டுவிட்டனர். தக்க சாட்சியங்களுக்காக நாங்கள் காத்திருக்க வேண்டியதாயிற்று. கொலை சம்பவம் பேகம் சம்ரூவின் எல்லைப் பகுதியில் நடந்ததாகக் கருதப் பட்டதால், ஓர் அறிக்கை தரும்படி நான் பேகம் அவர்களைக் கேட்டிருந்தேன். எப்போதும்போல், அக்கம்பக்கத்தில் இருந்தவர்கள், இந்தக் கொலை பற்றி தங்களுக்கு எதுவும் தெரியாதென்று சொன்னதெல்லாம் வெளிவேஷம்தான். நீதிமன்றத்திற்கு சாட்சிசொல்ல வரும்படி அழைக்கப்படுவோம் என்று அச்சப்பட்டே அவர்கள் ஒன்றும் தெரியாதவர்கள் போல் நடித்தனர். பின் நான் நீதிமன்ற நடுவர் மூலம் ஓர் அறிக்கையைப் பெற்று வழக்கு விசாரணைக்குத் தேவையான சாட்சியங்களைத் தயாரித்தேன். அந்தக் கொலை சம்பவம் குறித்து அனைத்து விவரங்களையும் நான் தயாராக வைத்திருந்ததைப் பார்த்து "தனதார்" எனப்படும் காவல் அலுவலர் மிகவும் அதிர்ச்சியடைந்துவிட்டார். உண்மையில் குற்றம் புரிந்தவர்கள் பேகம் சம்ரூவின் எல்லைப்பகுதிக்கு உட்பட்டவர்கள் அல்ல; அவர்கள் ஆங்கிலேய ஆட்சிப் பகுதிக்கு உட்பட்டவர்களே.

நமது ஆங்கிலேய ஆட்சிக்குட்பட்ட எல்லைப் பகுதிகளில் பணியமர்த்தப்பட்டுள்ள காவல் அதிகாரிகள், கொலை காரர்களையும், கொள்ளைக் கூட்டத்தினரையும் பக்கத்தில் உள்ள சமஸ்தானங்களைச் சேர்ந்தவர்கள் என்று வெகு சுலபமாகக் கூறிவிடுவார்கள். நம் பகுதியில் உள்ளோர்

செய்யும் குற்றங்களை பக்கத்திலுள்ள சுதேசி மன்னர்களின் பகுதிகளில் வசிப்போர் செய்வதாக, இந்த காவல் அலுவலர்கள் கூறிவிடுவார்கள். உண்மையான குற்றவாளிகளைப் பிடித்து, அவர்கள் மீது குற்றம்சுமத்த காவல் அதிகாரிகள் அச்சப்படுகிறார்கள்; அப்படிச் செய்தால் அவர்கள் பழிவாங்கப்படலாம். இந்தக் காவல் அதிகாரிகள் திறமையற்றவர்கள் என்பதைக் காட்டும் வகையிலும், அவர்களை பதவியிழக்க வைக்கும் நோக்கத்திலும் திருடர்கள், மேற்கொண்டு கொள்ளை, வழிப்பறி போன்றவற்றில் ஈடுபடலாம். அதேசமயத்தில் சில காவலர்கள், திருடர்கள் அடிக்கும் கொள்ளையில் ஒரு பங்கைப் பெற்றுக்கொண்டு, தங்களது அதிகார எல்லைக்குள் இனி திருடக்கூடாது என்று உறுதிமொழியும் வாங்கிக் கொள்கிறார்கள். இந்தக் காவல் அதிகாரிகளுக்கு எந்தவிதமான பணிப் பாதுகாப்பும் இல்லை; அவர்களது ஊதியமும் மிகக் குறைவு. போதிய கைதிகளை அனுப்பி வைக்காவிட்டால், நீதிமன்ற நடுவர்கள் அவர்களை பணிநீக்கம் செய்துவிடுவார்கள். கைதிகளை நீதிமன்றங்களுக்கு அனுப்பி வைப்பதாக இருந்தாலும், அவர்களுக்கு தண்டனை வாங்கித் தருவதற்கு ஏற்ப சாட்சியங்களுடன் அனுப்பி வைக்கவேண்டும். ஒரு நீதிமன்ற நடுவர் குற்றவாளிக்கு தண்டனை கொடுத்தால் அது மாவட்ட அமர்வு நீதிமன்றத்தின் நீதிபதியால் உறுதிசெய்யப் படவேண்டும். இதை வைத்துதான் நீதிமன்ற நடுவரின் திறமை நிர்ணயிக்கப்படுகிறது. சில சமயங்களில் அமர்வு நீதிமன்றம் குற்றம் சுமத்தப்பட்டவனை, விடுவித்துவிடவும் வாய்ப்புள்ளது. போதிய சாட்சிகள் இல்லாவிட்டால் ஒரு குற்றவாளி தண்டனையிலிருந்து தப்பிவிடுவான். பரம்பரையாக திருட்டையே தொழிலாகக் கொண்டவர்களும், தொழில் முறையிலான கொலைகாரர்களும் தாங்கள் வாழும் இடத்தை விட்டுவிட்டு, மாவட்டத்தின் ஏதோ ஒரு மூலையிலுள்ள இடத்திற்குச் சென்று கொலை, கொள்ளையில் ஈடுபடுகின்றனர். எனவே திறமையான காவல் அதிகாரியால் கூட தனது அதிகார எல்லைக்குள் நடைபெறும் குற்றங்களைக் கண்டுபிடிக்க இயலவில்லை.[6]

உண்மையான குற்றவாளிகளைக் கண்டுபிடிக்க இயலாத நிலையில் இந்த உள்ளூர் காவல் அதிகாரிகள், ஒன்று ஏதும்

அறியா அப்பாவி மக்களைப் பிடித்து, குற்றத்தை ஒப்புக் கொள்ளும்படி வற்புறுத்துவார்கள்; அல்லது நடந்த குற்றத்தை மறைக்க முயல்வார்கள். இவ்வாறு அவர்கள் மறைக்க முயல்வதை, பொருட்களைப் பறிகொடுத்தவர்களும் ஆதரிப்பார்கள்; ஏனெனில் அவர்கள் நீதிமன்றங்களுக்குச் செல்ல விரும்புவதில்லை; தங்களது அண்டை வீட்டுக்காரர்கள் சாட்சிகளாக அழைக்கப்படுவதையும் விரும்புவதில்லை. பொருளைப் பறிகொடுத்தவன், அடுத்த வீட்டுக்காரர்களால், பரிதாபப்படுவதற்குப் பதிலாக, அவர்களால் வெறுக்கப் படுகிறான்; காரணம் அவர்கள் சாட்சிகளாக விசாரிக்கப்படலாம் என்பதே. எனவே அவர்கள் காவல், அதிகாரிகளுக்குப் பணம் கொடுத்து, நீதிமன்ற நடுவரிடமிருந்து நடந்த குற்றத்தை மறைக்கும்படிச் செய்துவிடுகின்றனர். பொருளைப் பறிகொடுத்த வனையும் பணம் கொடுக்க வைக்கின்றனர். முற்காலத்தில் ஒரு நீதிபதி வருடத்திற்கு ஒரு முறை அல்லது இருமுறைகள் ஒரு மாவட்டத்திற்கு வருகை தந்து வழக்குகளை விசாரிப்பார். ஒவ்வொரு முறை அவர் வரும்போதும் சாட்சி சொல்ல வழக்கில் தொடர்புடைய மக்கள் நீதிபதியின் முன்னிலையில் தங்கள் வருகையைப் பதிவுசெய்ய வேண்டும். இதனால் மக்கள் பெரிதும் துரயப்பட்டார்கள். இப்போது ஒவ்வொரு மாவட்டத்திலும், ஒரு மாவட்ட நீதிபதி இருப்பதால் முன்புபோல் மக்கள் துன்பப்படத் தேவையில்லை. நீதிமன்ற நடுவர் விசாரித்த வழக்குகளை மாவட்ட நீதிபதிகள் மறுவிசாரணை செய்யவேண்டும்.[7] இந்த வழக்கம் பென்டிங் பிரபுவால் ஏற்படுத்தப்பட்டது. மோசமான நிர்வாகி என்ற பெயரைப் பெற்றிருந்தாலும், மேற்குறிப்பிட்ட நடைமுறை அவரால் தோற்றுவிக்கப்பட்ட நல்ல நடைமுறைகளில் ஒன்று.[8] இருப்பினும், இன்னும் நமது நீதிமன்றங்களில் குற்றங்கள் தொடர்பான வழக்குகளில் தீர்ப்புகள் வெளிவர அதிக காலம் பிடிக்கிறது; குற்றவாளி தண்டிக்கப்படுவதும் நிச்சயமல்ல. எனவே நடந்த குற்றங்களை மறைக்கும் எண்ணமும், அல்லது அவைகளை திரித்துச் சொல்லும் எண்ணமும் காவல் அதிகாரிகளிடையே எழுகிறது. இப்படிப்பட்ட எண்ணத்தைத் தடுக்க காவல் அதிகாரிகளுக்குத் தக்க பணிப்பாதுகாப்பு இருக்கவேண்டும்; அவர்களுக்குப் போதுமான ஊதியம் வழங்கப்படவேண்டும்; பதவி உயர்வுகளுக்கு வாய்ப்புகள் இருக்கவேண்டும்; அவர்கள்

மேல் அதிகாரிகளால் நன்கு கண்காணிக்கப்பட வேண்டும். இவ்வாறு நாம் நடவடிக்கைகள் மேற்கொண்டால் அவர்களின் மனதில் எழும் தவறான எண்ணங்களைத் தவிர்த்துவிடலாம். 'தனதார்' என்று அழைக்கப்படும் காவல்துறை அதிகாரிகளும், அவர்களுக்குக் கீழ் பணியாற்றும் அலுவலர்களும் மிகக் குறைவான ஊதியத்தையே பெற்று வருகிறார்கள். எனவே எந்த மக்கள் மத்தியில் இவர்கள் வாழ்ந்து வருகிறார்களோ அவர்கள், இந்தக் காவல் அதிகாரிகள் லஞ்சம் வாங்குவதைப் பற்றிக் கோபப்படுவதுமில்லை, அதைக் கேவலமாக நினைப்பதுமில்லை. மிகக் குறைந்த ஊதியத்தைக் கொடுத்து அவர்களை வேலைவாங்கும் அரசாங்கத்தைத்தான் மக்கள் குறைகூறுகிறார்கள். எனவே யாரைப் பாதுகாக்க இந்த காவல் அதிகாரிகள் நியமிக்கப்பட்டுள்ளார்களோ அவர்களையே உறிஞ்சுவதற்கு இந்த அலுவலர்கள் அனுமதிக்கப்படுகிறார்கள். எவ்வளவுதான் உண்மையாக உழைத்தாலும், குறைவான ஊதியத்தை வைத்துக்கொண்டு காவல் அதிகாரிகளால் நேர்மையாக இருக்க இயலாது என்பது மக்களுக்குத் தெரிகிறது. மேலும் லஞ்சம் வாங்குவதின் பலனை அனுபவிக்காமல் ஒருவனால் 'லஞ்சம் வாங்குபவன்' என்ற கெட்ட பெயரை மட்டும் தாங்கிக் கொண்டிருக்க முடியாது. தங்களது குடும்பங்களை நல்ல நிலையில் வைத்துக் காப்பாற்றுமளவுக்கு 'தனதார்'களுக்கு ஊதியம் வழங்கப்பட வேண்டும். அவர்கள் சமுதாயத்தில் கௌரவமாக வாழுமளவுக்கு, அவர்களது ஊதியம் இருக்க வேண்டும். ஒவ்வொரு மூன்று அல்லது நான்கு 'தனதார் களுக்கும்' அவர்களை மேற்பார்வையிட ஒரு மேலதிகாரி, அதிக ஊதியத்தில் நியமிக்கப்படவேண்டும். சிறு குற்றங்களை விசாரித்து தண்டனை வழங்கும் அதிகாரமும் அந்த மேலதிகாரிகளுக்கு இருத்தல் வேண்டும். இந்த மேலதிகாரி பதவி தங்களுக்கும் கிடைக்கும் என்ற உற்சாகத்தில் அவர்களும் சிறப்பாகப் பணியாற்றுவார்கள்."⁹

அதிகாரிகள், குறைந்த ஊதியத்தைப் பெற்றுக்கொண்டு, பதவி உயர்வு பெறுவதற்கும் வாய்ப்பில்லாமல், பணிப் பாதுகாப்பும் இல்லாமல், ஓய்வூதியத்தைப் பற்றிய நம்பிக்கையும்,¹⁰ இல்லாமல், அதே சமயத்தில் உற்சாகமாகவும், நேர்மையாகவும் உழைக்கவேண்டும் என்று ஒருவன் எதிர்

பார்த்தால் அவன் மனித இயல்பைப் பற்றித் தெரியாத வனாகத்தான் இருப்பான்; மனிதர்கள் உலகில் எதனால் தூண்டப்படுகிறார்கள் என்பதைப் புரிந்து கொள்ளாத வனாகத்தான் இருப்பான். எல்லா இடங்களிலும் எந்த உணர்வு மனிதர்களைத் தூண்டுகிறதோ அதே உணர்வுதான் இந்திய மக்களையும் தூண்டுகிறது. இது நமக்குத் தெரியும்.

இந்த உணர்வைப் புரிந்துகொண்டுதான், நாம் சிவில் நிர்வாகப் பணியில் உள்ள ஐரோப்பிய அதிகாரிகளின் ஊதிய விகிதங்களை நிர்ணயம் செய்துள்ளோம்; நீதித்துறை, வருவாய்த்துறை போன்ற பொதுத்துறைகளில் பணிபுரியும் உள்ளூர் அதிகாரிகளின் ஊதியங்களையும் நிர்ணயம் செய்துள்ளோம். ஆனால் காவல் துறையில் பணியாற்றும் உள்ளூர் அலுவலர்களுக்கு மட்டும் ஏன் நாம் அவ்வாறு செய்யவில்லை? ஒரு மாவட்ட நீதிமன்ற நடுவர் ரூபாய் இரண்டாயிரம் முதல் இரண்டாயிரத்தைநூறு வரை மாத ஊதியம் பெறுகிறார்.[11] உள்ளூர் அதிகாரியான "தனதார்", இதற்கு அடுத்த கீழ் நிலையில் உள்ளவர். தனதார் மாவட்ட அளவில் தலைமைக் காவல் அலுவலர். இவரது அதிகார வரம்பிற்குள் பல நகரங்களும் கிராமங்களும் வருகின்றன; சுமார் ஒரு லட்சம் மக்கள் இவரது கட்டுப்பாட்டில் இருக்கின்றனர். இந்த அதிகாரி பெறும் மாதவருமானம் ரூபாய் இருபத்தைந்து மட்டுமே. ஒன்று அல்ல இரண்டு குதிரைகள் இல்லாமல் இவரால் இவரது பணியைச் செய்ய முடியாது; குதிரை வைத்துக்கொள்ள வேண்டும்; இல்லா விட்டால் பணியாற்ற இயலாது என்று நீதிமன்ற நடுவர் கூறுகிறார்; அவர் பதவியை ராஜினாமா செய்துவிட வேண்டும் என்றும் கூறுகிறார். நாம் ஒரு தனதாரிடமிருந்து எவ்வளவு எதிர்பார்க்கிறோம், அவருக்கு எவ்வளவு குறைவாகக் கொடுக்கிறோம் என்பது மக்களுக்குத் தெரியும். எனவே எந்த முணுமுணுப்புமின்றி, ஒரு தனதார் கேட்பதை, மக்கள் அவசியம் ஏற்படும்போது கொடுத்துவிடுகிறார்கள். "நில வரி வசூலிக்கவும், எங்களது ரூபாய், அணா, பைசா தொடர்பான வழக்குகளை விசாரிக்கவும், அதிக ஊதியத்தில் நீங்கள் அதிகாரிகளை நியமிக்கிறீர்கள். அவர்களுக்கு எந்த வேலையு மில்லை. ரூபாய், அணா பைசா வழக்குகளை எங்களது மூத்தோர்களைக் கொண்டு நாங்களே விசாரித்துக்

கொள்வோம். எங்களது உயிரையும், உடைமைகளையும் காப்பாற்றி நாட்டில் அமைதியை நிலைநாட்டவேண்டிய அதிகாரிகளுக்கு நீங்கள் சரியான ஊதியம் கொடுப்பதில்லை. அரசுக்கான வரியைச் செலுத்திவிட்டு, குடும்பத்திற்காக செலவு செய்துவிட்டு, அவர்கள் கையில் மிஞ்சுவது எதுவுமேயில்லை" என்று மக்கள் கூறுகிறார்கள்.

இந்தியாவில் நமது ஆங்கிலேய ஆட்சியில் மக்கள் மத்தியில் உள்ள மிகப்பெரிய குறைபாடு இதுதான். இதனால் வரப்போகும் விளைவுகளும், தீமைகளும் மிகவும் அதிகமாக இருக்கும். இந்தக் குறைபாட்டை சரிசெய்ய கீழ்க்கண்ட நடவடிக்கைகளை நாம் எடுத்தாகவேண்டும். 'தனதார்' போன்ற காவல் அதிகாரிகளுக்குப் பணிப்பாதுகாப்பு வழங்க வேண்டும்; அவர்களுக்கு உயர்வான ஊதியம் வழங்கவேண்டும்; ஓய்வூதியத்திற்கு வழிவகை செய்யவேண்டும். எல்லாவற்றிற்கும் மேலாக நீதிமன்ற நடுவர்களுக்கும், தனதார்களுக்குமிடையே, புதிய பதவிகள் உருவாக்கப்பட வேண்டும்.[12] இத்தகைய மாற்றங்கள் வருவாய்த்துறையிலும், நீதித்துறையிலும் செய்யப்பட்டுவிட்டன.

"லெவியேத்தன்" என்ற தனது நூலில் ஹாப்ஸ் இவ்வாறு கூறுகிறார்:- "தண்டனையின் நோக்கம் பழிவாங்குவதல்ல; சீற்றத்தைத் தணித்துக்கொள்வதல்ல. மாறாக குற்றம் செய்தவனைத் திருத்துவதும், மற்றவர்களுக்கு ஒரு பாடமாக இருக்கச் செய்வதுமே தண்டனையின் நோக்கம். பொது மக்களுக்கு ஆபத்தை விளைவிக்கும் குற்றங்களுக்கே கடுமையான தண்டனைகள் அளிக்கப்பட வேண்டும். அரசு நிறுவனங்களிடம் வெறுப்பைக் காட்டுதல், நீதிக்கெதிரான வெறுப்பு, மக்கள் மத்தியில் சீற்றத்தைத் தூண்டி விடுதல் போன்ற குற்றங்களுக்குத் தண்டனை கடுமையாக இருக்க வேண்டும். அதிகாரத்தில் உள்ளவர்களின் குழந்தைகள், பணியாளர்கள் போன்றோரின் குற்றங்களும் தண்டனை யிலிருந்து தப்பக்கூடாது.[13] சீற்றம் என்பது அநீதி இழைப்பவர் களுக்கு எதிராக மட்டுமின்றி, அவர்களுக்குப் பாதுகாப்பு அளிப்பவர்களுக்கு எதிராகவும் மக்களை இட்டுச் செல்கிறது. தனது மகன்களில் ஒருவன் பிறரை அவமதிக்கும் செயலில் ஈடுபட்டான் என்பதற்காக டார்க்வின் அவனை ரோமா புரியிலிருந்து வெளியேற்றினான். இதனால் அவனது

ஆட்சியே அழிந்தது." (Para 2, chapter 30) நமது 'தனதார்கள்' ஒவ்வொருவரும் ஒரு சிறிய டார்க்வின் ஆக இருக்கிறார்கள். இவர்களுக்கு இழைக்கப்படும் அநீதி ஆட்சிக்கு எதிராக மக்களின் சீற்றத்தைத் தூண்டுகிறது. காலம் கடந்து செல்வதற்குமுன் ஏதாவது நற்காரியத்தை நாம் செய்தே தீரவேண்டும்.

குற்றவாளிகளைத் தண்டிப்பதற்கு தடைகள் எங்கும் நிறைந்துள்ளன. நமது நீதிமன்றங்கள் வெகுதொலைவில் இருப்பது, நீதிமன்றங்களில் பின்பற்றப்படும் நடைமுறைகள், சட்டத்தின் மெத்தனம்' போன்ற தடைகள் காவல்துறையின் மீது மரியாதையை ஏற்படுத்துவதற்கு பதில் அதன் மதிப்பைக் குறைக்கின்றன. நமது குற்றவியல் நீதிமன்றங்களில், குற்றவாளிகள் தண்டிக்கப்படுவதற்கு, மேற்கண்ட தடைகளை நாம் நீக்கவேண்டும். நீதியை நிலைநாட்டுவதற்கு இத்தடைகள் முட்டுக்கட்டைகளாக இருக்கின்றன. இப்போதுள்ள நடை முறையால், அப்பாவி மக்களுக்குப் பாதுகாப்பாக இருக்க வேண்டிய காவல்துறை, அவர்கள் மீது அடக்குமுறையைக் கையாள வேண்டியுள்ளது. குற்றவாளிகள் தண்டனை யிலிருந்து தப்பிவிடுவதால் குற்றங்கள் அதிகரிக்கின்றன. குற்றங்கள் மலிவதால் மக்களுக்கு அரசின் மீது வெறுப்பு மேலிடுகிறது. நடைமுறையிலுள்ள சில சிக்கல்களால் குற்றவாளிகள் தப்பிவிடுகின்றனர் என்பதை மக்களால் புரிந்துகொள்ள முடியாது.[14]

இத்தடைகளை நீக்குவதற்கான சிறந்த வழி நீதிமன்ற நடுவர் பதவிக்கும், 'தனதார்' பதவிக்கும் இடையே சில பதவிகளை உருவாக்கி, அப்பதவிகளில் உள்ளவர்களுக்கு வழக்குகளை விசாரிக்கும் அதிகாரத்தை வழங்குவதாகும். பாதிக்கப்பட்டவர் மேல்முறையீட்டுக்கு நீதிமன்ற நடுவரை அணுகலாம். நீதிமன்ற நடுவரின் விசாரணை வரம்பையும் அதிகப்படுத்தலாம். இதனால் வழங்கப்படும் தண்டனையின் அளவு குறைந்துவிடலாம்.[15] 'குற்றத்திற்கு நிச்சயமாக தண்டனை உண்டு என்பதுதான் முக்கியமே தவிர, தண்டனையின் அளவு முக்கியமல்ல. இதுதான் குற்றங்கள் நிகழ்வதைத் தடுக்கிறது' என்று பிக்கேரியா என்பவர் கருத்து தெரிவித்துள்ளார். தண்டனை நிச்சயமாகக் கிடைக்கும் என்ற எண்ணம் குற்றம் புரிபவனின் மனதில் ஒரு ஆழமான தாக்கத்தை ஏற்படுத்தும் என்கிறார் அவர்.

நமது வங்காள மாகாணத்தில் ஒவ்வொரு மாவட்டத்திலும் ஒரு நீதிமன்ற நடுவரும் அவருடைய உதவியாளரும் உள்ளனர். இவர்கள் ஐரோப்பிய கனவான்கள். சிவில் ஆட்சிப் பணியைச் சேர்ந்தவர்கள். மாவட்டம் துணைப் பிரிவுகளாகப் பிரிக்கப்பட்டு ஒவ்வொரு துணைப்பிரிவிற்கும் ஒரு தனதார் நியமிக்கப்பட்டுள்ளார். இவ்வாறாக பன்னிரண்டு முதல் பதினாறு தனதார்கள் உள்ளனர். ஒரு தனதாரின் மாதச் சம்பளம் இருபத்தி ஐந்து ரூபாய். ஒவ்வொரு தனதாருக்கும் ஒரு அலுவலகம் உண்டு. ஒவ்வொரு தனதாருக்குக் கீழும் நான்கு அல்லது ஐந்து ஜமேதார்கள் உள்ளனர். ஒவ்வொரு ஜமேதாருக்கும் மாதச் சம்பளம் எட்டு ரூபாய். இதேபோல் தனதாருக்குக் கீழ் முப்பது அல்லது நாற்பது பர்கந்தாசிகள் உள்ளனர். ஒவ்வொரு பர்கந்தாசிக்கும் மாதச் சம்பளம் நான்கு ரூபாய். இவர்கள் அனைவருக்கும் அரசாங்கம் ஊதியம் வழங்கி வருகிறது. ஒவ்வொரு கிராமத்திற்கும் ஒரு காவலன் உண்டு. பெரிய கிராமத்தில் ஒன்றுக்கு மேற்பட்ட காவலர்கள் கூட இருக்கலாம். இந்தக் காவலர்கள் கிராமத் தலைவரால் நியமிக்கப்படுகிறார்கள். கிராம சமுதாயத்திலிருந்து இவர்களுக்கு மாதச் சம்பளம் வழங்கப்படுகிறது. காவல்துறை தொடர்பான அனைத்துச் செய்திகளையும் காவலன் தனதாருக்குத் தெரிவிக்க வேண்டும்.[16]

நீதிமன்ற நடுவர்களுக்கும், தனதார்களுக்கும் இடையே உள்ள தூரம் மிகவும் அதிகம். எனவே இந்தத் தனதார்களும், அவர்களுக்குக்கீழ் உள்ளவர்களும் செய்யும் முறைகேடுகள் அதிகமாக உள்ளன. இவற்றைப் பற்றி நீதிமன்ற நடுவருக்கு எதுவும் தெரியாது. பிப்ரவரி மாதம் கொண்டாடப்படும் 'ஹோலி' பண்டிகையின்போதும், அக்டோபர் மாதம் கொண்டாடப்படும் 'தசரா' பண்டிகையின்போதும் இந்த தனதார்கள் ஒரு கிராமத்திற்கு ஒரு ரூபாய் என்று வசூலித்து விடுகிறார்கள். ஒவ்வொரு தனதாரின் அதிகார வரம்பின் கீழும் நூறு முதல் இருநூறு கிராமங்கள் வருகின்றன. இப்படிக் கிடைக்கும் அபரிமிதமான வசூலை இந்தத் தனதார்கள் தங்களுக்குக் கீழ் பணியாற்றும் சிப்பந்திகளுடன் பகிர்ந்து கொள்கிறார்கள். உள்ளூர் அதிகாரிகளுக்கும் கூட பங்கு சென்றுவிடும். இல்லாவிட்டால் 'தனதார்' அந்த

இடத்தில் பணியாற்றத் தகுதியற்றவர் என்று நடுவரிடம் கூறிவிடுவார்கள்.[17]

ஒரு கொள்ளைச் சம்பவம் நடந்துவிட்டால் இவர்களுக்கு நல்ல அறுவடைதான். திருட்டுப்போன ஒரு பொருள் ஒருவனின் வீட்டில் கண்டுபிடிக்கப்படலாம். என்ன மாய மந்திரத்தாலோ அந்தப் பொருள் அடுத்தவன் வீட்டிற்குச் சென்றுவிடும். தனதாருக்கு இருவரும் பணம் கொடுப்பார்கள். பொருளைப் பறிகொடுத்தவனும் பணம் கொடுப்பான். கிராமத்தைச் சேர்ந்தவர்களும் கொடுப்பார்கள்.

அனைவரும் தனதாரின் அலுவலகத்திற்குச் சென்று தாங்கள் பார்த்ததை, கேள்விப்பட்டதை, தனதாரிடம் சொல்லவேண்டும். சந்தேகத்திற்கு உரியவர்களை கைது செய்தது, அவர்களின் வீடுகள் சோதனையிடப்பட்டது, கைது செய்யப்பட்டவர்களின் தாத்தா – பாட்டி, போன்றோரின் நடந்தைகள் ஆகிய அனைத்து விவரங்களும் தனதாரால் நீதிமன்ற நடுவருக்கு அனுப்பிவைக்கப்படும். சம்பவம் நடந்த இடத்திற்கும் நடுவர் இருக்கும் இடத்திற்கும் இடையேயுள்ள தூரம் நூறு மைல்கள் இருக்கும். விசாரணைக்காக சுமார் நூற்றைம்பது பேர் நீதிமன்றத்திற்குச் செல்ல வேண்டியிருக்கும். நீதிமன்றத்தில் பணியாற்றும் 'நஸீர்' என்ற அதிகாரிதான், விசாரணைக்கு வந்தவர்களை நடுவர் முன் செல்ல அனுமதிக்கவேண்டும். உரிய காலத்தில் நடுவரைப் பார்க்க நஸீருக்குப் பணம் கொடுக்க வேண்டும். இத்தொல்லைகளைத் தவிர்க்க மக்கள் தனதாருக்குத் தாராளமாகப் பணம் கொடுத்து விட்டு, அங்கிருந்து கலைந்து சென்றுவிடுவார்கள். ஒரு வீட்டைக் கொள்ளையடிக்க நடந்த முயற்சி தனது நடவடிக்கை யாலும், நீதிமன்ற நடுவரின் நற்பேறாலும் தடுக்கப்பட்டு விட்டது என்றும், கொள்ளையடிக்க முயன்றவர்கள் யாருக்கும் தெரியாதவர்கள் என்றும் தனதார் ஒரு அறிக்கையை அனுப்பி வைத்துவிடுவார். இந்த அறிக்கையைப் படித்துக் காட்டும் அலுவலருக்கும் தனதார் தனது வசூலில் கொஞ்சம் கொடுத்துவிடுவார்.[18] ஒவ்வொரு மாவட்டத்திலும் இதுபோல் சம்பவங்கள் நடந்து கொண்டுதான் இருக்கின்றன. நீதிமன்ற நடுவர் கோபக்காரராக இருந்தாலோ, எப்போதும் போக்கிரி களால் சூழப்பட்டுள்ளவராக இருந்தாலோ, பலகீனமான வராக இருந்தாலோ, மிகவும் நல்ல மனிதராக இருந்தாலோ,

எதையும் எளிதில் நம்பக் கூடியவராக இருந்தாலோ, விளையாட்டு, சங்கீதம், ஓவியம், இலக்கியம், அறிவியல் போன்றவற்றில் ஆர்வமுள்ளவராக இருந்தாலோ, நமது தனதார்கள் "குற்றமின்மை" அறிக்கையைத்தான் அதிகமாக அனுப்பி வைப்பார்கள்.[19] தனதார்களைப் பணிநீக்கம் செய்து விட்டால் குற்றங்கள் குறைந்துவிடும் என்று சில நீதிமன்ற நடுவர்கள் நினைக்கிறார்கள். இப்படிப்பட்ட எண்ணத்தால் குற்றத்திற்குப் பதில் குற்றங்கள் பற்றிய அறிக்கைகள்தான் குறையும். இதுபோன்ற சந்தர்ப்பங்களில் மக்களின் உணர்வுகள், தனதார்களின் உணர்வுகளோடு ஒத்துப்போகின்றன. தண்டனையிலிருந்து தப்பிவிடலாம் என்று குற்றவாளிகளுக்குத் தோன்றும் எண்ணம், குற்றங்களை அதிகரிக்கச் செய்து விடுகிறது. எனவே இதுபோன்ற பிரச்சனைகளுக்கெல்லாம் ஒரே தீர்வு, நீதிமன்ற நடுவர்களுக்கும், தனதார்களுக்குமிடையே இடைநிலை அதிகாரிகளை நியமிப்பதுதான். இவர்கள் சுங்கத் துறையில் உள்ள ரோந்து அலுவலர்கள் போன்றும், இளவரசன் ஹீசைனின் மாயக்கம்பளம் போன்றும், இளவரசன் அலியின் தொலைநோக்கி போன்றும் செயல்பட்டு நடப்பவை அனைத்தையும் கண்டுபிடித்துச் சொல்வார்கள்.[20] இது ஏன் இன்னும் நடக்கவில்லை? ஏனென்றால் இதுபோன்ற பணிகள் பொதுவாக ஒப்பந்தமில்லா அலுவலர்களுக்குத்தான் கொடுக்கப்படும். இது மறைமுகமாக ஒப்பந்த அலுவலர்களின் வாய்ப்புகளைப் பாதிக்கும். சிவில் ஆட்சிப் பணியைச் சேர்ந்த இளம் அதிகாரிகள் செய்யவேண்டிய பணிகள், நான் கூறும் அந்த இடைநிலை அதிகாரிகளுக்கு வழங்கப்படலாம். சிவில் ஆட்சிப் பணியாளர்களின் வாய்ப்பு குறைந்து விடலாம். (இதனால்தான் கிழக்கிந்தியக் கும்பெனி தயக்கம் காட்டுகிறது). இது ஓரளவு உண்மையாகக்கூட இருக்கலாம். சிவில் ஆட்சிப் பணியைச் சேர்ந்தவர்களின் நலன்களுக்காக மக்களின் நலனை அலட்சியப்படுத்திவிடக் கூடாது. நான் கூறும் இடைநிலை அதிகாரிகள் இப்போதைக்கு நியமிக்கப் பட்டு உரிய இடங்களுக்குச் செல்லட்டும், களத்தில் தங்களது வேலையைக் கற்றுக் கொள்ளட்டும். தனியாக இருக்கும் போது அவர்கள் நன்கு வேலை கற்றுக்கொள்வார்கள். உண்மை நிலையைச் சொல்பவர்களோடு அவர்கள் எப்போதும் இருப்பார்கள்.[21]

தனதார்களிடம் ஒரு பொதுவான வழக்கம் உள்ளது. இது நாடு முழுவதும் காணப்படும் ஒரு வழக்கம். அதாவது தங்களது அதிகார எல்லைக்குட்பட்ட கொள்ளைக் கூட்டத் தினரோடு இவர்களுக்குத் தொடர்புண்டு. கொள்ளைக் கூட்டத்தினர், எந்தத் தனதாரோடு கூட்டு சேர்கிறார்களோ, அந்தத் தனதாரின் அதிகார எல்லைக்குட்பட்ட பகுதியில் கொள்ளையடிக்கக்கூடாது; வேறு இடங்களில் கொள்ளை யடிக்கும் பொருட்களில் ஒரு பகுதியை தனதாருக்குக் கொடுத்துவிடவேண்டும்.

கொள்ளையடிக்கும் கூட்டத்தினர் வேறு வேலைதேடி மழைக்காலம் முடிந்ததும், அக்டோபர் மாதத்தில் வெளியிடங் களுக்குச் செல்வார்கள். அடுத்த ஜூன் மாதத்தில் பருவமழை தொடங்குவதற்கு முன் தங்களது இடங்களுக்குத் திரும்பி விடுவார்கள். அவர்களது தொழில் காவல் துறையினருக்கும், பக்கத்தில் வசிப்பவர்களுக்கும் தெரியும்; நீதிமன்ற நடுவர் களுக்குக்கூடத் தெரியும். அவர்கள் நினைத்தால், கொள்ளைக் கும்பலை, அவர்கள் அடித்து வந்த பொருட்களுடன் பிடித்து விடலாம். ஆனால் கொள்ளையர்களின் தலைவர்களைக் கண்டுபிடிக்காமல், மற்றவர்களுக்கு தண்டனை வழங்கிவிட முடியாது. அந்தத் தலைவர்களைக் கண்டுபிடிப்பது மிகவும் கடினம். மற்ற கொள்ளைக் கூட்டத்தினரைப் பிடித்து அவர்கள் மீது வழக்கு தொடர்ந்தாலும், நீதிபதி அவர்களை விடுதலை செய்துவிடுவார். அவ்வாறு விடுதலை செய்யப் பட்டால் அது நீதிமன்ற நடுவர்களுக்கு இழுக்கு. விடுதலைகளின் எண்ணிக்கை அதிகமானால் நடுவரின் நிலை மோசமாகிவிடும். அவர் தனது கோபத்தை தனதார் மீது காட்டுவார். தனதார் கொள்ளையர்களின் சினத்திற்கு ஆளாக நேரிடும். அவர்கள் தப்புவது அரிதாகிவிடும். எனவே கொள்ளைக் கூட்டத்தினர் கொலை, கொள்ளை போன்ற செயல்களை நன்கு திட்டமிட்டுச் செய்கின்றனர். தடங்கலின்றி தங்கள் தொழில்நடைபெற தகுந்தவாறு ஆலோசித்துச் செய்கின்றனர். நீதிமன்ற நடுவரால் இவர்களைத் தண்டிக்க முடியாத அளவுக்கு அவர்கள் தங்கள் தொழிலைச் செய்கின்றனர். இவ்வாறு நூற்றுக்கணக்கான குடும்பங்கள் கொலை, கொள்ளை ஆகியவற்றையே தொழிலாகக்

கொண்டு மக்கள் தொகை நிறைந்த, நமது எல்லைக்குட்பட்ட பகுதிகளில், பல தலைமுறைகளாக வாழ்ந்து வந்தனர். இந்தியாவின் மூலை முடுக்குகளிலும் இவர்கள் தங்கள் கைவரிசையைக் காட்டி வந்தனர். நம்முடைய (ஆங்கிலேயர்களின்) செயல் திட்டங்கள் 1830ஆம் ஆண்டில் இக்கொடுஞ்செயல்களை ஒரு முடிவுக்குக் கொண்டுவந்தன. இந்தக் கொள்ளைக் கூட்டத்தினர் பற்றி மாவட்ட மக்களுக்கு நன்கு தெரியும். காவல் துறையினருக்கும் நன்றாகத் தெரியும். ஆனால் இந்தக் கூட்டத்தினர் தாங்கள் குடியிருக்கும் சொந்த மாவட்டத்திற்குள் எந்தக் கொள்ளையிலும் ஈடுபட மாட்டார்கள்; யாரையும் கொலை செய்யமாட்டார்கள். வெளிமாவட்டங்களில்தான் தங்களது தொழிலைச் செய்வார்கள். எனவே காவல் துறையினர், தங்கள் எல்லைக்கு வெளியே நடைபெறும் குற்றங்கள் குறித்துக் கவலைப்படுவதில்லை.[22]

நான் சென்ற ஊரின், மதிப்பிற்குரிய கனவான் ஒருவருடன் ஒரு நாள் ஒரு சுவையான நிகழ்ச்சிபற்றி பேச நேர்ந்தது. ஐந்தாண்டுகளுக்கு முன் நடைபெற்ற அந்த நிகழ்ச்சி, உள்ளூர் அதிகாரி ஒருவரோடு தொடர்புடையது. அவர் நிலம் வாங்கி விவசாயம் செய்து கொண்டிருந்த கிராமத்தில், ஒரு நாள் ஒரு கடைக்காரர் தான் விலைக்கு வாங்கிய கரும்பை ஆள் வைத்து வெட்டிக்கொண்டிருந்தார்; நடக்கும் பணிகளை மேற்பார்வை செய்துகொண்டிருந்தார். அவர் பெயர் 'கிரிதாரி'. அவருக்காக வயலில் கரும்பு வெட்டியவர் 'மதாரி' என்பவனின் மகன்; ஓர் ஏழை. கிரிதாரி கரும்பை அடியோடு ஒட்டவெட்டும்படி கரும்பு வெட்டும் பையனிடம் கூறினார். கீழே அதிகமாகக் குனிவதற்குப் பயந்து, அந்தப் பையன் சற்று மேலேயே கரும்புகளை வெட்டினான். கடைக்காரர் பையனை பலமுறை எச்சரித்தும் அவன் கேட்காததால் அவன் தலையில் ஒரு குட்டு குட்டினார். மறுபடியும் கிருதாரி தன்னைக் குட்டாமல் இருப்பதற்காக கரும்பு வெட்டும் பையன் "கொலை! கிரிதாரி என்னைக் கொன்று விட்டார், கிரிதாரி என்னைக் கொன்று விட்டார்" என்று கத்தினான். அந்தப் பையனின் தந்தை, சற்று தூரத்தில் வெட்டிய கரும்புகளை தூக்கிச் சென்று கொண்டிருந்தவன், பையனைக் கவனிக்காமல், கிராமத்திற்குள்

ஓடிச்சென்று, கிராமக் காவலனிடம், கிரிதாரி தன் மகனைக் கொன்றுவிட்டதாகக் கோபத்துடன் முறையிட்டான். கிராமக் காவலன் மிக விரைவாகச் சென்று, சில மைல் தூரம் தள்ளியிருந்த கோட்டத் தலைமைக் காவல் அலுவலரான 'தனதார்' அவர்களிடம் கரும்பு வெட்டிய பையன் கொலை செய்யப்பட்டுவிட்டதாகப் புகார் கொடுத்தான். தனதார் தனக்குக்கீழ் பணியாற்றிய ஜமேதார் ஒருவரையும், ஆறு காவலர்களையும் சம்பவம் நடந்த இடத்திற்கு விசாரணை செய்யும் பொருட்டு அனுப்பி வைத்தார். காவலர்கள் தங்களுக்கேயுள்ள மிடுக்குடன் சம்பவ இடத்திற்கு விரைந்து வந்து சேர்ந்தனர். ஜமேதார் கொலையாளியாகக் கருதப்பட்டவரையும், ஊரில் இருந்த பல கௌரவமான கடைக்காரர்களையும் பிடித்துக் கட்டினார். மற்ற கடைக்காரர்களைப் பார்த்து, "நீங்கள் யாவரும் உங்களது நண்பர் கிரிதாரி, மதாரியின் ஒரே மகனைக் கொன்றதற்கு துணைபுரிந்துள்ளீர்கள்" என்று கத்தினார். "ஐயா நாங்கள் எந்தக் கொலை பற்றியும் கேள்விப்படவில்லை" என்றனர் கடைக்காரர்கள். "அயோக்கியர்களே, மதாரியின் மகன் கரும்புத் தோட்டத்தில் கொலையுண்டு பிணமாகக் கிடக்கிறான். உங்களது துணையில்லாமல் அந்தக் கொலை எவ்வாறு நடந்திருக்க முடியும்?" எற்று உறுமினார் ஜமேதார். "தனதார் விசாரணைக்கு வருகிறார். எங்களையெல்லாம் என்ன முட்டாள்கள் என்றா நினைத்துக் கொண்டிருக்கிறீர்கள்?" என்று மேலும் தொடர்ந்தார் ஜமேதார். கிராமக் காவலனுக்கு சற்று அச்சம் ஏற்பட்டது. "முதலில் கரும்புத் தோட்டத்திற்குச் சென்று பையனின் உடலைப் பார்ப்போம்" என்று அவன் ஜமேதாரிடம் கூறினான். "நீ எங்களைப் பற்றி என்ன நினைத்துக் கொண்டிருக்கிறாய்? எங்களுக்கு வயிறில்லை? நாங்கள் என்ன காற்றைப் புசித்துக் கொண்டா வாழமுடியும்? இறந்தவனின் உடலை அவன் தந்தை பார்த்துக் கொள்வான். இந்தக் கொலைகார கடைக் காரர்கள் நாங்கள் சாப்பிடுவதற்கு ஏதாவது வழிசெய்யட்டும்" என்றார் ஜமேதார். கடைக்காரர்களிடமிருந்து ஒன்பது ரூபாய் மதிப்புள்ள இனிப்புகளும், மற்ற உணவுப் பொருள்களும் பெறப்பட்டன. கடைக்காரர்கள் கட்டப்பட்ட நிலையில், தனதாரின் வருகைக்காகக் காத்துக் கொண்டிருந்தனர். சற்று

நேரத்தில் நன்கு அலங்கரிக்கப்பட்ட குதிரை மீதேறி தனதார் வந்தார். "மேன்மை தங்கிய தனதாரை வரவேற்க ஒருவரும் இல்லையா?" என்று கேட்டுக் கொண்டே கட்டப்பட்டிருந்த கடைக்காரர்களில் ஒருவரை அவிழ்த்து விட்டார். ஜமேதார் கடைக்காரர்களின் குடும்பத்தினர் தங்களுக்குள் வசூலித்துக் கொடுத்த பதினைந்து ரூபாய் தனதாரிடம் கொடுக்கப் பட்டது. குதிரைமீதிருந்து கீழே இறங்கிய தனதார் பின் விருந்தில் கலந்துகொண்டார். "இப்போது நாம் அனைவரும் சென்று இறந்தவனின் உடலைப் பார்த்து வரலாம்" என்று கூறிவிட்டு காவலர் புடைசூழ கரும்புத் தோட்டம் நோக்கிச் சென்றார் தனதார். கிராமக் காவலன் அவருக்கு வழி காட்டினான். இறந்துபோனதாகக் கருதப்பட்ட பையனின் தந்தை மதாரி அவர்களை சந்தித்தான். அவனை கிராமக் காவலன் தனதாருக்கு அடையாளம் காண்பித்தான். "எங்கே பரிதாபத்திற்குரிய உன் புதல்வன்?" என்று அவனைப் பார்த்து வினவினார் தனதார். "அதோ அங்கே கரும்பு வெட்டிக் கொண்டிருக்கிறான்" என்றான் மதாரி. "என்ன, கரும்பு வெட்டுகிறானா? உன் மகன் கொலை செய்யப்படவில்லையா?" என்று கேட்டார் தனதார். "இல்லை, அவனை கிரிதாரி அடித்துவிட்டார். அடித்தது சரிதான்" என்றான் மதாரி. கிரிதாரியும், கரும்பு வெட்டிய சிறுவனும் கூப்பிடப்பட்டார்கள். கிரிதாரி மேலும் தன்னை அடிக்காமல் இருப்பதற்கே 'கொலை' என்று கத்தியதாக சிறுவன் ஒப்புக்கொண்டான். தவறான புகார் கொடுத்ததற்காக சிறுவனின் தந்தைக்கு ஒன்பது ரூபாய் அபராதம் விதிக்கப்பட்டது. இரக்கமின்றி சிறுவனின் தலையில் குட்டிய கிரிதாரிக்கு பதினைந்து ரூபாய் அபராதம் விதிக்கப்பட்டது. நாற்பது மைல் பயணம் செய்து, நீதிமன்ற நடுவரிடம் அவர்கள் அபராதத்தைச் செலுத்த வேண்டும். இப்படியாக ஒரு முக்கியமான வழக்கை விசாரித்து முடித்த தனதார் திரும்ப கடைக்குச் சென்றார். கட்டிப்போட்டிருந்த கடைக் காரர்களை அவிழ்த்துவிட்டார்; புகைபிடித்தார்; குதிரைமீதேறி வீட்டிற்குச் சென்றுவிட்டார். பின்னால் அவரது பரிவாரம் சென்றது. அன்றைய பணி நன்கு முடிந்தது குறித்து தனதாருக்கு மிக்க மகிழ்ச்சி.

சம்பவம் நடந்த கிராமத்தைச் சேர்ந்த விவசாயி ஒருவர் உடன் நகரத்திற்குச் சென்று, நடந்த நிகழ்ச்சிகளை நீதிமன்ற நடுவரிடம் விளக்கிக் கூறினார். நீதிமன்ற நடுவரை அவருக்கு முன்பே நன்கு தெரியும்.[23] இவ்வாறு மக்களை அபராதம் விதித்து தண்டிப்பதாக இருந்தால் அவர்களிடமிருந்து நிலத்திற்கான குத்தகை எதையும் வசூலிக்கக்கூடாது; என்ன நடந்ததோ அதை உடன் நீதிமன்ற நடுவருக்குத் தெரிவிக்க வேண்டும் என்று ஒரு கடிதம் நடுவரால் தனதாருக்கு அனுப்பப்பட்டது. நடுவரைச் சந்தித்தவர், அடிக்கடி அவரைச் சென்று பார்த்து உரையாடக் கூடியவர்தான் என்பதை தனதார் உறுதிசெய்துகொண்டார். நடந்தவைகளை பெரிது படுத்தாமல், விருந்திற்கான செலவைத் திருப்பித்தருவதற்கு ஒப்புக்கொண்டார். இப்படிப்பட்ட சம்பவங்கள் நமது ஆட்சிக்குப்பட்ட பகுதிகளில் தினம் தினம் நடந்து கொண்டுதான் இருக்கின்றன. இதுபோன்று நடந்து கொள்ள தனதார்கள் தயங்குவதேயில்லை. ஏனெனில் அவர்களுக்கு மேலேயும், கீழேயும் உள்ளவர்கள் லஞ்சத்தைப் பகிர்ந்து கொள்பவர்கள். நடப்பவைகளை ஐரோப்பியர்களான நீதிமன்ற நடுவர்களிடமிருந்து மறைத்து விடுவார்கள். மக்கள் எந்தப் புகாரும் தெரிவிக்கப் போவதில்லை என்பது அவர்களுக்குத் தெரியும். நீதிமன்றங்களுக்குச் சென்று அதிகாரிகள்மீதும், காவல் துறையினர் மீதும் மக்கள் கண்டிப்பாக புகார் கூறமாட்டார்கள்.[24]

1830ஆம் ஆண்டு நமது நடவடிக்கைகள் தொடங்கிய சமயத்தில் கொலைகாரர்களும், கொள்ளைக் கூட்டத்தினரும் இந்தியாவின் ஒவ்வொரு சாலையிலும் களியாட்டம் ஆடிக் கொண்டிருந்தார்கள். கடவுள் அளிக்கப் போகும் தண்டனை பற்றியோ, சட்டம் அளிக்கும் தண்டனை பற்றியோ அவர்களுக்குச் சிறிதளவும் அச்சமில்லை. ஆனால் இப்போது நிலைமை அப்படியல்ல. எந்தச் சாலையிலும் அவர்களது வெறியாட்டம் இப்போது இல்லை. நம்முடைய அரசில் இன்னும் குறைபாடுகள் இருக்கின்றன. பெரிய தவறுகளும் உள்ளன. பயணம் செய்பவர்களுக்கும், கூர்ந்து நோக்குபவர் களுக்கும் இவை தெரியும். நமது காவல்துறையில் என்னதான் குறைபாடுகள் இருந்தாலும் தற்போது அப்பாவி மக்களின் உயிர்களும், உடைமைகளும் நன்கு பாதுகாக்கப்படுகின்றன.

சுதேசி அரசுகளின்கீழ் இருந்ததைவிட மக்கள் இப்போது பாதுகாப்பான சூழ்நிலையில்தான் இருந்து வருகிறார்கள்.[25]

அப்படியில்லை என்று கூறுபவர்கள் ஷாஜஹானின் ஆட்சியைப் பற்றிக் குறிப்பிடுகிறார்கள். வைரம் நிறைந்த பைகளுடன் டாவர்னியர் பாதுகாப்பாக இந்தியா முழுவதும் பயணம் செய்தார் என்று சொல்லப்படுகிறது. நான் கேட்கிறேன் – அப்போது அப்பாவி மக்களின் உயிர்களும் உடைமைகளும் பாதுகாப்பாகத்தான் இருந்தனவா? மக்கள் தங்கள் உரிமைகளைத் தடையின்றி அனுபவித்தார்களா? அலகாபாத் ஆளுநரின் தனிமருத்துவர் என்ன செய்தார்? உடல் நலக்குறைவுடன் இருந்த அலகாபாத் ஆளுநரை பதினொரு மருத்துவர்கள் கவனித்துக் கொண்டார்கள். அதில் ஒருவர் ஐரோப்பியர்; அவர் பெயர் கிளாடியஸ் மெய்லி; போர்ஜஸ் நகரைச் சேர்ந்தவர்.[26] மருத்துவக் குழுவின் தலைவர் ஒரு பாரசீகர். ஒரு நாள் அந்தப் பாரசீகர் தனது மனைவியை ஒரு கட்டடத்தின் மாடியிலிருந்து, பொறாமை காரணமாக கீழே தூக்கிப் போட்டுவிட்டார். அவள் இறந்து விடுவாள் என்று அவர் நினைத்தார். ஆனால் அவளுக்கு சில விலா எலும்புகள் மட்டுமே முறிந்தன. உயிர்பிழைத்த அந்தப் பெண்மணி ஆளுநரிடம் சென்று நீதி வழங்குமாறு வேண்டினாள். ஆளுநர் அந்த பாரசீக மருத்துவரை பதவி நீக்கம் செய்து வெளியே அனுப்பிவிட்டார். வெளியேறிய மருத்துவர் தனது மனைவியை ஒரு பல்லக்கில் வைத்து அழைத்துச் சென்றார். பாரசீக மருத்துவர் வெளியேற்றிய மூன்று நான்கு தினங்களில் ஆளுநரின் உடல் நிலை மிகவும் மோசமடைந்தது. தான், வெளியேற்றிய அந்த மருத்துவரை திரும்ப வரும்படி அழைத்தார். தன்னுடன் வந்த அவரது நான்கு குழந்தைகள், பதிமூன்று பெண் அடிமைகள், தனது மனைவி ஆகிய அனைவரையும் கத்தியால் குத்திக் கொன்றுவிட்டு தான் மட்டும் திரும்பிவந்து ஆளுநரின் சேவையில் சேர்ந்து கொண்டார் அந்த மருத்துவர். இந்த சம்பவம் நடந்தது பயணியான டாவர்னியருக்கு நன்றாகத் தெரியும். அவர் அலகாபாத் சென்றிருந்தபோதுதான் அந்த நிகழ்ச்சி நடை பெற்றது. அது ஒன்றும் தவிர்க்கமுடியாத சூழ்நிலையில் நடந்துவிடவில்லை.[27]

குறிப்புகள்

1. ஜனவரி, 1836.
2. இங்கு குறிப்பிட்டுள்ளது. 'சஃப்தர்ஜங்' என்ற மன்சூர் அலிகானின் கல்லறை அத்தியாயம் 68 குறிப்பு 4 பார்க்கவும். யமுனைமீது இப்போது பாலம் கட்டப்பட்டு அது அரசாலும், ரயில்வே கும்பெனியாலும் பராமரிக்கப்படுகிறது.
3. டில்லிக்கு வரும் சாலைகள் இப்போது தார்ச்சாலைகளாக மாற்றப்பட்டு நல்ல நிலையில் உள்ளன.
4. இந்தியாவின் மிகப்பெரிய இராணுவ தளம் என்று ஆசிரியர் குறிப்பிடுவது 'மீரட்'. ராவல்பிண்டி (பாகிஸ்தான்), போலரம் (நிசாம் பகுதி) போன்ற இடங்களிலும் பெரிய இராணுவ தளங்கள் அப்போது இருந்தன. பாகிஸ்தான் இந்தியாவோடு இணைந்திருந்தது.
5. பேகம் சம்ருவின் ஆட்சிப் பகுதி மீரட், முசஃபர் நகர் மாவட்டங்களை உள்ளடக்கிய வடமேற்குப் பிராந்தியம் தற்போது ஆக்ரா பிராந்தியம். இது உத்திரப் பிரதேசத்தில் வருகிறது. ஆக்ரா, அவத் இரண்டும் இணைந்த பகுதி. பேகம் சம்ருவின் வரலாறு, அத்தியாயம் 75இல் வருகிறது.
6. 1861ஆம் ஆண்டு காவல்துறை மாற்றி அமைக்கப்பட்டது. அதன் பிறகு பணிப் பாதுகாப்பு பற்றி எந்தக் காவலரும் கவலைப்படவில்லை. காவலர்களை பணிநீக்கம் செய்வது அவ்வளவு சுலபமல்ல. ராயல் ஐரிஷ் கான்ஸ்டபுலரி போன்று காவல்துறை மாற்றப்பட்டுவிட்டது.
7. பொதுவாக ஒவ்வொரு மாமட்டத்திற்கும் ஒரு அமர்வு நீதிமன்றம் உண்டு. அமர்வு நீதிபதி சிவில், குற்றவியல் ஆகிய இருவகையான வழக்குகளையும் விசாரிப்பார். சில இடங்களில் இரண்டு அல்லது மூன்று மாவட்டங்களுக்கு ஒரு அமர்வு நீதிபதி இருப்பார். சில மாவட்டங்களில் ஜுரி முறை பின்பற்றப்படுகிறது. ஆனால் பொதுவாக நீதிபதி மட்டுமே வழக்கின் முடிவைத் தீர்மானிப்பார். தூக்குத் தண்டனைகள் உயர்நீதிமன்றத்தால் உறுதி செய்யப்பட வேண்டும்.
8. 'தார்ன்டன்' என்ற வரலாற்றாசிரியர், வில்லியம் பென்டிங்க், தான் கவர்னர் ஜெனரலாக இருந்தபோது இந்தியாவுக்கும், தனது புகழ் நிலைத்திருக்கும்படியும் ஏதும் செய்யவில்லை என்று குற்றம் சாட்டியுள்ளார். 'சதி' எனப்படும் 'உடன்கட்டை ஏறுதல்' இவர் காலத்தில்தான் சட்டபூர்வமாக தடைசெய்யப்பட்டது என்பது குறிப்பிடத்தக்கது. ஸ்லீமன் மட்டும் பென்டிங்க் பிரபுவை புகழ்ந்து எழுதியுள்ளார். மெக்காலேயும் இதை ஆதரித்துள்ளார். கல்கத்தாவில் வில்லியம் பென்டிங்க் அவர்களின் சிலை வைக்கப்பட்டுள்ளது. அதில் அடி பீடத்தில் பதிக்கப்பட்டுள்ள கற்பலகையில் அவரைப் புகழ்ந்து வாசகங்கள் காணப்படுகின்றன.
9. தற்போது ஒவ்வொரு மாவட்டத்திலும் ஒரு மாவட்டக் காவல் கண்காணிப்பாளர் இருக்கிறார். இவரை மாவட்ட நீதிமன்ற நடுவர் கண்காணிக்கிறார். ஸ்லீமன் காலத்தில் மாவட்ட காவல் கண்காணிப் பாளர்கள் ஐரோப்பியர்களாக இருந்தனர். அவருக்குக் கீழ் ஆய்வாளர்கள் இருந்தனர். அவர்களுக்கு நல்ல ஊதியம் வழங்கப்பட்டது.

10. மற்ற அலுவலர்களைப்போல் காவல்துறை அதிகாரிகளுக்கும், அவர்கள் ஓய்வு பெற்றவுடன் தற்போது ஓய்வூதியம் வழங்கப்படுகிறது.

11. சில மாகாணங்களில் நீதிமன்ற நடுவர்களின் மாத ஊதியம் மிகவும் குறைவு. நூலாசிரியர் குறிப்பிட்டிருப்பது போல் அவ்வளவு அதிகம் அல்ல. அன்னியச் செலாவணி மதிப்பு குறைந்ததால், இந்திய ரூபாயில் வாங்கும் ஊதியமும் குறைந்துவிட்டது.

12. அத்தியாயம் 58 குறிப்பு 10 பார்க்கவும். நல்ல ஊதியம் வாங்கும் அதாவது மாதம் ரூ.150 முதல் 200 வரை வாங்கும் காவல்துறை ஆய்வாளர்கள்கூட லஞ்சம் வாங்குகிறார்கள். ஓய்வுபெறும்போது பெருந்தொகையுடன் செல்கிறார்கள். இதற்கெல்லாம் அதிகாரபூர்வ ஆதாரம் இல்லை.

13. பதவியில் உள்ளவர்களின் மகன்களும், சேவகர்களும், அவர்களுக்கு வேண்டியவர்களும் ஒழுங்கீனமாக நடந்துகொள்ளாமல் இருந்தால் வரப்போகும் நூற்றாண்டு ஒளிமயமாக இருக்கும்.

14. செல்வாக்குள்ள ஒரு குற்றவாளி தண்டனை ஏதும் பெறாமல் தப்பிவிடுவது, முற்காலத்தில்கூட இருந்தது. இதே நிலைமை நீதிமன்ற நடுவர்களுக்கும் ஏற்படும் என்று இப்போதுள்ள நடுவர்கள் நினைக்கிறார்கள். இந்தியா ஒரு நாகரிகமற்ற, காட்டுமிராண்டித்தனமான நாடல்ல. அப்படி இருந்தும் விரும்பத்தகாத செயல்கள் நடைபெற்றுக் கொண்டுதான் இருக்கின்றன. இப்படிப்பட்ட செயல்பாடுகளை தேர்ந்த வழக்கறிஞர்களாலோ அல்லது நீதிநூல்களின் மூலமோ தடுத்து நிறுத்திவிட முடியாது.

15. ஊதியம் பெறும் அல்லது ஊதியம் ஏதும் பெறாத சார்நிலை நடுவர்களின் எண்ணிக்கை மிகவும் அதிகரித்துள்ளது. எனவே முன்பிருந்த அசௌகரியங்கள் தற்போது இல்லை. அவத் போன்ற பிரதேசங்களில் மாவட்ட தலைமை நடுவர்களுக்கு, கொலை வழக்கு தவிர மற்ற வழக்குகளை விசாரித்து தண்டனை வழங்கும் அதிகாரம் இப்போது உள்ளது. இந்த அதிகாரம் இருப்பது நல்லதுதான். அதை அவர்கள் நன்கு பயன்படுத்தவேண்டும்.

16. வங்காள மாகாணத்திற்கு ஒரு காவல்துறை கண்காணிப்பாளர் இருக்கிறார். ஆனால் வடமேற்கு மாகாணங்களில் காவல்துறை சார்ந்த பணிகள் வருவாய்த்துறை ஆணையர்களுக்குப் பகிர்ந்தளிக்கப்பட்டுள்ளன. 'காவல்துறை கண்காணிப்பாளர்' என்று நூலாசிரியர் குறிப்பிடுவது இப்போதுள்ள காவல்துறை இன்ஸ்பெக்டர் ஜெனரல் அவர்களை. இப்போதுள்ள நிர்வாக அமைப்பின்படி ஒவ்வொரு பிரதேச அரசாங்கத்திலும் இதுபோன்ற அதிகாரிகள் உள்ளனர். அவர்களுக்கு உதவிசெய்ய துணை அதிகாரிகளும் உள்ளனர். (Asst. Inspectors General). உத்திரப் பிரதேசத்தைப் பொருத்தவரை அங்குள்ள வருவாய்த்துறை ஆணையருக்கு தற்போது காவல்துறை சார்ந்த பணிகள் இல்லை. நூலாசிரியர் காலத்திற்குப் பிறகு காவல் நிலையத்தின் அமைப்பு முறை மாற்றியமைக்கப்பட்டுள்ளது. "நமது வங்காள எல்லைப்பகுதி" என்று ஆசிரியர் குறிப்பிடுவது வங்காளம் தவிர, வடமேற்குப் பிரதேசங்கள் எனப்படும் ஆக்ரா, சாகர், நர்மதா போன்ற இடங்களையும் உள்ளடக்கியது. இப்போது இவைகள் மத்தியப் பிரதேசத்தில் உள்ளன;

டில்லியும் இதில் அடங்கும். 'அவத்' ஒரு சுயேச்சையான சமஸ்தானம். பஞ்சாப், இரஞ்சித்சிங் அவர்களின் ஆட்சியில் தற்போது உள்ளது. (நூலாசிரியர் காலத்தில்)

17. இதுபோன்றவை இப்போதும் நடந்து கொண்டுதான் இருக்கின்றன. அனுபவமுள்ள நீதிமன்ற நடுவர்களுக்கு இவை பற்றித் தெரியும். அவைகளைத் தடுத்து நிறுத்த அவர்களுக்குப் போதிய அதிகாரம் இல்லை. மக்கள் நடக்கும் ஊழல்களை தனிப்பட்ட முறையில் தெரிவிப்பார்கள். ஆனால் நீதிமன்றத்திற்கு வந்து சொல்லமாட்டார்கள். அப்படிப்பட்ட செய்திகளை வைத்துக்கொண்டு ஒரு நீதிமன்ற நடுவர் எந்த நடவடிக்கையும் எடுக்க இயலாது.

18. இது பொதுவாகக் கையாளப்படும் ஒரு தந்திரம். ஒவ்வொரு ஆண்டும், காவல்துறை இன்ஸ்பெக்டர் ஜெனரல், அரசுச் செயலர்கள் போன்றோர் கொள்ளைக்கான முயற்சி, அது தடுத்து நிறுத்தப்பட்டது போன்றவை பற்றி அறிக்கை அனுப்பி வைப்பார்கள். இதனை தனதார்களின் செயல்பாடுகளோடு ஒப்பிட முடியாது. இலாகாவில் எவ்வளவுதான் மறுசீரமைப்பு செய்தாலும் இந்த தனதார்களை நாம் திருத்தமுடியாது.

19. திரு. ஸி. என்பவர் கங்கைக் கரையில் உள்ள ஃபத்பூர் மாவட்டத்தின் நீதிமன்ற நடுவராக இருந்தார். அவர் ஒரு மொழிபெயர்ப்பாளர். தன்னுடைய சொந்தப் பணிக்கு அவர் சற்று ஓய்வை விரும்பினார். எனவே தன்னுடைய அதிகாரத்திற்குப்பட்ட பகுதிகளில் எந்தக் குற்றமும் நடக்கக் கூடாது என்றும், அப்படி நடந்தால் தனதார்கள் மீது கடும் நடவடிக்கை எடுக்கப்படும் என்றும் அறிவித்தார். அவர் இருந்த மாவட்டம் 'அவத்' அருகில் இருந்தது. அது குற்றங்கள் அதிகம் நடக்கும் ஓர் மாவட்டம். நடுவரின் அறிவிப்பு வெளியானதும், குற்றம் நடந்ததற்கான எந்த அறிக்கையும் அவருக்கு வரவில்லை. இதைப் பார்த்து அதிசயித்த கல்கத்தா உயர்நீதிமன்றம் (Saar Nizamat Adalat) உண்மை நிலையைக் கண்டறிய ஃபத்பூருக்கு ஒரு நீதிபதியை அனுப்பி வைத்தது. முன்பு இருந்ததைவிட குற்றங்கள் அதிகமாக நடப்பதை அந்த நீதிபதி கண்டறிந்தார். நீதிமன்ற நடுவரை தொந்தரவு செய்யாமல் இருக்கும் பொருட்டு தனதார்கள் பொய்யான அறிக்கைகளை அனுப்பிக் கொண்டிருந்தனர்.

கீழ்நிலை அதிகாரிகள் உண்மைநிலையைப் பற்றி கவலைப்படுவதில்லை. எனவே உயர்நிலை அதிகாரிகள் புள்ளிவிவரங்களைக் கொடுக்கும் போது மிகவும் எச்சரிக்கையுடன் செயல்படவேண்டும். ஒரு குறிப்பிட்ட காவல் கோட்டத்தில் பிறப்பு விகிதங்கள் குறைவாகவும், இறப்பு விகிதங்கள் அதிகமாகவும் இருப்பதற்கு என்ன காரணம் என்று உயர் அதிகாரி கேட்பதாக வைத்துக் கொள்வோம். கீழ்நிலை அதிகாரி அடுத்த அறிக்கை அனுப்பும்போது, மேல்நிலை அதிகாரியை திருப்திப்படுத்தும் வகையில் அறிக்கை அனுப்பிவிடுவார். உண்மைநிலை வேறுமாதிரி இருக்கும். இதேபோல், ஒரு மாவட்டத்தில் கொள்ளை அதிகமாக நடைபெற்றாலும், அறிக்கை அனுப்பும்போது, அது குறைந்த அளவிலேயே காட்டப்படும்.

அந்தக் காலத்தில் (ஸ்லீமன் காலத்தில்) உயர்நிலை நீதிமன்றம் சாதர் நிஸாமத் அதாலத் என்று அழைக்கப்பட்டது. இது குற்றவியல்

வழக்குகளுக்கானது. சிவில் வழக்குகளை விசாரிக்கும் உயர்நிலை நீதிமன்றம் சாதர் திவானி அதாலத் எனப்பட்டது. இவைகளுக்குப் பதில் தற்போது உயர்நீதிமன்றங்கள் வந்துவிட்டன. ஸ்லீமன் காலத்தில் ஆக்ரா பிரதேசத்திற்கு உயர்நீதிமன்றம் இல்லை. இப்போது ஆக்ரா பிரதேசத்திற்கான உயர்நீதிமன்றம் அலகாபாத்தில் உள்ளது. முன்பு இது ஆக்ராவில் இருந்தது.

20. இப்போது அந்த இடைவெளி நிரப்பப்பட்டுவிட்டது. துணைநீதிமன்ற நடுவர்கள், தாசில்தார்கள் போன்றோருக்கு வழக்குகளை விசாரிக்கும் அதிகாரங்கள் வழங்கப்பட்டுள்ளன. இருந்தும் கௌரவ நீதிமன்ற நடுவர்கள், மாவட்டக் கண்காணிப்பாளர்கள், ஆய்வாளர்கள் போன்றோர் இன்னும் தங்கள் “வழக்கமான” பணிகளைச் செய்துகொண்டுதான் இருக்கிறார்கள். காரணம், மக்களின் நடத்தை இன்னும் மாறவில்லை. காவலர்களுக்கு கைது செய்யும் அதிகாரம் வழங்கப்படவேண்டும். மோசமானவர்கள் கையில் அந்த அதிகாரம் சென்றால் விளைவு விபரீதம்தான்.

21. உண்மையைச் சொல்லும் ஒருவனை அதாவது நடந்ததை மறைக்காமல், மாற்றாமல் அப்படியே சொல்லக்கூடிய ஒருவனையாவது தனது மாவட்டத்தில், ஒரு நீதிமன்ற நடுவர் சந்திக்க நேர்ந்தால் அவர் அதிர்ஷ்டசாலிதான்.

22. ஒரு தனிப்பட்ட அமைப்பு உருவாக்கப்பட்டதன் மூலம் கொள்ளையர்கள் அடக்கப்பட்டார்கள். ஆங்கில விதிமுறைகள் சற்று தளர்த்தப்பட்டன. ‘குற்றவாளி இனங்களை’ ஒடுக்குவதற்கு சாதாரண சட்டங்களும், முறைகளும் போதவில்லை. குற்றவாளி இனங்களைச் சேர்ந்தோர் ஆயிரக்கணக்கில் உள்ளனர். ஐரோப்பியர்களுக்கு இப்படிப்பட்ட மனிதர்களைச் சந்திப்பது முற்றிலும் புதிது. ஐரோப்பாவில் நாடோடிக் கூட்டத்தினர்தான் குற்றமரபினர். இவர்களும் இந்தியா விலிருந்து ஓடிவந்தவர்களே. ஆனால் இந்தியாவில் உள்ளது போன்று, இந்த நாடோடிகளுக்கு ஐரோப்பிய நிலச்சுவான்தார்கள் எந்த ஆதரவும் அளிப்பதில்லை.

23. திரு. ஸ்லீமன் அவர்கள்தான் இங்கு குறிப்பிடப்பட்டுள்ள நீதிமன்ற நடுவர்.

24. இளைஞர்களை, குறிப்பாக நல்ல குடும்பங்களைச் சேர்ந்த இளைஞர்களை காவல்துறை அதிகாரிகளாக நியமித்தால் நிலைமை சீரடையும் என்று சிலர் நினைக்கின்றனர். இந்த இளைஞர்கள்தான் அதிகமாக தவறு செய்கிறார்கள் என்பதை நான் வருத்தத்துடன் தெரிவித்துக் கொள்கிறேன். சாதாரண காவலர்களைவிட இந்த இளைஞர்கள் மிகத் துணிவுடன் தவறுகளைச் செய்கின்றனர்.

25. இது உண்மைதான். நமது (ஆங்கிலேய) ஆட்சியில் காவல்துறைதான் சற்று நலிவடைந்துள்ளது. இதற்கு காவலர்கள் மட்டும் காரணமல்ல. வங்காளம் போன்ற சில மாகாணங்களில் உயர்நீதிமன்றம் நிர்வாகத்தின் கரங்களை முடக்கிவிட்டது.

26. போர்ஜஸ் நகரைச் சேர்ந்த கிளாட் மெய்லி டச் இராணுவத்திலிருந்து தப்பி ஓடிவந்தவர். 1652இல் அவர் ஓடிவந்தார். சிலகாலம் மீர் ஜும்லாவுக்கு பீரங்கி வார்த்துக் கொடுக்கும் தொழில் செய்தார். டச்

நாட்டு தூதர் சீட்டியர் என்பவரிடமிருந்து ஒரு மருந்துப் பெட்டியைத் திருடி, தன்னை ஒரு சர்ஜனாகப் பறைசாற்றிக் கொண்டு நவாபுக்கு (மீர் ஜீம்லாவுக்கு) மருத்துவராக இருந்துவந்தார். டாவர்னியர் இவரைப்பற்றி எழுதியுள்ளார். மெய்லி பயணியர் மனுச்சியுடன் நட்பு கொண்டிருந்தார். மனுச்சி இவரைப் பற்றி பல இடங்களில் குறிப்பிட்டுள்ளார்.

27. பால் (Ball) என்பவரின் கூற்றும், இங்கும் ஆசிரியர் சொல்லியிருப்பதும் ஒத்துப்போகின்றன. டாவர்னியர் ஆளுநரின் பெயரைக் குறிப்பிடவில்லை. டாவர்னியர் 1665ஆம் ஆண்டு டிசம்பர் மாதம் அலகாபாத்திற்கு விஜயம் செய்தார். அப்போதுதான் இந்த சம்பவத்தைக் கேள்விப்பட்டார். அப்போது ஆளுநர் கோட்டையில் இருந்தார். ஷாஜஹான் காலத்தில் சாதாரண குற்றவாளிகள் செய்த சிறிய குற்றங்களுக்கு கடுமையான தண்டனைகள் வழங்கப்பட்டன. ஆங்கிலேய அரசாங்கம் குற்றவாளிகளின் அந்தஸ்தைப் பார்ப்பதில்லை. செல்வாக்குமிக்க குற்றவாளிகளைக் கூட தண்டிக்க ஆங்கிலேய அரசாங்கம் முயல்கிறது. சில சமயங்களில் இது முடிவதில்லை. நவாப் ஷம்சுதீன் தூக்கிலிடப்பட்டதை நினைவுகூர வேண்டும். குற்றம் புரிந்த அந்தப்புரத்து மகளிர் தப்பித்துக் கொள்கிறார்கள். இரகசியமாகச் செய்யப்படும் சில குற்றங்கள் இந்தியாவில் வெளியில் தெரிவதேயில்லை.

வாரம் இல்லா நிலஉடைமை மற்றும் இத்தகைய மானியச் சலுகைகளை திரும்பப் பெற அரசுக்குள்ள உரிமை

27ஆம் நாள்[1] மணற்பாங்கான நிலத்தில் பதினைந்து மைல் பயணம் செய்து 'பேகமாபாத்' என்ற ஊரை அடைந்தோம். சாலைநெடுகிலும், வயல்களுக்கு விவசாயிகள் நீர் இறைத்துக் கொண்டிருந்தனர். ஏற்றத்தின் மூலம் வயல்களுக்கு நீர் இறைக்கப்பட்டது. நீர் இறைக்க தோலினால் செய்யப்பட்ட வாளியை (சால்) உழவர்கள் பயன்படுத்தினர். நீர் இறைக்க நுகத்தடியில் பூட்டிய காளைகளை எப்போது ஓட்டுவது, எப்போது நிறுத்துவது என்பதை கணித்துச் சொல்ல கிணற்றின் அருகே ஒருவன் நின்று கொண்டிருந்தான். கிணற்றின் உள்ளே சென்ற வாளியில் நீர் நிரம்பியதும், மாட்டை ஓட்டினால் வாளி மேலே வந்துவிடும். இந்தக் காட்சி பார்ப்பதற்கு மிகவும் இனிமையாக இருந்தது. வேலை செய்பவர்களை ஊக்குவிக்க கிணற்றருகில் நிற்பவன் கிராமியப் பாடலைப் பாடுவான்.[2] டில்லியின் புகழ்பெற்ற பாடகராக இருந்த தான்சேன் வயல் வெளிகளில்தான் பெரும்பாலும் தன் பொழுதைக் கழிப்பார். நீர் இறைப்பவர்களின் எளிமையான பாடல்களைக் கேட்டு தன்னுடைய பாடல்களுடன் இணைத்துக் கொள்வார். தான்சேன் போன்ற ஒரு சிறந்த பாடகரை இந்தியநாடு அதற்குமுன் பெற்றிருந்ததில்லை. யமுனை நதியின் திசையையே மாற்றும் வல்லமை தான்சேனின் பாடல்களுக்கு உண்டு

என்று மக்கள் கூறுகிறார்கள். தான்சேனுக்குப் போட்டியாக இருந்த மற்றுமோர் பாடகர், அவரின் சமகாலத்தவரான பிர்ஜு பௌலா. பெண்கள், தானியங்களை மாவாக அரைக்கும் இயந்திரங்களிலிருந்து³ வரும் ஓசையின்மூலம் பிர்ஜு பாலா தன்னுடைய சங்கீதத்தைக் கற்றுக்கொண்டார் என்று மக்கள் சொல்வார்கள். அவர் தன் சங்கீதத்தின் மூலம் ஒரு கற்பாறையையே பிளக்கும் ஆற்றலுடையவர் என்பது மக்களிடமிருந்த நம்பிக்கை. தான்சேன் ஒரு பிராமணர். பேரரசர் அக்பரின் சேவகராகச் சேர்ந்த இவர் ஒரு முஸ்லிமாக மதம் மாறிவிட்டார். இருபத்தேழு ஆண்டுகாலம் தான்சேன் அக்பரிடம் சேவை செய்தார். பேரரசர் அக்பராலும், அரண்மனையைச் சேர்ந்தவர்களாலும் பெரிதும் விரும்பப்பட்டவர் தான்சேன். அக்பரின் முப்பத்தி நான்காவது ஆட்சியாண்டில், குவாலியரில் தான்சேன் இயற்கை எய்தினார். இன்றும் அவரது கல்லறை குவாலியரில் உள்ளது. அவரது பரம்பரையில் வந்தவர்கள் அனைவரும் நல்ல பாடகர்கள். இவர்கள் தங்களது பெயருக்குப் பின்னால் சேன் (Sen) என்ற அடைமொழியைச் சேர்த்துக்கொள்வார்கள்.⁴

மாதோஜி சிந்தியா குவாலியர் முதலமைச்சராக இருந்த போது, அவரது மகள் 'பாலாபாய்' பெயரில் வாரம் ஏதுமில்லாமல் தொண்ணூற்று ஐந்து கிராமங்களுக்கான உடைமையுரிமையை பேரரசரிடமிருந்து எழுதி வாங்கி விட்டார். இந்தக் கிராமங்களிலிருந்து ஆண்டுக்கு மூன்று லட்ச ரூபாய் வருவாய் கிடைக்கும். மாதோஜி சிந்தியாவின் சுவீகாரப் புதல்வரான தௌலத் ராவ் சிந்தியா⁵ பேரரசரை மிகமோசமான சிறைக்காவலில் வைத்திருந்தார். 1803ஆம் ஆண்டில் லேக் பிரபு பேரரசரை விடுவித்து பாலாபாயின் பெயரிலிருந்த நிலங்களையும் கையகப்படுத்திவிட்டார். ஆனால் பாலாபாய் நிலங்களை அனுபவித்துவர அனுமதி வழங்கப்பட்டது. அவள் இறந்தபின் அவை கும்பெனியைச் சேர்ந்துவிடும். 1834ஆம் ஆண்டு பாலாபாய் இறந்துவிட்டாள்; நிலங்களும் கும்பெனியைச் சேர்ந்துவிட்டன. இப்போது அந்த நிலங்களிலிருந்து நான்கு லட்ச ரூபாய் வருவாய் கிடைக்கிறது. பாலாபாய் வசம் இருந்த கிராமங்களில் 'பேகம்பாத்' கிராமமும் ஒன்று. இந்தக் கிராமத்திலிருந்து பாலாபாய் ஆண்டுக்கு அறுநூறு ரூபாய் வருமானம்

பெற்றுவந்தாள்; இப்போது கும்பெனிக்கு அறுநூற்று இருபது ரூபாய் கிடைக்கிறது. வருவாயை வசூல் செய்து தரும்படி அவள் தனக்கு வேண்டிய ஒருவருக்கு வேலை கொடுத்திருந்தாள். அவர் அந்த வித்தியாசத்தை தனக்கென எடுத்துக் கொண்டு விட்டார்.[6] இந்த ஊரின் முன்னாள் கலெக்டரின் கல்லறை எனது கூடாரத்தின் அருகில்தான் இருந்தது. அதைப் பார்க்க அவரது மகன் வந்திருந்தான். புதிய கவர்னர் ஜெனரல் வர இருப்பதை தான் குவாலியரில் கேள்விப்பட்டதாக என்னிடம் சொன்னான்.[7] அவர் இழந்த கிராமங்களை மீண்டும் அவனுக்கே அளிக்க ஆணையிடுவார் என தான் நம்புவதாகவும் கூறினான். அப்படியென்றால் அவனும் தன் தந்தை போன்றே அந்த ஊரின் கலெக்டராகி விடலாம் என நினைத்தான்.

வாரம் ஏதுமில்லாமல் கொடுக்கப்படும் நிலங்களைப் பொருத்தவரை மேலேகண்ட அணுகுமுறையை ஆரம்பத்திலிருந்தே கடைப்பிடித்திருந்தால் நமது அரசாங்கம் செலவைத் தவிர்த்திருக்கலாம்; சங்கடங்களைத் தவிர்த்திருக்கலாம்; கெட்டபெயரையும் தவிர்த்திருக்கலாம். வாரமில்லாமல் சிலருக்குக் கொடுக்கப்பட்ட நிலங்கள் அதிகாரபூர்வமாக, தக்க நபரால் கொடுக்கப்படாமல் இருந்தால், அல்லது கொடுக்கப்பட்ட நிலம் சமயம் சார்ந்த நிறுவனங்கள், கல்வி நிறுவனங்கள், தர்ம ஸ்தாபனங்கள் போன்றவற்றை பராமரிக்கும் பொருட்டு கொடுக்கப்பட்டிருந்தால், நிலத்தை வைத்திருப்பவர் இறந்தவுடன் அதனை நாம் எடுத்துக் கொள்ளலாம். இந்திய மக்கள் அதற்கு எந்தவித எதிர்ப்பும் தெரிவிக்க மாட்டார்கள். ஏனெனில் அது தொன்றுதொட்டு இந்த நாட்டில் இருந்து வரும் வழக்கம். அப்படி இல்லாமல் எல்லாவிதமான மானிய நிலங்களையும் நாமே எடுத்துக் கொள்ளப்போவதாக அறிவித்தால், அல்லது அந்த நிலங்களின் உண்மையான குத்தகை மதிப்பில் கால்பகுதியையோ, பாதியையோ பெற்றுக்கொண்டு நிலத்தை வைத்திருப்பவரிடமே விட்டுவைத்தால், நாம் நம்முடைய ஆட்சியைப் பிரபலப் படுத்தவே அவ்வாறு செய்கிறோம் என்று பரவலாகப் பேசப்படும். முந்தைய சுதேசி அரசர்களுக்கு, நிலத்தின்மீது உரிமையுண்டு என்பதை நாம் ஏற்றுக்கொண்டுள்ளோம். அவர்கள் அதை யாருக்கு வேண்டுமானாலும், எப்படி

வேண்டுமானாலும் கொடுக்கலாம். நிலத்தை வைத்திருப்பவர் தான் ஏராளமான பொருட்செலவில் நீதிமன்றங்களுக்குச் சென்று தனது உரிமையை நிலைநாட்டிக் கொள்ளவேண்டும். இதனால் பலவித முறைகேடுகளுக்கு நாம் இடம் கொடுத்து விட்டோம்; ஊழல்களும் பொய்சாட்சிகளும் மலிந்துவிட்டன. உண்மையான சாட்சியங்களை நிலஉடைமையாளர்கள் காட்டமுடியாமல் செய்து அவர்களை நிலத்தைவிட்டு வெளியேற்ற நாம் சதிசெய்கிறோம் என்று மக்கள் நினைக் கிறார்கள். இத்தகைய செயல்களால் நமக்கு நாமே அநீதி இழைத்துக்கொண்டுவிட்டோம்.[8]

இந்த நிலங்கள் பல தலைமுறைகளாக முந்தைய அரசுகளின் கீழ் இருந்தவை. யார் வைத்திருந்தார்களோ அவர்களின் ஏகபோக அனுபவத்திற்காகக் கொடுக்கப்பட்டவை. இந்த நிலங்களின் மதிப்பைக் குறைத்தே அரசரிடம் சொல்லி வந்தனர் உள்ளூர் அதிகாரிகள். அதற்காக குத்தகையில் ஒரு பங்கை அவர்கள் நில உடைமையாளர்களிடமிருந்து பெற்றுக் கொண்டனர். அப்படி ஒரு பங்கை அதிகாரிகளுக்குக் கொடுக்க நில உடைமையாளர்கள் தயாராக இருந்தனர். ஏனெனில் உண்மை மதிப்பு அரசருக்குத் தெரியவந்தால் அவர் நிலங்களைப் பிடுங்கிக்கொண்டுவிடுவார். உள்ளூர் அதிகாரிகள் குறைந்த அளவே நிலஉரிமையாளர்களிடமிருந்து பெற்றுக்கொண்டனர். நிலம் அரசர்வசம் சென்றுவிட்டால் தங்களுக்கு ஒன்றுமே கிடைக்காதென்பது அவர்களுக்குத் தெரியும். குத்தகையாக வழங்கப்பட்ட நிலங்கள், அவைகள் வழங்கப்பட்டபோதோ அல்லது சிறிது காலம் சென்ற பின்போ தரிசாகக் கிடந்தன. மக்களும் அவ்விடங்களில் வசிக்கவில்லை. இதற்குக் காரணம் வெளிநாட்டினரின் படையெடுப்பு அல்லது உள்நாட்டுக் குழப்பம். இவ்வாறு இந்த நிலங்கள் பலகாலம் தரிசாக, கேட்பாரற்றுக் கிடந்ததால், பின்னால் வந்த அரசர்களும் அவைகள் யாருக்கு ஆரம்பத்தில் வழங்கப்பட்டன என்பதைப் பற்றிக் கண்டுகொள்ளவில்லை. நமது ஆட்சியில் இந்த நிலங்களில் வேளாண்மை செய்யப் படுகிறது. அங்கே மக்கள் வசிக்கிறார்கள். நில மதிப்பு அதிகமாகிவிட்டது. வாரம் ஏதுமின்றி இனாமாக நிலத்தைப் பெற்றவர்களால் நிலமதிப்பு உயரவில்லை; உழுது பயிர்செய்து வரிசெலுத்தும் உழவர்களால் மதிப்பு உயர்ந்தது.

*1801*ஆம் ஆண்டு அவத் அரசர் சாதத் அலிகான் ரோஷேல்கண்ட் மற்றும் சில மாவட்டங்களை கிழக்கிந்தியக் கும்பெனிக்குக் கொடுத்துவிட்டு வேறு சில சலுகைகளைப் பெற்றார். உடனே அவர் தனது எல்லைக்குட்பட்ட பகுதியில் வாரம் இல்லாத உடைமையாக்கக் கொடுக்கப்பட்ட ஒவ்வொரு அங்குல நிலத்தையும் திரும்ப பழைய உரிமையாளர்களிடமிருந்து வாங்கிக் கொண்டுவிட்டார். 'அரசாங்கத்திற்குத் தேவை' என்ற ஒரு காரணத்தைத் தவிர வேறு எந்த காரணத்தையும் அவர் நில உடைமையாளர்களுக்குச் சொல்லவில்லை. இச்செயல் குறிப்பாக படித்த மக்களிடையே பெரும் அதிருப்தியை உண்டாக்கியது. ஆனால் இதபோன்ற ஒரு செயல் நமது ஆங்கிலேய எல்லைப் பகுதியில் மக்களிடையே மன வருத்தத்தை ஏற்படுத்தியிருக்காது. ஏனெனில் அவத் அரசரின் வருவாய் முழுவதும் அவத்தில் இருந்த குடும்பத் தாரைப் பராமரித்துவரும் பணியாளர்களுக்காகவே செலவிடப்பட்டது; அதுவும் அவத் எல்லைக்குள்ளேயே செலவிடப்பட்டது. ஆனால் நமக்குக் கிடைக்கும் வருவாய் தூரப் பிரதேசங்களிலுள்ள பணியாளர்களுக்காகச் செலவிடப்பட்டது. மேலும் நிலம் பிடுங்கப்பட்டவர்கள் தங்களுக்குத் தகுந்த வேறு வேலைகளைத் தேடிக் கொள்வது மிகவும் கடினம்.

டில்லிக்கும், மீரட்டுக்கும் இடையேயுள்ள நிலப்பரப்பில் எந்தவிதமான தோப்புகளும் இல்லை. சாலைகளின் ஓரங்களில் கூட மரங்கள் இல்லை. அங்கொன்றும் இங்கொன்றுமாக சில மரங்களே தென்பட்டன.[9] இதற்கென்ன காரணம் என்று மக்களை நான் வினவினேன். கிராமத்தைச் சேர்ந்த முதியவர் ஒருவர் அந்தக் காரணத்தை விளக்கினார். இன்று நம்முடைய பாதுகாப்பில் குளிர் காய்ந்து கொண்டிருக்கும் சீக்கியத் தலைவர்கள், பத்துபேர் அல்லது பன்னிரண்டு பேர் சேர்ந்து கொண்டு, குதிரைகளின் மீது வந்து, ஒவ்வொரு அறுவடையின் போதும் மக்களைச் சூறையாடினார்கள். நிலங்கள் தரிசாயின. அவர்களைப்பற்றி புகார் தெரிவிக்கக்கூட ஒருவரும் அவ்விடங்களில் இல்லை. லேக் பிரபு[10] அதிகாரத்திற்கு வரும் வரை இந்த நிலைமை நீடித்தது. டில்லி யுத்தத்தில் லேக் புரபு மராட்டியர்களை விரட்டியடித்ததை தூரத்திலிருந்து மக்கள் பார்த்துள்ளனர். மராட்டியர்கள் சீக்கியர்களைவிட மோசமானவர்கள். ஓடிச்சென்ற மராட்டியர்கள் பத்தாயிரம்

பேர் யமுனை நதியில் மூழ்கடிக்கப்பட்டார்கள். லேக் பிரபு செய்ததை மக்கள் இன்றும் நன்றியுடன் நினைவுகூர்கிறார்கள். அவர் ஆங்கிலேயர்களின் நன்மைக்காகத்தான் அந்தப் போரில் ஈடுபட்டாலும் இந்தியாவில் நமது (ஆங்கிலேயர்களின்) கௌரவத்தைக் காப்பாற்றினார். வட இந்தியாவிலுள்ள மக்கள் முழுவதும் லேக் பிரபுக்கு நன்றிக்கடன் பட்டுள்ளனர்.[11]

ஆல், அரசு, புளி ஆகிய மூன்றும் இந்தியாவிலுள்ள மிக அழகிய மரங்கள்.[12] ஆல், அரசு ஆகிய இரண்டும் அத்திக் குடும்பத்தைச் சேர்ந்தவை. இந்த இருமரங்களின் முக்கிய எதிரிகள் நாம் நிர்வாகத்திற்காகப் பயன்படுத்தும் யானைகளும், ஒட்டகங்களும். நமது பணியாளர்களும் இந்த மரங்கள் அழிவதற்குக் காரணமாக இருக்கின்றனர். எனவே எந்த வெப்பம் நிறைந்த கிராமப் பகுதிகளில் இந்த மரங்களின் தேவை அதிகமோ அங்கே இவைகள் காணப்படுவதில்லை. காரணம், கிராமப்புறங்களில்தான் ஒட்டகங்கள் அதிகமாக வளர்க்கப்படுகின்றன. அதனால் கிராமப்பகுதிகளில் ஆல், அரசு போன்ற மரங்களை அழிவிலிருந்து காப்பது மிகவும் கடினம்.

மாலை நேரத்தில் ஒரு வீரன் மீரட்டிலிருந்து டில்லி நோக்கி மிக அவசரமாகச் சென்று கொண்டிருந்தான். எங்கள் கூடாரம் வழியாகத்தான் அவன் சென்றான். பரிதாபத் திற்குரிய பேகம் சம்ரூவின் மரணச் செய்தியை அந்த வீரன் அறிவித்தான். பேகம் தனது தலைநகரான சர்தானாவில் மரணமடைந்துவிட்டாள். இந்த அதிசயிக்கத்தக்க பெண் மணியைப் பார்க்க வேண்டுமென்று நான் இருபத்தைந்து ஆண்டுகாலமாக ஆசைப்பட்டேன். இந்தியாவில் வேறு எந்தத் தலைவரின் வரலாற்றைவிடவும், என்னை வெகுவாகக் கவர்ந்தது பேகம் சம்ரூவின் வரலாறுதான். மிக அருகில் இருந்தும் அந்தப் பெண்மணியைப் பார்க்க முடியாமல் போனது எனக்கு மிகவும் ஏமாற்றமாக இருந்தது.

குறிப்புகள்

1. ஜனவரி 1836.
2. 'The Music of Hindustan' என்ற புத்தகத்தில் திரு. ஃபாக்ஸ் ஸ்ட்ரேங்வேஸ் என்பவர் தான்சேனின் பாடல்கள் பற்றி எழுதியுள்ளார். (Oxford, 1914, pp 20 - 21)

3. 'பிரிஜ் பௌலா' என்று முதல் பதிப்பில் கொடுக்கப்பட்டுள்ளது. பிர்ஜு பௌலா அல்லது பௌரா என்பதுதான் சரியானது. Linguistic Survey of India, vi 47 என்ற நூலில் தான்சேனுக்கும், பிர்ஜு பௌலாவுக்கும் இடையே இருந்த போட்டி விவரிக்கப்பட்டுள்ளது. அபுல் ஃபாஸல் கொடுத்துள்ள முக்கிய பாடகர்களின் பட்டியலிலோ அல்லது பிளாக்மன் எழுதிய குறிப்பிலோ பிர்ஜு பௌலாவின் பெயர் இடம்பெறவில்லை.

4. தான்சேன் குவாலியரைச் சேர்ந்தவர் என்று அபுல் ஃபாஸல் குறிப்பிடுகிறார். ஆயிரம் ஆண்டுகளாக இவர் போன்ற ஒரு பாடகர் இந்தியாவில் இருந்ததில்லை என்று மேலும் கருத்து தெரிவிக்கிறார் அபுல் ஃபாஸல். அவர் கொடுத்துள்ள பாடகர்கள் பட்டியலில் இரண்டு முதல் ஐந்துவரை உள்ளவர்களும் குவாலியரைச் சேர்ந்தவர்களே; குவாலியர் ஓர் இசை நகரமாக அப்போது (அக்பர் காலத்தில்) திகழ்ந்திருக்கிறது. தான்சேன், பாட்னாவைச் சேர்ந்தவர் என்று ஸ்லீமன் தவறாகக் குறிப்பிட்டுள்ளார். தான்சேன் நிச்சயமாக இஸ்லாத்திற்கு மாறியிருக்க வேண்டும். ஏனெனில் குவாலியரில் முகமது கௌஸ் அவர்களின் கல்லறைக்குப் பக்கத்தில்தான் தான்சேனின் கல்லறையும் உள்ளது. ஓர் இந்து அப்படிப்பட்ட இடத்தில் புதைக்கப்பட்டிருக்க முடியாது. தான்சேன் லாகூரில் மரணமடைந்தார் என்றும், அக்பரின் ஆணைப்படி அவரது உடல் குவாலியருக்கு எடுத்து வரப்பட்டதென்றும் சிலர் கூறுகிறார்கள். தான்சேனின் கல்லறைக்கு நிழல் தந்து கொண்டிருக்கும் புளியமரத்தின் இலைகளைச் சுவைத்தால் ஒருவனின் குரல்வளம் மேம்படும் என்று நம்பப்படுகிறது.

இந்துக்களின் சங்கீதம் தான்சேனால் நலிவுற்றது என்று இந்து விமர்சகர்கள் அவரை குற்றம்சாட்டுவதாக திரு. ஃபாக்ஸ் ஸ்ட்ரேங்வேஸ் கருத்து தெரிவித்துள்ளார். இந்தோளம், மேகராகம் போன்றவைகளை தான்சேன் தவறான முறையில் மாற்றியமைத்தார் என்று அவர் மீது குற்றம் சுமத்தப்படுகிறது.

ரீவா ராஜாவின் சேவையில் ஆரம்பத்தில் இருந்துவந்த தான்சேனை தனது ஏழாவது ஆட்சியாண்டில் (1562–63) தன்பக்கம் அக்பர் இழுத்துக்கொண்டார். அக்பர் தான்சேனுக்கு 2,00,000 ரூபாய் கொடுத்தார். தான்சேன் எழுதிய பாடல்கள் யாவும் அக்பரின் பெயரிலேயே உள்ளன. இந்துஸ்தானத்தில் அவரது பாடல்கள் இன்றும் பாடப்படுகின்றன. தான்சேன் கி.பி. 1588இல் இயற்கையெய்தினார்.

5. தௌலத் ராவ் சிந்தியாவால் சிறைவைக்கப்பட்ட முகலாயப் பேரரசர் ஷாஆலம். மாதோஜி சிந்தியா (மாதவ்ராவ் சிந்தியா) பிப்ரவரி 1794இல் மரணமடைந்தார். அவருக்குப் பின் ஆட்சிக்கு வந்தவர் தௌலத் ராய் சிந்தியா, ஆட்சிக்கு வந்தபோது அவருக்கு பதினான்கு அல்லது பதினைந்து வயதுதான் இருக்கும். மாதோஜி சிந்தியா, தௌலத் ராவ் சிந்தியாவை முறைப்படி சுவீகாரம் எடுத்துக் கொள்ளும் சடங்குகள் முழுமைபெறவில்லை. (Grant Duff, "History of the mahrattas" ed 1826 vol iii p. 86)

6. இந்தியாபோன்ற ஓர் ஏழை நாட்டில் வருமானத்தில் உள்ள சிறு வேறுபாட்டைக்கூட நிர்வாகிகள் கூர்ந்து கவனிக்கிறார்கள் என்பதற்கு இது ஒரு சிறந்த எடுத்துக்காட்டு. ரூ.600க்கும் ரூ. 620க்கும் அவ்வளவு

பெரிய வேறுபாடு இல்லை. இத்தகைய வேறுபாட்டை ஐரோப்பாவில் பெரிதாக எடுத்துக் கொள்ளமாட்டார்கள்.

7. வில்லியம் பென்டிங்க் அவர்களுக்குப்பிறகு சர் சார்லஸ் மெட்காஃப் தற்காலிக கவர்னர் ஜெனரலாகப் பணியாற்றி வந்தார். 1836இல் இவருக்குப் பதிலாக ஆக்லன்ட் பிரபு கவர்னர்ஜெனரலாகப் பதவியேற்றுக் கொண்டார்.

8. வாரமில்லாமல், இனாமாகக் கொடுக்கப்பட்ட நிலங்களைத் திரும்ப எடுத்துக் கொள்வதும், புதிதாக அவைகளின் மதிப்பை நிர்ணயம் செய்வதும், ஸ்லீமன் காலத்தில் இந்தியாவில் இருந்த ஒரு மாபெரும் பிரச்சனை. இப்போது இதற்கு ஒரு முடிவு வந்துவிட்டது. இந்த இடத்தில் ஸ்லீமன் சொல்லியிருப்பது நல்ல கருத்து. எல்லா சுதேசி அரசுகளும் முன்பு கொடுக்கப்பட்ட நிலங்களை திரும்பவும் தன்வசம் எடுத்துக்கொண்டன. ஆனால் மூல ஒப்பந்தப் பத்திரத்தில் என்ன வாசகம் எழுதப்பட்டிருக்கிறது என்பதை அவை கவனிப்பதில்லை. பழைய இந்து வழக்கப்படி நீண்டநாட்கள் ஒரு ஒப்பந்தம் நிலைத்திருக்க வேண்டுமானால் “சந்திரன் சூரியன் இருக்கும் வரை இந்த ஒப்பந்தமும் நிலைத்திருக்கும்” என்று எழுதுவார்கள். ஒப்பந்தம் மீறப்பட்டால், மீறுபவர்கள் சாபத்திற்குள்ளவார்கள் என்றும் எழுதப்பட்டிருக்கும். இது ஒரு சம்பிரதாயமான எழுத்து முறைதான். இதற்குப் பொருள் ஏதும் இல்லை. புதுஆட்சியாளர், முந்தைய ஆட்சியாளரின் நடவடிக்கைகளை ஏற்பதில்லை.

9. இப்போது நிலைமை அவ்வாறில்லை.

10. இன்றைக்கு எப்படி நமது இராணுவ வீரர்களும், அதிகாரிகளும் கட்டுப்பாட்டுடனும், நேர்மையுடன் இருக்கின்றரோ, அதே போன்றுதான் நூறு ஆண்டுகளுக்கு முன்னும் நமது சாதாரண இராணுவ வீரர்கள்கூட இருந்தனர். வடஇந்திய மக்கள் அவர்களுக்குப் பயந்து நடந்துகொண்டனர்.

11. ஜெராட் லேக் 1744ஆம் ஆண்டு ஜூலை திங்கள் 27ஆம் நாள் பிறந்தார். பதினான்கு வயது நிறைவதற்கு முன்பே அவர் இராணுவத்தில் சேர்ந்துவிட்டார். ஜெர்மனி நாட்டுடன் நடந்த யுத்தத்தில் ஏழு ஆண்டுகள் அவர் பணியாற்றினார். அமெரிக்காவுடன் நடந்த யுத்தத்திலும் பங்குபெற்றார். 1793ஆம் ஆண்டு பிரெஞ்சுப் போரில் பங்குபெற்றார். 1798ஆம் ஆண்டு ஐரிஷ் புரட்சிப்படையை எதிர்த்து, ஆங்கிலேய அரசுக்காகப் போர்புரிந்தார். 1801ஆம் ஆண்டு அவர் இந்திய இராணுவத்தின் தலைமைப் பொறுப்பை ஏற்றுக்கொண்டார். கான்பூர் இராணுவதளத்திற்கு வந்து பணியை மேற்கொண்டார். அவர் இங்கு வந்த இரண்டாண்டுகளில் மராட்டிய யுத்தம் தொடங்கியது. அதில் பல வெற்றிகளைக் குவித்தார் லேக் பிரபு. கோயில், அலிகார், டில்லி (நூலில் குறிப்பிடப்பட்டுள்ள யுத்தம்), ஆக்ரா, லாஸ்வாரி போன்ற இடங்களில் நடைபெற்ற போர்களில் அடுத்தடுத்து வெற்றி பெற்றார். 1804ஆம் ஆண்டு அவரது பெயருக்கு இழுக்கு ஏற்படும் வகையில் கர்னல் மான்சன் தலைமையிலான ஆங்கிலப் படைப்பிரிவு ஒரு போரில் தோற்றுப்போனது. இதனை ஈடு செய்யும் வகையில், தீக், ஃபரூக்காபாத் ஆகிய இடங்களில் வெற்றிபெற்று ஹோல்கரின்

அதிகாரத்தை ஒடுக்கினார். *1805*ஆம் ஆண்டு அவர் நடத்திய பரத்பூர் முற்றுகை பலனளிக்கவில்லை. ஆனால் பின்னர் தளபதி லேக் தனது முயற்சியால் ஹோல்கரை சரணடைய வைத்தார். *1807*ஆம் ஆண்டு லேக் இங்கிலாந்து திரும்பினார். "இளங்கோமகர்" என்ற பட்டம் அவருக்குத் தரப்பட்டது. *1808*ஆம் ஆண்டு, பிப்ரவரிமாதம் *21*ஆம் நாள் லேக் பிரபு மரணமடைந்தார். (Pearse, 'Memoir of the life and Military Services of Viscount Lake' London, Blackwood, 1908).

12. ஆலமரம் = Ficus indica (or) Urostigma bengalense

அரச மரம் = Ficus religiosa (or) urostigma religiosum

புளியமரம் = Tamarindus indicus (or) T. Occidentalis (or) T. officinalis.

13. பேகம் சம்ரூவின் வரலாறு அத்தியாயம் *75*இல் கொடுக்கப்பட்டுள்ளது.

மீரட் நகரம் - ஏழைகளின் நன்மைக்காக கைமாறு கருதாமல் பாட்டுப் பாடி நடனமாடும் அமெச்சூர் கலைஞர்கள்

30ஆம்[1] நாள் நாங்கள் இருந்த இடத்திலிருந்து பன்னிரண்டு மைல் தொலைவிலிருந்த மீரட் நகருக்குச் சென்றோம். சூரஜ் – குந்த் என்ற ஏரிக்கு அருகே எங்கள் முகாமை அமைத்துக் கொண்டோம். 'தீக்' நகரின் ஜாட் தலைவர் சூரஜ்–மால் அவர்களின் நினைவாக அந்த ஏரி. சூரஜ் குந்த் என்று அழைக்கப்படுகிறது. 'கோவர்தன்'[2] என்ற இடத்தில் உள்ள இவரது கல்லறை பற்றி முன்பே நான் விவரித்துள்ளேன். மனோகர்நாத் என்ற ஓர் இந்து சாதுவின் 'ஆவி' பரிந்துரை செய்ததால், சூரஜ்–மால் மீரட்டில் ஒரு மிகப்பெரிய ஏரியை வெட்டினார். மனோகர் நாத் இயற்கை எய்தியதும் அவரது பூதஉடல் இதன் அருகில் தகனம் செய்யப்பட்டது. நாடுபிடிக்கும் தனது ஆசையால் உந்தப்பட்டு இந்த இடத்தில் முகாமிட்டிருந்த ஜாட்தலைவர் சூரஜ்மாலின் கனவில் தோன்றிய மனோகர்நாத் அவர்களின் ஆவி, அந்த இடத்தில் ஓர் ஏரியை வெட்டுமாறு பரிந்துரை செய்தது. ஏரியின் நான்குபுறத்திலும் கரைகள் நன்கு அமைக்கப்பட்டு படிக்கட்டுகளும் கட்டப்பட்டுள்ளன. ஏரியில் தெளிவான தண்ணீர் காணப்படுகிறது. இந்த இடம் முழுவதும் இப்போது நமது பராமரிப்பில் உள்ளது[3]. இந்த ஏரிக்கு வடமேற்கே அரை மைல் தூரத்தில் ஷாபீர் என்ற முகமதியப் புனிதரின் கல்லறை உள்ளது. இவரும், அந்த இந்து சாதுவும் மலைப்பகுதிகளிலிருந்து ஒன்றாகவே இறங்கி

வந்தனர்; மரணமடையும்வரை இருவரும் இணைபிரியாத நண்பர்களாயிருந்தனர்; இருவரும் மக்கள் மத்தியில் பல அற்புதங்களை நிகழ்த்திக் காட்டியுள்ளனர். தூரத்தேயிருந்த வனப்பகுதியிலிருந்து இரண்டு சாதுக்களும் இரண்டு பெரிய புலிகளின் மீது அமர்ந்துதான் காலைப்பொழுதில் ஒரு குறிப்பிட்ட நேரத்தில் வருவார்கள். இந்து சாது ஓர் இசைப்பிரியர். இவர் மறைந்து மூன்று நூற்றாண்டுகள் சென்றுவிட்டன. இருப்பினும் ஏரிக்கரையில் உள்ள அவரது நினைவிடத்திற்கு ஒவ்வொரு ஞாயிற்றுக்கிழமையும் கூட்டமாக அமெச்சூர் கலைஞர்கள் வந்து, எல்லோரையும் மகிழ்விக்கும் விதத்தில் 'கிரதி'களைப் பாடுகிறார்கள். ஏராளமான மக்கள் இந்த சங்கீத்தை இரசிக்கின்றனர்; இந்த இசையால், மறைந்த சாதுவின் ஆன்மா சாந்தியடைவதாக நம்பப்படுகிறது. இதேபோல் மறைந்த முஸ்லிம் சாதுவின் கல்லறைக்கு ஒவ்வொரு வியாழக்கிழமை பிற்பகலிலும் தொழில்முறை நாட்டியக்காரர்களும், இசைக்கலைஞர்களும் வருகிறார்கள்; நடன இசை நிகழ்ச்சிகள் நடைபெறுகின்றன. ஏழைகளுக்கு உணவளிக்கப்படுகிறது. இறைவனின் அருளைப் பெற்றுத்தரும்படி அப்புனிதரை எல்லோரும் வேண்டிக்கொள்கின்றனர்.

மேற்குறிப்பிட்ட முகமதியரின் கல்லறை பெரிதாகவும், அழகாகவும் உள்ளது. சிவப்பு வண்ண மணற்பாறைக் கற்களால் கட்டப்பட்டு, ஆங்காங்கே சலவைக் கற்களும் பதிக்கப்பட்டுள்ளன; கல்லறைக்கு மேலே கவிகை மாடம் எதுவும் அமைக்கப்படவில்லை. ஏனெனில் அந்தப் புனிதர் மீண்டும் உயிர்த்தெழும்போது[4] அவருக்கும், சொர்க்கத்திற்கு மிடையே எந்தத் திரையும் இருக்கக்கூடாது. இந்த முஸ்லிம் புனிதரின் கல்லறைக்குச் சற்றுத் தொலைவில் கன்ஜ் – இ – ஃபான் என்று மக்களால் அழைக்கப்படும் ஒரு புனிதப் பயணியின் கல்லறையும் உள்ளது. ஒவ்வொரு வெள்ளிக் கிழமையும் இங்கு ஏழைமக்கள் வருகிறார்கள். அவர்களுக்கு உதவிகள் செய்யவும், அவர்களை ஆடல், பாடல்களின் மூலம் மகிழ்விக்கவும் தொழில்முறையிலான நாட்டியக் கலைஞர்களும், இசைக் கலைஞர்களும் அங்கு வருகின்றனர். மக்கள் அதிகமாக வந்து செல்லும் மற்றுமோர் கல்லறை கோஹர் ஷா எனப்படும் ஒரு முகலாயரின் கல்லறை. இவர் மூன்று ஆண்டுகளுக்கு முன்புதான் இயற்கை எய்தினார்.

சமீபத்தில் நடைபெற்ற சில நிகழ்ச்சிகளின் மூலம் கோஹர் ஒரு புனிதராகக் கொண்டாடப்படுகிறார். ‘ஸ்மித்’ என்பவர் மீரட் நகரின் ஒரு துடிப்பான வணிகர். ‘சாதர் பஸார்’ என்ற இடத்தில், சோளம் அரைப்பதற்கான பெரிய காற்றாலை ஒன்றை அவர் சமீபத்தில் ஏற்படுத்தியிருந்தார். ஒரு நாள் கோஹர்–ஷா–வை ஸ்மித் அவமானப்படுத்திவிட்டார்; அவர் மாவரைக்கும் பணியை வெறுப்புடன் பார்த்துள்ளார். அந்த முஸ்லிம் பெரியவரும், வயதான விதவைப் பெண்மணிகள் ரொட்டி சுடுவதற்கான மாவை அரைத்துக் கொடுக்கும் பணியைத்தான் செய்துவந்தார். ஸ்மித் அவர்களின் பேச்சால் மனமுடைந்த கோஹர் ஷா அவரைப் பார்த்து – “சிறுவனே, உன்னுடைய இந்த பொம்மை இயந்திரத்தைப் பார்த்து மிகவும் மகிழ்ந்து விடாதே; அது இன்னும் சிறிது நாட்களுக்குத்தான் ஓடும்.’’ என்று சபித்துவிட்டார். நான்கு நாட்களில் ஸ்மித்தின் காற்றாலை நின்றுவிட்டது; அதை அவரால் சரிசெய்யவே இயலவில்லை. மீரட் நகரத்து மக்கள் இந்த நிகழ்ச்சியை ஓர் அற்புதமாகவே கருதினார்கள். கோஹர் ஷா மரணமடைவதற்கு சற்று முன்னால் மீரட் நகரை வெள்ளம் சூழ்ந்தது. தொடர் மழையால் பல வீடுகள் இடிந்து கீழே விழுந்துவிட்டன. இந்த சமயத்தில் முதியவர் கோஹர் ஷா ஒரு சத்திரத்தில் தங்கியிருந்தார். அந்த சத்திரம் இடிந்து விழப்போவது அவருக்கு முன்கூட்டியே தெரிந்துவிட்டது. அங்கு தங்கி யிருந்தவர்களை நோக்கி தான் வனப்பகுதிக்குச் சென்றுவிடப் போவதாகவும், விருப்பமுள்ளவர்கள் தன்னோடு வந்துவிடலாம் என்றும் கூறினார். தங்கியிருந்த மக்கள் அவரைப் பின் தொடர்ந்தனர். சத்திரத்தைவிட்டு மக்கள் வெளியேறிய அடுத்த கணமே, அது இடிந்து தரைமட்டமாகிவிட்டது. இதைப் பார்த்தவர்கள், அந்தப் புனிதரின் அருளாலேயே மக்கள் காப்பாற்றப்பட்டதாக என்னிடம் கூறினார்கள். கோஹர் ஷா இறந்தபிறகு அவர் உடல் அடக்கம் செய்யப்பட்ட இடத்தில் அவருக்கு ஓர் இந்து கல்லறை ஒன்றைக் கட்டினார். அவர் நீதிமன்றத்தில் வேலை செய்துவந்த ஓர் அலுவலர். நீண்ட நாட்களாக அவர் வேலையில்லாமல் மிகவும் துயரப்பட்டுக் கொண்டிருந்தார். கல்லறையைக் கட்டி முடித்த உடனேயே அவருக்கு நல்ல வேலை கிடைத்துவிட்டது; இப்போது அவர் வசதியுடன் வாழ்ந்து வருகிறார். கோஹர் ஷாவின் நினைவாலயத்திற்கு இவர்

தொடர்ந்து நன்கொடைகள் அளித்து வருகிறார். மற்ற கல்லறைகளுக்கு வருவதுபோன்றே புதன்கிழமைகளில் தொழில்முறைப் பாடகர்களும், நாட்டியக் கலைஞர்களும் இங்கு வந்து ஆடல், பாடல்களின் மூலம் ஆராதனை செய்கின்றனர்.

நான் குறிப்பிட்ட கல்லறைகளைச் சுற்றியுள்ள இடங்கள் முழுவதும் இடுகாடுகளாக மாறிவிட்டன. இறப்பவர்கள் இறக்கும் தறுவாயில் தங்களின் உடல்கள் இக்கல்லறைகளுக்கு அருகில்தான் புதைக்கப்படவேண்டும் என்று கூறிவிடுகின்றனர். கல்லறைகளுக்கு அடியில் புதைக்கப்பட்டுள்ள புனிதர்கள் அனைவரும் ஆடம்பர வாழ்க்கையை உதறித் தள்ளிவிட்டு எளிமையாக வாழ்ந்தவர்கள். உயிர்வாழத் தேவையான குறைந்தபட்ச தேவைகளைத் தவிர, அந்தப் புனிதர்கள் தங்கள் சீடர்களிடமிருந்து வேறு எதையும் எதிர்பார்க்கவில்லை; எனவே சீடர்களிடமிருந்து அவர்கள் உணவைத் தவிர வேறு எதையும் வேண்டவில்லை; அதுவும் பசித்தபோதுதான் கேட்டனர். புனிதர்களுக்குப் பசித்தபோது, உணவளிப்பவன் மிக்க மகிழ்ச்சியடைவான். பேகம் சம்ரூவின் மறைவுக்குப் பின், சர்தானாவில் அடக்கம் செய்யப்பட்டுள்ள ஷக்கிர் ஷா என்ற புனிதரும் வெகுவாக சிறப்பிக்கப்படுகிறார். இவர் மீரட் நகரில் ஐந்தாண்டுகளுக்குமுன் வாழ்ந்தவர். இவர் தன்னை சர்தானாவுக்கு அழைத்துச் செல்லும்படிக் கேட்ட போது, பேகம் சம்ரூ மிகவும் நோய்வாய்ப்பட்டு, இறக்கும் தறுவாயில் இருந்தார். மீரட் நகருக்குக் கிளம்பும்போது ஷக்கிர் ஷாவும் உடல் நலிவுற்ற நிலையில்தான் இருந்தார். நீண்ட பயணத்தால் அவர் உடல்நிலை மிகவும் மோசமடைந்துவிட்டது; தான் இறக்கப்போகிறோம் என்பது அவருக்குத் தெரிந்துவிட்டது. உடனே அவர் பேகம் சம்ரூவுக்கு ஒரு செய்தி சொல்லி அனுப்பினார். “உனக்கு மரணம் வந்தது; ஆனால் உன்னுடைய இடத்திற்கு நான் செல்கிறேன்” என்பதுதான் அந்தச் செய்தி. இச்செய்தியை அனுப்பிவிட்டு அந்த முதியவர் அருகிலிருந்தவர்களிடம் பேகம் இன்னும் ஐந்தாண்டுகள் வாழ்வாள் என்று கூறினார். அந்தப் புனிதர் இறந்தபிறகு பேகம் சம்ரூ அவருக்காக ஓர் கல்லறையைக் கட்டினாள். அந்தப் புனிதர் மரணமடைந்து சரியாக ஐந்தாண்டுகள் சென்றபின் பேகம் சம்ரூ மரணமடைந்துவிட்டாள் என்று மக்கள் நம்புகின்றனர்.

நான் மீரட் வந்தவுடன் சில நாட்கள் மாலை வேளைகளில், முதுபெரும் புனிதர்களின் கல்லறைகள் இருக்குமிடங்களில் சுற்றித்திரிந்தபோது மேற்கண்ட செய்திகளைத் தெரிந்து கொண்டேன். ஏழைமக்களுக்கு உதவிகளைப் பெற்றுத்தரும் எண்ணத்தில் பாடகர்களும், நடனக் கலைஞர்களும், இக்கல்லறைகளில் தங்களது கலை நிகழ்ச்சிகளை நடத்துவதால், அவற்றின் வரலாற்றைத் தெரிந்துகொள்ள நான் விரும்பினேன். இதுபோன்ற வழக்கம் வேறு இடங்களில் இருந்தாலும், இதற்குமுன்பு நான் அவைகளைப் பற்றிக் கேள்விப்பட்டதில்லை; இந்துக்களும், முகமதியர்களும் வரையறையின்றி இணைந்து தங்களின் பக்தியை வெளிப்படுத்துவதையும் நான் இதற்குமுன்பு பார்த்ததில்லை. மனோகர்நாத் ஓர் இந்துவாக இருந்தாலும் அவரது நினைவிடத்திற்கு இந்துக்கள் வரும் அளவுக்குச் சமமாக முகமதியர்களும் வருகிறார்கள். கடவுளுக்குத் தன்னை அர்ப்பணிக்கும் முகத்தான் மனோகர்நாத் இந்த இடத்தில் ஜீவசமாதி அடைந்துள்ளதாக நம்பப்படுகிறது. நாகபுரி அரசின்கீழ் ஒரு செல்வச் செழிப்புமிக்க இந்து கனவான் வாழ்ந்துவந்தார். அவர் கடுமையான நோயால் அவதிப்பட்டு வந்தார்; நோயைக் குணப்படுத்த முடியாது என்று மருத்துவர்கள் கூறிவிட்டனர். அந்த கனவான் தனது பரிவாரத்துடன் இருநூறு மைல் பயணம் செய்து நர்மதைக் கரைக்கு வந்தார். தனது குடும்பத்தாரிடமும், நண்பர்களிடமும் விடைபெற்றுக்கொண்டு ஒரு படகில் ஏறினார். படகு ஆற்றின் ஆழமான பகுதிக்குச் சென்றவுடன், மணல் மூட்டையை கட்டிக்கொண்டு ஆற்று நீரில் குதித்து, மறைந்து போய்விட்டார். இவ்வாறு சமாதி அடைவதற்கென்றே அவர் நர்மதைக்கு வந்தார். அதன்பிறகு அவருக்கு ஈமக் கிரியைகள் நடைபெற்றன. நண்பர்களும், உறவினர்களும், தங்களது கடமையை நிறைவேற்றிய மனநிறைவோடு நாகபுரிக்குத் திரும்பிச் சென்றுவிட்டனர். இதேபோல் தொழுநோய் போன்ற தீர்க்க முடியாத நோயால் அவதிப்படும் இந்தியர்கள் சிலர் தங்களை உயிருடன் புதைத்துக் கொள் கின்றனர் அல்லது நீரில் மூழ்கிவிடுகின்றனர்; அதாவது ஜீவசமாதி அடைந்துவிடுகின்றனர். தீராத நோய் உள்ள பல ஏழைகளும் இதுபோன்றே செய்கின்றனர்.[5] இதுபோன்ற அவலங்களைத் தடுப்பதற்கு, இந்தியாவில் நமது ஐரோப்பிய மருத்துவமுறைகளை அறிமுகப்படுத்தவேண்டும். இந்தத்

திட்டம் இப்போது நடைமுறைப்படுத்தப்பட்டு வருகிறது. பென்டிங் பிரபு காலத்தில் தீட்டப்பட்ட இத்திட்டம் ஆக்லன்ட் பிரபு காலத்தில் செயல்படுத்தப்பட்டது. குட்ஈவ், ஓ' ஷங்நெஸி (Good eve, O' Shaughnessy) என்ற இரு மருத்துவர்கள் இந்த மருத்துவ உதவித் திட்டத்தை மேற்பார்வை செய்து வருகிறார்கள். இந்தத் திட்டம் இந்தியா, இங்கிலாந்திலிருந்து பெற்ற ஒரு வரப்பிரசாதம்[6].

குறிப்புகள்

1. ஜனவரி 1836. முதற்பதிப்பு தேதி 20 என்று தவறாகக் குறிப்பிடப்பட்டுள்ளது.
2. அத்தியாயம் 56 குறிப்பு 13ஐ பார்க்கவும்.
3. மீரட் நகரில் உள்ள முற்காலத்தில் நினைவிடங்களில் 'சூரஜ் குந்த்' என்பதும் ஒன்றும். இது ஒரு ஏரி. ஐரோப்பியர்கள் இதை "குரங்குக் குளம்" (The Monkey tank) என்று அழைக்கிறார்கள். இதனைக் கட்டியவர் உண்மையில் ஜவாஹிர் மால் என்ற பணக்கார வணிகர். இவர் லாவார் என்ற ஊரைச் சேர்ந்தவர்; கட்டிய ஆண்டு 1714. எப்போதும் நீர் நிறைந்து காணப்படவேண்டும் என்பது கட்டியதன் நோக்கமாக இருந்தாலும், தற்காலத்தில் மே, ஜூன் மாதங்களில் ஏரி வறண்டே காணப்படுகிறது. ஏரிக்கரையைச் சுற்றி கோயில்களும், தர்மசாலைகளும் "சதி" தூண்களும் காணப்படுகின்றன. ("சதி–தூண்" உடன்கட்டை ஏறியவரின் நினைவாக நாட்டப்பட்ட தூண்; 'சதி' என்றால் உடன்கட்டை ஏறுதல்) இருக்கும் கோயில்களிலேயே மிகவும் பெரிது 'மனோகர்நாத்' அவர்களின் ஆலயம்தான். இது ஷாஜஹான் காலத்தில் கட்டப்பட்டது. லாவார் ஒரு பெரிய கிராமம். மீரட்டிலிருந்து பன்னிரண்டு மைல் தூரத்தில் உள்ளது. இங்கு 'மஹல் சராய்' என்ற ஓர் அழகிய வீடு உள்ளது. 1700ஆம் ஆண்டு ஜவாஹிர் சிங், மகாஜன் ஆகியோரால் இந்த வீடு கட்டப்பட்டுள்ளது.
4. ஷா பீர் அவர்களின் தர்கா, செந்நிற மணற்பாறைக் கற்களால் கட்டப்பட்ட ஓர் அழகிய கட்டடம். கி.பி. 1620ஆம் ஆண்டு பேரரசர் ஜஹாங்கீர் அவர்களின் மனைவி நூர்ஜஹான் இதைக் கட்டியிருக்கிறாள். ஒவ்வொரு ஆண்டும் ரம்ஸான் மாதத்தில் "உர்ஸ்" எனப்படும் ஒரு சமயக் கூட்டம் இங்கு நடத்தப்படுகிறது. வரியேதும் விதிக்கப்படாத பக்வான்பூன் கிராமத்தின் வருமானத்திலிருந்து இந்த 'தர்கா' பராமரித்து வரப்படுகிறது. இதுபோன்று ஆர்வத்தைத் தூண்டும் சமீபகால சம்பவங்கள் பற்றி பால்ஃபோர் அவர்களால் தொகுக்கப்பட்ட கலைக்களஞ்சியத்தில் குறிப்புகள் உள்ளன. (Balfour, Cyclopaedia, 3rd edn., S.R. 'Samathi')

6. அத்தியாயம் 15 குறிப்பு 14ஐ பார்க்கவும். Dr. W.B. O'Shaughnessy என்பவர் J.A.S.B. சஞ்சிகையில் பல கட்டுரைகள் எழுதியுள்ளார்.

நிலம் பிரிபடுதல் - சமுதாயத்தில் படிநிலைகள் இல்லாதிருத்தல் மற்றும் வரிவிதிப்புகள்

டில்லிக்கும், மீரட்டுக்கும் இடையிலான பகுதி வளமான மண்ணுடைய பகுதி; இங்கு விவசாயம் நல்லமுறையில் நடைபெற்றுவருகிறது. ஆனாலும் இப்பகுதியில், வட மாநிலங்களில் எங்கும் உள்ளதுபோல் சமுதாயத்தில் படிநிலைகள் இல்லை. இதற்குக் காரணம் நிலம் திரும்பத் திரும்ப பிரிபடுவதேயாகும். இதேபோல் வணிகத்திலும் மூலதனம் எந்த ஓர் இடத்திலும் அதிகமாகக் குவிக்கப் படுவதில்லை. இந்த நிலை ஐரோப்பாவிலும், கிறிஸ்தவ சமுதாயத்திலும்[1] இருக்கும் நிலைமைக்கு மாறாக உள்ளது. நிலச்சுவான்தார்கள் (Landlords), நிலத்திலிருந்து பெறும் ஆண்டு வருமானத்தில் தங்களுடைய பங்கை, பொது நிர்வாக அமைப்புகளைப் பராமரிக்க, அரசாங்கம் எடுத்துக் கொள்கிறது. விவசாயிகளின் நில உடைமைகளும், குத்தகை தாரர்கள் வைத்திருக்கும் நிலங்களும் பாகப்பிரிவினையின் போது அவர்களின் புதல்வர்களுக்குப் பிரித்துக் கொடுக்கப் பட்டுவிடுகின்றன. எனவே நிலம் ஒருவருக்கும் அதிக அளவில் எந்த இலாபத்தையும் கொடுத்துவிட முடியாது. எனவே சமுதாயத்தில் ஒரு நல்ல ஒருங்கிணைப்பும், படிநிலையும் காணப்படவில்லை. இந்த நிலைமை மாற வேண்டுமென்றால் அரசாங்கம் வாரம்/வரி வசூலிப்பதை நிறுத்திவிட்டு எல்லா விவசாயிகளையும் அவர்களிடமுள்ள நிலங்களுக்கு உரிமையாளர்களாக்க வேண்டும். இந்துக்கள் மற்றும் இஸ்லாமியர்களின் சொத்துரிமைச் சட்டங்களில்

திருத்தம் செய்யாமல் எந்த மாற்றத்தையும் ஏற்படுத்திவிட முடியாது. நிலம் துண்டாடப்படுவது தொடர்ந்து நடந்து கொண்டேயிருந்தால் அனைவரும் ஒரே நிலைக்குத்தான் தள்ளப்படுவார்கள். மக்கள் பலவிதமான வரிகளால் துன்பப் படுத்தப்படுவார்கள். விவசாயத்திற்குக் கடன் கொடுப்பவர்கள், தாங்கள் கடன் கொடுத்த விவசாயிகளிடமிருந்து வட்டி வசூல் செய்கிறார்கள். அந்த வட்டிதான் அவர்களது வருமானம். கால்நடைகள் வாங்கவும் சிலர் கடன்கொடுத்து வட்டி வசூல் செய்கிறார்கள். இவ்வாறு கடன் கொடுப் பவர்கள்தான் அந்தஸ்தில் உயர்ந்து காணப்படுகிறார்கள். அவர்களுக்கு சமுதாயத்தில் செல்வாக்கும் அதிகம். ஆனால் இத்தகையோரின் எண்ணிக்கை மிகக் குறைவு[2]. இந்தியாவில் பெரும்பாலான மக்கள் தாங்கள் வரி செலுத்துகிறோம் என்ற உணர்வேயில்லாமல் இருக்கின்றனர். வரிவிதிப்பின் மூலம் விலையில் ஏற்றம் காணும் ஒரே வாழ்வாதாரப் பொருள் உப்புதான். நுகர்வோராக இருக்கும் மக்கள் இந்த விலை உயர்வை உணர்வதில்லை. உள்ளூர் மக்களில் பலர் உப்பு சேர்க்கப்பட்ட மாமிசத்தை உண்பதில்லை. காய்கறிகளையே அதிகம் சாப்பிடுகிறார்கள். மக்களுக்கு உப்பு தேவை யென்றாலும், அதை அவர்கள் குறைந்த அளவே வாங்கு கிறார்கள்; தேவைக்கேற்ப சிறிது சிறிதாக தினம் வாங்கிக் கொள்கின்றனர். தாங்கள் வாங்கும் உப்புக்கு மறைமுகமாக வரி செலுத்துகிறோம் என்பது அவர்களுக்குத் தெரியாது.[3]

இந்தியாவிலுள்ள வரிவிதிப்பு முறையைப் புரிந்து கொள்ள விரும்பும் ஓர் ஆங்கிலேயர் முதலில் ஒன்றைத் தெரிந்துகொள்ள வேண்டும். இங்கிலாந்தில் ஓரிரு நூற்றாண்டுகளுக்குமுன், விவசாயத்தில் நேரடியாக ஈடுபடாத நில உடைமையாளர்கள், சிவில் நிர்வாகத்திற்காகவும், இராணுவம், கடற்படை, தேவாலய நிர்வாகம் போன்றவற்றிற்காக தங்களது நிலத்தை அரசாங்கத்திடம் கொடுத்துவிட சம்மதித்தார்கள். நிலத்தை உழுது பயிர்செய்வதற்காக, விவசாயிகளிடமும், குத்தகைதாரர்களிடமும் கொடுத்துவிட்டு மறைந்து போய்விட்டார்கள். அவர்கள் கொடுத்துவந்த நாற்பது மில்லியன் ரூபாய் வரிதான், இப்போது அரசாங்கத்திற்கு ஆகும் மேற்குறிப்பிட்ட பராமரிப்புச் செலவு.[4]

இங்கிலாந்தின் கடன் சுமையைப் புரிந்துகொள்ள ஒரு மிகப்பெரிய தேசிய நிறுவனத்தைப் பற்றி நாம் தெரிந்து

கொள்ள வேண்டும். இது இராணுவம், கடற்படை, தேவாலயம் ஆகிய அனைத்தையும்விட இரண்டுமடங்கு பெரிது. அதன் உறுப்பினர்கள் நிலையான ஒரு தொகையை சம்பளமாகப் பெற்றுக்கொண்டிருப்பவர்கள். (இவர்கள்தான் 'Stock holders' எனப்படுபவர்கள். கும்பெனிகளின் பங்குகளை வைத்திருப்பவர்கள்). இவர்கள் தங்கள் பங்குகளை யாருக்கு வேண்டுமானாலும் விற்பதற்கு உரிமையுடையவர்கள். இவர்கள் ஆதாம் – ஏவாள் போன்று உலகில் எப்பகுதிக்கு வேண்டுமானாலும் சென்று ஓய்வெடுத்துக் கொள்ளலாம். வரிச்சுமையும், இறக்குமதித்தடையும் கொடுக்கும் அழுத்தத்தில் இவர்கள் வேறு இடங்களுக்குச் சென்றுவிட ஆர்வமாக இருப்பார்கள். மக்களுக்கு ஆற்றவேண்டிய கடமை என்று இவர்களுக்கு ஏதுமில்லை.[5]

தானியச் சட்டங்கள் இரத்து செய்யப்படுவது இங்கிலாந்திற்கு ஓர் ஏற்றத்தைக் கொடுக்கலாம். நமது தொழில்துறை தயாரிப்புகளுக்கு வெளிநாடுகளில் அதிக தேவை ஏற்படலாம். வெளிநாடுகளில் அதிகப் பணம் செலவு செய்துகொண்டு வாழ்பவர்களை நம் நாட்டிற்குத் (இங்கிலாந்திற்கு) திரும்பவும் வரவழைக்கலாம். வெளிநாடு களுக்குச் செல்ல விரும்புவோரை தடுத்து நிறுத்தலாம். எனவே தானியச் சட்டங்கள் ரத்து செய்யப்பட்டே ஆக வேண்டும். இல்லாவிட்டால் இங்கிலாந்து, தேசிய கடன்சுமை, தேவாலயம், இராணுவம், கடற்படை போன்ற பெரிய நிறுவனங்களில் ஒன்றை குறைத்துக்கொள்ள வேண்டும். நன்னம்பிக்கை முனை வழியாக இந்தியாவுக்கு வரும் கடல் மார்க்கம் கண்டுபிடிக்கப்பட்டது, வெனிஸ் போன்ற நாடுகளுக்கு ஒரு பொருளாதார நெருக்கடியை ஏற்படுத்தியது. அந்த நாடுகளின் பொருளாதாரம், இந்தியப் பொருள்கள் தரைமார்க்கமாக கொண்டு வரப்படுவதையே நம்பியிருந்தன. நன்னம்பிக்கை முனை வழியாகச் செல்லும் கடல் மார்க்கம் எல்லா ஐரோப்பிய நாடுகளுக்கும் பலனைக் கொடுத்தது. ஆனால் வெனிஸ் போன்ற நாடுகளுக்கு ஓர் நெருக்கடியைக் கொடுத்தது. நன்னம்பிக்கை முனை வழியாகச் சென்றால் இந்தியப் பொருள்களின் விலை ஐரோப்பிய நாடுகளில் குறையும்; அவை மலிவாகக் கிடைக்கும். தரைமார்க்கமாகச் சென்றால் விலை அதிகமாக இருக்கும். இதேபோல் தானியச் சட்டங்கள் இங்கிலாந்தின் பொருளாதாரத்திற்கு ஓர்

நெருக்கடியைக் கொடுக்கும். தானியச் சட்டங்கள் இங்கிலாந்தின் ஒரு பிரிவு மக்களுக்கு மட்டுமே நன்மையைச் செய்கின்றன. மற்றவர்களுக்கு இடையூறாக இருக்கின்றன. மற்ற நாடுகளுக்கும் இந்தச் சட்டங்கள் இடையூறாக இருக்கின்றன; தயாரிப்புத் தொழிலிலிருந்து வரும் பொருட்களை மலிவு விலையில் வாங்க மற்ற நாடுகளால் இயலவில்லை[6].

நமது ஆட்சி ஏற்பட்டு இருபது அல்லது முப்பது ஆண்டுகள் முடிவுற்ற நிலையில், நில உடைமை ஒழுங்கு முறைகள் புதுப்பிக்கப்படும்போது, ஐந்தாண்டுகளுக்கு ஒருமுறை நிலங்களின் மதிப்பீடு உயர்த்தப்பட வேண்டும், அதுவும் குறிப்பாக மேற்குப் பிராந்தியங்களில்[7] மதிப்பீடு உயர்த்தப்பட வேண்டும் என்று பல நிலவரி வசூல் அதிகாரிகள் எதிர்பார்க்கிறார்கள். நிலங்களின் மதிப்பு உயர்த்தப்பட்டால் நிலவரிவசூல் அதிகாரிகளின் மதிப்பு உயரும்; வருவாய்த்துறை செயலரும் வருவாய் வாரியமும், கவர்னர் ஜெனரலின்[8] பெயரில் அந்த அதிகாரிகளுக்கு அவர்களின் மதிப்பை உயர்த்தித் தருவார்கள். கலெக்டர்கள் என அழைக்கப்படும் இந்த வரி வசூல் அதிகாரிகள் தங்களின் மதிப்பை உயர்த்திக்கொள்ள ஒரு சுலபமான உபாயத்தை மேற்கொள்கின்றனர். நில உடைமைகளை ஒழுங்குபடுத்துவதை உள்ளூர் அதிகாரிகளின் பொறுப்பில் விட்டுகின்றனர். புகார்கள் வந்தால் தங்கள் காதுகளைப் பொத்திக் கொள்கிறார்கள். அவர்களின் மாவட்டங்களில் உள்ள நில உடைமையாளர்கள் பிச்சைக்காரர்கள் ஆகும் வரை நேரடியாகத் தலையிடமாட்டார்கள். சில ஆண்டுகளுக்கு முன்பு மேற்குப் பிராந்தியங்களில் விவசாயிகளிடையே ஓரளவு மனநிறைவு இருந்துவந்தது. கலெக்டர்கள் தங்கள் கடமைகளை உணர்ந்து, விவசாயிகளைப் புரிந்துகொண்டு செயல்பட்டனர். இதற்குக் காரணம் வருவாய் வாரியத்தின் உறுப்பினராக இருக்கும் திரு. ஆர். எம். பெர்ட் அவர்கள் ஆற்றிய சீரிய பணியே காரணம். நில உடைமை இருபது ஆண்டுகளுக்கு ஒரு முறை ஒழுங்குபடுத்தப்படும் நிலை இன்று உள்ளது. இதனால் விவசாயிகளுக்கு 35% மொத்த விளைச்சலில் பங்கு கிடைக்கும்[9].

தென்னிந்தியாவில் பழக்கத்தில் உள்ள 'ரயத்வாரி' முறையில் அரசுக்கும், நிலத்தைப் பயிர் செய்பவருக்கும்

இடையே பெருநிலக்கிழார் (அ) ஜமீன்தார் என்று யாரும் இருக்கமாட்டார். அரசு அதிகாரிகள் நேரடியாக பயிர் செய்பவர்களிடமிருந்து வரிவசூல் செய்து கொள்வார்கள். இந்த அதிகாரிகளை அரசு எப்போது வேண்டுமானாலும் பணியிலிருந்து நீக்கிவிடலாம். ("விவசாயி" or Farmer என்று ஸ்லீமன் சொல்வது இந்த பெருநிலக்கிழாரை அல்லது ஜமீன்தாரை) ஜமீந்தாரி முறையில் விவசாயி / ஜமீன்தார் அவரது கட்டுப்பாட்டில் உள்ள நிலங்களை உழுது பயிரிடும் உழவர்களுக்குப் பிரித்துக் கொடுத்துவிடுவார். அவர்களிட மிருந்து வாரம் / குத்தகை வசூல் செய்து கொள்வார். அரசுக்குச் செலுத்தவேண்டியதை செலுத்திவிடுவார். ஜமீன்தாரின் மகன்களுக்குள் பாகப்பிரிவினை ஏற்படலாம். அவர்கள் தங்களது பங்கை எடுத்துக்கொண்டு விடுவார்கள். அரசுக்குச் செலுத்த வேண்டியதை கூட்டாகச் செலுத்தி விடுவார்கள். குடும்பத்தில் ஒருவரை குத்தகைதாரர் என்றும் பொறுப்பாளர் என்றும் பதிவு செய்து விடுவார்கள்[10].

எந்த ஒரு முறையும் சிறந்த முறை என்று சொல்வதற் கில்லை.[11] விவசாயத்தைப் பற்றி எதுவுமே தெரியாத சில சிந்தனையாளர்கள் வயலில் உழுது பயிரிடும் உழவனுக்கு மேலேயுள்ள அனைவரும் சோம்பேறிகள் (drones) என்றும் பயனற்ற நுகர்வோர்கள் என்றும் கருத்து தெரிவித்துள்ளனர். இவர்கள் நுகரும் பங்கை அரசாங்கத்திற்குச் செலுத்துவதே மேல் என இவர்கள் நினைக்கின்றனர். ஆனால் புகழ்பெற்ற சரித்திர ஆசிரியர்களான திரு. மில் போன்றோர் மாறுபட்ட கருத்தைத் தெரிவிக்கின்றனர். உழுபவனுக்கும், அரசுக்கும் இடையுள்ள நிலச்சுவான்தார்க்கு தன்னுடைய சொத்தின்மீது நிரந்தரமான அக்கறையுள்ளது; நீண்டநாட்கள் இது நிலைத்திருக்கும். அரசு அலுவலர்களை வைத்து வரிவசூல் செய்வதைவிட இந்த நிலச்சுவான்தார்களை வைத்திருப்பது அரசாங்கத்திற்கு ஆயிரம் மடங்கு நன்மை பயக்கும்; நாட்டு மக்களுக்கும் இதனால் நன்மையுண்டு. நிலச்சுவான்தார்களின் மேலாண்மையில் நிலங்கள் இருக்கும்போது அரசாங்கத்திற்கு அதிக வருவாய் கிடைக்கும்; உழைப்பாளிகளின் ஒழுக்கமும், கிராம சமுதாயத்தின் ஒழுக்கமும் நன்றாக இருக்கும்; வேளாண்மையும் நல்லமுறையில் நடைபெறும். நன்றாகக் களைகள் எடுக்கப்பட்டு, நல்ல முறையில் நிலம் கவனிக்கப்

படுவதால் விளைச்சல் அதிகரித்து சந்தையில் தானியங்களை நல்ல விலைக்கு விற்கமுடியும். நிலத்தை உழுபவர்களின் நடத்தை நன்றாக இருப்பதால் கால்நடைகளை வாங்குவதற்கு அவர்களுக்கு கடன் எளிதாகக் கிடைக்கும்; அரசாங்கத்திற்குச் சேரவேண்டியதும் வந்து சேரும். சிவில் வழக்குகள் குறையும். நிலச்சுவான்தார்கள் தங்கள் குத்தகைதாரர்களிடமிருந்து வசூல் செய்வதை நல்ல முறையில் வசூல் செய்துவிடலாம். கூலிக்கு வேலை செய்பவர்கள் நல்லமுறையில் வேலை செய்வதில்லை. ஒரு வண்டியை உருவாக்கும், திறமையான தொழிலாளிக்கு, அதற்குத் தேவையான இரும்பு எவ்வளவு என்பது நன்கு தெரியும். அவன் தயாரிக்கும் வண்டியும் உறுதியாக இருக்கும். அவன் தயாரிக்கும் வண்டி இலேசாகவும், அதே சமயம் உறுதியுடனும் இருக்கும். திறமையற்ற தொழிலாளியோ வண்டியின் எடையை அதிமாக்கி விடுவான்; தேவையற்ற இடத்தில், தேவையற்ற பொருளை பொருத்தி வண்டியின் செயல்பாட்டைக் கெடுத்துவிடுவான். (இந்தக் கொள்கை நிலத்தைப் பராமரித்து விவசாயம் செய்வதற்கும் பொருந்தும்.)

நிலஉடைமை ஒழுங்குமுறைகள் இருபது ஆண்டுகளுக்கு ஒரு முறை மாற்றியமைக்கப்படும் என்று இப்போது விதிமுறை உள்ளது. இது ஐம்பதாண்டுகளுக்கு ஒரு முறை என்று மாற்றியமைக்கப்பட்டால் அது மக்களுக்கு இன்னும் பயனுள்ளதாக இருக்கும்[12]. அப்படி ஐம்பது ஆண்டுகளுக்கு உரிமை வழங்கும்போது அரசாங்கம், நிலம் பிரிபடாமல், மூத்தவனுக்கே முதலுரிமை என்ற நிபந்தனையில் நிலத்தைப் பெறுபவருக்குக் கொடுக்கவேண்டும். இந்த நிபந்தனையை இந்துக்கள், முகமதியர்கள் ஆகிய இரு தரப்பாரும் ஒப்புக் கொள்வார்கள். ஏனெனில் இப்போதுள்ள சட்டங்களுக்காக இருதரப்பாரும் வருத்தப்பட்டுக் கொண்டுதான் இருக்கிறார்கள். பிரிவினை அடிப்படையில் குடும்பங்கள் சிதறுண்டு போவதை இருதரப்பாரும் விரும்பவில்லை. அரசாங்கம் தனக்குள்ள அதிகாரத்தைப் பயன்படுத்தி, குத்தகையின்போது நிலம் பிரிவுபடாமல் இருக்க வழிவகை செய்ய வேண்டும் என்றே மக்கள் விரும்புகிறார்கள். இதனால் எப்போதும் ஒரு குடும்பத்திற்கு நிச்சயம் ஒரு தலைவர் இருப்பார். அவர் குடும்பத்திலுள்ள விதவைகள், இறந்துபோனவர்களின் குழந்தைகள் ஆகிய அனைவருக்கும் பாதுகாப்பாக இருப்பார்;

சகோதரர்களையும், ஒன்றுவிட்ட சகோதரர்களையும் படிக்க வைப்பார். மூத்தவனுக்கே முதலுரிமை என்ற விதி தற்போது சிற்றரசர்கள் மத்தியிலேயே இருந்து வருகிறது; அந்த விதி விஷமத்தனமாகவும் பயன்படுத்தப்பட்டு வருகிறது. இதைப் பயன்படுத்திதான் சிற்றரசர்களின் மூதாதையர்கள் பதவிக்கு வந்தனர்; கொள்ளையடித்துச் சம்பாதித்தனர். படையெடுப்பு களையும், உள்நாட்டுப் போர்களையும் இந்தக் கொள்ளைக்குப் பயன்படுத்திக் கொண்டனர். அவர்களது சட்டங்கள் இராணு வங்களை வைத்து பராமரிப்பதை நிரந்தரமாக்கிவிட்டன. இந்த நிலைமை நமது ஆட்சிக்கு எதிராக உள்ளது. தந்தையின் சொத்தை அல்லது நிர்வாகப் பகுதியை பங்கிட்டுக்கொள்ள வேண்டும் என்ற ஆசை இளைய சகோதரர்களுக்கிடையே உள்ளது. நமது நியாயமற்ற குறுக்கீடு அவர்களின் இந்த ஆசைக்குத் தடையாக உள்ளது[13].

ஒரு நல்ல அரசாங்கத்தின் ஆதரவில், இந்தியாவில் சுதந்திரமான தொழில் சார்ந்த நிறுவனங்கள் வளர வேண்டுமானால், இந்த சிற்றரசர்களும், ஜமீன்தார்களும் ஒடுக்கப்பட வேண்டும். தொழில்துறையிலும், வணிகத்திலும் மூலதனம் ஒரு சில இடங்களில் குவிக்கப்படுவதை ஆதரிக்க வேண்டும். இவ்வாறு மூலதனம், தொழில்துறையிலும் வாணிபத்திலும் குவிக்கப்படுவதற்குத் தடையாக இந்த பெருநிலக் கிழார்கள் இருந்து வருகின்றனர். இவர்கள் வேறு இடங்களில் உள்ள சமஸ்தானங்களின் மீது போர் தொடுப்பதிலும், அங்குள்ள மக்களைச் சூறையாடுவதிலுமே ஆர்வமுள்ளவர்களாக இருக்கின்றனர். கொள்ளைக்காரர் களையும் இவர்கள் ஆதரிக்கின்றனர். இந்தக் கொள்ளைக் காரர்கள் இல்லாத சமஸ்தானங்களே இந்தியாவில் இல்லை. இவர்கள் இருக்கும்வரை மக்களின் அசையும் சொத்துகளுக்கும், அவர்களின் உயிர்களுக்கும் எந்தப் பாதுகாப்பும் இல்லை. கொள்ளைக்காரர்கள், அவர்கள் தொழிலில் குறுக்கிடும் அனைவரையும் கொன்றுவிடுவார்கள்[14].

குறிப்புகள்

1. இந்த சொற்றொடர்களின் மூலம் ஆசிரியர் அமெரிக்காவைக் குறிப்பிடுகிறார்.

2. சிப்பாய்க் கலகத்திற்குப் பின் வந்த அமைதியான காலத்தில் வட்டிக்குக் கடன் கொடுக்கும் லேவாதேவிக்காரர்கள் செழித்தோங்கிவிட்டனர். சாதாரண லேவாதேவிக்காரரிலிருந்து வங்கியாளர் வரை பலதரப் பட்டவர்கள் இதில் அடங்குவர். தற்போது இந்த லேவாதேவிக் காரர்களில் பலர் நிலச்சுவான்தார்களாக இருக்கின்றனர். தனியார் களுக்கு சொத்துரிமை என்பது இருந்தால், விற்பவர்களும், வாங்குபவர்களும் இருந்தே தீருவார்கள் என்பதை ஆசிரியர் சிந்தித்துப் பார்க்கவில்லை. இதனால் சிறு நில உடைமைகள் வாங்கப்பட்டு மிகப்பெரிய பண்ணைகள் உண்டாக வாய்ப்புள்ளது. நிலம் பிரிவது இதனால் தடுக்கப்படும். இப்படிப்பட்ட மிகப் பெரிய பண்ணைகள் உருவாவதால் சில தீமைகளும் உண்டு. நிலத்தை வாங்குவது – விற்பது குறித்து முட்டாள்தனமான பல கருத்துகள் இந்தியாவிலும், அயர்லாந்திலும் தெரிவிக்கப்பட்டுள்ளன. அயர்லாந்தும், இந்தியாவும் தங்களது முதலெழுத்தில் மட்டுமின்றி வேறு பலவிதத்திலும் ஒத்துப்போகின்றன.

3. வரிசெலுத்துவோர் – தங்களிடமிருந்து எவ்வளவு அரசாங்கத்திற்குச் செல்கிறது என்பதைத் தெரிந்து கொள்ள வேண்டும். எனவே நேரடி வரிகளே சிறந்தவை என்று சில நிபுணர்கள் கருத்து தெரிவித்துள்ளனர். விவரம் அறியாத, சந்தேக மனநிலையுள்ள மக்களை நிர்வகிக்க மறைமுக வரிகளே சிறந்தவை என்று வேறு சிலர் கருத்து தெரிவிக்கின்றனர்.

4. இங்கு கொடுக்கப்பட்டுள்ள எடுத்துக்காட்டு, நவீன இந்தியப் பொருளாதாரத்தைப் பற்றி தவறான ஒரு கருத்தை உருவாக்குகிறது.

5. கடன் கொடுப்பவர்களுக்கென எந்தக் கடமையும் இல்லை. ஆனால் ஒரு மிகப்பெரிய, மேன்மையான நாட்டில் குடிமக்கள் என்ற முறையில் அவர்களுக்கும் கடமைகள் உண்டு. பங்குச் சந்தையில் பங்குகளை வைத்திருப்போரை ஆதாமுடனும் ஏவாளுடனும் ஒப்பிடுவது, அவர்களை கடமை ஏதும் இல்லாத அலுவலர்கள் என்று குறிப்பிடுவது போன்றவை சாதாரண விஷயத்தை, மிகவும் கடினமாக்குகின்றன. நாட்டைவிட்டு வெளியேறிய தொழிற்துறை சார்ந்த சிலர் அப்படி ஒன்றும் பெரிய மனிதர்களாக உருவாகிவிடவில்லை.

6. தானியச் சட்டங்கள் 1846ஆம் ஆண்டும், ஷில்விங் சட்டம் 1869ஆம் ஆண்டும் இங்கிலாந்து நாட்டில் ரத்து செய்யப்பட்டன. ஸ்லீமன் ஒரு விவசாயக் குடும்பத்தைச் சார்ந்தவராக இருந்ததால், தானியச் சட்டங்களின் குறைபாடுகள் அவருக்கு மிகவும் நன்றாகத் தெரிந்திருந்தன.

7. 'மேற்குப் பிராந்தியங்கள்' என்று ஆசிரியர் இங்கு குறிப்பிடுவது பின்னால் "வடமேற்குப் பிராந்தியங்கள்" என அழைக்கப்பட்டன; ஒருங்கிணைந்த ஆக்ரா, அவத் பிராந்தியங்கள் என்றும் அழைக்கப்பட்டன. டில்லிப் பிராந்தியமும் இதில் அடங்கும்.

8. இந்த நேரத்தில் பிரதேச அரசாங்கம் உருவாக்கப்படவில்லை.

9. புது நிலஉடைமை ஒழுங்கு முறையின் மூலம் நில வருவாயில் 50% குத்தகைதாரருக்குத் தரப்பட்டது. 1833ஆம் ஆண்டுக்கு முன்னால் ஏற்பட்ட நில உடைமை ஒழுங்கு முறைகளில் சில முறைகேடுகள் ஏற்பட்டன. பழைய ஆவணங்களிலிருந்தும், மக்களின் கூற்றுகளிலிருந்தும்

அவற்றைப் பற்றி நம்மால் தெரிந்துகொள்ள முடிகிறது. நில உடைமைகளை ஒழுங்குபடுத்தும் முயற்சி 1822ஆம் ஆண்டில்தான் முதன்முதலில் எடுக்கப்பட்டது. சிக்கலான நடைமுறைகளால் அது வெற்றிபெறவில்லை. 1833ஆம் ஆண்டு உருவாக்கப்பட்ட நில உடைமை ஒழுங்கு முறைகளின் மூலம் போதிய அதிகாரம் உடைய இந்தியத் துணைக் கலெக்டர்கள் நியமிக்கப்பட்டனர். வடமேற்குப் பிராந்தியங்களில் நில உடைமை ஒழுங்குமுறைகள் மிகவும் நியாயமான முறையில் பின்பற்றப்பட்டு குத்தகை உரிமை முப்பது ஆண்டுகளுக்கு வழங்கப்பட்டது. திரு. ராபர்ட் மெர்டின்ஸ் பெர்ட் என்பவர் 1805ஆம் ஆண்டு நில சீர்திருத்தப் பணிகளுக்காக நிறைவேற்றிய திரு. பெர்ட் 1853இல் மரணமடைந்தார். இதன் பிறகு 1860 மற்றும் 1880ஆம் ஆண்டுகளில் நிலஉடைமை ஒழுங்குமுறைச் சட்டங்கள் திருத்தப்பட்டன. அரசுக்குச் செலுத்தவேண்டிய குத்தகை மூன்றில் இரண்டு பங்கு என்று இருந்தது 50% என்று மாற்றப்பட்டது. (Settlement officer's Manad for N.W.P. (Allahabad) 1882, Land systems of British India (Clarendon Press, 1892)).

10. 1833ஆம் ஆண்டுமுதல் நூலாசிரியர் குறிப்பிடும் விவசாயிகள், முழுமையான நில உடைமையாளர்களாக மாறிவிட்டனர்; பல ஆண்டுகளாக பழக்கத்தில் இருந்து வந்த 'கூட்டு உடைமை', 'கூட்டுப் பொறுப்புகள்' என்ற வழக்கம் (Joint ownership & collective responsibility) மறைய ஆரம்பித்துவிட்டது. நிலப் பிரிவினைகள் தொடர்ந்து நடைபெற்று வருகின்றன. கூட்டுப் பொறுப்பு என்பதை நிறைவேற்ற முடியவில்லை.

11. இந்த முடிவை சென்னை, பம்பாய் மாகாணங்களில் யாரும் ஏற்றுக் கொள்ளமாட்டார்கள். இங்கு குறிப்பிடப்பட்டுள்ள பிரச்சனை ஒரு அடிக்குறிப்பில் அலசப்படக்கூடிய பிரச்சனை அல்ல.

12. நிலக்குத்தகையை நீண்டகாலத்திற்கு வழங்குவதில் நன்மைகள் அதிகம்; தீமைகள் இருந்தாலும் அவை குறைவே. விலைவாசியில் ஏற்படும் ஏற்றத் தாழ்வுகள், எல்லாவற்றிற்கும் மேலாக வெள்ளியின் விலை போன்றவை நிலமையை சிக்கலாக்கி விடுகின்றன. நிலத்தை நிரந்தரக் குத்தகைக்குக் கொடுத்தது, குறிப்பாக வங்காளத்தில் 1793ஆம் ஆண்டு கொடுத்தது ஒரு மிகப்பெரிய தவறு என்று, வங்காளத்திலுள்ள நிலஉரிமையாளர்களைத் தவிர மற்ற அனைவரும் நினைக்கின்றனர். இந்தத் தவறு சரி செய்ய முடியாத ஒரு தவறு என்றும் நினைக்கின்றனர்.

13. மூத்தவனுக்கே முதலுரிமை என்ற விதி நில உடைமை ஒழுங்குமுறைக்குத் தேவையென்றும், அதே சமயத்தில், அந்த விதி தற்போது நடைமுறையிலுள்ள ஆட்சிமாற்றத்திற்குத் தேவையில்லை என்றும் ஆசிரியர் கூறுவது விமர்சனத்திற்குரியது. இந்த இரண்டு பரிந்துரைகளும் நடைமுறைக்கு ஒத்து வராதவை.

14. இங்கு குறிப்பிடப்பட்டுள்ள தீமைகள் தற்போது குறைந்துவிட்டாலும், முற்றிலும் நீங்கிவிடவில்லை. தயாரிப்பாளர்களுக்காவும், வணிகர்களுக் காகவும் தற்போதுள்ள பெருநிலக்கிழார்களை ஒடுக்கவேண்டும் என்பதை ஒருவரும் ஏற்றுக்கொள்ள மாட்டார்கள். இந்தப் பரிந்துரை விசித்திரமாக உள்ளது. நீண்ட அமைதி நிலவும் சூழ்நிலையில், தயாரிப் பாளர்களும், வணிகர்களும் இப்போது நல்ல நிலைக்கு வந்து விட்டார்கள். ஆசிரியர் காலத்தில் அவ்வாறு இல்லாமல் இருந்திருக்கலாம்.

மீரட் - இந்தியாவிலுள்ள ஆங்கிலேய சமுதாயம்

இராணுவ நிர்வாக அமைப்புகளும், சிவில் நிர்வாக அமைப்புகளும் பெரிய அளவில் காணப்படும் ஒரு நகரம் மீரட். ஒரு சிவில் நிர்வாக ஆணையர், ஒரு நீதிபதி, ஒரு நீதிமன்ற நடுவர், நிலவரி வசூல் செய்யும் அலுவலர் போன்றோர் மீரட்டில் உள்ளனர். இவர்களுக்கான அலுவலகங்களும், உதவியாளர்களும் மீரட் நகரில் தங்கியுள்ளனர். ஒரு மேஜர் - ஜெனரலின் தலைமையிலான இராணுவப் பிரிவு இங்குள்ளது. இராணுவ நிலையத்தை 'பிரிகேடியர்' ஒருவர் கவனித்து வருகிறார். நான்கு குதிரைப் படைப்பிரிவுகள், ஒரு பீரங்கிப் படைப்பிரிவு, ஒரு ஐரோப்பியக் குதிரைப் படைப்பிரிவு, ஒரு ஐரோப்பிய காலாட்படைப்பிரிவு, இந்திய வீரர்கள் அடங்கிய ஒரு குதிரைப்படைப் பிரிவு, இந்திய வீரர்கள் கொண்ட மூன்று காலாட்படைப்பிரிவுகள் போன்றவை மீரட் நகரில் உள்ளன.[1] ஐரோப்பியர்கள், இந்தியர்கள் ஆகிய இருதரப் பாருக்கும் மீரட் நகரம்தான் ஓர் ஆரோக்கியமான நகரம்.[2] குளிர்காலத்தின் முடிவில் நான் மீரட்டுக்கு விஜயம் செய்தேன்; இதுதான் இந்தியாவில் பருவகாலங்களிலேயே மிகச் சிறந்தகாலம். இருந்தும் ஐரோப்பியப் பெண்கள், ஏதோ நரகத்திலிருந்து வந்தவர்கள் போல் காணப்பட்டனர்; கோடைகாலம் வரப்போவதால் மலைவாசத் தலங்களுக்குச் செல்லவேண்டிய அவசியத்தைப் பற்றிப் பேசிக்கொண்டிருந் தார்கள். அருமையான இந்த மீரட் நகரத்தில் வசிக்கும்

ஐரோப்பியப் பெண்கள் வேண்டாத வேலையாக குளிர்காலம் முழுவதும் களியாட்டங்களில் ஈடுபட்டு தங்கள் பொழுதைப் போக்கி வந்துள்ளனர். காற்றடிக்கும் வெப்பமான நாட்களையும் மழைக்காலத்தையும் தாங்கிக்கொள்ள, இந்தப் பெண்கள் குளிர்காலத்தில் ஓய்வெடுத்துத் தங்களின் தேக ஆரோக்கியத்தை மேம்படுத்திக் கொண்டிருக்க வேண்டும். இரவு நேரங்களில் அதிக நேரம் நடன நிகழ்ச்சிகளில் கலந்துகொண்டுவிட்டு பின் இரவு உணவு சாப்பிட்டுள்ளனர். எனவே காலை எழுந்திருந்து நல்ல காற்றைச் சுவாசிக்க, வண்டிகளில் வெளியே சென்றுவர இவர்களால் முடியவில்லை. ஆகவே அதிக நோயுற்றவர்கள் போன்று தோற்றமளித்தனர். அதே சமயத்தில் ஐரோப்பிய இராணுவ வீரர்கள், அப்பொழுதுதான் தங்கள் சொந்த ஊர்களிலிருந்து வந்தவர்கள் போன்று புத்துணர்வுடன் காணப்பட்டனர். இந்தியாவில் வசிக்கும் ஐரோப்பியர்கள் இரவில் அதிக நேரம் கண்விழித்திருந்தால், அது அவர்களது ஆரோக்கியத்திற்கு உகந்ததல்ல.[3] எவ்வளவு நிதானமான பழக்கங்கள் உடையவர்களானாலும், அதிக நேரக் கண்விழிப்பை ஐரோப்பிய ஆண்களாலும், பெண்களாலும் தாங்கிக்கொள்ள முடியாது. சற்று கிளர்ச்சியுள்ள நிலையில், இரவு பத்து மணிக்குப் படுக்கச் சென்று, காலையில் எழுந்து குதிரைச் சவாரி செய்தால் தனது உடல் உற்சாகமாக இருப்பதாக எனது பழைய நண்பர் ஒருவர் குறிப்பிட்டார். அவ்வாறில்லால் இரவு பன்னிரண்டு அல்லது ஒரு மணிவரை விழித்துக் கொண்டிருந்துவிட்டு, மது அருந்தாமலும் இருந்து, காலை வெகுநேரம் வரை படுக்கையைவிட்டு எழுந்திருக்காமல் இருந்தால் உடலில் உற்சாகம் இருக்காது என்றும் அவர் குறிப்பிட்டார். இந்தியாவில் களியாட்டங்கள் யாவும் இரவு நேரங்களிலேயே நடைபெறுகின்றன. இந்தியாவிலும், மற்ற இடங்களில் உள்ள கிறிஸ்தவ சமூகத்திலும் களியாட்டங்களில் பெண்களும் ஈடுபடுகின்றனர்; அவர்கள் அத்தகைய நிகழ்ச்சிகளில் கலந்துகொள்வது அவசியமாகக் கருதப்படுகிறது. அவர்களுக்கு விருப்பமில்லாவிட்டாலும் மற்றவர்களுக்காக அவர்கள் இரவில் தங்கள் நேரத்தை அதிகம் செலவிட வேண்டியுள்ளது. எனவே அவர்கள் சிறிது சிறிதாக ஆரோக்கியத்தை இழந்து வருகிறார்கள்.

நான் முதன்முதலில் இந்தியா வந்தபோது பழைய வழக்கங்களில் விருப்பம்கொண்ட பெண்மணிகள் சிலர் இங்கு இருந்தனர். கல்கத்தாவில் அவர்களுக்கு நல்ல மதிப்பிருந்தது. இவர்களுள் குறிப்பிடத்தக்கவர் லிவர்பூர் ஏர்ல் (Earl of Liverpool) அவர்களின் பாட்டியாகிய, வயது முதிர்ந்த திருமதி. பேகம் ஜான்ஸ்டன் என்பவர். அப்போது அவருக்கு வயது எழுபதிலிருந்து எண்பதுக்குள் இருக்கும்.[4] இந்தப் பெண்கள் பழைய பழக்க வழக்கங்களைக் கடைப் பிடிப்பதிலேயே அதிக நாட்டமுடையவர்கள். இவர்கள் பிற்பகல் நான்கு அல்லது ஐந்து மணிக்கு பகல் உணவு சாப்பிடுவார்கள். பின் காற்று வாங்குவதற்காக தங்களது வண்டிகளில் வெளியே செல்வார்கள். வீட்டிற்குத் திரும்பிவந்த பிறகு, இரவு பத்து மணி வரை இவர்களது இல்லங்களில் அலங்காரமாக விளக்குகள் எரிந்து கொண்டிருக்கும். இந்த நேரத்தில்தான் விருந்தினர்கள் அவர்களை சந்திக்க வருவார்கள்; புதியவர்கள் அறிமுகம் செய்துவைக்கப்படு வார்கள். இளைஞர்களுக்கு மத்தியில் ஆடல், பாடல் போன்ற நிகழ்ச்சிகள் நடைபெறும். வயது வந்தவர்கள் ஓரிடத்தில் அமர்ந்து சீட்டு விளையாடிக் கொண்டிருப்பார்கள். முன்பே அழைக்கப்பட்டவர்கள் இரவு உணவுக்குக் காத்திருப் பார்கள். இந்த நேரத்தில் மூதாட்டி பேகம் ஜான்ஸ்டன் அவர்களது இல்லத்திற்கு நான் சென்றுள்ளேன். கவர்னர் – ஜெனரல் போன்றோர்கூட அங்கு வந்துள்ளனர். திருமதி ஜான்ஸ்டன் அவர்களும் இந்தியாவில் முன்னாள் கவர்னர் – ஜெனரல் ஒருவரின் விதவை மனைவி; இங்கிலாந்துப் பிரதமரின் மாமியார்.[5] சிராஜ் – உத் – தௌலா முர்ஷிதா பாத்திலிருந்து கிளம்பி கல்கத்தாவின் மீது படையெடுத்து நகரை சூறையாடினார். அப்போது பேகம் ஜான்ஸ்டன் முர்ஷிதாபாத்தில் இருந்தார். கல்கத்தாமீது படையெடுத்து வந்த சிராஜ் – உத் – தௌலா பல ஐரோப்பியர்களைக் கைது செய்து ஒரு மிகச் சிறிய இருட்டறையில் சிறைவைத்தார். "பிளாக் – ஹோல்" என்ற அந்த இருட்டறையில் சிறை வைக்கப்பட்ட ஐரோப்பியர்களில், பலர் மூச்சுத் திணறல் ஏற்பட்டு இறந்துவிட்டனர். பேகம் ஜான்ஸ்டன், சிராஜ் – உத் – தௌலாவின் அந்தப்புரத்திற்கு இழுத்துச் செல்லப்பட விருந்தார்; அப்போது அவர் நிறைமாத கர்ப்பிணியாக

இருந்த காரணத்தால் தப்பித்துச் செல்ல விடப்பட்டார். டச் தொழிற்சாலை ஒன்றிடம் அவர் ஒப்படைக்கப்பட்டார்.[6]

பேகம் ஜான்ஸ்டன் தனது இளமைக்காலத்தில் மிக அழகாக இருந்தவர்; இவர் பல முறை திருமணம் செய்து கொண்டார். கல்கத்தாவில் உள்ள அவரது வீட்டின் வரவேற்பறையில் அவரது முன்னாள் கணவர்களின் படங்கள் யாவும் மாட்டி வைக்கப்பட்டுள்ளன. இந்தப் படங்கள் யாவும் தூசு படாமல் இருக்கும் பொருட்டு கிரிம்சன் துணியால் மூடப்பட்டுள்ளன. சில சமயங்களில் மட்டும்தான் திரை விலக்கப்படும். ஒரு நாள் மாலை எனது தோழி திருமதி. கிராமலின் என்பவர் ஒரு படத்தைச் சுட்டிக்காட்டி, அந்தப் படத்திலிருப்பவரின் பெயர் என்ன என்று திருமதி. ஜான்ஸ்டனிடம் கேட்டார். அதற்கு திருமதி. ஜான்ஸ்டன், தன் தலையை கைகளால் இலேசாகத் தட்டிக்கொண்டே "என் பிரியமானவளே, இப்போது அவர் பெயரை உடனே என்னால் கூறமுடியாது; எனக்கு ஞாபக மில்லை" என்று கூறினார். அந்த மூதாட்டியின் கடைசி கணவர்தான் திரு. ஜான்ஸ்டன் என்ற பாதிரியார். அந்த மூதாட்டிக்கு அவரை மிகவும் பிடிக்கும். எனவே ஆயுள்வரை ஆண்டுக்கு எண்ணூறு ரூபாய் ஓய்வூதியம் கொடுத்து அவரை கடைசி காலத்தில் அவரது சொந்த ஊருக்கு அனுப்பி வைத்தாள். திருமதி. ஜான்ஸ்டன் அவர்களின் பெரும்பகுதி சொத்து லிவர்பூல் பிரபு அவர்களிடம் சென்று சேர்ந்தது. சில சொத்துகளை அவரது பேரக் குழந்தைகளான ரிக்கெட்ஸ், வாட்ஸ் போன்றோர் பெற்றனர்.

ஒருவரோடு ஒருவர் பழகும் முறை தற்காலத்தில் இந்தியாவில் வெகுவாக மாறிவிட்டது. கல்கத்தா, சென்னை, பம்பாய் போன்ற தலைநகர்களைத் தவிர மற்ற இடங்களில் உள்ள, சிவில், இராணுவ நிர்வாக அமைப்புகளில் பணிபுரியக் கூடியவர்கள் ஒரே இடத்தில் அதிக நாட்கள் இருப்பதில்லை. சிவில் மற்றும் இராணுவ அதிகாரிகள் மூன்றாண்டுகளுக்கு ஒரு முறை இடம் மாறிவிடுகின்றனர். தங்களுக்கு ஒத்துப் போகாத இடங்களில் சிவில் அதிகாரிகள் பல மாதங்கள் தங்கியிருந்து பணியாற்ற மாட்டார்கள். புதிதாக ஓர் ஊருக்கு வருபவர், முற்பகல் நேரத்தில் சென்று, அந்த ஊரில் உள்ள சக அதிகாரிகளை சந்திக்கிறார். அதேபோல் அவர்கள்

மற்றொருநாள் முற்பகலில் புதிய அதிகாரியின் வீட்டிற்குச் சென்று அவரை சந்திக்கின்றனர். புதிதாக வந்தவர் திருமண மானவராக இருந்தால், அவர் மற்றவர்களைச் சந்திக்கச் செல்லும்போது தன் மனைவியையும் உடன் அழைத்துச் செல்கிறார். அதேபோல் மற்றவர்களும் தங்கள் மனைவியர் களுடன் புதிதாக ஊருக்கு வந்துள்ள அதிகாரியின் வீட்டிற்குச் செல்கின்றனர். இப்படி ஒருவரை ஒருவர் சந்தித்துக் கொள்வது மிகவும் அவசியமாகக் கருதப்படுகிறது. இந்த சந்திப்புகள் முற்பகல் நேரங்களிலேயே நடைபெறுகின்றன. கோடைகாலத்தில் இந்த நடைமுறை சற்றுக் கடினமாக உள்ளது. இதைப்பற்றி ஒவ்வொருவரும் புகார் கூறினாலும் பழக்கம் தொடர்கிறது. இந்த சந்திப்பு நிகழாவிட்டால் மக்கள் ஒருவரை நண்பராக ஏற்றுக்கொள்வதில்லை.[7] திருமணமாகாத அதிகாரிகள் பொதுவாக மாலை நேரத்தில்தான் சாப்பிடு கிறார்கள்; இந்த நேரம்தான் இவர்களுக்கு மிகவும் வசதியான நேரமாக இருக்கிறது. திருமணமான சிவில் அலுவலர்களும் இதேபோன்று மாலை நேரத்தில்தான் சாப்பிடுகின்றனர்; தங்களது அலுவலகப் பணிகளைக் கவனிக்க இந்த முறையே அவர்களுக்கும் வசதியாக உள்ளது. ஒருவரை இந்த மாலை நேரத்தில் நீங்கள் உங்கள் இல்லத்திற்கு அழைப்பதாக இருந்தால் அவருக்கு நீங்கள் உணவளிக்கத் தயாராக இருக்க வேண்டும்; கோடைகாலமாக இருந்தாலும் பரவாயில்லை. மற்றவர்கள் உங்களை அழைத்தாலும், உணவளிக்கவே உங்களை அழைப்பார்கள். இதனால் ஒருவரை ஒருவர் சந்திப்பதென்பது சற்று சிரமமான செயலாக இருக்கிறது. அதுவும் கோடைகாலத்தில், மாமிச உணவு வகைகள் பரிமாறப்பட்டால் சாப்பிடுபவர்களுக்கு சிரமம் சற்று அதிகமாகவே இருக்கும். விருந்திற்கும், நடனத்திற்கும் சேர்த்து யாரும் அழைப்பு விடுக்கமாட்டார்கள். அப்படிச் செய்தால் அது வன்முறையில்தான் முடியும். நீங்கள் ஒருவரை விருந்திற்கு அழைத்து, நடன நிகழ்ச்சியும் வைப்பதாக இருந்தால், நடனம் நள்ளிரவு நேரத்தில்தான் தொடங்கும்; காலையில்தான் அது முடிவுக்கு வரும். இதுபோன்ற சங்கடங்கள் இருப்பதால், நல்ல உடல் நிலையைப் பராமரிக்க மாலை நேர விருந்து, பிற்பகல்

விருந்தைவிட சிறப்பானதாக இருக்கும்; ஆனால் இடையில் சிற்றுண்டி சாப்பிடுவதை தவிர்த்துவிட வேண்டும். இந்தியாவில் இருப்பவர்கள் ஒரு நாளைக்கு ஒரு தடவைக்கு மேல் மாமிச உணவு உட்கொள்ளக் கூடாது. மாலையில் விருந்துண்ணும் பழக்கம் உடையவர்கள், பிற்பகலில் சாப்பிடுவதைவிடக் குறைவாகவே உண்கிறார்கள். ஒன்பது மணிக்கு எளிய காலை உணவு, மதியம் இரண்டு மணிக்கு பிஸ்கெட் அல்லது டோஸ்ட், ஒரு குவளை தண்ணீர் அல்லது சோடா, மாலையில் விருந்து என்ற ஒரு பழக்கம் ஐரோப்பியர்களுக்கு ஏற்றதாக இருக்கும். மாலை உடற் பயிற்சிக்குப் பின் விருந்துண்ணல் அவசியம்.[8] அஜீரணக் கோளாறு உள்ளவர்கள் மருத்துவர் சொற்படி உணவுண்ண வேண்டும்.

வேறெங்கும் இல்லாததைவிட இந்தியாவில்தான் உண்மையான நவநாகரிகப் பண்புகள் இருப்பதாக நான் நம்புகிறேன். (ஆங்கிலேயர்களிடையே) மற்றவர்களின் வசதிகளுக்காக இங்குள்ளோர் தங்களின் வசதிகளைத் தியாகம் செய்கிறார்கள். மற்றவர்களை மகிழ்விப்பதற்காக, தாங்கள் சில இழப்புகளை ஏற்றுக்கொள்கின்றனர்.[9] சிலருக்கு வருவாய் குறைவாக உள்ளது; நிரந்தரமான பணியும் இல்லை. என்ன வேலைபார்த்தாலும் இவர்கள் மாதத்தில் ஒரு நாள் ஊதியம் வாங்குகிறார்கள்; வரி கட்டுவதில்லை; சுழற்சி முறையில் பல்வேறு பணிகளைச் செய்கின்றனர்.[10] சமய உணர்வுகளும், சமயக் கருத்துகளும் எங்கோ போய்விட்டன; மனிதனுக்கும் அவனைப் படைத்த கடவுளுக்குமிடையே கேள்விக்குறிகளாக இவை நிற்கின்றன. இவைப் பற்றி, ஒருவன் மற்றவனிடம் எதுவும் கேட்பதில்லை; தன்னை யாராவது கேட்பதையும் விரும்புவதில்லை. பெரும்பாலானவர்கள், தாங்கள் தங்களின் பெற்றோர் களிடமிருந்து எதைப் பெற்றார்களோ அதுவே சிறந்ததென நினைக்கிறார்கள். அதை நினைத்தே அவர்கள் மகிழ்ச்சியடை கிறார்கள். தங்களின் தாய்மார்களின் அருகில் நின்றுகொண்டு, குழந்தைப் பருவத்தில் உணர்ச்சிப் பெருக்குடன், இறைவனைக் குறித்துச் சென்றதை, தோத்திரங்களையெல்லாம் நினைவில் வைத்திருக்கிறார்கள். இப்போதும் அதே உணர்ச்சியுடனும், நம்பிக்கையுடனும் அந்தத் தோத்திரங்களைச் சொல்கின்றனர்.[11]

இங்கிலாந்திலும், மற்ற நாடுகளிலும் மக்களிடையே மாறுபட்ட அரசியல் கருத்துகள் நிலவி வருகின்றன. தன்னுடைய கருத்தே ஒரு கட்சியில் முக்கியத்துவம் பெறவேண்டுமென ஒவ்வொருவனும் எதிர்பார்க்கிறான். இது, இந்தியாவிலுள்ளவர்களுக்கும் விருப்பமளிக்கக்கூடிய ஒன்றுதான். ஆனால் இங்குள்ளவர்கள், அரசியல் குறித்து அதிகப்படியான உணர்ச்சிகளை தங்களுக்குள் காட்டிக் கொள்வதில்லை. உலகின் பல பகுதிகளிலும் அரசியல் புயல் அடித்துக் கொண்டிருக்கிறது. இதனால் பிணியியல்புடைய தாக்கங்கள் நம்மையும் பாதிக்கின்றன. நாம் தூரத்திலிருந்து அவற்றைப் பார்த்துக் கொண்டிருக்கிறோம். அவை எல்லா மனிதர்களையும் பாதிப்பவை என்பது நமக்குத் தெரியும். கடலில் பயணிக்கும் மாலுமிகள் புயலால் தாக்கப்படுவதைப் போல் சிலர் தங்களை அரசியல் கல்லெறிகளுக்கு உட்படுத்திக் கொள்கிறார்கள்.[12] தத்துவஞானிகளைப் போல், எல்லா விதமான அரசியல் கருத்துகளையும் நாம் நமக்குள் விவாதிக்கிறோம். நம்முடைய விவாதங்களில் உணர்ச்சியேயில்லை என்று கூறிவிட முடியாது; ஆனால் நிச்சயமாக வெறியென்ப தில்லை. இங்கிலாந்தின் பாராளுமன்றத்திற்கு நாம் உறுப்பினர்களைத் தேர்ந்தெடுத்து (இந்தியாவிலிருந்து) அனுப்ப முடியாது. அரசியலில் ஈடுபடுவோர் ஏற்கும் காயங்கள், அவமானங்கள், பத்திரிகைக் கண்டனங்கள் போன்றவற்றைக் குறித்து நாம் திகிலடைவதில்லை. அவர்கள் அனுபவிக்கும் கசப்பான அனுபவங்களிலிருந்து நாம் விடுபட்டு நிம்மதியாக இருக்கிறோம்.[13]

தனது மொழியையும், இலக்கியங்களையும், சுதந்திரமான நிறுவனங்களையும் உலகம் முழுவதும் பரவச் செய்ததில் இங்கிலாந்து பெருமைப்படவேண்டும். அந்த நிறுவனங்களை செம்மைப்படுத்துவதில் நமது மக்கள் பெருமுயற்சி எடுத்துக் கொண்டுள்ளனர். எதேச்சதிகார காட்டுமிராண்டித் தனத்திலிருந்து படிப்படியாக அவர்கள் இந்த நிறுவனங்களைக் காப்பாற்றி வளர்த்து மற்ற நாடுகளுக்கு ஒரு எடுத்துக் காட்டாக இருந்துள்ளனர். மற்றவர்களும் தங்கள் முன்னேற்றத்திற்கு இதனை ஒரு முன்மாதிரியாகக் கொள்ள வேண்டும். காலமும், விரும்பத்தகாத சில மாற்றங்களும், அரசியல் மற்றும் சமய முரண்பாடுகளும் சில மோதல்களை

ஏற்படுத்தலாம். இதனால் நமது இல்லத்தரசிகளும், குழந்தைகளும் பாதிக்கப்படாமல் நாம் பார்த்துக்கொள்ள வேண்டும். நமது மகிழ்ச்சிக்காக நாம் அவர்களை நாடுகிறோம்; இதில் ஏதாவது குறுக்கீடு ஏற்பட்டால், அதை நாம் அவர்களிடமிருந்து மறைப்பதற்கு முயல்கிறோம். இந்தியாவில் நாம் ஒருவரை ஒருவர் சார்ந்திருக்கிறோம். இதனால் குடும்பங்களில் ஏற்படும் தப்பெண்ணங்கள் தவிர்க்கப்படுகின்றன; கணவன் – மனைவியிடையே ஏற்படும் பிணக்குகள் தவிர்க்கப்படுகின்றன. மற்ற நாடுகளில் இந்தப் பிணக்கு வாய்ச்சண்டையாக மாறிவிடும். இது இங்கில்லை. ஆங்கிலேய ஆண்கள் இந்தியாவில், தங்களுக்கென்று தனியாக எந்த மனமகிழ் மன்றங்களையும் வைத்திருக்கவில்லை. அதேபோல் பெண்களும் தங்களுக்கென்று தனிச் சங்கங்கள் வைத்துக்கொண்டு தங்கள் குறைபாடுகளை அங்கு சென்று கொட்டுவதில்லை. எனவே இரு சாராரும் ஒருவரை ஒருவர் அனுசரித்து நடந்து கொள்கின்றனர். இந்தியாவில் தீமைகள் இல்லாமல் இல்லை. இருந்தாலும் இந்தியாவில் உள்ள ஆங்கிலேய சமூகத்தினர் எங்கள் வாழ்க்கையை நன்கு அனுபவிக்க முடியும். உடல்ரீதியான உபாதைகள் அவர்களுக்கு இல்லாமல் இருக்கும்வரை அவர்கள் மகிழ்ச்சியாக இருக்கலாம்.[14] சிலர் தீமைகள் மட்டுமே பார்த்து துயரமடை கின்றனர். தூரத்தில் நடக்கும் நன்மைகளைப் பார்த்து ஏங்குகின்றனர். இந்த மனப்பான்மையால் தங்களது வாழ்க்கையை நரகமாக்கிக் கொள்கின்றனர். இதற்குக் காரணம் ஒருவருக்கு ஏற்படும் அஜீரணம்; குளிர்பிரதேசத்தில் மது அருந்துவதுபோல், இந்த வெப்பப் பிரதேசத்திலும் மது அருந்துதல், மற்றுமொரு காரணம். இங்குள்ள தட்பவெப்ப நிலையும் ஒரு காரணம். அதிகமாக சாப்பிட்டு வயிற்றுக்கு அதிக வேலை கொடுப்பதும் ஒரு காரணம்.

இந்தியாவில் வாழும் ஆங்கிலேய சமூகத்தாரிடையே ஒரு மிகப்பெரிய குறைபாடு உள்ளது. இந்த சமுதாயம் அரசாங்கத் திற்காகப் பணிபுரியும் சிவில், இராணுவ அதிகாரிகள் மற்றும் அவர்களது குடும்பத்தார் ஆகியோர் அடங்கியது. கிறிஸ்தவ சமயப் பணியில் உள்ளோரும் இதில் வருகின்றனர். இந்த சமுதாயத்தில் ஒரு புதுமலர்ச்சியையோ, பல்வேறுபட்ட பண்பு நயங்களையோ காணமுடியவில்லை; பயிர்த்தொழில்

செய்யும் சமூகத்தில் இருப்பதுபோன்ற புத்திக்கூர்மையும் இங்கு இல்லை. பெரிய அளவிலான வேளாண்மைக்கும், வாணிபத்திற்கும், தயாரிப்புத் தொழில்களுக்கும் மூலதனக் குவிப்பு தேவைப்படுகிறது. எனவே இங்கெல்லாம் நடுத்தரவர்க்கம், பணக்கார வர்க்கம் போன்ற பிரிவுகள் காணப்படுகின்றன. தங்களது மூலதனத்தை பயனுள்ள முறையில் முதலீடு செய்ய மேற்கண்ட வர்க்கத்தினருக்கு அறிவியல் பற்றி புரிதல் தேவைப்படுகிறது. இந்த சமூகத்தினர் பலரைச் சந்திக்கக் கூடிய தேவை இருப்பதால் அவர்களின் பழக்கவழக்கங்கள் மெருகேற்றப்பட்டுக் காணப்படுகின்றன. தாங்கள் இந்தியாவிற்கு வருவதற்கு முன், இங்கிலாந்தில் இருந்தபோது, பல ஆண்களின் நேரம் முழுவதும் பேச்சு வழக்கொழிந்த மொழிகளைக் கற்றுக் கொள்வதிலேயே செலவாகிவிட்டதாக அவர்கள் கருதுகிறார்கள். இழந்த நேரத்தை அவர்களால் திரும்பவும் பெறமுடியாது; அவ்வாறு தான் அவர்கள் நினைக்கிறார்கள். இந்தியாவிற்கு வருவதற்கு முன் இயற்பியல், உடற்செயலியல், வேதியியல் போன்றவற்றை நன்கு கற்றிருந்தால், அவர்கள் இந்தியாவில் தங்கள் ஓய்வு நேரத்தை, அறிவை வளர்த்துக்கொள்ள பயன்படுத்தியிருப் பார்கள். தனிமங்களைப் பற்றி அறிந்துகொள்ள, இங்குள்ளோர் திரும்பவும் இங்கிலாந்து செல்லும்வரை ஒன்றும் செய்ய முடியாது. எனவே இங்கு தங்களைச் சுற்றியுள்ளோரின் ஆதரவைத் தாங்கள் இழந்துவிட்டதாகவே அவர்கள் நினைக்கிறார்கள்.[15] எல்லா நாடுகளிலும் அதிகார வர்க்கத்திலுள்ள வசதிபடைத்தோர் அனைவரிடத்திலும் இந்தக் குறைபாடு உள்ளது. இவர்கள் அனைவரும் தங்களது பள்ளிப்பருவத்தில் இலக்கணம் போன்றவற்றைக் கற்பதிலேயே நேரத்தைச் செலவிடுகின்றனர்; அதற்கே முக்கியத்துவம் தருகின்றனர். இருப்பினும் அறிஞர் ஜான்சன் கீழ்க்கண்டவாறு கருத்து தெரிவித்துள்ளார்:–

“மனிதனின் மனவளர்ச்சிக்கு முக்கியமாகத் தேவைப் படுவது அறிவியல் தொடர்பான கல்வியல்ல. நாம் நன்கு செயல்படுவதற்கும், பேசுவதற்கும், மற்றவர்களுக்கு பயனுள்ள வகையில், இனிமையாக இருப்பதற்கும் நமக்கு முதற்கண் தேவைப்படுவது நீதிநூல்களைப் பற்றிய அறிவுதான்;

நல்லவை எவை, கெட்டவை எவை என்பதை முதலில் நாம் தெரிந்துகொள்ள வேண்டும். இதன் பிறகு மனித வரலாற்றைத் தெரிந்துகொள்ள வேண்டும். நியாயங்களை எடுத்துகாட்டுகளின் மூலம் வரலாற்றிலிருந்து உணர்ந்து கொள்ளவேண்டும்.[16] ஒரு பொருள் குறித்து முன்பே அறியும் ஆற்றல், நீதி போன்றவை எல்லா நேரங்களுக்கும் எல்லா இடங்களுக்கும் தேவையானவை. எப்பொழுதும் நாம் நல்வர்கள்தான்; சில சந்தர்ப்பங்களில் சுயநலத்துடன், கணக்கு பார்த்து செயல்படுகிறோம். இயற்கை பற்றியும், பொருள்கள் பற்றியும் நாம் தெரிந்து கொள்வது அவசியம் தான்; இயற்பியல், வானநூல் போன்றவற்றையும் அறிந்து கொள்ள வேண்டும். ஆனால் வரும் பொருள் உணரும் திறனும், நீதிக் கருத்துகளும், பேச்சுக் கலையும் மிக மிக முக்கியமானவை. அதற்காக நாம் கவிஞர்களையும், பேச்சாளர்களையும், வரலாற்றாசிரியர்களையும், நம்பியிருக்க வேண்டியுள்ளது." 'மில்ட்டனின் வாழ்க்கை' (Life of Milton) என்ற நூலில் ஜான்சன் மேற்கண்டவாறு எழுதியுள்ளார்.

குறிப்புகள்

1. அமைதிக் காலத்தில் துருப்புகளை எவ்வாறு கையாள்வது என்பதைப் பற்றி அறிந்துகொள்ள இந்தியாவில் உள்ள இராணுவ அதிகாரிகளுக்கு வாய்ப்புகள் அதிகம். இதைப்பற்றி இங்கிலாந்தில் அறிந்து கொள்வதைவிட இந்தியாவில் அதிகமாக அவர்களால் அறிந்துகொள்ள முடியும். பயிற்சி செய்வதற்கான, திறந்தவெளி மைதானங்கள் இங்கு உள்ளன. நவம்பர் மாதம் முதல், பிப்ரவரி மாதம் முடிய உள்ள குளிர்காலத்தில் பெரிய இராணுவ தளங்களில் பீரங்கிப் படை வீரர்களுக்கும், குதிரைப்படை வீரர்களுக்கும், காலாட்படை வீரர்களுக்கும் ஒரு சேர பயிற்சிகள் அளிக்கப்படுகின்றன. மீரட் நகரிலுள்ள கோட்டைக் காவல்படையில் ஒரு பிரிட்டிஷ் குதிரைப்படைப் பிரிவும், ஒரு பிரிட்டிஷ் காலாட்படைப் பிரிவும், ஒரு உள்ளூர் குதிரைப்படைப் பிரிவும், ஒரு உள்ளூர் காலாட்படைப் பிரிவும், குதிரைத் தொகுப்புகள் இரண்டும், பீரங்கிப் படைப் பிரிவுகள். இரண்டும் உள்ளன. மீரட் நகரிலுள்ள இராணுவ தளம் 1806ஆம் ஆண்டு உருவாக்கப்பட்டது. அன்றிலிருந்து மீரட் நகரம் பரப்பளவிலும், மக்கட் தொகையிலும் பெரிய அளவில் விரிவடைந்துவிட்டது. ஸ்லீமன் காலம் தொடங்கி பல சிவில் நிர்வாக அலுவலகங்களும் உருவாக்கப்பட்டுள்ளன. மாவட்ட நீதிமன்ற நடுவர் அலுவலகம், கலெக்டர் அலுவலகம் – இரண்டும் ஒன்றாக இணைந்து ஒரே நபரால் நிர்வகிக்கப்பட்டு வந்தது.

2. பத்தொன்பதாம் நூற்றாண்டின் இறுதியில் மீரட் இராணுவ தளத்தில் இருந்தோர் டைஃபாய்ட் காய்ச்சலால் அதிகம் பாதிக்கப்பட்டனர்.
3. இந்தக் கருத்தை இந்தியாவிலுள்ள ஒரு சில ஆங்கிலேயர்கள் ஒப்புக் கொள்ள மாட்டார்கள்.
4. மறைந்த திரு. ஜென்கின்சன் லிவர்பூலின் 'ஏர்ல்' ஆக இருந்தவர். இவர் இங்கு குறிப்பிடப்பட்டுள்ள மூதாட்டியின் பெண்ணை மணந்து கொண்டார். திரு. ஜென்கின்சன் இந்தப் பெண்மணியை நன்கு கவனித்துக் கொண்டார். இவருக்கு அனுப்பி வைக்கும் விலை மதிப்புடைய பொருட்கள் அடங்கிய பெட்டியை திறந்து காட்டுவதில் அவர் பெருமைப்பட்டுக் கொள்வார். திரு. சார்லஸ் ஜென்கின்சன் 'ஹாக்கஸ்பெர்ரி' என்ற இடத்தில் "பேரன்" (Boron) ஆகவும், லிவர்பூலின் 'ஏர்ல்' ஆகவும் 1786ஆம் ஆண்டு நியமிக்கப்பட்டார். இவரது முதல் முனைவி அமீலியா என்பவள். இவள் இங்கு குறிப்பிடப்பட்டுள்ள மூதாட்டிக்கும், வில்லியம் கோட்டையின் கவர்னராக இருந்த திரு. வில்லியம் வாட்ஸ் என்பருக்கும் பிறந்தவள். ஜென்கின்சன் – அமீலிய தம்பதியரின் ஒரே மகன் தந்தைக்குப் பிறகு 1808ஆம் ஆண்டு லிவர்பூலின் 'ஏர்ல்' ஆகப் பதவியேற்றான். இவன் 1828ஆம் ஆண்டு இறந்துவிட்டான். ஸ்லீமன் 1809ஆம் ஆண்டு இந்தியாவிற்கு வந்தார்.
5. லிவர்பூல் பிரபு என்பவர் இரண்டாவது 'ஏர்ல்'. இவர் 'பெர்சிவால்' என்பவர் கொலையுண்ட பிறகு 1812ஆம் ஆண்டு இங்கிலாந்தின் பிரதமராகப் பதவியேற்றார். குறிப்பு நான்கில் குறிப்பிடப்பட்டுள்ள மூதாட்டியின் பெயர் திருமதி. ஜான்சன், 'ஜான்ஸ்டன்' அல்ல. இவர் இந்திய கவர்னர் ஜெனரலின் மனைவியல்ல. இந்த மூதாட்டியின் கல்லறை கல்கத்தாவிலுள்ள புனித ஜான் (யோவான்) தேவாலயத்தில் உள்ளது. அங்கு பதிக்கப்பட்டுள்ள கற்பலகையில் திருமதி. ஜான்சனின் வரலாறு உள்ளது. 'பக்லன்ட்' என்பவர் எழுதிய "Dictionary of Indian Biography" (1906) என்ற நூலிலும் அந்த மூதாட்டியின் வரலாற்றுச் சுருக்கத்தைக் காணலாம். திருமதி. ஜான்சன் 1725ஆம் ஆண்டு பிறந்தவர். 1812ஆம் ஆண்டு இயற்கை எய்தினார். இந்தப் பெண்மணிக்கு நான்கு கணவர்கள். அவர்கள் முறையே 1. பேரி பர்ப்பிள், 2. ஜேம்ஸ் ஆல்தம் 3. வில்லியம் வாட்டஸ் 4. ரெவரென்ட் வில்லியம் ஜான்சன். பேரி பர்ப்பிள் என்பவரை திருமதி. ஜான்சன் தனது பதிமூன்றாவது வயதிலேயே மணந்து கொண்டாள். அவர் இறந்த பிறகு திருமதி. ஜான்சன் இரண்டாவதாக திரு. ஜேம்ஸ் ஆல்தம் என்பவரை மணந்தாள். இவர் திருமணமான சிறிது நாட்களிலேயே பெரியம்மை நோயால் மரணமடைந்தார். மூன்றாவது கணவரான வில்லியம் வாட்ஸ், வில்லியம் கோட்டையின் கவர்னராக இருந்தவர். 1774ஆம் ஆண்டு ரெவரன்ட் வில்லியம் ஜான்சன் வில்லியம் கோட்டையில் உள்ள தேவாலயத்தில் தலைமைப் பாதிரியாராக இருந்தவர். இவர்தான் திருமதி. ஜான்சனின் நான்காவது கணவர். ரெவரன்ட் ஜான்சன் 1785இல் இந்தியாவிலிருந்து இங்கிலாந்திற்குச் சென்றார். திருமதி ஜான்சன் 'The old Begum' என்று மக்களால் அழைக்கப்பட்டார். இந்த அம்மையார்தான் வங்காளத்தில் அப்போது இருந்த வயது முதிர்ந்த மூதாட்டி. இந்த அம்மையார் எல்லோராலும்

விரும்பப்பட்டவர்; மதிக்கப்பட்டவர். திரு. ஸ்லீமன் இந்த மூதாட்டியை 1810ஆம் ஆண்டு சந்தித்துள்ளார். அப்போது அந்த அம்மையாரின் வயது எண்பத்தைந்து.

6. 'Black Hole' சோக நிகழ்ச்சி நடந்தது ஜூன் 1756ஆம் ஆண்டு.

7. மதியவேளைகளில் விருந்தினர்கள் வரும் வழக்கம் ஆண்டுகள் செல்லச் செல்ல வெகுவாகக் குறைந்து விட்டது.

8. உணவு முதலியவற்றில் அளவோடு இருப்பதற்கு மக்கள் பயிற்சி எடுத்துக்கொள்ள வேண்டும்.

9. ஆசிரியரின் இந்தக் கருத்து தற்காலத்திற்கும் பொருந்தும்.

10. ஆசிரியர் இந்த நூலை எழுதியபோது ஒரு இந்திய ரூபாயின் மதிப்பு இரண்டு ஷில்லிங்கை விட சற்று அதிகம். இந்திய அரசுப்பணியில் இருந்தவர்களின் எண்ணிக்கை மிகக் குறைவு. அவர்களுக்கு நல்ல ஊதியம் வழங்கப்பட்டது. பின் ஒரு ரூபாயின் மதிப்பு ஒரு ஷில்லிங் நான்கு பென்ஸ் ஆகக் குறைந்துவிட்டது; ஊதியமும் குறைந்து விட்டது. வாழ்க்கையை நடத்திச் செல்வது கடினமாகிவிட்டது. வெள்ளியின் மதிப்பும், தங்கத்தின் மதிப்பும் குறைவது. அதிகாரிகள் வரி செலுத்துகிறார்கள்.

11. இந்திய வாழ் ஆங்கிலேய சமுதாயத்தில் சமய சுதந்திரம் பரிபூரணமாக உண்டு.

12. லுக்ரீஷியஸ் என்ற ரோமானியக் கவிஞர் எழுதியுள்ளதை நூலாசிரியர் மனதில் கொண்டுள்ளார் என நினைக்கத் தோன்றுகிறது.

13. இந்தியவாழ் ஆங்கிலேயர்களுக்கு, முன்பிருந்த அமைதி இப்போது இல்லை. காயங்களையும், அவமானங்களையும், பத்திரிகைகளின் கண்டனங்களையும் அவர்கள் இப்போது சந்திக்கிறார்கள்.

14. இப்போது மனமகிழ் மன்றங்கள் எல்லா இடங்களிலும் உள்ளன. ஒரு சில ஆங்கிலேய சமூகத்தினர் தங்களுடைய மகிழ்ச்சியை மற்றவர்களுடன் பகிர்ந்து கொள்கின்றனர்.

15. இந்த விஷயத்தில் காலம் பல மாற்றங்களை ஏற்படுத்தியுள்ளது. இந்தியப் பணியில் இப்போது மருத்துவம், பொறியியல், வனத்துறை, நில ஆய்வுத் துறை போன்ற பல துறைகள் வந்துவிட்டன. இந்தியாவில் உள்ள ஐரோப்பிய மற்றும் இந்திய அதிகாரிகள் இப்போது அறிவியல் சார்ந்த பல துறைகளில் உயர் பதவிகளில் உள்ளனர்.

16. "வரலாறு என்பது தக்க எடுத்துக்காட்டுகளுடன் போதிக்கப்படும் தத்துவம்" என்று போலிங் புரூக் என்பவர் சொல்லியிருப்பதை இங்கு நாம் ஒப்பிட்டு நோக்கவேண்டும்.

இந்திய புனிதப் பயணிகள்

நவம்பர் மாத இறுதியில், இலையுதிர்கால அறுவடை முடிவடைந்து, வசந்தகாலப் பயிர்கள் விதைப்பதற்குத் தயாராக இருக்கும். இந்த இடைப்பட்ட காலத்தில் இந்திய நாட்டின் சாலைகளில் ஒரு ஐரோப்பியனைக் கவர்வது மிக அதிகமான புனிதப் பயணிகளின் நடமாட்டம்தான். ஆண்கள், பெண்கள் ஆகிய இருசாராரும் இப்பயணங்களில் ஈடுபடுவார்கள். ஹரித்துவாரில்தான் புனித கங்கை நதியானது மலைப் பகுதியைவிட்டுக் கீழிறங்கி சமதரையில் பாய்கிறது. ஹரித்துவாரிலிருந்து பல இடங்களுக்கும் எடுத்துச் செல்லப்படும் கங்கை நீர் இந்துக் கடவுள்களான விஷ்ணுவுக்கும், சிவனுக்கும் அபிஷேகம் செய்யப்படுகிறது. இந்த அபிஷேக தீர்த்தத்திற்கு "சந்திராமிர்தம்" என்று பெயர். இந்த நீர் சேமித்து வைக்கப்பட்டு, மனநிலை சரியில்லாதவர்களுக்கு மருந்தாகக் கொடுக்கப்படுகிறது.[1]

கங்கைநீர் முதலில் புட்டிகளில் அடைக்கப்படுகிறது; எந்த இடத்திலிருந்து நீர் எடுக்கப்பட்டதோ அந்த இடத்தில் பூசாரியின் முத்திரை ஒவ்வொரு புட்டியின் மூடியின் மீதும் வைக்கப்படுகிறது. பின் இந்தப் புட்டிகள் மூடப்பட்ட கூடைகளில் வைக்கப்படுகின்றன. கூடைகள் ஒரு கம்பின் இருமுனைகளிலும் கட்டப்பட்டு காவடி போன்று மனிதர்களால் பல இடங்களுக்கும் எடுத்துச் செல்லப்படுகின்றன. கங்கை நீரை சுமந்துசெல்லும் மனிதர்களை மூன்று பிரிவுகளாகப் பிரிக்கலாம். முதல்பிரிவினர் நீரை கடவுளுக்கு அபிஷேகம் செய்வதற்காக, தாங்களே தங்கள் தோள்களில்

சுமந்து செல்பவர்கள். இரண்டாவது பிரிவினர் கூலியாட்கள். இவர்களும் நீரை கோயில்களுக்குத்தான் எடுத்துச் செல்கின்றனர். ஆனால் இவர்கள் கூலி வாங்கிக்கொண்டு மற்றவர்களுக்காக எடுத்துச் செல்கின்றனர். மூன்றாவது பிரிவினர் விற்பனைக்காக கங்கை நீரை எடுத்துச் செல்கின்றனர். இந்தியாவில் வசந்தகாலப் பயிர்கள் நவம்பரில் விதைக்கப்பட்டு, மார்ச் மாதம் அறுவடை செய்யப்படுகின்றன. நவம்பருக்கும், மார்ச் மாதத்திற்கும் இடைப்பட்ட காலத்தில், தங்களது ஓய்வு நேரத்தில் இந்து நிலச்சுவான்தார்களும், உழவர்களும் இந்தப் புனிதப் பணியை மேற்கொள்கின்றனர். நவம்பர் முதல் மார்ச் வரை நாம் பார்க்கும் மக்களில் நான்கில் மூன்றுபேர் இந்த வேலையைத்தான் செய்வார்கள். மற்ற பருவ காலங்களில் நாம் சாலைகளில் பார்க்கும் மனிதர்களில் நான்கில் மூன்றுபேர் ஒன்று கூலிக்காக கங்கை நீரைச் சுமப்பவர்களாக இருப்பார்கள் அல்லது வியாபார நோக்கத்தில் நீரை வேறு இடங்களுக்குக் கொண்டு செல்பர்களாக இருப்பார்கள்.

மாமரத்திற்கும், மல்லிகைக் கொடிக்கும் திருமணம் நடத்திவைத்த, வயதுமுதிர்ந்த ஜமேதார் ஒருவரைப் பற்றி நான் முன்பே சொல்லியிருக்கிறேன்.[2] இவர் தனது இரண்டு மகன்களுடனும், நெருங்கிய உறவினன் ஒருவனுடனும் பூரி ஜெகந்நாதர்[3] ஆலயத்திற்கு புனிதப் பயணம் சென்றுவிட்டு, ஜபல்பூருக்குத் திரும்பியதும், மரியாதை நிமித்தம் என்னை வந்து சந்தித்தார். அவரது இளைய மகனுக்கு ஆறுவயது இருக்கும்; உடல்நிலை சரியில்லாமல் இருந்தான். அவன் உடல்நிலை தேறும் பொருட்டுதான், எல்லோரையும் அழைத்துக்கொண்டு நண்பர் ஜெகந்நாதர் ஆலயத்திற்குச் சென்றுவந்தார். அவரது மூத்த மகனுக்கு இருபது வயது இருக்கும்; உடன்சென்ற உறவினனுக்கு பதினெட்டு வயது இருக்கும். வழக்கமான முறையில் அனைவரையும் நலம் விசாரித்துவிட்டு எனது நண்பரின் மூத்த மகனைப் பார்த்து, "உன் தம்பிக்கு, நீ பயணம் மேற்கொண்ட சமயத்தில் உடல்நலம் குன்றியிருந்தது. இல்லையா?" என்று கேட்டேன்.

"ஆம் ஐயா, மற்றவர் உதவியின்றி அவனால் நிற்கக்கூட இயலாது."

"அவனுக்கு என்னவாயிற்று?"

"அதனை 'உடல் வறட்சி' என்று நாங்கள் கூறுவோம். அவனது உடலுறுப்புகள் வற்றிவிட்டன"

"அந்த நோய்க்கு என்ன அடையாளம்?"

"வயிற்றுப்போக்கு"

"இப்போது பையன் நன்றாக இருக்கின்றானே எப்படி, எதனால் அவன் குணமடைந்தான்?"

"கஜாதர் என்ற சுவாமி சிவனின் அவதாரம். கஜாதருக்கான கோயில் 'வைத்தியநாத்' என்ற இடத்தில் உள்ளது. இந்த சுவாமிக்கு பத்து கூடைகளில் கங்கை நீர் கொண்டுவந்து அபிஷேகம் செய்வதாக, என் தம்பியின் பொருட்டு, எனது தந்தையும் தாயும் வேண்டிக் கொண்டனர். அதேபோல் பூரி ஜெகந்நாதரை வந்து தரிசிப்பதாகவும் வேண்டிக்கொண்டனர்."

"நேர்த்திக் கடனை செலுத்தியவுடன் உன் தம்பி குணமடைந்துவிட்டான் அப்படித்தானே?"

"நாங்கள் ஜெகந்நாதர் ஆலயத்தைவிட்டு வெளியே வந்த உடனேயே அவன் நன்கு தேறிவிட்டான்."

"கங்கைநீர் புட்டிகள் வைக்கப்பட்டிருந்த கூடைகளை யார் சுமந்துகொண்டு வந்தார்கள்?"

"எனது அன்னை, என் மனைவி, என் உறவினன், என் இளைய சகோதரன், நான் ஆகிய ஐவரும், ஆளுக்கு இரண்டு கூடைகளைச் சுமந்து வந்தோம்."

"சிறுவனால் வழிநெடுகிலும் கூடைகளைச் சுமந்து கொண்டு எப்படி நடந்து வரமுடியும்?"

"நாங்கள் என் தம்பிக்காக இரண்டு மிகச்சிறிய கூடைகளை தயார் செய்து வைத்திருந்தோம். கோயில் வருவதற்கு மூன்று மைல்கள் இருக்கும்போது, அவன், தான் ஏறிவந்த குதிரையிலிருந்து கீழே இறங்கி, தனக்குள்ள கூடைகளைச் சுமந்துகொண்டு, சுவாமி சந்நிதி வரை வந்தான். அதுவரை அவனது கூடைகளை நாங்கள் வேலைக்கு அமர்த்தியிருந்த ஒரு பிராமணப் பணியாள் சுமந்து வந்தான். இந்தப் பணியாளை எங்களுக்கு உணவு சமைப்பதற்காக நாங்கள்

உடன் அழைத்துவந்தோம். மேலும் எங்களுடன் ஜபல்பூர் மக்கள் கொடுக்கும் சன்மானங்களை மட்டுமே நம்பி வாழ்ந்து வந்த ஓர் ஏழை பிராமணனும் வந்தான். அவனுக்கும் நேர்த்திக்கடன் இருந்தது. அவனும் எங்களுக்கு உதவி செய்தான்."

"நீங்கள் கொண்டுசென்ற கங்கைநீர் முழுவதையும் வைத்தியநாத் ஆலயத்திலேயே அபிஷேகம் செய்து விட்டீர்களா? அல்லது அதில் ஒரு பகுதியை பூரி ஜெகந்நாதர் ஆலயத்திற்கு எடுத்துச் சென்றீர்களா?"

"ஜெகந்நாதருக்கு நீரால் அபிஷேகம் செய்வதில்லை ஐயா. அவர் விஷ்ணுவின் அவதாரம்."[4]

"ஏன், விஷ்ணு நீர் அருந்தமாட்டாரா?"

"கண்டிப்பாக நீர் அருந்துவார் ஐயா. ஆனால் அவருக்குக் காணிக்கையாக உணவையும் பணத்தையும்தான் கொடுப்பது வழக்கம்."

ஜபல்பூரிலிருந்து, கங்கைக்கரையில் அமைந்துள்ள 'பின்தாசல்' என்ற ஊர் இருநூற்றுமுப்பது மைல், அங்கிருந்து வைத்தியநாத் நூற்றைம்பது மைல்; அங்கிருந்து பூரி ஜெகந்நாதர் ஆலயம் நாநூறு அல்லது ஐநூறு மைல் தூரம் இருக்கும்.[5]

"உனது அன்னையும், மனைவியும் பயணம் முழுவதும் நடந்துதான் வந்தார்களா?"

"அனேகமாக நடந்துதான் வந்தார்கள். எப்போதாவது அவர்களுக்கு களைப்பு ஏற்பட்டால் எனது தம்பியுடன் குதிரைமீது ஏறிக்கொள்வார்கள்."

"உன்னுடைய அன்னையும், மனைவியும் கங்கைநீர் இருந்த கூடைகளை வழிமுழுவதும் சுமந்துகொண்டுதான் வந்தார்களா?"

"ஆம். களைப்பு ஏற்பட்டால் தம்பியுடன் சிறிதுநேரம் குதிரைமீது ஏறிக்கொள்வார்கள்."

ஒரு சிறுவனின் நோய் குணமடைவதற்காக ஒரே குடும்பத்தைச் சேர்ந்த நான்கு நபர்கள் ஆயிரத்து இருநூறு முதல் ஆயிரத்து நாநூறு மைல்கள் நடந்தே புனிதப்பயணம்

மேற்கொண்டுள்ளனர். மேலும் தங்களின் தோள்களின் மீது சுமைகளையும் கொண்டு சென்றுள்ளனர். இந்தியாவில், பலபகுதிகளிலுள்ள பல்லாயிரக்கணக்கான மக்கள் இதுபோன்ற புனிதப் பயணங்களை மேற்கொள்கிறார்கள். இடமாற்றமும், நல்ல ஆரோக்கியமான காற்றும்தான் அந்தச் சிறுவன் குணமடைவதற்குக் காரணமாக இருந்திருக்கின்றன. சமயத்தின் மீது அதீத நம்பிக்கையுள்ள ஒருவரைத் தவிர வேறு எந்த மருத்துவரும் அதுபோன்ற ஒரு பயணத்தை அக்குடும்பத்தினருக்கு பரிந்துரை செய்திருக்கமுடியாது.

இவர்களைப் போன்றோர் தவிர மற்ற புனிதப் பயணிகள் கோஸ்வாமிகளாகவோ அல்லது பைராகிகளாகவோ இருப்பார்கள். முகமதியப் புனிதப் பயணிகளும் உண்டு. கோஸ்வாமிகள் என்போர் சிவபக்தர்கள்; பைராகிகள் விஷ்ணு பக்தர்கள். முகமதியப் புனிதப் பயணிகளை பக்கிரிகள் என்று அழைப்பர். இந்துக்களாக இருப்பவர்கள் கோஸ்வாமிகளுடனோ அல்லது பைராகிகளுடனோ சேர்ந்து கொள்ளலாம். இந்த இரண்டு பிரிவினருக்கும் தலைமைப் பூசாரிகள் உண்டு. ஒவ்வொரு கூட்டத்தினரும் தங்களுக்காக உள்ள தலைமைப் பூசாரியைப் பின்பற்றுவார்கள். தலைமைப் பூசாரியின் பெயரைச் சொல்லிக்கொண்டு இந்தியா முழுவதும் சுற்றித் திரிவார்கள். சிவனுக்கும் விஷ்ணுவுக்கும் உள்ள புகழ்பெற்ற கோயில்களுக்கு முறையே கோஸ்வாமிகளும், பைராகிகளும் சென்று வருவார்கள். கோயில்களில் கிடைக்கும் வருமானத்திலிருந்து ஊர் ஊராகச் செல்லும் இந்தப் புனிதப் பயணிகளுக்கு உணவளிக்கப்படுகிறது. ஒவ்வொரு கோஸ்வாமியும் அல்லது பைராகியும் ஒரு நாளைக்குத் தங்கள் கோயிலில் தங்கி உணவைப் பெறும் உரிமையை நிலைநாட்டிக்கொள்வார். இவர்கள் கோயிலில் தங்கியிருக்கும் காலம், அந்தக் கோயிலின் விதிமுறைகளுக்கு ஏற்பத் தீர்மானிக்கப்படும். இந்தப் புனிதப் பயணிகள் சாலைகளில் செல்வோரிடமும், பணம் வசூல் செய்கிறார்கள். வசூலில் ஒரு பகுதியை தங்கள் தலைமைப் பூசாரிக்குக் கொடுத்து விடுகிறார்கள்.

ஒவ்வொரு தலைமைப் பூசாரிக்கும் பல சீடர்கள் உண்டு. இந்தச் சீடர்களின் மூலம் அவர்கள் நாட்டு நடப்பையும், மக்களின் உணர்வுகளையும் தெரிந்து கொள்கிறார்கள்.

இந்தச் சீடர்களுக்கு சாலையில் செல்லும் சமயச்சார்பற்ற மக்கள் அளிக்கும் நன்கொடை அவர்களது தர்ம சிந்தனை யாலும், இரக்கத்தாலும் மட்டும் அளிக்கப்படுவதல்ல; தெய்வங்களை திருப்திபடுத்தும் நோக்கங்களாலும் அளிக்கப்படுகின்றன. ஏனெனில் புனிதப் பயணிகளான கோஸ்வாமிகளும், பைராகிகளும் ஆசீர்வாதம் செய்யும் வல்லமையும், சபிக்கும் வல்லமையும் பெற்றவர்களென்று மக்கள் நம்புகிறார்கள். கோஸ்வாமிகளும், பைராகிகளும் ஏதோ வியாதி வந்தவர்கள்போல் பாசாங்கு செய்து மக்களிடம் யாசகம் கேட்பதில்லை; மாறாக சமயம் தங்களுக்குக் கொடுத்துள்ள உரிமைகளைப் பயன்படுத்தி அதிகாரத்துடன், நன்கொடைகளை இந்து சமுதாய மக்களிடமிருந்து கேட்டுப் பெற்றுக் கொள்கிறார்கள். கோஸ்வாமிகளும், பைராகிகளும் புத்திக்கூர்மையுடையவர்கள்; நன்றாகப் பேசத் தெரிந்தவர்கள். இவர்களுள் வசதியுள்ள, கௌரவமான குடும்பங்களைச் சேர்ந்தவர்களும் இருக்கின்றனர்.[6] 1822ஆம் ஆண்டு, நான் நரசிங்பூர் மாவட்டத்தின் நிர்வாகப் பொறுப்பிலிருந்தபோது, நான் தங்கியிருந்த இடத்திற்கு அருகிலுள்ள கிராமம் ஒன்றிற்கு விஷ்ணு பக்தரான பைராகி ஒருவர் வந்து தங்கினார். அவரது நிதானமான போக்கும், ஒரு தந்தையைப் போல் மற்றவர்களிடம் பழகும் விதமும் மக்களுக்கு மிகவும் பிடித்திருந்தன; தேவைக்கு அதிகமாகவே அவருக்கு உணவுப் பொருட்களை கொண்டுவந்து கொடுத்தனர். அந்தக் கிராமத்தின் தலைவர் மிகவும் கௌரவமானவர். வயது முதிர்ந்தவர். எனக்கு அவர்மீது பிரியம் அதிகம்.

ஒரு நாள் முதியவரான அந்த கனவான், அந்தப் பைராகியிடம் ஆசிபெறுவதற்காகத் தன் குடும்பத்துடன் சென்றார். முதியவரின் மகன்களையும், மகள்களையும் பார்த்துக் கொண்டேயிருந்த பைராகியின் கண்களிலிருந்து கண்ணீர் பெருக்கெடுத்தது. கடைசியாக முதியவரின் மனைவி அந்தப் பைராகியைப் பார்த்து கண்ணீர்விட்டுக் கதறினாள், ஓடிச்சென்று அவரது கழுத்தைக் கட்டிக் கொண்டு "தொலைந்துபோன என் மகன், தொலைந்துபோன என் மகன்" என்று கூச்சலிட்டாள். உண்மையில் பைராகி அவளது மூத்த மகன்தான். பன்னிரண்டு ஆண்டுகளுக்கு முன்பு ஒரு நாள் திடீரென்று அவர் வீட்டைவிட்டுச்

சென்றுவிட்டார். தலைமைப் பூசாரியைப் பார்த்து அவரது சீடராகிவிட்டார். புகழ்பெற்ற அனைத்துக் கோயில்களுக்கும் சென்று வந்தார். பனிபடர்ந்த கேதார்நாத்திலிருந்து, இராமேஸ்வரம் தீவு வரை அனைத்து இடங்களுக்கும் சென்று வந்துவிட்டார்.[7] அந்தப் பைராகி பின்னர் தன் குடும்பத்தாருடன் ஓராண்டு தங்கியிருந்தார். தன்னுடைய கதையை எடுத்துச் சொல்லி குடும்பத்தினரை மகிழ்வித்தார். கடைசியாக அவரது உற்சாகம் குன்றியது; பசியில்லாமல் போய்விட்டது. ஒரு நாள் இரவு திடீரென்று கிளம்பி எங்கோ சென்றுவிட்டார். சில ஆண்டுகளாக, எனக்குத் தெரிந்து அவர் திரும்பி வரவில்லை. அவர் திரும்பினாரா இல்லையா என்பதைப் பற்றி எனக்குத் தெரியவில்லை.

உண்மையான கோஸ்வாமிகளும், பைராகிகளும் தீயவர்களல்லர். ஆனால் பலர் இவர்களைப் போல் வேட மணிந்து அனைத்துத் தீச்செயல்களிலும் ஈடுபடுகின்றனர்.[8]

நமது ஆட்சியில், சாலைகளில் பயணம் செய்யும் பயணிகளுக்கு பாதுகாப்பு இருக்கிறது; பயணிகள் எந்தவிதமான வரியும் செலுத்தவேண்டிய அவசியமில்லை. அவர்கள் செல்லும் கோயில்களுக்கும் அவர்கள் வரியேதும் செலுத்தவேண்டியதில்லை. இதனால் நமது ஆட்சியின் மீது மக்களுக்கு ஒருவகையான பிடிப்பு ஏற்பட்டுள்ளது. நம் ஆட்சியின் மீது ஏற்பட்டுள்ள இந்த நல்லெண்ணம் இந்தியா முழுவதும் பரவியுள்ளது. பயணிகள் பலர் சுதேசி சமஸ்தானங்களிலிருந்து இங்கு வருகிறார்கள். நம்முடைய ஆட்சிக்குட்பட்ட மக்கள் அனுபவித்து வரும் நன்மைகளை அவர்கள் பார்த்து மகிழ்கிறார்கள். நமது ஆட்சிக்குட்பட்ட பகுதிகளில் மக்களின் உடைமைகளுக்கு பாதுகாப்பு இருக்கிறது; இங்கு மக்களுக்கு அதிக சுதந்திரம் உள்ளது; வரிவிலக்குகள் அளிக்கப்பட்டுள்ளன; பயணிகள் சோதனைகளுக்கு உட்படுத்தப்படுவதில்லை. அவர்கள் பயணம் செய்ய நல்ல சாலைகள் அமைக்கப்பட்டுள்ளன; பாலங்கள் போடப்பட்டுள்ளன. போதிய அளவு ஊதியம் வாங்கும் நமது அதிகாரிகள் கௌரவமாகவும், நேர்மையாகவும் நடந்துகொள்கின்றனர். பெரிய ஆறுகளில் படகுப் போக்கு வரத்து நடைபெற்று வருவதால் மக்கள் நாட்டின் ஒரு முனையிலிருந்து மற்றுமோர் முனைக்கு எளிதில் பயணம்

செய்யமுடியும். ஆயிரக்கணக்கான மக்கள் அவ்வாறு பயணம் செய்கிறார்கள். இவை யாவும் ஒரு நல்ல அரசாட்சியின் அடையாளங்கள். இதை மக்கள் பெரிதும் பாராட்டுகிறார்கள். நமது ஐரோப்பிய கனவான்கள் மக்களோடு சாலைகளில் பயணம் செய்யும்போது கூக்குரலோடு பாராட்டப்படுகிறார்கள். இந்த கனவான்களால்தான் தங்களுக்கு நன்மைகள் கிடைத்ததாக நன்றி தெரிவிக்கிறார்கள்.[9]

விளையாட்டுத்தனமாக எப்போதும் என்னுடன் பழகும் எனது நண்பர் மைஷுர் ராஜா, அவரது கோயில்களில், ஒன்றில் இருக்கும் விஷ்ணு சிலைக்கு அபிஷேகம் செய்வதற்காக கங்கை நீரை தான் வாங்கிக் கொண்டிருப்பதாக என்னிடம் கூறினார்.[10] அபிஷேகம் செய்யப்பட்ட நீரை நீங்கள் எப்போதாவது குடித்ததுண்டா? என்று நான் அவரைக் கேட்டேன். அதற்கு அவர்: "ஆம், எப்போதாவது நாங்கள் அந்த சந்திராமிர்தத்தைப் பருகுவதுண்டு" என்று என்னிடம் கூறினார். "அதேபோல் சிவனுக்கு அபிஷேகம் செய்யப்பட்ட நீரையும் நீங்கள் அருந்துவீர்களா?" என்று நான் ராஜாவைக் கேட்டேன். "இல்லை" என்று பதில் சொன்னார் ராஜா. "ஏன்?" என்று நான் அவரை வினவினேன். "ஏனெனில் சிவனின் மனைவி பார்வதிதேவி, தனக்கும் தன் கணவருக்கும் இடையே நடந்த வாக்குவாதத்தில் சிவனைப் பார்த்து 'உங்களுக்கு அபிஷேகம் செய்யப்பட்ட, உங்களது தலையிலிருந்து வழியும் நீரை இனி யாரும் அருந்தமாட்டார்கள்' என்று சபித்துவிட்டாள். அன்றிலிருந்து சிவனுக்கு அபிஷேகம் செய்யப்பட்ட நீரை யாரும் அருந்துவதில்லை. மீறி ஒருவன் அருந்தினால் அவனை தேவி தண்டித்து விடுவாள்" என்று விளக்கமளித்தார் ராஜா. "பின் ஏன் சிவனின் தலையிலிருந்து உற்பத்தியாகும் கங்கை நீரை மட்டும் அனைவரும் அருந்துகிறார்கள்?" என்று நான் ராஜாவை வினவினேன். அதற்கு அவர், "புனித கங்கை நதி முதலில் விஷ்ணுவின் வலது பாதத்திலிருந்து தோன்றி, அதன் பிறகுதான் சிவனது தலையைச் சென்றடைகிறது. மும்மூர்த்திகளான, சிவன், விஷ்ணு, பிரும்மா ஆகிய மூவரும் மாறி மாறி ஒவ்வொருவராக இந்தப் பூவுலகை இருபதாண்டு காலம் நிர்வாகம் செய்கிறார்கள். விஷ்ணுவின் ஆட்சி நடைபெறும்போது நல்ல மழை பொழிந்து, பயிர்கள் செழித்து, நல்ல அறுவடை

கிடைத்து, கால்நடைகள் பெருகி மக்கள் வளமுடன் வாழ்கிறார்கள். பிரும்மாவின் ஆட்சியில் சற்றே தொய்வு ஏற்படுகிறது. ஆனால் சிவனது இருபதாண்டு கால ஆட்சியில் எதுவும் சரியாக நடப்பதில்லை. பயிர்கள் நன்கு வளர்வதில்லை; கால்நடைகள் நோயால் பாதிக்கப்படுகின்றன; மனிதர்களுக்கும் தொற்றுநோய் பரவுகிறது" என்று கூறினார் ராஜா. இதிலிருந்து ராஜா அவர்கள் ஒரு விஷ்ணு பக்தர் என்பதை நீங்கள் யூகித்திருக்கலாம்.

குறிப்புகள்

1. திருமணங்களில்கூட குடிப்பதற்கு கங்கை நீர் தரப்படுவதாக எழுத்தாளர் டாவர்னியர் குறிப்பிட்டுள்ளார். ரூ. 2000 முதல் ரூ. 3000 வரை இதற்காக செலவு செய்யப்படுவதாகவும் அவர் கூறுகிறார்.
2. அத்தியாயம் 5, குறிப்பு (3) பார்க்கவும்.
3. ஜெகந்நாதர் ஆலயம் 'பூரி' என்ற நகரில் உள்ளது. இது ஒரிஸ்ஸா, (ஒடிஷா) மாநிலத்திலுள்ள ஒரு கடற்கரை நகரம். இந்தியாவிலுள்ள மிகவும் பிரபலமான ஸ்தலங்களில் இதுவும் ஒன்று.
4. ஜெகந்நாதருக்கு அபிஷேகம் நடக்காமல் இருக்கலாம். ஆனால் இங்கு சொல்லப்பட்டிருப்பதைப் பார்த்தால் மற்ற ஆலயங்களில் விஷ்ணுவுக்கு அபிஷேகம் செய்யப்படுவதாகத் தெரிகிறது.
5. பின்தாச்சல் என்ற ஊர் உ.பி. மாநிலத்தில் மிர்ஸாபூர் மாவட்டத்தில் உள்ளது. வைத்தியநாத் தற்போது ஜார்கன்ட் மாநிலத்தில் உள்ளது. பன்னிரண்டு ஜோதிர்லிங்கத் தலங்களில் இதுவும் ஒன்று. தியோகரில் இருக்கும் பல ஆலயங்கள் சிவனுக்குரியவை. இந்தியாவின் பல பகுதிகளிலிருந்தும் புனிதப் பயணிகள் இங்கு வந்து செல்கின்றனர். இந்த ஆலயங்களில் மிகவும் முக்கியமானது வைத்தியநாத் ஆலயம். தியோகர் சிறிய ஊர். மாவட்டத் தலைநகர்.
6. பன்டிட் சாலிகிராம் என்பவர் வடமேற்கு மாகாணங்களின் போஸ்ட் மாஸ்டர் ஜெனரலாக இருந்தவர். இவர் அலைந்து திரியும் ஒரு சாதுவாக மாறிவிட்டார். இதுபோன்று இன்னும் பல எடுத்துக்காட்டுகள் உள்ளன.
7. 'இராமேஸ்வரம்' – மன்னார் வளைகுடாவில் உள்ள ஒரு தீவு. ஆதா பாலம் என்பது பவளப் பாறைகளால் உருவான ஒரு திட்டு. இது இராமேஸ்வரத்தை கிட்டத்தட்ட இலங்கையுடன் இணைக்கிறது. மன்னார் வளைகுடாவை பாக் ஜலசந்தியிலிருந்து பிரிக்கிறது.

   'கேதார்நாத்' ஆலயம் உத்திரகான்ட் மாநிலம் ருத்திரப்பிரியாக் மாவட்டத்தில் உள்ளது.
8. நூலாசிரியர் கூறியிருப்பதைப் பார்க்கும்போது கொள்ளையர்கள் அடிக்கடி சாதுக்கள் போல் வேடமணிந்து குற்றங்கள் புரிந்துள்ளனர் எனத் தெரிகிறது. இந்தியாவில் நடைபெறும் இரகசியக் குற்றங்கள்

யாவும் புனித வேடமணிந்த சிலராலேயே நடைபெறுகின்றன. கொள்ளைக் கூட்டத்தினர், சாதுவைப்போல் வேடமணிந்த ஒருவனை வேவு பார்க்க அனுப்பி வைக்கிறார்கள். சுற்றித்திரியும் இத்தகைய சாதுக்களில் அவர்கள் இந்துக்களாகவும் இருக்கலாம் அல்லது இஸ்லாமியராகவும் இருக்கலாம் நான்கில் மூன்று பேர் கொள்ளைக் காரர்கள். அகப்பட்டவர்களை திருடுவதற்கு முன் இவர்கள் கொலை செய்துவிடுகிறார்கள். கொலை செய்வதை இவர்கள் தொழிலாகக் கொண்டிருக்கவில்லை. இந்தியா முழுவதும் சாதுக்கள் போன்று வேடமணிந்து சுற்றிக் கொண்டிருப்பவர்களில் குற்றம் புரியாதவர்கள் வெகு சிலரே.

இந்துக்களில் யார் வேண்டுமானாலும் ஒரு கோஸ்வாமியாகவோ அல்லது பைராகியாகவோ மாறிவிடலாம். இதேபோல் இஸ்லாமிய சமூகத்தைச் சேர்ந்த யார்வேண்டுமானாலும் பக்கிரி ஆக மாறிவிடலாம். தலைமைப்பூசாரியாக இருப்பவருக்கு எத்தனை சீடர்கள் இருக்கிறார்களோ அவர்கள் அனைவரும் தங்களது பெயர்களை கட்டாயம் பதிவு செய்துகொள்ள வேண்டும் என்று சட்டம் கொண்டுவரப்பட வேண்டும் என்று பரிந்துரை செய்கிறார் நூலாசிரியர். சுற்றித் திரியும் இஸ்லாமிய பக்கிரிகளுக்கும் இந்தச் சட்டம் பொருந்தும்.

9. இதுபோன்ற சம்பவங்கள் எப்போதாவது இன்றும் நடந்துகொண்டுதான் இருக்கின்றன.

10. இங்கு குறிப்பிடப்பட்டுள்ள ராஜாவைப் பற்றித் தெரிந்துகொள்ள அத்தியாயம் 20, குறிப்பு (6) பார்க்கவும்.

பேகம் சம்ரூ

1836ஆம் ஆண்டு பிப்ரவரி ஏழாம் நாளன்று நான் சர்தானா என்ற ஊருக்குச் சென்று, மறைந்த திருமதி பேகம் சம்ரூ என்ற பெண்மணியால் கட்டப்பட்ட தேவாலயத்தைப் பார்த்தேன். திருமதி. சம்ரூவின் பூத உடல் அங்கேதான் நல்லடக்கம் செய்யப்பட்டிருந்தது.[1] அந்த தேவாலயத்தை வடிவமைத்தவர் ஓர் இத்தாலிய கனவானான எம். ரெக்லியோனி என்பவர். குறிப்பிடத்தக்க அளவுக்குப் பெரிதாக இல்லாவிட்டாலும் அந்தத் தேவாலயம் ஓர் அழகிய கட்டடம்.[2] தேவாலயத்தை நிர்வகித்து வந்தவர் இத்தாலிய நாட்டிலுள்ள மிலான் நகரத்தைச் சேர்ந்த ஜூலியஸ் சீசர் என்ற பெயருடைய ஒரு பிஷப். இவரை கால் நூற்றாண்டு காலமாக எனக்குத் தெரியும். வயது முதிர்ந்தவராக இருந்தாலும் அழகிய தோற்றமுடையவராகவே காணப்பட்டார். பேகம் அவருக்கு எந்தவிதமான சொத்துக் களையும் விட்டுச்செல்லாத காரணத்தால் பிஷப் பொருளாதார நெருக்கடியில் இருந்து வந்தார். தேவாலயத் திலிருந்து வரும் வருமானம் பிஷப்புக்குப் போதுமானது என்று பேகம் நினைத்துவிட்டாள். மனைவி மக்களற்ற ஓர் உத்தம பிஷப்புக்கு சிறிதளவு வருமானமே போதுமென்று கூறிய திருமதி பேகம், சில ஆயிரம் ரூபாய்களை மட்டுமே அவருக்கு அளித்திருந்தாள். இந்த பிஷப்பின் மூலமாக ரோமாபுரியிலுள்ள கத்தோலிக்கத் தலைமை பீடத்திற்கு ஒரு லட்சத்து ஐம்பதாயிரம் ரூபாயை நன்கொடையாக அனுப்பி வைத்தாள் பேகம் சம்ரூ.[3] இதனால் அவர் சைப்ரஸ் தீவின்

அமர்தந்தா பிஷப் ஆக நியமிக்கப்பட்டார். மேலும் பேகம் சம்ரூவின் பேரனுக்கு அந்த நன்கொடையின் மூலம் ஷெவாலியே விருதும், ஏசுநாதரின் சிலுவையிலிருந்து எடுக்கப்பட்ட ஒரு மிகச்சிறிய துரும்பும் பரிசாகக் கிடைத்தன. பேகம் சம்ரூவின் பேரனது பெயர் டையீ சம்ரூ என்பது.

பேகம் சம்ரூ பிறப்பால் ஒரு 'சையாதனி'. அதாவது நபிகள் நாயகத்தின் மரபில் வந்தவள். மிகச்சிறிய வயதிலேயே பேகம் வால்ட்டர் ரீன்ஹார்ட் என்பவருடன் இணைந்து விட்டாள்.[4] ரின்ஹார் முன்பே சர்தானாவில் வாழ்ந்து வரும் ஒரு முஸ்லிம் பெண்ணை திருமணம் செய்து கொண்டவர்.[5] ஆனால் அந்தப் பெண்ணுக்கு மனநிலை சரியில்லாமல் போய்விட்டது; கடைசிவரை அவள் குணமடையவேயில்லை. முதல் மனைவியின் மூலம் வால்ட்டர் ரீன்ஹார்ட்டுக்கு ஒரு மகன் இருந்தான். 'ஸாஃபர் யாப்கான்' என்ற பட்டத்தை அவன் பேரரசரிடமிருந்து பெற்றிருந்தான். அவன் அப்பட்டத்தைப் பெறக் காரணமாக இருந்தவள் அவனது மாற்றாந்தாயான திருமதி சம்ரூ. ஆனால் வால்ட்டர் ரீன்ஹார்டின் மகன் திறமையற்றவன்; சிந்திக்கும் ஆற்றலில்லாதவன். எனவே அவனது தந்தை ரீன்ஹார்ட் இறந்த பின்பு, அவனை பெயரளவுக்குக்கூட ஒருவரும் ஒரு தலைவனாக ஏற்றுக்கொள்ளவில்லை.

வால்ட்டர் ரீன்ஹார்ட் ஸால்ஸ்பரக் என்ற இடத்தைச் சேர்ந்தவர்; பிரெஞ்ச் நாட்டில், தனிப்பட்டமுறையில் ஒரு போர்வீரனாகத் தன்னைப் பதிவு செய்துகொண்டவர். பின்னர் இந்தியாவுக்கு வந்து கிழக்கிந்தியக் கும்பெனியின் பணியில் சேர்ந்து சார்ஜன்ட் பதவி வரை உயர்ந்தார்.[6] பிரான்ஸ் தேசத்தின் இராணுவ சேவையில் இருந்தபோது, வால்ட்டர் ரீன்ஹார்டை, அவரது தோற்றத்தை வைத்து, சக வீரர்கள் "சம்ரூ" என்றழைத்தனர். 'சம்ரூ' என்றால் சற்று கருமையான நிறமுடையவர் என்பது பொருள்.[7] கல்கத்தாவின் காசிம் அலிகானிடம்[8] ஏறத்தாழ ஓர் அமைச்சர் போன்று செயல்பட்டுவந்தவர். 'கிரிகோரி' என்ற ஆர்மேனிய நாட்டுக்காரர். இவருக்கு 'கோர்கின்கான்'[9] என்ற பட்டப் பெயரும் உண்டு. காசிம் அலிகானுக்கும், பிரிட்டிஷ் இராணுவத்திற்கும் இடையே போர் தொடங்கவிருந்த சமயத்தில், சம்ரூ (வால்ட்டர் ரீன்ஹார்ட்) கிரிகோரியோடு

சேர்ந்து கொண்டார். காசிம் அலி ஒரு காஷ்மீர்காரர்; இயற்கையிலேயே மிகவும் மோசமான குணமுடையவர். கிழக்கிந்தியக் கும்பெனியைச் சேர்ந்த அதிகாரிகள் தனக்களித்த அவமானத்தாலும், கொடுமைகளாலும் காசிம் அலி சினத்தின் எல்லைக்கே சென்றுவிட்டார். கிழக்கிந்தியக் கும்பெனியின் ஊழியர்களுக்குப் போதுமான ஊதியம் வழங்கப்படவில்லை; ஆனால் அவர்களுக்கு இலாபத்தில் பங்களிக்கப்பட்டது. கும்பெனியின் ஊழியர்கள், தாங்கள் எந்த நாட்டில் வாணிபம் செய்கிறார்களோ அந்த நாட்டின் தலைவரை, தலைவராக ஏற்றுக்கொள்வதில்லை. இதன் விளைவு போர்தான்.[10]

பாட்னா நகரில் இருந்த கும்பெனியின் தொழிற்சாலைக்கு திரு. எல்லிஸ் என்பவர் பொறுப்பு வகித்து வந்தார். கல்கத்தாவிலிருந்த நிர்வாகக் குழுவினர், வான்சிட்டார்ட், வாரன் ஹேஸ்டிங்க்ஸ் போன்றோரின் அறிவார்ந்த ஆலோசனைகளைவிட, எல்லிஸின் வார்த்தைகளுக்கே அதிக முக்கியத்துவம் அளித்தனர். காசிம் அலியுடன் நடைபெற்ற போருக்கு எல்லிஸ்தான் காரணம். போர் நடைமுறைகளுக்குக்கூட அவரது ஆலோசனைதான் கேட்கப்பட்டது; ஆனால் அவருக்குப் போரைப் பற்றி எதுவுமே தெரியாது. அவரது முயற்சிகள் யாவும் தோல்வியடைந்தன. பாட்னா நகரமும், அங்கிருந்த தொழிற்சாலையும் எதிரிகளால் கைப்பற்றப்பட்டன; பாட்னா நகரில் வாழ்ந்துவந்த அனைத்து ஐரோப்பியர்களும் கைதுசெய்யப்பட்டனர். தனக்கு இழைக்கப்பட்ட அநீதிகள் அனைத்திற்கும் எல்லிஸ்தான் காரணம் என்று உணர்ந்த நவாப் காசிம் அலி அவரையும் அவரைச் சார்ந்தவர்களையும் தனது பிடியில் கொண்டு வந்துவிட்டார். மருத்துவர், ஃபுல்லாட்டன் என்பவரை மட்டும், தனிப்பட்ட சொந்தக் காரணங்களுக்காக விட்டு விட்டார். தன் பிடியிலிருந்த அனைவரையும் கொன்றுவிட உத்தரவிட்டார் நவாப். நவாபின் சொந்த அதிகாரிகளே இதைக்கேட்டு அதிர்ச்சியடைந்தனர்; அவரது மனதை மாற்ற முயற்சி செய்தனர்; ஆனால் நவாப் தனது முடிவை மாற்றிக் கொள்வதாக இல்லை. கைதிகளாக இருந்த ஐரோப்பியர்களைக் கொல்லும் பணி சம்ருவிடம் ஒப்படைக்கப்பட்டது; கைதேர்ந்த தனது வீரர்களை

வைத்துக் கொண்டு 1763ஆம் ஆண்டு தனது பணியை செய்து முடித்தார்.[11] கிரிகோரி, சம்ரூ ஆகிய இருவரின் ஆலோசனையின்படி, ஆங்கிலேயர்களுக்கு ஒரு பாடம் கற்பிக்க, சிறிய நாடான நேப்பாளத்தைக் கைப்பற்ற முயற்சி மேற்கொண்டார் நவாப் காசிம் அலி. அவரிடம் மிகச்சிறந்த நானூறு துப்பாக்கிகள் இருந்தன. துப்பாக்கிகளில் பொருத்து வதற்கான குழல்களும் இருந்தன. இவை பெட்டிகளில் அடைத்து வைக்கப்பட்டிருந்தன. இந்தப் பெட்டிகளை தூக்கிச் செல்ல பலம் பொருந்திய நானூறு ஆட்களும் இருந்தனர். நேப்பாள இளவரசருக்கான வாணிபப் பொருட்கள் என்று கூறி துப்பாக்கிகள் அடங்கிய பெட்டிகளை ஆட்களின் மூலம் காட்மான்டு நகருக்கு அனுப்பி வைத்தார் கிரிகோரி. இளவரசரைத் தவிர வேறு யாருக்கும் பெட்டிகளைத் திறந்து பார்க்கும் அதிகாரம் இல்லையெனக் கூறியிருந்தார் கிரிகோரி. காட்மான்டு அரண்மனையை அடைந்தவுடன், பெட்டிகளைத் தூக்கிச் செல்லும் தொண்டர்கள், அப்பெட்டிகளைத் திறந்து, துப்பாக்கிகளை வெளியே எடுத்து, அவற்றின் குழல்களைப் பொருத்திக் கொள்ள வேண்டும். பின் அரண்மனையில் உள்ளவர்களைத் தீர்த்துக் கட்டிவிட வேண்டும்; அரண்மனையை தங்கள் வசத்தில் எடுத்துக் கொண்டுவிட வேண்டும். இதுதான் திட்டம். காசிம் அலியின் நண்பர்கள் முன்பே அங்கு இருந்தனர். பன்னிரண்டாயிரம் வீரர்கள் முன்னேற்பாடாக நேபாளத்திற்கு அனுப்பப்பட்டு பெட்டியா என்ற இடத்தில் மலையடிவாரத்தில் தங்கியிருந்தனர். அரண்மனைத் தாக்குதலுக்கு இவர்கள் உதவி செய்வார்கள். பெட்டிகளைத் தூக்கிச் சென்ற தொண்டர்கள் ‘மக்வான்பூர்’ கோட்டையில் இருந்தனர். சமவெளிப் பகுதிக்கும், நேப்பாள அரண்மனைக்கும் இடையே இருந்த ஒரே பலமான கோட்டை இந்த மக்வான்பூர் கோட்டைதான். துப்பாக்கிப் பெட்டிகளைத் தூக்கிச்சென்ற தொண்டர்களை கோட்டைக் காவல் படையைச் சேர்ந்தவர்கள் நன்கு கவனித்துக் கொண்டார்கள். காலையில் அத்தொண்டர்கள் அரண்மனை நோக்கிச் செல்வதாக இருந்தது. அதற்குள் பெட்டியைத் தூக்கிச் சென்ற தொண்டன் ஒருவனுக்கும், கோட்டைக் காவல்படை வீரன் ஒருவனுக்குமிடையே வாய்ச் சண்டை ஏற்பட்டது. பெட்டி தூக்கிச் சென்றவன் குடிவெறியில்

கோட்டைக் காவல்படை வீரனைப் பார்த்து "இன்னும் சிறிது நாட்களில் யார் இந்தக் கோட்டைக் காவல்படையின் தலைவனாக இருப்பான் என்பதைப் பார்" என்று சவால் விட்டான். இதனால் சந்தேகம் ஏற்பட்டு, பெட்டிகள் திறந்து பார்க்கப்பட்டன. துப்பாக்கிகள் உள்ளே இருப்பது கண்டுபிடிக்கப்பட்டவுடன், பெட்டிகளைத் தூக்கிவந்தவர்களில் மூன்று அல்லது நான்கு பேரைத் தவிர மற்ற அனைவரும் கொல்லப்பட்டனர். உயிர் தப்பியவர்கள் ஓடிச் சென்று பெட்டியாவில் இருந்த இராணுவத்தினருக்கு நடந்த நிகழ்ச்சிகளை விவரித்தனர். உடனே இராணுவம் மோங்கிர் என்ற இடத்திற்குப் பின்வாங்கிவிட்டது. ஒரு குடிகாரனின் பேச்சால் நேப்பாளம் காசிம் அலியின் தாக்குதலிலிருந்து தப்பியது. குடிகாரன் உளறியிருக்காவிட்டால் நேப்பாளம் காசிம் அலியுடையதாகியிருக்கும்.[12]

கர்னல் ஆடம்ஸ் அவர்களின் தலைமையில், பல முறை காசிம் அலிகான் பிரிட்டிஷ் துருப்புகளால் தோற்கடிக்கப் பட்டுள்ளார். கடைசியாக காசிம் அலிகான் அவத் நவாபாக இருந்த வாஸிரிடம் சரண் புகுந்தார். சம்ரூவும் வாஸிமின் சேவையில் பின்வந்து சேர்ந்து கொண்டார். வாஸிர் போரில் தோற்கடிக்கப்பட்டவுடன், சம்ரூ அவரைவிட்டு விலகி 'ரோஹில்கன்ட்' அரசரான ஹாஃபிஸ் ரஹ்மத்கானிடம் சேர்ந்தார். பிரிட்டிஷ் இராணுவத்திற்கு பயந்து இவரிடமிருந்தும் விலகிவிட்டார் சம்ரூ. 1772ஆம் ஆண்டில் சம்ரூ இரண்டு பெரும்பிரிவு இராணுவத்தை தன்னிடம் வைத்திருந்தார்; பின் இது நான்கு பிரிவுகளானது. யார் அதிகம் பணம் கொடுக்க சம்மதிக்கிறாரோ அவருக்குத் தன்னுடைய இராணுவத்தை அனுப்பிவைப்பது சம்ரூவின் வழக்கம். முதலில் அவர் 'தீக்' ஜாட் தலைவர்களுக்குத் தன்னுடைய இராணுவத்தை அனுப்பிவைத்தார்; பின் ஜெய்பூருக்கு அனுப்பினார். அதன்பிறகு நாஜஃப் கானுக்குத் தனது இராணுவத்தைக் கொடுத்துதவினார்; மராட்டியர்களின் உதவிக்கும் சம்ரூவின் சேனை சென்றது. சம்ரூவின் இராணுவப் பிரிவுகளுக்கு ஐரோப்பியர்களே அதிகாரிகளாக இருந்து வந்தனர். ஆனால் கௌரவமான ஐரோப்பியர்கள் அவரது இராணுவத்தில் பணிபுரிய மாட்டார்கள். மோசமான பின்னணி உடைய ஐரோப்பியர்களைத்தான்

சம்ரூ நம்பியிருக்க வேண்டியிருந்தது. எழுதப் படிக்கத் தெரியாத ஐரோப்பியர்களே சம்ரூவின் இராணுவத்தில் அதிகாரிகளாக இருந்தனர். இதன் காரணமாக சம்ரூவின் இராணுவத்தில் கட்டுப்பாடு என்பது இல்லை; அடிக்கடி கலகங்கள் ஏற்பட்டன. இராணுவ வீரர்களுக்கு ஒழுங்காக ஊதியம் வழங்கப்படுவதில்லை. மேலதிகாரிகளை அச்சுறுத்தியும், கட்டாயப்படுத்தியும் அவர்கள் தங்கள் ஊதியங்களைப் பெற்றுவந்தனர். சில சமயங்களில் துப்பாக்கி முனையில் அதிகாரிகளை அச்சுறுத்தி அவர்கள் தங்கள் ஊதியத்தைப் பெற்றனர். இவ்வாறு ஊதியம் கொடுத்து, தனது உணவைப் பெறுவதற்கே சங்கடமான ஒரு சூழ்நிலைக்குத் தள்ளப்பட்டாள் பேகம் சம்ரூ. அந்த சூழ்நிலையில்தான் அவள் ஆங்கிலேயர்களின் பாதுகாப்பு வளையத்தின்கீழ் வந்து சேர்ந்தாள். ஆனால் அவளை யாரும் துப்பாக்கி முனையில் அச்சுறுத்தவில்லை. சம்ரூவிடம் ஒரு போர்த் தந்திரம் இருந்தது. பாதுகாப்பான நேரத்தில்தான் சம்ரூ தனது படையுடன் தன்னுடைய ஆதரவாளர்களின் சேனையோடு சேர்ந்து கொள்வார். எதிரியை எதிர்த்து தனது வீரர்களை நிறுத்துவார்; துப்பாக்கிப் பிரயோகம் செய்வார். எவ்வளவு தூரத்திலிருந்து துப்பாக்கிப் பிரயோகம் செய்கிறோம் என்பதைப் பற்றியெல்லாம் கவலைப்படமாட்டார். எதிரி போரில் வென்றுவிட்டால் தன்னுடைய வீரர்களை நல்ல விலைக்கு எதிரியிடமே விற்றுவிடுவார். தனது நண்பர்கள் போரில் வென்றுவிட்டால், அவர்களுடன் சேர்ந்து கொண்டு சூறையாட ஆரம்பித்துவிடுவார். இந்த போர்த் தந்திரத்தைத் தான் சம்ரூ கடைசிவரை கடைப்பிடித்து வந்தார். நமது ஆங்கிலேய சேனையை அஜந்தா, அஸ்ஸே போன்ற இடங்களில் சந்திக்கும்வரை சம்ரூ எந்தச் சண்டையிலும் தோற்றதில்லை.[13]

*1778*ஆம் ஆண்டு மே மாதம் நான்காம் நாள் சம்ரூ இறந்துவிட்டார். அவரது உடல் ஆக்ராவில் அவரது தோட்டத்திலேயே முதலில் புதைக்கப்பட்டது. பின்னர் ஆக்ராவில் உள்ள தேவாலய வளாகத்தில் அவரது உடல் அவரது மனைவி பேகம் சம்ரூவால் மறு அடக்கம் செய்யப்பட்டது.[14] *1781*ஆம் ஆண்டு மே மாதம் *7*ஆம் நாள், ரோமன் கத்தோலிக்க பாதிரியார் ஒருவரால் பேகம் சம்ரூ

ஞானஸ்நானம் செய்விக்கப்பட்டாள்.[15] 'ஜோனா'[16] என்று அவளுக்கு பெயர் சூட்டப்பட்டது. அப்போது அவளுக்கு வயது நாற்பது.

வளர்ப்பு மகன் திறமையற்றவனாக இருந்ததால், அவளது கணவர் இறந்தபின், அவளையே சம்ரூவின் இராணுவத்திற்குத் தலைமையேற்கும்படி, ஐரோப்பிய இராணுவ அதிகாரிகளும், உள்ளூர் அதிகாரிகளும் கேட்டுக் கொண்டனர். அப்படிச் செய்தால்தான் வீரர்களை ஒருங்கிணைத்து ஒரு கட்டுப்பாட்டில் வைத்திருக்க முடியும். பேகம் சம்ரூ அதற்கு சம்மதித்தாள். பேரரசர் ஷா ஆலமுடன் இணைந்து செயல்பட்டு வந்தாள். பேகம் சம்ரூவின் இராணுவத்திற்குத் தளபதியாக இருந்தவர் பவோலி என்ற ஒரு ஜெர்மானியர். திறமையற்ற பேரரசர் ஷா ஆலம் அவர்களுக்கு ஒரு பிரதம அமைச்சரைத் தேர்ந்தெடுத்துக் கொடுப்பதில் பவோலி முக்கிய பங்குவகித்தார். ஆனால் பின்னர் பதவிக்கு வந்த பிரதமரால் பவோலி கைது செய்யப்பட்டார்.[17] பேகம் சம்ரூவின் இராணுவ வீரர்கள் தொடர்ந்து கலவரங்களில் ஈடுபட்டுக் கொண்டிருந்தனர். அவர்களை ஒழுங்குபடுத்த உறுதிபூண்டாள் பேகம் சம்ரூ.

மதுராவின்[18] பிரதம அமைச்சரோடு, தானும் முகாமிட்டிருந்தபோது, தனது அடிமைப் பெண்களில் இருவர் ஆக்ராவிலிருந்த வீடுகளுக்குத் தீவைத்துவிட்டு தங்களது கள்ளக் காதலர்களுடன் ஓடிவிட்டதாக பேகம் சம்ரூவுக்குத் தகவல் கிடைத்தது. வீடுகளை காவல் காத்து வந்த வீரர்களே அந்த அடிமைப் பெண்களின் கள்ளக் காதலர்கள். தீக்கிரையான வீடுகளின் கூரைகள் ஓலைக் கூரைகள். அந்த வீடுகளில்தான் பேகம் சம்ரூ தனது விலையுயர்ந்த பொருட்களை வைத்திருந்தாள்; மேலும் அவளது இராணுவ அதிகாரிகளின் மனைவியரும், குழந்தைகளும் அங்கேதான் தங்கியிருந்தனர். வீடுகள் தீக்கிரையானதால் பேகம் சம்ரூவுக்கு பெருத்த பொருள் நஷ்டம் ஏற்பட்டது. தீக்குக் காரணமான அந்த இரு அடிமைப் பெண்களும் பின்னர் ஆக்ராவின் கடைவீதியில் கண்டுபிடிக்கப்பட்டு பேகத்தின் முகாமுக்குக் கொண்டுவரப் பட்டார்கள். வழக்கமான முறையில் விசாரணை நடத்தப்பட்டு,

எல்லோரும் ஏற்றுக்கொள்ளும்படி குற்றம் நிரூபிக்கப்பட்டது. தண்டனையாக அந்த இரு அடிமைப் பெண்களுக்கும், அவர்கள் மயங்கும் வரை கசையடிகள் கொடுக்கப்பட்டன. பின்னர் ஒரு குழியைத் தோண்டச் செய்து அந்த இருவரையும் உயிருடன் புதைத்துவிட்டாள் பேகம் சம்ரூ. நான் மேலே குறிப்பிட்ட சம்பவங்கள்பற்றி பலவிதமான கதைகளைக் கேட்டுள்ளேன். நான் தற்போது விவரித்ததுதான் உண்மையில் நடந்தது.[19]

பேகம் சம்ரூவால் தண்டிக்கப்பட்ட அந்த இரண்டு அடிமைப் பெண்களில் ஒருத்தி சர்தானாவில் வாழ்ந்துவந்த ‘ஆகா’ என்ற பாரசீக வணிகரின் அடிமைப்பெண். நான் அவரைச் சென்று பார்த்தேன். அந்த வணிகரின் தந்தை சம்ரூவிடம் மிகவும் நெருக்கமாக இருந்தவர். சம்ரூ இறந்தபின் அவரது விதவை மனைவியான பேகத்துடன் வணிகரின் தாய் சென்று தங்கிவிட்டாள். தண்டனை பெற்ற இரண்டு அடிமைப்பெண்களில் ஒருத்தி, வணிகரின் தாயாருக்கு வேலை செய்து வந்தவள். முதலில் வணிகரின் தாய் தனது அடிமைப் பெண் தண்டிக்கப்படுவதற்கு ஆட்சேபம் தெரிவித்தாள்; ஆனால் குற்றம் நிரூபிக்கப்பட்டுவிட்டதால், அவளால் ஒன்றும் செய்ய முடியவில்லை. பேகம் சம்ரூ அடிமைப் பெண்களுக்குக் கொடுத்த கடுமையான தண்டனை அவளது இராணுவத்தில் பணிபுரிந்த, கலக எண்ணமுடைய வீரர்கள் மத்தியில் ஓர் அச்ச உணர்வை ஏற்படுத்தியது. வணிகர் ஆகா இவ்வாறு குறிப்பிட்டார் – “இராணுவ வீரர்களிடம் கட்டுப்பாட்டை ஏற்படுத்துவதில் பேகம் வெற்றியடைந்துவிட்டாள். மேற்கண்ட தண்டனை நிறைவேற்றப்பட்ட பின் சில ஆண்டுகள் வரை பேகத்தின் ஆணைகள் முழுமையாக நிறைவேற்றப்பட்டன. அவளது வீரர்கள் கீழ்ப்படிந்து நடந்து கொண்டனர். பேகம் அவ்வாறு நடந்து கொண்டிராவிட்டால் அவளால் தனது இராணுவத்தை ஒன்றுமே செய்திருக்க இயலாது. அப்போது நான் சிறுவனாக இருந்தேன். தீ விபத்து நடந்தபோது எனது தாயாரும், சகோதரிகளும், மற்ற பெண்களும் வெளியே ஓடிவந்துவிட்டனர்; கூட்டத்தினரோடு சேர்ந்து கொண்டு வீடுகள் எரிவதை பார்த்துக்கொண்டு நின்றோம். தீ பின்னர் அணைக்கப்பட்டுவிட்டது. இல்லாவிட்டால் பலர் உயிரிழந்

திருப்பார்கள். அந்தக் கூரைவீடுகளில் பல முதியவர்களும், குழந்தைகளும் இருந்தனர். வெளியே ஓடி வந்திருக்கா விட்டால் அவர்களால் உயிர் தப்பியிருக்க முடியாது." என்னிடம் இவ்வாறு பேசிக் கொண்டிருந்தபின் வணிகர் ஆகா அவர்கள் டில்லிக்குச்சென்று அங்கே வசித்துவர ஆரம்பித்துவிட்டார். அவர் உண்மையைத்தான் கூறினார் என்று என்னால் நிச்சயம் கூறமுடியும். ஆகா அவர்கள் கூறியது, மற்ற பலர் கூறிய விவரங்களோடு ஒத்துப்போகிறது. இந்தியாவில் குற்றவாளிக்குக் கொடுக்கப்படும் மரண தண்டனை ஒரு குறிப்பிட்ட முறையில்தான் நிறைவேற்றப்பட வேண்டும் என்பதில்லை. இராணுவ முகாம்களிலோ, நீதிமன்றங்களிலோ விசாரணைக்குப் பின் கொடுக்கப்படும் தண்டனைகள், இழைக்கப்பட்ட குற்றங்களுக்குத் தகுந்தாற் போலும், சூழ்நிலைக்குத் தகுந்தாற்போலும்தான் உள்ளன; அதிகமாக இல்லை. மேற்கண்ட நிகழ்ச்சியில் அந்த இரு அடிமைப் பெண்களும் வீடுகளைக் கொளுத்த வேண்டும் என்ற நோக்கம் இல்லாமல், தீவிபத்தைப் பயன்படுத்தித் தாங்கள் தப்பிச் சென்றுவிடலாம் என்ற நோக்கத்திலும் தீவைத்திருக்கலாம். இந்தியாவில் அடிமைப் பெண்கள் ஓரளவு கட்டுப்பாட்டில் மட்டுமே வைக்கப்பட்டிருந்தார்கள். வெளியில் செல்வதற்காக வீட்டிற்குத் தீவைக்க வேண்டிய அவசியம் இல்லை. எனவே பேகம் அப்பெண்களை குற்றவாளிகள் என்று முடிவு செய்தது சரியென்றே எனக்குத் தோன்றுகிறது. அவள் கொடுத்த தண்டனை மிகவும் கொடுமையானது; ஆனால் சரியானது. என்னைப் பொறுத்தவரை இந்த வழக்கில் உண்மையைக் கண்டு பிடிப்பதுதான் எனது நோக்கம். பேகத்தைப் புகழ்வதோ அல்லது காப்பாற்ற நினைப்பதோ எனது நோக்கமல்ல.

பவோலி இறந்துபோன பிறகு தனது இராணுவத்தின் தளபதிப் பொறுப்பை பேகம் பேஅவுர்ஸ் (Baorus) ஈவான்ஸ், டட்ரிநெக் போன்றோர்களுக்கு அடுத்தடுத்து கொடுத்துப் பார்த்தாள். ஐரோப்பிய கீழ்நிலை அதிகாரிகளின் மிருகத் தனமான போக்கை ஒருவராலும் பொறுத்துக்கொள்ள இயலவில்லை. மேலும் சம்பளப் பட்டுவாடாவில் காணப்பட்ட நிலையற்ற தன்மை வீரர்களிடையே மனக் கசப்பை ஏற்படுத்தியிருந்தது. கடைசியாக தளபதிப் பொறுப்பு லீவைசு

என்பவரிடம் கொடுக்கப்பட்டது. இவர் ஒரு பிரெஞ்சுக் கனவான். நன்கு படித்தவர். நல்ல குணாதிசயங்கள் உடையவர்.[20] இவரது தலைமையில் இராணுவப் பட்டாளங்களின் எண்ணிக்கை ஆறாக உயர்ந்தது. இதற்குத் தகுந்தாற்போல் குதிரைப் படையும், பீரங்கிப்படையும் விஸ்தரிப்படைந்தன. இராணுவத்தின் ஒரு பகுதி பேகத்தின் தலைநகரான சர்தானாவிலும், இரண்டாவது பகுதி டில்லியில், பேரரசருக்குத் துணையாகவும் நிறுத்தப்பட்டிருந்தன. தளபதி லீ வைசு இந்தியாவிற்கு வந்த அதே சமயத்தில் ஜார்ஜ் தாமஸ் என்ற ஆங்கிலேய இராணுவ தளபதி ஒருவரும் வட இந்தியாவிற்கு வந்தார்.[21] இவரும் பேகம் சம்ரூவின் இராணுவத்தில் சேர்ந்து பணியாற்றினார். ஜார்ஜ் தாமஸ் நாஜஃப் குலி கானிடமிருந்து, ஒரு போரில் மாமன்னரை காப்பாற்றியிருக்கிறார். போர் நிகழ்வுகளை பேகம் சம்ரூ தனது பல்லக்கிலிருந்தே பார்த்துக் கொண்டிருந்தாள். அன்றிலிருந்து அவள் 'பேரரசரின் அன்புக்குரிய மகள்' என்று அழைக்கப்பட்டாள்.[22] லீ வைசுவுக்கு ஜார்ஜ் தாமஸ் ஒரு போட்டியாகவே இருந்தார். தான் முன்னேறுவதற்காக லீ வைசு – பேகம் சம்ரூவை மணந்துகொள்ள முடிவெடுத்து, தன் விருப்பத்தை பேகத்திடம் தெரிவித்தார்; அவளும் அவரைத் திருமணம் செய்துகொள்ள சம்மதித்தாள். 1793ஆம் ஆண்டு சலியூர், பெர்னியர் என்ற இரண்டு பிரெஞ்சு அதிகாரிகள் முன்னிலையில் பங்குத் தந்தை கிரிகோரிஸ், பேகம் சம்ரூவுக்கும், லீ வைசுவுக்கும் திருமணம் செய்து வைத்தார். இதன் காரணமாக தாமஸ், சம்ரூவின் பணியிலிருந்து விலகி தனியே சென்றுவிட்டார். 1793ஆம் ஆண்டு தாமஸ் தன்னைத் தனியாக நிலைநிறுத்திக் கொண்டார். பின்னர் சீக்கிய மராட்டிய கூட்டுப்படையால் தோற்கடிக்கப்பட்டார். அந்தக் கூட்டுப் படையில் ஐரோப்பியர்களே அதிகாரிகளாக இருந்தனர். கவர்னர் ஜெனரல், தாமஸை ஒரு இராணுவ அதிகாரியாக அங்கீகரித்தார். அதன் பிறகு ஜார்ஜ் தாமஸ் பன்னிரண்டு பட்டாளங்களுக்குத் தலைமையேற்று தனக்கென ஒரு இராணுவத்தை உருவாக்கிவிட்டார். அவரது இராணுவத்தில் இருந்த ஐரோப்பிய அதிகாரிகள் அனைவரும் ஒழுக்கம் தவறாதவர்கள். தாமஸ் அவர்களிடம் நல்ல பீரங்கிப் படை இருந்தது. அவர் தனது துப்பாக்கிகளைத் தானே தயாரித்துக்

கொண்டார். ஒரு பித்தளை பீரங்கியினுள், இரும்புக் குழாயைப் பொருத்தி முதன் முதலில் பயன்படுத்தியவர் தாமஸ்தான். தாமஸ் ஒரு மிகச் சிறந்த போர்வீரர், மிகவும் ஆக்ரோஷமானவர், முரட்டுத்தனமானவர். இத்தகைய குணங்கள் அவரது காலத்தில் இராணுவத்திற்குத் தேவைப் பட்டன. அவருக்குத் தேவையான வருமானம் சீக்கியர்களிட மிருந்தே வந்தது. மராட்டிய இராணுவத்தில் பணியாற்றிக் கொண்டிருந்த பெர்ரன் போன்ற பிரெஞ்சு அதிகாரிகளின் பொறாமை குறுக்கிடாமல் இருந்திருந்தால் தாமஸ், இரஞ்சித் சிங் போன்ற சீக்கியத் தலைவர்களின் அபிமான தளபதியாக இருந்திருப்பார்.[23]

தனது இராணுவத்தில் உள்ள அனைத்து அதிகாரிகளையும் அழைத்துப்பேசி அவர்களுடன் சுமுகமான உறவை வளர்த்துக் கொள்வது அவசியம் என்று தன் கணவரிடம் வலியுறுத் தினாள் பேகம் சம்ரூ. ஆனால் லீ வைசு அதற்கு ஒப்புக் கொள்ளவில்லை. கீழ்ப்படியாத அதிகாரிகளுடன் உட்கார்ந்து பேச அவர் தயாராக இல்லை. கொஞ்சம்கூட இறங்கிவராத ஒரு தலைவருடன் ஒத்துழைக்க அதிகாரிகள் தயாராக இல்லை. இந்த அதிகாரிகளின் திமிரும், வீரர்களின் மரியாதைக்குறைவான போக்கும் சகித்துக்கொள்ள இயலாத அளவுக்குச் சென்றுவிட்டன. எனவே பேகம் சம்ரூ தன் கணவருடன் கிழக்கிந்தியக் கும்பெனியின் எல்லைப்பகுதிக்குள் வந்து, கும்பெனியாரிடம் தஞ்சம் புகுந்துவிடத் தீர்மானித்தாள். எவ்வளவு பொருட்களை தன்னுடன் எடுத்து வர இயலுமோ அவ்வளவை எடுத்துக் கொண்டாள். ஒரு லட்ச ரூபாய் ரொக்கமும், நகைகளும் அப்போது அவள் வசம் இருந்தன. நகைகளின் மதிப்பும் ஒரு லட்ச ரூபாய் இருக்கும். இவற்றோடு பிரிட்டிஷ் எல்லைக்குள் பேகம் தன் கணவருடன் வந்துவிட்டாள். லீ வைசுவுக்கு ஆங்கில மொழி தெரியாது. ஒரு அகராதியின் உதவியோடு அந்த சமயத்தில் (1795) பிரிட்டிஷ் தளபதியாக இருந்த கர்னல் மக்கோவனிடம் தனது மனைவியின் விருப்பத்தைத் தெரிவித்தார். கர்னல் மக்கோவன் அப்போது கங்கைக் கரையிலிருந்த அனுப்சாகர்[24] என்ற இடத்தில் இருந்தார். கர்னல் தங்களை இராணுவக் குடியிருப்பில் தங்க அனுமதிக்க வேண்டுமென்றும், பின் ஃப்பரூக்காபாத் சென்று அங்கே தங்கியிருக்க உதவ வேண்டும்

என்றும் கேட்டுக் கொண்டார். கர்னல் மக்கோவனுக்கு ஓர் ஐயப்பாடு மனதில் எழுந்தது; லீ வைசு தம்பதியரை அவர்கள் விரும்பும் இடம் செல்ல உதவி செய்தால், டில்லிப் பேரரசருக்கு உதவியாக இருந்தவர்களை வெளியே செல்ல அனுமதித்த குற்றச்சாட்டுக்கு ஆளாக நேரிடுமோ என்பது குறித்து கவர்னர் ஜெனரல் சர் ஜான் ஷோர்[25] அவர்களுக்குக் கடிதம் எழுதினார் மக்கோவன். அப்போது சிந்தியா டில்லி அருகில் முகாமிட்டிருந்தார். டில்லிப் பேரரசின் பிரதமர் என்ற முத்திரை அவரிடம் இருந்தது. கவர்னர் – ஜெனரல், பிரிட்டிஷ்காரார்களின் முகவராக இருந்த மேஜர் பால்மர் என்பவருக்கு ஒரு கடிதம் எழுதி, சிந்தியாவின் உதவியுடன் பேகம் சம்ரூவுக்குச் சாதகமாக ஓர் ஏற்பாட்டைச் செய்யுமாறு அவரைப் பணித்தார். பேகம் சம்ரூ அவள் விரும்பிய இடத்தில் தங்குவதற்கு அனுமதிக்க சிந்தியா அவளிடம் பன்னிரண்டு லட்ச ரூபாய் கேட்டார். தன்னுடைய இராணுவத்தில் இருந்த ஆயுதங்களுக்காகவும், தனது மாஜி கணவரின் (சம்ரூவின்) இராணுவ தளவாடங்களுக்காகவும் தனக்கு நான்கு லட்ச ரூபாய் வேண்டும் என்று பேகம் கேட்டாள். பேகம் தான் விரும்பிய இடத்தில் தங்குவதற்கு அனுமதிக்கப்பட வேண்டுமென்றும், அவள் ஒப்படைக்கும் இராணுவத்திற்குத் தளபதியாக சிந்தியாவின் அதிகாரி ஒருவர் மட்டுமே நியமிக்கப்படவேண்டும் என்றும், அவர் சம்ரூவின் மகனுக்கு அவன் ஆயுள் உள்ளவரை மாதம் இரண்டாயிரம் ரூபாய் வழங்கவேண்டும் என்றும் உடன்படிக்கை ஏற்பட்டது. லீ வைசு ஒரு போர்க்கைதியாக பிரிட்டிஷ் எல்லைக்குள் ஏற்றுக்கொள்ளப்பட்டு, அவருக்கு பரோல் வழங்கப்பட்டது. சந்திரநாகூரில் இருந்த பிரெஞ்சுக் குடியிருப்பில் அவர் தங்கவைக்கப்பட்டார். அவரோடு அவர் மனைவி பேகமும் தங்கியிருக்க அனுமதி வழங்கப்பட்டது. 1795ஆம் ஆண்டு ஏப்ரல் 30ஆம் நாள் லீ வைசு கவர்னர் ஜெனரலுக்கு கடைசியாக ஒரு கடிதம் எழுதினார். தங்களுக்கும், பிரிட்டிஷ்காரர்களுக்கும் ஏற்பட்ட ஒப்பந்தம் குறித்து அவர் 1795ஆம் ஆண்டு மே மாதம் 18ஆம் நாள்[26] தனது நண்பர் ஈவன் என்ற பிரன்ச் வணிகர் ஒருவருக்கும், திரு. பெர்னியர் என்பவருக்கும் கடைசியாக, தனித்தனியே கடிதம் எழுதினார். ஈவன் என்ற பிரெஞ்சு வணிகர் மிர்ஸாபூரில் தங்கியிருந்தவர்.

இக்கடிதப் போக்குவரத்து தெரியவந்ததும் டில்லியில் இருந்த பேகம் சம்ரூவின் இராணுவம் சம்ரூவின் மகனை இராணுவத்தின் தலைவராக அறிவித்ததுடன், பேகம் சம்ரூவையும், அவளது கணவர் லீ வைசுவையும் பிடிப்பதற்காக அணிவகுத்துப் புறப்பட்டது. இச்செய்தி அறிந்த லீ வைசு, நள்ளிரவு நேரத்தில் அனுப்ஷாகர் என்ற இடத்திற்குச் சென்றுவிடலாம் என்று தனது மனைவி பேகம் சம்ரூவை வற்புறுத்தினார். தங்களைப் பிடிக்கவரும் அந்தத் தரங்கெட்ட இராணுவத்தினரிடம் அகப்பட்டுக் கொள்வதை விட, தன்னைத் தானே அழித்துக் கொள்வது மேல் என்று தனது முடிவை அறிவித்தார் லீ வைசு. பேகம், லீ வைசு கூறியதற்குச் சம்மதித்தாள். இராணுவ வீரர்களிடம் பிடிபடும் சூழல் ஏற்பட்டால் தானும் தன்னை தன் கையாலேயே மாய்த்துக் கொள்ளப்போவதாக சபதம் செய்தாள். குறுவாள் ஒன்றை எடுத்துக் கொண்டு தன்னுடைய பல்லக்கில் ஏறிக் கொண்டாள் சம்ரூ. லீ வைசு தன் குதிரையின் மீது ஏறிக்கொண்டார்; அவர் சம்ரூவின் பல்லக்கிற்கு அருகிலேயே சவாரி செய்துகொண்டு வந்தார். அவரிடம் இரண்டு துப்பாக்கிகளும், ஒரு வாளும் இருந்தன. சர்தானாவிலிருந்து மூன்று மைல் தொலைவில் உள்ள கப்ரி என்ற இடம்வரை அவர்கள் மீரட் சாலையில் சென்றிருப்பார்கள்;[27] இந்தச் செய்தி அறிந்தவுடன் சம்ரூவின் கட்டுப்பாடற்ற சேனை, இருவரையும் துரத்திக்கொண்டு அவர்கள் இருக்குமிடத்திற்கு வந்துவிட்டது. "நீ உனது முடிவில் உறுதியுடன் இருக்கிறாயா?" என்று தன் மனைவி சம்ரூவைக் கேட்டார் லீ வைசு. 'ஆம்' என்று பதிலளித்த சம்ரூ தன்னிடமிருந்த குறுவாளைக் காட்டினாள்; குறுவாளை அவள் தனது வலது கரத்தில் உறுதியாகப் பிடித்திருந்தாள். லீ வைசு தன்னிடமிருந்த கைத் துப்பாக்கியை உறையிலிருந்து எடுத்தார்; விரைந்து சவாரி செய்து அவர் அந்த இடத்தைவிட்டுத் தப்பியிருக்க முடியும். இருந்தாலும் அவர் தன் மனைவியை விட்டுச் சென்றுவிட விரும்பவில்லை. அவர்களைப் பிடிக்க வந்த வீரர்கள் மிகவும் நெருக்கமாக வந்துவிட்டார்கள். சம்ரூவின் பணிப்பெண்கள் அலறினார்கள். பேகம் சம்ரூவின் மார்புப் பகுதியை மூடியிருந்த வெள்ளைத் துணி சிவப்பாக நிறம் மாறியிருந்ததைக் கவனித்தார் லீ வைசு. தனது குறுவாளால் அவள் தனது மார்பில் குத்திக்கொண்டிருக்க வேண்டும். ஆனால்

அவளது குறுவாள் உடலினுள் அதிக ஆழம் செல்லாமல் மார்பெலும்புகள் தடுத்திருக்க வேண்டும். திரும்பவும் ஒரு முறை தன்னைத்தானே குத்திக்கொள்ள அவளுக்கு தைரியம் இருக்கவில்லை. லீ வைசு நெற்றிப் பொட்டில் தன்னைத் தானே துப்பாக்கியால் சுட்டுக்கொண்டார். துப்பாக்கிக் குண்டு தலையைத் துளைத்துக்கொண்டு சென்றது. இறந்து, தன்குதிரை மீதிருந்து கீழே விழுந்தார். ஒரு வீரனின் கூற்றுப்படி, லீ வைசு தனது குதிரையின் மீதிருந்து ஓரடி உயரமாவது மேலே எழும்பியபின்தான் கீழே விழுந்தார். சுற்றியிருந்த வீரர்கள் அவரது உடலை அவமானங் களுக்கு உட்படுத்தினார்கள்.[28] பேகம் சம்ரூ இறக்கவில்லை; அவளை சர்தானாவுக்கு எடுத்துச் சென்றார்கள். அங்கு அவள் ஏழு நாட்கள் துப்பாக்கி முனையில், காவலில் வைக்கப் பட்டாள்; அவளுக்கு உணவேதும் வழங்கப்படவில்லை. அவளது பணிப்பெண்களே அவளை மோசமான வார்த்தை களால் திட்டினார்கள்.

பேகம் சம்ரூவின் சேனையில் கலகத்தை ஏற்படுத்தியவர் ஜார்ஜ் தாமஸ்தான். அவரது தூண்டுதலின் பேரிலேயே அனைத்தும் நடைபெற்றன. தன்னை மதிக்காமல் பிரெஞ்சுக் காரரான லீ வைசுவைத் திருமணம் செய்து கொண்டதாலேயே தாமஸ் அவ்வாறு பழிவாங்கினார்.[29] சம்ரூவின் வளர்ப்பு மகனான அந்தப் பொம்மையை, சேனையின் தலைமைப் பொறுப்பிலிருந்து அகற்றிவிட்டு, மீண்டும் அந்தப் பொறுப்பில் பேகம் சம்ரூவை அமர்த்தினார் ஜார்ஜ் தாமஸ். அப்போது தான் சர்தானா சமஸ்தானத்தை சிதைந்துவிடாமல் பாதுகாக்க முடியும்[30].

“பேகம் சம்ரூவை நீங்கள் உடலளவிலும், உள்ளத்தளவிலும் துன்புறுத்தி, அவள் இறந்துவிட்டால், உங்கள் ஊதியத்திற்காக ஒதுக்கப்பட்டுள்ள நிலங்களை பேரரசரின் அமைச்சர் தன்வசம் எடுத்துக்கொண்டு விடுவார். உங்களைப் போன்ற கட்டுப்பாடற்ற வீரர்கள் கொண்ட இராணுவத்தை அவர் கலைத்துவிடுவார். ஏனெனில் உங்களால் பேரரசருக்கு எந்தப் பயனும் இல்லை” என்று ஜார்ஜ் தாமஸ் வீரர்களிடம் கூறினார். போர்க் காலக் குழு ஒன்று அமைக்கப்பட்டது. பேகம் காவலிலிருந்து விடுவிக்கப்பட்டாள்; பின் அவள் தலைமைப் பொறுப்பில் அமர்த்தப்பட்டாள். ஓர் ஒப்பந்தப்

பத்திரம் தயாரிக்கப்பட்டது. அதில் பங்குபெற்றவர்கள் மொத்தம் முப்பது ஐரோப்பிய அதிகாரிகள். இவர்களில் திரு. சால்பூர் என்பவருக்கு மட்டுமே கையொப்பமிடத் தெரியும். கடவுள் பெயராலும், ஏசுவின் பெயராலும், அனைத்து அதிகாரிகளும் தளபதியின் சொற்படி கேட்டு நடப்பதாக சத்தியம் செய்து கொடுத்தனர்.[31] பேகம் சம்ரூவை தங்கள் தளபதியாக ஏற்றுக்கொண்டனர். அதிகாரிகள் அனைவரும் ஒப்பந்தத்தில் தங்களது முத்திரையைப் பதித்தனர். ஒரு சிலர் தாங்கள் படித்தவர்கள்போல் காட்டிக் கொள்ள தங்கள் பெயர்களில் உள்ள முதல் எழுத்துகளை எழுதினர். அவற்றிலும் சில எழுத்துகளை மட்டுமே அவர்கள் தெரிந்து வைத்திருந்தனர். இந்த ஒப்பந்தம் ஏற்படாமல் இருந்திருந்தால் அமைச்சராக இருந்த சிந்தியாவின் அதிகாரி ஒருவரே தளபதியாக இருந்திருக்க வேண்டும். அவரும் பேகம் சம்ரூவின் மறுநியமன நிகழ்ச்சியில் கலந்துகொண்டார். அவரது ஏமாற்றத்தை ஈடுசெய்ய பேகம் கடன்பெற்று ஒன்றரை லட்ச ரூபாய் கொடுப்பதாக ஒப்புக்கொண்டாள்.

இறந்து போன லீ வைசுவின் உடல் முகாமிற்கு எடுத்து வரப்பட்டது. அவரது உடல் பலநாட்களாக புதைக்கப்படாமல், பல அவமானங்களுக்கு உட்படுத்தப்பட்டு, அவர் வீழ்ந்த இடத்திலேயே கிடந்தது. தனது கணவரான லீ வைசுவை இப்படிப்பட்ட ஒரு முடிவிற்குக் கொண்டு வரவேண்டும் என்று பேகம் திட்டமிட்டே காரியங்களைச் செய்தாள் என்ற கருத்தை ஏற்றுக்கொள்ள இயலாது.[32] பேகம் தனது முதல் கணவரான சம்ரூவின் பெயரையே தனது பெயருக்குப் பின்னால் நிலைநிறுத்திக் கொண்டாள். லீ வைசுவுடன் தனக்கு ஏற்பட்ட திருமணத்தைப் பற்றி அவள் பகிரங்கமாக, அவரது மரணத்திற்குப் பிறகு பேசியதேயில்லை. அவளது இராணுவ வீரர்கள் தங்களது பழைய தளபதி சம்ரூவுக்கு மரியாதை செய்யவே விரும்பினர். பேகத்திற்கும், லீ வைசுவுக்கும் இடையேயான உறவை ஒரு தகாத உறவென்று கருதினர். தனக்கும் லீ வைசுவுக்கு இடையே ஏற்பட்ட திருமணத்தைப் பற்றி பேகம் தனது இராணுவ வீரர்களுக்குத் தெரிவிக்கவேயில்லை. அப்படித் தெரிவித்தால் அவர்கள் கலகம் செய்வார்கள் என்று பேகம் அச்சப்பட்டாள்; தனது

தலைமையை அவர்கள் ஏற்றுக் கொள்ள மாட்டார்கள் என்பதும் அவளுக்குத் தெரியும். அதனாலேயே பேகம் தனது பெயருக்குப் பின்னால் 'சம்ரூ' என்ற அடைமொழியையே பயன்படுத்தி வந்தாள்; தனது இரண்டாவது திருமணத்தைப் பற்றி மௌனமாகவே இருந்து விட்டாள். அவளது இரண்டாவது திருமணத்தைப்பற்றி ஒரு சில ஐரோப்பிய அதிகாரிகளே அறிவார்கள். சர் ஜான் ஷோர் மேஜர் பால்மர், போன்ற வெகுசிலருக்கே பேகத்திற்கும் – லீ வைசுவுக்குமிடையே நடைபெற்ற திருமணத்தைப் பற்றித் தெரியும். பேகம் அந்தப் பிரெஞ்சுக்காரரிடம் மிக நெருக்கமாக இருந்த காரணத்தினாலேயே, அவளது இராணுவ வீரர்கள் கலகத்தில் ஈடுபட்டனர் என்று ஒரு சில உள்ளூர் கனவான்கள் கருத்து தெரிவித்தனர். பேகத்தின் உப்பைத் தின்றுவிட்டு, அவளையே பழிகூறியவர்களை கடவுள் மன்னிப்பாராக. லீ வைசு தனது திருமணத்தைப் பற்றி கர்னல் மக்கோவனிடம் எதுவும் சொல்லவில்லை. சர் ஜான் ஷோரிடம் அவர் தனக்கும், பேகத்திற்கும் உள்ள உறவு பற்றி சொன்ன விதத்திலிருந்து தானோ அல்லது பேகமோ அல்லது இருவருமோ தங்கள் திருமணம் பற்றிய செய்தியை படை வீரர்களிடமும், சிந்தியாவிடமும் மறைக்க விரும்பினார்கள் என்றே தெரிகிறது. தன்னுடைய வாரிசாக ஏற்றுக்கொண்ட டைஸூக்கு பேகம் எழுதிவைத்த உயிலில் 'டைஸ்' தன் பெயருக்குப் பின்னால் 'சம்ரூ' என்ற அடைமொழியையே உபாயோகிக்க வேண்டும் என்று எழுதியிருந்தாள். எனவே அவள் தனக்கும், லீ வைசுவுக்குமிடையே ஏற்பட்ட தற்காலிக உறவை மறந்து விடவே விரும்பியிருக்கிறாள்.

லீ வைசுவின் மரணத்திற்குப்பின் பேகம் சம்ரூவின் இராணுவத்திற்கு சேல்யூர் தளபதியாகப் பொறுப்பேற்றார். இவர்தான் போர்க்கால ஒப்பந்தத்தில் கையொப்பமிட்ட ஒரே கௌரவமான அதிகாரி; இவர் ஒரு பிரெஞ்சுக்காரர். இவர் இராணுவத்தில் ஏற்பட்ட கலகத்தில் பங்கேற்கவில்லை; கலகத்தைத் தடுக்கவே முயன்றார். இவரும், ஜார்ஜ் தாமசும் இணைந்து செயல்பட்டு தங்களது இதர இராணுவ அதிகாரிகளை ஒரு கட்டுப்பாட்டிற்குக் கொண்டுவர முயற்சி செய்தனர். 1787ஆம் ஆண்டில் பேகம் சம்ரூவின் இராணுவத்தில் மேலும் ஒரு பட்டாளம் இணைக்கப்பட்டது. இதேபோல் 1792 மற்றும் 1802ஆம் ஆண்டுகளில் மேலும்

முறையே ஒரு பட்டாளம் இணைக்கப்பட்டது. மொத்தம் இருந்த ஆறு இராணுவப் பிரிவுகளில் ஐந்து பிரிவுகள் கர்னல் சேல்யூரின் தலைமையில், சிந்தியாவுக்கு உதவியாக தக்காணம் நோக்கி போருக்குச் சென்றன. சென்ற வழிநெடுகிலும் இந்த இராணுவத்தினர் கலகங்களில் ஈடுபட்டு, யாருக்குத் துணையாகச் சென்றார்களோ அவருக்குத் துணையாக உண்மையில் இருக்கவில்லை. இதனை கர்னல் சேல்யூர் தனது தலைவியான பேகம் சம்ரூவுக்கு பிரெஞ்சு மொழியில் எழுதிய கடிதங்களில் குறிப்பிட்டுள்ளார். அஸ்ஸே என்ற இடத்தில் நடைபெற்ற போரில் பேகம் சம்ரூவின் நான்கு பட்டாளங்கள் மராட்டியர்களின் உதவிக்காக நிறுத்தப் பட்டிருந்தன. அதில் ஒன்று களத்தில் இறங்கி தோல்வியுற்றது. இந்தப் பட்டாளங்கள் சொந்த ஊருக்குத் திரும்பியதும் பேகம் சம்ரூ பிரிட்டிஷ் அரசாங்கத்துடன் கூட்டுச் சேர்ந்து கொண்டாள். அந்தச் சமயத்தில் பேகத்திடம் ஆறு இராணுவப் பிரிவுகள் இருந்தன. பீரங்கிப்படையில் ஐரோப்பியர்கள் இருந்தனர். இருநூறு குதிரைப்படை வீரர்கள் இருந்தனர். பேகத்திடம் போர்த்தளவாடங்கள் நிறைய இருந்தன. பீரங்கிகளை வார்ப்பிக்கும் வசதியும் பேகத்திடம் இருந்தது. இவை அவளது சிறிய கோட்டைக்குள்ளேயே இருந்தன. தனது வீட்டிற்காகவும், இராணுவத்தைப் பராமரிக்கவும் பேகம் ஆண்டுக்கு ஆறு லட்ச ரூபாய் செலவு செய்து வந்தாள். சர்தானா சமஸ்தானத்திலிருந்து கிடைத்த வருவாயும், அவளுக்கு படைப் பராமரிப்புக்கென கொடுக்கப்பட்ட நிலங்களிலிருந்து கிடைத்த வருவாயும் சேர்ந்துகூட மொத்த செலவை ஈடுகட்ட முடியவில்லை. அரசாங்கம் அவளுக்கு அளித்த ஆதரவால் எல்லா செலவுகளையும் பேகம் சமாளித்து வந்தாள். பயிர்த் தொழிலில் சில மேம்பாடுகளைச் செய்தாள். விளைபொருட்கள் பக்கத்துச் சந்தைகளில் நல்ல விலைக்கு விற்கப்பட்டன. இதனால் குடும்ப உறுப்பினர்களை நன்கு பராமரித்ததுடன் பேகம், தர்மஸ்தாபனங்களுக்கும் நிதி உதவி செய்துவந்தாள். பணி ஓய்வு பெற்றவர்களுக்கு ஓய்வூதியமும் வழங்கினாள். அவள் இறந்த பிறகும் இப்பணிகள் தொடர்ந்தன.[33]

சம்ரூவின் மகன் 'ஸஃபார்யாப்கான்' என்பவனுக்கு ஒரு மகள்; அவளை கர்னல் டைஸ் என்பவர் மணந்து கொண்டார். கர்னல் டைஸூம் சிலகாலம் பேகம் சம்ரூவின் இராணுவ

சேவையில் இருந்தவர். ஆனால் தனது முரட்டுப் பிடிவாத குணத்தால் அவர் பேகத்தின் ஆதரவை அவளது மரணத்திற்கு முன்பே இழந்துவிட்டார். எனவே அவர் தனது மேலாண்மைப் பொறுப்பைத் தனது மகனிடம் விட்டுக்கொடுத்துவிட்டார். பேகத்தின் சொத்துகளில் பெருமளவு இவனையே சென்றடைந்தன. இவனுக்கு இரண்டு சகோதரிகள் இருந்தனர். ஒருத்தி கேப்டன் ட்ரூப் என்பவரை மணந்துகொண்டாள். இவர் ஒரு ஆங்கிலேயர். இரண்டாவது சகோதரி 'சலரோலி' என்ற ஓர் இத்தாலியரை மணந்து கொண்டாள். இருவரும் நல்ல மனிதர்கள். அந்த இரு சகோதரிகளுக்கும் தேவையான அளவு சொத்துகளை பேகம் சம்ரூ கொடுத்திருந்தாள்.[34] சர்தானாவில் ஓர் மிக அழகான தேவாலயத்தைக் கட்டியிருந்தாள் பேகம் சம்ரூ. அதன் சேவைகளுக்காகவும், கட்டடப் பராமரிப்புக்காகவும் ரூபாய் ஒரு லட்சம் கொடுத்தாள். ஏழை எளிய மக்களின் உதவிக்காக ரூ. 50,000க்கு ஒரு அறக்கட்டளை ஏற்படுத்தினாள். இந்தியாவில் சேவை செய்ய, ரோமன் கத்தோலிக்கப் பாதிரியார்களின் கல்விக்காக, ரூ. 1,00,000 செலவில் ஒரு கல்லூரியை ஏற்படுத்தினாள். ரூ. 1,50,000 அறக்கட்டளை நிதியாக போப்பாண்டவரிடம் அளிக்கப்பட்டது. இதே நோக்கத்திற்காக கேன்ட்டர்பர்ரியின் ஆர்ச் பிஷப்புக்கு ரூ. 50,000 அளிக்கப்பட்டது. கல்கத்தா புரோட்டஸ்டன்ட் தேவாலய ஆசிரியர்களுக்கு ஊதியம் வழங்க ரூ. 1,00,000 அனுப்பி வைத்தாள் பேகம் சம்ரூ. ஆக்ரா தேவாலயத்திற்கு ரூ. 50,000 வழங்கினாள். மீரட் நகரில் ஓர் அழகிய ரோமன் கத்தோலிக்க தேவாலயத்தைக் கட்டி, அதன் சேவைச் செலவுகளுக்காக ரூ. 12,000 வழங்கினாள். சமயப் பணியில் ஈடுபட்டுள்ளவர்களுக்கு ஒரு சிறு தேவலாயத்தை மரியாதைக்குரிய ரிச்சர்ட்டஸ் என்பவருக்காக மீரட் நகரில் கட்டிக் கொடுத்தாள். இதற்கு 10,000 ரூபாய் செலவாயிற்று. இதனால் புரோட்டஸ்ன்ட் கிறிஸ்தவர்கள் பலனடைந்தனர்.[35]

பேகம் சம்ரூவை நன்கறிந்தவர்களைப் பொறுத்தவரை அவள் மென்மையான இதயம் கொண்ட, பிறருக்கு உதவும் தன்மையுடைய ஒரு நல்ல பெண்மணி. யாரிடமும் காணப் படாத மதிநுட்பமும், ஆண்மைத் திறனும் உடையவள் பேகம் சம்ரூ. தோற்றத்தில் சிறியவளாக இருந்தாலும், பிறரின்

நல்மதிப்பைப் பெறுவதில் அவளைப்போல் அவள் காலத்தில் யாரும் இல்லை என்று அவளைப் பற்றி அறிந்தவர்கள் கூறுகிறார்கள்.[36] 1808ஆம் ஆண்டில், அவள் பிரிட்டிஷ் காரர்களின் நட்பைப் பெற்ற பிறகு ஆங்கிலேயர்களைப் போன்றே தனது பழக்கங்களை மாற்றிக்கொண்டாள். யானையின் மீது சவாரி செய்தாள். கோச்சு வண்டிகளில் பயணம் செய்தாள். எப்போதாவதுதான் குதிரையின் மீது சவாரி செய்வாள். முகத்திரை அணிந்துகொண்டு, ஆங்கிலேயர்கள் போல் தலையில் தொப்பி அணிந்திருப்பாள். பல கனவான்களுடன் சேர்ந்து உணவருந்தினாள். கவர்னர் ஜெனரல்களையும், இராணுவத் தளபதிகளையும் அழைத்து அவர்களுக்கு விருந்து கொடுத்தாள். எந்தச் சூழ்நிலையிலும் அவள் தனது கௌரவத்தை விட்டுக்கொடுத்ததில்லை. பலர் அவளுக்கு நன்றி பாராட்டினார்கள்; பலர் அவளை ஆதரித்தார்கள். அவளை தினம் வந்து சந்தித்தவர்களின் மனதில் நீங்காத இடம் பிடித்துவிட்டாள் சம்ரூ.[37]

வில்லியம் பென்டிங்க் பிரபு மற்றவர்களின் குணாதி சயங்களை எடைபோடுவதில் வல்லவர். அவர் பேகம் சம்ரூவின் இடத்திற்கு வந்திருந்தபோது பேகம் சம்ரூவைப் பாராட்டி எழுதிய கடிதம் முக்கியத்துவம் வாய்ந்தது. கடிதம் கீழே தரப்பட்டுள்ளது.

“மேன்மை தங்கிய பேகம் சம்ரூ அவர்களுக்கு,

எனது மரியாதைக்குரிய தோழியே! தங்களுடைய மிகச்சிறந்த குணநலன்களைப் பாராட்டாமல் நான் இந்தியாவை விட்டுச் செல்லமுடியாது. தாங்கள் மக்களுக்குச் செய்திருக்கும் நன்மைகளும், தாங்கள் செய்துள்ள தர்ம காரியங்களும் எனது மனதில் பதிந்துவிட்டன. உங்களை நான் பாராட்டியே தீரவேண்டும். ஆதரவற்றவர்கள், விதவைகள் போன்றோரின் நலனுக்காக நீங்கள் இன்னும் பல ஆண்டுகள் வாழவேண்டும். நான் நாளைய தினம் இங்கிலாந்துக்குப் புறப்பட்டுச் செல்கிறேன். இந்திய மக்களுக்காக உழைக்கும் தங்களைப் போன்றவர்களுக்காக நான் பிரார்த்தனை செய்கிறேன். எனது நல்வாழ்த்துகள்.

கல்கத்தா **தங்கள் நண்பன்**[38]
மார்ச் 17, 1835 **வில்லியம் பென்டிங்க்**

குறிப்புகள்

1. 'சம்ரூ' அல்லது 'ஷம்ரூ' என்பதே சரியான உச்சரிப்பு. அத்தியாயத்தின் தலைப்பில் 'Samroo' என்றும் பாடத்தில் 'Sombre' என்றும் கொடுக்கப்பட்டுள்ளது.
2. பேகம் இறக்கும் தறுவாயில் ஜெனரல் ரெகோலினி என்பவர் அவளது இராணுவப் பணியில் இருந்தார். குறிப்பிடப்பட்டுள்ள தேவாலயம் 1822ஆம் ஆண்டு தொடங்கப்பட்டது. அதைக் கட்டி முடிக்க 4,00,000 ரூபாய் செலவாயிற்று. ஜெனரலின் உருவப்படமும், பிஷப்பின் உருவப்படமும் ஆக்ஸ்போர்ட்டில் உள்ள இந்தியன் இன்ஸ்டிடியூட்–இல் வைக்கப்பட்டுள்ளன.

   A Tour through the upper provinces of Hindustan (1804–14) என்ற நூலில் பேகம் சம்ரூவின் வரலாறு கூறப்பட்டுள்ளது. இதனை எழுதியவர் Ann Deane (1823) என்பவர்.
3. பேகம் அறச் செயல்களுக்காகக் கொடுத்த நன்கொடைகள் பற்றி மேற்கண்ட நூலில் காணலாம்.
4. மீரட் மாவட்டத்தில் 'குட்டானா' என்ற இடத்தில் வாழ்ந்து வந்த ஆஸாத் கான் என்ற, அரேபிய வழியில் வந்த, ஒரு முகமதியரின் ஆசைநாயகிக்கு மகளாகப் பிறந்தவள் பேகம் சம்ரூ. அவள் பிறந்தது கி.பி. 1753ஆம் ஆண்டில். அவளது தந்தை இறந்ததும் பேகமும், அவளது தாயும் மாற்றாந்தாய் வயிற்றில் பிறந்த சகோதரனால் அவமானப்படுத்தப்பட்டனர். எனவே இருவரும் 1760ஆம் ஆண்டில் டில்லிக்கு வந்துவிட்டனர். இங்கு வந்தபின் பேகம் கூலிப்படை தலைவரான சம்ரூவிடம் பணியில் சேர்ந்தாள். அவர் எங்கு சென்றாலும் அவருடனேயே சென்றாள். சிறிது காலத்திற்குப் பிறகு சம்ரூ தனது போர்த்தொழிலை விட்டு விட்டு 'சர்தானா' என்ற ஊருக்கு வந்து, அமைதியான, இன்பமான வாழ்க்கை வாழ ஆரம்பித்தார். அதுவரை சம்ரூவின் ஆசை நாயகியாக இருந்து வந்த பேகம் அவரது மனைவியாகவே மாறிவிட்டாள்.

   'லுதிஃப் அலிகான்' என்ற அரேபிய வம்சா வழியினரே பேகத்தின் தந்தை என்று அதிகாரபூர்வமற்ற குறிப்பு ஒன்று கூறுகிறது. சில வரலாற்றாசிரியர் பேகம், சம்ரூவால் அழைத்து வரப்பட்ட ஒரு நடனமாது என்று குறிப்பிடுகின்றனர். அவளது உண்மையான பெயர் – 'ஸெப்புன்னிஸா' என்பது.
5. சம்ரூவின் முதல் மனைவி 1838ஆம் ஆண்டு சர்தானாவில் இறந்துவிட்டாள். அவளுக்கு நூறு வயதிற்கு மேல் அப்போது இருக்கும். அவளது பெயர் பாஹா பேகம் என்பது. அவளும் சம்ரூவின் ஆசை நாயகிதான் என்று சிலர் கூறுகின்றனர்.
6. சம்ரூவின் இயற்பெயர் 'Reinhard' என்பதாகும். இதனை 'Renard' என்றும் சிலர் கூறுகின்றனர். இவர் பிறந்தது 'சால்ஸ்பர்க்' என்ற இடத்தில் அல்ல என்றும் பதிலாக 'ட்ரிவிஸ்' என்ற இடத்தில் என்றும் ஒரு கருத்து நிலவுகிறது. தொழில் முறையில் சம்ரூ ஒரு கசாப்புக் கடைக்காரர். பிரெஞ்சு மற்றும் ஆங்கிலேய இராணுவப் பணிகளைவிட்டு ஓடிவந்தவர் சம்ரூ.
7. 'சம்ரூ' என்பது ஒரு புனைப்பெயர்.

8. காசிம் அலி கானை வரலாற்றாசிரியர்கள் மீர் காசிம் என்றழைக்கின்றனர். 1760ஆம் ஆண்டு மீர் ஜாஃபிர் பதவியிலிருந்து இறக்கப்பட்டதும், ஆங்கிலேயர்கள், வங்காளத்தின் அரியணையில் மீர் காசிமை அமர்த்தினார்கள். தார்ன்டன், மில் போன்ற வரலாற்றாசிரியர்கள் மீர் காசிம் பற்றி எழுதியுள்ளனர்.
9. ‘கிரிகோரி’ என்பதுதான் கார்கின் என்று மறுவியுள்ளது. ‘ஜியார்ஜியன்’ என்ற சொல்லின் மீரட்வாகவும் அது இருக்கலாம்.
10. “கும்பெனி ஊழியர்களின் நடத்தை எப்போதும் தன்னலம் கருதியே இருந்துவந்தது. அவர்களது நடத்தையில் நேர்மையில்லை; வெட்கப்படும் வகையில் அவர்களது நடத்தை இருந்தது. எந்தவித முன்னுதாரணமும் இன்றி, கும்பெனியின் பொருட்களுக்கு, சொந்த நாட்டின் அரசாங்கம் எந்த வரியும் விதிக்கக்கூடாது என்று அந்த அதிகாரிகள் வலியுறுத்தினார்கள். மற்ற வணிகர்களுக்கு சுங்க வரி விதிக்கவேண்டும் என்றும் வலியுறுத்தினார்கள்.” இவ்வாறு கும்பெனியாரைப் பற்றி ‘மில்’ கருத்து தெரிவித்துள்ளார்.
11. பாட்னா படுகொலைகள் அக்டோபர் மாதம் 3ஆம் நாள் நடந்தன. மீர் காஸிமின் அதிகாரத்தின் கீழ் மற்றவர்களில் இருந்த ஐரோப்பியர்களும் கொல்லப்பட்டனர். கொல்லப்பட்ட ஆண்கள், பெண்கள் குழந்தைகள் ஆகியோரின் எண்ணிக்கை சுமார் இருநூறு இருக்கும். சம்ரூ தனிப்பட்ட முறையில் 150 நபர்களை, பாட்னா நகரில் கொன்று குவித்தார்.
12. ஐந்து நாட்களாக எந்தவிதப் பாதுகாப்பும் இல்லாத நிலையிலிருந்த ‘மக்வான்பூர்’ கோட்டையை சர் டேவிட் ஆக்டர்லோனி தலைமையிலான ஆங்கிலேயப் படை, 1815 ஆம் ஆண்டு ஹேஸ்டிங்ஸின் வீரர்கள் அனைவரையும் கைதுசெய்துவிட்டார். நேப்பாளம் கிட்டத்தட்டக் கைப்பற்றப் பட்டுவிட்டது. நேப்பாள மன்னர் ஆங்கிலேயர்களுக்கு இழைத்த துரோகத்தாலும், மற்றவர்கள் மீது அவருக்கிருந்த கோபத்தாலும் தன்னுடைய ஆட்சியை இழந்துவிட்டார். ஆனால் கவர்னர் ஜெனரல் தனது தேவையில்லாத இரக்ககுணத்தால் ஆட்சியை மீண்டும் மன்னருக்கே அளித்தார்; நன்னடத்தைக்கு எந்த உத்திரவாதமும் பெற்றுக்கொள்ளவில்லை; மன்னர் தோற்கடிக்கப் பட்டதே ஒரு பாடமாக அவருக்கு இருக்கட்டும் என்று விட்டுவிட்டார். மன்னருக்கு வளமான நிலங்கள் ஏராளமாக வழங்கப்பட்டன. ஆங்கிலேயர்களை எதிர்த்து மன்னரின் எந்த சேனை போர்புரிந்ததோ, அந்த சேனை தங்குவதற்கு மலையடிவாரத்தில் இடமும் அளிக்கப் பட்டது.(இதைத்தான் ஆசிரியர் ஹேஸ்டிங்ஸ் அவர்களின் தேவையற்ற இரக்க குணம் என்கிறார்) காசிம் அலியின் தாக்குதலுக்கும், ஆங்கிலேயர்களின் தாக்குதலுக்கும் இடையே ‘கூர்க்கா’ தலைவர்கள் தங்கள் பக்கத்து நிலங்களில் பல ஆக்கிரமிப்புகளை நிகழ்த்தினார்கள்; இதனால் கூர்க்காக்களுக்கு இந்தியாவின் நல்ல போர்வீரர்கள் என்ற பெயர் ஏற்பட்டது. கூர்க்காக்களுக்கு பொதுவாக ஆங்கிலேய அரசாங்கத்தின் மீது ஒரு வெறுப்பு இருந்தது. கூர்க்காக்களின் பிடியில் காட்மான்டுவிலிருந்து காஷ்மீர் வரை இருந்த சொத்துகள் பிடுங்கப்பட்டன. அழகிய பெண்கள் அவர்களிடமிருந்து பிரிக்கப் பட்டனர். ஐரோப்பாவை எதிர்த்து வந்த ‘ஹன்ஸ்’ போன்றே இந்த கூர்க்காக்கள் இருந்தனர். நேப்பாளப் பிரதேசத்தினுள் ஆங்கிலேயர்கள் சாலைகளை கட்டாயப்படுத்தி அமைத்திருக்கவேண்டும்.

நூலாசிரியரின் இக்கருத்து நேப்பாளத்தைப் பொறுத்தவரை சரியானதே. 1838 முதல் 43 வரை நடந்த ஆப்கான் யுத்ததத்தின்போது நேப்பாள அரசாங்கம், இந்திய அரசாங்கத்தின் எதிரிகளுடன் தொடர்ந்து தொடர்புகளை வைத்துக்கொண்டிருந்தது. மறைந்த நேப்பாள மாமன்னன் சர் ஜான்சங் பகதூர் 1846ஆம் ஆண்டு பதவிக்கு வந்தார். 1850 ஆம் அவர் இங்கிலாந்து சென்று வந்தார். அதன் பிறகு அவர் ஆங்கிலேயர்களுடன் கூட்டு வைத்துக்கொண்டார். 1857, 1858ஆம் ஆண்டுகளில் அவர் மிகச் சிறப்பாக சேவை செய்தார். அதன்பிறகு ஆங்கிலேய அரசாங்கமும், நேப்பாள அரசும் நெருங்கிய உறவு கொண்டுவிட்டன. ஆங்கிலேய அரசாங்கத்தின் பணியில் உள்ள கூர்க்கா படைப்பிரிவு, நேப்பாளத்திலிருந்து தேர்வு செய்யப்படுகிறது.

13. 'அஸ்ஸே' என்ற இடம் நிஸாம் மன்னரின் அதிகார வரம்பிற்குள் வருகிறது. 1803 ஆம் ஆண்டு செப்டம்பர் 23 ஆம் நாள் சர் ஆர்தர் வெல்லஸ்லி 5000 வீரர்களுக்கு குறைவான ஒரு படையை வைத்துக்கொண்டு, 32,000 வீரர்களைக் கொண்ட மராட்டிய சேனையைத் தோற்கடித்தார். அஜந்தா அல்லது 'அஜந்தா காட்' என்ற இடமும் இங்குதான் உள்ளது.

14. சம்ரூவின் கல்லறையில் போர்ச்சுகீசிய எழுத்துகள் பொறிக்கப் பட்டுள்ளன.

15. இங்கு குறிப்பிடப்பட்டுள்ளதைப் பார்த்தால் பேகம் சம்ரூ 1741 ஆம் ஆண்டில் பிறந்திருக்கவேண்டும். அட்கின்சன் கூறியிருப்பதைப்போல் 1753 ஆம் ஆண்டில் அல்ல. 1741ஆம் ஆண்டு என்பது சரியாக இருந்தால் 1836 ல் அவள் இறந்தபோது அவளுக்கு வயது 95. ஹிங்கின் பாதம் என்பவர் சம்ரூ தனது எண்பத்து ஒன்பதாவது வயதில் இறந்ததாகக் குறிப்பிடுகிறார். அதன்படி பார்த்தால் சம்ரூ 1747 ஆம் ஆண்டில் பிறந்திருக்கவேண்டும். பீல் என்பவரது கருத்துப்படி ஜனவரி 27, 1836ஆம் ஆண்டில் அவள் இறந்தபோது அவளுக்கு வயது எண்பத்து சந்திர ஆண்டுகள். இது எண்பத்தை சூரிய ஆண்டுகளுக்குச் சமமானது. இதன்படி பார்த்தால் பேகம் கி.பி. 1751 ஆம் ஆண்டில் பிறந்திருக்கவேண்டும். இதனை சரி என்று நாம் எடுத்துக் கொள்ளலாம். அவளுக்கு ஞானஸ்நானம் செய்வித்த ஆண்டு நூலில் குறிப்பிட்ட ஆண்டுதான்.

16. லீ வைசுவைத் திருமணம் செய்து கொண்டபின் பேகம் 'நொபிலிஸ்' என்ற பெயரையும் தன்னுடைய பெயருக்குப் பின் இணைத்துக் கொண்டாள்.

17. இங்கு நூலாசிரியர் குறிப்பிடும் ஜெர்மானியர் பாலி (pauly) என்பவர் 1783 ஆம் ஆண்டில் கொலை செய்யப்பட்டார்.

18. அடிமைப்பெண்களுக்கு சம்ரூ மரண தண்டனை அளித்தது 1782ஆம் ஆண்டாக இருக்கவேண்டும்.

19 அடிமைப் பெண்களுக்குக் கொடுக்கப்பட்ட தண்டனை, பேகம் சம்ரூவின் வரலாற்றில் ஓர் இருண்ட பக்கம். பேகத்தின் கணவர்களுள் ஒருவர் அந்த அடிமைப் பெண்களுக்கு ஏதோ சலுகை காட்டியிருக்க வேண்டும். இதனால் பேகம் தூண்டப்பட்டிருக்கக்கூடும். அடிமைப் பெண்கள் உயிருடன் புதைக்கப்பட்டது மாலை நேரத்தில். பேகத்தின்

கூடாரத்தின் அருகிலேயே அவர்கள் புதைக்கப்பட்டனர். அவர்கள் புதைக்கப்பட்டதும், பேகம் அவர்களைப் புதைத்த இடத்தின் மேலேயே தனது கட்டிலைப் போடச் செய்து, காலை வரை அங்கேயே படுத்திருந்தாள். அந்த அடிமைகள் காப்பாற்றப்படுவதைத் தடுப்பதற்கே பேகம் அவ்வாறு செய்தாள். இத்தகைய தீவிரச் செயல்களின் மூலம், உள்நாட்டில் அவளுக்குப் பிரச்சனைகள் குறைந்தன. N.W.P. Gazettear படி தண்டனையளிக்கப்பட்டவள் ஒரு அடிமைப் பெண் மட்டுமே. *1795*ஆம் ஆண்டில் ஒரு மாலை நேரத்தில்தான் பேகத்தின் இரண்டாவது கணவர் லீ வைசு மாண்டார். அவர் எந்த நாள் எந்த மாலை நேரத்தில் மாண்டு போனாரோ அதே நாள் அதே நேரத்தில்தான் அடிமைப் பெண்கள் உயிருடன் புதைக்கப்பட்டனர் என்று ஹிங்கின்பாதம் எழுதுகிறார். (Men whom India has known, 2nd edn., S.V. Sumroo) அடிமைப் பெண்களின் தண்டனை குறித்து ஸ்லீமன் கூறியிருப்பவைதான் மிகவும் சரியானவை.

20. அட்கின்சன் என்பவர் பேகத்தின் இரண்டாவது கணவரை Le Vaisseau என்று குறிப்பிடுவதுடன் அந்தப் பெயரை Le Vassoult என்றும் எழுதலாம் என்று குறிப்பிடுகிறார். (N.W.P. Gazetter Vol. ii p106) ஃப்ரான்க்லின் என்பவர் அந்தப் பெயரை 'Levasso' என்று எழுதுகிறார் (Military memories of Mr. George Thomas, London 8 vol reprint, p. 55) லீ வைசு, தாமஸின் எதிரியாகவே காட்டப்படுகிறார்.

21. தாமஸ் ஓர் ஐரிஷ்காரர்; டிப்பரரி என்ற இடத்தில் பிறந்தவர். *1781–82*ஆம் ஆண்டில் இங்கிலாந்திலிருந்து இந்தியாவிற்கு வந்த போர்க்கப்பல் ஒன்றில் தாமஸ் இந்தியா வந்து சேர்ந்தார். கப்பலில் ஒரு சாதாரண ஆள் போன்றே அவர் நடத்தப்பட்டார். இந்தியா வந்த பிறகு முதலில் தென்பகுதியிலுள்ள பாளையக்காரர்களிடம் பணியில் சேர்ந்தார். பின் அங்கிருந்து தீபகற்ப இந்தியாவின் மையப்பகுதிக்கு வந்து சேர்ந்தார். அதன்பிறகு *1787*ஆம் ஆண்டு டில்லிக்கு வந்தார். இங்குதான் அவர் பேகம் சம்ரூவின் இராணுவத்தில் ஓர் அதிகாரியாகப் பணியில் சேர்ந்தார். தன்னுடைய கூர்மதியால் தாமஸின் திறமைகளைப் புரிந்தகொண்ட பேகம் அவரை படைத் தளபதியாக்கினாள். அவருக்கும் லீ வைசுவுக்கும் இடையே ஏற்பட்ட போட்டியால், தாமஸ் பேகத்தைவிட்டு விலகி *1792*ஆம் ஆண்டு அனுப்ஷாகர் என்ற இடத்திலிருந்த பிரிட்டிஷ் இராணுவத்தில் தன்னை இணைத்துக்கொண்டார். பல மாதங்கள் அவர் இந்த இடத்திலேயே இருந்துவந்தார். *1793*ஆம் ஆண்டின் ஆரம்பத்தில் மராட்டியத் தலைவர் அப்பாகண்டராவிடமிருந்து தாமஸுக்கு கடிதங்கள் வந்தன; தனது பணியில் சேர்ந்துகொள்ளுமாறு அப்பாகண்ட ராவ் தாமஸை அழைத்தார். *1793*ஆம் ஆண்டில் தாமஸ் பேகத்தைவிட்டுப் பிரிந்ததாக நூலாசிரியர் குறிப்பிடுகிறார்; அதாவது பேகத்திற்கும் லீ வைசுவுக்கும் திருமணம் நடைபெற்ற பிறகு. *1795*ஆம் ஆண்டு தாமஸ், பேகத்துடன் சமாதானமாகிவிட்டார். தாமஸ் தனக்கென ஒரு சமஸ்தானத்தை *1798*ஆம் ஆண்டு உருவாக்கிக் கொண்டார். அதன் தலைநகர் ஹான்சி. இது டில்லியிலிருந்து வடமேற்கே எண்பத்தொன்பது மைல் தூரத்தில் உள்ளது. *1801*இல் அவர் அங்கிருந்து விரட்டப்பட்டார். *1802*இல் பிரிட்டிஷ் எல்லைக்குள் நுழைந்த தாமஸ், ஆகஸ்ட் மாதம் இருபத்தி இரண்டாம் நாள் இறந்துவிட்டார். அவர் இறந்த இடம் பிரஹாம்ப்பூர்.

அப்போது அவருக்கு வயது நாற்பத்தாறு. அவரது மகன் ஒருவன், பேகம் இறக்கும் தறுவாயில், 1836ஆம் ஆண்டில், அவளது இராணுவ சேவையில் இருந்தான். ஜார்ஜ் தாமஸ் அவர்களின் கொள்ளுப் பேத்தி ஒருவள் 1867ஆம் ஆண்டு, குறைந்த ஊதியம் பெறும் ஓர் எழுத்தாளரின் மனைவியாக ஆக்ராவில் வாழ்ந்து வந்தாள். (Beeale)

22. இந்த நிகழ்வு நடந்தது 1788ஆம் ஆண்டில். (N.W.P. Gazetter, volii, p99; I.G.I, 1908, vol xii p. 106)

23. 'தாமஸ் எழுதிவைத்த நினைவுக் குறிப்புகள் அவர் காசி நகரில் தங்கியிருந்தபோது எழுதப்பட்டவை. அவரது குறிப்பில் திட்டம் ஒன்று தெரியவருகிறது. அத்திட்டத்தை அவர் ஹான்சியில் இருந்தபோது தீட்டினார். சிந்து நதியின் முகத்துவாரம்வரை தன்னுடைய எல்லைப் பகுதியை விரிவுபடுத்திக் கொள்ள திட்டமிட்டிருந்தார் தாமஸ். சில துரதிர்ஷ்டமான சூழ்நிலைகளால் அத்திட்டம் நிறைவேறவில்லை. ஃபிரோஸ்பூர் அருகே உள்ள காடுகளில் இருந்து மரங்களைப் பெற்று, கப்பல்களைக் கட்டி, சட்லஜ் நதி வழியாகத் தன் படையுடன் பயணித்து, வழியில் உள்ள ஊர்களையெல்லாம் கைப்பற்றிவிடுவது என்பதே அத்திட்டம். கடைசியாக பஞ்சாபைக் கவர்ந்துகொள்ள எண்ணியிருந்தார் தாமஸ். இந்தத் திட்டம் வெற்றி பெற்றிருந்தால் அவர் இந்தியாவில் ஒரு பேரரசை நிர்மாணித்திருப்பார்.' அவர் பஞ்சாபைக் கைப்பற்ற நினைத்தது இந்திய அரசாங்கத்திற்காக; அரசருக்காக, நாட்டிற்காக (Franklin, pp334-6).

24. 'அனுப்சாகர்' என்ற ஊர் புலாந்தர் மாவட்டத்தில் உள்ளது. இந்த மாவட்டம் வடமேற்கு மாகாணத்தில் உள்ளது; டில்லியிலிருந்து தென்கிழக்கே 73 மைல் தொலைவில் உள்ளது. அனுப்சாகரின் பலமிக்க கோட்டை இராணுவ முக்கியத்துவமுடையது.

25. சர் ஜான் ஷோர் பின்னால் டிகன்மௌத் பிரபு (Lord Teignmouth) என்று அழைக்கப்பட்டார்.

26. மேஜர் பெர்னியர் 1801ஆம் ஆண்டு ஹான்சியில் அடித்த புயலில் மாண்டுபோனார். அவரது கல்லறையில் இருந்த கற்பலகை அவர் இறந்துபோன 90 ஆண்டுகளுக்குப் பிறகு கண்டுபிடிக்கப்பட்டது (Pioneer, டிசம்பர், 14. 1894)

27. தப்பிச்சென்ற பேகம் சம்ரூவையும், லீ வைசுவையும் 'கெர்வா' என்ற இடத்தில் அவளது கலகப் படை பிடித்தது. இது அவளது தலைநகரிலிருந்து நான்கு மைல் தொலைவில் உள்ளது.

28. தற்கொலை செய்துகொண்ட லீ வைசுவின் உடல் அவமானங்களுக்கு உட்படுத்தப்பட்டு ஒரு சாக்கடையில் தூக்கி எறியப்பட்டது. (Francklin, p. 60)

29. தனது இராணுவத்தில் கலகம் ஏற்பட்ட சமயத்தில் பேகம், தாமஸைத் தாக்கவே திட்டமிட்டிருந்தாள். அதனை ஒரு ஜெர்மன் அதிகாரி தடுத்து நிறுத்த முயற்சிகள் மேற்கொண்டார். அது பிடிக்காமல் லீ வைசு அவரை பதவியிலிருந்து இறக்கம் செய்தார். பின்னர் கலகம் முற்றி, வீரர்கள் ஸஃபார்யாப் கானை தலைவனாக ஏற்றுக்கொண்டனர். (Francklin, p.37) இவ்வாறு தாமஸ் தனது நினைவுக் குறிப்பில் குறிப்பிடுகிறார்.

30. தாமஸ் மேலும் இவ்வாறு கூறுகிறார்: 'பேகத்திடமிருந்து தூது வந்தது. தனக்கு உதவி செய்யும்படி பேகம் கேட்டுக்கொண்டாள். அதற்காக மராட்டியர்கள் கேட்கும் தொகையைத் தரவும் ஒப்புக்கொண்டாள். ஒரே நிபந்தனை தான் மீண்டும் தலைமைப் பொறுப்பிற்கு வரவேண்டும் என்பதுதான். தாமஸ் மூலம் 1,20,000 ரூபாய் கொடுக்கப்பட்டது. இதனால் பாபு சிந்தியா (மராட்டியத் தலைவர்) துருப்புகளை சர்தானாவுக்கு நகர்த்தினார். தாமஸ் கட்டௌலிக்கு அணிவகுத்துச் சென்று பேகத்தின் கலகச் சேனையைப் பார்த்து ஓர் அறிவிப்பைக் கொடுத்தார். 'பேகம் தலைமைப் பொறுப்புக்குவர கலகக்காரர்கள் இசைவு தராவிட்டால் அவர்கள் மீது இரக்கம் காட்டப்படமாட்டாது. நான் மராட்டியத் தலைவரின் ஆணையின்படியே பேசுகிறேன்' என்று அறிவித்தார் தாமஸ். வேறு வழியின்றி கலகக்காரர்கள் அமைதியடைந்து பேகம் சம்ரூவின் தலைமைக்குக் கீழ்ப்படிந்தனர். இந்தச் செய்தி ஸ்லீமன் எழுதியிருப்பதற்கு மாறாக உள்ளது.

31. ஒப்பந்தப் படிவம் ஒரு முகமதியரால் எழுதப்பட்டது. அவர் ஏசுவை 'கடவுளின் மைந்தன்' என எழுதமாட்டார். அந்த ஒப்பந்தம் "கடவுளின் பெயராலும், மேன்மை தங்கிய ஏசுவின் பெயராலும்'' என்று எழுதப்பட்டிருந்தது. முகமதியர்கள் ஏசுநாதரை, நபிகள்நாயகத்துக்கு முன்னால் வந்த மிகப்பெரிய முக்கியத்துவமுடைய இறைதூதர் என்று நம்புகின்றனர். இருந்தாலும் அவர்களின் முழுமையான நம்பிக்கைக்குரியது 'குரான்' மட்டுமே. குரானை அவர்கள் தினம் ஓதுகின்றனர். 'நான் கடவுளை நம்புகிறேன்; அவர் பிறப்பற்றவர்; அவர் பெற்றெடுக்கப்பட்டவருமல்ல; அவருக்கு இணை அவரே.' இந்தக் கொள்கை கிறிஸ்தவர்களின் மும்மைக் கோட்பாட்டுடன் (Trinity) ஒத்துப்போகிறது. முகமதியர்கள், ஏசுநாதரைப் பற்றி என்ன நினைக்கிறார்கள் என்பதைத் தெரிந்துகொள்ள குரானின் நான்காவது, ஐந்தாவது அத்தியாயங்களைப் பார்க்கவும்.

32. சந்தர்ப்ப சூழ்நிலைகள் பேகத்தின் மீது சந்தேகத்தை ஏற்படுத்துகின்றன. ஸ்லீமன் பேகத்தைப் பற்றி ஓரளவு சரியாகவே சொல்லியிருக்கிறார்.

33. பேகத்தின் மறைவுக்குப் பின் அவளது சொத்துகளைப் பிரித்துக் கொடுத்தவர் திரு. பிளௌடன் (Plowdon) என்பவர். N.W.P. Gazetter, vol iii, p. 432இல் இதுபற்றி குறிப்பிடப்பட்டுள்ளது. "பேகம் முகமதியச் சட்டத்தின்படியே தனது சொத்துகளை பிரித்துக் கொடுத்துள்ளாள்." அதாவது "ஒவ்வொரு உழவனும் தன்னைப் பாதுகாத்துக்கொள்ளும் அளவுக்கும், அடுத்த அறுவடை நடைபெறும்வரை தன் குடும்பத்தைக் காப்பாற்றிக் கொள்ளும் அளவுக்கும், விதைக்கெனவும் தானியங்களை வைத்துக்கொள்ள அனுமதிக்கப்படுவான். அதுபோக எஞ்சியது நிலத் தீர்வையாகக் கருதப்படும்." அவளது சமஸ்தானத்தை ஒரு தனிநபரின் சொத்தாகக் கருத்தில் கொண்டு, விவசாயிகள் அனைவரையும் குத்தகைதாரர்களாகக் கருதி, அவர்கள் உழைப்பால் வந்தவைகளை அவர்களுக்குத் தங்களைக் காப்பாற்றிக் கொள்ளும் அளவுக்குப் பிரித்துக் கொடுத்தார் பேகம். பேகத்தின் மறைவுக்குப் பிறகு அவளது சமஸ்தானம் பிரிட்டிஷ்காரர்கள் வசம் வந்துவிட்டது. பேகம் இறந்தது ஜனவரி 1836ஆம் ஆண்டு. இதனால் நிலத்தை வைத்திருந்தவர்கள் தங்கள் வீடுகளுக்குத் திரும்பும்படி நேர்ந்துவிட்டது.

பேகத்தின் இராணுவம் பற்றிய குறிப்புகள் N.W.P. Gazetter, vol iii. p. 295இல் குறிப்பிடப்பட்டுள்ளது. தனது வாழ்வின் கடைசி முப்பது ஆண்டுகளில் பேகத்திற்கு பெரிய இராணுவம் எதுவும் தேவைப்படவில்லை. 3371 வீரர்கள் மற்றும் அதிகாரிகளையும், 44 பீரங்கிகளையும் மட்டுமே பேகம் பராமரித்து வந்தாள். அவள் விட்டுச்சென்றது. ரூ. 70,000. 1881இல் சர்தானா நகரத்தின் மக்கள் தொகை 3313. 1911ஆம் ஆண்டு இது 9242ஆக உயர்ந்துவிட்டது.

34. ஸஃபார்யாப்கான் 1802ஆம் ஆண்டு அல்லது 1803ஆம் ஆண்டு இறந்திருக்க வேண்டும். அவரது மருமகன் கர்னல் டைஸ் என்பவர் பேகத்திடம் பணிபுரிந்தவர். டேவிட் ஆக்டர்லோனி டைஸ் சம்ரூ, மேரி ஆன் என்பவனை மணந்து கொண்டார். இவள் விஸ்கவுன்ட் செயின்ட் வின்சன்ட் என்பவரின் மகன். மேரி ஆனுக்கு குழந்தை இல்லை. டைஸ் 1851ஆம் ஆண்டு ஜூலை மாதம் 1851ஆம் ஆண்டு பாரிஸ் நகரில் மரணமடைந்தார். அவர் உடல் சர்தானாவுக்குக் கொண்டுவரப்பட்டு, அங்குள்ள தேவாலயத்தில் நல்லடக்கம் செய்யப்பட்டது. டைஸ்க்கு இரண்டு மகள்கள் இருந்தனர். ஒருத்தி கேப்டன் ரோஸ் என்பவரை மணந்து கொண்டாள். இரண்டாவது மகள் பால் சாலரோலி என்பரை மணந்து கொண்டாள். சர்தானாவில் உள்ள சொத்துகளின் தற்போதைய உரிமையாளர் மரியாதைக்குரிய மேரி ஆன் ஃபாரஸ்ட்டர் என்ற பெண்மணி. இவர் டேவிட் ஆக்டர்லோனி டைஸ் சம்ரூவின் விதவை மனைவி. அரசாங்கத்திற்கு எதிராக வழக்கு தொடர்ந்ததில் சொத்து இவளுக்குக் கிடைத்தது. இவள் 1862ஆம் ஆண்டு ஜார்ஜ் சிசில் வெல்ட் என்பவரை மறுமணம் செய்து கொண்டாள். ஜார்ஜ் சிசில் என்பவர் மூன்றாவது பேரன் ஃபாரஸ்ட்டர். இவர் வாரிசு யாருமின்றி 1886ஆம் ஆண்டு இறந்துவிட்டார். திருமதி ஃபாரஸ்ட்டர் (மேரி ஆன்) 7.3.1893இல் மரணமடைந்தாள்.

35. பேகம் சம்ரூ அளித்த நன்கொடைகள் நூலின் முதல் பதிப்பில் எழுத்துகளில் குறிப்பிடப்பட்டுள்ளன. தொகைகள் தோராயமானவை. துல்லியமான கணக்கு N.W.P. Gazetter, vol iii (1875) p. 295இல் கொடுக்கப்பட்டுள்ளது. பேகம் சம்ரூ பல இந்து மற்றும் முகமதிய நிறுவனங்களுக்கும் தாராளமாக நன்கொடைகள் அளித்துள்ளாள். பேகத்தின் சமகாலத்தவரான கர்னல் ஸ்கின்னர் என்பவரும் கோவில், மசூதி, தேவாலயம் போன்றவைகளை டில்லியில் கட்டியுள்ளார்.

சர்தானாவின் தேவாலயம் 1822ஆம் ஆண்டு கட்டப்பட்டது. புனித யோவான் கல்லூரி இந்தியர்களை பாதிரியார்களாக உருவாக்க கட்டப்பட்டது. சர்தானாவில் கிட்டத்தட்ட 250 கிறிஸ்தவர்கள் அக்காலத்தில் வாழ்ந்து வந்தனர். இவர்கள் மதம் மாறியவர்கள். சர்தானாவில் ரோமன் கத்தோலிக்க பாதிரியார்கள் கடுமையாக உழைத்து வருகிறார்கள். இவர்களுக்கு மக்கள் மத்தியில் நல்ல மரியாதை உள்ளது. புனித யோவான் கல்லூரியில் சில சிறுவர்களுக்கும், பாதிரியர்களுக்கான பயிற்சி அளிக்கப்படுகிறது. வேறு பல சிறுவர்கள் நகரி மற்றும் உருது எழுத்துகளை படிக்கவும் எழுதவும் கற்பிக்கப்படுகிறார்கள். இங்கிருந்த பன்னிரண்டு மாணவர்களுக்கு

லத்தீன் மொழியில் எழுதப்பட்ட விவிலிய நூல் மனப்பாடமாகத் தெரிந்திருந்தது. சர்தானாவில் உள்ள கிறிஸ்தவர்கள் பெரும்பாலும் விவசாயிகளாகவும், நெசவாளர்களாகவும் உள்ளனர். பலர் பேகம் சம்ரூவிடம் பணிசெய்த ஐரோப்பியப் பணியாளர்களின் வழிவந்தவர்கள். இவர்களில் பலருக்கு 'சாஹேப்' 'மெம் சாஹேப்' என்ற அடைமொழி உண்டு. (N.W.P. Gazetter, vol iii (1875), pp 273, 430).

பேகத்தின் அரண்மனை 1834ஆம் ஆண்டில் கட்டப்பட்டது. இங்கு அபூர்வமான 25 உருவப்படங்கள் உள்ளன. சர் டேவிட் ஆக்டர்லோனி, டைஸ் சம்ரூ, சேம்பர்மியர் பிரபு போன்றோரின் படங்கள் அவற்றில் அடங்கும். அரண்மனையும், பூங்காவும் 1895ஆம் ஆண்டு ஓர் ஏலத்தின் மூலம் விற்பனை செய்யப்பட்டன. அரண்மனையில் இருந்த படங்கள் தற்போது ஆக்ஸ்ஃபோர்டில் உள்ள இந்தியன் இன்ஸ்டிடியூடில் உள்ளன. சில ஓவியங்கள் கல்கத்தா அருங்காட்சியகத்தில் வைக்கப் பட்டுள்ளன. சில படங்கள் அலகாபாத் அரசினர் இல்லத்தில் உள்ளன.

36. பேகம் சம்ரூவின் படம் மூலநூலின் இரண்டாம் பாகத்தில் தரப்பட்டுள்ளது (முதற்பதிப்பில்). பேகம் சம்ரூவின் தோற்றத்தைப் பற்றி ஃப்ரான்க்லின் என்பவர் இவ்வாறு குறிப்பிடுகிறார். "பேகம் சம்ரூவுக்கு கிட்டத்தட்ட நாற்பத்தைந்து வயது இருக்கலாம்; குட்டையாகவும் சற்று பருமனாகவும் இருக்கிறாள். அவளது நிறம் நல்ல சிவப்பு; கண்கள் கருமையானவை; இந்துஸ்தானி பாணியில் உடையணிந்துள்ளாள். பேகம் பாரசீக மற்றும் இந்துஸ்தானி மொழிகளை சரளமாகப் பேசக்கூடியவள். கடைசிகாலத்தில் அவள் செய்த தான தருமங்கள் சமயத்துறையில் அவளுக்கு நல்ல பெயரை ஈட்டித் தந்துள்ளன. அவளது ஆரம்பகால வாழ்க்கை நிச்சயமாக ஒரு புனிதமான வாழ்க்கை அல்ல."

37. பேகம் தனது ஆரம்ப காலத்தில் இந்துஸ்தானி பாணியிலேயே வாழ்ந்து வந்தாள். அவள் அதிகமாக வெளியே வந்ததில்லை. வெளியே வரும்போது முகத்திரை அணியாமல் வருவதில்லை.

அதிகாரிகளும், மற்றவர்களும் அவளைச் சந்திக்கச் செல்லும்போது, அரண்மனைக்கு எதிரேயுள்ள ஓரிடத்திலேயே சென்று அமர்வார்கள். அந்த அறையில் திரைகள் தொங்கவிடப்பட்டிருக்கும். திரைக்குப் பின்னிருந்தே பேகம் அதிகாரிகளுடன் பேசுவாள். ஐரோப்பிய அதிகாரிகளை தன்னுடன் உணவருந்த பேகம் அடிக்கடி அனுமதிப்பாள். ஆனால் உள்ளூர்வாசிகளை அனுமதிப்பதில்லை. (Francklin, p. 92).

38. கவர்னர் ஜெனரலின் முழுப்பெயர் வில்லியம் கேவன்டிஷ் – பென்டிங்க். பாட்டாவைச் சேர்ந்த ஒரு கசாப்புக் கடைக்காரரின் மனைவியாக பதினைந்து ஆண்டு காலம் வாழ்ந்த ஒருத்தியை கவர்னர் – ஜெனரல் இவ்வளவு தூரம் புகழ்வதை புரிந்துகொள்ள முடியவில்லை. கவர்னர் ஜெனரலுக்கு அவளது பழைய வரலாறு தெரிந்திருக்காது போல் தோன்றுகிறது.

உண்மையில் பேகத்திற்குக் கடிதம் அனுப்பியது கவர்னர் – ஜெனரலின் மனைவி மேரி.

இந்திய இராணுவத்தின் ஒழுக்கப்பாங்கு உடல்சார்ந்த தண்டனைகளை ஒழித்தல் – பணிக்காலத்திற்கேற்ப ஊதிய அதிகரிப்பு பணிமூப்பின் அடிப்படையில் பதவி உயர்வு

கீழே தரப்பட்டுள்ள சில கருத்துகள், இந்த நூலுக்கு முக்கியத்துவம் வாய்ந்தவை அல்ல.[1] முந்தைய அத்தியாயங்களில் நான் எழுதியிருப்பவை இந்திய மக்களின் ஒழுக்க நிலை பற்றி எடுத்துக்காட்டுகின்றன. நான் எழுத ஆரம்பித்த பிறகு ஆப்கன் யுத்தம் நடந்துள்ளது. எனவே சில கருத்துகளை நான் கண்டிப்பாக மக்களுக்குக் கூறியே ஆகவேண்டும். இந்திய வீரர்களுக்கு இருக்கும் வீரத்தையும், விசுவாசத்தையும், அவைகளை அவர்கள் பிரிட்டிஷ் அரசாங்கத்திற்குக் காட்டியதையும் நான் எடுத்துக் கூறியாகவேண்டும்.

*1838*ஆம் ஆண்டு நவம்பர் மாதம் *14*ஆம் நாளன்று காலை எனது படைப்பிரிவில் இருந்த மூத்த இந்திய அதிகாரியான ஷேக் மஹுப் அலி என்ற கனவான், என்னை வந்து சந்தித்தார். சமீபத்தில்தான் அவருக்கு 'சர்தார் பகதூர்' என்ற பட்டம் கொடுக்கப்பட்டிருந்தது. இப்பட்டம் பிரிட்டிஷ் இந்தியாவில் புதிதாக ஏற்படுத்தப்பட்ட ஒன்று.[2] திரு. ஷேக் மஹுப் அலி தனது பதினைந்தாவது வயதில் இராணுவத்தில் சேர்ந்து ஐம்பத்துமூன்று ஆண்டுகள் சிறப்பாகப் பணியாற்றியுள்ளார். இவர் பல போர்க்களங்களைக் கண்டவர். பொது இராணுவ நீதிமன்றத்தின் தலைவராக அவர் ஜபல்பூருக்கு வந்திருந்தார். அதே நீதிமன்றத்தின்

உறுப்பினரான மற்றுமொரு மூத்த அதிகாரியுடன் திரு. ஷேக் மஹூப் அலி என்னை பலமுறை சந்தித்துள்ளார். எனக்கும் அவருக்கும் இடையே நடைபெற்ற உரையாடலை நான் அப்படியே இங்கு தந்துள்ளேன்.

“சர்தார் பகதூர் அவர்களே! இராணுவ வீரர்களுக்குக் கொடுக்கப்படும் உடல் சார்ந்த தண்டனைகளை முழுமையாக நீக்கி வெளிவந்திருக்கும் ஆணை பற்றி தாங்கள் என்ன கருதுகிறீர்கள்? அதன் விளைவு நன்மையில் முடியுமா? அல்லது தீமையில் முடியுமா?”

“இந்த ஆணை நன்மையைத்தான் செய்துள்ளது.”

“என்ன நன்மையைச் செய்துள்ளது?”

‘‘இராணுவ நீதிமன்றங்கள் உட்டப்படுவதை இந்த ஆணை கால் பங்காகக் குறைத்துவிட்டது. இதனால் இராணுவ அதிகாரிகளின் பணிச்சுமை குறைந்துவிட்டது; முன்பு இருந்ததைவிட நல்லவர்களை அதிக கவனத்துடனும், கெட்டவர்களை ஒழுங்காக இருக்கும்படியும் இந்த ஆணை மாற்றியுள்ளது.’’

“இந்த விளைவு எவ்வாறு ஏற்பட்டது?”

“தண்டனையிலிருந்து விலக்கு பெற்றுவிடலாம் என்ற ஒரு நம்பிக்கையில் தீயவன் எதையும் பொருட்படுத்தாமல் சிறிய குற்றங்களிலிருந்து, பெரிய குற்றங்கள் வரை அனைத்தையும் தொடர்ந்து செய்து கொண்டேயிருப்பான். எந்த ஒரு இராணுவப் பிரிவும், இராணுவ நீதிமன்றத்தின் மூலம் தன்னைப் பணியிலிருந்து நீக்கி விடாது என்பது அவனுக்குத் தெரியும். மிகப்பெரிய குற்றம் இழைத்தவனுக்கு மட்டும்தான் ஓர் இராணுவ நீதிமன்றம் கசையடி கொடுக்கும் தண்டனையை வழங்கும். இந்த தண்டனையை நிறைவேற்றுவதில் உயர் இராணுவ அதிகாரிகளுக்கு விருப்பம் இருக்காது. ஏனெனில் கசையடி கொடுக்கப்பட்ட ஒருவன் திரும்பவும் இராணுவப் பணியில் இருக்க முடியாது. மேலும் கசையடியால் ஒருவனுக்கு தன் உடலின் பின்பகுதியில் ஏற்படும் காயம் அவனை வேறு எந்த இடத்திற்கும் செல்ல முடியாதவனாக்கிவிடும். இப்போது வீரர்களுக்கு ஒன்று நன்கு தெரியும். குற்றம் புரிந்தவன்

பணிநீக்கம் செய்யப்பட்டு விடுவான்; சாதாரண அத்துமீறல்களுக்குக் கூட ஒருவன் உணவை இழக்க நேரிடும்; அல்லது அவன் சாலை போடும் பணிக்கு அனுப்பப்பட்டுவிடுவான்.[3] இதனால் அவன் தவறுகள் செய்வதிலிருந்து தன்னைத் தானே தடுத்துக் கொள்வான்."

"புதிய ஆணை ஒரு நல்லவனை எப்படி அதிக கவனமுள்ளவனாக மாற்றுகிறது?"

"முதலில் கெட்டவர்களைப் பார்த்து நல்லவர்களும் தவறிழைத்தனர். தண்டனையிலிருந்து விலக்கு பெற்றுவிடலாம் என்று அவர்களுக்கும் ஒரு நம்பிக்கையிருந்தது; இப்போது இவர்கள் மிகவும் எச்சரிக்கையுடன் இருக்கிறார்கள். பல உள்ளூர் இராணுவ அதிகாரிகள் இராணுவ வீரர்களின் உறவினர்களாக இருக்கிறார்கள். அவர்கள் நல்ல வீரர்களை எப்போதும் எச்சரித்துக் கொண்டேயிருக்கிறார்கள். வீரர்கள் சரியாக நடந்துகொள்ளாவிட்டால் அவர்கள் வீட்டிற்குச் சென்றுவிட வேண்டியதுதான். அவர்களது தாய் தந்தையரும், மனைவியரும், குழந்தைகளும் உணவிற்காக பிச்சை எடுக்க வேண்டிய நிலைமை வந்துவிடும். கும்பெனியில் பணியிலிருந்து நீக்கப்படுதல் என்பது ஒரு மிகப் பெரிய தண்டனை; இதனால் அவன் குடும்ப உறுப்பினர்களின் வெறுப்பிற்கு ஆளாவான்; அவமானப்படுவான். ஒருவன் கும்பெனியின் பணியில் இருந்தால், அவனுக்கு ஒழுங்காக மாதா மாதம் ஊதியம் கிடைக்கும் என்று அவனது நண்பர்களுக்குத் தெரியும்; அதில் ஒரு கணிசமான பகுதியை அவனால் தன் வீட்டிற்கு அனுப்பி வைக்க முடியும். அவன் அவ்வாறு செய்வான் என்று நண்பர்களும், உறவினர்களும் எதிர்பார்க்கிறார்கள். அதே சமயத்தில் ஒருவன் சமஸ்தான மன்னர் ஒருவரிடம் பணியாற்றினால் அவனுக்கு ஊதியம் ஒழுங்காகத் தரப்படாது. பல ஆண்டுகள் அவனிடமிருந்து எந்தத் தொகையும் அவனது குடும்பத்திற்குப் போய் சேராது. ஏதாவது ஒரு நாள் நல்ல காலம் பிறக்கும் என்று அவனும் அவனது குடும்பமும் காத்திருக்க வேண்டியதுதான். அவனுக்குக் கெட்ட பழங்கங்கள் வந்துவிடும். அவன் அவைகளைப்பற்றி வெட்கப்படமாட்டான். அவனது கெட்ட நடத்தைக்காக காரணங்களை மற்றவர்கள் நம்பி விடுவார்கள் என்று அவன் நினைப்பான். அதே சமயத்தில்

கும்பெனியின் சிப்பாய்கள்[4] தொடர்ந்து ஆறு மாதங்கள் தங்கள் குடும்பங்களுக்குப் பணம் அனுப்பாமல் இருந்தால், காரணம் என்ன என்று அறிந்துகொள்ள அவர்களது குடும்ப உறுப்பினர்கள் வருவார்கள். ஒருவன் பணம் அனுப்பி வைக்காததற்கு தகுந்த காரணம் சொல்லாவிட்டால் குடும்ப உறுப்பினர்கள் உள்ளூர் அதிகாரிகளிடம் விண்ணப் பிக்கலாம். அதிகாரிகள் சம்பந்தப்பட்ட இராணுவ வீரனிடம் சென்று விசாரிப்பார்கள். அவர்களுடைய முயற்சி பலனளிக்கா விட்டால், அந்த வீரனின் மனைவியும், குழந்தைகளும், அவனது தந்தைவீட்டிலிருந்து வெளியே அனுப்பப்படுவார்கள். இராணுவ வீரன் போர்க்களத்திற்கு அனுப்பப்பட்டிருந்தால் அவன்மீது நடவடிக்கை இருக்காது. இதனால் அந்த குறிப்பிட்ட தவறிழைத்த இராணுவ வீரன் வெளியில் தலைகாட்ட முடியாமல் போய்விடும்."

"பணிக்காலத்திற்கேற்ப, படிப்படியாகக் கொடுக்கப்படும் ஊதிய உயர்வு ஒரு இராணுவ வீரனின் செயல்திறனை அதிகரிக்கிறது. அப்படித்தானே?"

"ஆம். அப்படித்தான். நமது ரெஜிமென்டில் எண்ணூறு வீரர்கள் இருக்கிறார்கள். இதில் நூற்றைம்பது சிப்பாய்களுக்கு மேல் மாதம் ஒன்றுக்கு இரண்டு ரூபாய் அதிகம் பெறுகிறார்கள். மற்றுமொரு நூற்றைம்பது பேர் மாதம் ஒன்றுக்கு ஒரு ரூபாய் அதிகம் பெறுகிறார்கள். இது நாம் முன்பு அதிகப்படியாகக் கொடுத்த ஏழு ரூபாயுடன் சேரும்.[5] திட்டமிட்டுச் செலவு செய்யும் ஒரு சிப்பாய் மாதம் ஒன்றுக்கு இரண்டு ரூபாய் அல்லது அதிகப்படியாக மூன்று ரூபாய் செலவு செய்வான். மீதம் உள்ள தொகையை தன் குடும்பத்திற்கு அனுப்பி வைப்பான். நமது ரெஜிமென்டில் உள்ள சிப்பாய்கள் பெரும்பாலோர், நாம் அதிகமாகக் கொடுத்த இரண்டு ரூபாயை மட்டும் செலவு செய்துவிட்டு, முன்பு பெற்றுவந்த ஏழு ரூபாயை அப்படியே தங்கள் குடும்பங்களுக்கு அனுப்பிவிடுகிறார்கள். அவர்கள் தங்களுக்குக் கீழ் உள்ள இளம் வீரர்களையும் தங்களைப் போன்றே சிக்கனமாக இருக்க சொல்லிக் கொடுக்கிறார்கள்.

"உள்ளூர் அதிகாரிகளும், நீங்கள் குறிப்பிடும் விஷயத்தில் ஒத்துப் போகிறார்களா?"

"ஆம் அப்படித்தான். நூறில் ஒருவருக்கு வேண்டுமானால் மாற்றுக் கருத்து இருக்கலாம். தண்டனையைப் பெறும் ஒருவன் தனது ரெஜிமென்டில் உள்ளவர்களிடம் மட்டுமின்றி, சுற்றி நின்று வேடிக்கை பார்ப்பவர்கள் மத்தியிலும் அவமானப்பட நேரிடுகிறது. சவுக்கடி கொடுக்கப்பட்ட பின், அவன் ரெஜிமென்டில் தொடர்ந்து இருக்க அனுமதிக்கப் பட்டாலும் அவனால் எழுந்து நிற்க முடியாது. அவனுடைய நம்பிக்கை முற்றிலுமாக சிதைந்துவிடுகிறது. அவனது ஆன்மபலம் குன்றிவிடுகிறது. சவுக்கடி பெற்ற ஒருவன் பணியிலிருந்து விலக்கப்படுவதே மேலானது. நான் முன்பு கூறியது போல் அவனால் வேறு எந்த வேலைக்கும் போக முடியாது; தனது குடும்பத்தாரின் முகங்களிலும் விழிக்க முடியாது."

"சவுக்கடி கொடுக்கும் வழக்கத்தை நிறுத்தச் சொல்லி ஆணையிட்டது யார் என்பது உங்களுக்குத் தெரியுமா?"

"பென்டிங்க் பிரபு."[6]

"பணிக்காலத்திற்கேற்ப ஊதிய உயர்வு வழங்க வேண்டும் என ஆணையிட்டதும் அவர்தான் என்பது உங்களுக்குத் தெரியுமா?"

"நாங்கள் கேள்விப்பட்டோம். அதேபோல் வெல்லஸ்லி பிரபு, ஹேஸ்டிங்ஸ் பிரபு, லேக் பிரபு போன்றோர்களுக்கும் நாங்கள் நன்றிக்கடன் பட்டுள்ளோம்."

"லேக் பிரபு இருந்தபோது இராணுவம் எவ்வாறு துடிப்புடன் செயல்பட்டதோ, அவ்வாறே இப்போதும் செயல்படும் என்று நீங்கள் நினைக்கிறீர்களா?"

"முன்பு நான் குறிப்பிட்டவர்கள் போன்று தலைவர்கள் இருந்தால் நமது இராணுவம் உலகின் எந்தப் பகுதிக்கு வேண்டுமானாலும் சென்று சிறப்பாகப் பணியாற்றும். நம்முடைய தலைவர்கள் போன்று, வீரர்கள் மீது அக்கறை எடுத்துக் கொண்டவர்கள் வேறு எங்கும் இல்லை. சவுக்கடி கொடுக்கும் தண்டனையை ஒழிக்கவேண்டும் என்று நாங்கள் கேட்கவில்லை. பணிக்காலத்துக்கு ஏற்ப ஊதிய உயர்வு வேண்டுமென்றும் நாங்கள் கேட்கவில்லை. இருந்தும் 'கும்பெனி பகதூர்' எங்களுக்காக அவைகளை நிறைவேற்றிக் கொடுத்துள்ளார்கள்."

டிசம்பர் மாதம் முதல் நாள் முதியவரான சர்தார் பகதூர் மறுபடியும் என்னை சந்திக்க வந்திருந்தார். நீதிமன்ற அலுவல் நிமித்தம், அவருடன் ஏழு உள்ளூர் அதிகாரிகளும் சாகரிலிருந்து வந்திருந்தனர். அவர்களுள் மூன்று பேர் மிகவும் திறமைசாலிகளாகத் தெரிந்தனர். அவர்களுள் ஒருவர் ஜாவா கைப்பற்றப்பட்டபோது, தொண்டராகப் பணியாற்றியவர்[7] மற்றவர்கள் பிரெஞ்சுத் தீவை[8] பிடித்த போது பணிபுரிந்தவர்கள். வந்திருந்தவர்கள் அனைவரும் இந்திய இராணுவத்தில் உடல் சார்ந்த தண்டனைகள் ஒழிக்கப்பட்டதற்கு மகிழ்ச்சி தெரிவித்தனர். 'சில மோசமான இராணுவ வீரர்கள் தங்கள் ஒழுக்கத்தை முன்பே இழந்துவிட்டனர். இதனால் பதவி உயர்வுபெறும் நம்பிக்கை அவர்களுக்கில்லை; முன்பு இருந்ததைவிட அச்சம் குறைந்தே காணப்படுகிறார்கள். ஆனால் இது போன்றோரின் எண்ணிக்கை மிகவும் குறைவு. இத்தகையோரை பணிநீக்கம் செய்யும் அதிகாரம் ரெஜிமென்டின் இராணுவ நீதிமன்றத்திற்கு உண்டு. எனவே ஒழுக்கக் குறைவானவர்கள் விரைவில் வெளியேற்றப்பட்டுவிடுவார்கள்.

"சவுக்கடி என்ற தண்டனை முற்றிலும் ஒழிக்கப்பட்டது மிகப்பெரிய விளைவுகளை ஏற்படுத்தும் என்று அனைத்து ஐரோப்பிய அதிகாரிகளும் நினைக்கிறார்கள்."

"ஐயா, ரெஜிமென்டில் ஒழுக்கக் குறைபாடு கொண்ட சில வீரர்களிடம் கட்டுப்பாடு குறைந்துவிடும் என்று அவர்கள் அச்சப்படுகிறார்கள். ஆனால் இப்போது பணிக்காலத்திற்கு ஏற்ப சிப்பாய்களுக்கு ஊதிய உயர்வு வழங்கப்பட்டுவிட்டதால் அவர்கள் நன்றாக நடந்துகொள்வார்கள். கும்பெனி கொடுத் திருக்கும் இந்தப் பணி பறிபோய்விட்டால் வேறு எங்கே அவர்களுக்கு வேலை கிடைக்கப் போகிறது? வேலை பறிபோய்விடும் என்ற அச்சம் அவர்களிடம் இல்லா விட்டாலும், கால்களில் இரும்புச் சங்கிலி கட்டப்பட்டு சாலை அமைக்கும் பணியில் ஈடுபடுத்தப்படுவோம் என்ற அச்சம் அவர்களிடம் நிச்சயமாக இருக்கும். நல்லவர்களாக இருப்பவர்களை சிறு தண்டனைகள் வழங்குவதன் மூலமே திருத்திவிட முடியும். அடிக்கடி தவறுகள் செய்யும்போது அதனால்வரும் இழப்புகளைப்பற்றி அவர்களுக்கு நன்கு தெரியும். தாங்கள் செய்த குற்றம் அவமானத்திற்குரிய

குற்றமாக இல்லாவிட்டால், சில வீரர்கள் தாங்கள் சவுக்கால் அடிக்கப்படுவதை ஓர் அவமானமாகக் கருதுவதில்லை, என்று சில அதிகாரிகள் நினைக்கிறார்கள். 'ஹால்பெர்ட்' எனப்படும் நீளமான, ஈட்டி போன்ற ஒரு கம்பத்தில் கட்டப்பட்டு, தன்னுடைய சக வீரர்கள் முன்னிலையிலும், கூட்டத்தின் முன்னிலையிலும் சவுக்கால் அடிக்கப்படுவதை எந்த ஒரு இராணுவ வீரனும் சகித்துக்கொள்ள மாட்டான். சிப்பாய்களும் நம்மைப்போன்றே கௌரவமான குடும்பங் களிலிருந்து வருபவர்கள்தான்; நம்மைப்போன்றே உயர்நிலைக்கு வருவோம் என்ற நம்பிக்கையில்தான் அவர்களும் இராணுவத்தில் சேர்க்கின்றனர். அவர்கள் நல்லமுறையில் நடந்து கொண்டால் அவர்களது குடும்பத்தினர் அவர்கள் மீது நம்பிக்கை வைப்பார்கள். தான் கட்டிவைக்கப்பட்டு சவுக்கால் அடிக்கப்பட்டால் அது தனது குடும்பத்திற்கு எவ்வளவு பெரிய அவமானம் என்பது ஒரு சிப்பாய்க்கு நன்றாகத் தெரியும். திரும்பிச் சென்று அவனால் ஒரு குடும்பத் தலைவனாக வாழமுடியாது; அவன் அதற்கு பதில் இறந்துவிடுவதே சிறந்தது.⁹ படைப் பயிற்சியின்போது (drill) சிப்பாய்கள் பள்ளி மாணவர்களைப் போல் நடத்தப்படு கிறார்கள். பயிற்சியில் சிப்பாய்களுக்கு பிரம்படி கொடுக்கப் படுவதும் உண்டு. முன்பு, இளம் வீரர்களை பிரம்படி கொடுத்து பயிற்றுவிப்பதன் மூலம் ஆறு மாதங்களில் ஒரு நல்ல சிப்பாயாக உருவாக்கிட முடிந்தது. பிரம்படி கொடுக்கும் வழக்கம் ரத்து செய்யப்பட்ட பிறகு புதிதாகச் சேரும் வீரர்களைப் பயிற்றுவிக்க ஓராண்டுகாலம் பிடிக்கிறது. பிரம்பிற்கு ஒரு மகிமையுண்டு. பிரம்படியை முற்றிலும் நீக்கியிருக்கக்கூடாது. முன்பு, பயிற்சியின்போது நாங்கள் எல்லோரும் பிரம்படி வாங்கியிருக்கிறோம். அதனை ஓர் அவமானமாக நாங்கள் கருதியதில்லை. நாங்கள் மாணவர்கள்; எங்களுக்கு பயிற்சியளித்து பிரம்பால் அடித்தவர் எங்களது ஆசிரியர்; அவ்வளவுதான். பயிற்சிக் களத்தைவிட்டு, சிப்பாயாக நாங்கள் எங்கள் இராணுவ நிலையத்தை அடைந்ததும் நிலைமை மாறிவிட்டது. இழைக்கப்பட்ட குற்றம் என்னவாக இருந்தாலும் சவுக்கடி வாங்குவதை அவமானமாகத்தான் கருதவேண்டும். பிரம்படி என்ற தண்டனை மீண்டும் கொண்டுவரப்படாவிட்டால் படைப் பயிற்சி சிறப்பாக அமையாது. அதற்குப்பிறகு உடல்சார்ந்த

தண்டனைகளை நீக்குவது பற்றி நாம் கவலைப்படத் தேவையில்லை. உடல்சார்ந்த தண்டனைகளுக்கான காரணங்களை சிலர் இன்னும் சொல்லிக்கொண்டிருக்கலாம்; அவைகளுக்கு பதில் பல்வேறு விதமான தண்டனைகள் கொடுக்கப்பட்டுக்கொண்டுதான் இருக்கின்றன. ஒருவன் தன் அதிகாரியைச் சுட்டுவிட்டான் என்று வைத்துக் கொள்வோம்; சவுக்கடி போன்ற தண்டனை இல்லாததுதான் இதற்கு காரணம் என்று சிலர் கூறுகின்றனர். ஆனால் ஒன்றை நாம் நினைவுகொள்ள வேண்டும்; வேண்டுமென்றே தன் அதிகாரியைச் சுடும் ஒருவன் சவுக்கடியைவிட மோசமான ஒரு தண்டனையை அனுபவிக்கத் தயாராகவே இருக்கிறான்.[10]

“சிப்பாய்களுக்கு, அவர்களின் பணிக்காலத்திற்கேற்ப ஊதிய உயர்வு வழங்குவது, ரெஜிமென்டில் துடிப்பான உள்ளூர் அதிகாரிகள் உருவாவதற்கு வழிவகுக்கும் என்று நீங்கள் நினைக்கிறீர்களா? இனி பழைய சிப்பாய்கள் குறைகூறுவதற்கு காரணம் ஏதும் இருக்கிறது என்று நினைக்கிறீர்களா? அவர்களுக்கு பதவி உயர்வு கொடுக்காமல், ஊதிய உயர்வோடு விட்டுவிடலாமா?”

“பதவி உயர்வு கொடுப்பதைத் தடுக்கவே ஊதியஉயர்வு என்பது தெரிந்தால் சிப்பாய்கள் அந்த ஊதிய உயர்வை ஏற்றுக்கொள்ளவே மாட்டார்கள். ஒருவனுக்கு வயது அதிகமாகிவிட்டது என்பதற்காக, பதவி உயர்வு கொடுப்பதை நிறுத்துவது மிகவும் கொடுமையானது; நியாயமற்றது. சிப்பாய்கள் தங்கள் இளம்வயதில் பணியில் சேர்கிறார்கள். வயதாகும் வரை தங்கள் பணிகளைச் செய்கிறார்கள். அவர்கள் நன்கு பணியாற்றுவதே, தங்கள் முறை வரும்போது தங்களுக்குப் பதவியுயர்வு கிடைக்கும் என்ற நம்பிக்கையில்தான். மூத்தவர்களைவிட்டுவிட்டு, ஐரோப்பிய அதிகாரிகளுக்கு மிகவும் வேண்டிய இளைய சிப்பாய்களுக்கு பதவி உயர்வு கொடுக்கப்பட்டால், பணிமூப்படைந்தவர்கள் மனம் உடைந்து போய்விடுவார்கள். பதவி உயர்வு தரப்படாத மூத்த சிப்பாய்களுக்காக நாங்கள் அனுதாபப்படுகிறோம்; நாங்கள் வருந்துகிறோம். தங்கள் கடமைகளை தவறாமல் செய்து நன்கு பணியாற்றக் கூடியவர்களுக்கு பதவி உயர்வு, வயதின் காரணமாக நிறுத்தப்படக்கூடாது. அவர்களுக்கு

பதவி உயர்வு மறுக்கப்பட்டால், அவர்கள் குடும்பத்தினர் எவ்வளவு தூரம் மன வருத்தத்திற்கு ஆளாவார்கள் என்பது அவர்களுக்குத் தெரியும். நல்ல திறமையான மூத்த சிப்பாய்கள் பதவி உயர்வு பெறாவிட்டால் ரெஜிமென்டில் உள்ளவர்களிடையே மிகுந்த மனவருத்தம் ஏற்படும். ஐரோப்பிய அதிகாரிகளின் நல்லெண்ணத்திற்குப் பாத்திர மானவர்களெல்லாம் நல்ல சிப்பாய்கள் என்று கூறிவிட முடியாது.

உங்களைப்போன்ற மூத்த ஐரோப்பிய அதிகாரிகள் இப்போது இராணுவப்பணியில் இல்லை; அவர்களில் சிலர் சிவில் நிர்வாகப் பணிகளுக்குச் சென்றுவிட்டனர். இராணுவப் பிரிவுகளின் நிர்வாகமும், தலைமையும் இப்போது இளம் கீழ்நிலைப் பணியாளர்களிடமே உள்ளன. இவர்களுக்குத் தங்களின் கீழ் பணிபுரிபவர்களின் நல்லொழுக்கத்தைப் பற்றி எதுவுமே தெரியாது. யார் துடிப்பாகவும், புத்திக்கூர்மையுடனும் இருக்கின்றார்களோ அவர்களே மிகச் சிறந்தவர்கள் என்ற நம்பிக்கையில், அவர்களின் பெயர்களை பதவி உயர்வுக்குப் பரிந்துரை செய்துவிடுகிறார்கள். தாங்கள் பரிந்துரைத் தவர்களின் ஒழுக்கத்தைப் பற்றித் தெரிந்துகொள்ள இளம் அதிகாரிகளுக்கு மிகக் குறைந்த சந்தர்ப்பங்களே கிடைக்கின்றன. துடிப்பான இளம் சிப்பாய்களை மட்டுமே இவர்களுக்குத் தெரியும். ஆனால் ஆரம்பத்திலிருந்தே நல்ல முறையில் உழைத்து வந்த மூத்த சிப்பாய்களைப் பற்றி இந்த இளம் அதிகாரிகளுக்கு ஏதும் தெரியாது. ஒரு ரெஜிமென்டின் தலைமைப் பொறுப்பில் உள்ள அதிகாரி, அதே ரெஜிமென்டில் நீண்டநாட்கள் தொடர்ந்து இருப்பதில்லை. எனவே பதவி உயர்வுக்கு யாரை பரிந்துரைப்பது என்பது அவருக்குத் தெரிவதில்லை; அவரது பரிந்துரையில் நியாயம் இருப்பதில்லை. ஒருவன் குற்றம் புரிந்திருந்தாலோ, அல்லது ஒழுங்காக பணிபுரியாமல் இருந்தாலோ நாங்கள் அவன் மீது அனுதாபப்படுவதில்லை. அவனுக்கு அவனது குறைகளைப் பற்றி சுட்டிக்காட்ட நாங்கள் வெட்கப்படுவது மில்லை.[11]

பிரெஞ்சுத் தீவைப் பிடிப்பதற்கான யுத்தத்தில் பங்கு கொண்ட அந்த மூத்த சுபதார் தன்னைப்பற்றியும் ஒரு செய்தியைச் சொன்னார். அவர்தான் அவரது ரெஜிமென்டின்

மூத்த ஜமேதார் ஆக இருந்துவந்தார். சுபதார் பதவிக்கான ஒரு காலியிடம் ஏற்பட்டது. அவருடைய தளபதி அவரைக் கூப்பிட்டனுப்பினார். அவருடைய அதிகப்படியான வயதின் காரணமாக அவரை விலக்கி வைத்துவிட்டு வேறு ஒருவருக்குத்தான் சுபதார் பதவி கொடுக்கப்படும் என்று அவரிடம் கூறினார். நண்பருக்குத் தலையில் இடிவிழுந்தது போன்ற அதிர்ச்சியேற்பட்டு, அப்படியே மயங்கிக் கீழே சாய்ந்து விட்டார். தளபதியான கர்னல் மிகவும் நல்ல மனிதர். நமது சுபதாரைப் பற்றி நன்கறிந்தவர். மயங்கி விழுந்த நமது சுபதாரை நல்ல காற்றோட்டமான இடத்திற்குத் தூக்கிச் செல்ல வைத்து மயக்கம் தெளிவித்தார். தான் தலைமைத் தளபதிக்கு பரிந்துரை செய்து பதவி உயர்வு கிடைக்க வழிசெய்வதாகக் கூறி அவரை சமாதானப் படுத்தினார். அவர் சொன்னபடியே செய்து நண்பருக்குப் பதவி உயர்வு வாங்கிக் கொடுத்தார். அன்றிலிருந்து பத்து ஆண்டுகளாக நமது நண்பர் சுபதாராக இருந்து வருகிறார்.[12]

அந்தக் குறிப்பிட்ட வருடத்தில் எங்களது (நூல் ஆசிரியர் பணியாற்றிய ரெஜிமென்ட்) ரெஜிமென்டில் இரண்டு பேருக்கு மட்டுமே, பணி மூப்பு இருந்தும் பதவி உயர்வு அளிக்கப்படவில்லை. ஒருவர் திமிர் பிடித்தவர்; மற்றொருவர் கடமையைச் செய்யத் தவறியவர். இதன் காரணமாக ரெஜிமென்ட்டின் அனைத்து சிப்பாய்களும் மகிழ்ச்சியாக இருந்தனர். கடமையைச் செய்தால் பதவி உயர்வு கிடைக்கும் என்று இளைஞர்கள் மகிழ்ந்தனர்; மூத்தவர்கள் இளையவர்களுடன் வைத்திருந்த சுமுகமான உறவின் காரணமாக மகிழ்ச்சியடைந்தனர். பதவி உயர்வுகள் சரியான முறையில் கொடுக்கப்படாத ரெஜிமென்டுகளில் மூத்தவர்களும், இளையவர்களும் மகிழ்ச்சியாக இல்லை; கலையிழந்து, உற்சாகமிழந்து காணப்பட்டனர். அந்த ரெஜிமென்டுகளில் கடமையைச் செய்தால் உரிமையைப் பெறலாம்'' என்ற விதிமுறையை நம்பமுடியவில்லை.

எனக்கும் சுபதார் பகதூருக்கும் இடையே நடைபெற்ற உரையாடலுக்குப்பின் சில நாட்கள் சென்று நான் பணியாற்றிய ரெஜிமென்ட்டின் இரண்டு கம்பெனிகள், சாகரிலிருந்து சியோனி சென்றபோது, ஜபல்பூர் வழியாகச் செல்லும்படி நேர்ந்தது. அந்தக் கம்பெனிகளில் பணியாற்றிய

'கமிஷன்' அந்தஸ்து பெற்ற அதிகாரிகள், கமிஷன் அந்தஸ்து பெறாத அதிகாரிகள் ஆகிய அனைவரையும் எனக்கு நன்றாகத் தெரியும். ஆனால் கடந்த பதினாறு ஆண்டுகளாக அவர்கள் என்னைப் பார்க்கவில்லை. ஜபல்பூரில் என்னைப் பார்த்ததில் அவர்கள் அனைவருக்கும் மட்டற்ற மகிழ்ச்சி. இராணுவத்தினர் கூடவே, அவர்கள் தங்கியிருக்கும் இடம் வரை நானும் கூடச் சென்றேன். முகாமில் நாங்கள் அனைவரும் இனிப்பு சாப்பிட்டு மகிழ்ந்தோம். நான் இளைஞனாக இருந்தபோது அவர்களுக்கு என்னை மிகவும் பிடிக்கும்; வயது முதிர்ந்த நிலையில் என்னைப் பார்ப்பது அவர்களுக்குப் பெருமையாக இருந்தது. மூத்த அதிகாரிகளும், இளைய அதிகாரிகளும், தளபதியாக இருந்த கர்னல் பிரஸ்கிரேவ் அவர்களைப் பற்றி பெருமையாகப் பேசினார்கள். 'கடமையைச் செய்தால் உரிமையைப் பெறலாம்' என்ற அந்த பழைய விதிமுறையை தளபதி சரியாக அமுல் படுத்தினார். இயலாத பணியாளர்கள் இடமாற்றம் செய்யப் படும்போது ஏற்படும் காலியிடங்களை நிரப்பும்போது பதவி உயர்வுகள் பணிமூப்பு அடிப்படையிலேயே வழங்கப்பட்டன. ஐரோப்பிய அதிகாரிகள் மீதும், அரசாங்கத்தின் மீதும் உள்ள நல்லெண்ணம் குறைந்தால், நமக்குக் கிடைக்கும் இலாபத்தை விட, நஷ்டம் நூறு மடங்கு அதிகமாக இருக்கும். சிப்பாய்கள் இளமையிலிருந்து முதுமை வரை, படைப் பயிற்சி செய்வதிலிருந்து ஓய்வூதியம் வாங்கும் வரை மகிழ்ச்சியுடனும், மனநிறைவுடனும் இருக்கின்றனர். உலகில் வேறு எந்தப் பணியும் இதைவிடச் சிறந்ததாக அவர்களுக்குத் தெரியவில்லை.[13] நல்ல ஒழுக்கமும், குறைந்த கல்வித் தகுதியும் உடைய உள்ளூர் இராணுவ அதிகாரிகள், அவர்களுக்கு இப்போது வழங்கப்பட்டிருப்பதைவிட அதிகமாக ஒன்றும் எதிர்பார்ப்பதில்லை. பெரும்பாலான சிப்பாய்கள் கடமை உணர்வால் உந்தப்பட்டவர்கள். உற்சாகமாகப் பணிபுரிபவர் களுக்கு பதவி உயர்வு கிடைக்குமென்ற நம்பிக்கையும் உள்ளது. பெரும்பாலான சிப்பாய்களின் இந்த நம்பிக்கையைத் தகர்த்து உள்ளூர் வீரர்கள் சிலருக்கு மட்டும் கமிஷன் அந்தஸ்து தருவது, அல்லது விருப்பப்பட்ட ஒரு சிலருக்கு மட்டும் கமிஷன் அந்தஸ்து அளிப்பது போன்ற செயல்கள் அவர்களின் அரச விசுவாசத்தைக் கெடுத்துவிடும். இளம் உள்ளூர் அதிகாரிகள், ஐரோப்பிய அதிகாரிகளும், ஐரோப்பிய

அரசாங்கமும் வீரர்கள் மீது காட்டும் அக்கறைக்கும், அவர்கள் காட்டும் அக்கறைக்கும் வேறுபாடு இருப்பதை சிப்பாய்களுக்கு நன்கு எடுத்துரைக்கிறார்கள். பெரும்பாலான சிப்பாய்களிடம் இதனால் நல்லெண்ணம் ஏற்படுகிறது. இந்த நல்லெண்ணத்தை நாம் சாதகமாகப் பயன்படுத்திக் கொள்ள வேண்டும். இந்த நல்லெண்ணத்தை சிப்பாய்கள் மத்தியில் உருவாக்க படைப் பயிற்சிகள் நடைபெறும்போது, நாம் சிலவற்றை விட்டுக் கொடுக்கவும் தயாராக இருக்க வேண்டும். எழுதப்படிக்கத் தெரிந்தால் மட்டுமே பதவி உயர்வு கொடுக்கப்பட வேண்டும் என்று தற்போது வங்காள ரெஜிமென்டில் உள்ள வழக்கம் அவ்வளவு சரியானதல்ல. இதனால் நல்லவர்களின் பதவி உயர்வு தடைபடுகிறது. மோசமானவர்கள் பதவி உயர்வைப் பெற்று விடுகிறார்கள். இந்தியாவைப் பொறுத்தவரை ஓர் இராணுவ அதிகாரியை கனவான் என்று நிர்ணயிப்பது அவர் பிறந்த சாதி. வாழ்வின் எல்லா நிலைகளிலும் இது அதிக முக்கியத்துவம் பெறுகிறது. புத்தக அறிவு ஓர் இராணுவ அதிகாரிக்குத் தேவையில்லை.

இராஜபுத்திரர்கள், பிராமணர்கள், செருக்கு மிகுந்த பதான்கள் போன்றோர் கமிஷன் அந்தஸ்து பெற்றுவிட்டால் அதிகாரியாகி விடுகின்றனர். இவர்கள் ஒரு எழுத்தராகக் கூட இருக்கவேண்டிய அவசியமில்லை. இவர்கள் தங்களை கனவான்கள் என்றே நினைத்துக் கொள்கிறார்கள்; மற்றவர்களும் அவர்களை அப்படித்தான் நினைக்கிறார்கள். 'எழுதுகோல் என்பது வேறு, வாள் என்பது வேறு' என்று ஆரம்ப காலத்திலிருந்தே இவர்களுக்குப் போதிக்கப்படுகிறது. கௌரவமாகப் பயன்படுத்தும்போது இரண்டும் நன்மையைத் தான் செய்கின்றன. வாளை ஏந்துவது என்று முடிவு செய்து விட்டால் ஒருவன் அதை எப்படியெல்லாம் பயன்படுத்துவது என்பதிலேயே முழுகவனம் செலுத்துகிறான்; அவன் எழுத்தாளன் பக்கம் திரும்பிப் பார்ப்பதேயில்லை. இந்த உணர்வை அரசாங்கம் போற்றி வளர்ப்பதில் தவறில்லை.

நமது வங்காள காலாட்படைப் பிரிவில் உள்ள, உள்ளூர் வீரர்களில் நான்கில் மூன்று பங்கு இராஜபுத்திர விவசாயிகள். கங்கையின் இடது கரையிலுள்ள 'அவத்' சமஸ்தானத்திலிருந்து இவர்கள் தேர்ந்தெடுக்கப்பட்டவர்கள். பல தலைமுறைகளாக

இவர்கள் இந்திய மண்ணை நேசிப்பவர்கள்.¹⁴ நல்ல குடும்பங்களிலிருந்து வருவதால் நல்லொழுக்கம் உடையவர்களாக இருக்கின்றனர். இந்த வீரர்கள் இராணுவப் பணிக்கு வரும்போது தங்களது குடும்பங்களை அழைத்து வருவதில்லை. தங்களுக்கு விடுப்பு வழங்கப்படும்போது, தங்களது ஊர்களுக்குச் சென்று, குடும்பத்தினரை பார்த்து வருகின்றனர். இரண்டு அல்லது மூன்றாண்டுகளுக்கு ஒரு முறை இவ்வாறு அவர்கள் விடுமுறையில் செல்கின்றனர். அவர்கள் நினைப்பது போன்றே குடும்பங்களின் நிலை இருப்பது குறித்து அவர்களுக்கு மகிழ்ச்சி. திரும்ப இராணுவ முகாமிற்கு வந்தவுடன் கடந்தமுறை ஊர் சென்று வந்ததைப் பற்றி நினைத்துப் பார்த்துக் கொள்வார்கள். இவர்கள் இவ்வாறு இராணுவத்திலிருந்து விடுப்பில் வீடுகளுக்கு வந்து செல்வது மற்றவர்களுக்கும் தெரிகிறது. ஒவ்வொரு ஆண்டும் விடுமுறைக்கு வந்து சென்றால் அவர்களது ஒழுக்கமும் சிறப்பாக உள்ளது. உலகில் வேறு எங்கும் இராணுவத்தில் இதுபோன்ற ஒரு நிலைமையை நாம் பார்க்க முடியாது. வீரர்களுக்கு தன் பெற்றோரிடம் உள்ள மரியாதையும், வீட்டில் உள்ளோர்களிடம் அன்பும் எப்போதும் குறைவதில்லை.

நமது உள்ளூர் இந்திய இராணுவம் முற்றிலும் தன்னார்வத் தொண்டர்களால் உருவாக்கப்பட்ட இராணுவம்.¹⁵ இந்த இராணுவத்தைத் தவிர வேறு எந்த ஒரு உள்ளூர் இராணுவத்தையும் நாம் வைத்துக் கொள்ள முடியாது. இந்த இராணுவம் இல்லாமல் நாம் நமது அரசாட்சியை பாதுகாக்கவும் இயலாது. நமது இராணுவ உயர் அதிகாரிகளுக்கு இது நன்றாகத் தெரியும். அதனால் அவர்கள் வீரர்களை சவுக்கால் அடிப்பது, அவர்களுக்குத் தொல்லை கொடுப்பது, போன்ற செயல்களைச் செய்வதில்லை. நாங்கள் (ஆங்கிலேயர்கள்) எங்களது இராணுவத்தை நாளையதினமே கலைத்துவிடலாம்; ஆனால் எங்களது இராணுவத்தைவிட்டு எந்த ஒரு இராணுவ வீரனும் ஓடிச் சென்றுவிடமாட்டான்.¹⁶

பிரஷ்ய சர்வாதிகாரி ஃப்ரடரிக்கிடம், பொமரேனியாவில் அறுபதாயிரம் வீரர்கள் கொண்ட இராணுவம் இருந்தது. அதை வைத்துக் கொண்டு அவர் சிசீலியா மீது படையெடுத்துச் சென்றார். அவரது ஒன்றுவிட்ட சகோதரர்

இளவசரர் 'டி அன்ஹால்ட்' என்பவரும் உடன் சென்றார். அப்போது இளவரசரைப் பார்த்து ஃப்ரடிரிக், "உனக்கு முன்னால் நீ காணும் காட்சிகளில் உனக்கு மிகவும் பிடித்திருப்பது எது?" என்று வினவினார்.

"இராணுவ வீரர்களின் தோற்றமும், அணிவகுத்துச் செல்லும்போது அவர்களிடம் காணப்படும் ஒழுங்கும், என்னை வெகுவாகக் கவர்கின்றன" என்றார் இளவரசர். "அதெல்லாம் ஒன்றும் எனக்குப் பெரிதாகத் தெரியவில்லை. கவனமாக இருந்து பயிற்சியளித்தால் காலப்போக்கில் அவையெல்லாம் வந்துவிடும். நாம் இருவரும் இங்கு இப்போது பாதுகாப்புடன் நின்று கொண்டிருக்கின்றோமே இதுதான் பெரிது. இங்கு அறுபதாயிரம் துருப்புகள் நின்று கொண்டிருக்கிறார்கள். அவர்கள் உனக்கும் எனக்கும் எதிரிகள். உன்னையும் என்னையும்விட பலம் பொருந் தியவர்கள். இருந்தும் நம்மைக் கண்டு அவர்கள் நடுங்கு கிறார்கள். நாம் அவர்களைப் பார்த்து அச்சப்படுவது முட்டாள்தனம். இதுதான் இராணுவத்தில் காணப்படும் ஒழுங்கு, கவனம் மற்றும் கீழ்ப்படிதல்."

எதிரிகளாக இருந்த இராணுவ வீரர்கள் ஃப்ரடரிக்கிடம் ஒழுங்காகவும், கீழ்ப்படிந்தும் நடந்துகொள்ள வேண்டிய சூழ்நிலை என்ன என்று சிந்திக்கத் தெரிந்து ஒருவர் கேட்கலாம். பழைய பிரெஞ்சு அரசாங்கத்தின் மூடத்தனம், மிகையான அன்பு காட்டும் தன்மை, தன்னார்வமில்லாத வீரர்கள் தேசத்திற்கு உதவமாட்டார்கள் என்ற உண்மை, போன்றவைதான் ஃபரடரிக்கிற்குச் சாதகமாக இருந்த சூழ்நிலைகள். சாலைப்பணியாளர்கள் இருக்கும் நிலையைவிட மோசமான நிலைக்குப் போர்வீரர்களைத் தள்ளியிருந்தது பிரெஞ்சு அரசாங்கம்.[17] பிரெஞ்சு அரசின் எல்லை விரிவுபடுத்தப்பட்டதால் இராணுவ வீரர்கள், இராணுவத்தை விட்டுவிட்டு ஓடிப்போவது வழக்கமாகிவிட்டது. சுற்றியிருந்த, போரில் ஈடுபட்ட பல அரசுகளுக்கு போர்வீரர்கள் தேவைப் பட்டார்கள்; இராணுவத்தை விட்டு ஓடிப்போவது ஒரு களங்கமாகக் கருதப்படவில்லை. சமுதாயத்தின் உயர்ந்த நிலையில், ஒருவன் பெருமைப்படும் அளவுக்கு இராணுவ வீரன் வைக்கப்படவில்லை.

ஊதியத்தை உயர்த்தாமல், கொடுக்க வேண்டிய பதவி உயர்வுகளைக் கொடுக்காமல் இராணுவ வீரர்கள் தரம் தாழ்த்தப்பட்டார்கள். தன்னார்வமற்ற வீரர்கள் கிடைக்காத நிலையில், தன்னார்வத்துடன் வருவோரை வைத்து இராணுவத்தில் இருந்த காலியிடங்கள் நிரப்பப்பட்டன. வீரர்களின் ஊதியம் முன்பு இருந்ததைவிடப் பாதியாகக் குறைக்கப்பட்டது. ஒரு சாலைப் பணியாளனின் நிலைக்கு போர்வீரர்கள் தள்ளப்பட்டனர். வீரர்களுக்கு கட்டுப்பாடுகள் நிறைய விதிக்கப்பட்டு அவர்கள் அடிமைகள் போல் நடத்தப் பட்டனர். ஓடிப்போகும் வீரர்களைத் தடுக்கும் நடவடிக்கையாக, அவர்களின் காதுகளும், மூக்குகளும் அறுக்கப்பட்டன. கடைசியில் அவர்கள் சுட்டுக் கொல்லப்பட்டார்கள்.[18] ஆனால் ஒரு பயனும் ஏற்படவில்லை. பிரஷ்யாவின் மாவீரர் ஃபிரடரிக் ஐம்பதாயிரம் அருமையான பிரெஞ்சு வீரர்களைத் திரட்டிவிட்டார். அவரது இராணுவத்தில் மூன்று ஒரு பங்கு பிரெஞ்சு வீரர்களே இருந்தனர். அனைத்து இராணுவ வீரர்களையும் கட்டுப்பாட்டில் அவர் வைத்திருந்தார். அவர்களின் திறமையை மேம்படுத்தினார். இதேபோல்தான் ரோமானிய இராணுவத்தை விட்டு ஓடிப்போன வீரர்களைக் கொண்டு 'மித்ரிடேட்ஸ்' மிகச் சிறந்த சேனையை உருவாக்கினார்.[19]

தனது நிலைப்பாட்டைப் பொறுத்தவரை ஃபிரடரிக் ஒரு சர்வாதிகாரி. அவரது எல்லை குறுகியதாக இருந்தாலும், லட்சியம் மிகப் பெரிது. அதிக ஊதியம் கொடுத்து தன்னார்வம் மிக்க வீரர்களை அவரால் இராணுவத்தில் சேர்க்க முடியவில்லை. பிரெஞ்சு அரசாங்கத்தின் முட்டாள் தனத்தைப் பயன்படுத்திக் கொண்டு தன்னார்வமில்லாத பிரன்ச் வீரர்களைக் கொண்டு ஒரு சேனையை உருவாக்கி விட்டார் ஃபிரடரிக். அந்த வீரர்களுக்குக் குறைவான ஊதியத்தையே அவர் கொடுத்தார். ஏனெனில் ஓடிவந்த அவர்கள் தங்கள் சொந்த நாட்டிற்குத் திரும்பிச் செல்ல முடியாது. அப்படிச் சென்றால் நாய்களைச் சுடுவதுபோல் அவர்களை சுட்டுக்கொன்று விடுவார்கள். பிரெஞ்சு அரசாங்கம் தனது முடிவை மாற்றிக் கொண்டிருந்தால், தனது இராணுவ வீரர்களின் நிலையை மேம்படுத்தியிருந்தால், ஓடிப்போனவர்களுக்குக் கொடுத்த தண்டனையைக் குறைந் திருந்தால் ஃபிரடரிக்கின் சேனை சிதறுண்டு போயிருக்கும்.

பிரெஞ்சு இராணுவத்தில் வீரர்கள் ஓடிச்செல்வது அடிக்கடி நிகழ்ந்தது. காரணம் இராணுவத்தின் கீழ்நிலை; அங்கு போதிய காலியிடங்கள் இல்லாமை அல்லது ஓடிப் போவதிலிருந்து இலாபம். அதேசமயம் ரோமானிய இராணுவத்திலிருந்து வீரர்கள் ஓடிப்போவதென்பது அரிது. அதற்குக் காரணம் வீரர்களுக்கிருந்த பெருமையும், அவர்கள் மற்றவர்களுக்கு ஆணையிடலாம் என்ற நிலையும்தான்.[20] பிரெஞ்சு வீரர்கள் இராணுவத்தை விட்டு ஓடிச் சென்றதற்கு அங்கிருந்த இழிநிலை காரணமா அல்லது இழிவான குலங்களிலிருந்து வீரர்கள் தேர்வு செய்யப்பட்டார்களா? (காரணம் தெரியவில்லை). இதேபோன்ற சூழ்நிலையில் ரோமானிய வீரர்களும் இராணுவத்தை விட்டு ஓடிச்சென்றனர் (சில சமயங்களில்). ஆனால் இராணுவத்திற்குச் செய்யும் சபதத்தை அவர்கள் மதித்தார்கள். செனட்டர்கள் பொய் சாட்சி சொல்வது ரோமில் ஒரு களங்கமாகக் கருதப்பட்ட வில்லை. அது அரசியல் இழிநிலை; பொதுவாக நடைபெறுவது. (அதுபோன்றுதான் இராணுவ வீரர்கள் ஓடிச் செல்வதும்)

வீரச்செறிவுமிக்க நமது மாலுமிகள் நமது கப்பல்களை விட்டு விலகி, நமக்கு துரோகம் செய்துவிட்டு அமெரிக்கக் கப்பல்கள் இருந்த மாலுமிகளோடு சேர்ந்து கொண்டு நம்மை எதிர்த்துச் சண்டையிட்டனர்.[21] இதற்குக் காரணம் என்ன? நமது கடற்படையிலிருந்த மாலுமிகள் நாயைவிடக் கேவலமாக நடத்தப்பட்டார்கள்; நமது வணிகக் கப்பல் களிலிருந்து மாலுமிகள் ‘பாதகர்கள்’ என்ற பட்டம் சூட்டப்பட்டு கடற்படைக் கப்பல்களுக்கு அனுப்பப்பட்டனர்.

இதுதான் காரணம். டிரஃபால்கரில் நடைபெற்ற கடல் யுத்தத்தின்போது ‘ஒவ்வொரு குடிமகனும் தனது கடமையைச் செய்யவேண்டுமென்று இங்கிலாந்து எதிர்பார்க்கிறது’ என்று அறிவித்த இங்கிலாந்து அரசு, தனக்காகப் போரிட்ட வீரர்களுக்குத் தன் கடமையைச் செய்ததா? கப்பலின் பாய்மரங்களோடு அல்லல்படும் ஓர் மாலுமி தன் அனுபவத்தால் அறிந்து கொள்வது, பள்ளிகளிலும், கல்லூரிகளிலும் அமைதிக்காலத்தில் ஒரு மாணவன் அறிந்து கொள்வதற்குச் சமமாகாதா? பாதியார்களையும், வழக்கறிஞர் களையும், பேராசிரியர்களையும் பிடித்துவந்து கடற்படைப் பணியில் அமர்த்தி அவர்களுக்குப் படிப்பறிவில்லாத ஒரு

தொழிலாளிக்குக் கொடுக்கும் ஊதியத்தைக் கொடுக்கச் சொல்லி மன்னரை வற்புறுத்துவதற்கு நமது செனட்டர்களுக்கு தார்மீகமான உரிமை இருக்கிறதா? மாலுமிகளை வேட்டையாடி, அவர்களைத் தங்கள் மனைவியரிடமிருந்தும், குழந்தைகளிடமிருந்தும் பிரித்துக் கொண்டுவந்து கடற்படையில் சேர்த்து, அரசர் டேவிட், யுரியாவை போர்க் களத்தில் நிறுத்தி வைத்தது போல், நிறுத்தி வைப்பதா? நாகரிகமான ஒரு நாடு இந்த அவமானச் செயலைச் செய்யலாமா?[22]

மேக்குலாக் என்பவர் சர் மாத்யூ டெக்கர் கூறியதை மேற்கோள் காட்டுகிறார். "சுதந்திரமான ஒரு பிரிட்டிஷ் குடிமகனை கட்டாயப்படுத்தி மாலுமியாக்குவது அவனை துருக்கியில் உள்ள ஓர் அடிமைக்குச் சமமாக்கிவிடும். ஒரு குடும்பத்திலிருந்து பிரித்து ஒருவனை இழுத்துவந்து, அவனது விருப்பத்திற்கு மாறாக அவனது தலையை பீரங்கி வாயினுள் நுழைப்பது ஓர் உயர்குடியில் பிறந்தவனுக்கு அழகல்ல. துருக்கியில் இவ்வாறு செய்யப்படுகிறது. தொடர்ந்து இந்த நிலை நீடித்தால் மாலுமிகள் வேறு நாடுகளுக்கு ஓடிவிட மாட்டார்களா? மாலுமிகளின் எண்ணிக்கை ஆண்டுக்கு ஆண்டு குறைந்துவிடாதா? எஞ்சியிருப்பவர்கள் இரண்டு மடங்கு அல்லது மூன்று மடங்கு அதிகமான ஊதியம் கேட்க மாட்டார்களா? போர் சமயத்தில் நாம் அவ்வாறுதான் செய்தோம். இது நமது வாணிபத்திற்கு ஊறு விளைவித்தது." இந்தப் பழக்கத்தை அமெரிக்கர்கள் கைவிட்டு விட்டார்கள். மேக்குலாக் மேலும் தெரிவிக்கிறார்:– "தொழிலாளர்களுக்கும், கைவினைஞர் களுக்கும் அமெரிக்காவில் ஊதியம் எப்போதும் அதிகம்; இங்கிலாந்தில் உள்ளதைவிட அதிகம். ஆனால் மாலுமிகளுக்கு மட்டும் ஊதியம் குறைவு. தன்னார்வமுள்ள இளைஞர்கள் அமெரிக்கக் கடற்படையில் சேர்த்துக் கொள்ளப்படுகிறார்கள். போரின் முடிவில், அமெரிக்கக் கப்பல்களில் பணியாற்றிக் கொண்டிருந்த பிரிட்டிஷ் மாலுமிகளின் எண்ணிக்கை பதினாறாயிரம். நமது மாலுமிகளின் ஊதியம் மாதம் ஒன்றுக்கு நாற்பது[24] அல்லது ஐம்பது ஷில்லிங்கிலிருந்து நூறு ஷில்லிங்காக உயர்ந்தது. இதற்குக் காரணம் அமெரிக்கர்கள் கைவிட்ட பின்னரும் கட்டாய கடற்படைச் சேவைக்கு நாம் ஆட்களை நியமித்ததேயாகும்.[24]

மாவீரர் ஃபிரடாரிக்கின் இராணுவத்தில் ஒரு லட்சத்து ஐம்பதாயிரம் வீரர்கள் இருந்தனர். இதில் ஐம்பதாயிரம் பேர் பிரெஞ்சு இராணுவத்தைத் துறந்துவிட்டு ஓடிவந்தவர்கள். மீதமிருந்த ஒருலட்சம் வீரர்களில் கணிசமான நபர்கள் ஆஸ்த்ரிய நாட்டு இராணுவத்திலிருந்து ஓடிவந்தவர்கள். அந்த நாட்டிலும் இராணுவத்தை விட்டு ஓடிப்போனவர்களுக்கு மரண தண்டனைதான் அளிக்கப்பட்டது. தண்டனைக்குப் பயந்தே இராணுவ வீரர்களிடம் ஒழுக்கம் நிலைநாட்டப்பட்டது; அவர்களது திறமையும் அதிகரித்தது. ஆனால் அதே சமயத்தில் ஒவ்வொரு வீரனும் ஃபிரடாரிக்கின் எதிரியாகிவிட்டான். ஓடிவந்தவர்களிடையே இருந்த அச்சத்தை ஃபிரடாரிக் முழுவதுமாக நம்பியிருக்கவில்லை. தன்னுடைய மிகுதியான கட்டுப்பாடுகளும் அவர்களை ஓடச்செய்யலாம் என்பதால் அவர் எச்சரிக்கையாகவே இருந்தார். ஃபிரடாரிக் தனது ரெஜிமென்ட்டுகளை நகரங்களில் உள்ள கோட்டைகளைக் காக்கும் பணியிலேயே வைத்திருந்தார்; தேவைப்படும்போது அவர்களை அழைத்துக் கொள்வார். ஒரு கோட்டையிலிருந்து அடுத்த கோட்டைக்குச் செல்லும்போது ஒருவன் ஓடிப்போக வாய்ப்புள்ளதால், ஃபிரடாரிக் தனது வீரர்களை பணியிலிருந்து விடுவிப்பதே யில்லை. ஒரு குதிரை வீரன் குதிரையின் மீதிருந்து கீழே விழுந்து ஒரு காலை முறித்துக் கொண்டான். அவனுக்கும் சவுக்கடி கொடுக்கப்பட்டது. தற்செயலாக நடந்த தவறுகளையும், கவனக்குறைவால் நடந்த தவறுகளையும் பிரித்தறிய முடியாது என்று சொல்வார் ஃபிரடாரிக். எப்படி நடந்திருந்தாலும் எல்லா தவறுகளும் தண்டிக்கப்பட்டன. போர் என்று வந்தால் தவிர எந்த வீரனும் கோட்டைக் காவலை விட்டுவிட்டு வெளியே செல்லக் கூடாது; ஒருவன் இராணுவத்தைவிட்டு ஓடிச் சென்று விட்டால், அவன் ஓடிச் சென்றதை அறிவிக்கும் விதத்தில் பீரங்கிகள் முழங்கும். இது பக்கத்து நாடுகளுக்கு ஒரு எச்சரிக்கை. ஓடியவனைப் பிடித்துக் கொடுத்தால் வெகுமதி வழங்கப்படும். குற்றவாளியை மறைத்து வைத்தால் கடுமையான தண்டனை வழங்கப்படும். அவன் விரைவில் வேட்டையாடப்படுவான். ஒரு போர் வீரன் எப்போதும் ஒரு கைதிதான்; ஓர் அடிமைதான். சுற்றியுள்ளோர் நம்மைப் பார்த்து பெருமைப்பட வேண்டுமென்ற ஆவலும், அவர்கள் நம்மைப் பாராட்டவேண்டும் என்ற

ஆவலும் இயற்கையாக நம்மிடையே உள்ளது. பிரஷ்யாவில் காணப்படுவதுபோன்ற கட்டுப்பாடோ, நமது கடற்படையில் உள்ளது போன்ற கட்டுப்பாடோ இந்த ஆவலை அடக்கிவிட முடியாது. அதிகாரிகளும், நண்பர்களும் தன்னைத் பார்த்துப் பெருமைப்பட வேண்டும் என்பதால்தான் ஆபத்து காலத்தில் கூட ஒரு இராணுவ வீரன் தனது பணியைச் செய்கிறான். ஒவ்வொரு நல்ல இராணுவ வீரனும் தன் மனதில் என்ன நினைக்கிறான் என்பதை பொருளாதார மேதை ஆடம் ஸ்மித் இவ்வாறு கூறுகிறார்:– "ஓர் இராணுவ வீரன் ஆபத்திலிருந்து விலகிச் செல்பவனாக இருந்தால் அவன் தனது நண்பர்களின் வெறுப்புக்குள்ளாவான். அதேபோல் தேவையேற்படும்போது அவன் தன்னுயிரை இழக்கவும் தயங்கக் கூடாது." இவ்வாறுதான், தனது வீரர்களைக் கோட்டைக் காவலிலிருந்து போருக்கு அனுப்பும்போது நினைத்தார் தத்துவ மேதையான பிரஷ்ய அரசர். இராணுவ அதிகாரிகளுக்கு அதிகப்படியான சலுகை காட்டினார் பிரஷ்ய அரசர்; பதவி உயர்வுகள் அதிகாரிகளைக் கடமை தவறாதவர்களாக வைத்திருக்கும் என்று நினைத்தார் அவர். ஆனால் பரிதாபத்திற்குரிய வீரர்களுக்கு எந்த சலுகையும் காட்டப்படவில்லை. ஆபத்தைக் கருதாமல் உழைத்தவர்கள் அவர்களே.

நாம் நமது படைப்பயிற்சி முறையை பிரஷ்ய மன்னர் ஃபிரடரிக்கிடமிருந்து எடுத்துக் கொண்டிருக்கிறோம். அந்த முறையை அப்படியே பயன்படுத்தும் கண்டிப்பார்கள் இன்னும் இருக்கிறார்கள். இந்தக் கண்டிப்பை மற்ற பணிகளிலும் அவர்கள் பின்பற்றுகிறார்கள். இவர்கள் சூழ்நிலைகளை நன்கு புரிந்து கொள்வதில்லை.[25]

இந்திய உள்ளூர் இராணுவ வீரர்களில், வங்காள இராணுவத்திலுள்ள சிப்பாய்களுடன்தான் எனக்கு அதிகமான தொடர்புண்டு. இவர்கள் தங்கள் குழந்தைப் பருவத்திலிருந்தே சிப்பாய்களாக வளர்க்கப்படுகிறார்கள். நாட்டிலுள்ள இராணுவ வீரர்களின் தேவையை பூர்த்தி செய்வதற்கே தாங்கள் பிறந்தோம் என்ற எண்ணத்துடனும், உணர்வுடனும் இவர்கள் வளர்க்கப்பட்டவர்கள். அந்த எண்ணம் அவர்கள் மனதில் கடைசிவரை உள்ளது. இவர்கள் விவசாயக் குடும்பங்களைச் சேர்ந்தவர்கள்.

வீட்டில் பொருட்தேவை ஏற்படும்போது இந்த விவசாயக் குடும்பங்களைச் சேர்ந்த இளைஞர்கள் ஒருவர்பின் ஒருவராக நமது ரெஜிமென்ட்டில் வந்து சேர்ந்து கொண்டே யிருப்பார்கள். பணநெருக்கடி குடும்பங்களில் வருவதற்கு அதிகப்படியான வரிவிதிப்பு காரணமாக இருக்கலாம்; அல்லது குடும்பத்திலுள்ள நபர்களின் எண்ணிக்கை அதிகமானது காரணமாக இருக்கலாம்.[26] எந்த மாநிலம் இவர்களது சேவையைப் பயன்படுத்திக் கொள்கிறதோ அந்த மாநிலத்திற்கு உண்மையாக உழைப்பதில் இவர்களைத் தவிர வேறு யாரும் இருக்க முடியாது. பெற்றோர்களிடம் வணக்கத்துடன் கூடிய நன்மதிப்பு வைத்திருப்பார்கள். எந்தக் குடும்பத்தைச் சேர்ந்தவனாக இருந்தாலும் அவன் வாழ்வின் எந்தப் பருவத்திலும் பெற்றோரை அவமதிக்க மாட்டான். உப்பிட்டோரை உள்ளளவும் மதித்துப் போற்றுவான். பெற்றோரை ஒருவன் அவமதித்தால் அது அந்தக் குடும்பத்திற்கே இழுக்கு. அப்படி ஒருவன் பெற்றோரை அவமதித்துவிட்டால் அவன் சமுதாயத்தின் கோபத்திற்கு ஆளாவான். தந்தை இறந்தபின், மூத்த சகோதரன் குடும்பப் பொறுப்புகளை ஏற்றுக் கொள்கிறான். அவனுக்கும் தந்தையைப் போன்றே மதிப்பளிக்கின்றனர் அவன் குடும்பத்தார். மூத்தமகன் எங்காவது இராணுவ சேவையில் இருந்தால், தந்தை இறந்தவுடன் அவன் தன் பணியிலிருந்து விருப்ப ஓய்வு பெற்றுக்கொண்டு வீட்டுக்குத் திரும்பிவிடுவான். குடும்பத் தலைவனாக இருந்து தனது பொறுப்புகளை நன்கு கவனித்துக் கொள்வான். ஒரு இராணுவ வீரனுக்கு பணியிலிருந்து ஓய்வு பெறமுடியாத சூழ்நிலை இருக்கலாம்; அதாவது குடும்பத்தைப் பராமரிக்க அவனுக்கு மாத ஊதியம் அவசியமாக இருக்கும். அப்படிப்பட்டவன் தன்னுடைய பணியில் இருந்துகொண்டே, தனது சொந்த சௌகரியங்கள் பலவற்றை இழந்து, சிக்கனமாக செலவு செய்து தனது மாத ஊதியத்தை குடும்பத்திற்கு அனுப்பி வைப்பான்.

அந்த இராணுவ வீரனது சகோதரர்களின் மனைவியரும், குழந்தைகளும், அவனது பராமரிப்பில், அவனது தந்தை வாழ்ந்தபோது எப்படி இருந்தார்கள் அப்படியே இருந்து வருவர். இந்தியாவில் இந்த வழக்கம் ஒரு விதிமுறையாகவே

பின்பற்றப்பட்டு வருகிறது; ஒருசில விதிவிலக்குகள் வேண்டுமானால் இருக்கலாம்.

இராணுவ வீரர்கள் ரெஜிமென்ட்டுக்கு தங்கள் மனைவியரையோ, குழந்தைகளையோ அழைத்து வருவதில்லை.[27] அவர்களைத் தங்களது வீடுகளில் மூத்த சகோதரர்களின் பாதுகாப்பில் விட்டு விட்டுத்தான் வருகிறார்கள். விடுப்பில் செல்லும்போதுதான் அவர்களுடன் சேர்ந்து தங்கள் நேரத்தைச் செலவிடுகின்றனர். இராணுவ வீரர்கள் தங்கள் வருவாயில் நான்கில் மூன்று பங்கை தங்கள் குடும்பங்களுக்கு அனுப்பி விடுகிறார்கள். வீரர்கள் தங்கள் பணியை செவ்வனே செய்யாவிட்டால், அந்தச் செய்தி இராணுவத்தில் பணிபுரியும் உள்ளூர் அதிகாரிகள் மூலம், தூரத்தில் வசிக்கும் அவர்களது குடும்பத்தினருக்குப் போய்ச் சேர்ந்துவிடும். உள்ளூர் அதிகாரிகளும், சகவீரர்களும், அவ்வாறு நன்கு பணிசெய்யாதவர்களை வெறுத்தொதுக்குவார்கள். வங்காள இராணுவத்தில் ட்ரம் வாசிக்கும் இருபது கிறிஸ்துவ வீரர்கள் இருக்கின்றனர். இவர்கள் தங்கள் குடும்பங்களுடன் வசித்து வருகின்றனர். ரெஜிமென்டில் மொத்தமுள்ள சிப்பாய்களின் எண்ணிக்கை எண்ணூறு. ஆனால் அந்த இருபது கிறிஸ்தவ வீரர்கள் மேலதிகாரிகளுக்குக் கொடுக்கும் தொல்லைதான் அதிகம்.

இராணுவ வீரர்களின் விசுவாசத்தைத் தக்கவைக்க மூன்று வழிமுறைகளை நாம் பின்பற்றவேண்டும். முதலாவதாக இப்போது நிர்ணயிக்கப்பட்டுள்ள ஊதியம் தடையின்றி, ஒழுங்காக அவர்களுக்குத் தொடர்ந்து கொடுக்கப்படவேண்டும்; இரண்டாவதாக அவர்களது ஊதிய விகிதங்களுக்கேற்ப, அவர்கள் ஓய்வுபெற்றவுடன், ஓய்வூதியம் வழங்கப்படவேண்டும்; மூன்றாவதாக ஐரோப்பிய அதிகாரிகளுக்கு வழங்கப்படுவது போன்றே பணிமூப்பின் அடிப்படையில் அவர்களுக்கு பதவி உயர்வுகள் அளிக்கப்படவேண்டும். நடத்தை சரியில்லாவிடில் பதவி உயர்வு அளிக்கப்பட வேண்டியதில்லை.[28] மனமுடைந்த, திருப்தியற்ற வீரர்கள் கொண்ட இராணுவத்தைப் பற்றி சிலர் பேசுகின்றார்கள். நமது இந்திய இராணுவத்தைவிட ஒழுக்கமான, மனநிறைவுடைய ஓர் இராணுவத்தை உலகில் வேறெங்கும் காணமுடியாது. இந்திய இராணுவ வீரர்களின் கடமை

உணர்வையும், விசுவாசத்தையும் உயர் அதிகாரிகள் பாராட்டுகிறார்கள்.[29] நான் அதிகாரிகள் என்று சொல்வது ஐரோப்பிய அதிகாரிகளையல்ல. அவர்கள் வீரர்களைப்பற்றிய சில குறைகளை தங்கள் மனதில் கொண்டுள்ளனர். அவர்களின் மனதை மாற்ற சரியான நடவடிக்கைகள் எடுக்கப்படவில்லை. கிழக்கிந்தியக் கும்பெனியின் இராணுவத்திலுள்ள இளநிலை அதிகாரிகள், பிரிட்டிஷ் இராணுவத்தில் உள்ளவர்களைக் காட்டிலும் நல்ல நிலையில் உள்ளனர். அதற்கான காரணங்களை இங்கு விளக்குவது ஏற்புடையதாக இருக்காது.[30]

தன்னார்வமற்ற வீரர்களைக் கொண்ட இராணுவங்களில் இராணுவ வீரர்கள் தங்களது இராணுவத்தை விட்டு விலகிச்சென்று, வேறு பணிகளில் சேரவே விருப்பமுள்ளவர்களாக இருப்பார்கள். ஆனால் அவ்வாறு விலகிச் செல்ல அவர்களால் முடியாது. அவர்கள் தங்களது தற்போதைய அவல நிலையைக் குறித்தும், தங்களது கடந்த கால அமைதியான வாழ்க்கை குறித்தும் மனதில் எண்ணிப்பார்த்து, எண்ணிப்பார்த்து கவலைப்பட்டுக் கொண்டேயிருப்பார்கள். இந்திய இராணுவத்தில் நிலைமை அவ்வாறில்லை. எந்த இராணுவ வீரனும் அவனது தற்போதை கடின வாழ்க்கை பற்றி வருத்தப்படவோ, தனது பழைய சுகமான வாழ்க்கையைப் பற்றி நினைத்துப் பார்த்துக் கொண்டேயிருக்கவோ எந்த அவசியமும் இல்லை. (அவன் நல்ல நிலையிலேயே இருந்து வருகிறான்) தங்களைப் புரிந்து கொள்ளும் ஒரு மேல் அதிகாரி இருக்கும் வரை, இராணுவப் பணி அவர்களுக்குப் பெருமை நிறைந்ததாகவும், மகிழ்ச்சியளிப்பதாகவுமே உள்ளது. 'சர் டேவிட் பேர்ட்' என்பவரது தலைமையில் எகிப்தியப் போரில் பங்குகொண்ட மூவாயிரம் இந்திய காலாட்படை வீரர்கள் பற்றி பயணங்கள் என்ற புத்தகத்தில் கிளார்க் என்ற எழுத்தாளர் இவ்வாறு எழுதுகிறார் :– போரிடுவதற்குத் தயாரான நிலையில் மிகவும் மிருக்கான தோற்றத்தில் வேறு எந்த சேனையும் இல்லை. பாரிஸ் நகரிலுள்ள ட்யூலரீஸ் அரண்மனையில் நெப்போலியனால் அணிவகுத்து நிறுத்தப்பட்ட பத்தாயிரம் வீரர்கள் கொண்ட சேனை கூட இந்திய காலாட்படைக்கு சமமென்று சொல்ல முடியாது. உடல்நலக் குறைவுடைய ஒரு வீரன் கூட

இந்தியப் படையில் இல்லை. இந்திய தட்ப வெப்பநிலைக்குப் பழக்கப்படுத்தப்பட்ட ஆங்கிலேயர்கள், எகித்தின் சூழல் மிதவெப்பநிலை என்று கருதினர். இந்திய வீரர்கள் நைல் நதியை, கங்கை நதியைப்போன்று மிகவும் விரும்பினார்கள்."[31]

ஐரோப்பிய இராணுவ வீரர்கள், இரவுபகலாக ஒவ்வொரு மணி நேரமும் கவலைப்பட்டுக் கொண்டிருப்பதைத் தவிர்க்க அவர்களை மகிழ்விப்பதற்கு வழிவகை செய்யவேண்டும்.[32] பயனற்ற அதிகப்படியான பணிகளை ஐரோப்பிய வீரர்கள் வெறுக்கிறார்கள். ஒழுங்கையும் கட்டுப்பாட்டையும் நிலை நிறுத்த வேண்டும் என்பதற்காக நமது ஐரோப்பிய வீரர்கள் அதிகப்படியான துயரத்திற்கு ஆளாக்கப்படுகிறார்கள்.[33]

குதிரைகளுக்கு தேவைக்கதிகமான பயிற்சிகளைக் கொடுத்தால் அது எதிர்மறையான விளைவுகளை ஏற்படுத்தும் என்பது விளையாட்டு வீரர்களுக்குத் தெரியும். இராணுவ வீரர்களும் அப்படித்தான். இராணுவ வீரர்களுக்குத் தேவைக் கதிகமான பயிற்சி கொடுத்தால், அதுவும் எதிர்மறையான விளைவுகளைத்தான் ஏற்படுத்தும். அவர்கள் உற்காசமிழந்து, போர் புரியும் நேரத்தில், எதிரிகள் முன்னிலையில் பயனற்றுப் போய் விடுவார்கள். அளவுக்கதிகமான படைப்பியிற்சி (drill) கொடுக்கப்பட்ட இராணுவ வீரர்கள், தங்களது சொந்த தளபதியின் முன்னிலையிலேயே சரியாக அணிவகுக்க மாட்டார்கள். அதிக கண்டிப்புடன் உள்ள ஓர் இராணுவ அதிகாரி பொதுவாக புத்திக்கூர்மை உள்ளவராக இருக்க மாட்டார். அவர் விரும்பும் வரை தன்கீழ் உள்ள வீரர்களுக்குப் படைப் பயிற்சி அளிப்பார்; அவரது குறுகிய மனம் வீரர்களிடையே அச்சத்தை ஏற்படுத்துவதிலேயே குறியாக இருக்கும். பிடிவாதத்துடன், அடிமைகளை நடத்துவது போல் அவர் வீரர்களை நடத்துவார். தன்னுடைய திறமை யின்மையால் அத்தகைய பிடிவாதக்கார, கண்டிப்புமிக்க அதிகாரி எதிரியின் முன்னிலையில் அவமானத்தைத் தேடிக் கொள்ளாவிட்டாலும் அவரது கீழ் பணியாற்றும் வீரர்கள் அவர் அவமானத்தை சந்திக்கும்படி வைத்து விடுவார்கள். ஓர் உண்மையான இராணுவ அதிகாரி, பொதுவாக, புத்திக்கூர்மை உள்ளவராக இருப்பார். தனது வீரர்களின் உடல்களைவிட, அவர்களது உள்ளங்களுக்குத்தான் அவர் முதலிடம் கொடுப்பார். அவர் தனது வீரர்களின் கை

கால்களுக்கு கட்டளைகளைக் கொடுப்பதுடன் நின்று விடமாட்டார். அவர்களை உற்சாகப்படுத்தி ஆபத்தைக் கண்டு அச்சப்படாத அளவுக்கு அவர்களை மாற்றிவிடுவார். லேக், ஜெனரல் ஆக்டர்லோனி, மால்க்கம், ஆடம்ஸ் போன்றோர் அத்தகைய அதிகாரிகள். இவர்களை இந்தியா நன்கறியும்.

எதிரிகளின் முன்னால், கண்டிப்பாளராக இருக்கும் ஓர் அதிகாரிக்கு வீரர்கள் எந்தஅளவு மரியாதை கொடுக்க வேண்டுமோ அந்த அளவுதான் கொடுப்பார்கள். சில சமயங்களில் தேவைக்குக் குறைவான அளவு மரியாதைதான் கொடுப்பார்கள். ஆனால் ஓர் உண்மையான இராணுவ அதிகாரிக்கு, அவரது வீரர்கள் அதிகப்படியான மரியாதை கொடுப்பார்கள். அந்த அதிகாரியின் கௌரவம், தங்களது சொந்த கௌரவத்தைவிட மேலானது என்று நினைப்பார்கள். அதை நிலைநிறுத்தப் பாடுபடுவார்கள். ஏப்பியஸ் கிளாடியஸின் இராணுவம் எதிரிகளின் முன்னால் அழிந்தது. நாட்டிற்கு அவப்பெயர் ஏற்பட்டது. போருக்குச் சென்றவர்களில் பத்தில் ஒரு பங்கு வீரர்களே வீடு திரும்பினார்கள். இதற்குக் காரணம் கிளாடியஸ் தனது வீரர்களின் உற்சாகத்தைப்பற்றி சிறிதும் கவலைப்படவில்லை. மாறாக கிளாடியஸின் சக தளபதியான க்விட்டஸின் வீரர்கள் அவனுக்கு நிலையான புகழை பெற்றுத் தந்தார்கள்; ஏனெனில் அவர்கள் அவனை நேசித்தார்கள்.[34] இதேபோன்ற ஒரு சந்தர்ப்பத்தை 1813ஆம் ஆண்டு நடைபெற்ற நேப்பாளப் போரின்போது நாமும் சந்தித்தோம். நேப்பாள அரசரின் இராணுவம் ஏப்பியஸ் கிளாடியஸின் இராணுவம் போன்று செயல்பட்டது.[35] அந்தப் போரின்போது நேப்பாள அரசு மற்றும் கும்பெனி ஆகிய இருதரப்பிலும் ஏப்பியஸ் போன்ற கண்டிப்பாளர்கள் இருந்தனர். அவர்கள் தோல்வியைத் தழுவினர். அதேசமயத்தில் தனது வீரர்களின் நலனில் அக்கறை எடுத்துக்கொண்ட, அவர்களின் மீசைகளுக்காவும், பொத்தான்களுக்காவும் கூட கவலைப்பட்ட உண்மையான இராணுவ அதிகாரிகள் வெற்றிவாகை சூடினார். அமைதி காலத்தில் தனது ரெஜிமென்டின் வீரர்களைத் துன்புறுத்திக் கொண்டேயிருக்கும் ஓர் அதிகாரி போரில் தோற்பார்.

நீண்ட அமைதியின்போது எல்லோர் கண்களிலும் படுவது கண்டிப்பாளர்களான அதிகாரிகள்தான். எனவேதான்

நீண்ட அமைதிக்குப் பின் ஒரு போர் ஏற்படும்போது ஆரம்பத்தில் தோல்வி ஏற்படுகிறது. உல்ஃப், வெல்லிங்கடன் போன்றோர் சேத்தம், வெல்லஸ்லி போன்றோரை மேலே எழும்பும்படிச் செய்துவிடுகின்றனர். ஆனால் ஆரம்பத்தில் ஒயிட்லாக் போன்ற அதிகாரிகளே தளபதிகளாக இருக்கின்றனர்.

ஊழியர்களை நமது தேவைக்குத் தகுந்தாற்போல் மாற்றுவதற்கு சவுக்கடிதான் துணைபுரியும் என்று சிலர் சொல்வார்கள். இவ்வாறு சொல்வது எளிது. அவ்வாறு சொல்பவர்கள் எப்படியும் தங்களுக்கு அத்தகைய ஒரு தண்டனை கிடைக்காது என்ற நிலையில் உள்ளவர்கள். சீனப் பேரரசர், படைத்தளபதிகளை தன் வழிக்குக் கொண்டுவர அவர்களை சவுக்கால் அடித்தார். ஜெர்மனியிலும் சில பகுதிகளில் அதிகாரிகளுக்கும் சவுக்கடி கொடுக்கும் பழக்கம் இருந்தது. அரசர்களும், தளபதிகளும், கீழ்நிலை ஊழியர்களை வழிக்குக் கொண்டுவர சவுக்கடி தேவையென நினைத்தனர். இந்த தண்டனை இல்லாமல் ஓர் இராணுவத்தை நிர்வகிப்பது கடினம் என அவர்கள் நினைத்தனர். சில கிறித்தவ இராணுவங்களில் அதிகாரிகளுக்கு சவுக்கடி கொடுக்கும் வழக்கம் இல்லை; ஆனால் அதிகாரிகள் கீழ்நிலைப் பணியாளர்கள் மீது சவுக்கை தாராளமாகப் பயன்படுத்துவார்கள். ஊழியர்களைத் திருத்துவதற்கு சவுக்கடி தேவையற்றது என்று கூறி இந்த அதிகாரிகளை திருப்திபடுத்துவது மிகவும் கடினம். மனிதர்கள் சவுக்கால் அடிக்கப்படுவதை விரும்புவதில்லை. பழக்கப்பட்டுவிட்டால் விலாங்கு மீன்கள் தோலுரிக்கப்படுவதை விரும்புவதுபோல் தான் இதுவும். அமெரிக்க நாட்டின் தென்மாநிலங்களில் அடிமைகளை வைத்துக்கொண்டு வேலை வாங்கும் முதலாளிகளை, கசையடி தேவை தானா என்று கேட்டுப் பாருங்கள். ‘தேவையில்லை’ என்றுதான் அவர்கள் கூறுவார்கள். நமது இராணுவம் இன்னும் கசையடி கொடுக்கம் பழக்கம் தேவையென்று நினைத்துக் கொண்டிருந்தால், இராணுவத்தின் விதிமுறைகள் மாற்றியமைக்கப்பட வேண்டும். சுதந்திரமான நிறுவனங்களைக் கொண்ட ஒரு நாட்டில் சவுக்கடிகள் கொடுப்பதை தடை செய்ய வேண்டும். உடல் சார்ந்த தண்டனைகள் தேவை என்று கருதினால்

அத்தகைய தண்டனைகள் இரண்டு குற்றங்களுக்கு மட்டும்தான் கொடுக்கப்பட வேண்டும். ஒன்று கலகம் மற்றும் கீழ்ப்படியாமை; இரண்டு கொள்ளை மற்றும் வன்முறை; இந்த வன்முறை பயிற்சிக் களத்தில் அல்லது அணிவகுப்பின்போது ஏற்பட்டிருக்க வேண்டும்.[36]

ஒழுக்கம், கட்டுப்பாடு போன்றவற்றில் மிகையான கவனம் செலுத்துவதென்பது வடிவத்திற்காக பதார்த்தத்தை தியாகம் செய்யும் கதைதான். சிறிய தவறுகள், மிகப்பெரிய குற்றங்களைப்போல் தண்டிக்கப்படுவது வீரர்களின் உற்சாகத்தைப் பாதிக்கும் கைகால்களின் அசைவு, மீசை வெட்டப்பட்டிருக்கும் விதம், சட்டைப் பொத்தான் போன்றவைகளை நுண்னோக்கி கொண்டு ஆய்வு செய்ய வேண்டிய அவசியமில்லை. நான் இப்படிச் சொல்வதால் சோம்பேறித்தனத்தை ஆதரிக்கிறேன் என்பது பொருளல்ல. ஓர் இராணுவ நிலையத்தில், ஓர் உள்ளூர் சிப்பாய் பள்ளிக் கூடச் சிறுவன் போன்று சில குறும்புகளில் ஈடுபடுகிறான் என்று வைத்துக் கொள்வோம். இதற்குக் காரணம் என்ன என்று உள்ளூர் அதிகாரியைக் கேட்டால் அவர் நம்மைப் பார்த்து:– "குதிரை ஏன் சரியாக ஓடவில்லை? தண்ணீர் ஏன் தெளிவற்றுக் காணப்படுகிறது? குதிரைக்குப் பயிற்சி கொடுத்தது சரியில்லை. கவனக்குறைவால் தண்ணீர் கலங்கிவிட்டது. அதுபோல்தான் ஒரு இராணுவ வீரனும்" என்று பதில் சொல்வார்.

சரியான பயிற்சி கொடுக்காமல் ஒரு ரெஜிமெண்ட்டில் உள்ள வீரர்களை தகுதியானவர்களாக வைத்திருக்க முடியாது. ஓர் உயர் அதிகாரி தன்னுடைய கட்டளையின் கீழ் பணியாற்றும் ஊழியர்களிடம் அன்பாக நடந்து கொள்ள வேண்டும். அவர்களின் கடமைகள் என்ன என்பதை சரியாகத் தெரிந்து வைத்திருக்க வேண்டும். எல்லா சூழ்நிலைகளிலும் அவர்கள் செய்யவேண்டிய கடமைகளைச் செய்கிறார்களா என்பதை கவனிக்க வேண்டும். அப்போதுதான் அந்த அதிகாரி, தன்கீழ் பணியாற்றுபவர்களிடம் மரியாதையை எதிர்பார்க்க முடியும். இளம் வீரர்களை தவறான வழிக்கு அழைத்துச் செல்ல சில தீயவர்கள் இராணுவத்தில் இருக்கத்தான் செய்வார்கள். இவர்கள் இளம் வீரர்களை குற்றங்கள் புரியத் தூண்டுவார்கள்.

ரெஜிமென்ட்டின் ஒழுக்கம் பற்றி கவனக் குறைவாக அதன் அதிகாரி இருந்தால் இத்தகைய தவறுகள் நடைபெறும். தவறுகள் கண்டுபிடிக்கப்பட்டு, தண்டனைகள் வழங்கப்பட வேண்டும்.[37]

இந்திய இராணுவத்தில் வீரர்களுக்கும், ஐரோப்பிய அதிகாரிகளுக்கும் இடையே ஒரு நல்லெண்ணம் உருவாக வேண்டும். ஆனால் மிகப்பெரிய இராணுவ தளங்களில் இந்த நல்லெண்ணம் குறைவாக உள்ளது. அந்த இடங்களில் உள்ள ஐரோப்பிய சமுதாயம் அளவில் பெரிதாகவும், மகிழ்ச்சியில் திளைப்பதாகவும் உள்ளது. உள்ளூர் அதிகாரிகளையும், சிப்பாய்களையும் நல்ல முறையில் கவனிப்பதற்குப் பதிலாக நமது ஐரோப்பிய அதிகாரிகள் மகிழ்ச்சி ஆரவாரங்களில் அதிகம் ஈடுபடுகிறார்கள். ஐரோப்பாவில் மேல்தட்டு மக்களின் பொழுதுபோக்கு அம்சங்களை கவனத்தில் கொள்வதற்கென தனியாக சிலர் இருக்கின்றனர். திரை / நாடக அரங்கங்கள், நடன அரங்கங்கள் போன்ற இடங்களில் பணிசெய்து உயர் அதிகாரிகளுக்குச் சேவை செய்து, அவர்களை கவனித்துக் கொள்ள சில குறிப்பிட்ட வகுப்பைச் சேர்ந்த மக்கள் தயாராக இருக்கிறார்கள். ஆனால் இந்தியாவில் அரசாங்க அலுவலர்களான சிவில் மற்றும் இராணுவ அதிகாரிகளே ஐரோப்பிய அதிகாரிகளின் சேவையில் ஈடுபடவேண்டும். மிகப் பெரிய இராணுவ தளங்களில் இந்தப் பணியைச் செய்வது மிகவும் கடினம். ஒரு இளம் அதிகாரியின் முழுநேரமும் அதற்கே செலவாகி விடும். ஐரோப்பிய சீமாட்டிகளுக்கு நல்ல பொழுதுபோக்கு தேவை. அதிகாரிகள்தான் அதற்கான ஏற்பாடுகளைச் செய்யவேண்டும்; ஏனெனில் அவர்களைவிட்டால் அந்த வேலையைச் செய்ய வேறு யாரும் இல்லை. இதனால் உயர் இராணுவ அதிகாரிகளுக்கு தங்கள் கீழ் பணிபுரியும் வீரர்களை கவனிப்பதற்கு நேரமில்லை. உள்ளூர் அதிகாரிகள் தரும் அறிக்கைகளை மட்டுமே நம்பியிருக்கிறார்கள்.[38]

ரெஜிமென்ட்டுகள் போரில் ஈடுபடும்போது நிலைமை வேறு. அப்போது ஐரோப்பிய அதிகாரிகளுக்கும், வீரர்களுக்கும் இடையே ஒரு சுமுகமான உறவு இருக்கும். ஐரோப்பிய இராணுவ வீரர்களுக்கும், இந்திய சிப்பாய்களுக்குமிடையே நல்ல உறவு இருக்கும். பொதுவான ஆபத்து இந்திய

வீரர்களையும், ஐரோப்பியர்களையும் ஒன்றிணைத்து விடுகிறது. லேக் பிரபுவின் தலைமையில் சண்டையிட்ட இராணுவப்பிரிவு, சண்டைக்குப் பின் தினாபூர் வழியாக செல்ல நேர்ந்தது. அந்த இராணுவப் பிரிவினரோடு இணைந்து சண்டையிட்ட அரசரின் 76வது பிரிவு இராணுவம் அப்போது தினாபூரில் இருந்தது. லேக் பிரபுவின் இராணுவத்தினரை, அரசரின் இராணுவத்தினர் விருந்திற்கு அழைத்தனர். லேக்கின் இராணுவத்தினர் இந்த அழைப்பை ஏற்றுக் கொண்டனர்; ஆனால் ஒரு நிபந்தனை விதித்தனர். அதாவது காலைக்குள் அனைத்து இராணுவ வீரர்களும் பத்திரமாக முகாமிற்குத் திரும்பி வந்துவிடவேண்டும். நிபந்தனைக்கு உட்பட்டு லேக்கின் வீரர்கள் விருந்திற்குச் சென்றனர். ஆனால் விருந்தில் மது அருந்திவிட்டு அனைவரும் நிலைதடுமாறினர். இருந்தும் இராணுவ வீரர்கள் காலையில் தங்கள் முகாமில் பத்திரமாக, அவரவர் கட்டிலில் இருந்தனர். இது எப்படியென்றால், ஒவ்வொரு இராணுவ வீரனையும், ஒரு சிப்பாய் தோள்களில் சுமந்துவந்து முகாமில் விட்டு விட்டான். மறைந்த ஓர் ஐரோப்பிய அதிகாரி அடக்கம் செய்யப்பட்ட இடத்தின் வழியாக, உள்ளூர் இராணுவ ரெஜிமென்ட் ஒருசமயம் அணிவகுத்துச் செல்ல நேர்ந்தது. இராணுவ வீரர்கள் அந்த மறைந்த அதிகாரியின் கல்லறைக்குச் சென்று வணக்கம் செலுத்த விரும்பினார்கள். பணியை விட்டு விட்டு அனைவரும் கல்லறைக்குச் சென்றுவிட்டனர்.[39] இத்தகைய செயல்கள் நல்லெண்ணத்தை வளர்க்கின்றன.

உள்ளூர் இராணுவ வீரர்களிடையே நல்லெண்ணத்தை உருவாக்க கும்பெனியின் ஒவ்வொரு அதிகாரியும் முயற்சிகள் மேற்கொள்ள வேண்டும். இதைப்பற்றிப் பேசாமல் நான் இந்த அத்தியாயத்தை முடித்துவிட முடியாது. குறிப்பாக ஜமேதார்களுக்குக் கொடுக்கப்படும் ஊதியத்தை உயர்த்த வேண்டிய அவசியத்தை நான் குறிப்பிட்டாக வேண்டும். ஜமேதார்கள் 'கமிஷன்' அந்தஸ்த்து பெற்ற அதிகாரிகள். இருபத்தைந்து முதல் முப்பதாண்டு கால சேவைக்குப் பின்பே ஒருவருக்கு 'ஜ மேதார்' பதவி கிடைக்கிறது.[40] சுபதார்கள் போன்றே ஜமேதார்களும் நல்ல உடையணிய வேண்டும். அதற்கு அதிக செலவு பிடிக்கும். சுபதார்கள் போன்றே அவர்களும் மிடுக்குடன் தோற்றமளிக்க

வேண்டியது அவசியம். அப்படியிருந்தும் ஜமேதாருக்கு மாத ஊதியமாக இருபத்தி நான்கரை ரூபாய் மட்டுமே வழங்கப்பட்டு வருகிறது. இந்த ஊதியம் ஹவில்தார்களுக்குக் கொடுக்கப்படும் ஊதியத்தைவிட பத்து ரூபாய் மட்டுமே அதிகம்; 'கமிஷன்' அந்தஸ்து பெற்ற ஒரு ஜமேதார் இவ்வளவு குறைவான ஊதியத்தை வைத்துக் கொண்டு வாழ்க்கை நடத்த இயலாது. பதவி உயர்வு பெற்றபின் ஜமேதார்கள் தங்களின் குடும்பத்தாருக்கு அதுவரை அனுப்பி வந்த பணத்தின் அளவு வெகுவாகக் குறைந்துவிட்டது. அவர்களுக்கு ஆகும் அதிகப்படியான தனிப்பட்ட செலவே இதற்குக் காரணம். சிவில் அதிகாரிகளுக்கு ஊதியம் அளிப்பதில் தாராளமாக இருந்து வரும் நமது அரசாங்கம் இதையும் கவனத்தில் கொள்ள வேண்டும்; பொதுத் துறை ஊழியர்களிலேயே மிகவும் குறைவான ஊதியம் பெறுவோர் இந்த ஜமேதார்கள்தான் என்பதை அனைவரும் ஒப்புக் கொள்கின்றனர். மாதம் ஒன்றுக்கு தற்போதைய ஊதியத்தைவிட பத்து ரூபாயாவது அவர்களுக்கு அதிகம் அளிக்கப்பட வேண்டும். இதனால் அவர்கள் மத்தியில் அரசாங்கத்தின் மீதான நல்லெண்ணம் அதிகப்படும்.[41]

குறிப்புகள்

1. இந்த அத்தியாயமும், இதற்கடுத்த அத்தியாயமும் 1841ஆம் ஆண்டு கல்கத்தாவில், ஒரு சிறு புத்தகமாக வெளியிடப்பட்டன. இரண்டாம் பதிப்பில் இந்த இரு அத்தியாயங்களும் மூல நூலுடன் இணைக்கப்பட்டுவிட்டன.
2. இந்த ஆணை இந்திய இராணுவத்திற்கு மட்டுமே பொருந்தும்.
3. தவறு செய்வோரை சாலைப் பணியில் ஈடுபடுத்துவது, இப்போது நிறுத்தப்பட்டுவிட்டது.
4. நூலாசிரியர் 'சிப்பாய்' என்பதை 'Sipahee' என்று எழுதுகிறார்.
5. 1895ஆம் ஆண்டில் இந்திய இராணுவத்தில் ஒரு காலாட்படை வீரனின் மாத ஊதியம் ஏழு முதல் ஒன்பது ரூபாய்.
6. 1797ஆம் ஆண்டு ஜனவரி 5ஆம் நாள் தலைமைத் தளபதியாக இருந்த பென்டிங்க் பிரபு ஒரு ஆணையை வெளியிட்டார். அந்த ஆணையின்படி உள்ளூர் இராணுவத்தின் சிப்பாய், இராணுவ நீதிமன்றத்தின் தீர்ப்பின்படியே பணிநீக்கம் செய்யப்படவேண்டும். 1827ஆம் ஆண்டு தலைமைத் தளபதியாக இருந்த கோம்பர்மியர் பிரபு

அந்த ஆண்டு மார்ச் 19இல் ஒரு ஆணை பிறப்பித்தார். அதன்படி ‘சவுக்கடி’ என்ற தண்டனை நீக்கப்பட்டது. திருட்டு, கொள்ளை, கீழ்ப்படியாமை போன்ற குற்றங்களுக்கு மட்டுமே உடல் சார்ந்த தண்டனைகளை வழங்கலாம். சவுக்கடி வாங்கும் சிப்பாய்கள் பணியிலிருந்து விடுவிக்கப்பட்டனர்.

1835ஆம் ஆண்டு பிப்ரவரி மாதம் 24ஆம் நாள் கவர்னர் – ஜெனரல் திரு வில்லியம் பென்டிங்க் சிப்பாய்களுக்குக் கொடுக்கப்பட்டு வந்த கசையடி, பிரம்படி போன்ற தண்டனைகளை அறவே ஒழித்தார். அதற்கு பதில் பெரிய குற்றங்கள் செய்வதர்கள் பணிநீக்கம் செய்யப்பட்டனர். 1839ஆம் ஆண்டு செப்டம்பர் 23ஆம் நாள் இந்திய லெஜிஸ்லேட்டிங் கவுன்சில் ஒரு சட்டத்தை நிறைவேற்றியது. அதன்படி கிழக்கிந்தியக் கும்பெனியின் இராணுவ வீரர்கள் குற்றங்கள் புரியும்போது, இராணுவ நீதிமன்றம் அவைகளை விசாரித்து, தேவைப்பட்டால் குற்றம் புரிந்தவர்களை பணிநீக்கம் செய்வதுடன் இரண்டாண்டுகள் வரை கடுங்காவல் தண்டனையோ அல்லது வெறுங்காவல் தண்டனையோ வழங்கும். தண்டனை சட்டத்தின் 23வது பிரிவில் சொல்லப் பட்டுள்ளது.

1840ஆம் சட்டத்தின்படி இராணுவ நீதிமன்றத்தின் தீர்ப்பை அமுல்படுத்தும் அதிகாரம் மன்றத்தின் நீதிமன்ற நடுவர்களுக்கு வழங்கப்பட்டது.

நூலாசிரியர் காலத்திற்குப் பிறகு இந்திய இராணுவம் முழுமையாக சீரமைக்கப்பட்டுவிட்டது.

1833ஆம் ஆண்டு வில்லியம் பென்டிங்க் பிரபு இராணுவத்தின் தலைமைப் பொறுப்பை, சர் எட்வார்ட் பார்னஸ் – இன் பணி ஓய்வுக்குப் பின் ஏற்றுக் கொண்டார். கவர்னர் – ஜெனரல் பதவியும், தலைமைத் தளபதி பதவியும் ஒன்றாக இணைக்கப்பட்டுவிட்டன.

7. சர் சாமுவெல் ஆக்மியூட்டி பட்டாவியாவினுள் நுழைந்து முழுத் தீவையும், செப்டம்பர், 1811ஆம் ஆண்டு கைப்பற்றிவிட்டார். ஆனால் அதற்குப்பின் ஏற்பட்ட சமாதான உடன்படிக்கையின்படி ஜாவா தீவு முழுவதும் டச்சுக்காரர்களிடம் ஒப்படைக்கப்பட்டது.

8. ‘மொரேஷியஸ்’ தீவுதான் ஃப்ரன்ச் (மிரன்ச்சு) தீவு (Isle of France) என்று அழைக்கப்பட்டது. இது இன்றுவரை (நூலாசிரியர் காலத்தில்) பிரிட்டிஷ் பகுதியாகவே இருந்து வருகிறது. கமடோர் ரோலி என்பவரும், மேஜர் – ஜெனரல் அபர் குரோம்பி என்பவரும் சேர்ந்து இந்தத் தீவைக் கைப்பற்றினார்கள். ஜாவா, மொரேஷியஸ் போன்ற இடங்கள் பிடிபட்டது குறித்து ‘தார்ன்டன்’ தனது புத்தகத்தின் இருபத்தி இரண்டாவது அத்தியாயத்தில் விளக்கியுள்ளார். இந்திய வரலாற்று மாணவர்கள் இதைப் பற்றி அறிந்துகொள்வது அவசியம்.

9. செப்டம்பர் மாதத்தின் கடைசி பதினைந்து நாட்களில் ஒரு குடும்பத் தலைவன், இறந்துபோன தன் மூதாதையர்களுக்கு பிதர்க் கடன் செலுத்துவது வழக்கம். கட்டிவைத்து சவுக்கால் அடிக்கப்பட்ட இராணுவ வீரன் ஒருவன் இந்தப் பிதர் கடன்களைச் செய்ய முடியாது. அந்த தண்டனைக்கு உட்படுத்தப்பட்ட ஒருவன் சிவில் உரிமைகளை இழந்துவிடுகிறான்.

10. கசையடி கொடுக்கும் தண்டனை இந்திய இராணுவத்தில் மட்டும்தான் ஒழிக்கப்பட்டது. பிரிட்டிஷ் இராணுவத்தில் அந்த தண்டனையை இரத்து செய்வது உசிதமல்ல என்று அந்த நாட்டு பாராளுமன்ற உறுப்பினர்கள் கருதினார்கள். இந்தியாவிலுள்ள பிரிட்டிஷ் இராணுவ வீரர்களுக்கு இரண்டு குற்றங்களைத் தவிர மற்றவற்றிற்கு சவுக்கடி இரத்து செய்யப்படலாம். ஒன்று கலகம் செய்வது மற்றும் கீழ்ப்படியாமை; இரண்டாவது கொள்ளையடிப்பதிலும், வன்முறையிலும் ஈடுபடுவது. சில காலங்களுக்குப் பிறகு இந்திய இராணுவத்தில் உடல் சார்ந்த தண்டனைகள் மீண்டும் வழங்கப்பட்டன. சில குறிப்பிட்ட குற்றங்களுக்கு இராணுவ நீதிமன்றம் தண்டனையாக ஐம்பது கசையடிகள் வரை வழங்கலாம் என்று சர் எட்வின் கோலன் என்பர் எழுதியுள்ளார். ஆனால் இத்தகைய ஒரு தண்டனை மிகவும் அபூர்வமாகவே கொடுக்கப்பட்டது. உள்ளூர் இராணுவ அதிகாரிகளுக்கு சிறு தண்டனைகள் வழங்க அதிகாரம் இருந்தது.

பிரிட்டிஷ் இராணுவத்தில் அமைதிகாலத்தில், சவுக்கடி கொடுக்கும் தண்டனை, 1868ஆம் ஆண்டு ஏப்ரல் மாதம் நிறைவேற்றப்பட்ட சட்டத்தின் மூலம் ரத்து செய்யப்பட்டது. 1881ஆம் ஆண்டு கொண்டுவரப்பட்ட இராணுவ ஒழுங்குமுறைச் சட்டத்தின் மூலம் கசையடி கொடுக்கும் தண்டனை முற்றிலுமாக ரத்து செய்யப்பட்டுவிட்டது.

11. இந்த இடத்தில் 'Kaelkur-hin' என்ற இந்துஸ்தானிய சொல்லை நூலாசிரியர் பயன்படுத்துகிறார். 'Karahin' என்ற சொல்லுக்கும் அதுதான் பொருள். அப்படியென்றால் வாதம் தவறென்று தெளிவுபடுத்துதல்.

12. கீழ்நிலையில் பணியாற்றும் அதிகாரிகள் அறுபது அல்லது எழுபது வயதுக்காரர்களாக இருந்தால் எந்த ஒரு இராணுவமும் சிறப்பாகச் செயல்பட முடியாது.

13. சிப்பாய்கள் நினைப்பது முற்றிலும் உண்மை. 1857இல் நடைபெற்ற சிப்பாய்க் கலகத்தின் போதும் குறைந்த எண்ணிக்கையில் சிலர் விசுவாச ஊழியர்களாக இருந்தனர்.

14. இப்போதுள்ள துருப்புகளில் மிகவும் திறமையானவர்கள் சீக்கியர்கள், கூர்க்காக்கள் மற்றும் எல்லைப்புற முகமதியர்கள். 'அவத்' பகுதியிலிருந்து இன்னும் இராணுவப் பணிக்கு ஆட்கள் வருகிறார்கள். ஆனால் அவர்களிடம் முந்தைய மதிப்பு இல்லை. நூலாசிரியருக்குத் தெரிந்து இந்திய இராணுவத்தில் சீக்கியர்களோ, கூர்க்காக்களோ அல்லது எல்லைப்புற முகமதியர்களோ இருந்ததில்லை. 1838ஆம் ஆண்டுக்குப் பிறகுதான் கூர்க்காக்கள் இராணுவப் பணியில் சேர்த்துக் கொள்ளப்பட்டனர். மற்ற இரு வகுப்பினரும் 1849ஆம் ஆண்டு பஞ்சாப் கும்பெனி ஆதிக்கத்திற்கு வந்தபிறகே சேர்த்துக் கொள்ளப்பட்டனர்.

15. இந்திய இராணுவப் பணி என்பது முற்றிலும் தன்னார்வமுடைய இளைஞர்களுக்கே கொடுக்கப்பட்டது. ஆசைகாட்டி கூட யாரையும் இராணுவத்திற்கு இழுப்பதில்லை. பிரிட்டிஷ் இராணுவத்தைப் பற்றிக் குறிப்பிடும்போது நூலாசிரியர் அது முற்றிலும் தன்னார்வமுடைய வீரர்களால் உருவானது என்று சொல்லவிலை. பிரிட்டிஷ் இராணுவத்தில் சேரும் ஒருவன் ஒரு குறிப்பிட்ட காலத்திற்குக்

கண்டிப்பாக அதில் இருக்க வேண்டும். நடுவில் இராணுவ சேவையை விட்டுச் செல்ல முடியாது. ஆனால் ஒரு இந்திய சிப்பாய் எப்போது வேண்டுமானாலும் தன் பதவியை ராஜினாமா செய்யலாம்.

16. ஆப்கான் எல்லைப்புறப் பகுதியில், இராணுவத்தில் சேர்க்கப்படுவோர் சொல்லாமல் ஓடிப்போவது சகஜமானது. அப்படிப்பட்ட ஒரு ரெஜிமென்ட் நூலாசிரியர் காலத்தில் இல்லை.

17. பிரெஞ்சு இராணுவத்தில் சேர்வதற்கு, ஒருவன், தான் உயர் குடும்பத்தைச் சேர்ந்தவன் என்று நிரூபிக்க வேண்டும். இதற்கான அவசரச்சட்டம் 1778ஆம் ஆண்டு பிறப்பிக்கப்பட்டது.

18 & 19. மிகவும் கனமான தலைக்கவசம் அணிந்து கொள்ள வேண்டிய அவசியம் இருந்தது. அவர்கள் ஓடிப்போவதற்கு இதுவும் ஒரு காரணம். ரோமாபுரியில் பாம்ப்பேயின் இராணுவத்தில் ஓடிப்போவோரின் மூக்குகளும் காதுகளும் அறுக்கப்பட்டன. உயிரைவிடுவதைவிட காதில்லாமலும், மூக்கில்லாமலும் இருப்பதை வீரர்கள் பெருத்த அவமானமாகக் கருதினார்கள். பிரெஞ்சு வீரர்களை இராணுவத்தில் தக்கவைக்க அரசுக்கு வேறு வழியில்லை. சாலைப்பணியாளன் ஒருவனுக்கு தினக் கூலியாக பதினைந்து 'சர்ஸ்' கொடுத்த பிரெஞ்சு அரசாங்கம் ஓர் இராணுவ வீரனுக்கு ஆறு 'சர்ஸ்' மட்டுமே தினக் கூலியாகக் கொடுத்தது.

குடியேற்ற நாடுகளுக்கு அனுப்பப்பட்ட மொத்தம் நாற்பதாயிரம் பிரெஞ்சு வீரர்களில் 13, 333 பேர் இறந்துவிட்டனர். அதாவது மூன்றில் ஒரு வீரன் இறந்துவிட்டான்.

நமது இந்திய இராணுவத்தில் ஒரு சிப்பாய் தினக் கூலி வாங்குபவனைவிட இரண்டு மடங்கு ஊதியம் பெறுகிறான். வீரர்களின் இறப்பு விகிதம் நூறில் ஒன்று தான்.

20. ருஷ்யநாடு தனது விவசாயிகளை நம்பியிருந்தது. ஜெர்மனி தனது இராணுவத்தை நம்பியிருந்தது. இங்கிலாந்து தனது சுதந்திரமான மனிதர்களை நம்பியிருந்தது. ஆனால் பரிதாபத்திற்குரிய பிரெஞ்சு தேசமோ தனது நாட்டின் பிரபுக்களை நம்பியிருந்தது. சோதனை வந்தபோது இந்த பிரெஞ்சு பிரபுக்கள், சிங்கத்தின் பிடரி மயிரில் ஒட்டிக்கொண்டிருந்த பனித்துளிகள், சிங்கம் சிலிர்க்கும்போது உதிர்வதைப் போல் உதிர்ந்து ஓடிவிட்டார்கள். மாறாக அந்த நாட்டின் உழவர் பெருங்குடி மக்கள், அறிஞர்களின் வழிகாட்டுதல்படி நடந்து தங்களது வலிமை என்ன என்பதைக் காட்டி உலகை அதிசயிக்க வைத்தார்கள்.

21. இங்கு ஆசிரியர் குறிப்பிடுவது 1812–14இல் இங்கிலாந்திற்கும் அமெரிக்காவுக்கும் இடையே நடைபெற்ற சண்டையை. இந்தச் சண்டையில் இங்கிலாந்து வாஷிங்டன் நகரைக் கைப்பற்றியது. எதிர்பாராத வகையில் கடற் சண்டையில் அமெரிக்கர்களுக்கு சில வெற்றிகள் கிடைத்தன.

22. கடற்படைக்கு கட்டாயமாக ஆட்களை சேர்ப்பதை ஆசிரியர் முன்பே ஒரு முறை கண்டித்துள்ளார். அத்தியாயம் 26 குறிப்பு 27 பார்க்கவும்.

23. ஊதியம் 40 அல்லது 50 என்று இங்கிருப்பது முதல் பதிப்பில் 40 முதல் 50 வரை என்றுள்ளது.

24. Mc Culloch என்பவர் எழுதிய Pol. Econ., P. 235 1st Edn Edinburgh 1825 என்ற நூலைப் பார்க்கவும்.

25. ஃபிரடரிக் கடைபிடித்த இராணுவக் கட்டுப்பாட்டைத் தாங்களும் பின்பற்றவேண்டுமென்று பல ஜெர்மானிய சிற்றரசர்கள் விரும்பினார்கள். டார்ம்ஸ்டட் என்ற ஒரு சிற்றரசருக்கு இராணுவக் கலையில் விருப்பம் அதிகம். பருவநிலை சரியில்லாத நேரத்தில்கூட ஐயாயிரம் வீரர்கள் அடங்கிய தனது சிறிய இராணுவத்தை அவர் கடுமையான படைப் பயிற்சிகளுக்கு உட்படுத்தினார். கூரைகள் அமைத்து அவைகளின் கீழ் வீரர்களுக்குப் பயிற்சியளித்தார். வீரர்கள் ஓடிப்போகாமல் தடுப்பதற்கு பயிற்சிக் களத்தைச் சுற்றிலும் சுவர் எழுப்பினார். சுவர்களுக்கருகே காவலர்கள் நிறுத்தப்பட்டனர். களத்தை விட்டு வெளியே ஓடும் வீரர்கள் சுடப்படுவார்கள். இதனால் அந்த சிறிய இராணுவத்தில் வெறுப்பு அதிகரித்தது. பிரஷ்ய இராணுவ வீரர்களை விட அந்த சிறிய இராணுவத்தின் வீரர்கள் அதிக வெறுப்பைக் காட்டினார்கள். தேவை என்பதைவிட சிற்றரசரின் மகிழ்ச்சிக்காகவே இராணுவத்தினர் பயிற்சிகளில் ஈடுபடுத்தப்பட்டனர். இதைவிட, ஒரு உண்மையான போர் அவர்களுக்கு அதிக மகிழ்ச்சியைக் கொடுத்திருக்கும். ஆனால் தற்காலத்தில் கொடுக்கப்படும் இராணுவப் பயிற்சி முற்றிலும் மாறுபட்டது.

26. இராணுவத்திற்கான ஆட்களை கிராமப்புறங்களிலிருந்து தேர்ந்தெடுப்பதா அல்லது நகரப்புறங்களிலிருந்து தேர்ந்தெடுப்பதா என்பதை பற்றி 'Vegetiys' என்பவர் "De Re Militari" Lib. i cap 3 என்று நூலில் விளக்கமாக எழுதியுள்ளார்.

27. மதராஸ் சிப்பாய்களும் பணியிடத்திற்கு தங்கள் குடும்பத்தினரை அழைத்து வருவதில்லை.

28. இந்த நூலின் பெரும்பகுதி 1839ஆம் ஆண்டிலேயே எழுதி முடிக்கப்பட்டுவிட்டது. வங்காள இராணுவம் பற்றிய அத்தியாயம் 1841ஆம் ஆண்டு எழுதப்பட்டிருக்க வேண்டும். அந்த ஆண்டுதான் நூல் முதன்முதலில் வெளியிடப்பட்டது. முழுமையான புத்தகம் 1844ஆம் ஆண்டில் வெளிவந்தது. 1857இல் சிப்பாய்க் கலகம் ஏற்பட்டது. சிப்பாய்களின் விசுவாசத்தை எளிதில் நம்பிவிட முடியாது என்பதை சிப்பாய் கலகம் எடுத்துக் காட்டியது.

29. இந்திய உள்ளூர் இராணுவம் முன்பு எப்போதும் இல்லாததைவிட இப்போது நல்ல நிலையில் உள்ளது. இந்திய சிப்பாய்களால் ஆங்கிலேயர்களுக்கு ஆபத்து வரலாம் என்று வில்லியம் பென்டிங்க் சந்தேகப்பட்டார். எனவே அமைதிக் காலத்திலும், போரின்போதும் இந்தியாவில் பிரிட்டிஷ் துருப்புகள் இருக்க வேண்டியதன் அவசியத்தை பென்டிங்க் பிரபு வலியுறுத்தினார். இந்திய உள்ளூர் இராணுவம் திறமை குறைந்தது; எனினும் அதைப் பராமரிக்க அதிக செலவு பிடிக்கிறது; இதை நான் எந்தத் தயக்கமும் இன்றிச் சொல்வேன் என்கிறார் பென்டிங்க். 1857 – 59இல் நடைபெற்ற சிப்பாய்க் கலகம் அவரது கூற்றை மெய்ப்பித்துவிட்டது. இந்திய இராணுவத்தை தற்போது, திறமை குறைவானது என்று சொல்லிவிட முடியாது. சில பிரிவுகள் வேண்டுமானால் அவ்வாறு இருக்கலாம்.

30. இந்திய மற்றும் பிரிட்டிஷ் இராணுவங்கள் இரண்டும் இந்தியாவில் ஒன்றுபோல்தான் உள்ளன. இரண்டிற்கும் தனித்தனியான விதிமுறைகள் உண்டு.

31. 6400 பிரிட்டிஷ் மற்றும் இந்தியத் துருப்புகளுடன் ஜெனரல் பேர்ட் டிசம்பர் 1800இல் பம்பாயைவிட்டுப் புறப்பட்டு வடக்கு எகிப்தில் உள்ள கோஸிர் என்ற இடத்தை அடைந்தார். ஒன்பது நாட்களில் 140 மைல் தூரம் பாலைவனத்தில் பயணம் செய்து நைல் நதிக்கரையை அடைந்தார். எந்த சேதமுமின்றி ஆகஸ்ட் 10ஆம் நாள் கெய்ரோ அடைந்தார். பிறகு அலெக்ஸான்டிரியா சென்றார். ஆகஸ்ட் 31ஆம் நாள் ஃபிரெஞ்சுப் படை முழுவதும் எகிப்திலிருந்து விரட்டப்பட்டது. (Balfour, Cyclopaedia, 3rd ed. S.V. 'Egypt'). 1882ஆம் ஆண்டிலும் எகிப்தில் மிகத்திறமையாகப் போரிட்ட இந்திய இராணுவம் வெற்றிவாகை சூடியது.

32. பிரிட்டிஷ் இராணுவ வீரர்களின் சிரமங்கள் மிகவும் குறைக்கப் பட்டுவிட்டன. ராபர்ட் பிரபு தளபதியாகப் பணியாற்றிய, தனது நீண்ட காலத்தில் வீரர்களின் இனிய நண்பராகிவிட்டார்.

33. இஸ்ரேலியர்களுக்கு ஃபரோவா சொல்லியது போன்றே தளபதிகளும் சொல்கிறார்கள். "அவர்கள் (வீரர்கள்) கடுமையாக உழைக்கட்டும்; வீண்கதை பேசி அவர்கள் பொழுதினைக் கழிக்க வேண்டாம்" என்பதுதான் ஃபரோவா கூறியது. வீரர்களுக்கு வாழ்க்கை பொறுத்துக் கொள்ள முடியாத அளவுக்கு சங்கடங்கள் நிறைந்ததாக இருக்கிறது. தூரத்தில் இருக்கும் நீதிமன்றத்திற்கு, விசாரணைக்கு அழைத்துச் செல்லப்படுவோம் என்றே அவர்கள் கொலை செய்கிறார்கள். மேலே கூறப்பட்ட வாசகம் விவிலியத்தில் 'EXODUS' என்ற அத்தியாயத்தில் வருகிறது. வசனம் 9.

34. ஃபேபியஸ் தலைமையிலான காலாட்படை போரிட மறுத்துவிட்டது; அவனை வீரர்கள் வெறுத்தார்கள். கிளாடியஸின் தலைமையில் இருந்த மொத்த இராணுவமும், போரில் வெற்றி பெற விரும்பவில்லை; கிளாடியஸ் தோற்க வேண்டும் என்று இராணுவம் விரும்பியது. அவன் அவமானப்பட வேண்டும் என்று வீரர்கள் விரும்பினார்கள்; அவ்வளவு தூரத்திற்கு அவனை வெறுத்தனர். மிகத் திறமை சாலியான ரோமானிய தளபதி லூகுலஸ் எடுத்த எந்த முயற்சியும் பலனளிக்கவில்லை. ஏனெனில் அவன் வீரர்களின் உணர்வுகளை மதிக்கவில்லை. அவனுக்குப் பின் வந்த பாம்பே, இராணுவக் கலையில் அவ்வளவு வல்லவன் அல்ல. ஆனால், வீரர்களின் முழு நம்பிக்கையைப் பெற்றிருந்ததால் அவனால் வெற்றி பெற முடிந்தது. லூகுலஸை விட அதிகத் திறமைசாலியான சீசர் பாம்ப்பேயின் திறமையை நன்கு வளர்த்து, ஒருங்கிணைத்தார்.

35. தார்ன்ட்டன் தான் எழுதிய புத்தகத்தில் நேப்பாள யுத்தம் பற்றி நன்கு விளக்கவில்லை. 1814இல் நடந்த 'கலங்கா' மீதான தாக்குதலில் 53வது ரெஜிமென்ட், ஜெனரல் ஜில்லெப்ஸி அவர்களுக்கு தக்க ஆதரவளிக்காமல் இருந்திருக்கலாம். அந்தப் போரில் பல தவறுகள் நடந்தன; பல இழப்புகள் ஏற்பட்டன.

36. 'De Re Militari' என்ற நூலில் Vegetius என்பவர் உடல் சார்ந்த தண்டனைகள், ஸ்லீமன் முன்பு குறிப்பிட்டது போல் இரண்டு வகையான குற்றங்களுக்குத் தரப்படலாம் என்று கூறியுள்ளார். 1. கலகம் அல்லது கீழ்ப்படியாமை; 2. கொள்ளையடித்தல், அணிவகுப்பில் வன்முறையில் ஈடுபடுதல் போன்றவை. அத்தியாயம் 76 குறிப்பு 6 பார்க்கவும்.

37. பாலிபியஸ் இவ்வாறு கூறுகிறார்:– "நன்றாக சாப்பிட்டுவிட்டு சரியாக உடற்பயிற்சி செய்யாவிட்டால் தேக ஆரோக்கியம் கெட்டுவிடும். அதுபோல்தான் தேசங்களும் அவைகளின் இராணுவங்களும்." உணவு மலிவாகக் கிடைத்து, நல்ல காற்றோட்டமான இடமும் கிடைத்தால் உள்ளூர் ரெஜிமென்ட்டின் வீரர்களுக்கு அவர்களை வருத்தாத வண்ணம் நல்ல பயிற்சிகளைக் கொடுக்க வேண்டும்.

ஒரு ரெஜிமென்ட்டில் முதன்முதலில் சேரும் இளம் ஐரோப்பிய அதிகாரிகளுக்கு இராணுவ நடைமுறைகள் பற்றி நன்கு சொல்லிக் கொடுக்க வேண்டும். போதனைகளும், போர்ப் பயிற்சியும் அவர்களுக்கு ஆறு மாதங்களுக்காவது அளிக்கப்படுதல் அவசியம். ஸ்லீமன் முதன் முதலில் அவரது ரெஜிமென்ட்டில் சேர்ந்தபோது அவருக்கு அத்தகைய பயிற்சி அளிக்கப்பட்டது. அவர் லெஃப்டினன்ட் கர்னல் நிலைக்கு உயர்ந்த பிறகு, சில ரெஜிமென்ட்டுகளில் இந்த பயிற்சிகள் சரியாகக் கொடுக்கப்படாததை பார்த்திருக்கிறார். இந்த பயிற்சி அலட்சியப் படுத்தப்படுவது வருத்தத்திற்குரியது.

38. இந்தியாவில் இருப்புப் பாதைகள் பல இடங்களில் அமைக்கப் பட்டவுடன் சிறிய இராணுவ மையங்கள் மறைந்துவிட்டன. அவைகள் ஒன்றிணைக்கப்பட்டு மிகப்பெரிய இராணுவ தளங்கள் உருவாகியுள்ளன. இந்தக் கன்டோன்மென்ட்டுகளை நல்ல முறையில் நிர்வகிக்க முடியும். துருப்புகளின் எண்ணிக்கை குறைவாக இருந்து, அவர்கள் சிறு சிறு குழுக்களாக இருக்கும்போதுதான் அவர்களை நிர்வகிப்பது கடினம்.

39. உள்ளூர் வீரர்கள் ஓரளவு சமயம் சார்ந்த மரியாதையை ஐரோப்பியர்களின் கல்லறைகளுக்குச் செலுத்துவது வழக்கமானதுதான். பல சம்பவங்கள் அதுபோல் நடந்திருக்கின்றன.

40. பல ஜமேதார்கள் இன்னும் தங்கள் மார்புகளில் பதக்கங்களை அணிந்து கொள்கின்றனர். இந்தப் பதக்கங்கள் ஜாவா, மொரேஷியஸ் போன்ற இடங்களில் அவர்கள் ஆற்றிய சேவைக்கென கொடுக்கப்பட்டவை. சர் டேவிட் பேர்ட் அவர்களுடன் சென்ற ஜமேதார்கள் கூட இன்னும் இருக்கலாம். 1801ஆம் ஆண்டு ஜாவா மற்றும் மொரேஷியஸ் சண்டை நடைபெற்றது. அதில் ஈடுபட்டவர்கள் இன்னும் பணியில் நீடித்தால் அவர்கள் வயதாகிவிட்ட காரணத்தால், பயனற்றவர்களாகத்தான் இருப்பார்கள்.

41. வங்காள காலாட்படையில் இப்போது ஜமேதாரின் மாத ஊதியம் ரூ.40/– அல்லது 50/– இதில் பாதிபேர் இதைவிட அதிக ஊதியம் பெறுகின்றனர். ஸ்லீமன் சுட்டிக்காட்டிய குறை தற்போது சரி செய்யப்பட்டுவிட்டது. இப்போதும் ஒரு ஹவில்தாரின் மாத ஊதியம் ரூ.14/–தான்.

இயலாமற்போன இராணுவ வீரர்கள் மற்றும் அவர்களின் ஓய்வூதியம்

முந்தைய அத்தியாயங்களில் இயலாமற்போன இராணுவத்தினர் பற்றி நான் ஒன்றுமே குறிப்பிடவில்லை. அவர்கள் தான் இராணுவத்திற்கும் அரசாங்கத்திற்கும் இடையேயுள்ள பாலங்கள்; எனவே இராணுவத்தின் ஒழுக்கத்திற்கு அவர்களே ஆதாரங்களாக இருக்கின்றனர். எவ்வளவு குறையுடையவனாக இருந்தாலும் நெப்போலியன் போனபார்ட், கால அலைகளில் மிதந்து வந்த ஒரு மிகச் சிறந்த மனிதன். எல்பா (Elba) என்ற இடத்திலிருந்து அவன் சொல்கிறான்:– "ஓர் இராணுவத் தளபதியை, ஒரு கர்னலை, ஒரு கேப்டனை அல்லது உழைப்பால் உயர்ந்த ஒரு வீரனைப் பெற்றுத்தராத கிராமமே நாட்டில் இல்லை. அந்த வீரர்கள் தங்கள் குடும்பங்களையும், நாட்டையும் உயர்த்தியவர்கள்.'' இப்பொழுது இயலாமற்போன நமது இராணுவ வீரர்கள் வாழ்ந்துவரும் ஊர்களில், அவர்களது குடும்பத்தினர் செய்தித் தாள்களைக் கூடப் படிப்பதில்லை.[1] ஓய்வூதியம் பெறும் இந்த வீரர்கள் பெற்றுத் தந்த வெற்றிகளில் நமக்கு இப்போது அவ்வளவாக நாட்டம் இல்லை. பெருமையில் தங்களுக்குப் பங்கில்லை என்று அந்த இயலாமற்போன இராணுவத்தினர் நினைக்கின்றனர். அதேசமயத்தில் முந்தைய பணியாளர்களுக்கு ஆதரவளித்துவரும் அரசாங்கத்தை அவர்கள் மதிக்கிறார்கள், புகழ்கிறார்கள். தங்களது கடினமான காலங்களில் தங்களது குடும்பத்தினருக்கு இந்த அரசுதான் உதவிசெய்துள்ளது. தேவையென வரும்போது தனது

கடமையைச் செய்யத் தவறிய ஒருவனை அவர்கள் வெறுத்து ஒதுக்குகிறார்கள்.

'அவத்' பகுதியிலிருந்து வரும் ஒரு சிப்பாய், கோழைத் தனமான அல்லது அவமானகரமான ஒரு காரியத்தைச் செய்துவிட்டு, அதைத் தனது சமூகத்தாரிடமிருந்து மறைக்க முடியாது; அவர்களின் வெறுப்பிலிருந்து மீளமுடியாது.

1819ஆம் ஆண்டில் 'அவத்' வழியாகப் பயணம் செய்த போது, நான் ஒரு கிராமத்தின் அருகே முகாம் அமைத்துத் தங்கியிருந்தேன். அப்போது வயது முதிர்ந்த, உற்சாகமான ஒரு நிலச்சுவாந்தார் தனது இளைய மகனை அழைத்துக் கொண்டு என்னை வந்து சந்தித்தார்; அவரது மகனுக்கு பதினெட்டு வயது இருக்கும். 'துப்பாக்கி சுடும் பயிற்சி பெறுவதற்கு அருகிலுள்ள ஒரு நல்ல இடத்தை தன் மகன் காண்பிப்பான். அதைப் பார்க்கவும்'' என்று என்னைக் கேட்டுக் கொண்டார். நான் என்னுடைய 'ஜோ மேன்டன்' துப்பாக்கியை எடுத்துக்கொண்டு வெளியே புறப்பட்டேன். அந்த இளைஞன் ஒரு நல்ல மைதானத்தை எனக்குக் காண்பித்தான். அவன் தனது துப்பாக்கியை நன்கு பயன்படுத்தும் திறன் பெற்றிருந்தான்; என்னுடன் சேர்ந்து அந்த வித்தையை நன்கு செய்து காட்டினான். நாங்களிருவரும் என்னுடைய இடத்திற்குத் திரும்பி வந்தபோது, அந்த முதியவர் எங்களுக்காக அங்கே காத்துக் கொண்டிருந்தார். அவர் தனக்கு நான்கு மகன்கள் இருப்பதாகவும், அவர்கள் அனைவரும் கும்பெனியில் சேர்ந்து சேவை செய்வதற்கான உயரத்தை கடவுள் கிருபையால் பெற்றிருப்பதாகவும் என்னிடம் கூறினார். அவரது நான்கு மகன்களில் மூத்தவன் இராணுவத்தில் ஹவில்தார் (சார்ஜென்ட்)ஆகப் பணி புரிகிறான். அடுத்த இரண்டு புதல்வர்களும் சிப்பாய்களாக இருந்து வருகின்றனர். அவர்களது மனைவியரும், குழந்தைகளும், அந்தப் பெரியவருடன்தான் இருந்து வருகின்றனர். தனக்கு வயது அதிகமாகிக் கொண்டிருப்பதால், சார்ஜென்டாக இருக்கும் தனது மூத்த மகனைப் பணியை விட்டு விலகி வந்து குடும்பப் பொறுப்பை ஏற்றுக் கொள்ளுமாறு சொல்வதற்குத் தான் விருப்பப்படுவதாக அந்தப் பெரியவர் என்னிடம் கூறினார். மூத்தவனை தன் விருப்பத்திற்கு இணங்க வைக்கத் தன்னால் முடியுமென்றும், அப்போதுதான் தனது இளைய மகனை இராணுவத்தில்

சேர்வதற்கு, வயதான தன் மனைவி அனுமதிப்பாள் என்றும் அவர் கூறினார்.

அவத்[2] சமஸ்தானத்தில் உள்ள பழைய நகரமான ஃபைசாபாத் என்ற இடத்திற்கு நான் சென்று கொண்டிருந்தேன். அங்கு சென்று ஒருமாதம் இருந்துவிட்டு ஜனவரிமாத இறுதியில் என்னுடைய இடத்திற்குத் திரும்பிவிட்டேன். நன்றாக விளைந்திருந்த கோதுமைப் பயிர்கள் முழுவதும் பனியால் கருகி, பெருத்த சேதம் ஏற்பட்டிருப்பதைப் பார்த்தேன். நான் முன்பு சந்தித்த அந்த முதியவரும் இதனால் அதிகமாகப் பாதிக்கப்பட்டிருந்தார்; தன் நிலை குறித்து அழுது புலம்பினார்; அவரது இளைய மகனை இராணுவத்தில் சேர்வதற்கு அனுமதியளித்து என்னுடன் அனுப்பி வைக்க விரும்பினார். அப்போது என்னுடைய இராணுவ ரெஜிமென்ட், பிரதாப்கர்[3] என்ற ஊரில் இருந்தது.

நானும் அந்த இளைஞனும் பிரதாப்கர் நோக்கி செல்லத் தொடங்கினோம். எங்களை வழிமறித்த அந்த முதியவர், அந்த இளைஞன் வீட்டைவிட்டுப் புறப்பட்ட பிறகு, தனது மனைவி ஊண் உறக்கமின்றி இருப்பதாகவும், மூத்தமகன் இராணுவப் பணியைவிட்டு விலகி வரும்வரை, இளையவன் தன் பக்கத்தில் இருப்பது அவசியம் என்றும் கூறினார். அந்த இளைஞன், பெற்றோரை திருப்திபடுத்த வீடு சென்று விட்டான்; அதன் பிறகு அந்தக் குடும்பத்தினரை நான் சந்திக்கவுமில்லை, அவர்களைப் பற்றிக் கேள்விப்படவுமில்லை.

சிப்பாய்களின் ஊதியத்தை நம்பியிராத குடும்பம் ஒன்றுகூட 'அவத்' சமஸ்தானத்தில் இல்லை என்று கூற முடியும். பீகார், காசி போன்ற கங்கைக்கும், யமுனைக்கும் இடையேயுள்ள மாவட்டங்கள் அனைத்திலும் நிலைமை இப்படித்தான். நிலத்தில் பாடுபடும் இராஜபுத்திர வம்சத்தினரிடமிருந்துதான் அதிகப்படியான வீரர்கள் இராணுவப் பணியில் சேர்ந்தனர்.

நாம் இப்போது இருப்பதுபோல் கவனத்துடனும் அக்கறையுடனும் இருந்தால்தான் இராணுவத்தினரிடையே ஒழுக்கத்தை நிலைநாட்ட முடியும். தளபதியாக இருப்பவர் இராணுவ வீரர்களை பிரஷ்யாவின் ஃபிரடரிக் போன்று கொடுமைப்படுத்தினால் வீரர்கள் அதிகாரிகளின் பகைவர்களாகிவிடுவார்கள்; அரசாங்கத்தின் பகைவர்களாகி விடுவார்கள்.

1817ஆம் ஆண்டில் ஒரு சமயம் நான் கங்கையின் வலப்புறக் கரையில் அமைந்துள்ள 'மோங்கிர்'[4] என்ற இடத்தில் முகாமிட்டிருந்தேன். ஆற்றின் வழியாக படகில் தன் பரிவாரங்களுடன் ஹேஸ்டிங்ஸ் (Marquis of Hasting) பிரபு வருவதாக இருந்தது. பிந்தாரிகளையும், அவர்களை ஆதரிக்கும் மராட்டியர்களையும் எதிர்த்துப் போரிட, ஒரு இராணுவப் பிரிவை உருவாக்குவதாக இருந்தது. அதற்குத் தலைமையேற்கும் வகையில்தான் ஹேஸ்டிங்ஸ் வந்து கொண்டிருந்தார். அந்த ஊரில் இராணுவத்தில் பணியாற்றி ஓய்வுபெற்று, ஓய்வூதியம் பெற்றுவரும் நூறு வயது முதியவர் ஒருவர் வசித்து வந்தார். கி.பி. 1757ஆம் ஆண்டு நடைபெற்ற பிளாஸி யுத்தத்தில் ராபர்ட் கிளைவ் அவர்களின் தலைமையில் போர் புரிந்த வீரர்களில் அவரும் ஒருவர். கண்பார்வை சரியில்லாவிட்டாலும், நன்றாகப் பேசிக் கொண்டு, உற்சாகமாகக் காணப்பட்டார் அந்த முதியவர். அந்த முதியவரின் புதல்வர்களில் ஒருவர் உள்ளூர் காலாட்படையில் சுபதார்ஆக (Captain) இருந்து வருபவர். தலைநரைத்த இந்த சுபதார் ஜாவாத் தீவைக் கைப்பற்றும் போரில் கலந்துகொண்டவர்[5]. தன்னுடைய தந்தையைக் காண விடுப்பில் வந்திருந்தார். அந்த நூறு வயது முதியவரின் ஏனைய புதல்வர்கள் இராணுவத்தில் கமிஷன் அந்தஸ்து பெற்ற அதிகாரிகளாக உள்ளனர். அவர்களது குடும்பம் அப்பகுதியில் உள்ள ஒரு வசதிமிக்க குடும்பம். நான் குறிப்பிட்ட அந்த நூறு வயது முதியவர் தனது இராணுவச் சீருடைய அணிந்துகொண்டு, ஹேஸ்டிங்ஸ் பிரபுவின் பரிவாரம் வரும்போது வணக்கம் செலுத்துவதற்காக ஆற்றைப் பார்த்தவண்ணம் நின்று கொண்டிருந்தார். பிரிட்டிஷ் தளபதியின் கண்களில் தான் பட்டுவிடவேண்டும் என்பது அவரது விருப்பம்[6]; ஆனால் அவருக்குக் கண் பார்வை இல்லை. பக்கத்தில் நிற்பவர்களிடம் ஆயிரம் முறையாவது ராபர்ட் கிளைவ் அவர்களைப் பற்றிக் கூறியிருப்பார். அந்த முதியவரின் புதல்வரான சுபதாரின் விருப்பத்திற்குரிய தளபதி லேக் பிரபு. ஆகவே சுபதார் அவரைப் பற்றிப் பேசிக் கொண்டிருந்தார். என் விருப்பத்தைத் தூண்டும் நிகழ்வுகள் இந்தியாவில் சில இது போல் நடந்துள்ளன.

இங்கிலாந்திலும், மற்ற ஐரோப்பிய நாடுகளிலும் மொத்தமுள்ள இராணுவ ஓய்வூதியதாரர்களின் எண்ணிக்கை

பற்றி எனக்குத் தெரியவில்லை. எனவே ஓய்வு பெற்றவர் களுக்கும், பணியில் உள்ளவர்களுக்குமிடையே உள்ள விகிதத்தைச் சரியாக என்னால் சொல்ல முடியவில்லை. 1841ஆம் ஆண்டு 'மே' மாதம் முதல் தேதியன்று எங்களது வங்காள இராணுவ சேவையிலிருந்து ஓய்வு பெற்றவர்களின் எண்ணிக்கை 22,381, குடும்ப ஓய்வூதியதாரர்கள் அதாவது போரில் இறந்த வீரர்களின் வாரிசுகள் 1,730 பேர்; ஆக மொத்தம் 24,111 பேர். இராணுவத்தில் பணியாற்றிக் கொண்டிருந்தோரின் மொத்த எண்ணிக்கை 82,027. அரசாங்கத்தால் பராமரித்து வரப்படும் ஓய்வு பெற்றோரின் எண்ணிக்கை பணியில் உள்ளோரின் எண்ணிக்கை ஆகிய இரண்டிற்கும் இடையேயான விகிதம் உலகிலேயே இங்குதான் அதிகம்.[7] 'பணியாற்ற இயலாது' என்று மருத்துவச் சான்று பெற்ற பிறகே ஒருவருக்கு பணிஓய்வு அளிக்கப்பட்டு ஓய்வூதியம் தரப்படுகிறது; அல்லது போரில் மாண்ட வீரரின் நேரடி வாரிசுக்கு ஓய்வூதியம் வழங்கப்படுகிறது.

எல்லோரும் தங்கள் குடும்பத்துடன் வாழ்ந்துவர அனுமதிக்கப்படுகிறார்கள். நாட்டின் பல இடங்களில், சில மையப் புள்ளிகளில் ஐரோப்பிய அதிகாரிகள் இருந்து கொண்டு, அதாவது ஓய்வூதியம் பெறுவோர் அதிகமாக உள்ள ஊர்களில் இருந்துகொண்டு ஆறுமாதங்களுக்கொரு முறை ஓய்வூதியத்தை விநியோகித்து வருகிறார்கள். பேரக்பூர், தினாப்பூர், அலகாபாத், லக்னோ, மீரட் போன்ற இடங்களில் ஓய்வூதியம் வழங்கும் ஐரோப்பிய அதிகாரிகள் தங்கியுள்ளனர். மேற்சொன்ன மையப் புள்ளிகளிலிருந்து அந்த அதிகாரிகள் பல இடங்களுக்கும் சென்று, சில குறிப்பிட்ட தினங்களில், சில குறிப்பிட்ட நாட்களில் ஓய்வூதியத்தை வழங்கி வருகின்றனர். இவ்வாறு செய்வதால் ஓய்வூதியம் பெறுவோர், அதனைப் பெறுவதற்கு அதிக தூரம் பயணம் செய்ய வேண்டிய அவசியமில்லை.[8]

'மருத்துவர் குழு', ஒருவரை 'பணிசெய்ய இயலாதவர்' என்று சான்றளித்தால், அவர் பதினைந்து ஆண்டுகாலம் சேவை செய்திருந்தால், அவரது பதவிக்குத் தக்க ஓய்வூதியம் வழங்கப்படும். பதவிக்குரிய ஓய்வூதியம் பெற ஒருவர் அந்தக் குறிப்பிட்ட பதவியில் மூன்று ஆண்டுகளாவது பணியாற்றி யிருக்கவேண்டும்; இல்லாவிட்டால் அதற்குக் கீழேயுள்ள பதவிக்குரிய ஓய்வூதியமே வழங்கப்படும். ஒரு சிப்பாயின்

ஓய்வூதியம் மாதம் ஒன்றுக்கு நான்கு ரூபாய். இது தினக் கூலிக்கு வேலை செய்பவனின் வருமானத்தைவிட கால் பங்கு அதிகம்[9]. ஓய்வூதியம் பற்றி அனைத்து விவரங்களும் கீழே அட்டவணையில் தரப்பட்டுள்ளன. ஒரு சிப்பாய் பதினாறு ஆண்டு பணிக்குப்பின் பெறும் ஓய்வூதியம் மாதம் ஒன்றுக்கு எட்டு ரூபாய். இருபது ஆண்டு பணிக்குப் பின் அவனது மாத ஊதியம் ஒன்பது ரூபாய். உள்ளூர் அதிகாரிகளின் / ஊழியர்களின் ஊதிய / ஓய்வூதியப் பட்டியல் கீழே தரப்பட்டுள்ளது.

பதவியின் பெயர்	மாத ஊதியம் : ரூபாயில்	மாத ஓய்வூதியம்: ரூபாயில்
சிப்பாய்	7	4
நாயக் (கார்போரல்)	12	7
ஹவில்தார் சார்ஜன்ட்	14	7
ஜமேதார் கமிஷன் அந்தஸ்து பெற்றவர்கள்	241	213
சுபதார் (கேப்டன்)	67	25
சுபதார் மேஜர்	92	50*

*நாற்பது ஆண்டுகள் பணி நிறைவு செய்திருந்தால்

சுபதார் பகதூர் நாள் ஒன்றுக்கு இரண்டு ரூபாய். இது அதிகப்படியான கூடுதல் தொகை

(முதல் வகுப்பு)

சுபதார் பகதூர் நாள் ஒன்றுக்கு ஒரு ரூபாய் ஓய்வுபெற்றபின் கொடுக்கப்படுவது அவர்கள் உயிருடன் இருந்தால்

(இரண்டாம் வகுப்பு)

வங்காள இராணுவத்தினரின் ஊதிய மற்றும் ஓய்வூதிய விகிதங்கள்:–

பதவி	மாத ஊதியம் ரூபாயில்	மாத ஓய்வூதியம் ரூபாயில்
சுபதார்	80 – 100	30 – 50
ஜமேதார்	40 – 50	15 – 25
ஹவில்தார்	14	7
நாயக்	12	7
டிரம் அடிப்பவர்	7	4
சிப்பாய்	7	4

ரெஜிமென்டில் பாதிபேர் கொடுத்திருப்பதைவிட அதிக ஊதியம் வாங்குகிறார்கள்.

இந்திய மக்கள் மற்ற ஆட்சியாளர்களைவிட பிரிட்டிஷ் காரர்களை அதிகம் விரும்புவதற்கான காரணங்கள் பின் வருமாறு :– ஊழியர்களின் பணிப்பாதுகாப்பு; வேலையில் நாட்கள் செல்லச் செல்ல படிநிலை வளர்ச்சி; தாராளமான ஊதிய விகிதம்; திறமையுடனும் விசுவாசத்துடனும் உழைத்தால் ஓய்வூதியம்[10] போன்றவை. சமஸ்தானங்களின் பணியாற்றுவோர் நிரந்தரமாகப் பணியில் தொடரமுடியாது. ஒரு அமைச்சர் மாறும்போது அவரால் நியமிக்கப்பட்ட வர்களை புதிய அமைச்சர் ஏற்றுக் கொள்வார் என்று சொல்ல முடியாது. நமது ஆட்சியில் அரசு செயலாளர்கள், கவுன்சில் உறுப்பினர்கள், கவர்னர் – ஜெனரல்கள் போன்றோர் மாறுவார்கள். இதனால் அவர்களுக்குக் கீழ் பணியாற்றும் ஊழியர்கள் எந்தக் கவலையும் படத் தேவையில்லை. அவர்கள் எப்போதும்போல் தங்கள் பணியில் தொடரலாம். விசுவாசத்துடன் உழைக்கலாம்.

சமஸ்தானங்களில், ஒரு புதிய அமைச்சர் பதவிக்கு வரும்போது தனக்கு வேண்டிய ஒரு கூட்டத்தினரை அழைத்துக் கொண்டு வருவார். முன்பு பணியில் இருந்தவர்கள் தாங்களே தங்கள் பணியைவிட்டுச் சென்று விட வேண்டும். அப்படிச் செல்லாவிட்டால் புதிய அமைச்சருடன் வந்தவர்கள், முன்பு பணியில் இருந்தவர்களை வெளியேற வைத்து விடுவார்கள். நமது ஆங்கிலேய ஆட்சியில் கவர்னர் – ஜெனரல்கள், கவுன்சில் உறுப்பினர்கள், அரசுச் செயலர்கள்[11], நீதித்துறை உயர் அலுவலர்கள், வருவாய் வாரியத்தின் உறுப்பினர்கள் போன்றோர் எந்த எதிர்பார்ப்பும் இன்றி தங்கள் பதவியில் சேர்கின்றனர். இதனால் உள்ளூர் அதிகாரிகளுக்கு எந்த பாதிப்பும் இருக்காது. அவர்கள் தொடர்ந்து அவர்களது கடமைகளைச் செய்து வரலாம். இதன் விளைவு பொது வாழ்வில் நேர்மையும், கண்ணியமும். இதற்கு முன்பு இந்த நேர்மை இந்தியாவிலோ அல்லது வேறு எந்த நாட்டிலோ இருந்ததில்லை. நான் இப்போது இருந்துவரும் பிராந்தியத்தில்[12] ஆறு மாவட்டங்கள் உள்ளன; மொத்தம் இருபத்தியிரண்டு நீதித்துறை அலுவலர்கள் அதாவது முன்சீப்புகள், சதார்

அமீன்கள், தலைமை சதார் அமீன்கள்[13] போன்றோர் உள்ளனர். இவர்கள் மீது யாருக்கும் எந்த சந்தேகமும் எழுந்ததில்லை. நான் இந்தப் பிராந்தியத்தில் பணியாற்றிய இரண்டரை ஆண்டுகளில் ஊழலில் ஈடுபட்டது ஒரே ஒரு கிறிஸ்தவ ஊழியர் மட்டுமே. அவரும் பணிநீக்கம் செய்யப்பட்டுவிட்டார்; மறு நியமனம் அவருக்கு வழங்கப் படவில்லை. இதனால் மக்கள் அனைவருக்கும் நிம்மதி கிடைத்தது.[14] பணிப்பாதுகாப்போ, பணி உயர்வுக்கான வாய்ப்புகளோ, நல்ல சம்பள விகிதமோ இல்லாத ஒரே துறை காவல்துறை மட்டுமே. காவல்துறையைச் சேர்ந்தவர்கள் அதிகமாக லஞ்சம் வாங்குபவர்கள் என்பது எல்லோருக்கும் தெரிந்திருக்கிறது. தன்னால் நேர்மையாக இருக்கமுடியும் என்று காவல்துறையைச் சேர்ந்த ஒருவர்கூட நினைப்பதில்லை. அப்படி ஒருவர் நினைத்தால் அவரை தியாகி என்றும் செய்தபாவத்திற்கு கழுவாய் தேடுபவர் என்றும் பிறர் எண்ணிவிடுகின்றனர். ஒருவர் காவல்துறையினுள் நுழைய முடியாவிட்டால், நீண்ட தீர்த்த யாத்திரைக்குச் சென்று விடுவார்.[15]

ஊழியர்களின் குறைவான சம்பளம், பணி உயர்வுக்கான வாய்ப்பின்மை, பணிப்பாதுகாப்பு இல்லாதிருத்தல், ஓய்வூதியம் இல்லாதிருத்தல் போன்றவற்றைப் பற்றிக் கவலைப்படாதவர்கள் மனித இயல்பைப் புரிந்துகொள்ளா தவர்கள். எந்த எண்ணம் ஒரு மனிதனை இயக்குகிறது என்பதைப்பற்றித் தெரியாதவர்கள். தான் முன்னேற வேண்டும் என்ற எண்ணமே ஒவ்வொரு மனிதனையும் இயக்குகிறது. இது உலகம் முழுமைக்கும் பொருந்தும். இதனைப் புரிந்து வைத்துக்கொண்டுதான் நாம் செயல்படுகின்றோம். விரைவில் காவல்துறைக்கும் இந்தத் தத்துவத்தை விரிவுபடுத்துவோம்.

ஓர் ஐரோப்பிய நீதிமன்ற நடுவரின்கீழ் ஒரு மாவட்டத்திலுள்ள பத்துலட்சம் மக்கள் வருகின்றனர்.[16] மாவட்டம் கோட்டங்களாகப் பிரிக்கப்பட்டு, கோட்டங்களில் 'தனதூர்' எனப்படும் அதிகாரிகள் நியமிக்கப்பட்டுள்ளனர். ஒவ்வொரு கோட்டத்திலும் ஒரு லட்சம் மக்கள் வசிக் கின்றனர். ஒவ்வொரு தனதூரும் மாத ஊதியமாக இருபத்தைந்து ரூபாய் பெறுகிறார்.[17]

ஒரு தனதூர் தன் பணியை செவ்வனே செய்ய இரண்டு குதிரைகளையும், பணியாட்களையும் வைத்துக் கொள்ள வேண்டும். மாவட்டத்தின் அமைதிக்குப் பொறுப்பான நீதிமன்ற நடுவர், தனதூர்களுக்கு அவ்வாறுதான் அறிவுரை வழங்குகிறார். நாம் எவ்வளவு அதிகம் ஒரு தனதூரிடமிருந்து எதிர்பார்க்கிறோம், எவ்வளவு குறைவாக அவருக்குக் கொடுக்கிறோம் என்பது மக்களுக்கு நன்றாகத் தெரிகிறது. எனவே ஒரு வேலை என்று வரும்போது தனதூர் கேட்பதைக் கொடுத்து விடுகின்றனர். வரிவசூல் செய்வது மட்டுமே வேலை என்று இருப்பவர்களுக்கு நாம் அதிக ஊதியத்தையும், சலுகைகளையும் வழங்குகிறோம். மக்களின் உயிரையும், உடைமைகளையும் பாதுகாத்து, அமைதியை நிலைநாட்டும் பணியைச் செய்பவர்களுக்கு எதுவும் தருவதில்லை.

இது நமது ஆட்சியிலுள்ள ஒரு மிகப்பெரிய குறையாக மக்களுக்குத் தெரிகிறது. இதனால் மிகப்பெரிய தீய விளைவுகள் ஏற்படும். இந்தத் தீமையைத் தவிர்ப்பதற்கு காவல் துறையினருக்கும், மற்றவர்களுக்கு வழங்கப்படும் அனைத்து சலுகைகளும் வழங்கப்படவேண்டும். அவர்களுக்கு பணிப்பாதுகாப்பு அவசியம்; அவர்களது ஊதிய விகிதம் உயர்த்தப்படவேண்டும்; படிப்படியாக அவர்கள் பணிஉயர்வு பெறுவதற்கு வழி வகைகள் செய்யப்படவேண்டும். நீதிபதிக்கும், முன்சீப்புக்கும் இடையே சாதர் அமீன் என்ற ஒரு பதவியை ஏற்படுத்தியிருப்பதுபோல் மாவட்ட நீதிமன்ற நடுவருக்கும், தானதூருக்கும் இடையே ஒரு புதிய பதவியை உருவாக்க வேண்டும்.[18] சராசரியாக ஒரு மாவட்டத்திற்கு பன்னிரண்டு ‘தானாக்கள்’ இருக்கின்றன. ‘தானா’ என்பது காவல்துணைக் கோட்டம். (police sub division) ஒவ்வொரு நான்கு தனாக்களுக்கும் ஒரு அதிகாரியை நியமித்தால் போதுமானது. இவ்வாறு செய்யும் கவர்னர் ஜெனரலை மக்கள் தங்களின் ‘காவலர்’ என்று புகழ்வார்கள்.[19] நடைமுறையில் தனதூர்கள் தங்கள் அறிக்கைகளை மாவட்ட நீதிமன்ற நடுவருக்கு அனுப்பிவைக்கவேண்டும். அமர்வு நீதிமன்றத்துக்கு ஒரு வழக்கை அனுப்ப, தேவையான ஆவணங்களை தனதூர்கள்தான் தயார் செய்யவேண்டும்.[20] இப்போது நாம் பரிந்துரை செய்யும் இடைநிலை அதிகாரி இந்தப் பணிகளைப் பார்த்துக்கொள்வார்.

இந்துக்களுக்கும், முகமதியர்களுக்கும் நிர்வாகத்தில் போதுமான பங்கு தரப்படவேண்டுமென்று நாம் விரும்புகிறோம். ஊழியர்களுக்கு தாராளமான ஊதியம். பணிப்பாதுகாப்பு, பணிஉயர்வுக்கான வாய்ப்புகள் போன்றவை இருந்தால்தான் நிர்வாகம் சரியான முறையில் நடக்கும்.

இந்த சலுகைகளை அளித்தால்தான் இந்திய சிவில் நிர்வாகப்பணி (indian fivil service) இப்போதுள்ள உன்னத நிலைக்கு உயர்ந்துள்ளது; இதேகாரணத்தால்தான் இந்திய சுதேசி இராணுவம் அரசாங்கத்திற்கு விசுவாசமாக நடந்து கொள்கிறது.[21] எனவே நான் பரிந்துரை செய்த சலுகைகள் அனைத்துத் துறையினருக்கும் சென்று சேரவேண்டும் என்று நான் விரும்புகிறேன்.

நீதித்துறை, வருவாய்த்துறை, சுதேசி இராணுவம் போன்ற இடங்களில் பணிபுரியும் உள்ளூர் அதிகாரிகள் எல்லா இடங்களிலும் ஆள்பவர்களுக்கும், ஆளப்படுபவர் களுக்கும் இடையே ஒரு பாலமாக இருந்து வருகிறார்கள்.[22] தங்களது நேர்மையான உழைப்பால், மக்களின் நன்மதிப்பை அவர்கள் அரசாங்கத்திற்குப் பெற்றுத் தருகிறார்கள். மேன்மைதங்கிய ராம்ப்பூர் நவாப் முகமது சையத்கான் தனது பக்கத்து மாவட்டமான 'பதோவான்' என்ற மாவட்டத்தில் துணை கலெக்டராகப் பணிபுரிந்தவர். அந்தப் பணியில் அவர் இருந்ததால், தான் பெற்ற பயனுள்ள பல அனுபவங்களைப் பற்றி இன்றும் அவர் பெருமையாகக் கூறிக்கொள்கிறார்.[23] நவாபின் ஒரு சகோதரர் மெயின்புரி மாவட்டத்தில் சாதர் அமீன் ஆகப் பணிபுரிந்து வருகிறார்; அவரது மற்றுமோர் சகோதரர் ஹமீன்பூர் மாவட்டத்தில் துணை கலெக்டராகப் ஆட்சிக்குட்பட்ட ராம்ப்பூருக்கு பணியாற்ற வரும்படியும், மூன்றுமடங்கு ஊதியம் அதிகமாகப் பெறலாம் என்றும் அந்த இருசகோதரர் களுக்கும் அழைப்பு விடுவிக்கப்பட்டது. ஆனால் கும்பெனியின் பணியிலிருந்து விலகுவதற்கு அவர்கள் மறுத்துவிட்டனர். கும்பெனியில் நேர்மையாகப் பணியாற்றுவதை அவர்கள் பெருமையாக நினைக்கிறார்கள். திறமையான, நேர்மையான மனிதர்களே கும்பெனியின் நிர்வாகப் பதவிகளில் இருக்க முடியும்.[24] பல சுதேசி மன்னர்களின் புதல்வர்கள், அவர்கள்

இந்துக்களானாலும், முகமதியர்களானாலும் நமது நீதித்துறையிலும், வருவாய்த் துறையிலும் பணியாற்றவே விரும்புகின்றனர். சுதேசி அரசுகளில் அதிகாரத்தில் உள்ளவர்களுக்குச் சாதகமாகத்தான் நடந்து கொள்ளவேண்டும். திறமையும், உழைப்பும், நேர்மையும் ஒருவனுக்கு எதையும் பெற்றுத் தராது.[25]

குறிப்புகள்

1. ஆசிரியரின் இந்தக் கூற்று இப்போது உண்மையல்ல. செய்தித் தாள்கள் தற்போது அனைத்து கிராமங்களுக்கும் செல்கின்றன.
2. அவத் அரசர்களாக இருந்த வஸீர்களுக்கு 'ஃபைசாபாத்' நகரம்தான் தலைநகராக இருந்தது.
3. பிராதாப்கர் 'அவத்'திற்குத் தெற்கேயுள்ளது. இப்போது இது ஓர் இராணுவ கேந்திரம்.
4. மோங்கிர் அந்த மாவட்டத்தின் தலைநகர். இது பாட்னாவுக்குக் கிழக்கே உள்ளது.
5. ஆகஸ்ட் 1811
6. அத்தகைய காட்சிகளை இப்போது நாம் இந்தியாவில் காணமுடியாது. உயர் அதிகாரிகள் வசதியான இரயில் பெட்டிகளிலோ அல்லது கார்களிலோதான் பயணம் செய்கிறார்கள்.
7. 29.5%
8. இந்த ஏற்பாடு இப்போது மாறிவிட்டது. ஒவ்வொரு மாவட்டத்திலும் சிவில் அதிகாரிகளே இப்போது ஓய்வு பெற்ற இராணுவத்தினருக்கு ஓய்வூதியம் வழங்குகின்றனர்.
9. இப்பொழுது ஊதியம் அதிகம்.
10. இந்த வாக்கியம் வாசகர்களை சற்றுக் குழப்புவதாக உள்ளது. சில விதிமுறைகளைப் பின்பற்றி குறிப்பிட்ட ஆண்டுகள் பணிபுரிந்த அனைவருக்கும் ஓய்வூதியம் வழங்கப்படுகிறது.
11. இங்கு குறிப்பிடப்பட்டுள்ள அதிகாரிகள் மைய, மாநில அரசின் செயலாளர்கள்.
12. சாகர் மற்றும் நர்மதா பிராந்தியம். இப்போது இவை மத்தியப் பிரதேச மாநிலத்தில் உள்ளன.
13. சாதர் அமீன், முதன்மை சாதர் அமீன் போன்ற அதிகாரிகள் தற்போது 'சார்நிலை நீதிபதிகள்' (Subordinate Judges) எனப்படுகின்றனர்.
14. நூலாசிரியர் தனது பணிக்காலத்தில் நல்ல அதிர்ஷ்டசாலியாக இருந்திருக்க வேண்டும். இந்திய அலுவலர்களிடையே நேர்மை உணர்வு இப்போது எவ்வளவோ வளர்ந்திருக்கிறது. சென்ற நூற்றாண்டைவிட இப்போது நேர்மை உணர்வு நன்றாகத்தான் இருக்கிறது. ஆசிரியர்

சொல்வதைப் பார்த்தால் இன்னும் அவர்கள் வெகுதூரம் செல்ல வேண்டியுள்ளது.

15. காவல்துறையினர் பற்றி முன்பே ஆசிரியர், அத்தியாயம் 69இல் கூறியிருக்கிறார். குறிப்பிலும் நாம் அதைப்பற்றி விளக்கியுள்ளோம். திரும்பவும் அதே கருத்து சொல்லப்பட்டுள்ளது.

16. ஆக்ரா, அவத் போன்ற பகுதிகளில் மாவட்டங்களின் பரப்பு, வங்காளத்தைப் போன்றோ, மதராஸ் போன்றோ அவ்வளவு பெரிதல்ல. அவைகள் சிறிய மாவட்டங்கள். இருந்தும் வட இந்தியாவைப் பொறுத்தவரை ஒரு மில்லியன் மக்கள் தொகை கொண்ட மாவட்டம் சிறிய மாவட்டமாகவே கருதப்படுகிறது. சில மாவட்டங்களில் மூன்று மில்லியன் மக்கள் வசிக்கிறார்கள்.

17. இவை அனைத்தும் இப்போது மாறிவிட்டன. மாவட்ட நீதிமன்ற நடுவர்களிலும், மாதம் இருபத்தைந்து ரூபாய் ஊதியம் வாங்கும் அலுவலர்கள் இப்போது இருக்கிறார்கள். சில சமயங்களில் மாவட்ட நீதிமன்ற நடுவர்கூட ஓர் இந்தியராக இருக்கிறார்.

18. அத்தியாயம் 60, குறிப்பு 12ஐ பார்க்கவும்.

19. ஆசிரியர் இகழ்ந்து கூறுவதுபோல் தோன்றுகிறது. மக்கள் காவல்துறை ஆய்வாளர்களை 'மக்களின் காவலர்கள்' என்று நினைப்பதில்லை.

20. இந்திய நிர்வாக அமைப்பைப் பற்றித் தெரியாதவர்கள் நீதிமன்ற நடுவர்களை பொறுப்பற்றவர்கள் என்றும், திறமையற்றவர்கள் என்றும் நினைக்கக்கூடும். அது இயற்கை. ஆனால் அந்த நினைப்பு நியாயமானதல்ல. நூலாசிரியர் ஒரு மிகச்சிறந்த மாவட்ட நீதிமன்ற நடுவராகப் பணியாற்றியுள்ளார். ஆனாலும் அவர் விவரித்துள்ள தீமைகளை அவரால் அகற்ற இயலவில்லை. 'தனதார்' காவல்துறை ஆய்வாளருக்கும் பணம் கொடுக்க வேண்டும். மாவட்ட காவல்துறைக் கண்காணிப்பாளர் அலுவலகத்தில் உள்ளவர்களுக்கும் பணம் கொடுக்கவேண்டும்.

21. இந்திய இராணுவத்தைப் பற்றிய ஆசிரியரின் தவறான கணிப்பாக இதைக் கொள்ளவேண்டும்.

22. இந்தக் கூற்று ஆய்வுக்குரியது. அரசுப் பணி இந்தியாவில் எல்லா வகுப்பினராலும் விரும்பப்படுகிறது. அதிகாரிகளுக்கு சமுதாயத்தில் ஓர் அந்தஸ்து கிடைக்கிறது.

23. ராம்ப்பூர் ஒரு சிறிய 'ரோஹில்லா' மாநிலம். இது பரெய்லி மாவட்டத்தில் வருகிறது. இந்த மாவட்டம் உத்திரப்பிரதேசத்தில் உள்ளது.

24. பெரும்பான்மையானவர்களுக்கு இது பொருந்தும்.

25. இது ஓரளவு உண்மைதான். முழுவதும் உண்மை என்று கூறிவிட முடியாது.

பிற்சேர்க்கை

வழிப்பறிக் கொள்ளையை ஒழிப்பதற்கு சர் வில்லியம் ஸ்லீமன் எடுத்த முயற்சிகள்:– எழுதியவர் : கேப்டன் ஜெ.எல். ஸ்லீமன்

கொலை செய்வது ஒரு 'சமய ஒழுக்கமாக' இந்தியாவில் சில குழுவினரிடையே இருந்து வந்துள்ளது. சில நூற்றாண்டு களுக்கு முன் இப்பழக்கம் பின்பற்றப்பட்டு வந்தது. பிரிட்டிஷ் அரசாங்கத்திற்குத் தெரிவதற்கு முன்பே இவ்வழக்கம் இருந்து வந்துள்ளது. இருநூறு ஆண்டுகளாக இந்தியாவுடன் தொடர்பு கொண்டிருந்து, இந்த நாட்டின் பெரும்பாலான பகுதிகளில் தனது இறையாண்மையை நிலைநாட்டிய பின்பும் ஆங்கிலேய அரசாங்கம் இது குறித்து அறியாமலேயே இருந்துள்ளது. 'தக்'(Thug) என்ற சொல்லுக்கு 'ஏமாற்றுபவன்' (திருடன்) என்று பொருள். கி.பி. 1799ஆம் ஆண்டிற்கும், 1808ஆம் ஆண்டிற்கும் இடைப்பட்ட காலத்தில் 'தக்கி' (Thuggee) எனப்படும் வழிப்பறிக் கொள்ளை இந்தியாவில் உச்சகட்டத்தில் இருந்துள்ளது. இந்த வழிப்பறிக் கொள்ளையில் ஆயிரக்கணக்கான மக்களை கொள்ளையர்கள் கொன்று குவித்துள்ளனர். இக்கொள்ளை வழக்கம் எப்படித் தோன்றியது என்பதற்கு ஒரு புராணக் கதை கூறப்படுகிறது. மிகப் பழங்காலத்தில் ஓர் அரக்கன் இந்த பூமிக்கு வந்து, படைக்கப்படும் மனித குலத்தினர் அனைவரையும் அழித்து வந்தான். இதனால் உலகில் மனித வர்க்கமே இல்லாமல் போய்விட்டது. இந்தக் கொடுமையைத் தடுக்க காளிதேவி ஒரு முடிவு செய்தாள். அவள் அந்த அரக்கனை வெட்டிச்

சாய்த்தாள். ஆனால் அரக்கன் சிந்திய ஒவ்வொரு துளி இரத்தத்திலிருந்தும் ஒரு புதிய அரக்கன் தோன்றினான். காளி தேவி அரக்கர்களை அழிக்க அழிக்க, புதிதாக அரக்கர்கள் தோன்றிக் கொண்டேயிருந்தார்கள். அரக்கர் இனம் பல்கிப் பெருகியது. களைப்படைந்த காளிதேவி ஒரு புதிய உபாயத்தைத் தேர்ந்தெடுத்தாள். தனது வியர்வை யிலிருந்து அவள் இரண்டு மனிதர்களை உருவாக்கினாள். ஒவ்வொருவர் கையிலும் கைக்குட்டை போன்ற ஒரு துணியைக் கொடுத்தாள். கைக்குட்டைகளை வைத்துக் கொண்டு இரத்தம் சிந்த வைக்காமல் அரக்கர்களைக் கொல்லுமாறு அந்த இருவரையும் பணித்தாள். காளிதேவியின் கட்டளையை அந்த இரண்டு மனிதர்களும் உடனே ஏற்றுக் கொண்டார்கள். அரக்கர்களை துணியால் கழுத்தை நெரித்துக் கொன்றார்கள். அனைத்து அரக்கர்களையும் கழுத்தை நெரித்துக் கொன்றபின் தங்களது கைக்குட்டை களை காளிதேவியிடமே திருப்பிக் கொடுத்தார்கள். ஆனால், 'செய்த வீரச் செயலுக்கு நினைவுப் பரிசாக அவைகளை நீங்களே வைத்துக் கொள்ளுங்கள். பிற்காலத்தில் நீங்கள் செய்யும் தொழிலுக்கு உதவியாக இருக்கும்' என்று காளிதேவி சொல்லிவிட்டாள். அந்த இரு மனிதர்களின் வழித் தோன்றல்கள்தான் இந்த வழிப்பறிக் கொள்ளையர்கள். அந்த இரு மனிதர்களும் அரக்கர்களின் கழுத்தை நெரித்துக் கொன்றதுபோல், அவர்களின் வழித் தோன்றல்களான கொள்ளையர்கள் மக்களின் கழுத்தை நெரித்துக் கொல்ல ஆரம்பித்துவிட்டார்கள்.

பல தலைமுறைகள் ஓடிவிட்டன. வழிப்பறிக் கொள்ளை ஒரு தொழிலாக நடைபெற்று வருகிறது. விளையாட்டு வீரர்கள் தொடர்ந்து விளையாடிக் கொண்டிருப்பது போல் கொள்ளையர்கள் தங்கள் திருட்டுத் தொழிலையும், கொலைத் தொழிலையும் தொடர்ந்து செய்து கொண்டிருக் கின்றனர். இப்படித்தான் கொள்ளையர்களின் கூற்றுப்படி "வழிப்பறிக் கொள்ளையர்' என்ற இனம் தோன்றியது.

இந்த வழிப்பறிக் கொள்ளை இந்தியாவில் ஒரு தொழிலாக மாறிவிட்டது. இந்தத் தொழிலில் எப்போதாவது புதியவர்களும் வந்து சேர்ந்து கொள்கின்றனர். ஆனால் புதியவர்கள், மிகுந்த எச்சரிக்கையுடனும் தக்க வயது வந்த

பிறகும்தான், எப்போதாவது சேர்த்துக் கொள்ளப்படுகிறார்கள். கொள்ளையர்கள் வேறு கௌரவமான தொழில்களில் ஈடுபட்டிருப்பதாகத்தான் வெளிப் பார்வைக்குத் தோன்றுகிறது. வெளித்தோற்றத்தில் கௌரவமானவர்களாகத் தோன்றும் இத் திருடர்கள் தங்களது சமயத்திற்காகவும், பணம் சம்பாதிக்கவும் ஆண்டிற்கு ஒருமுறை கொள்ளையடிப்பதில் ஈடுபடுகின்றனர். இக்கொள்ளைக் கூட்டத்தினர் தொழிலுக்குச் செல்லும் முன் ஒரு குறிப்பிட்ட இடத்தில் கூடுவார்கள். பல சடங்குகள் செய்யப்பட வேண்டியிருக்கும். கொத்துக் கோடரி (Pick - axe) இவர்களது சமயச் சின்னம். முறையோடு அக்கோடரி செய்யப்பட்டு பாதுகாக்கப்பட வேண்டும். இந்தக் கோடரியின் முனை எந்தத் திசையைக் காட்டுகிறதோ அந்த திசையில் சென்றுதான் கொள்ளையடிக்க வேண்டும். அந்த திசைதான் காளிதேவியின் சீடர்களுக்கு நல்லிணக்கமான திசை. அந்தக் கருவிக்கு அசாத்தியமான சக்திகள் உண்டு. ஒவ்வொரு செயலுக்கும் ஒரு வழிமுறை உண்டு. கழுதை, நரி, ஓநாய், மான், முயல், நாய், பூனை, ஆந்தை, பருந்து, காகம், கௌதாரி, வண்ண இறகுடைய 'ஜே' என்ற பறவை, ஓணான் போன்ற விலங்கினங்கள் கொள்ளையர்களுக்கு நல்ல மற்றும் கெட்ட சகுனங்களைக் காட்டுகின்றன. அவர்கள் தொழிலுக்குச் சென்ற ஒரு வாரத்திற்குள் முதல் கொலையைச் செய்ய முடியாமல் போய்விட்டால், விரதம் மேற்கொண்டு தங்கள் உடலை வருத்திக்கொள்ள வேண்டும். தவிர்க்க முடியாத சூழ்நிலை தவிர மற்ற நேரங்களில் பெண்களைக் கொலை செய்யக் கூடாது. (தங்களது ஆண்களை அவர்கள் மறைத்து வைத்துள்ளார்கள் என்ற சந்தேகம் வந்தால் பெண்களையும் கொலை செய்யலாம்) கொலை செய்யப்பட்டவர்களின் குழந்தைகளை கொள்ளையர்களே சுவீகரித்துக் கொள்கின்றனர். இவர்களில் ஆண் குழந்தைகள் கொலைத் தொழிலில் பழக்கப்படுத்தப்படுகின்றனர். ஒவ்வொரு கொள்ளைக் கூட்டத்திலும் கல்லறைக்காக குழிதோண்டுபவர்கள் இருப்பார்கள். நடக்கப்போகும் கொலையை முன்கூட்டியே எதிர்பார்த்து, உடல்களைப் புதைக்க இவர்கள் குழிகளைத் தோண்டி வைப்பார்கள். உடல்கள் உடனே புதைக்கப்பட்டு விடுவதால் குற்றம் மறைக்கப்பட்டுவிடுகிறது. குழிதோண்டு வோருக்கு உதவியாக, கொலைகாரர்கள், முடிந்தால்,

நெடுஞ்சாலைகளில் சில குறிப்பிட்ட இடங்களில் மட்டுமே கொலைகளைச் செய்வார்கள். கொலை செய்யும் இடங்கள் பற்றி கொள்ளையர்கள் முன்பே பேசி வைத்துக் கொள்வார்கள்.

இந்தக் கொள்ளையர்களைப் பிடித்துத் தண்டிப்பதில் பல இடையூறுகள் இருந்தன. இவர்களை ஒழிக்கத்தான் சர் வில்லியம் ஹென்ட்ரி ஸ்லீமன் அரும்பாடுபட்டார். அவர் தனது கடமையைச் செய்யத் தொடங்கி ஏழு ஆண்டுகளுக்குள், சமயச் சடங்காக இருந்து வந்த வழிப்பறிக் கொள்ளையும், கொலைகளும் முற்றிலுமாக மறைந்துவிட்டன. லக்னோ நகரின் ரெஸிடன்ட் பதவியை ஏற்றுக்கொள்வதற்கு முன்பே ஸ்லீமன் கொள்ளையர் ஒழிப்புப் பணியைச் செய்து முடித்துவிட்டார்.

'ரெஸிடன்ட்' பதவியை ஏற்பதற்கு முன் ஸ்லீமன் பற்றி கீழ்க்கண்டவாறு கூறப்பட்டது: "அவர் இந்தியாவில் ஏறத்தாழ நாற்பதாண்டு காலம் பணியாற்றியுள்ளார். வழிப்பறிக் கொள்ளையை ஒழிப்பதற்கு, யாராலும் செய்யமுடியாத அளவுக்கு மிகச் சிறப்பாகப் பணியாற்றியுள்ளார் ஜெனரல் ஸ்லீமன். இந்தியரது பண்புகளையும், அவர்களது மொழியையும் அவர் நன்கறிவார். அனைத்து வகுப்பு இந்திய மக்களிடையேயும் அவர் மிகப் பிரபலமாக இருந்தார். மக்கள் அவரை மதித்தனர்; அவரிடம் பயந்தனர்; அவரை நம்பினர்."

❑

பதிப்பாசிரியர் திரு. வின்சன்ட் ஆர்தர் ஸ்மித் எழுதிய குறிப்புகள்

வழிப்பறிக் கொள்ளையை ஒழிப்பதற்குத் தனது பாட்டனார் சர் வில்லியம் ஸ்லீமன் எடுத்த முயற்சிகள் பற்றி அவரது பேரர் கேப்டன் ஜே.எல். ஸ்லீமன் விரிவாக எழுதுவதென்றிருந்தார். வேறு முக்கிய இராணுவப் பணிக்கான ஆணையை ஏற்றுக் கொண்டதால் கேப்டன் ஸ்லீமன் அவர்களால் விரிவாக ஏதும் எழுத இயலவில்லை.

கேப்டன் ஸ்லீமன் எழுதியிருப்பதோடு வேறு சில குறிப்புகளையும் கூடுதலாகத் தரவேண்டுமென்று பதிப்பாசிரியர் திரு. வின்சன்ட் ஸ்மித் விரும்பி, சில தகவல்களை இங்கு தந்துள்ளார்.

வரலாற்றுக் குறிப்புகளின்படி ஃபிரோஸ் ஷா துக்ளக் (1351 – 88). ஆட்சி செய்த காலத்தில் ஒற்றர்களின் உதவியால் ஏறத்தாழ ஓராயிரம் வழிப்பறிக் கொள்ளையர்கள் கைது செய்யப்பட்டனர். ஆனால் அவர்களில் ஒருவனைக்கூட தூக்கிலிட சுல்தான் மறுத்துவிட்டார். மாறாக வங்காளத் திலுள்ள 'லக்னெளட்டி' அல்லது 'கவுர்' என்ற இடத்திற்கு கைதிகளை அனுப்பி வைத்துவிட்டார். அங்கே கொண்டு செல்லப்பட்டவுடன் அவர்கள் சுதந்திரமாக விடப்பட்டார்கள். (Elliot & Dowson, Hist. of India, iii. 141) அந்த மோசமான செயலால் வங்காளத்தில் ஆற்றுவழிப் போக்குவரத்தின்போது கொள்ளைகள் நடைபெற ஆரம்பித்தன. இன்றும் இக் கொள்ளைகள் நடந்து கொண்டிருப்பதாகத் தெரிகிறது.

வழிப்பறிக் கொள்ளை பற்றிய அடுத்த குறிப்பு அக்பர் (1556 – 1605) காலத்தில் எழுதப்பட்டுள்ளது. மெடோஸ் டைலர், பால்ஃபோர் போன்ற ஆசிரியர்கள் அக்பர் காலத்தில் பல வழிப்பறிக் கொள்ளையர்கள் தூக்கிலிடப் பட்டதாக எழுதியுள்ளனர். பால்ஃபோரின் கூற்றுப்படி அக்கொள்ளையர்களின் எண்ணிக்கை ஐநூறு:– அவர்கள் 'இட்டாவா' மாவட்டத்தைச் சேர்ந்தவர்கள். இந்தச் செய்தி செவிவழிச் செய்திதான். அக்பரின் வரலாற்றில் இதுபற்றிய குறிப்பு ஏதுமில்லை. இட்டாவா மாவட்டம் கங்கைக்கும், யமுனைக்கும் இடையே, ஆக்ரா பிராந்தியத்தில் உள்ளது. (Agra province). அந்த இடம் எப்போதும் கொள்ளைக்கும், மற்றவகையான குற்றங்களுக்கும் பெயர் பெற்றது.

கி.பி. 1666ஆம் ஆண்டில் அதாவது ஷாஜஹானின் கடைசி காலத்தில் டில்லிக்கும், ஆக்ராவுக்கும் இடையே உள்ள சாலையில் வழிப்பறிக் கொள்ளையர்கள் அதிகம் இருந்ததாக பயணியர் 'தேவனாட்' குறிப்பிடுகிறார்.

"அந்தப் பிரதேசத்தில்தான், உலகிலேயே அதிகப்படியான தந்திரத்தனம் வாய்ந்த கொள்ளையர்கள் இருக்கின்றனர். ஒரு சுருக்குக் கயிற்றை லாவகமாக ஒரு மனிதனின் கழுத்தில்

மாட்டி, கழுத்தை நெரித்து கணநேரத்தில் அவனைக் கொன்று விடுகின்றனர்." (Eng Trans., 1686, part III. p. 41)

1799ஆம் ஆண்டு சீரங்கப்பட்டினம் பிடிபட்டவுடன் கும்பெனி அரசாங்கத்தின் கவனம் வழிப்பறிக் கொள்ளையர்கள் பக்கம் திரும்பியது. 1810ஆம் ஆண்டில் கங்கைக்கும், யமுனைக்கும் இடையே கொள்ளையர்களால் கொல்லப்பட்ட அப்பாவி மக்கள் முப்பது பேரின் உடல்கள் கண்டுபிடிக்கப் பட்டன. 1816ஆம் ஆண்டு டாக்டர். ஷெர்வுட் என்பவர் 'on the Murders called phansigars s.s. Stranglers' என்ற தலைப்பில் ஒரு கட்டுரையை 'Madras journal of literature and science' என்ற பத்திரிகையில் வெளியிட்டார். இதே கட்டுரை "Asiatic Researches" (Vol Xiii, 1820) என்ற சஞ்சிகையிலும் வெளி வந்தது. கழுத்தை நெரித்துக் கொல்லும் இந்தக் கொள்ளைக் காரர்களை ஒழிக்க பல அதிகாரிகள் திட்டமிடப்படாத பல நடவடிக்கைகளில் இறங்கினர். 1829ஆம் ஆண்டு வரை பலன் ஏதும் ஏற்படவில்லை. 1831ஆம் ஆண்டு முதல் 1832வரை கொள்ளைக் குழுக்கள் பற்றிய செய்திகள் தெரிய ஆரம்பித்தன. இதனால் இந்தியா முழுவதும் மிகுந்த பரபரப்பு ஏற்பட்டது. மேற்குத் தொடர்ச்சி மலைக்கும், அரபிக்கடலுக்கும் இடையேயுள்ள கொங்கணம் மட்டுமே இக்கொள்ளையர்களின் தாக்குதலிலிருந்து தப்பித்த இடம். (H.H.Wilson, Hist of British India ed 1858, vol ix, p. 213; Balfour, cyclopaedia of India, 3rd edn, 1885 s.v. "Thug"; Crooke, Things Indian, Murraj, 1906 s.v. "Thuggee".)

இதுவரை பதிவுசெய்யப்பட்ட தகவல்களின்படி கொள்ளைக் கும்பல்கள் அதிக அளவில் 14ஆம் நூற்றாண்டின் ஆரம்ப காலத்திலிருந்து ஸ்லீமன் காலம் வரை தொடர்ந்து, ஏறத்தாழ ஐந்து நூற்றாண்டுகளாக இருந்து வந்துள்ளனர். இந்தக் கும்பலின் தோற்றம் இதற்கும் முன்பாக இருந்திருக்க வேண்டும். ஆனால் அதற்கான ஆதாரங்கள் ஏதும் இல்லை. எட்டாம் நூற்றாண்டில் எல்லோராவில் உருவாக்கப்பட்ட சிற்பங்களில் கொள்ளையர்கள், சிலரின் கழுத்தை நெரித்துக் கொல்வது போன்ற சிற்பங்கள் உள்ளன என்று சொல்லப் படுகிறது. ஆனால் அதுபோன்ற சிற்பம் ஏதும் எல்லோரா குகையில் இல்லை என்று டாக்டர் பர்ஜஸ் குறிப்பிடுகிறார்.

கொள்ளையர்கள் பற்றி ஸ்லீமன் கொடுத்துள்ள புள்ளி விவரங்களிலிருந்து நாம் நிறைய தெரிந்து கொள்ளலாம்.

1931ஆம் ஆண்டு முதல் 1837 வரை 3,266 கொள்ளையர்கள் பிடிக்கப்பட்டு, அவர்களுக்கு பல விதமான தண்டனைகள் வழங்கப்பட்டன. பிடிபட்டவர்களில் 412 பேர் தூக்கிலிடப்பட்டனர். 483 பேர் குற்றங்களை ஒப்புக் கொண்டு, அப்ரூவர்களாக மாறிவிட்டனர். 'அமீர் அலி' என்ற கொள்ளையன் தான் செய்த குற்றங்களை ஒப்புக் கொண்டது பற்றி மெடோஸ் டைலர் என்பவர் "The confession of a Thug" *(ஒரு கொள்ளையனின் ஒப்புதல் வாக்குமூலம்) என்று ஒரு புத்தகம் எழுதியுள்ளார். அப்புத்தகம் 1837இல் எழுதப்பட்டு 1839ஆம் ஆண்டு வெளியிடப்பட்டது. அதில் கூறியிருப்பதன்படி அமீர் அலி 719 நபர்களைத் தான் கொலை செய்தாக ஒப்புக்கொள்கிறான். பன்னிரண்டு ஆண்டு காலம் அவன் 'அவத்' சமஸ்தான சிறையில் இருந்தான். இதனால் தனது கொலை மற்றும் திருட்டுத் தொழில் தடைபட்டது என்று அவன் வருந்துகிறான். தனது தொழிலை திகிலூட்டும் ஒரு விளையாட்டு என அவன் வர்ணிக்கிறான்.*

மொழிபெயர்ப்பாளரின் முடிவுரை

ஜெனரல் ஸ்லீமன் அவர்களின் நூலிலிருந்து, இந்திய வரலாறு, 18, 19ஆம் நூற்றாண்டுகளில் வாழ்ந்த இந்திய மக்களின் வாழ்க்கை முறை, சுதேசி மன்னர்களின் ஆட்சிமுறைகள், கும்பெனி ஆட்சியில் ஊழியர்களுக்கு வழங்கப்பட்டு வந்த குறைவான ஊதியம், இராணுவ வீரர்களுக்கு வழங்கப்பட்ட மனிதாபிமானமற்ற தண்டனைகள், பிற்கால ஆட்சியாளர்களுக்கான அறிவுரைகள் போன்ற பலவற்றை நம்மால் தெரிந்து கொள்ள முடிகிறது.

மூலநூல் அளவிற்கு அடிக்குறிப்புகளும் முக்கியத்துவம் வாய்ந்தவை. உலக வரலாற்றில் நடந்த பல நிகழ்வுகளைத் தெரிந்து கொள்ள இந்த அடிக் குறிப்புகள் நமக்குத் துணை செய்கின்றன. ஜெனரல் ஸ்லீமன் அவர்கள் தென்னிந்தியாவிற்கு வருகை தராதது நமக்கு பேரிழப்பு என்றே சொல்ல வேண்டும். அப்படி அவர் வந்திருந்தால் 18, 19ஆம் நூற்றாண்டுகளில் தென்னிந்தியாவின் நிலை எப்படி இருந்தது என்பதை நன்றாக விளக்கியிருப்பார்.

தான் பயணம் செய்த இடங்களில் மக்களோடு நெருங்கிப் பழகி, அவர்களது உணர்வுகளைப் புரிந்து கொண்டவர் ஜெனரல் ஸ்லீமன் ஒருவராகத்தான் இருப்பார். அந்த வகையில் ஸ்லீமன் அவர்களின் நூல் தனித்தன்மை பெறுகிறது.

சிவ. முருகேசன்